நோம் சோம்ஸ்கி

நோம் சோம்ஸ்கி

சு. இராசாராம் (1942)

நாகர்கோவிலில் பிறந்தவர். அண்ணாமலைப் பல்கலைக் கழகத்தில் மொழியியலில் டாக்டர் பட்டம் பெற்றவர். மைசூரு இந்திய மொழிகள் நடுவண் நிறுவனத்தில் பணியாற்றிப் பின்னர்த் தமிழ்ப் பல்கலைக்கழக இந்திய மொழிகள் பள்ளியில் மொழியியல் முதுநிலைப் பேராசிரியராகப் பணிநிறைவு பெற்றவர்.

கோட்பாட்டு மொழியியல், கல்வி மொழியியல், தமிழ் மரபிலக்கணங்கள் ஆகியவற்றில் ஆய்வுத் திட்டங்கள் மேற்கொண்டு ஆங்கிலத்திலும் தமிழிலுமாகப் பதினைந்துக்கும் மேற்பட்ட நூல்கள் எழுதியுள்ளார்.

மொழியும் மொழியியலும், செருமன் – தமிழ் அகராதி, வீரசோழிய இலக்கணக் கோட்பாடு, இலக்கணவியல் மீக்கோட்பாடும் கோட்பாடுகளும், செம்மொழித் தமிழ் இலக்கணக் கலைச்சொற்களஞ்சியம் (எழுத்து, சொல், பொருள்) போன்ற சில தமிழ் நூல்கள் குறிப்பிடத்தக்கவை.

சு. இராசாராம்

நோம் சோம்ஸ்கி

காலச்சுவடு பதிப்பகம்

அன்பார்ந்த வாசகருக்கு,

வணக்கம்.

காலச்சுவடு நூலை வாங்கியமைக்கு நன்றி.

நூலின் உள்ளடக்கம், உருவாக்கம், அட்டைப்படம் இன்ன பிற அம்சங்கள் பற்றிய உங்கள் கருத்துகளையும் ஆலோசனைகளையும் காலச்சுவடு வரவேற்கிறது. தகவல், எழுத்து, வாக்கியப் பிழைகள் தென்பட்டால் கட்டாயம் தெரிவித்து உதவுங்கள். நூல் தயாரிப்பில் கடும் குறைபாடு இருப்பின் மாற்றுப் பிரதி உங்களுக்குக் கிடைக்கக் காலச்சுவடு ஏற்பாடு செய்யும்.

மின்னஞ்சல்: publisher@kalachuvadu.com

காலச்சுவடு நாகர்கோவில் அலுவலகத்திற்குக் கடிதம் அனுப்பலாம்.

தங்கள்
எஸ்.ஆர். சுந்தரம் (கண்ணன்)
பதிப்பாளர் – நிர்வாக இயக்குநர்

நோம் சோம்ஸ்கி ❖ மொழியியல் ❖ ஆசிரியர்: சு. இராசாராம் ❖

© சு. இராசாராம்

❖ முதல் பதிப்பு: டிசம்பர் 2019, மூன்றாம் பதிப்பு: டிசம்பர் 2023 ❖ வெளியீடு: காலச்சுவடு பப்ளிகேஷன்ஸ் (பி) லிட்., 669, கே.பி. சாலை, நாகர்கோவில் 629001

noom coomski ❖ Linguistics ❖ Author: S. Rajaram ❖

© S. Rajaram

❖ Language: Tamil ❖ First Edition: December 2019, Third Edition: December 2023 ❖ Size: Demy 1 x 8 ❖ Paper: 18.6 kg maplitho ❖ Pages: 432

Published by Kalachuvadu Publications Pvt. Ltd., 669, K.P. Road, Nagercoil 629001, India ❖ Phone: 91-4652-278525 ❖ e-mail: publications @kalachuvadu.com ❖ Printed at Clicto Print, Jaleel Towers, 42 KB Dasan Road, Teynampet Chennai 600018

ISBN: 978-81-943956-9-0

12/2023/S.No. 934, kcp 4916, 18.6 (3) 1k

என் மதிப்பிற்குரிய பேராசிரியர்கள்
செ. வை. சண்முகம்
இ. அண்ணாமலை
ஆகியோருக்கு

உள்ளடக்கம்

அணிந்துரை: இந்த அறிவுழைப்பு தமிழுக்குப் புதிது 13

என்னுரை: உலகமே உற்றுநோக்கும் ஆளுமை . . . 23

1. **நோம் சோம்ஸ்கி** 31

1.1. ஆவ்ரம் நோம் சோம்ஸ்கி 31

1.2. சமூக, கலாச்சாரப் பின்னணி 34

1.3. மொழியியல் பின்னணி 38

1.4. சமூக, அரசியல் பின்னணி 42

1.5. மொழியியல் அறிஞர் 46

1.6. முற்போக்குத் தத்துவச் சிந்தனையாளர் 51

1.7. புலனுணர்வியல் உளவியல் அறிஞர் 53

2. **சோம்ஸ்கிக்கு முன் மொழியியல் – I** 64

2.1. மொழியியல்: ஓர் அறிமுகம் 64

2.2. மரபிலக்கணம் 65

2.3. பொதுமை இலக்கணம் 79

2.4. ஒப்புமை மொழியியல் 83

3. **சோம்ஸ்கிக்கு முன் மொழியியல் – II** 91

3.1. மொழியியல் 91

3.2. அமைப்பு மொழியியல் 97

4.	**சாம்ஸ்கிக்கு முன் மொழியியல் – III**	114
	4.1. வண்ணனை மொழியியல்	114
	4.2. புளும்ஃபீல்டிய மொழியியல்	117
	4.3. புது-புளும்ஃபீல்டிய மொழியியல்	127
5.	**சாம்ஸ்கியப் புரட்சி**	143
	5.1. சாம்ஸ்கியப் புரட்சி	143
	5.2. மொழியியல் போர்கள்	149
	5.3. கருத்தியல் வாய்பாட்டுத் தாவல்	174
	5.4. மூன்றாம் மொழியியல் புரட்சி	181
6.	**சாம்ஸ்கிய மொழியியல்: கருத்தியல் பின்னணி – I**	189
	6.1. சாம்ஸ்கிய மொழியியல்: கருத்தியல் பின்னணி	189
	6.2. அடிப்படைக் கருத்தியல்கள்	193
	6.3. தரவுத் தொகுப்பு	208
	6.4. பகுத்தறிவுவாதம் – அனுபவவாதம்	215
	6.5. மொழி உள்ளுணர்வுகள்	226
	6.6. உள்ளுறை ஆற்றல்	232
	6.7. மொழி ஈட்டல் பொறிநுட்பம்	233
7.	**சாம்ஸ்கிய மொழியியல்: கருத்தியல் பின்னணி – II**	238
	7.1. சாம்ஸ்கிய மொழியியல்: கருத்தியல் பின்னணி	238
	7.2. மொழிப் பொதுமைகள்	239
	7.3. மொழி அறிதிறன் – மொழிச் செயலறிதிறன்	260
	7.4. மொழி: விளக்கம்	279
	7.5 புதைநிலை அமைப்பு – புறநிலை அமைப்பு	281
8.	**சாம்ஸ்கிய மொழியியல் – I**	291
	8.1. ஆக்கமுறை மொழியியல்	291
	8.2. ஆக்கமுறை மாற்றிலக்கணம்: விளக்கம்	296
	8.3. தரவும் ஆக்கமுறை இலக்கணமும்	298
	8.4. வரைநிலை இலக்கணம்	300

8.5. தொடரமைப்பு இலக்கணம்		308
8.6. மாற்றிலக்கணம்		321
9. சோம்ஸ்கிய மொழியியல் – II		335
9.1. தரக் கோட்பாடு		335
9.2. ஆக்கமுறைப் பொருண்மையியல்		345
9.3. விரிதரக் கோட்பாடு		350
9.4. ஆளுகை – கட்டுறவுக் கோட்பாடு		351
9.5. மூலக்கொள்கைகளும் வேறுபாட்டு அளபுருக்களும்		358
9.6. குறுமை நிரல் இலக்கணம்		364
10. நோம் சோம்ஸ்கி: பன்முக ஆளுமை		373
10.1. பன்முகப் பண்பாளர்		373
10.2. முற்போக்கு அரசியல் போராளி		375
10.3. கொள்கை மறுப்பாளர்		381
10.4. விடுதலையாட்சி சமூகப் போராளி		386
10.5. சமூக அறவழிப் போராளி		388
10.6. வெகுசன ஊடக விமர்சகர்		390
10.7. பயங்கரவாத மறுப்பாளர்		398
10.8. கருத்துச் சுதந்திர ஆதரவாளர்		404
பார்வை நூல்கள்		413
சொல்லடைவு		421

அணிந்துரை

இந்த அறிவுழைப்பு தமிழுக்குப் புதிது

அறிவுத் துறைகள் பற்றிய அனைத்துச் செய்திகளும் தமிழில் கிடைக்க வேண்டும் என்பது அடிப்படையான சமூகத் தேவை. இச்செய்திகள் அடங்கிய நூல்கள் ஆங்கிலத்தில் உள்ள மூல நூல்களைப் புரிந்துகொள்வதில் பெரும்பங்காற்றும். குறிப்பாக, மொழியியல் மாணவர்களுக்கு இத்தகைய நூல்கள் மிகவும் தேவை. மொழியியலைப் புரிந்துகொள்வதற்காக எடுத்துக்கொள்ளும் காலமும் மிகக் குறையும். பேராசிரியர் எம்மன் பாஹ் போன்றோர்களின் நூல்கள் வெளிவந்த பிறகுதான் தொடரியலைப் புரிந்துகொள்வது மொழியியல் மாணவர்களுக்கு எளிதானது. அதேபோல் பிற மொழியியல் கோட்பாடுகளையும் கொள்கைகளையும் புரிந்துகொள்ளப் பல நூல்கள் ஆங்கிலத்தில் வெளிவந்தன. அவை அனைத்தும் மொழியியலைக் குறுகிய காலத்தில் புரிந்துகொள்ள மிகவும் உதவின. இதன் விளைவாக, மேலோட்டமாக மொழியியலைப் பேசுகின்ற சூழல்கள் போய்ச் சில அடிப்படையான கோட்பாடுகளைத் தமிழில் விவாதிக்கும் சூழலுக்கு இன்று வந்திருக்கிறோம். அத்தகைய முயற்சிகளுள் ஒன்றுதான் பேராசிரியர் இராசாராமின் இந்நூலாக்க முயற்சி.

இராசாராம் சோம்ஸ்கிய மொழியியலை மையப்படுத்தி **நோம் சோம்ஸ்கி** என்னும் விரிவான நூல் ஒன்றை நமக்குத் தந்துள்ளார். தொடரியல் கோட்பாட்டைத் தமிழில் விவரித்துவந்துள்ள நூல்களுள் இது முக்கியமான ஒன்று. இந்நூலை முன்மாதிரியாகக் கொண்டு மொழியியலின் பல்வேறு

கொள்கைகளும் கோட்பாடுகளும் ஆழமாக விவாதிக்கப்பட வேண்டும். இவ்விவாதங்கள் மொழியியல் பற்றிய விரிவான கருத்தாடல்களையும் பனுவல்களையும் உருவாக்கும். ஒவ்வொரு கருத்தாடலும் நம்மைப் புரிதலை நோக்கி நகர்த்தும். இதன்வழி மொழியியல் தமிழ் வசப்படும். இது ஒரு கூட்டு முயற்சி.

இராசாராமின் இந்நூல் நோம் சோம்ஸ்கி, சோம்ஸ்கிக்கு முன் மொழியியல், சோம்ஸ்கியப் புரட்சி, சோம்ஸ்கிய மொழியியல்: கருத்தியல் பின்னணி, சோம்ஸ்கிய மொழியியல், சோம்ஸ்கி: பன்முக ஆளுமை என்னும் ஆறு தலைப்புகளில் பத்து அத்தியாயங்களை உள்ளடக்கமாகக் கொண்டது. நோம் சோம்ஸ்கி என்னும் முதலாவது அத்தியாயத்தில், சோம்ஸ்கி என்னும் ஆளுமையை மொழியியல் அறிஞராகவும், சமூக அரசியல் போராளியாகவும் உருவாக்கிய குடும்பப் பின்னணியும் சமூக அரசியல் பண்பாட்டுப் பின்னணியும் விரிவாகப் பேசப்படுகின்றன.

மொழியியல் என்னும் துறை அறிவியல் பரிமாணம் கொள்வதற்கு முன் மரபிலக்கணம் வரலாற்றில் முற்பட்டு நிற்கிறது. கிரேக்க, உரோமானிய மரபுகளினுடைய இலக்கணச் சிந்தனைகளின் வளர்ச்சியைத் தொடர்ந்துவரும் அத்தியாயங்களில் முறையாக இராசாராம் விவரிக்கிறார். தத்துவத்தின் பகுதியாக வளர்ந்த இலக்கணம் அதனைப் புரிந்துகொள்வதற்குப் பயன்படும் கருவியாகவும் தத்துவ அறிஞர்களால் பார்க்கப்பட்டது. இப்பின்புலத்தில் மேலைநாட்டு இலக்கணமரபை விரிவாக இராசாராம் விளக்குகிறார். அதே சமயத்தில் மரபிலக்கணச் சிந்தனைகள் எவ்வாறு சோம்ஸ்கியின் மீது ஆதிக்கம் செலுத்துகின்றன என்பதையும் ஆங்காங்கே அவர் சுட்டிக்காட்டத் தவறவில்லை.

மொழியியல் என்னும் அறிவியல் துறை ஐரோப்பிய நாடுகளிலும் ஐக்கிய அமெரிக்க நாட்டிலும் வேரூன்றியதன் பின்னணியையும் இராசாராம் தெளிவாக விவரிக்கிறார். ஐரோப்பாவில் இலக்கண, இலக்கியப் பின்புலத்திலிருந்தும் ஐக்கிய அமெரிக்க நாட்டில் மானிடவியல் பின்புலத்திலிருந்தும் அமைப்பு மொழியியல் உருக்கொண்டதை அவர் விளக்குகிறார். மானிடவியல் பின்புலம்தான் பேச்சுமொழியை மொழி ஆய்வின் மையமாக நகர்த்தியது. வரலாற்று மொழியியல் எழுத்துமொழிச் சான்றுகளான இலக்கியங்கள், இலக்கணங்கள், கல்வெட்டுகள், செப்பேடுகள் போன்றவற்றை அடிப்படைத் தரவுகளாகக் கொண்டு மொழி வரலாற்றை விவரிக்க, வண்ணனை மொழியியல் எழுத்து வடிவம் பெறாத பேச்சுவழக்கில் மட்டுமே உள்ள பழங்குடி மக்களின் மொழிகளை விவரிப்பதை நோக்கமாகக் கொண்டது. இம்மொழிகள் பேச்சுவழக்கில் மட்டுமே இருந்தாலும் அவையும்

ஒழுங்கமைவு உடையன என்பதையும், ஒழுங்கமைவற்ற ஒரு மொழி இவற்றுள் இருக்க இயலாது என்பதையும் மொழியியல் ஆணித்தரமாக எடுத்துரைத்தது. மொழியியல் ஆய்வில் மொழியின் இவ்வொழுங்கமைவை நிறுவுவதுதான் வண்ணனை மொழியியலின் முதன்மைக் குறிக்கோளாக இருந்தது.

மொழியியலில், 'அமைப்பு' என்ற சொல்லாடல் ஒரு தத்துவமாகப் பார்க்கப்பட்டது. இதற்கு வித்தூன்றியவர் பெர்டினண்ட் டி சசூர் என்ற அறிஞர். அவர் வரலாற்று ஒப்புமை மொழியியலாளராக ஆய்வை மேற்கொண்டவர். வரலாற்று மொழியியலுக்கும் ஒப்புமை மொழியியலுக்கும் வண்ணனை மொழியியல் அடிப்படையான உள்ளீடு. ஆகையால், தருக்கரீதியாக வண்ணனை மொழியியல் முன்னிலை வகிக்கிறது. அதனை அடுத்து, மானிடவியல் பின்புலத்தில் மொழியை ஆய்வு செய்த போயஸ் போன்றவர்கள் எழுத்து வழக்கில் இல்லாத அமெரிக்க ஐக்கியநாட்டுப் பழங்குடி மக்களினுடைய மொழிகளின் அமைப்பை ஆராய மேற்கொண்ட முயற்சி, மொழி ஆய்வை இன்னொரு பரிமாணத்திற்கு இட்டுச்சென்றது. இம்முயற்சியில் எட்வர்டு சாபிர் என்ற அறிஞரின் பணிகள் மகத்தானவை. இவரின் அணுகுமுறையில் உளவியல் ஆதிக்கம் செலுத்தியது. அதேசமயத்தில் அவருடைய மானிடவியல் பின்புலம் மொழியை ஒரு சமூகத்தின் உற்பத்திப்பொருளாகவும் மொழிக்கும் பண்பாட்டிற்கும் இடையிலான உறவைச் சிறப்பித்துப் பார்க்கும் பார்வையையும் அளித்தது. சசூரும் மொழியைச் சமூகத்தின் உற்பத்திப்பொருளாகத்தான் பார்த்தார். இப்பின்னணி மொழியியலில் கள ஆய்விற்கு முக்கியத்துவம் அளித்தது.

புளூம்ஃபீல்டு ஒரு முக்கியமான மொழியியல் அறிஞர். தற்கால மொழியியல் வளர்ச்சியில் சாபிரும் புளூம்ஃபீல்டும் தவிர்க்க இயலாத பெயர்கள். இருவரும் அமைப்பு மொழியியல் என்ற சட்டகத்திற்குள் ஆய்வை மேற்கொண்டாலும் இருவரும் அணுகுமுறைகளில் சில வேறுபாடுகளைக் கொண்டிருந்தார்கள். இருவரும் ஒன்றுபடும் இடங்களையும் வேறுபடும் இடங்களையும் மிகச் சிறப்பாக இராசாராம் விளக்கியுள்ளார். பல்வேறு மொழிகளின் அமைப்பை ஆராய்ந்த அமெரிக்க மொழியியல் அறிஞர்களான ஜெல்லிக் ஹேரிஸ், பெர்னார்டு பிளாக், டிராகர், சார்லஸ் ஹாக்கெட், கென்னத் பைக், எட்வர்டு கிளீசன் போன்றவர்கள் அமைப்பு மொழியியலின் கோட்பாடுகளையும் அணுகுமுறைகளையும் செழுமைப்படுத்தினார்கள். இயற்கை மொழிகளின் ஒலியனியலையும் உருபனியலையும் ஒருமித்த கோட்பாட்டுடனும் அணுகுமுறைகளுடனும் விரிவாக விவரித்தார்கள். தொடரியலையும் இச்சட்டகத்திற்குள் விவரிக்க ரூலான் வெல்ஸ்

என்ற மொழியியலறிஞர் அண்மைத் தொடர் உறுப்புப் பகுப்பாய்வு (Immediate Constituent Analysis) என்ற முன்மாதிரியை உருவாக்கினார்.

அமைப்பு மொழியியல் கோட்பாட்டுச் சட்டகத்துக்குள் தொடரியலை விவரிக்கப் பல அறிஞர்கள் பல்வேறு முன்மாதிரிகளை முன்வைத்தார்கள். இவர்களுள் சிலர் அண்மைத் தொடர் உறுப்புப் பகுப்பாய்வு முன்மாதிரியின் நிறைவின்மையை உணர்ந்ததால் மாற்று முயற்சிகளை மேற்கொண்டார்கள். இவர்களுள் ஜெல்லிக் ஹேரிஸின் முயற்சி குறிப்பிடத்தகுந்தது. தொடர்களையும் வாக்கியங்களையும் நிறைவாக விவரிக்க வேண்டுமானால் உருமாற்று விதிகள் (Transformations) என்னும் புதிய வகை விதிகள் இலக்கணத்தில் இடம்பெற வேண்டும் என்று ஹேரிஸ் வாதிட்டார். சில அடிப்படை / வித்து வாக்கியங்களைக் கொண்டு பிற வாக்கிய வகைகள் உருமாற்று விதிகள் மூலம் வருவிக்கப்பட்டன. இவ் உருமாற்று விதிகளைக் கொண்ட இலக்கணம் சிறப்பானதாக இருக்கும் என்று ஹேரிஸ் நம்பினார். வாக்கியத்திற்கும் மேல் நிலையான கருத்தாடலை விவரிப்பின் மையமாக அவர் கொண்டார். இப்பின்புலத்தில் சோம்ஸ்கியின் ஆக்கமுறை மாற்றிலக்கணம் வெளிவருகிறது.

சோம்ஸ்கி மொழி பற்றிய கண்ணோட்டத்தை முற்றிலுமாக மாற்றினார். முதலாவது, மொழி எண்ணிறந்த வாக்கியங்களைக் கொண்டது; இரண்டாவது, எண்ணிறந்த வாக்கியங்களைக் கொண்ட மொழியை ஒரு எண்ணிக்கைக்குள் வரையறுக்கப்பட்ட விதிகளைக் கொண்டு விளக்குவது. மூன்றாவது, ஒரு மொழியின் இலக்கண வாக்கியம் எது, வழு வாக்கியம் எது என்று பிரித்தறியும் பேசுவோனின் மொழி அறிவை விவரிப்பது. இம்மொழி அறிவை விளக்குவது ஆக்கமுறை இலக்கணத்தின் மைய நோக்கம். பேச்சை விவரிப்பது இவ்விலக்கணத்தின் நோக்கம் அல்ல. ஆக்கமுறை இலக்கணத்தின் இக்கோட்பாட்டு நிலைப்பாட்டை அமைப்பு மொழியிலிருந்து ஆக்கமுறை இலக்கணத்திற்கு நிகழ்ந்த கருத்தியல் வாய்பாட்டுத் தாவலாக (Paradigm shift) இருபதாம் நூற்றாண்டு மொழியியலறிஞர் குறிப்பிடுவர். ஓர் அறிவியல் கோட்பாட்டு வளர்ச்சியில் இவ்வடிப்படை மாற்றம் 'புரட்சி' என்ற சொல்லாலும் விவரிக்கப்படுகிறது. மொழியியல் அறிவியலில் நிகழ்ந்த இப்புரட்சியை மிகச் சிறப்பாகத் தாமஸ் கூன் எழுதிய The Structure of Scientific Revolution என்ற நூலை அடியொட்டி அமைப்பு மொழியியல் கோட்பாட்டு வரலாற்றையும் ஆக்கமுறை இலக்கணக் கோட்பாட்டு வரலாற்றையும் மிக நன்றாக இராசாராம் விளக்கியுள்ளார். நான் இதை இந்நூலின் முக்கியப் பகுதியாகக் கருதுகிறேன்.

சோம்ஸ்கியின் தரக் கோட்பாட்டிலிருந்து *(Standard Theory)* ஆக்கமுறைப் பொருண்மையியலும் *(Generative Semantics)* வேற்றுமை இலக்கணமும் *(Case grammar)* முக்கியமான கோட்பாட்டு வளர்ச்சி எனலாம். பொருண்மையியலை ஆக்கமுறை இலக்கணத்தின் பகுதியாக ஏற்றுக்கொண்டதன் விளைவு இது. வாக்கிய வடிவத்தின் மேல் மட்டும் கவனம் செலுத்திய ஆக்கமுறை இலக்கணக் கோட்பாடு தொடரியலையும் பொருண்மையியலையும் இணைக்கத் தொடங்கியது. சோம்ஸ்கி அப்போதும் வாக்கியம் சார்ந்த பொருண்மையியலில் *(Referential semantics)* மட்டும் கவனம் செலுத்தினார். தரக் கோட்பாட்டிலிருந்து விரிதரக் கோட்பாடு *(Extended Standard Theory)*, திருந்திய விரிதரக் கோட்பாடு *(Revised Extended Standard Theory)*, ஆளுகையும் கட்டுறவும் *(Government and Binding)*, மூலக்கொள்கைகளும் வேறுபாட்டு அளபுருக்களும் *(Theory of Principles and Parameters)*, குறுமை நிரல் *(Minimalist Programme)* என்னும் கோட்பாட்டு முன்மாதிரிகளும் வளர்ந்தன. ஆனால், இவை அனைத்திலும் பேசுவோனின் மொழி அறிவே ஆய்வின் மையமாக அமைந்தது. மொழி அறிதிறன் – மொழிச் செயலறிதிறன் என்னும் இணையெதிர்மையில் அறிதிறன், ஆய்வு மையமாகவும் செயலறிதிறனின் பகுதியாகவும் கருதப்பட்டது. இராசாராம் இவற்றை விரிவாக விவரித்துள்ளார்.

மொழியின் வண்ணனையிலிருந்து மொழி விளக்கத்திற்கும் பின்னர் மொழிப் பொதுமைகளை நோக்கியும் ஆக்கமுறை இலக்கணக் கோட்பாடு இயங்கியது. மொழிப் பொதுமைகள் மனித மனத்தில் உள்ளுறையும் மொழி அக அமைப்பாகக் கருதப்பட்டது. மொழிக்கும் மனித மனத்திற்கும் உள்ள தொடர்பாகவும் அதிலிருந்து அது மனித மூளையோடும் நரம்பியலோடும் தொடர்புபடுத்தப்பட்டது. உளவியல், நரம்பியல், உடற்கூற்றியல் ஆகிய துறைகளோடு இணைந்து ஆக்கமுறை இலக்கணம் பன்முக ஆய்விற்கு வித்திட்டது. ஆகையால்தான், சோம்ஸ்கி மொழியியலைப் புலனுணர்வியல் உளவியலின் *(Cognitive psychology)* பகுதி என்று குறிப்பிடுகிறார். ஆக்கமுறை இலக்கணக் கோட்பாடு மொழியை மனித மனத்தின் உற்பத்திப்பொருள் என்று கருதுகிறது. இராசாராம் இவ்வளர்ச்சியை இந்நூலில் விரிவாக ஆராய்ந்துள்ளார்.

சோம்ஸ்கியின் ஆக்கமுறை இலக்கணக் கோட்பாட்டை விமர்சிக்கவும் இராசாராம் தவறவில்லை. அமைப்பு மொழியியல் கோட்பாட்டுப் பின்னணியில் வண்ணனை இலக்கணம் வரலாற்றுப் பின்னணியிலிருந்தும், சமூகச் சூழல்கள் பின்னணியிலிருந்தும் அந்நியப்பட்டு மொழி ஆய்வை மேற்கொண்டது. இக்கருத்தியல் அணுகுமுறையை ஏற்று ஆக்கமுறை இலக்கணக் கோட்பாடு தன் ஆய்வை மேற்கொண்டது. இந்நிலையில், சமூகச் சூழல்களைப்

புறந்தள்ளி மொழி அமைப்பை விவரிக்கும் மொழியியல் கோட்பாடுகள் மொழிப் பயன்பாட்டை விவரிப்பதில் தவறுகின்றன என்ற விமர்சனம் வலுவாக முன்வைக்கப்பட்டது. குறிப்பாக, டெல் ஹைம்ஸ், ஹாலிடே போன்றவர்கள் மொழிப் பயன்பாட்டைப் புறந்தள்ளி மேற்கொள்ளும் மொழி ஆய்வு முழுமை பெறாதது என்ற கருத்தை முன்வைத்தார்கள். வாக்கியப் பொருளைத் தாண்டிச் சூழல்கள், பேசுவோர் – கேட்போர் ஆகியோரின் சமூக நிலை, பேச்சு அல்லது உரையாடல் நிகழும் காலம், இடம் ஆகியவை கணக்கில் எடுத்துக்கொள்ளப்பட வேண்டும் என்னும் கருத்து வலியுறுத்தப்பட்டது. பொருண்மையியல் வாக்கியப் பொருண்மையிலிருந்து நடைமுறைப் பயன்பாட்டுவழிப் *(Pragmatics)* பொருண்மையியலுக்குத் தாவியது. ஆக்கமுறைப் பொருண்மையியலும் நடைமுறைப் பயன்பாட்டுவழிப் பொருண்மையியலும் சமூகச் சூழல்களுக்குக் கொடுக்க வேண்டிய முக்கியத்துவத்தை வலியுறுத்த ஆரம்பித்தன. இது மொழியை மனித எண்ணங்கள், சிந்தனைகள், உணர்வுகள் ஆகியவற்றை வெளிப்படுத்துவது என்ற கோணத்திலிருந்து அது கருத்தை வெளிப்படுத்தும் ஒரு கருவி என்ற கோணத்திற்கு இட்டுச் சென்றது. மொழி கருத்துப் பரிமாற்றத்திற்கான சாதனம் என்ற பார்வைக்கு முக்கியத்துவம் தர வேண்டும் என்பதை இவ்வாய்வுகள் வற்புறுத்துகின்றன. இதை ஏற்றுக்கொள்ளும் போக்கை நாம் இராசாராமிடம் காண்கிறோம்.

இங்கு இரு செய்திகளை நாம் கவனிக்க வேண்டும். முதலாவது மொழியைப் புரிந்துகொள்வது என்பது அதன் அமைப்பு, அது பயன்படுத்தப்படும் சமூகச் சூழல்கள் ஆகியவற்றோடு இணைத்துப் பார்த்து மொழி குறித்த பொதுமைகளைக் கூறுவது. இங்கு ஆழ் – நோக்கிற்கு முக்கியத்துவம் அளிக்கப்படுகிறது. கோட்பாட்டைவிட மொழியைப் புரிந்துகொள்ளுதல் முதன்மை பெறுகிறது. ஆகையால், அது பயன்படுத்தப்படும் எல்லாச் சூழல்களும் கணக்கில் எடுத்துக்கொள்ளப்படுகின்றன. ஒரு குறிப்பிட்ட துறையைப் புரிந்துகொள்ளக் கோட்பாட்டை உருவாக்க முயற்சிசெய்வது என்பது ஆய்வுக்கு எடுத்துக்கொள்ளப்படும் மொழியின் பரப்பை வரையறுக்கும். அதேபோல் எத்தகைய தரவுகளை ஆய்வுக்கு உட்படுத்தலாம்; எவற்றை ஆய்வின் எல்லைக்குப் புறமாகக் கொள்ள வேண்டும் என்பதையும் கோட்பாடு வரையறுக்கும். கோட்பாடு மொழியை ஆய்வுப்பொருளாகக் கொண்டாலும் அதன் அடிப்படைக் குறிக்கோள் என்ன என்பதையும் அறுதி செய்யும். நாம் இந்தப் பின்னணியில் மொழியியலை அணுகினால், தற்போது மொழி ஆய்வில் நடைபெறும் சர்ச்சைகளின் பின்னணியைப் புரிந்துகொள்ளலாம்.

மொழியின் வடிவம், உள்ளடக்கம் ஆகியவற்றில் இரண்டுமே முக்கியமானவை என்றாலும், வடிவம் எளிதில் ஆழ்–நோக்கலுக்கு வசப்படக்கூடியது. வடிவம் புலனறிவுக்கு எளிதில் கிட்டுவது. ஆகையால், எளிமையிலிருந்து சிக்கல் என்ற அணுகுமுறையில் வடிவத்திற்கு மொழியியல் முதன்மை அளித்தது. ஆனால், வடிவத்தை ஆய்வின் மையப்பொருளாகக் கொண்டாலும், வடிவத்திற்கும் பொருளுக்கும் உள்ள தொடர்பைத் தொட்டுக்கொண்டே செல்கிறது.

இலக்கணம் என்பது மொழி வடிவத்திற்கும் மொழியால் உணர்த்தப்படும் பொருளுக்கும் இடையிலான உறவை வெளிப்படுத்து கிறது. வடிவம் ஓர் ஒழுங்கமைவில் இருப்பதால் நாம் கருத்துப் பரிமாற்றம் செய்ய முடிகிறது.

வடிவம் ——————————————— **பொருள்**

↑ ↑ ↑

ஒலியனியல் உருபனியில் தொடரியல்

மொழியின் அமைப்பை அறிந்துகொள்ளுதல் முதனிலைக் குறிக்கோளாக இருந்தது. சசூரின் அமைப்பு மொழியியல் கோட்பாடு முதல் சோம்ஸ்கியின் ஆக்கமுறை இலக்கணக் கோட்பாடு வரை இந்த நிலையில் எவ்வித வேறுபாடும் இல்லை. வண்ணனை மொழி ஆய்வில் வரலாற்றுப் பின்புலத்தைப் புறந்தள்ளுவதும் சமூகச் சூழல்களை முற்றிலுமாகப் புறந்தள்ளுவதும் இவ்விரு கோட்பாடுகளுக்கும் இடையிலான ஒற்றுமைகள். இத்தகைய ஆய்வுப் பின்புலந்தான் மொழி அமைப்பை எளிதாகவும் வெற்றிகரமாகவும் விவரிக்க இயலும். ஆகையால், மொழிப் பயன்பாடு என்ற மொழியின் இன்னொரு முகம் கவனத்தில் கொள்ளப்படவில்லை. அது தேவை இல்லை என்பதால் அல்ல; ஆய்வின் பரப்பு ஒரு வரையறைக்குள் சுருக்கப்பட வேண்டும். அப்போதுதான் அணுகுமுறைகளை உருவாக்கவும் கோட்பாட்டைக் கட்டியெழுப்பவும் இயலும். இதுதான் மொழியியலில் முற்பகுதியில் நடைபெற்றது. அதே சமயம் சமூகச் சூழல்களைக் கணக்கில்கொண்டு மானிடவியலையும் சமூகவியலையும் பின்புலமாகக் கொண்டு மொழி ஆய்வை மேற்கொண்டவர்கள் மொழிப் பயன்பாட்டைத் தங்கள் ஆய்வின் மையப்பொருளாகக் கொண்டார்கள். இவ்விரு வகைப்பட்ட ஆய்வுகளும் மொழியியல் என்னும் இரயில் ஓடுவதற்கான இரு தண்டவாளங்கள்.

மொழியியலில் தொடர்ந்து நடைபெற்றுவரும் விவாதம் பகுத்தறிவுவாதமும் அனுபவவாதமும். நாம் இதைத் தெளிவாக வரையறுக்க இயலாது. பொதுவாக, அமைப்பு மொழியியல் கோட்பாடு அனுபவவாதத்தையும் ஆக்கமுறை இலக்கணக் கோட்பாடு பகுத்தறிவுவாதத்தையும் தழுவுவதாகக் கூறப்படுகிறது.

ரோமன் யாக்கோப்ஸன், ஹேரிஸ் போன்றவர்கள் அமைப்பு மொழியியலுக்குள் பகுத்தறிவுவாதிகள் என்று கருதப்படுகிறார்கள். அது அவர்களுடைய அரசியல் கொள்கைகளிலும் பிரதிபலிக்கிறது. மொழியியல் கோட்பாடுகளுக்கும் அனுபவவாதம் பகுத்தறிவுவாதம் ஆகியவற்றிற்கும் இடையிலான தொடர்பு எத்தகைய இயல்பைக் கொண்டது? பகுத்தறிவுவாதத்தைப் பின்னணியாகக் கொண்டவர் அமைப்பு மொழியியல் கோட்பாட்டைச் சார்ந்தவராக இருக்க இயலாதா? அதேபோல் அனுபவவாதத்தைப் பின்னணியாகக் கொண்டவர் ஆக்கமுறை இலக்கணக் கோட்பாட்டைத் தழுவ இயலாதா? இவற்றுக்கு இடையிலான தொடர்பு பிரிக்க இயலாததா? இத்தகைய வினாக்கள் நம்மைத் தத்துவத்தளத்திற்குக் கொண்டு செல்லும். இருப்பினும், நாம் இவ்வினாக்களை எழுப்பத்தான் வேண்டும்.

சோம்ஸ்கி ஆக்கமுறை இலக்கணக் கோட்பாட்டுக்குள் பல முன்மாதிரிகளை முன்வைத்துள்ளார். ஒவ்வொரு காலக்கட்டமும் ஒவ்வொரு முன்மாதிரியை உருவாக்கியிருக்கிறது. மொழியின் அமைப்பு விளக்கம் நாடித் தரவுகளைக் கொண்டுவரும்போது, பல பொதுமைகள் கேள்விக்கு உள்ளாக்கப்படுகின்றன. இலக்கணப் பகுதிகளும் அதனுடைய விதிகளின் இயல்பும் மாற்றம் பெறுகின்றன. ஆகையால், முன்மாதிரிகள் புது வடிவங்கள் கொள்கின்றன. அதுமட்டும் இன்றி, மற்ற முன்மாதிரிகளின் மொழி குறித்த விளக்கங்களைத் தம்முடைய கோட்பாட்டுச் சட்டகத்திற்குள் கொண்டுவர வேண்டும் என்ற கட்டாயமும் முன்மாதிரிகளை மாற்றம் அடையச் செய்கின்றது. இந்தப் பின்னணியில்தான் சோம்ஸ்கி, ஃபில்மோரின் வேற்றுமை இலக்கணத்திலிருந்தும் ஆக்கமுறைப் பொருண்மையியல் முன்மாதிரியிலிருந்தும் பல பொதுமைகளைத் தம்முடைய இலக்கண முன்மாதிரிகளில் உள்வாங்கியிருக்கிறார். இத்தகைய உள்வாங்கல் அக்கோட்பாட்டின் வளர்ச்சிக்கும் தக்கவைப்புக்கும் அடிப்படையாக அமைந்துள்ளது.

அத்துடன் மொழிகள் இவ்வாறுதான் மாறுபடும் என்பதை நம்மால் கணிக்க இயலாது. ஒவ்வொரு மொழியும் அததற்கென்று ஓர் அமைப்பை உடையது. மொழிகள், அமைப்பு ரீதியாக எவ்வாறு வேறுபடுகின்றன என்ற கொள்கைக்குப் பதிலிறுக்கும் வகையில் சில மூலக்கொள்கைகளின் அடிப்படையிலும் வேறுபாட்டு அளபுருக்களின் அடிப்படையிலும் வரையறுக்கலாம் என்பதற்கு மூலக்கொள்கைகளும் வேறுபாட்டு அளபுருக்களும் என்ற முன்மாதிரி உருவாக்கப்பட்டது. ஆகையால், ஆக்கமுறை இலக்கணக் கோட்பாடு கொண்ட அவதாரங்கள் மொழி விளக்கத்தை நோக்கி முன்வைக்கப்பட்டன. இந்தப் பின்னணியை நமக்கு இராசாராம் நன்கு அளித்துள்ளார்.

இறுதிப் பகுதி சோம்ஸ்கியுடைய அரசியல் களம். தம்முடைய மொழியியல் ஆய்வுக்கும் அரசியல் நடவடிக்கைகளுக்கும் எவ்விதத் தொடர்பும் இல்லை என்று சோம்ஸ்கி கூறுவார். ஆனால், இரு தளங்களின் நடவடிக்கைகளையும் ஆராய்கின்றவர்கள் ஏதோ ஒரு விதத்தில் தொடர்பு இருப்பதாக உணர்கிறார்கள். அதுதான், மனித மனம் சுதந்திரத்தை நாடுவதும் அதற்காகப் போராடுவதும். ஒரு சமூகத்தில் நிலவும் சுதந்திரச் சூழல்தான் மனித மனத்தின் படைப்பாற்றலை வளர்க்கும். இதுதான் அவருடைய நடவடிக்கைகளின் மையம் என்று நம்மை ஊகிக்கவைக்கிறது. இராசாராம் இதை விரிவாக விவரித்துள்ளார். அதேபோல் சமூக நீதி என்பதும் அவருடைய அரசியல் போராட்டத்தின் மையமாக அமைந்துள்ளது. அது நாட்டின் எல்லைகளாலும் அரசுகளாலும் மொழிகளாலும் இனங்களாலும் கட்டுப்படுத்தப்படாதது. நசுக்கப்படுகின்ற மக்களுக்காகவும், தங்கள் பொருளாதார அரசியல் ஆதிக்கச் சக்திகளால் சில நாடுகளைத் தங்கள் கட்டுப்பாட்டுக்குள் கொண்டிருக்கும் வல்லரசு நாடுகளுக்கு எதிராகவும் அவருடைய குரல் இன்னும் ஒலித்துக்கொண்டிருக்கிறது. இராசாராமின் நூல் இப்பின்னணியைப் புரிந்துகொள்ளப் பேருதவியாக இருக்கும்.

மொத்தத்தில், நோம் சோம்ஸ்கி என்ற ஆளுமையை மொழியியல் தளத்திலும் சமூக, அரசியல் தளத்திலும் புரிந்துகொள்ள இந்நூல் பெரிதும் பயன்படுகிறது. இராசாராம் தம் பின்னணியில் சில விமர்சனங்களையும் சோம்ஸ்கியின் மீது வைக்கிறார். நாம் அவற்றையும் நம்முடைய கோணத்தில் பார்க்கலாம். இந்த அறிவுழைப்பு தமிழுக்குப் புதிது. இத்தகைய நூல்கள் தமிழில் மேலும் வெளிவர வேண்டும். தாய்மொழி மூலம் பரவும் அறிவு முதல் கட்டத்தில் பிறருடையதாக இருப்பினும் காலம் செல்லச் செல்ல முதன்மைப் படைப்புகள் தமிழில் வெளிவரும். அந்தக் காலக்கட்டத்தை விரைவில் நாம் எட்டுவோம். இத்தடம் நோக்கிப் பேராசிரியர் இராசாராம் ஓர் அரிய நூலை வெளிக்கொணர்ந்துள்ளதற்காக என்னுடைய பாராட்டுகளும் வாழ்த்துகளும்.

தமிழ்ப் பல்கலைக்கழகம் **கி. அரங்கன்**
தஞ்சாவூர்
20.4.2019

என்னுரை

உலகமே உற்றுநோக்கும் ஆளுமை . . .

எழுபதுகளில், அநேகமாக எல்லா மாலை நேரங்களும் பேராசிரியர் ஆவ்ரம் நோம் சோம்ஸ்கி என்னும் ஆளுமையைப் பற்றியும், இருபதாம் நூற்றாண்டு நவீன மொழியியல் வளர்ச்சிக்கு அவரின் பங்களிப்புக் குறித்தும் ஒரு சில மணித்துளிகளாவது உரையாடாமல் கழிந்ததில்லை. மைசூருவின் அகலமான சாலைகளில் நண்பர் அரங்கனுடன் நடைப்பயிற்சி மேற்கொள்ளும்போதெல்லாம் எங்கள் உரையாடலில் சோம்ஸ்கியே ஆதிக்கம் செலுத்துவார். அப்போது சோம்ஸ்கியின் ஆக்கமுறை மாற்றிலக்கண அணுகுமுறையில் இரு மொழிகளை ஒப்புமைப்படுத்தும் ஆய்வை முனைவர் பட்டப் படிப்பிற்காக இருவரும் மேற்கொண்டிருந்தோம். மைசூரு இந்திய மொழிகள் மத்திய நிறுவனத்தில் விரிவுரையாளர்களாகப் பணியாற்றிக்கொண்டே ஆய்வைத் தொடர்ந்திருந்த காலம்.

1974ஆம் ஆண்டு இந்திய மொழிகள் மத்திய நிறுவனம் பயனாக்க மொழியியலில் *(Applied Linguistics)* கூடுதல் பயிற்சிபெற இங்கிலாந்திலுள்ள ரெடிங் பல்கலைக்கழகத்துக்கு வருகைதரு ஆய்வாளராகச் செல்ல எனக்கு வாய்ப்பளித்தது. என்னைப்போலவே, ஆக்கமுறை மாற்றிலக்கணக் கோட்பாட்டில் பயிற்சி பெற அமெரிக்காவிலுள்ள மாசாசூசெட்ஸ் தொழில்நுட்ப நிறுவனத்துக்குச் செல்ல நண்பர் அரங்கனுக்கு வாய்ப்பு கிட்டியது. அரங்கனுக்கு மாசாசூசெட்ஸ் தொழில்நுட்ப நிறுவனத்தில் மொழியியல் பேராசிரியராக இருந்த

நோம் சோம்ஸ்கியிடமே ஆய்வாளராக இணையும் பேறு கிடைத்தது. பயனாக்க மொழியியலில் சிறந்த பேராசிரியராக விளங்கிய டாக்டர் டேவிட் வில்கின்ஸிடம் சேரும் பேறு எனக்குக் கிட்டியது.

கிட்டத்தட்ட நான்கு மாதப் பயிற்சிக்குப் பின்னர் எங்கள் மாலை நேரங்கள் ஆய்வின் புதிய பரிமாணம் பற்றியதாக மாறியிருந்தது. இருவருமே சோம்ஸ்கியின் ஆக்கமுறை மாற்றிலக்கணக் கோட்பாட்டைப் பின்பற்றியிருந்ததால் அப்போது நிகழ்ந்திருந்த மாற்றங்களையும் வளர்ச்சியையும் ஆய்வில் இணைத்துக்கொள்ள முடிந்தது. அப்போதிருந்தே அரங்கனிடம் சோம்ஸ்கியின் ஆக்கமுறை மாற்றிலக்கணக் கோட்பாடு பற்றித் தமிழில் நூல் எழுத வற்புறுத்தி வந்தேன். *மாற்றிலக்கண மொழியியல்: மாற்றிலக்கணமும் அதன் கோட்பாடுகளும்* **(1975)**, தொடரியல்: மாற்றிலக்கண அணுகுமுறை **(1985)**, *நோம் சோம்ஸ்கி: பன்முக அறிமுகம்* **(2013)** போன்ற நூல்களை அவர் எழுதினார்.

அக்காலத்திலிருந்தே சோம்ஸ்கியைக் குறித்தும் அவரது ஆக்கமுறை மாற்றிலக்கணக் கோட்பாடு குறித்தும் விரிவாக நூலொன்று எழுத அவ்வப்போது ஆசை எழுவதுண்டு. ஆனால் குறிப்புகள் எடுப்பதும், பிற அலுவல்களின் அழுத்தம் காரணமாக நிறுத்திவைப்பதுமாகப் பல ஆண்டுகள் ஓடிவிட்டன. தற்போது அதற்கான தருணம் நெருங்கியிருப்பது மகிழ்ச்சி தருகிறது. **1966**இலிருந்து டாக்டர் பட்ட ஆய்வின் பொருட்டு சோம்ஸ்கியோடு தொடங்கிய இப்புலமைசார் பயணத்தில் இந்நூல் எழுதத் தொடங்கிய சமீபக்காலங்களில்தான் அவரை முழுமையாகப் புரிந்துகொள்ள முடிந்தது. இரு நூற்றாண்டுகளில் வாழ்ந்துகொண்டிருக்கிற மாமனிதரைப் பற்றி எழுதக் காலம் தந்திருக்கிற வாய்ப்பைச் சரியாகப் பயன்படுத்தியுள்ளேனா என்று தெரியவில்லை. எந்தச் சுயமதிப்பீட்டு அளவுகோலும் தென்படவில்லை. எனவேதான் ஆரம்பித்த இடத்திற்கே வந்து இம்முயற்சிக்கு ஆதர்சமாக இருந்த நண்பர் அரங்கனிடமே இந்நூலை விமர்சன நோக்கில் வாசித்துக் கருத்துகளை அணிந்துரையாக வழங்கக் கேட்டுக்கொண்டேன். அணிந்துரை வழங்கியுள்ள அரங்கனுக்கு முதல் நன்றி உரியது.

○

ஆவ்ரம் நோம் சோம்ஸ்கி என்னும் அறிவுஜீவிக்கு அறிமுகம் தேவையில்லை. இருப்பினும், அவரை முழுமனிதராக எல்லாப் பரிமாணங்களிலும் காட்டுவது இந்நூலின் முதன்மை நோக்கம். எனவே, சோம்ஸ்கியை மொழியியல் அறிஞராக, தத்துவம், தருக்கம், கணிதம், கணினி அறிவியல், கல்வியியல், உளவியல், மானிடவியல், சமூகவியல், அரசியல், பொருளாதாரம் போன்ற துறைகள் போகிய பன்முக அறிஞராக – எல்லாவற்றுக்கும் மேலாகச் சமூக அரசியல்

போராளியாக, கொள்கை மறுப்பாளராக, வெகுசன ஊடக விமர்சகராக, கருத்துச் சுதந்திர ஆதரவாளராகக் காணும் முயற்சி இந்நூலில் மேற்கொள்ளப்படுகிறது. இவையெல்லாவற்றையும் விட மொழியியல் விஞ்ஞானத்தில் சோம்ஸ்கியின் பங்களிப்பு குறிப்பிடத்தக்கது. *சோம்ஸ்கியப் புரட்சி* (Chomskyan Revolution), *சோம்ஸ்கிய மொழியியல்* (Chomskyan Linguistics), *சோம்ஸ்கியவாதம்* (Chomskyanism), *சோம்ஸ்கி விளைவு* (Chomsky Effect) என்றெல்லாம் கோட்பாட்டு மொழியியல் தளத்தில் உலகமே உற்றுநோக்கும் ஆளுமையாக இன்று அவர் திகழ்கிறார். ஒரு மொழியியலாளர் நோக்கில் அனைத்தையும் விஞ்சி நிற்பது மொழியியலில் அவரின் இவ்வாளுமையின் ஆதிக்கம் எனலாம்.

எழுபதுகளின் ஆரம்பத்தில் சோம்ஸ்கியை ஒரு மொழியியல் அறிஞராக, மொழியியல் கோட்பாட்டு வளர்ச்சியில் மாற்றுச் சிந்தனையை முன்வைத்த புரட்சியாளராகத் தெரிந்திருந்த அளவுக்கு ஐக்கிய அமெரிக்காவின் கொள்கை மறுப்பாளராகவும், இடதுசாரி சமூக அரசியல் போராளியாகவும் நான் அதிகமாகத் தெரிந்திருக்கவில்லை. இவ்வாண்டுகளில் வியட்நாம் போரில் அமெரிக்காவின் நிலைப்பாட்டைக் குறித்து அறிவுஜீவிகள் இடையே பல்வேறு கருத்துவேறுபாடுகள் நிலவின. சமஉரிமை கோரி அமெரிக்கப் பெண்கள் போராடத் தயாராகியிருந்தனர். இன வன்முறைகள் அமெரிக்க நகரங்களை முற்றுகையிட்டிருந்தன. இவை அப்போது அமெரிக்க ஜனாதிபதியாக இருந்த ரிச்சர்டு நிக்ஸனுக்குச் சமூக அரசியல் அறைகூவல்களாக இருந்தன. அச்சமயத்தில் சோம்ஸ்கியின் மொழியியல் புரட்சியில் இருந்த ஆர்வம் அவர் ஈடுபட்டிருந்த அரசியல் புரட்சியிலோ சமூகப் புரட்சியிலோ எனக்கு இல்லை. ஆனால், இந்நூலை எழுதத் தொடங்கியபோது சோம்ஸ்கியின் எந்தவொரு பரிமாணத்தைப் பற்றிய புரிதலும் அவரின் சமூக அரசியல் பங்கு பற்றிய புரிதல் இல்லாமல் முழுமை பெறாது என்னும் நிலைப்பாட்டை ஏற்றுக் கொள்ளவேண்டியது தவிர்க்கமுடியாத கட்டாயமாகிவிட்டது.

பல நேரங்களில் சோம்ஸ்கி சமூக அரசியல் தளங்களில் பங்கேற்கும் பாங்கையும் அணுகுமுறையையும் மொழியியல் கோட்பாட்டுச் சிந்தனைத்தளங்களில் அவதானிக்க முடியும். இது சோம்ஸ்கியின் பலம் என்றே கூறலாம். எனவேதான் இந்நூலின் கடைசி அத்தியாயத்தில் மொழியியல் தவிர்த்த சோம்ஸ்கியின் பிற பரிமாணங்கள் விரிவாகப் பேசப்படுகின்றன. குறிப்பாக, அவரது சமூக, அரசியல் ஈடுபாடு விதந்து பேசப்படுகிறது. ஐக்கிய அமெரிக்க அரசியலில் மட்டுமல்லாமல் உலக அரசியலுக்கு சோம்ஸ்கியின் பங்களிப்பு பற்றி இன்னும் பல நூல்களைத் தனியாக எழுதலாம். இந்நூலின் கடைசி அத்தியாயத்தில், மொழியியல் கோட்பாட்டு

வளர்ச்சியில் சோம்ஸ்கியின் உன்னதமான பங்களிப்போடு சமூக, அரசியல் தளங்களிலும் அவரது பங்களிப்பின் முக்கியத்துவம் குறிப்பிட்டுச் சொல்லப்படுகிறது.

இந்நூல் பத்து அத்தியாயங்களை உடையது. முதலாவது அத்தியாயம், பொதுவாக சோம்ஸ்கியின் வாழ்க்கை வரலாற்றைத் தொட்டுக்காட்டுகிறது. சோம்ஸ்கி தம் தனிப்பட்ட வாழ்க்கையையும் பொதுவாழ்க்கையையும் இணைத்துப் பார்ப்பதில்லை என்றாலும் அவரின் தனிப்பட்ட வாழ்க்கையில் பங்கேற்கும் அனைவருமே ஒவ்வொரு படிநிலை வளர்ச்சியிலும் அவரவர் பங்களிப்பைத் தெளிவாகச் செய்துள்ளனர். அன்னையார் எல்சி சைமனோஃப்ஸ்கி, துணைவியார் கரோல் சோம்ஸ்கி, பெரியப்பா மில்டன் கிராஸ், மகள் அவிவா சோம்ஸ்கி, பேராசிரியர் நெல்ஸன் குட்மேன், பேராசிரியர் ஜெல்லிக் ஹேரிஸ் ஆகியோரைத் தவிர்த்து நோம் சோம்ஸ்கியை மொழியியல் அறிஞராகவோ சமூக அரசியல் போராளியாகவோ பார்க்க முடியாது.

அத்தியாயங்கள் 2,3,4 பொது மொழியியல் பற்றியவை. சோம்ஸ்கிய மொழியியலின் அறிமுகத்திற்கு முன்வரை ஐரோப்பாவிலும் அமெரிக்காவிலும் மொழியியல் துறையில் நிகழ்ந்திருந்த கோட்பாட்டு வளர்ச்சி இம்மூன்று அத்தியாயங்களில் பேசப்படுகிறது. மொழியியலைப் பற்றிய அடிப்படைப் புரிதல் இல்லாமல் சோம்ஸ்கியை முழுமையான மொழியியலறிஞராக உள்வாங்கிக்கொள்வது கடினம். இப்பிரச்சனை இந்நூலின் வாசகரை இனங்காண வேண்டிய கட்டாயத்தை வற்புறுத்தியதை இங்குக் குறிப்பிடாமல் இருக்க முடியாது. சோம்ஸ்கியைப் பற்றித் தெரிந்துகொள்ள வேண்டும் என்ற உள்ளார்ந்த துடிப்போடு இந்நூலைக் கையிலெடுக்கும் ஒவ்வொரு வாசகரும் புரிந்துகொள்வதற்கேற்ற முறையில் வரலாற்றியல்போடு மொழியியல் இவ்வத்தியாயங்களில் விளக்கப்படுகிறது.

அத்தியாயம் 5 சோம்ஸ்கியப் புரட்சி பற்றியது. மொழியியல் வரலாற்றில் சோம்ஸ்கியின் பங்களிப்பை 'சோம்ஸ்கியப் புரட்சி' என்பர். 1957இல் சோம்ஸ்கியின் *தொடரியல் அமைப்புகள் (Syntactic Structures)* வெளியானபோது முந்தைய மொழியியல் கோட்பாடுகள் அனைத்தும் கேள்விக்குறியாயின. மனித மொழியை விவரிப்பதில் இக்கோட்பாடுகளின் போதாமைகள் இந்நூலில் சோம்ஸ்கியால் நிரூபிக்கப்பட்டன. தத்துவம், தருக்கம், மானிடவியல், சமூகவியல், நரம்பியல் உளவியல், புலனுணர்வியல் உளவியல், கணினி அறிவியல் போன்ற தளங்களில் சோம்ஸ்கி மொழியை விவரித்த பாங்கை அன்றைய மொழியியலாளர் முழுமையாக

உள்வாங்கிக்கொள்வதற்கே சில காலம் ஆயிற்று. வேடிக்கையாகக் குறிப்பிட வேண்டுமென்றால், ஆயிரத்துத் தொள்ளாயிரத்து அறுபதுகளின் ஆரம்பத்தில் அவரின் முதலாவது நூலான *தொடரியல் அமைப்புகள்* குருடர்கள் தடவிப் பார்த்த யானைக் குட்டியாகவே எங்கள் வாசிப்பைக் கடந்துகொண்டிருந்தது. அதன் உண்மையான உருவத்தை, ஆசிரியர்கள் உட்பட யாருமே முழுமையாக எங்களுக்கு அடையாளம் காட்டியதில்லை. பிற்காலங்களில் சோம்ஸ்கியின் எல்லாச் சிந்தனைகளுக்கும் மூல ஊற்றாக இந்நூல் இருந்தது.

தொடரியல் அமைப்புகள் – இல் அமெரிக்க அமைப்பு மொழியியல்வாதத்திற்கு எதிராக சோம்ஸ்கி ஏற்றுக்கொண்ட ஆக்கமுறையியல்வாத நிலைப்பாடு மொழியியல் வரலாற்றில் இரண்டாவது கருத்தியல் வாய்பாட்டுத் தாவல் *(Paradigm Shift)* நிகழக் காரணமானது. இத்தாவல் சோம்ஸ்கிக்கு அவ்வளவு எளிதாகச் சாத்தியப்படவில்லை. கிட்டத்தட்ட பத்தாண்டுகளாக அமைப்பு மொழியியலாளர்க்கும் ஆக்கமுறை மாற்றிலக்கண மொழியியலாளர்க்கும் இடையே பல்வேறு கருத்தரங்க மாநாடுகளிலும், பேரவைக் கூட்டங்களிலும் நடந்த விவாதப்போர்களுக்குப் பின்னரே இக்கருத்தியல் வாய்பாட்டுத் தாவல் சாத்தியமாயிற்று. மொழியியலும் அறிவியலும், வகைப்பாட்டு அறிவியல், பன்முகப் பார்வையும் மனவிய அமைப்பும், மரபிலக்கணமும் பன்முகப் பயன்பாடும் எனப் பல பொருண்மைத்தளங்களில் விவாதங்கள் நிகழ்ந்தன. இவ்விவாதப்போர்கள் மொழியியல் வரலாற்றில் மொழியியல் போர்கள் *(Linguistics Wars)* எனப்படுகின்றன. இப்போர்களில் சோம்ஸ்கி மேற்கொண்ட பெருமுயற்சியின் விளைவாக நிகழ்ந்த புரட்சியை தாமஸ் கூனின் நோக்கில் அறிவியல் புரட்சி எனலாம். குறிப்பாக, 1957இல் வெளிவந்த *தொடரியல் அமைப்புகள்* இவ்வறிவியல் புரட்சிக்கு விதையாக விழுந்தது. அந்நூலுக்கு மதிப்புரை எழுதிய வோகலின் என்பார் 'கோபர்னிகன் புரட்சியின் தன்மையைப் பெற்றது இந்நூல்' எனக் குறிப்பிடுகிறார். தாமஸ் கூனின் அறிவியல் புரட்சி நோக்கில் சோம்ஸ்கியப் புரட்சி விரிவாக இவ்வத்தியாயத்தில் விளக்கப்படுகிறது.

சோம்ஸ்கியப் புரட்சி என்னும் முந்தைய அத்தியாயத்தின் தொடர்ச்சியாக 6, 7 ஆகிய அத்தியாயங்களைக் கூறலாம். சோம்ஸ்கிய மொழியியலின் கருத்தியல் பின்னணி தெளிவாக இவ்வத்தியாயங்களில் இடம்பெறுகிறது. பத்தாண்டு மொழியியல் போர்க் காலத்தில் பல கருத்தியல்கள் செம்மைவடிவம் பெற்று சோம்ஸ்கிய மொழியியல் கோட்பாட்டு உருவாக்கத்திற்கு வலுவான அடித்தளம் அமைத்தன. இவை ஒவ்வொன்றையும் ஆழமாகப் புரிந்துகொண்டால் மட்டுமே சோம்ஸ்கிய மொழியியல் கோட்பாட்டின் உன்னதத்தை உணர முடியும். எனவே அத்தியாயங்கள் 6, 7, 8,

27

9 ஆகிய நான்கையும் ஒரே பகுதியாகவே கருத வேண்டும். சோம்ஸ்கிய மொழியியலை முழுவதுமாகப் புரிந்துகொள்ள இப்பின்னணிக் கருத்தியல்கள் குறித்த தெளிவான அறிவு முன்நிபந்தனையாகும். மொழியியல் கோட்பாட்டின் நோக்கம், தரவுத் தொகுப்பு, பகுத்தறிவுவாதம் – அனுபவவாதம், மொழி உள்ளுணர்வுகள், உள்ளுறை ஆற்றல், மொழி ஈட்டல் பொறிநுட்பம், மொழிப் பொதுமைகள், மொழி அறிதிறன்–மொழிச் செயலறிதிறன், புதைநிலை அமைப்பும் புறநிலை அமைப்பும் முதலான கருத்தியல்கள் 6, 7 அத்தியாயங்களில் விரிவாக எடுத்துரைக்கப் படுகின்றன.

அத்தியாயங்கள் 8, 9 ஆகியன சோம்ஸ்கிய மொழியியல் பற்றியது. மொழியியலில் சோம்ஸ்கியின் ஆக்கமுறை மாற்றிலக்கண ஆய்வு இற்றைநாள் வரை தொடரும் புலமைசார் நடவடிக்கை. காலந்தோறும் புதுப்பித்து வளரும் ஆழமான உள்ளடக்கம் நிறைந்தது. ஆக்கமுறை மொழியியல், மாற்றிலக்கண ஆக்கமுறை மொழியியல், ஆக்கமுறை இலக்கணம், ஆக்கமுறை மாற்றிலக்கணம், மாற்றிலக்கணம் என்றெல்லாம் புழங்கினாலும் வாக்கிய உருவாக்கம், வாக்கிய உருமாற்றம் என்னும் மனித இலக்கணத்தின் இரு முதன்மைச் செயற்பாடுகளையே இவை குறிக்கின்றன. இவற்றை அடிப்படையாகக்கொண்ட சோம்ஸ்கியின் இலக்கண முன்மாதிரிகள் இவ்வத்தியாயங்களில் விளக்கப்படுகின்றன. இம்முன்மாதிரிகளை 6, 7 அத்தியாயங்களில் கூறப்படும் கருத்தியல்களின் பின்னணியில் எளிதாகப் புரிந்துகொள்ள இயலும். சோம்ஸ்கிய மொழியியல் கோட்பாடு முழுமையாக இவ்வத்தியாயங்களில் கூறப்படவில்லை. இதற்கு இந்நூலின் வாசகர் குறித்த நிலைப்பாடு முக்கியக் காரணம். சோம்ஸ்கிய மொழியியலைக் கூடுதல் அறிந்துகொள்ள ஆர்வப்படும் வாசகருக்குப் பேராசிரியர்கள் இ. அண்ணாமலை, கி. அரங்கன், செ. சண்முகம் முதலானோர் ஆய்வுக் கட்டுரைகளும் நூல்களும் இந்நூலின் வரையறையைத் தாண்டிப் பயன்பெற உதவும்.

10ஆவது அத்தியாயம் சோம்ஸ்கியின் பன்முக ஆளுமை பற்றியது. சோம்ஸ்கி மொழியியல் அறிஞர், தத்துவச் சிந்தனையாளர், புலனுணர்வியல் விஞ்ஞானி, கணினி அறிவியல் அறிஞர் எனக் கல்விசார் புலமைக்கு மேலாக முற்போக்கு அரசியல் போராளி, கொள்கை மறுப்பாளர், வெகுசன ஊடக விமர்சகர், கருத்துச் சுதந்திர ஆதரவாளர் என்னும் பன்முகப் பண்பாளர். சமூக, அரசியல் சார்ந்த பொதுவான தத்துவார்த்த விமர்சனங்களை முன்வைப்பதோடு அவற்றுக்கான செயலாக்கப் போராட்டங்களிலும் தம்மை முன்னிலைப்படுத்தும் போராளி. கள அனுபவமற்ற பிற அமெரிக்கக் கைநாற்காலி அரசியல் விமர்சகர்களிடமிருந்து

வித்தியாசமானவர். மனிதனுக்கும் மனித மனத்திற்கும் இடையேயுள்ள உறவைத் தம் மொழியியல் சிந்தனைகளில் மட்டுமன்றிச் சமூக அரசியல் சிந்தனைகளிலும் போற்றுபவர். இதனால் மொழியியல் அறிஞர் என இவர் இனங்காணப்படும் தருணங்களைவிடச் சமூக அரசியல் போராளியாகவும் கொள்கை மறுப்பாளராகவும் இனங்காணப்படும் தருணங்கள் பல. மொழியியல் கோட்பாட்டாக்கங்களின் புரட்சியாளராக மட்டுமன்றிச் சமூக அரசியல் புரட்சியாளராகவும் பிற மொழியியல் அறிஞர்களிடமிருந்து இவர் தனித்து நிற்கிறார். சோம்ஸ்கி என்னும் மாமனிதரை மொழியியல் அறிஞராக்க் கவனப்படுத்தும்போது அவரின் பன்முகப் பரிமாணத்தைத் தவிர்க்கக்கூடிய பகுதியாக இந்நூல் கருதவில்லை. எனவே இவ்வொன்பதாவது அத்தியாயம்.

இன்று பலரிடையே நோம் சோம்ஸ்கியைப் பற்றித் தெரிந்துகொள்ள வேண்டும் என்ற ஆர்வம் மேலோங்கியுள்ளது. ஆனால் இவ்வார்வத்தை நிறைவு செய்யத் தகுந்த எளிமையான நூல்கள் தமிழில் இல்லை. தமிழ் மொழியியலறிஞர்கள் சிலர் சோம்ஸ்கியின் மொழியியல் கோட்பாட்டைத் தழுவித் தமிழிலும் ஆங்கிலத்திலுமாகச் சில கட்டுரைகளை எழுதியுள்ளனர். இவை சாதாரண வாசகருக்குக் கிடைக்கும் வாய்ப்பில்லை. அத்துடன் இவை எளிமையான புரிதலுக்கு அப்பாற்பட்ட ஆய்வுக்கட்டுரைகள். சோம்ஸ்கியின் ஆக்கமுறை இலக்கணக் கோட்பாட்டை விளக்கும் சில நூல்கள் தமிழில் வெளியாகியுள்ளன. மொழியியல் உட்பட அறிவியல், சமூக அரசியல் தளங்களிலும் தம்மைப் புடம்போட்டு வளர்ந்த உலகம் போற்றும் பேரறிஞரை வாழ்க்கை வரலாற்றுப் பின்னணியுடன் அறிமுகப்படுத்த வேண்டும் என்னும் பேரவாவே இம்முயற்சி.

இம்முயற்சிக்குப் பின்புலமாக வாய்த்த வாய்ப்புகள் பல. இவ்வாய்ப்புகளின்போது ஊக்குவித்த சான்றோர்கள் பலர். 1964 –70 வரையிலான காலக்கட்டத்தில் அண்ணாமலைப் பல்கலைக்கழக மொழியியல்துறை மாணவனாக இருந்தபோது சோம்ஸ்கியின் ஆக்கமுறை மாற்றிலக்கணம் குறித்துப் பேராசிரியர்கள் தெ.பொ. மீனாட்சிசுந்தரனார், ச. அகத்தியலிங்கனார் ஆகியோர் நடத்திய மாலைநேர வகுப்புகளும், ஆய்வுநெறியாளர் பேராசிரியர் ச. அகத்தியலிங்கனாரோடு நிகழ்த்திய விவாதங்களும், பேராசிரியர்கள் இ. அண்ணாமலை (சிகாகோ பல்கலைக்கழகம், அமெரிக்கா), ஹாமாநாயக் (உலகக் கன்னட ஆராய்ச்சி நிறுவனம், மைசூரு), கி. அரங்கன் (தமிழ்ப் பல்கலைக்கழகம், தஞ்சாவூர்), ச. ஆரோக்கியநாதன் (புதுவை மத்தியப் பல்கலைக்கழகம்,

புதுவை) ஆகியோர் டாக்டர் பட்ட ஆய்வின்போதும், பேராசிரியர்கள் ந. தெய்வசுந்தரம் (சென்னைப் பல்கலைக்கழகம், சென்னை), க. இராமசாமி (மேனாள் இயக்குநர், செம்மொழித் தமிழாய்வு மத்திய நிறுவனம், சென்னை) ஆகியோர் இந்நூல் கருவாக உருவாகிய காலத்திலும் வழங்கிய கருத்துரைகள் சோம்ஸ்கிய மொழியியலை ஆழமாகப் புரிந்துகொள்ள உதவின. மொழியியல், இலக்கண ஆய்வுகளில் அன்றும் இன்றும் ஊக்குவித்துவரும் என் பேராசிரியர்கள் செ.வை. சண்முகம், இ. அண்ணாமலை ஆகியோர்க்கு நன்றியுடன் இந்நூலைக் காணிக்கையாகப் படைப்பதில் மகிழ்ச்சி அடைகிறேன்.

இந்நூலின் அச்சுப் பிரதியை வாசித்துத் தம் விமர்சனக் கருத்துகளைத் தெரிவித்த பேராசிரியர்கள் கி. அரங்கன், செ.வை. சண்முகம், இரா. தாமோதரன் (அறவேந்தன்) ஆகியோருக்கு என் நன்றி என்றென்றும் உரியது.

இந்நூல் உருவாக்கத்தின்போது தொடர்ந்து ஊக்கம் அளித்து வந்தவர் காலச்சுவடு இதழாசிரியர், அன்பிற்குரிய கண்ணன் அவர்க்கு என் நன்றி என்றென்றும் உரியது. இந்நூலைச் செம்மைப்படுத்தி அழகுற வடிவமைத்த பா. கலா முருகன் மற்றும் ஜி.ஆர். மணிகண்டன் முதலான காலச்சுவடு பதிப்பக நண்பர்களுக்கும் என் நெஞ்சார்ந்த நன்றி.

சு. இராசாராம்

1

நோம் சோம்ஸ்கி

1.1. ஆவ்ரம் நோம் சோம்ஸ்கி

தத்துவச் சிந்தனையாளர், உளவியல் அறிஞர், மொழியியல் அறிஞர், முற்போக்கு அரசியல் விஞ்ஞானி, சமூக அரசியல் போராளி எனப் பல பரிமாணங்களில் நம்மைத் திகைக்கவைக்கும் ஓர் ஆளுமை பேராசிரியர் ஆவ்ரம் நோம் சோம்ஸ்கி. இருபது, இருபத்தோராம் நூற்றாண்டுகளின் புகழ்பெற்ற அறிஞர் வரிசையில் தம்மையும் ஒருவராகத் தகுதிப்படுத்திக்கொண்டிருப்பது பேராசிரியர் சோம்ஸ்கியின் இமாலய சாதனை. தத்துவத்திலும், புலனுணர்வியல் உளவியலிலும், முற்போக்கு அரசியல் விஞ்ஞானத்திலும் புதிய கோட்பாட்டுச் சிந்தனைகளை முன்வைத்துப் புரட்சியை ஏற்படுத்திய பெருமைக்குரியவர். பல்கலைக்கழகச் சுவர்களைத் தாண்டிச் சமூகப்பிரக்ஞை உடைய அறிவுஜீவியாகத் தம்மைப் புலப்படுத்திக்கொண்டவர். இதனால் வெகுஜன ஊடகங்கள்வழி எல்லாத் தளங்களிலும் இன்று தம்மைத் தக்கவைத்துக்கொண்டிருக்கிறார் என்பது வியப்புக்குரிய செய்தியல்ல.

விரிவுரைகள், விவாதங்கள், நேர்காணல்கள் என சோம்ஸ்கியின் அனைத்து வகைப் பங்கேற்புகளும் அவரை அன்றும் இன்றும் உலகத்திலுள்ள பல துறை சார்ந்த ஆய்வறிவாளர்க்கு அறிமுகப்படுத்தி வந்துள்ளன. இருப்பினும், இப்பன்முக அறிமுகத்தின் போதெல்லாம் கூடுதலாக ஓர் அமெரிக்க மொழியியல் கோட்பாட்டாளராகவே ஒற்றைப்

பரிமாணத்தில் சோம்ஸ்கி அடையாளம் காணப்படுகிறார். இதற்கு, இன்றுவரை அமெரிக்காவிலுள்ள மாசாசூசெட்ஸ் தொழில்நுட்ப நிறுவனத்தின் மொழியியல் மற்றும் தத்துவத்துறையில் விருந்து சிறப்புநிலைப் பேராசிரியராக அவர் பணியாற்றி வருவது முக்கியக் காரணம்.

மொழியியல் வரலாற்றில் 'சோம்ஸ்கியப் புரட்சி *(Chomskyan Revolution)*' ஒரு தனி அத்தியாயம். இம்மாபெரும் புரட்சியை ஏற்படுத்தியவர் நோம் சோம்ஸ்கி. மொழியைப் பற்றிய அவரது கோட்பாடு நடைமுறைப் பிரச்சனை சார்ந்தது. பேச்சுச் சமுதாயத்தைச் சேர்ந்த ஒரு மனிதன் எவ்வளவு நேர்த்தியாகப் பேசுகிறான்; முன்னர் எப்போதும் பேசியிராத புதிய புதிய வாக்கியங்களைப் பயன்படுத்திச் சமூகச்சூழல்கள் ஏற்றுக்கொள்ளத்தக்க வகையில் எவ்வளவு சாதுரியமாகத் தன் கருத்துகளைப் புலப்படுத்துகிறான்; இக்கருத்துகளைக் கேட்பவன் எவ்வளவு இலாவகமாக அவற்றைப் புரிந்துகொண்டு பேசுவோனைப் போலவே இதுவரைப் பேசியிராத புதிய புதிய வாக்கியங்களைப் பதிலாகப் பேசி உரையாடுகிறான்; இக்கருத்துப்பரிமாற்றத்தில் சிக்கலான மொழியின் படைப்பாக்கத்திறனைத் தடையின்றிக் கையாள இருவருமே எப்படித் தெரிந்துகொண்டனர்? ஒவ்வொரு சாதாரண மனிதனும் மொழியைக் கையாள்வதற்கென ஓர் உள்ளாற்றலைப் பெற்றிருக்கிறான். இவ்வாற்றல் சிறுவயதிலேயே மிகக் குறைவான, குழப்பமான மொழித் தரவுகளுக்கு நேர்முகமாகி உள்வாங்கிக்கொண்ட ஆற்றல் என்று கூறுகிறார் சோம்ஸ்கி. உளவியல் சார்ந்த அவரது இக்கருதுகோள், மொழியியல் கோட்பாட்டுக்கு அடிப்படையான மொழி ஈட்டலிலும் *(Language Acquisition)* மொழி பற்றிய கருத்தியலாக்கங்களிலும் புரட்சியை ஏற்படுத்தியது.

ஒவ்வொரு குழந்தையும் ஒரு மொழியைக் கற்கும் திறனோடு பிறக்கிறது. பல மொழிகள் பேசப்படும் இந்த யதார்த்த உலகத்தில் எந்த ஒரு மொழியையும் கற்கும் ஆற்றல் உடையது குழந்தை. இது உண்மையானால், குறைந்த பட்சம் கொஞ்சமாவது எல்லா மொழிகளுக்கும் பொதுவான மொழியமைப்புகள் இயல்பாய் அமைந்திருக்க வேண்டும். சோம்ஸ்கி இதனை ஏற்றுக்கொள்கிறார். நிச்சயமாக எல்லா மொழிகளுக்கும் பொதுவான ஒரு பொதுமை இலக்கணம் *(Uuniversal Grammar)* இருக்கவேண்டும்; அதுவே தனியொரு மொழியைக் கற்க உதவும் இலக்கண ஆற்றலைக் கட்டமைக்கிறது. இவ்விலக்கண ஆற்றலை 'உள்ளுறை இலக்கணம் *(Innate Grammar)*' என்று குறிப்பிடுகிறார்[1]. சோம்ஸ்கியின் புகழ்பெற்ற 'உள்ளுறை அறிவுசார் கருதுகோள் *(Innate Knowledge Hypothesis)*'

இதுவே. ஒரு மொழியியல் கோட்பாடு உள்ளூறை இலக்கணத்தை விவரிக்கும் ஆற்றல்மிக்கதாய் இருக்கவேண்டும். மொழியை விவரிப்பது மனம் சார்ந்த இப்பொதுமை இலக்கணத்தை விவரிப்பதாகும். எனவே, மொழியியலைப் புலனுணர்வியல் உளவியலின் *(Cognitive Psychology)* ஒரு கிளைப்பிரிவாக சோம்ஸ்கி கருதுகிறார்.

உளவியல் சிந்தனைகளுக்கு அப்பால் மனம் சார்ந்த தத்துவார்த்தச் சிந்தனைகளிலும் உள்ளூறை இலக்கணத்தின் கருவைக் காண்கிறார் சோம்ஸ்கி. புறவுலகில் நாம் அனுபவப்படும் மொழி சார்ந்த சிந்தனைகளுக்கு மேலாக இக்கருத்தியலாக்கத்தை முன்வைக்கிறார். இதன்மூலம் பகுப்பாய்வுத் தத்துவத்தையும் *(Analytical Philosophy)*, உயிரியல் அடிப்படையிலான புலனுணர்வியல் ஆற்றலையும் தம் மொழியியல் கோட்பாட்டாக்கத்திற்கான அடிப்படைத்தளங்களாக அமைத்துக்கொள்கிறார். சமகால மொழியியல் அறிஞர்கள் போலல்லாமல் நவீன மொழியியல் கோட்பாட்டு உருவாக்கத்தில் இவ்விரு துறைகளிலும் தம் இருப்பை உணர்த்திய பெருமை சோம்ஸ்கி ஒருவருக்கு மட்டுமே உண்டு. இவரின் மொழி ஈட்டல் பற்றிய கோட்பாட்டு நிலைப்பாடு மொழியியல் வரலாற்றில் பல புரட்சிகள் நிகழக் காரணமானது. குறிப்பாக, மொழியியலில் மட்டுமல்லாமல் புலனுணர்வியல் அறிவியலில் சோம்ஸ்கியின் பங்களிப்பு முக்கியமான பிரிவாக இன்று கருதப்பட்டுவருகிறது. இதனாலேயே பல சந்தர்ப்பங்களில் மொழியியல் அறிஞர் என்பதைக் காட்டிலும் புலனுணர்வியல் விஞ்ஞானியாக சோம்ஸ்கி கவனம் பெறுகிறார்.

நோம் சோம்ஸ்கி, முன்னர்க் குறிப்பிட்டதுபோல் ஒரு முற்போக்கு அரசியல் விஞ்ஞானி, சமூக அரசியல் போராளி. சோம்ஸ்கி என்னும் ஆளுமையின் பன்முகப் பரிமாணங்களில் இவ்விரு பரிமாணங்களே இம்மாமனிதரை உலகத்திலுள்ள பாமரனும் அறியச் செய்தன. ஓர் சமூக அரசியல் அறிவுஜீவியாகப் பல்கலை அறிவுஜீவிகளிடையே சமூகப் பங்கேற்பையும் அரசியல் பங்கேற்பையும் குறித்த விழிப்புணர்வை இவர் ஏற்படுத்தினார். உலக அரங்கில் அமெரிக்க அரசின் சமூக அரசியல் நிலைப்பாடுகளைக் கொள்கை மறுப்பாளராக விமரிசித்ததோடு அவற்றுக்கு எதிராகப் போராடவும் அவர் தயங்கியதில்லை. பல்கலைக்கழக நாட்களில் தம் பேராசிரியர் ஜெல்லிக் ஹேரிஸோடு பல போராட்டங்களில் பங்கேற்றார். இதற்குப் பல்கலைக்கழகப் பணி அவருக்குத் தடையாக இருந்ததில்லை.

குடும்பம், கல்விப்பணி, சமூக அரசியல் பணி இம்மூன்றையும் அதனதன் எல்லைகளை வரையறுத்து, ஒன்றுக்கொன்று எந்த

இடையூறும் இல்லாமல் வாழத் தெரிந்தவர் நோம் சோம்ஸ்கி. ஆனால், வெவ்வேறு கதாபாத்திரம் ஏற்கும் சோம்ஸ்கியின் குடும்ப உறுப்பினர்கள் ஒவ்வொருவரும் – நான்காண்டுகளுக்கு முன்னர் மறுமணம் செய்துகொண்ட வலேரியா வாஸர்மேன் உட்பட அவரை மொழியியல் அறிஞராகவும், முற்போக்கு அரசியல் விஞ்ஞானியாகவும், சமூக அரசியல் போராளியாகவும், கொள்கை மறுப்பாளராகவும் வடித்துவரும் சிற்பிகளாவர். சோம்ஸ்கியின் வளர்ச்சியில் இவர்களின் பங்கு பெரிது.

1.2. சமூக, கலாச்சாரப் பின்னணி

பொருளாதார நிலையில் நடுத்தரவர்க்கத்தைச் சேர்ந்த யூதரான டாக்டர் வில்லியம் சோம்ஸ்கிக்கும் எல்சி சைமனோஃப்ஸ்கிக்கும் 1928ஆம் ஆண்டு டிசம்பர் 7ஆம் நாள் பென்சில்வேனியாவிலுள்ள பிலெடெல்பியா அருகிலுள்ள கிழக்கு ஓக்லேனில் நோம் சோம்ஸ்கி பிறந்தார். ஐந்து ஆண்டுகளுக்குப் பின்னர் டேவிட் எலி பிறந்தார். தந்தையார் வில்லியம் சோம்ஸ்கி உக்ரைனைச் சேர்ந்தவர். கட்டாய இராணுவப்பணியைத் தவிர்ப்பதற்காக ருஷியாவிலிருந்து தப்பியோடி 1913இல் அமெரிக்காவில் குடியேறினார். பால்டிமோர் மிட்டாய்க்கடைகளில் வேலைபார்த்துக்கொண்டே ஹீப்ருமொழியைக் கற்று அங்குள்ள ஆரம்பப் பள்ளிகளில் ஹீப்ரு ஆசிரியராகப் பணியாற்றினார். சில ஆண்டுகளில் எல்சி சைமனோஃப்ஸ்கியை மணந்தார். இவரும் ஹீப்ருமொழி ஆசிரியரே.

சோம்ஸ்கியின் குடும்பத்தைச் சேர்ந்த பலர் சோசியலிஸவாதிகளாக இருந்தனர். இவர்கள் ஓக்லேனிலிருந்த அனைத்துலக மகளிர் ஆயத்தஆடை தொழிற்சங்கத்தின் நடவடிக்கைகளில் தீவிர ஈடுபாடுகொண்டவர்களாக இருந்தனர். கூடுதலாக ஆலைத் தொழிலாளர்களும், தொழிற்சங்கவாதிகளும் நிரம்பியது சோம்ஸ்கியின் குடும்பம் தங்கியிருந்த பகுதி. எனவே தொழிற்சங்க நடவடிக்கைகளுக்கும், அவற்றால் பாதிப்புக்குள்ளான தொழிலாளர்களின் சொல்லொணாத் துயரங்களுக்கும் சோம்ஸ்கி இளமைக்காலம் முதலே அறிமுகமாகியிருந்தார். அதிகாரத்திற்கும் அநீதிக்கும் உட்பட்ட நிகழ்வுகள் அவரது அன்றாட அனுபவங்களாக இருந்தன. அவரது அன்னையார் எல்சி சோம்ஸ்கி மிகுந்த இடதுசாரி சிந்தனை உடையவர். 1930இலிருந்து பொதுவுடைமை அரசியலில் தீவிரமாக ஈடுபட்டிருந்தார். தந்தையார் வில்லியம் சோம்ஸ்கியோ அமைதியான ஹீப்ருமொழிப் பேராசிரியர். சோம்ஸ்கி உலகமே போற்றும் மொழியியல் அறிஞராகவும், முற்போக்குச் சமூக அரசியல் போராளியாகவும் வளர்ந்தது இப்பின்னணியில்தான்.

சோம்ஸ்கியின் குடும்பம் மொழி, இனம், பண்பாடு என்னும் மரபு சார்ந்த கலாச்சாரப் பின்னணி உடையது. சோம்ஸ்கி குடும்பத்தினர் இட்டிஷ் மொழியைத் தாய்மொழியாகக் கொண்டவர்கள். ஆனால், அம்மொழியில் பேசுவதைச் சமூகத் தீட்டாகக் கருதினர். எல்சி நியூயார்க் ஆங்கிலம் பேசுவதில் ஆர்வம் உடையவர். தம்பதிகள் இருவரும் மிக்வே இஸ்ரேல் சமயப் பள்ளியில் ஹீப்ரு மொழியாசிரியர்களாகப் பணியாற்றும் பொருட்டு பென்சில்வேனியாவிலுள்ள பிலெடெல்பியாவில் குடியேறியிருந்தனர். வில்லியம் சோம்ஸ்கி சில ஆண்டுகளிலேயே இப்பள்ளியின் முதல்வரானார்.

வில்லியம் தம்பதியினர் நோமையும் டேவிட்டையும் யூதக் கலாச்சாரச் சூழலிலேயே வளர்த்துவந்தனர். கிழக்கு ஓக்லேன் பகுதியில் வாழ்ந்த ஒரே யூதக் குடும்பம் சோம்ஸ்கியின் குடும்பம். அப்பகுதியில் கத்தோலிக்கக் கிறித்தவர்களே அதிகம் வாழ்ந்துவந்தனர். கத்தோலிக்கச் சமய ஆதிக்கமும் செருமானியர்களின் பெரும்பான்மையும் நோமுக்கு இனம்புரியாத அச்சத்தை ஏற்படுத்தின. இவ்வச்சத்திலிருந்து விடுபடத் தமக்கு நெடுங்காலமாயிற்று என சோம்ஸ்கி பலமுறை குறிப்பிட்டுள்ளார். இக்கலாச்சாரப் பின்னணியில் வில்லியம் தம்பதியினர் ஹீப்ருமொழியையும் இலக்கியங்களையும் நோமுக்கும் டேவிட்டுக்கும் கற்பித்தனர். ஜியோனிஸ அரசியல் கோட்பாடுகளைக் குழந்தைகளோடு விவாதிப்பதில் பெரும்பொழுதைக் கழித்தனர். எல்சியின் இடதுசாரி சிந்தனைகள் நோம் சோம்ஸ்கியை, டேவிட்டைக் காட்டிலும் அதிகமாகப் பாதித்தன. பிற்காலத்தில் ஓர் அரசியல் அறிவுஜீவியாகவும் போராளியாகவும் சோம்ஸ்கி உருவாக அவரது அன்னையார் எல்சியே முதல் முன்மாதிரியாக இருந்தார்.

மிக்வெ இஸ்ரேல் பள்ளியில் பணியாற்றிக்கொண்டிருந்த காலத்தில் இடைக்கால ஹீப்ருமொழியில் ஆய்வு மேற்கொண்டு வில்லியம் சோம்ஸ்கி டாக்டர் பட்டம் பெற்றார். ஹீப்ரு இலக்கணத்திலும் செமிட்டிக் படிப்பிலும் தன்னை முழுநேரம் ஈடுபடுத்திக்கொண்ட வில்லியம் Hebrew, the Eternal Language (1957), Hebrew, the Story of a Living Language (1947), How to teach Hebrew in the Elementary Grades (1946) போன்ற நூல்களை எழுதினார். இந்நூல்களால் சிறந்த ஹீப்ரு மொழியறிஞராக அறிஞர்களின் கவனத்திற்கு உள்ளானார். டேவிட் கிம்ஹி என்பவர் எழுதிய ஹீப்ரு இலக்கணத்தைப் பதிப்பித்துக் குறிப்புரைகளுடன் வெளியிட்டபோது டேவிட் கிம்ஹி (1160-1235)-க்குப் பின் ஹீப்ரு இலக்கண மரபில் ஆழமான அறிவுடையவராகப் போற்றப்பட்டார்.

இதனைத் தொடர்ந்து, அமெரிக்காவில் மிகப் பழமையான ஆசிரியர் பயிற்சிக் கல்லூரியான கிராட்ஜ் கல்லூரியில் செமிட்டிக் படிப்புப் புலத்தலைவராக வில்லியம் சோம்ஸ்கி நியமிக்கப்பட்டார். இப்பதவியில் முப்பத்தேழு ஆண்டுகள் பணியாற்றினார். அவரது நண்பர்களால் அமைதியானவர் என்றும், சிறந்த பண்பாளர் என்றும் அவர் பாராட்டப்பட்டார். 1977ஆம் ஆண்டு வில்லியம் சோம்ஸ்கி மறைந்தார். நியூயார்க் டைம்ஸ் பத்திரிகை மரணச்செய்திக் குறிப்பில் "உலகத்திலேயே மிகச் சிறந்த ஹீப்ரு இலக்கணக் கலைஞர்களுள் ஒருவர்" என வில்லியம் சோம்ஸ்கி புகழாரம் சூட்டப்பட்டு நினைவுகூரப்பட்டிருந்தார்.

ஹீப்ருமொழி கற்பித்தலை வில்லியம் முதலாக ஒரு சமயப் பணியாகவே சோம்ஸ்கி குடும்பத்தினர் கருதினர். சோம்ஸ்கி குடும்பத்திலுள்ள அனைவரும் யூதக் கலாச்சார நடவடிக்கைகள், யூதர் குடியேற்றம் உள்ளிட்ட சமூக, அரசியல் பிரச்சனைகள், ஹீப்ருமொழியின் மீட்டெழுச்சி, ஜியோனிஸம், ஜுடாயிஸம் ஆகியவை குறித்து அடிக்கடி விவாதிப்பதுண்டு. நோமும் அவரது சகோதரர் டேவிட் எலியும் சிறுவயது முதலே ஜுடாயிஸம் பற்றி விவாதிப்பார்கள். சோம்ஸ்கியைப் போலல்லாமல் டேவிட் எதையும் சிரத்தையோடு எடுத்துக்கொள்வதில்லை. ஓர் இதயமருத்துவராகத் தம் வாழ்க்கையை இன்று அமைத்துக் கொண்டுள்ளார். இருப்பினும், சோம்ஸ்கியின் தனிமனித வளர்ச்சியில் டேவிட்டின் பங்குக் கணிசமானது.

> நோம் சோம்ஸ்கி இளமையில் இலக்கிய ஆர்வம் மிக்கவர்.
>
> பத்தொன்பது, இருபதாம் நூற்றாண்டு ஹீப்ரு இலக்கியங் களை என் தந்தையாருடன் அமர்ந்து வாசிப்பேன், சிறுவயதில் நான் என் பொழுதைப் பெரும்பாலும் ஹீப்ரு வகுப்பறைகளில் கழித்தேன். பின்னர் ஹீப்ரு மொழியாசிரியரானேன். இவை எல்லாவற்றுக்கும் மேலாக எனது அரசியல் விருப்பங்கள் எல்லாம் ஜியோனிஸத்தோடு சங்கமித்தவை

என்று எலினார் வாட்சல் என்பவருடன் நிகழ்ந்த நேர்காணல் ஒன்றில் சோம்ஸ்கி குறிப்பிடுகிறார். ஆனால் இருபதாம் நூற்றாண்டின் நவீன மொழியியலின் தந்தையாக விளங்கும் சோம்ஸ்கி இலக்கியத்தைப் பற்றி எதுவுமே பெரிதாகக் கூறியதில்லை. தாம் வாசித்த இலக்கியப் பிரதிகள் குறித்துச் சிலாகித்ததுமில்லை.

> நான் தனிப்பட்ட முறையில் என்னைப் பற்றி எழுதுவதில்லை. நான் முன்வைக்கும் விஷயங்களுக்கு அவை முக்கியமல்ல.

இலக்கியத்தை வாசிப்பதற்கு முன்னரே அதைப் பற்றிய உணர்வுகளும், கருத்துப்போக்குகளும் என்னுள் உருவாகிவிடுகின்றன. சமூகம், வரலாறு தொடர்பான என் மனப்பாங்குகளையும் நம்பிக்கைகளையும் அவை ஆதிக்கம் செலுத்தவிடாமல் தடுக்க முயற்சிக்கிறேன். எடுத்துக்காட்டாக, சீனாவையும் சீனப் புரட்சியையும் பற்றி நான் புரிந்துகொள்ள இலக்கியத்தை நாடும்போது எச்சரிக்கையோடு இருக்க வேண்டும். இலக்கியம் என் கற்பனை ஆற்றலை வளப்படுத்தலாம். உணர்வுகளையும் புரிதலையும் மேம்படுத்தலாம். ஹீப்ரு, அரேபிய இலக்கிய வாசிப்பினால் ஏற்படும் தாக்கத்தினால் இவ்வுலகத்தை எதிர்கொள்ளவேண்டிய புரிதலைப் பெறலாம். ஆனால் இவ்வாசிப்புகளினால் ஏற்படும் தாக்கத்தை நியாயப்படுத்தும் சான்றுகள் எதுவும் எனக்குப் புறத்தே கிடைக்கவில்லை

என்று சோம்ஸ்கி குறிப்பிடுகிறார். தமது சமகாலச் சமூக அரசியல் பிரக்ஞையை மேம்படுத்த இன்றைய இலக்கியங்கள் அவ்வளவாக உதவவில்லை என்பது அவரின் கருத்து. ஆனால், அவரது இம்மனப்பாங்கிற்கு இலக்கண நூல்கள் விதிவிலக்காக இருந்தன.

நோம் சோம்ஸ்கி ஹீப்ருமொழியில் ஆழ்ந்த அறிவும் பற்றும் உடையவர். இவ்வறிவும் பற்றும் இவர் மரபுவழியாகத் தம் பெற்றோரிடமிருந்து சுவீகரித்துக்கொண்ட வரங்கள். வில்லியம் சோம்ஸ்கி, டேவிட் கிம்ஹியின் ஹீப்ரு இலக்கணத்தைப் பதிப்பித்து அதற்குக் குறிப்புரை எழுதியபோது அந்நூலைத் தனது பன்னிரெண்டாவது வயதிலேயே அணுஅணுவாக வாசித்து உற்சாகமடைந்தவர் சோம்ஸ்கி என அவரது தந்தையாரின் நண்பர்கள் குறிப்பிடுவார்கள். 'ஒரு பிரதிக்கு இணையாக மற்றொரு பிரதி விமர்சனமும் குறிப்புரையுமாக வெளிவருவது மகிழ்ச்சி அளிக்கிறது' என அந்நூல் பற்றித் தம் கருத்தை அப்போது பதிவு செய்தாராம் சோம்ஸ்கி.

ஹீப்ருமொழியைத் தாய்மொழிக்கும் மேலாகத் தம் இன, பண்பாட்டு அடையாளமாக சோம்ஸ்கி போற்றினார். அம்மொழியில் புலமை பெறுவதோடு தம் தாய் தந்தையரைப் போலக் கொஞ்சக் காலமாவது நான்கு பேருக்குக் கற்பிக்க வேண்டும் என்பது அவரது உள்ளக்கிடக்கையாக இருந்திருக்க வேண்டும். 1945ஆம் ஆண்டு பென்சில்வேனியா பல்கலைக்கழகத்தில் மாணவனாகச் சேர்ந்தபோது அராபிய மொழியைக் கற்பதில் மிகுந்த ஆர்வம் கொண்டிருந்தார், இன்றைய இஸ்ரேலின் இரு ஆட்சிமொழிகளுள் ஒன்று அராபிய மொழி; மற்றொன்று

ஹீப்ரு. இளங்கலைப் பட்டப் படிப்பிற்கு ஆகும் செலவுக்காக மாலை நேரங்களிலும் ஞாயிற்றுக்கிழமைகளிலும் பள்ளிகளில் ஹீப்ருமொழியைக் கற்பிக்கும் பணியை மேற்கொண்டுவந்தார். அவரது குடும்பத்தின் புனிதப்பணியான ஹீப்ருமொழி கற்பிக்கும் வாய்ப்பு சோம்ஸ்கிக்கும் கிடைக்காமல் போகவில்லை என்பது மகிழ்ச்சிக்குரிய நகைமுரண்.

சோம்ஸ்கி தொன்மையும் செவ்வியல் இயல்பும் நிறைந்த ஹீப்ருமொழியைத் தம் மொழிச் சிந்தனைகளின் பின்புலமாகக் கொண்டார். இதனால் மொழி மரபு சார்ந்த உணர்வுக்குப் பாத்திரமானார். *நவீன ஹீப்ருமொழியின் உருபொலியனியல்* என்னும் ஆய்வு அவரது முதலாவது ஆய்வாக அமைந்தது. அது ஹீப்ருமொழியின் மீது சோம்ஸ்கிக்கு இருந்த ஈடுபாட்டின் வெளிப்பாடு. சோம்ஸ்கிய மொழியியல் கோட்பாட்டு வளர்ச்சிக்கு விதையாக விழுந்ததும் இவ்வாய்வுதான். பதின்மூன்றாம் நூற்றாண்டில் எழுதப்பட்ட கிம்ஹியின் ஹீப்ரு இலக்கண மரபு சார்ந்த உணர்வு, பதினேழாம் நூற்றாண்டில் எழுதப்பட்ட போர்ட் – இராயல் இலக்கணச் சிந்தனையை மட்டுமல்லாமல், மொழி ஈட்டலைப் பொறுத்தவரையில் கர்ட்டேசியன் பகுத்தறிவுவாதத்தையும் ஏற்றுக்கொள்ளும் மனப்பக்குவத்தை சோம்ஸ்கியிடம் வளர்த்தது. மொழியை மனவழி உற்பத்திப்பொருளாகக் கோட்பாட்டு நிலையில் முறைப்படுத்த இம்மனப்பாங்கு சோம்ஸ்கியை ஊக்குவித்தது.

1.3. மொழியியல் பின்னணி

மரபு சார்ந்த யூதக் கலாச்சாரத்தையும், ஹீப்ருமொழியையும் இன்றுவரை போற்றிவருகிறது சோம்ஸ்கியின் குடும்பம். அதேநேரத்தில் அவை தொடர்பான நவீனச் சிந்தனைகளின் விவாதக்களனாகவும் அமைவது அக்குடும்பத்திற்கே உரிய தனி இயல்பு. ஹீப்ரு வழியாக மொழிப் பழைமையை ஏற்றுக்கொள்கிற சோம்ஸ்கியின் குடும்பத்தில் மொழியைப் பற்றிய நவீனச் சிந்தனைகள் மறுக்கப்பட்டதில்லை. ‘நவீன மொழியியலின் தந்தை’ என சோம்ஸ்கி இன்று அழைக்கப்படும் அளவுக்கு மொழியியல் கொள்கைகளிலும் கோட்பாடுகளிலும் புதுமைகளைப் புகுத்தியவர் என்பதற்கு மாற்றுக் கருத்தில்லை. மொழியியல், பிற கல்விப் புலம் சார்ந்த அறிஞர்களுக்கு அறிமுகமானது சோம்ஸ்கியின் பன்முக அறிவுப்புலம் சார்ந்த அணுகுமுறைகளால் ஆகும். சோம்ஸ்கி ஒரு புலனுணர்வியல் விஞ்ஞானி என்று பிற துறை அறிஞர் களால் இன்று ஏற்றுக்கொள்ளப்பட்டிருக்கிறார். சோம்ஸ்கியின் இப்பெருமையில் அவரது மனைவி கரோல் உட்பட அனைத்துக் குடும்ப உறுப்பினர்களுக்கும் முக்கியப் பங்கு உண்டு.

வில்லியம், எல்சி, நோம், டேவிட் எலி என்னும் நான்கு பேர் அடங்கிய அளவான, அழகான நடுத்தரக்குடும்பத்தின் ஐந்தாவது உறுப்பினராக கரோல் ஷாட்ஜ் நுழைந்தார். அப்போது சோம்ஸ்கிக்கு எட்டு வயது. நோம் படித்துவந்த மிக்வெ இஸ்ரேல் பள்ளியிலேயே கரோலும் படித்தார். எல்சி சோம்ஸ்கி இவரது ஹீப்ரு ஆசிரியராக இருந்தார். கரோலின் அன்னையும் ஒரு பள்ளியில் ஹீப்ரு மொழியாசிரியராகப் பணியாற்றினார். இரு குடும்பத்தாரிடையே நிலவிய நட்பு சோம்ஸ்கியும் கரோலும் ஒருவரையொருவர் நன்றாகப் புரிந்துகொள்ளப் பல சந்தர்ப்பங்களை ஏற்படுத்திக்கொடுத்தது. சோம்ஸ்கி முதன்முதலாக கரோலைச் சந்தித்தபோது அவருக்கு ஐந்து வயது. 1949இல் திருமணம் ஆனபோது சோம்ஸ்கிக்கு இருபத்தொன்று வயது; கரோலுக்குப் பத்தொன்பது வயது. கரோலின் மூத்த சகோதரி சோம்ஸ்கியின் வகுப்புத் தோழி.

போர்த்துகீஸ், ஸ்பானிஷ் மொழிகளில் பட்டப்படிப்புப் படித்த கரோல் உளவியல் மொழியியலிலும், கல்வியியலிலும் ஆர்வம் உடையவர். 1968இல் ஹார்வர்டு பல்கலைக்கழகத்தில் மொழியியலில் டாக்டர் பட்டம் பெற்றார். குழந்தையின் மொழி ஈட்டல் இவரது ஆய்வுத்தளம். குழந்தைகள், வாக்கியங்களின் புதைநிலை அமைப்புகளின் சிக்கல்களை எவ்வாறு புரிந்து கொண்டு அவற்றைப் புறநிலை அமைப்பில் பயன்படுத்துகிறார்கள் என்பது இவரது முனைவர் பட்ட ஆய்வின் மையப்பொருள். இதன் அடிப்படையில். 1969ஆம் ஆண்டு இவர் எழுதிய *The Acquisition of Syntax in Children from 5 to 10* என்னும் நூல் உளவியல் மொழியியலில் முக்கியக் கவனம் பெற்றது. ஐந்தாவது வயதிலேயே மொழியின் எல்லா வகை வாக்கியங்களையும், அவை உணர்த்தும் பொருண்மைகளையும் குழந்தை முழுவதுமாகப் புரிந்துகொள்ளும் திறனைப் பெற்றுவிடுகிறது என்பதை இந்நூலின் மூலம் கரோல் நிறுவுகிறார். சோம்ஸ்கியின் ஆக்கமுறை மாற்றிலக்கணக் கோட்பாட்டின் (Theory of Generative Transformational Grammar) மொழி ஈட்டல் குறித்த கருத்தாக்கமும், வாக்கியங்களின் புதைநிலை, புறநிலை வடிவ உறவுகளை விரிவாகப் பேசும் தொடரியல் ஆய்வும் கரோலின் ஆய்வில் முதன்மை பெறுவதை உணர முடியும். கரோலின் ஒவ்வொரு ஆய்வு முடிவும் சோம்ஸ்கியின் உளவியல் கருத்தாக்கங்களுக்குப் பின்னூட்டமாக அமைந்தது.

மொழியியலுக்கு இணையாகக் கல்வியியலில் ஆர்வம் கொண்ட கரோல் சோம்ஸ்கி கல்வித் தொழில்நுட்பத்தில் தம் முழுக்கவனத்தைச் செலுத்தினார். வாசிப்புத்திறனை மேம்படுத்தும் வகையில் பல ஆய்வுகளை மேற்கொண்டார்.

அத்துடன் மாணவர்க்கான பல வாசிப்புப் பயிற்சிகளையும் உருவாக்கி, வாசித்துப் பொருளுணரும் திறனை வளர்க்கும் உத்திகளை அறிமுகப்படுத்தினார். நடைமுறை மொழிக்கல்விப் பிரச்சனைகளுக்குத் தீர்வுகாண மொழியியல் கோட்பாடுகளைப் பயன்படுத்தும் பயனாக்க அணுகுமுறையில் கரோல் மிகுந்த ஆர்வம் காட்டினார்.

சோம்ஸ்கியைப் போல் மொழி ஆய்வை எளிதில் புலப்படாத கூடுதல் கருத்தியல் சார்பானதாக ஆக்குவதிலும், அரைகுறை கணித வடிவாக்குவதிலும் தமக்கு உடன்பாடில்லை என்று கரோல் வெளிப்படையாகவே கூறுவார். மொழியியல் நமது அன்றாட நடைமுறை மொழிக்கல்வி வாய்ப்புகளை மேம்படுத்தப் பயன்படவேண்டும் என்னும் தம் நிலைப்பாட்டில் அவர் உறுதியாக இருந்தார். இருப்பினும், சோம்ஸ்கியின் மொழியியல் கொள்கைகளிலும் கோட்பாடுகளிலும் ஆழமான ஈடுபாடு உடையவர். பேராசிரியராகப் பணிநிறைவு பெற்ற பின்னர் நோம் சென்ற இடங்களுக்கெல்லாம் உடன் சென்று அவரது விரிவுரைகளைக் கேட்பதைத் தம் வழக்கமாக்கிக் கொண்டிருந்தார் கரோல் சோம்ஸ்கி.

உளவியல் மொழியியலைத் தாம் படித்த காலத்திலும், குழந்தையின் மொழி ஈட்டல் தொடர்பாக ஆய்வு மேற்கொண்ட காலத்திலும் சோம்ஸ்கி தனக்கு முன்மாதிரியாக விளங்கினார் என்று கரோல் குறிப்பிடுகிறார். கணவன் – மனைவி என இருவருமே மொழியியல் துறையில் வல்லுநர்களாக இருந்ததால் இருவர் கருத்துகளும் எப்போதும் இணைந்தே செல்லவேண்டும் என்பதில் கரோல் எச்சரிக்கையாக இருந்தார். 'நாங்கள் இருவரும் மொழியியல் துறையைச் சேர்ந்தவர்களாக இருப்பதால் எங்கள் உணவுமேசை உரையாடல்கள் எந்த அளவுக்கு உற்சாகம் உடைய தாக இருக்கும் என்று என் நண்பர்கள் பேசிக்கொள்ளும்போது எனக்குச் சிரிக்கத்தான் தோன்றும்' என்பார் கரோல்.

கரோல், குடும்பத்தில் கல்விசார் சூழலை உருவாக்கியவர் எனக் குறிப்பிடுவார் சோம்ஸ்கி. எப்போதும் கரோலைப் பற்றிப் பேசிக்கொண்டிருப்பது சோம்ஸ்கியின் வழக்கம். வெளியூர்களுக்கு விரிவுரையாற்றுவதற்காக சோம்ஸ்கி செல்லும்போதெல்லாம் உடன்சென்று அவர் கலந்துகொள்ளும் நிகழ்ச்சிகளை அட்டவணைப்படுத்தித் தருவார் கரோல். இரவில் ஒரு மணி நேரம் தொலைக்காட்சி பார்த்தல், திரைப்படம், கலைநிகழ்ச்சிகளுக்குச் செல்லுதல், படகுசவாரி செய்தல் என சோம்ஸ்கி மேற்கொள்ளவேண்டிய அன்றாடப் பணிகளை நிரல்படுத்தி அவரது தனிச் செயலாளர் போலத் தம் 75ஆம் வயது வரை அவர் வீட்டில் செயல்பட்டுவந்தார்.

கரோல் தமது 78ஆவது வயதில் புற்றுநோயால் அவதியுற்று, 2008இல் மாசாசூசெட்ஸில் இறந்தபோது உள்ளத்தால் நொறுங்கிப்போனார் சோம்ஸ்கி. 1949இல் இருந்து 2008 வரைக் கிட்டத்தட்ட அறுபது ஆண்டுகள் கரோலோடு வாழ்ந்த வாழ்க்கை இனிமையானது என நினைவுகூரும் சோம்ஸ்கி, ஆறு ஆண்டுகளுக்குப் பிறகு தமது 86ஆவது வயதில் வலேரியா வாஸர்மேன் என்பவரை இரண்டாவதாகத் திருமணம் செய்துகொண்டிருக்கிறார். திருமணமாகி இரண்டாம் ஆண்டு தினத்தை 2015 மார்ச் மாதம் கொண்டாடினார். அப்போது சோம்ஸ்கியை Democracy Now! என்னும் இணையச் செய்தித்தளத்தில் அமி குட்மேன் கண்ட நேர்காணல் மிகச் சுவையானது.

அமி: சுமார் அறுபது ஆண்டுக் காலம் கரோலோடு மகிழ்ச்சியாக வாழ்ந்த பின் ஆறாண்டுகள் கழித்து உங்கள் வாழ்க்கையில் ஒரு புதிய அத்தியாயத்தைத் திறந்திருக்கிறீர்கள். அது பற்றி...

சோம்ஸ்கி:... அது பற்றிக் கண்டிப்பாகக் கூறவேண்டும். நான் ஓர் அந்தரங்கமான மனிதன். என் சொந்த வாழ்க்கையைப் பற்றி நான் அதிகமாகப் பேசுவதில்லை. ஆனால் உங்களுக்குத் தெரியுமா?... என் வாழ்க்கையில் எவ்வளவுதான் துன்பங்கள் நிகழ்ந்திருந்தாலும் நான் மிகவும் கொடுத்துவைத்தவன். எவ்வளவோ உற்சாகமான வியக்கத்தக்க நிகழ்வுகள் என் வாழ்க்கையில் நடந்திருக்கின்றன. வலேரியாவின் திடீர்த் தோற்றம் அவ்வியக்கத்தக்க அழகான நிகழ்வுகளுள் ஒன்று. காதல் இல்லாத வாழ்க்கை வெறுமையானது... *Life without love is empty.*

என்று அந்த நேர்காணலில் சோம்ஸ்கி கூறியுள்ளார். வலேரியா பிரேசில் நாட்டைச் சேர்ந்தவர்.

சோம்ஸ்கியின் இரண்டாவது திருமணம் பலருக்கு நீண்ட நாள் தெரியாத செய்தி. இவ்வளவு புகழ்பெற்ற – குறிப்பாகத் தீவிர அரசியல் வாழ்க்கையில் ஈடுபாடு உடைய பொதுக் கல்விசார் அறிவுஜீவியும், சமூக அரசியல் போராளியுமான சோம்ஸ்கியால் தம் தனிப்பட்ட வாழ்க்கையை எவ்வாறு வேறுபடுத்திப்பார்க்க முடிகிறது? சோம்ஸ்கியின் தனிப்பட்ட வாழ்க்கையின் இந்த அந்தரங்கம் மரியாதைக்கு உரியது... வாழ்த்துகள் நோம்!

சோம்ஸ்கியின் இரண்டாவது திருமணம் குறித்த ஓர் இணைய நேயரின் கருத்துரை இது. கரோலைப் போலச் சிறந்த மொழியியல் பின்னணியை சோம்ஸ்கிக்கு உருவாக்கித் தர

இயலாமற்போனாலும் நவீன மொழியியல் கோட்பாட்டாக்கத்தில் அவர் மேன்மேலும் சிகரம் தொட வலுவான தளம் அமைத்துத் தர வலேரியாவால் இயலும்.

1.4. சமூக, அரசியல் பின்னணி

இளமைக்காலத்தில் எல்சி சோம்ஸ்கியின் வேகமும் அரசியல் சுறுசுறுப்பும் நோமைக் காட்டிலும் டேவிட்டிடமே கூடுதலாக மையம்கொண்டிருந்தது. அமைதியான நோம் சோம்ஸ்கிக்கு எதிர்மாறானவர் அவரது சகோதரர் டேவிட். சோம்ஸ்கியின் குடும்பத்தினர், 'தந்தையைப் போல சோம்ஸ்கி' என்றும், 'தாயைப் போல டேவிட்' என்றும் கூறுவர். ஆனால், நோமின் அறிவுக்கூர்மையும், இரக்கச் சிந்தையும், பிரச்சனைகளை அணுகும் போராட்ட உணர்வும் எல்சியை மிகவும் ஈர்த்தன. சோம்ஸ்கியின் அரசியல் அறிவைக் கூர்மைப்படுத்தி அறவுணர்வோடு நீதிக்காகப் போராடும் ஒரு போராளியை அவருக்குள்ளேயே இளமைக்காலம் முதல் வளர்த்த முதல் ஆசானாக எல்சி இருந்தார். ஆறு சகோதர சகோதரிகளோடு வறுமைக்கும், சமூகப் புறக்கணிப்புக்கும் உள்ளாகிப் போராட்டமே வாழ்க்கையாகக் கண்டவர். அதனால் இடதுசாரி சிந்தனைகளுக்குத் தன்னை அறியாமலேயே வயப்பட்டவர். இருந்தாலும் அமைதியான வில்லியம் சோம்ஸ்கியோடு குடும்பம் நடத்துவதில் எந்தச் சிரமமும் எல்சிக்கு இருந்ததில்லை. அவருடைய எல்லா வளர்ச்சிக்கும் அவர் உறுதுணையாக இருந்தார். வில்லியம் சோம்ஸ்கியும் அரசியல் ஈடுபாடு உடையவரே. தொழிலாளர்களின் உரிமைகளை வென்றெடுப்பதை நோக்கமாகக் கொண்ட *Industrial Workers of the World Party* என்னும் அரசியல் அமைப்பின் உறுப்பினராகத் தொழிலாளர் உரிமைகளுக்காகப் போராடியவர். இருந்தபோதிலும், தாயார் எல்சியின் அரசியல் சிந்தனைகளாலும் நடைமுறை சார்ந்த நடவடிக்கைகளாலும் சோம்ஸ்கி மிகவும் கவரப்பட்டிருந்தார்.

எல்சியின் இத்தனிமனித ஆட்சிப்பண்பு நோம் சோம்ஸ்கியின் சிந்தனைப்போக்கில் மனிதநேயத்தையும், அதேநேரத்தில் போராடும் போர்க்குணத்தையும் டேவிட்டை விட அதிகமாக வளர்த்தது. நோமையும் டேவிட்டையும் சமூக, சமய, மொழி, அரசியல், பொருளாதாரப் பிரச்சனைகளில் விழிப்புணர்வு மிக்க குழந்தைகளாக எல்சி சோம்ஸ்கி வளர்த்தார். அவரின் தாயும் தந்தையுமான சைமனோஃப்ஸ்கி தம்பதியினர் பழைமையில் பற்றுடையவர்கள். இருந்தும், எல்சி உட்பட அவர்கள் பெற்ற குழந்தைகள் அனைவரும் ஒவ்வொரு வகையில் போராளிகளாக வளர்ந்தனர். எல்சி தன்

தாய்மொழியான இட்டிஷ் மொழியைத் தவிர்த்து நியூயார்க் ஆங்கிலத்தில் பேசுவதை வழக்கமாகக் கொண்டிருந்தது இம்மனப்பாங்கு சார்ந்த தீர்மானத்தின் அடிப்படையிலேயே. ஜியோனிஸ கொள்கைகளையும் கோட்பாடுகளையும் அவர் விரும்பி ஏற்றுக்கொண்டிருந்தார். இதனால் ஹீப்ருமொழி அடிப்படையிலான தேசியக் கலாச்சாரத்தின்மீதுள்ள தன் ஈடுபாட்டை எந்தக் காரணத்திற்காகவும் எப்போதும் எல்சி விட்டுக்கொடுத்ததில்லை. இன்றளவும் சோம்ஸ்கி குடும்பம் இக்கலாச்சாரத்துக்கு அப்பாற்பட்டதல்ல.

தாயைப்போலவே மனைவி கரோலும் சோம்ஸ்கியின் அறவழிப் போராட்டங்களுக்குத் துணைநின்றார். ஆனால், பல சந்தர்ப்பங்களில் மூன்று குழந்தைகளுக்குத் தாயாகவும் தந்தையாகவும் தன்னை அர்ப்பணித்தது உண்டு. 1960இல் வியட்நாம் போரின்போது அமெரிக்காவுக்கு எதிராக சோம்ஸ்கி மேற்கொண்ட போராட்ட நடவடிக்கைகளால் அவர் எந்த நேரத்திலும் கைது செய்யப்படலாம் என்ற நிலை இருந்தது. அந்நேரத்தில் குடும்பச்சுமையைத் தன் தோளில் சுமக்க கரோல் தயாரானார். இதற்கு முன்னரே ஒருமுறை இப்போராட்டத்தில் சோம்ஸ்கியோடு தானும் கைதானதும் அதனால் குழந்தைகளைப் பிரிய நேரிட்டதும் கரோலுக்கு ஏற்பட்ட கசப்பான அனுபவங்கள். அப்போராட்டத் தினத்தன்று தன் மூத்த மகள் அவிவாவுக்குத் தொலைபேசியில், ‘இன்று இரவு அநேகமாக நானும் உன் அப்பாவும் வீட்டுக்கு வர முடியாது என்று நினைக்கிறேன். உன்னால் இரண்டு சிறிய குழந்தைகளையும் கவனித்துக்கொள்ள இயலுமல்லவா?’ என்று தம் உணர்வுகளை மறைத்துப் பேசியதை மறக்க முடியாத சம்பவமாக சோம்ஸ்கி நினைவுகூர்வதுண்டு. இவ்வனுபவங்களெல்லாம் சோம்ஸ்கியை ஓர் அரசியல் போராளியாக, அரசியல் விஞ்ஞானியாகப் பெருமைப்படச் செய்துள்ளன என்றால் என்னைவிட அதிர்ஷ்டமிக்கவர் யாராக இருக்க முடியும் என்பாராம் கரோல்.

அன்னை கரோலிடமும், பாட்டி எல்சியிடமும் நிறைந்திருந்த போராட்டக்குணம் ஒரு மாற்றுக்கூடக் குறையாமல் அவிவாவிடம் நிறைந்திருந்ததில் வியப்பில்லை. அவிவா சோம்ஸ்கி, நோம் சோம்ஸ்கியின் மூத்த மகள். மொழியியல் கோட்பாட்டு வளர்ச்சியில் ஒரு மைல்கல்லாக நோம் சோம்ஸ்கியால் அறிமுகப் படுத்தப்பட்ட ஆக்கமுறை மாற்றிலக்கணக் கோட்பாட்டின் முதலாவது நூலான *தொடரியல் அமைப்புகள் (Syntactic Structures)* வெளியான 1957ஆம் ஆண்டு அவிவா பிறந்தார். ஸ்பானிஷ், போர்த்துகீஸ் மொழிகளில் இளங்கலைப் பட்டத்தை முடித்துச் சில காலம் ஸ்பானிஷ் மொழியாசிரியராகப் பணியாற்றினார்.

பின்னர் வரலாற்றியல் படிப்பிற்கு மாறி, 1990இல் டாக்டர் பட்டம் பெற்றார். பாக்ஸ் கல்லூரியில் ஏழாண்டுகள் பணிபுரிந்தார். தற்போது சலேம் மாநிலக் கல்லூரியில் வரலாறு மற்றும் இலத்தீன் அமெரிக்கப் படிப்பில் பேராசிரியராக உள்ளார். மொழிப்பற்றும் மொழிக்கல்வியில் ஆர்வமும் உடைய சோம்ஸ்கி குடும்பத்தில் முதலாவதாக மொழியாசிரியராகவும், பின்னர்ப் பல்கலைக்கழகப் பேராசிரியராகவும், அமெரிக்காவில் குடியேறிய மக்களின் நலனுக்காகப் போராடுவதில் ஓர் அரசியல் போராளியாகவும் சோம்ஸ்கி குடும்பத்திற்கே உரிய முப்பரிமாண வமிசாவழிப் பங்களிப்புக்கு அவிவாவும் இன்றுவரை விதிவிலக்கல்ல.

1976களில் ஐக்கியப் பண்ணைத் தொழிலாளர் யூனியனைச் சேர்ந்த தொழிலாளர் நலனுக்காகப் பாடுபட்டது அவிவா சோம்ஸ்கியின் வாழ்க்கையில் மிகப் பெரிய பாதிப்பை ஏற்படுத்தியது. பிற்காலத்தில் அமெரிக்காவில் குடியுரிமை பெறமுடியாத குடியேறிகளின், புலம்பெயர்ந்தவர்களின் பிரச்சனை களை அரசின் கவனத்திற்குக் கொண்டு செல்லவும், அவற்றுக் காகப் போராடவும் அவர் மேடை ஏறியது இப்பாதிப்பால் தான். சில தருணங்களில் தந்தை நோம் சோம்ஸ்கியும் அவிவாவுக்கு ஆதரவாக நின்றது உண்டு. சமீபத்தில், கௌதமாலாவிலிருந்து அமெரிக்காவில் குடியேறிய ஒரு பெண்ணின் குடியுரிமைக்காகப் போராடிய சம்பவம் குறிப்பிடத்தக்கது. மரியோலா பெரெஜ் என்பது இப்பெண்ணின் பெயர். 2010இல் அமெரிக்காவில் குடியேறியபோது இவர் கர்ப்பிணியாக இருந்தார். சாலை விதியை மீறிய ஒரு வழக்கில் இவர் கைதானபோது அமெரிக்காவில் முறைகேடாகக் குடியேறியவர் என்பது தெரியவந்தது. அமெரிக்கக் குடியேற்ற அதிகாரிகள் 60 நாட்களுக்குள் அமெரிக்காவை விட்டு வெளியேற வேண்டும் என அவருக்கு ஆணை வழங்கினர். இச்சமயத்தில் மரியோலாவும் அவளது மூன்று வயது மகன் எர்னெஸ்டோவும் அவிவா சோம்ஸ்கியின் வீட்டில் தங்கி யிருந்தனர்.

கௌதமாலாவிலிருந்து அமெரிக்காவில் குடியேற ஓடிவந்த மரியோலா, கௌதமாலன் குடியிருப்பு ஒன்றில் தம் நண்பர்களோடும் உறவினர்களோடும் தங்கியிருந்தார். வேறு எங்காவது பணிக்குச் செல்லலாம் என்று நினைத்திருந்தபோது தான் ஒருவர் அவிவா சோம்ஸ்கியிடம் வழிகாட்ட மரியோலா சலேமிலுள்ள அவர் வீட்டிலேயே தங்கிப் பணிபுரிந்து வந்தார். குடியேற்ற அதிகாரிகளின் வெளியேற்ற ஆணையை மரியோலா பெற்ற அன்றே அவரது ஆதரவாளர்கள், நோம் சோம்ஸ்கி, அவிவா உட்பட ஏராளமானோர் பர்லிங்டன் குடியேற்ற அலுவலகத்தின் முன்னர்க் கூடி, மரியோலாவின்

குடியுரிமைக்காகப் போராடினர். நோம் சோம்ஸ்கியும் அவிவாவும் இப்போராட்டத்தில் முதன்மைப் பேச்சாளர்களாகக் கலந்துகொண்டனர். இப்போராட்டத்தின் விளைவாகச் சில நாட்களில் மரியோலாவுக்கு வழங்கப்பட்ட வெளியேற்ற ஆணை ஓராண்டுக்கு நிறுத்திவைக்கப்பட்டது. சோம்ஸ்கி குடும்பத்தினரை இத்தண்டனைநிறுத்த ஆணை திகைப்பில் ஆழ்த்தியது. அமெரிக்க அரசு குடியேற்ற அதிகாரிகள் மனிதாபிமானத்தோடு நடந்துகொண்டதை இருவருமே பாராட்டினர். மரியோலா முறைகேடாகக் குடியேற எத்தனித்திருந்தாலும் இங்கு அவளுக்குப் பிறந்த மகன் எர்னெஸ்டோ அமெரிக்கக் குடிமகன் அல்லவா என்கிறார் அவிவா சோம்ஸ்கி.

நோம் சோம்ஸ்கியும் அவிவாவும் மனித உறவுகளை மதிப்பதில் ஒருவருக்கொருவர் சளைத்தவர் அல்ல. இருவருமே மரியோலாவையும் அவளது மகன் எர்னெஸ்டோவையும் மிகவும் நேசித்தனர். நோம் சோம்ஸ்கி தன் பேத்தியாகவே மரியோலாவைக் கருதுகிறார்.

> தனிப்பட்டமுறையில் மரியோலாவும் அவளது மூன்று வயது மகனும் என் குடும்பத்தின் முக்கியமான உறுப்பினர்கள். அவள் எனக்கு ஒருவகையில் பேத்தி போன்றவள். அவள் மகன் எர்னெஸ்டோவை அவன் பிறந்த நாளிலிருந்து நான் நன்கு அறிவேன். அவன் எனக்குப் பூட்டன் உறவு. என்னை மாதிரியே அவனாலும் இவ்வுறவின் ஆழத்தை உணர முடியும் என்று நினைக்கிறேன். இது மிகவும் நெருக்கமான உறவு

என்று ஒரு தொலைபேசி நேர்காணலின்போது நோம் சோம்ஸ்கி குறிப்பிட்டார். ஓர் அறப்போராட்டத்தின் வெற்றி சமூக உறவுகளை மட்டுமல்ல, தனிமனித உறவுகளையும் பலப்படுத்துவதாக இருக்கவேண்டும் என்னும் கொள்கையை ஒரு போராளியாக என்றுமே அவர் விட்டுக்கொடுத்ததில்லை. இதுவே போராட்டத்தின் முதன்மை நோக்கமாக இருக்கவேண்டும் என சோம்ஸ்கி வலியுறுத்திக் கூறுகிறார்.

நோம் சோம்ஸ்கியை உலகத்திலேயே சிறந்த ஆளுமைகளுள் ஒருவராக உருவாக்கிய பெருமை அவரது குடும்ப உறுப்பினர் ஒவ்வொருவருக்கும் உண்டு. இவர்கள் யூதக் கலாச்சாரத்திற்கும், மொழிக்கும், சமூக அரசியல் பொருளாதாரத்திற்கும் கூருணர்ச்சி மிக்க ஒரு மாமனிதரைச் செதுக்கிய சிற்பிகள். ஒரு தத்துவச் சிந்தனையாளராகவும், புலனுணர்வியல் விஞ் ஞானியாகவும், நவீன மொழியியல் அறிஞராகவும், சமூக அரசியல் போராளியாகவும் சோம்ஸ்கி பண்பட்டு உருவாக

வீடும் சமூகமும் முக்கியக் களன்களாக இருந்து வந்துள்ளன. சோம்ஸ்கி இதனை முழுமையாக உணர்ந்திருக்கிறார். குறிப்பாகப் பள்ளி, பல்கலைக்கழகங்கள், ஆய்வு நிறுவனங்கள் எனப் பல்வேறு கல்வித்தளங்களில் ஒரு நல்ல மாணவராக, ஆய்வாளராக, பேராசிரியராக, கல்வியாளராகத் தம்மை சோம்ஸ்கி இன்று நிலைப்படுத்தியுள்ளார்.

1.5. மொழியியல் அறிஞர்

'நவீன மொழியியலின் தந்தை' என்று நோம் சோம்ஸ்கி இன்று அழைக்கப்படுகிறார். இளமைப் பருவத்திலிருந்தே செவ்வியல் மொழிகளுள் ஒன்றான ஹீப்ருமொழியையும் கலாச்சாரத்தையும் சோம்ஸ்கி அதிகமாக நேசித்தார். குடும்பத்தின் அன்றாட நிகழ்வுகளில் ஹீப்ருமொழியும் கலாச்சாரமும் பெற்றிருந்த முக்கியத்துவம் நோம் சோம்ஸ்கியை மொழியியல் மாணவன் ஆக்கியது. சோம்ஸ்கியின் தந்தையார் வில்லியம் சோம்ஸ்கி பென்சில்வேனியா பல்கலைக்கழகத்தில் மொழியியல் பேராசிரியராக இருந்த ஜெல்லிக் ஹேரிஸுக்கு நன்கு அறிமுகமானவர். அவர் சோம்ஸ்கியை ஹேரிஸிடம் அறிமுகப்படுத்தி இருக்காவிட்டால் ஒரு சமூக அரசியல் போராளியை மட்டுமே இன்று பார்த்திருப்போம்; நவீன மொழியியலின் தந்தையாக சோம்ஸ்கியைப் பார்த்திருக்க மாட்டோம்.

வில்லியம் தனது மகன் ஹீப்ருமொழியறிவோடு நவீன மொழியியலிலும் புலமை பெறவேண்டும் என்று விரும்பினார். வரலாற்று மொழியியலிலும் ஒப்புமை மொழியியலிலும் ஓரளவு தேர்ச்சி பெற்றிருந்தவர் வில்லியம். அதனால் பேராசிரியர் ஹேரிஸைப் பற்றி நன்கு அறிந்திருந்தார். சோம்ஸ்கி 1945இல் பள்ளிப்படிப்பை முடித்துத் தந்தையாரின் விருப்பத்திற்கிணங்கக் கல்லூரிப் படிப்பிற்காக பென்சில்வேனியா பல்கலைக்கழகத்தின் நுழைவாயிலில் வந்து நின்றபோது அவருக்குப் பதினாறு வயது. இரண்டாம் உலகப்போர் முடிவுக்கு வந்துகொண்டிருந்த நேரம். இச்சூழ்நிலையில் சோம்ஸ்கியை மிகவும் ஈர்த்தவை அன்றைய சமூக அரசியல் பிரச்சனைகளே. எனவே, பல்கலைக்கழகப் படிப்பில் அதிகம் ஆர்வம் இல்லாதவராக இருந்தார். இரண்டு ஆண்டுகளுக்குப் பின்னர்ப் பல்கலைக்கழகத்திலிருந்து வெளியேறி முழுநேர அரசியலில் ஈடுபட நினைத்தார். பாலஸ்தீனம், முடிந்தால் கிப்புட்ஜ் சென்று ஜனநாயகத்துக்கு எதிரான யூத நாட்டுக் கருத்தாக்கத்தை எதிர்த்துப் போராட வேண்டும்; அரேபியர் – யூதர் நல்லுறவை சோசியலிஸ்ட் சட்டகத்திற்குள் கொண்டுவருவதற்கான முயற்சிகளில் ஈடுபடவேண்டும் என்று

சோம்ஸ்கி எண்ணியிருந்தார். இவ்வெதிர்காலத் திட்டங்களை மனத்தில் சுமந்துகொண்டுதான் பேராசிரியர் ஜெல்லிக் ஹேரிஸை பென்சில்வேனியா பல்கலைக்கழகத்தில் சந்தித்தார். இச்சந்திப்பு சோம்ஸ்கியின் வாழ்க்கையில் முக்கியமான திருப்புமுனையாக அமைந்தது. முதல் சந்திப்பின்போதே தம் அரசியல் போராட்ட உணர்வுக்குச் சற்றுக் கூடுதலான போராட்ட உணர்வாளர் என்பதோடு மட்டுமல்லாமல் உலகறிந்த மொழியியலறிஞர் ஒருவரோடு இணையாக எவ்வித உறுத்தலுமின்றி உரையாட முடிந்ததை எண்ணி மகிழ்ந்தார்.

பேராசிரியர் ஹேரிஸ், அமைப்பு மொழியியலின் (Structural Linguistics) தந்தையாக உலகம் முழுவதும் அப்போது அறியப்பட்டிருந்தார். ஹேரிஸுடனான மொழியியல் பற்றிய உரையாடல்கள் மொழியியலில் சோம்ஸ்கிக்கு ஆழமான ஈடுபாட்டை ஏற்படுத்தின. தீவிரமான அரசியல் சிந்தனைகளிலிருந்து சற்று விடுபட்டவரானார். மொழியியலில் மட்டுமல்லாமல் ஹேரிஸின் ஹீப்ரு, செமிட்டிக் போன்ற செவ்வியல் மொழிகளிலிருந்த ஆழ்ந்த புலமை, அமைப்பு மொழியியலின் அறிவியல்சார்ந்த நுண்ணோக்கு, சமகால அறிவுஜீவிகளின் சமூக, அரசியல் பொறுப்புணர்வு பற்றிய ஆத்மார்த்தமான உரையாடல்கள், ஒவ்வொரு மாணவனிடமும் காட்டிய அக்கறை ஆகியவை சோம்ஸ்கியைப் போராட்ட உணர்வுகளுக்கு அப்பால் மொழியியலோடு கட்டிப்போட்டவை என்று கூறலாம். ஹேரிஸைப் பற்றிய அவரின் மதிப்பீடு ஓர் ஆசிரியர் தலைமைக்கும் மேலானது:

> ஹேரிஸ், அந்தக் காலத்து இளைஞர்கள் மீது அதிகமான ஆதிக்கத்தை ஏற்படுத்தியிருந்த ஓர் அசாதாரணப் பல்கலைக்கழகப் பேராசிரியர். எல்லாப் பிரச்சனைகளைப் பற்றியும் தெளிவான, கோர்வையான புரிதலை உடையவர். இத்திறமை என்னிடம் அப்போது இருந்ததில்லை. பேராசிரியர் ஹேரிஸின் இவ்வாற்றலால் தனிப்பட்ட முறையிலும், அவர் மூலமாக நான் சந்தித்த பிறராலும் நான் வெகுவாகக் கவரப்பட்டிருந்தேன். பென்சில்வேனியா பல்கலைக்கழகத்தில் கற்பித்துக்கொண்டிருந்த அவர் நவீன மொழியியல் அறிஞர்களுள் ஒருவராக அப்போது திகழ்ந்தார். அவருக்கு விருப்பமான ஆய்வுப்பொருள்களின் பரப்பு மிக விசாலமானது. அதில் மொழியியல் ஒரு சின்ன மூலை மட்டும்தான். எதிர்பார்ப்பிற்கு மாறான சுயசிந்தனையும் அறிவுக்கூர்மையும் உடையவர் பேராசிரியர் ஹேரிஸ். என் பட்டப் படிப்பை அவரிடமிருந்தே தொடங்கினேன். உண்மையில் மொழியியலில் என்னுடைய முதல் வாசிப்பு

தொடங்கியது பல ஆண்டுகளுக்குப் பின்னர் வெளியான அவரது *அமைப்பு மொழியியலில் ஆய்வுமுறைகள் (Methods in Structural Linguistics, 1951)* என்னும் புகழ்பெற்ற நூலின் மெய்ப்பிலிருந்துதான். அவர் கருத்திற்கிணங்கப் பேராசிரியர்கள் நெல்சன் குட்மேன், மார்ட்டன் ஒயிட் ஆகியோரிடம் தத்துவத்தையும், பேராசிரியர் நாதன் ஃபைன் என்பவரிடம் கணிதத்தையும் பட்டப்படிப்பிற்கான வகுப்புப் பிரிவுகளாக எடுத்துக்கொண்டேன். இப்பாடங்கள் எவற்றிலும் எனக்கு எந்தவிதப் பின்புலமும் கிடையாது. ஆனால் மிகவும் கவர்ச்சி மிகுந்த பாடங்களாக நான் அவற்றை உணர்ந்தேன்[2]

என்று பேராசிரியர் ஹேரிஸைப் பற்றிக் கூறுகிறார் சோம்ஸ்கி.

1947ஆம் ஆண்டு பென்சில்வேனியா பல்கலைக்கழகத்தில் இளங்கலை மொழியியல் பட்டப்படிப்பு மாணவராக சோம்ஸ்கி சேர்ந்தார். ஜெல்லிக் ஹேரிஸின் கரங்களைப் பற்றித்தான் நவீன மொழியியலின் முதற்படியில் நின்று ஏறத் தொடங்கினார் சோம்ஸ்கி. இருபதாம் நூற்றாண்டின் முப்பதுகளில் ஃபெர்டினெண்ட் சஸூர் என்பவரால் அறிமுகப்படுத்தப்பட்டு, நாற்பதுகளில் லெனார்டு புளூம்ஃபீல்டு, எட்வர்டு கிளீஸன் போன்றோரால் ஓர் அறிவியல் துறைப்படிப்பு அளவுக்கு வளர்ந்திருந்த அமைப்பு மொழியியலை மொழி வண்ணனைக்குரிய கருவியாக வளர்த்தவர் ஹேரிஸ். இப்பெருமைக்கு இன்றுவரை முதல் நூலாகவும் சிறந்த நூலாகவும் அவரது *அமைப்பு மொழியியலில் ஆய்வுமுறைகள்* விளங்குகிறது. அமெரிக்க அமைப்பு மொழியியல் வரைபடத்தில் ஹேரிஸின் இந்நூலுக்குத் தனி இடம் உண்டு. இந்நூல் வெளியாவதற்கு முன்னரே அதன் மெய்ப்புப் பிரதியைத் திருத்தும் வாய்ப்பு சோம்ஸ்கிக்குக் கிடைத்தது. அவரே இப்பெருமைமிக்க நூலின் முதல் வாசகர். ஹேரிஸின் மாணவராக அமைப்பு மொழியியலில் சோம்ஸ்கி வளர்த்துக்கொண்ட ஆழமான அறிவும், தத்துவம் உட்படப் பிற சமூக அறிவியல் துறைகளின் நோக்கில் மொழியியலை அணுகிய முறையும் ஹேரிஸை வியக்கவைத்தன.

ஆனால் சோம்ஸ்கியோ பல்கலைக்கழக வாழ்க்கை ஒரு சம்பிரதாயமாகவே அமைந்துபோனதாக அவ்வப்போது உணர்ந்தார். பிற மாணவர்களைப் போலப் பல்கலைக்கழகமும் படிப்பும் எனக் கருத்தார்ந்த மாணவ வாழ்க்கை அவருக்கு அமையவில்லை. பல்கலைக்கழக வகுப்புகளுக்குச் சென்ற நாட்கள் மிகச் சிலவே. பெரும்பாலான நேரம் வீட்டிலும், ஹேரிஸுடன் உணவு விடுதிகளிலும் அவர் வீட்டிலுமாகக்

கழிந்தது. ஒரு சக மாணவர்களுள் நான்கைந்து பேர் மட்டுமே ஹேரிஸிடம் நெருக்கமாக இருந்தனர். எனவே, வகுப்புகள் நடைபெற இடமும் ஏவலும் ஒரு பொருட்டாக இல்லை. இச்சந்திப்புகளிலெல்லாம் சோம்ஸ்கியும் அவரது மாணவ நண்பர்களும் மொழியியலிலிருந்து அரசியல் உட்பட எல்லாப் பிரச்சனைகளையும் ஹேரிஸுடன் விவாதித்தனர்.

சோம்ஸ்கி 1951இல் முதுகலைப் பட்ட வகுப்பை முடித்தார். இப்பட்டத்திற்காக *நவீன ஹீப்ருமொழியின் உருபொலியனியல் (The Morphophonemics of Modern Hebrew)* என்னும் ஆய்வேட்டை வழங்கினார். ஹேரிஸ் தம் *அமைப்பு மொழியியலில் ஆய்வுமுறைகள்* என்னும் நூலில் கூறிய ஆய்வு நெறிமுறைகளைப் பின்பற்றியே இவ்வாய்வேட்டை எழுதினார். பின்னர், 1951 முதல் 1955 வரை ஹார்வர்டு பல்கலைக்கழக Society of Fellows உதவித்தொகை பெற்று டாக்டர் பட்டப் படிப்பிற்கான இளநிலை ஆய்வாளராக ஆய்வு மேற்கொண்டார். முன் எப்போதையும் விட மொழியியல் படிப்பில் சோம்ஸ்கி மிகுந்த ஆர்வம் காட்டலானார். மொழியியல் ஆய்வில் அப்போது பெரு வழக்கிலிருந்த வகைப்பாட்டு மொழியியல் அணுகுமுறைக்கு *(Taxonomic linguistic approach)* மாறாக, புதிய மொழியியல் கோட்பாட்டொன்றை உருவாக்குவதில் அவர் அதிகக் கவனம் செலுத்தினார். கணித வடிவமைப்பியலைக் *(Mathematical Formalism)* கோட்பாட்டு உருவாக்கத்திற்கான அடிப்படையாகக் கொண்டு வகைப்பாட்டு மொழியியல் மரபிலிருந்து மாறுபட்ட கோட்பாட்டு அமைப்பை சோம்ஸ்கி வடிவமைத்தார். பேராசிரியர் ஹேரிஸின் மொழியியல் புலமையும், பேராசிரியர்கள் நெல்ஸன் குட்மேன், மார்ட்டன் ஒயிட், வெஸ்ட் சர்ச்மேன், நாதன் சல்மான் போன்றோரின் தத்துவப் புலமையும், பேராசிரியர் நாதன் ஃபைனின் கணிதப்புலமையும், இவர்களுடன் மேற்கொண்ட விவாதங்களும், போர்ட் – இராயல் இலக்கண மரபு மற்றும் தருக்கவாதப் பின்னணியில் பகுத்தறிவுவாதம் போன்ற தத்துவார்த்த உளவியல் சிந்தனைகளில் ஏற்பட்ட ஆழமான ஈடுபாடும் சோம்ஸ்கியின் மொழியியல் கோட்பாட்டு உருவாக்கத்தில் வித்தியாசமான, அதேநேரத்தில் அழுத்தமான சுவடுகளைப் பதித்தன.

மொழியியல் கோட்பாட்டு உருவாக்கத்தில் பன்முகப் பரிமாணத்தைச் சேர்த்தவர் சோம்ஸ்கி. அவரது இவ்வணுகுமுறை, புளூம்ஃபீல்டு வகைப்பாட்டு மொழியியலிலிருந்து 'சோம்ஸ்கிய மொழியியல்' என்னும் மாற்றுக் கருத்தாடலுக்கு வழிவகுத்த தனித்துவம் உடையது. ஹார்வர்டு பல்கலைக்கழகத்தின் ஆய்வு மாணவராக இருந்த காலக்கட்டத்தில்தான் *மொழியியல்*

கோட்பாட்டின் தருக்க அமைப்பு (*The Logical Structure of Linguistic Theory*) என்ற நூலை சோம்ஸ்கி எழுதினார். இதனை உருளச்சுச் செய்து அறிஞரிடையே தனிச்சுற்றுக்கு விட்டார். இந்நூலின் ஓர் அத்தியாயமான *மாற்றிலக்கணப் பகுப்பாய்வு* (*Transformational Analysis*) என்னும் பகுதியை டாக்டர் பட்ட ஆய்வேடாக்கி பென்சில்வேனியா பல்கலைக்கழகத்துக்குச் சமர்ப்பித்து டாக்டர் பட்டம் பெற்றார்.

1956ஆம் ஆண்டு மாசாசூசெட்ஸ் தொழில்நுட்ப நிறுவனம் அங்குள்ள மாணவர்க்குப் பகுதி நேரம் மொழியியல் கற்பிக்கவும், பகுதி நேரம் இயந்திர மொழிபெயர்ப்புத் திட்டத்தில் பணியாற்றவும் சோம்ஸ்கியை நியமனம் செய்துகொண்டது. இந்நியமனத்தில் பேராசிரியர் ஹேரிஸுக்கும், அப்போது மாசாசூசெட்ஸ் தொழிநுட்ப நிறுவனத்தில் மொழியியல் பேராசிரியராக இருந்த ரோமன் யாகோப்ஸனுக்கும் முக்கியப் பங்கு உண்டு. சோம்ஸ்கி மாசாசூசெட்ஸ் தொழில்நுட்ப நிறுவன மாணவர்க்குப் பல ஆய்வுரைகள் நிகழ்த்தினார். இவ் ஆய்வுரைகளைச் செப்பம் செய்து 1957ஆம் ஆண்டு *தொடரியல் அமைப்புகள்* என்னும் தலைப்பில் நூலாக வெளியிட்டார். இந்நூலின் தனிச்சிறப்பை அறிந்த மாசாசூசெட்ஸ் தொழில்நுட்ப நிறுவனம், உடன் பணியாற்றிக்கொண்டிருந்த மோரிஸ் ஹாலேயுடன் இணைந்து புதிய மொழியியல் வகுப்பொன்றைத் தொடங்குமாறு சோம்ஸ்கியைக் கேட்டுக்கொண்டது. பிற்காலத்தில் இராபர்ட் லீஸ், ஜெர்ரி ஃபோடர், ஜெரால்ட் கட்ஜ், பால் போஸ்டல் போன்ற ஆக்கமுறை மாற்றிலக்கணக் கோட்பாட்டுச் சிந்தனையாளர்களைப் புடம்போட்ட மொழியியல் பட்டறை இங்கு ஆரம்பிக்கப்பட்ட இம்மொழியியல் மற்றும் தத்துவவியல் துறைதான். கிட்டத்தட்ட 120 பக்கங்களை மட்டுமே கொண்ட *தொடரியல் அமைப்புகள்* மொழியியல் கோட்பாட்டு வரலாற்றில் திருப்புமுனையை ஏற்படுத்தியது. இந்நூலே ஆக்கமுறை மாற்றிலக்கணக் கோட்பாட்டின் முதல் நூல் எனலாம். இது, 1955இல் உருளச்சுச் செய்யப்பட்டுத் தனிச்சுற்றுக்கு விடப்பட்ட *மொழியியல் கோட்பாட்டின் தருக்க அமைப்பு* என்ற நூலின் ஒரு பகுதியாக இடம்பெற்றது. இந்நூல் 1975ஆம் ஆண்டு வெளியிடப் பட்டது[3].

தொடரியல் அமைப்புகள் நூலில், ஹேரிஸின் *அமைப்பு மொழியியலில் ஆய்வுமுறைகள்* நூலைப் பின்பற்றியதோடு, தத்துவப் பேராசிரியர் நெல்ஸன் குட்மேனின் *கட்டமைப்பு ஒழுங்கமைவுகள்* (*Constructional Systems*), தத்துவ அறிவியல் தொடர்பான சிந்தனைகளையும் புதியன போல மாற்றித் தனதாக்கிக் கொள்கிறார் சோம்ஸ்கி என்பர். ஆனால், ஹேரிஸின்

வகைப்பாட்டு மொழியியல் அணுகுமுறையையோ பகுப்பாய்வுச் செல்லுமுறைகளையோ குட்மேனின் நடத்தைவியல் சார்ந்த மொழி ஈட்டல் கோட்பாட்டு நிலைப்பாட்டையோ சோம்ஸ்கி ஏற்றுக்கொள்ளவில்லை. இவை தொடர்பாக சோம்ஸ்கி முன்வைத்த விமர்சனங்களை ஹேரிஸூம் குட்மேனும் புறக்கணித்தனர். இதனால் சோம்ஸ்கிக்கும் ஹேரிஸூக்கும், சோம்ஸ்கிக்கும் குட்மேனுக்கும் இடையேயான கோட்பாட்டு அடிப்படையிலான கல்விசார் முறிவு *மொழியியல் கோட்பாட்டின் தருக்க அமைப்பு* என்னும் நூலை சோம்ஸ்கி எழுதிக்கொண்டிருந்த போதே ஏற்பட்டுவிட்டது. சோம்ஸ்கியின் விமர்சனங்களின் மீதான ஹேரிஸ், குட்மேன் போன்றோரின் எதிர்வினைகளைச் சில மொழியியலாளரும் தத்துவவியலாளரும் ஆதரித்தனர். மொழியியலைப் பொறுத்தவரையில், புளூம்ஃபீல்டு அமைப்பு மொழியியலார்க்கும் சோம்ஸ்கிக்கும் இடையே நிகழ்ந்த முறிவு கோட்பாட்டு மொழியியல் வரலாற்று முக்கியத்துவம் பெற்றது. இக்காலத்தில் சோம்ஸ்கியின் கருத்துகள் பிற துறை சார்ந்த அறிஞர்களால் குறிப்பாக, பல தத்துவவியல் அறிஞர்களாலும் உளவியல் அறிஞர்களாலும் ஏற்றுக்கொள்ளப்பட்டிருந்தன. இவை குறித்து அடுத்து வரும் அத்தியாயங்களில் விரிவாகக் காண்போம்.

1.6. முற்போக்குத் தத்துவச் சிந்தனையாளர்

சோம்ஸ்கி ஒரு முற்போக்குத் தத்துவச் சிந்தனையாளர். பென்சில்வேனியா பல்கலைக்கழகத்தில் பேராசிரியர் ஜெல்லிக் ஹேரிஸ் கேட்டுக்கொண்டதற்கு இணங்கப் புகழ்வாய்ந்த தத்துவ அறிஞர்களான நெல்ஸன் குட்மேன், வெஸ்ட் சர்ச்மேன், நாதன் சல்மான் ஆகியோரிடம் தத்துவவியலைக் கற்றார். அதேநேரத்தில் ஹார்வர்டு பல்கலைக்கழகத்தில் கணிதவியல் கற்பித்துக்கொண்டிருந்த பேராசிரியர் நாதன் ஃபைன் என்பவரிடம் கணிதவியலையும் கற்றார். மொழியியல் அறிவும் கணிதம், தர்க்கம், தத்துவம் ஆகியவற்றில் சிறுவயதிலேயே இருந்த ஆர்வமும் 'மொழி விதிகளாலானது' என்று மொழிக்கு மாறுபட்ட வரைவிலக்கணம் கூற சோம்ஸ்கிக்கு உதவின. மிகக் கூடுதலாக, வடிவ ஒழுங்கமைவுகள் *(Formal Systems)* குறித்துப் பேச சோம்ஸ்கிக்குத் துணைபுரிந்தன.

சோம்ஸ்கிக்கு நெருக்கமான தத்துவச் சிந்தனையாளர்களுள் பேராசிரியர் நெல்ஸன் குட்மேன் குறிப்பிடத்தக்கவர். குட்மேன் சிறந்த அமெரிக்கத் தத்துவச் சிந்தனையாளர்களுள் ஒருவர். இரண்டாம் உலகப் போரின்போது அமெரிக்க இராணுவத்தில் உளவியலாளராகப் பணியாற்றியவர். அறிவியல் தத்துவத்திலிருந்து கலையியல் தத்துவம் வரை இவரது சிந்தனைக்

களன் விசாலமானது. குறிப்பாகச் சமகால அழகியலிலும் பகுப்பாய்வுத் தத்துவத்திலும் சிறந்த அறிஞர். பென்சில்வேனியா பல்கலைக்கழகத்தில் சோம்ஸ்கியை குட்மேனிடம் பாடம் கேட்க ஹேரிஸ் அனுப்பியிருந்தாலும் குட்மேனிடமே அதிகப் பொழுதை சோம்ஸ்கி செலவிட்டார். சோம்ஸ்கியின் ஆய்வுத்திறனைக் கண்டு குட்மேன் பலமுறை வியந்ததுண்டு.

பேராசிரியர் நெல்ஸன் குட்மேனிடம் அவரது தத்துவக் கோட்பாடுகளை விவாதிப்பார் சோம்ஸ்கி. பல நேரங்களில் அவற்றைக் கடுமையான விமர்சனத்திற்கு உட்படுத்துவதும் உண்டு. குட்மேனின் பல கருத்துகளோடு சோம்ஸ்கிக்கு உடன்பாடு இருப்பதில்லை. இருப்பினும் வடிவ ஒழுங்கமைவுகள் குறித்த குட்மேனின் தத்துவக் கருத்தாக்கம் மொழித் தொடரமைப்புகளின் பகுப்பாய்வில் பல அடிப்படைப் பிரச்சனைகளுக்குத் தீர்வுகாண உதவுகிறது என்பது சோம்ஸ்கியின் ஆழமான நம்பிக்கை. குட்மேன், சோம்ஸ்கியை அறிவார்ந்த தத்துவ மாணவராகக் கருதினார். மொழியியல் கோட்பாடுகளைப் பகுப்பாய்வுத் தத்துவரீதியாக சோம்ஸ்கி அணுகியது குட்மேனுக்குப் பிடித்திருந்தது. சோம்ஸ்கியின் இவ்வாற்றல்தான் ஹார்வர்டு பல்கலைக்கழக 'Society of Fellows' உதவித்தொகை பெற சோம்ஸ்கியைப் பரிந்துரைக்கப் பேராசிரியர் குட்மேனைத் தூண்டியது.

சோம்ஸ்கி, தத்துவத்தையும் உளவியலையும் வேறுவேறு துறைகளாகக் கருதவில்லை. அவருக்கு மனித மனமே தத்துவத்திற்கும் உளவியலுக்கும் பொதுவான இயங்குதளம். இவ்வியங்குதளத்தில் மூல முதன்மைக்கூறாக மொழியறிவு எவ்வாறு கட்டமைக்கப்படுகிறது என்பது சோம்ஸ்கியின் முதல் தேடலாக இருந்தது. மனிதன் பேசும் விலங்கு. பிற விலங்கினங்களுக்கு இல்லாத பேசும் ஆற்றல் அவனுக்கு உண்டு. அவ்வாற்றலின் அடிப்படையான மொழியறிவு அவனிடத்தில் எவ்வாறு உருவாகிறது? சுற்றுப்புறச் சூழல்களுக்கு ஏற்ப ஒரு மொழியையோ ஒன்றுக்கு மேற்பட்ட மொழிகளையோ தெரிவுசெய்து மூல மொழிமெய்மைகளை எவ்வாறு ஓர் அமைப்புக்குள் கட்டமைக்கிறான்? மனித உடலில் இவ்வமைப்பு இடம்பெற்றிருக்கும் இடம் எங்கே? மொழியறிவின் கட்டமைப்பாக்கம் குறித்த இவ்வினாக்கள் தாம் சோம்ஸ்கியை நிமிர்ந்து உட்காரவைத்தவை. இவற்றுக்கான விடைகளைத் தவிர்த்த மொழியின் தோற்றம், அதன் இயல்பு, பயன்பாடு குறித்த தத்துவார்த்தச் சிந்தனைகளைத் தம் கோட்பாட்டாக்கத்தில் சோம்ஸ்கி பொருட்படுத்தவில்லை. மாறாக, மனித மனத்தின் இயல்பு, அதன் உட்கூறுகள் குறித்த பகுப்பாய்வுத் தத்துவார்த்தச் சிந்தனைகளில் அவர் நாட்டம் கொண்டார். மொழி சார்ந்த

தத்துவம், மனம் சார்ந்த தத்துவம் என்னும் இரண்டில் மனம் சார்ந்த தத்துவத்தின் மூலமாக மேலே எழுப்பிய வினாக்களுக்கு விடைகாண முயன்றார். இவ்வணுகுமுறையால் சோம்ஸ்கி மூல மெய்மைகளை நிறுவும் பகுப்பாய்வுத் தத்துவ மரபைச் சார்ந்தவராகத் தென்படுகிறார். இப்பகுப்பாய்வுத் தத்துவம் மொழியைப் பற்றிய படிப்பைத் தனித் துறைசார்ந்த படிப்பாகக் கருதுகிறது. இப்படிப்பு ஐரோப்பியத் தத்துவமரபிற்கு *(Continental Philosophy)* மாறானது.

மனித மனத்தில் மொழியறிவு கட்டமைக்கப்படும் விந்தையைக் கண்டறிய, மேலே கூறிய மூலமெய்மைகளைப் பகுப்பாய்வு செய்யும் தத்துவார்த்த நெறியை சோம்ஸ்கி வழிகாட்டியாகக் கொண்டார். மொழிப்படைப்பாக்கத் திறன் உட்படப் பல்வேறு கருத்தாக்க உருவாக்கத்தில் மனத்தின் நுட்பமான பிற திறன்களும் இடம்பெறுவதாக இத்தத்துவம் கருதுகிறது. இதற்கான ஒரு மன / உள அமைப்பை மனிதன் இயல்பாகவே பெற்றிருக்கிறான். இவ்வமைப்பு சோம்ஸ்கியின்படி, மொழி உட்படப் பல்வேறு உள்ளுறைக் கருத்தலகுகளால் *(Innate Modules)* ஆனது. இவை இயல்பாகவும் தனிமனிதனின் கட்டுப்பாடின்றித் தன்னிச்சையாகவும் இயங்கக்கூடியவை. இக்கருத்தலகுகள் ஒன்றோடொன்று ஊடாடிச் சில விதிகளைப் பொதுவாக அமைத்துக்கொண்டு குறிப்பிட்ட ஒரு கருத்தலகு, உற்பத்தித் திறனோடு இயங்க உதவுகிறது. இக்கருத்தலகே மொழிக் கருத்தலகு. இக்கருத்தலகு தருக்கம், கணிதம் போன்ற பிற புலனுணர்வியல் கருத்தலகுகளோடு ஊடாடித் தன்னை உற்பத்திப்பொருளாக உருவாக்கிக்கொள்கிறது. அத்துடன் பிற புலனறிவு சார்ந்த கருத்தலகுகளைத் தன் (மொழி)வழிப் புலப்படுத்தவும் உதவுகிறது. இந்நுட்பத்தை சோம்ஸ்கி மொழி ஈட்டல் பொறிநுட்பம் *(Language Acquisition Device - LAD)* என்று குறிப்பிடுவார்.

1.7. புலனுணர்வியல் உளவியல் அறிஞர்

சோம்ஸ்கி, ஓர் உளவியல் அறிஞர். மொழி சார்ந்த உளவியலில் புரட்சியை ஏற்படுத்தியவர். அறிவாதாரமுறையியல் *(Epistemology)* தத்துவத்தின் மூலமாக உளவியலுக்கு அறிமுகமானார். அனுபவவாதம் *(Empiricism)* என்னும் கருத்தியலாக்கம் இத்தத்துவத்தின் பாற்படும். இதனை மையமாகக் கொண்டது அமைப்பு மொழியியல் கோட்பாடு. சோம்ஸ்கி இக்கோட்பாட்டில் ஆழமான அறிவுடையவர். இக்கோட்பாடு, குழந்தையின் முதல் மொழி ஈட்டல், அனுபவவாத உளவியல் ரீதியாக வலியுறுத்தும் நடத்தை அனுபவங்கள் சார்ந்த நிகழ்வு எனக் கருதுகிறது.

இவ் உளவியலில் ஏற்பட்ட ஈடுபாடும், பின்னர் போர்ட் - இராயல் மரபின் புலனுணர்வியல் சார்ந்த உளவியலில் ஏற்பட்ட பரிச்சயமும் உளவியல் அறிவை வளர்த்துக்கொள்வதற்கேற்ற முக்கியத் தளங்களாக சோம்ஸ்கிக்கு அமைந்தன. எந்தப் பல்கலைக்கழகத்திலும் உளவியலைப் பாடமாகப் பயின்ற மாணவர் அல்ல சோம்ஸ்கி. ஆனால், மொழியியலில் அவரது உளவியல் சிந்தனைகளின் தாக்கம் மிகப் பெரிது. குறிப்பாகக் குழந்தையின் முதல்மொழி ஈட்டல் பற்றிய கருத்தாக்கத்திலும், மொழிப் பகுப்பாய்விலும் குறிப்பிடத்தக்க விளைவை இவை இன்று ஏற்படுத்தியுள்ளன.

சோம்ஸ்கி, ஆக்கமுறை மாற்றிலக்கணத்தை அறிமுகப்படுத்திய போது ஒரு மொழியியலறிஞர் என்பதைக் காட்டிலும் ஒரு புலனுணர்வியல் உளவியல் அறிஞராகவே அறியப்பட்டார். இதற்கு, ஆக்கமுறை மாற்றிலக்கணம் ஒரு மொழியியல் கோட்பாடு என்பதைவிடப் புலனுணர்வியல் உளவியல் கோட்பாடாக உளவியல் அறிஞர்களால் அங்கீகாரம் பெற்றிருந்தது முக்கியக் காரணம். சோம்ஸ்கியும் தம் கோட்பாட்டைப் புலனுணர்வியல் உளவியலின் கிளைப்பிரிவாகவே கருதுகிறார். எல்லாவற்றுக்கும் மேலாக, சோம்ஸ்கியின் மொழியியல் நவீன உளவியலில் மொழி பற்றிய கருத்தாக்கத்தை அதிகமாகப் பாதித்துள்ளதைப் புலனுணர்வியல் உளவியலறிஞர்கள் வெகுவாக நினைவுகூர்கின்றனர். சோம்ஸ்கி புலனுணர்வியல் விஞ்ஞானியாகவே ஏற்றுக்கொள்ளப்பட்டிருக்கிறார். உளமொழியியலில் ஆழமான ஆய்வுகளை மேற்கொண்டவர் கரோல் சோம்ஸ்கி. ஆனால், சோம்ஸ்கியின் மொழியியல் கோட்பாட்டு உருவாக்கத்தில் கரோலின் தாக்கம் என எதையும் எளிதாக இனங்காண முடியாது. இருப்பினும், குழந்தையின் முதல் மொழி ஈட்டலைப் பொறுத்தவரையில் புலனுணர்வியல் உளவியல் சார்பை இருவரின் படைப்புகளிலும் காணமுடியும்.

சோம்ஸ்கி மொழிப் பகுப்பாய்வில் இயற்பண்பாட்டு அணுகுமுறையைப் பின்பற்றினார். மொழி, எவ்விதப் புறத்தூண்டலும் இல்லாமல் இயல்பாகவே குழந்தைக்குக் கைவரப்பெறுகிறது என்பதைத் தத்துவார்த்த நோக்கிலும் உளவியல் நோக்கிலும் அவர் அணுகினார். இவ்வணுகுமுறையை மேற்கோள்ள சோம்ஸ்கிக்கு போர்ட் - இராயல் இலக்கண மரபு பின்புலமாக இருந்தது. இம்மரபைத் தழுவி மொழித் தத்துவத்தின் அடிப்படையில் எழுதப்பட்டது போர்ட் - இராயல் இலக்கணம். இதனை ஒரு முன்னோடி இலக்கணம் எனக் கூறுவர். *General and Rational Grammar: The Port-Royal Grammar* எனப் பிரஞ்சு மொழியிலிருந்து ஆங்கிலத்தில் மொழிபெயர்க்கப்பட்ட

இவ்விலக்கணத்தை மரபிலக்கண வரிசையில் ஒன்றாகக் கருதலாம். 1660ஆம் ஆண்டு போர்ட் – இராயல் சிந்தனைப்பள்ளியைச் சேர்ந்த ரெனே டெகார்தாவின் மாணவரான ஆன்றொய்ன் ஆர்னால்டு, கிளாட் லான்ஸிலாடு என்னும் இருவர் இவ்விலக்கணத்தை எழுதினர். இவர்கள் இருவரும் போர்ட் – இராயல் சிந்தனைப் பள்ளியைச் சேர்ந்தவர்கள். போர்ட் – இராயல் தருக்கமும் இச்சிந்தனைப்பள்ளியில் உருவானதே. இதன் எதிர்நிகர் நூலாக போர்ட் – இராயல் இலக்கணத்தைக் கூறுவர். கர்ட்டேசியன் காலம் என்று அழைக்கப்பட்ட பதினேழாம் நூற்றாண்டில் எழுதப்பட்ட இவ்விலக்கணம் கர்ட்டேசியன் பகுத்தறிவுவாதத் தத்துவத்தைப் பின்பற்றித் தனி முத்திரை பெற்றிருந்தது.

இலக்கணத்தைப் பொறுத்தவரையில் போர்ட் – இராயல் மரபினர் பொதுமை இலக்கணத்தை மையக்கருத்தாக உடையவர். இலக்கணம் மனவழிப் படிமுறை *(mental process)*; எல்லா மனிதர்களுக்கும் பொதுவானது. எனவே, இலக்கணம் பொதுமைகளாலானது. போர்ட் – இராயல் இலக்கணத்தின் மையச்சரடு இதுவாகும். சோம்ஸ்கி, கர்ட்டேசியன் மொழியியலின் உயர்ந்த ஓர் எடுத்துக்காட்டு இலக்கணமாக இதனைக் கருதுகிறார். சோம்ஸ்கியின் ஆக்கமுறை மாற்றிலக்கணத்தின் மனவழி அணுகுமுறை இம்மனவழிப் படிமுறையைத் தழுவியது. இவ்விலக்கணம் எல்லாக் குழந்தைகளுக்கும் பொதுவான உள்ளுறை வடிவத்தைக் கொண்டுள்ளது என்பது இம்மரபினரின் கொள்கை. சோம்ஸ்கி, இக்கொள்கையைத் தன் ஆக்கமுறை மாற்றிலக்கணக் கோட்பாட்டின் அடிநாதமாகக் கொள்கிறார். இவ் உள்ளுறை இலக்கணம் வரையறுக்கப்பட்ட இலக்கண விதிகளாலானது. இவை எண்ணிறந்த வாக்கியங்களை, இதுவரைப் பேசியிராத புதிய வாக்கியங்களை உற்பத்தி செய்ய மனிதனுக்கு உதவும் ஒரு வடிவ இலக்கணத்தை *(Formal Grammar)* சேர்ந்தது என்கிறார் சோம்ஸ்கி.

போர்ட் – இராயல் இலக்கணம் சோம்ஸ்கி அடிக்கடி நினைவுகூரும் ஓர் இலக்கணம். குறிப்பாகத் தாம் எழுதிய கர்ட்டேசியன் மொழியியல்[4] என்னும் நூலில் ஒரு வாக்கியத்தின் புதைநிலை அமைப்பையும் *(Deep Structure)*, புறநிலை அமைப்பை யும் *(Surface Sructure)* விரிவாகப் பேசுகிறார். வாக்கியத்தின் இவ்விணையெதிர்மை போர்ட் – இராயல் மொழியியல் உருவாக்கிய கருத்தாக்கம் என்பது குறிப்பிடத்தக்கது. பதினேழு, பதினெட்டு, பத்தொன்பதாம் நூற்றாண்டுகளில் வளர்ந்த மொழியியல் ஆய்வும், கோட்பாட்டு மரபும் இருபதாம் நூற்றாண்டு மொழியியல் கோட்பாட்டு வளர்ச்சியில் புறக்கணிக்கப்படுவதாக சோம்ஸ்கி இந்நூலில் குறிப்பிடுகிறார். ஆனால், சோம்ஸ்கியின்

ஆக்கமுறை மாற்றிலக்கண மொழியியல் கோட்பாட்டு மரபு போர்ட் – இராயல் இலக்கணத்தையும், போர்ட் – இராயல் தருக்கவியலையும் முன்வைத்தே தொடங்குகிறது. சோம்ஸ்கியின் தற்கால மொழியியல் சிந்தனைகள் வரை இவற்றின் ஆதிக்கத்தைக் காணமுடியும். குறிப்பாக, வாக்கியங்களின் புதைநிலை வடிவங்கள் புறநிலை வடிவங்களிலிருந்து வேறாக இருத்தல், குழந்தையின் முதல்மொழி ஈட்டல், மொழிப்பயன்பாட்டின் படைப்பாக்கக் கூறு *(Creative aspect of language use)* போன்றவை மொழியியல் கோட்பாட்டு வளர்ச்சியில் பெறும் முக்கியத்துவத்தில் போர்ட் – இராயல் மரபின் பங்கைப் புறக்கணிக்க முடியாது. சோம்ஸ்கியின் எந்த நூலை வாசிக்கும்போதும் மேலே குறிப்பிட்ட மூன்று நூற்றாண்டு மொழியியல் வளர்ச்சியின் பின்புலம் இன்றி, மனித மனம் சார்ந்த மொழியியல் கோட்பாட்டு உருவாக்கம் ஐயத்திற்குரியதே என்பதை உணரமுடியும்.

அமெரிக்க அமைப்பு மொழியியலும் வலுவான உளவியல் கொள்கையை அடிப்படையாகக் கொண்டது. அமைப்பு மொழியியலார் மனித மொழி கற்றலில் உள்ளுணர்வின் பங்கை ஏற்றுக்கொள்வதில்லை. குழந்தை நடக்கப் பழகிக்கொள்வது போலவே சுற்றுப்புறச்சூழல்களில் பழகி மொழியைக் கற்றுக் கொள்கிறது என்பது இவர்கள் கொள்கை. வாய்மொழிப் பழக்கமும் புறநடத்தையே என்பர். சோம்ஸ்கியின் அணுகுமுறையை அகவய அணுகுமுறை என்றால், அமைப்பு மொழியியலாரின் அணுகுமுறையைப் புறவய அணுகுமுறை எனலாம்.

மனிதன் கொஞ்சம் கூடுதல் என்பதைத் தவிர, உலகிலுள்ள எல்லா உயிர்களும் எதையாவது கற்றுக்கொண்டேயிருக்கின்றன. அந்த அந்த உயிரினங்களின் சுற்றுச் சூழல்கற்றல் நிகழத் தளமாக அமைகிறது. பிற உயிர்கள் கற்பதற்கான முன்மாதிரிகளாக அமை கின்றன. மானுட மொழியைப் பொறுத்தவரையில் மனிதர்கள் மொழியைக் கற்றுப் பேசுவோராகவும் கேட்போராகவும் பேச்சுச்சூழலை உருவாக்கிச் சமூகத்தளத்தில் இயங்குகின்றனர். இக்கற்றல் தூண்டலும் *(Stimulus)* துலங்கலுமாக *(Response)* நிகழ்கின்றன என்பர் நடத்தை உளவியலறிஞர். துலங்கல், சமூகத்தின் புறவூக்கம் *(Reinforcement)* மூலமாக ஏற்பைப் பெறும்போது கற்றல் நிறைவு பெறுகிறது. இக்கற்றல் நடத்தைப் பிற பழக்கவழக்கங்களை நாம் கற்றதற்கு நிகரான கற்றல் நடத்தையே. எனவேதான் நடத்தைவியல் உளவியலாளர் மொழி கற்றலையும் ஒருவகை நடத்தையே என்பர். நாம் வாழும் பேச்சுச் சமுதாயத்தில் பல தூண்டல்களுக்கு ஆளாகிறோம். இவற்றுக்கான துலங்கல்கள் வெற்றிகரமாக அமைந்துவிடுமானால், அதாவது நாம் எதிர்பார்த்த விளைவு கிடைத்துவிடுமானால் இந்நிகழ்வுகள்

புறவூக்கம் பெற்று, மீண்டும் மீண்டும் நிகழ்ந்து பழக்கமாகி விடும். இப்பழக்கங்களின் தொகுப்பே மொழி என்பர் அமைப்பு மொழியியலார்.

ஐம்பதுகளில் தொடங்கி அறுபதுகள் வரை மொழியியலிலும் உளவியலிலும் நடத்தைவியலின் ஆதிக்கம் ஏற்றுக்கொள்ளப் பட்டிருந்தது. வாட்சன் (1924), தார்ண்டைக் (1932), புளூம்ஃபீல்டு (1933), ஸ்கின்னர்[5] (1957) போன்றோர் மொழி கற்றலில் நடத்தைவியலின் பங்கை விவரித்துள்ளனர். உருசிய உளவியல் அறிஞர் பாவ்லாவ் அறிமுகப்படுத்திய தூண்டல் – துலங்கல் கோட்பாட்டின் அடிப்படையில் நடத்தைக் கோட்பாட்டை (Theory of Behaviorism) தோற்றுவித்தவர் வாட்சன். இவர் ஓர் அமெரிக்க உளவியல் அறிஞர். கற்றலில் மனம், நோக்கம் போன்ற அகவயக் கருத்துகளின் பங்கைப் பாவ்லாவ் போல் வாட்சனும் புறக்கணித்தார். மொழி கற்றலுக்கு மட்டுமல்லாமல் எல்லாவகைக் கற்றலுக்கும் ஆக்கநிலையுறுத்தம் (Operant Conditioning) ஏற்றது என்னும் கருத்தை இவர் வலியுறுத்தினார்.

வாட்சனின் இக்கருத்து நிலைப்பாட்டை ஏற்றுக்கொண்ட ஸ்கின்னர் எவ்விதத் தூண்டலுமின்றித் தற்செயலாக நிகழும் துலங்கல்களையும் கண்டபோது இவற்றைச் சரியான தூண்டல் களோடு இணைப்பதன் மூலம் மற்றொரு கற்றல் வகையை உருவாக்க இயலும் எனக் கருதினார். இதனைக் கருதுகோளாகக் கொண்டு சோதனையில் ஈடுபட்டார். இச்சோதனையில் ஓர் எலி, கூண்டுக்குள் அடைக்கப்பட்டிருக்கிறது. அக்கூண்டில் ஒரு நெம்புகோலும் பொருத்தப்பட்டிருக்கிறது. கூண்டுக்குள் எலி அங்குமிங்குமாக ஓடப் பொருத்தப்பட்டிருந்த நெம்புகோலைத் தற்செயலாக அழுத்த ஓர் உணவுத்துண்டு உடனே கிடைக்கிறது. எலி நெம்புகோலை அழுத்தியது தற்செயலான செயல். எலியின் இச்செயலுக்குத் தனிப்பட்ட இயல்பான தூண்டல் எதுவுமில்லை. இது தற்செயல் துலங்கல் சார்ந்த ஆக்கநிலையுறுத்தம்.

இவ்வாறு, இத்துலங்கல் அடிப்படையில் எலி மீண்டும் நெம்புகோலை அழுத்த அடுத்த உணவுத்துண்டைப் பெறுதல் தற்செயலான துலங்கலுக்கு வலுவூட்டுகிறது. அதாவது, எலி தொடர்ந்து நெம்புகோலை அழுத்துகிறது. எலியின் இந்நடத்தை ஒவ்வொரு முறையும் இவ்வாறு வலுப்படுதலைப் புறவூக்கம் பெறுதல் என்று ஸ்கின்னர் குறிப்பிடுகிறார். இப்புறவூக்கமே ஸ்கின்னரின் ஆக்கநிலையுறுத்தத்துக்கு மையமாக அமைகிறது. இதன் அடிப்படையில் 1930ஆம் ஆண்டு எவ்விதத் தூண்டலுமின்றித் தன்னிச்சையாக எழும் துலங்கல்கள் சார்ந்த ஆக்கநிலையுறுத்தம் என்னும் கோட்பாட்டை ஸ்கின்னர் அறிமுகப்படுத்தினார்.

நோம் சோம்ஸ்கி

ஸ்கின்னர் கற்றலில் மனத்தின் / உள்ளத்தின் பங்கை முழுமையாக விலக்குகிறார். 'இதைச் செய்தால் இது நிகழும்' என்னும் யதார்த்தமுறை உளவியலை அறிமுகப்படுத்தி 'ஏன் அது நிகழ்கிறது?' என்னும் வினாவை மறுக்கிறார். இவ்வாறு மறுப்பதால் மனிதனை ஓர் இயந்திரமாகப் பாவிக்கும் குறைபாட்டுக்கு ஸ்கின்னர் தள்ளப்படுவது தவிர்க்கமுடியாததாகி விடுகிறது. இருப்பினும், ஸ்கின்னரின் புறவூக்கப்படுத்தம் கற்றலின் மையமாகக் கருதப்படுகிறது.

மொழி கற்றல் என்னும் நடத்தையைப் பொறுத்தவரையில் குழந்தை ஒன்றுமே இல்லாத வெற்றுப் பாத்திரம் என்கிறார் ஸ்கின்னர். மொழி கற்றல் நடைபெற நடைபெற இப்பாத்திரம் நிரம்புகிறது. எனவே குழந்தை, மொழியால் நிரப்பப்பட வேண்டிய ஒரு பாத்திரம். இதற்கான கற்றல் தன்னிச்சையாக எழும் தூண்டல்களுக்கான துலங்கல்கள் சார்ந்த ஆக்கநிலையுறுத்தம் என்பது ஸ்கின்னரின் கருத்து. முழுமையான இலக்கணமுள்ள வாக்கியங்களைக் கற்று வெற்றிபெறும் வரை மீண்டும் மீண்டும் முயன்று குழந்தை, மொழியைக் கற்கிறது. தாய்தந்தையரும், பிற சமூக அங்கத்தினரும் காட்டும் புறவூக்கங்களாலும், சைகைகளாலும், புன்னகையாலும் குழந்தை மகிழ்ந்து தன் வெற்றியை உறுதி செய்துகொள்கிறது. மொழி கற்றல் என்னும் இவ்வாய்மொழி நடத்தை எல்லா நடத்தைவியல் உளவியல் அறிஞர்களாலும் ஏற்றுக்கொள்ளப்பட்டது.

இவ்வாய்வின் அடிப்படையில் 1957ஆம் ஆண்டு ஸ்கின்னர் 'வாய்மொழி நடத்தை (Verbal Behaviour)' என்னும் நூலை வெளியிட்டார். 1959இல் சோம்ஸ்கி இந்நூலுக்கு மதிப்புரை எழுதினார். இம்மதிப்புரை உளவியல் துறையில் பேரதிர்வுகளை ஏற்படுத்தியது. வாய்மொழி நடத்தைவியல் கோட்பாட்டின் மூலம் மனித மொழியை விளக்குவதில் ஸ்கின்னர் தோற்றுப்போனார் என்றும், மனித மொழி கற்றல், அவர் குறிப்பிடுவதுபோல நிலையுறுத்தப்பட்ட துலங்கல்களின் தொடர்ச்சியல்ல என்றும் தம் வாதத்தை முன்வைத்தார். மேலும், ஸ்கின்னரின் ஆக்கநிலையுறுத்தக் கோட்பாடு மனிதனின் மொழிப்படைப்பாக்கத் திறனை விளக்குவதற்கும், குழந்தையின் புதிய புதிய வாக்கியங்களை உருவாக்கும் மொழியாற்றலை விளக்குவதற்கும் போதுமானதல்ல என்பதை சோம்ஸ்கி தெளிவுபடுத்தினார்.

சோம்ஸ்கியும் ஸ்கின்னரும் அடிப்படையில் தத்தம் கோட்பாடுகளில் வேறுபடுவதைக் கீழ்வருமாறு தொகுத்துக் காட்டலாம்.

- குழந்தை ஒன்றுமேயில்லாத வெற்றுப் பாத்திரம்; ஒன்றுமே எழுதப்படாத வெறும் மனப்பலகையோடு குழந்தை பிறக்கிறது என்பது ஸ்கின்னரின் கருத்து.

   எல்லா மனித உயிர்களும் ஒரு மொழியைக் கற்பதற்கான உயிரியல் சார்ந்த உள்ளுறை ஆற்றலோடு பிறக்கிறது என்பது சோம்ஸ்கியின் கருத்து.

- கற்றல் படிமுறை தூண்டல் – துலங்கல் உறவுகளாலானது. புறவூக்கம் பெறப்பெற கற்றல் உரிய வடிவாக்கம் பெற்று நிலையுறுத்தம் பெறுகிறது. எனவே, கற்றல் புறநடத்தை சார்பானது என்கிறார் ஸ்கின்னர்.

   கற்றல் புறநடத்தை சார்பானதன்று. மொழி கற்றல் புலனுணர்வியல் சார்பானது; குழந்தையின் உள்ளுறைப் பொறிநுட்பம் மொழியை இயல்பாகக் கற்க உதவுவதோடு அது எவ்வாறு செயல்படுகிறது என்பதையும் குழந்தை துல்லியமாக அறிய உதவுகிறது என்பது சோம்ஸ்கியின் கருத்து.

சோம்ஸ்கியின் விமர்சனங்களுக்கு ஸ்கின்னர் இறக்கும் வரைப் பதில் அளிக்கவில்லை. ஆனால், உளவியலில் சோம்ஸ்கியின் விமர்சனங்களுக்கு எதிர்ப்புக்குரல் எழுந்த அதேநேரத்தில் ஒப்புதலும் பாராட்டும் புலனுணர்வியல் உளவியலாளரிடமிருந்து சோம்ஸ்கிக்குக் கிடைத்தன. அவரது மொழியியல், புலனுணர்வியல் உளவியலின் கிளைப்பகுதியாக அக்காலக்கட்டத்தில் அங்கீகாரம் பெற்றது.

சோம்ஸ்கி காட்டும் உள்ளுறைப் பொறிநுட்பம் மொழியைப் பற்றிய கருத்தியலாக்கமும், மொழிப் படைப்பாக்க ஆற்றலும் அடங்கிய ஒரு மன அமைப்பாக்கம். முன்னர்க் குறிப்பிட்டதுபோல, மனித மனம் பல்வேறு கருத்தலகுகளால் ஆனது. இக்கருத்தலகுகளின் தொகுப்பு மனம் என்பார் சோம்ஸ்கி. மொழி, தத்துவம், கணிதம், உளவியல் எனப் பல்வேறாக இயங்கும் இவை சிக்கலான முறைகளில் ஒன்றோடொன்று இணைந்து உறவாடிப் புலனுணர்வியல் சார்ந்த பிற கருத்தலகுகளை உருவாக்குகின்றன. இவ்வாறு உருவாகும் கருத்தலகுகளுள் ஒன்று மொழிநுட்பப் புலம் (Language Faculty). மொழிக் கருத்தலகு (Language Module) என்பது இதுவே. மொழிநுட்பப் புலத்தின் இவ்வமைப்புருவாக்க வளர்ச்சிதான் மொழியின் பரிணாம வளர்ச்சி என்பதை இக்கருத்தலகு உணர்த்துகிறது. இம்மொழிநுட்பப் புலத்தை மொழி அறிதிறன் (Competence) என்றும், மொழிச் செயலறிதிறன் (Performance) என்றும் சோம்ஸ்கி

நோம் சோம்ஸ்கி

பகுத்துக்காட்டுவார். குழந்தையின் இம்மொழி அறிதிறனை விளக்குவது ஆக்கமுறை மாற்றிலக்கணத்தின் முதன்மை நோக்கம். இது பற்றி விரிவாகப் பிற்பகுதியில் காண்போம்.

மனிதனின் மொழிப்படைப்பாக்கத்திறன், நாம் முன்னர்க் குறிப்பிட்டதுபோல பல மனவழிநுட்பப் புலங்களால் ஆனது. தத்துவம், தருக்கம், உளவியல், கணிதம் என்பன இவற்றுள் முதன்மை நுட்பப் புலங்கள். மொழி உற்பத்தியாக்கம் இவற்றின் ரசாயனக் கலவையால் தனியொரு நுட்பப் புலமாகக் கட்டமைக்கப்படுகிறது. மனித மனம் உள்வாங்கியிருக்கும் இவ்வமைப்பாக்கம் மொழி என்னும் வாயாடல் உற்பத்திக்கு முழுப்பொறுப்பு ஏற்கிறது. இவ்வாயாடல் மொழியை, எண்ணிக்கையளவில் வரையறைக்குட்பட்ட விதிகளாலான தொகுப்பு என்றும், இத்தொகுப்பிலுள்ள விதிகளால் எண்ணிறந்த வாக்கியங்கள் உற்பத்தி செய்யப்படுகின்றன என்றும் சோம்ஸ்கியின் ஆக்கமுறை மாற்றிலக்கணக் கோட்பாடு விளக்குகிறது. இவ்வாக்கிய உற்பத்தியாக்கம் மரபியல் பண்பு சார்ந்த நடவடிக்கை என்பது சோம்ஸ்கியின் கருத்து. இக்கருத்தைப் பெறத் தத்துவவியல், தருக்கவியல், புலனுணர்வியல் உளவியல், நரம்பியல் உளவியல், கணிதவியல் முதலான துறைகளில் ஆழக்கால் புதைத்த பின்னரே சோம்ஸ்கிக்குச் சாத்தியமாயிற்று. இதற்காகப் பிற துறை சார்ந்த அறிஞர்களோடு அவர் நிகழ்த்திய உரையாடல்கள் ஏராளம்.

சோம்ஸ்கியை ஒரு மொழியியலறிஞராக உருவாக்கிய அறிஞர் வட்டம் மிகப் பெரியது. பல்வேறு அறிவியல் துறை சார்ந்த சிந்தனையாளர்கள் இவ்வட்டத்திற்குள் அடங்குவர். உலகளவில் அறிவார்ந்த சமூகத்தின் பிரதிநிதிகளுள் ஒருவராக சோம்ஸ்கி இன்று விளங்குவது இவ்வட்டத்தின் பெருமையால்தான் என்பதை இங்குக் குறிப்பிட்டுக் கூறவேண்டும். சோம்ஸ்கியின் மொழியியல் கோட்பாடுகளும் கொள்கைகளும் இப்பரந்த துறைகளின் தாக்கத்தை உள்ளடக்கமாகக் கொண்டவை. மொழியியல் வரலாற்றில் இப்பன்முக அணுகுமுறை சோம்ஸ்கிக்கு முன்னர் இவ்வளவு விரிந்த அளவில் உருவானதில்லை. இப்பன்முக அணுகுமுறையை மொழி ஆய்வில் இவர் அறிமுகப்படுத்தியதன் மூலமாக மொழியியலை அறிவியல்சார்ந்த கோட்பாட்டுத் துறைப்படிப்பாக உயர்த்திய பெருமையை சோம்ஸ்கி இன்றுவரைத் தக்கவைத்திருக்கிறார் என்றால் அது மிகைக்கூற்றல்ல. எல்லாவற்றுக்கும் மேலாக, பிற துறை சார்ந்த கருத்துருவாக்கங்களின் முறைமைத்தகுதியை உரசிப்பார்க்கும் உரைகல்லாகவும் சோம்ஸ்கியின் மொழியியல் கோட்பாடுகள் இன்று விளங்குகின்றன.

குறிப்புகள்

1. In Chomsky's view, the reason that children so easily master the complex operations of language is that they have innate knowledge of certain principles that guide them in developing the grammar of their language. In other words, Chomsky's theory is that language learning is facilitated by a predisposition that our brains have for certain structures of language.

   But what language? For Chomsky's theory to hold true, all of the languages in the world must share certain structural properties. And indeed, Chomsky and other generative linguists like him have shown that the 5000 to 6000 languages in the world, despite their very different grammars, do share a set of syntactic rules and principles. These linguists believe that the universal grammar is innate and is embedded somewhere in the neuronal circuitry of the human brain. And that would be why children can select, from all the sentences that come to their minds, only those that conform to a "deep structure" encoded in the brain's circuits (Chomsky's Universal Grammar, http:/ the brain mcgill.ca/flash/capsules).

2. ....I happened to meet Zellig Harris, a really extraordinary person who had a great influence on many young people in those days. He had a coherent understanding of this whole range of issues , which I lacked, and I was immensely attracted by it, and by him personally as well, also by others who I met through him. He happened to be one of the leading figures in modern linguistics, teaching at the University of Pennsylvania. His interests were very broad, linguistics being only a small corner of them, and he was a person of unusual brilliance and originality. I began to take his graduate courses; in fact the first reading I did in linguistics was the proofs of his book Methods in Structural Linguistics, which appeared several years later. At his suggestion, I also began to take graduate courses in philosophy - with Nelson Goodman, Morton White, and others - and mathematics - with Nathan Fine - fields in which I had no background at all, but which I found fascinating, in part, no doubt, thanks to unusually stimulating teachers (Chomsky Info. 1991).

3. "இந்த ஆய்வு நீண்டகாலமாக அச்சில் வராமல், ஆனால் ஆய்வுக்கட்டுரைகளில் மட்டும் குறிப்பிடப்பட்டிருந்தது. எம்.ஐ.டி நிறுவனம் இதை முதலில் அச்சிட மறுத்துவிட்டது. சோம்ஸ்கி அப்போது நன்கு அறிமுகமாகாத நிலையிலும் அமைப்பு மொழியியல் ஆதிக்கம் பெற்றிருந்த நிலையிலும்

இவ்வாய்வு ஏற்றுக்கொள்ளப்படாததில் வியப்பு ஒன்றும் இல்லை. ஏறக்குறைய 20 ஆண்டுகளுக்குப் பிறகு இது அச்சில் வந்தது" (அரங்கன், 2013). என்று குறிப்பிடுகிறார் அரங்கன்.

4. பதினேழாம் நூற்றாண்டில் பிரான்ஸில் வளர்ந்த மொழியியல் சிந்தனைகளை கார்ட்டேசியன் மொழியியல் சிந்தனைகள் என சோம்ஸ்கி கூறுகிறார். இச்சிந்தனைகள் அக்கால போர்ட்–இராயல் இலக்கண மரபைச் சார்ந்தவை. இம்மரபை ஹெர்டர், வில்ஹம் வோன் ஹூம்போல்டு போன்ற அறிவுஜீவிகளின் இயக்கமாக கார்ட்டேசியன் இயக்கம் என்றும், மொழி சார்ந்த இவ்வியக்கத்தின் சிந்தனைகளை கார்ட்டேசியன் மொழியியல் சிந்தனைகள் என்றும், 'கார்ட்டேசியன் மொழியியல்' *(Cartesian Linguistics)* என்னும் தன் நூலில் சோம்ஸ்கி குறிப்பிடுகிறார்.

5. புலன்களுக்குப் புலப்படும் மனித நடத்தைகளை ஆராயும் நவீன நடத்தைவியல் கோட்பாட்டை *(Behaviorist Theory)* உருவாக்கி வளர்த்தவர் பர்ஹூஸ் ஃப்ரெடெரிக் ஸ்கின்னர். கற்றல், மரபுவழிப் பண்பியல் சார்ந்த கூறுகளைக் காட்டிலும் சுற்றுப்புறச் சூழல் சார்ந்த செயல்பாட்டு வெளிப்பாடு என்பது இவரது கோட்பாட்டின் அடிப்படைக் கருத்து. தூண்டல் – துலங்கல் என்னும் முறையில் உயிரிகள் நிகழ்த்தும் நடத்தைகளின் வரிசையில் நிலைபெறும் ஆக்கநிலையுறுத்தம் மேன்மேலும் புறவூக்கம் பெறக் கற்றல் நிகழ்கிறது என்கிறார் ஸ்கின்னர். பல விமர்சனங்களுக்கு இடையேயும் மொழி கற்றலையும் இவ்வாறே விளக்கலாம் என்று 1957இலிருந்து ஸ்கின்னர் கூறிவந்தார். கல்வித்துறையில் கற்றல், கற்பித்தல் தளங்களில் இவரது நடத்தைவியல் கோட்பாடு இன்றுவரை போற்றப்பட்டுவருகிறது. குறிப்பாக, மொழியாசிரியர்கள் இடையே இக்கோட்பாடு தனிச் செல்வாக்கு பெற்றுள்ளது. மொழி கற்றலில் மொழி கற்பிக்கப்பட வேண்டிய ஒரு நடத்தையாகக் கருதப்படுகிறது. மொழி கற்பித்தலில் கேட்டல் – பேசல் கோட்பாடு *(Audio - lingual Theory)* ஸ்கின்னரின் கோட்பாட்டை அடிப்படையாகக் கொண்டது.

இவரது நடத்தைவியல் கோட்பாடுகளை ஆழமான விமர்சனங்களுக்கு உட்படுத்தியவர்களுள் சோம்ஸ்கி குறிப்பிடத்தக்கவர். பகுத்தறிவுவாதக் கோட்பாட்டுக்கு ஆதரவாக *Cartesian Linguistics (1966). Language and Mind (1972), Reflections on Language (1975), Rules and Representations (1985)* போன்ற நூல்களை சோம்ஸ்கி எழுதினார். நடத்தைவியல் கோட்பாடுகள் தம் முந்தைய செல்வாக்கை இழந்துவந்தாலும் மனிதனின்

நடத்தைகளில் ஸ்கின்னரின் கண்டுபிடிப்பான புறவூக்கத்தின் ஆளுமை இன்றும் கல்வி உளவியல் கோட்பாடுகளில் முக்கியத்துவம் பெறுவது மறுக்க முடியாத உண்மை.

1904ஆம் ஆண்டு பென்சில்வேனியாவில் பிறந்த ஸ்கின்னர் ஹார்வர்டு பல்கலைக்கழகத்தில் உளவியல் படித்து நடத்தைவியல் தொடர்பான பல ஆய்வுகளை மேற்கொண்டார். 2000ஆம் ஆண்டு மாசாசூசெட்ஸில் இயற்கை எய்தினார்.

2

சோம்ஸ்கிக்கு முன் மொழியியல் – I

2.1. மொழியியல்: ஓர் அறிமுகம்

'சோம்ஸ்கிக்கு முன் மொழியியல்' என்னும் இவ்வத்தியாயத்திற்குள் நுழைவதற்கு முன் முக்கியமாக ஒரு கருத்தைப் பதிவு செய்ய வேண்டும். நோம் சோம்ஸ்கியைச் சமூக அரசியல் போராளியாகவும், கொள்கை மறுப்பாளராகவும் தெரிந்த அனைவர்க்கும் அடிப்படையில் அவர் ஒரு மொழியியல் பேராசிரியர் என்பது தெரியாமலிருக்க வாய்ப்பில்லை. இருப்பினும், மொழியியல் பேராசிரியர் என்னும் அவரின் மற்றொரு பரிமாணத்தை முழுமையாக அறிந்துகொள்ள விரும்பும் வாசகருக்கு மொழியியல் அறிமுகமின்மை தடையாக இருக்கக் கூடாது. அவ்வாசகரும் புரிந்துகொள்ளத்தக்க வகையில் பொதுமொழியியல் பற்றிய ஓர் அறிமுகம் தவிர்க்கமுடியாத கட்டாய மாகும். எனவே, இவ்வறிமுகம். அத்துடன், சோம்ஸ்கியின் மொழியியல் கோட்பாட்டை வரும் அத்தியாயங்களில் எளிதாகப் புரிந்துகொள்ளவும் இவ்வறிமுகம் பின்புலமாக அமையும்.

சோம்ஸ்கிக்கு முந்தைய மொழியியல் வளர்ச்சியை வரலாற்று நிகழ்வுகளின் தொகுப்புப் போலல்லாமல் அவரின் மொழியியல் கோட்பாட்டுக் கோணத்தில் ஓர் ஆய்வு சார்ந்த மதிப்பீடாக இனி வரும் மூன்று அத்தியாயங்களில் அணுகலாம். இம்மதிப்பீட்டை சோம்ஸ்கிய மொழியியலின் – ஆக்கமுறை

மாற்றிலக்கணத்தின் கோட்பாட்டுப் பின்னணியை வாசகருக்குக் கோடிட்டுக் காட்டும் பகுதியாகவும் கருதலாம். இப்பகுதியைத் தொடர்ந்து புளூம்ஃபீல்டிய அமைப்பியல்வாதத்திற்கு *(Bloomfieldian Structuralism)* எதிராக ஆக்கமுறையியல்வாதத்தை *(Generativism)* நிலைநிறுத்த சோம்ஸ்கியும், அவரது மாணவர்களும் இணைந்து எதிர்கொண்ட மொழியியல் போர்கள் குறித்து ஐந்தாம் அத்தியாயமும், ஆக்கமுறையியல்வாதத்தின் கருத்தியல் பின்னணி குறித்து ஆறாம், ஏழாம் அத்தியாயங்களும், ஆக்கமுறை மாற்றிலக்கணக் கோட்பாட்டின் தோற்றம், வளர்ச்சிப் படிநிலைகள் பற்றி எட்டாம், ஒன்பதாம் அத்தியாயங்களும் விரிவாக விளக்குகின்றன. இவ்வத்தியாயத்தில், சோம்ஸ்கிக்கு முந்தைய மரபிலக்கணங்களில் தொடங்கி ஒப்புமை மொழியியலின் வளர்ச்சி வரைப் பேசப்படுகிறது. மூன்றாம் அத்தியாயத்தில், அமைப்பியல்வாதத்தின் தோற்றம் ஃபெர்டினண்ட் டி சஸூர் காலம் ஆரம்பித்து லெனார்டு புளூம்ஃபீல்டு காலம் வரையும் விளக்கப்படுகிறது. நான்காம் அத்தியாயத்தில், புளூம்ஃபீல்டிய மொழியியலைப் பின்பற்றி வளர்ந்த புது – புளூம்ஃபீல்டிய மொழியியல் *(Neo - Bloomfieldian Linguistics)* சோம்ஸ்கியின் ஆக்கமுறையியல்வாதத்தின் விதை ஊன்றப்பட்ட 1953ஆம் ஆண்டு முதல் 1955ஆம் ஆண்டு வரையிலான கோட்பாட்டு வளர்ச்சி வரையும் விவரிக்கப்படுகிறது. இவ்வரலாற்றுப் பின்னணி சோம்ஸ்கியின் ஆக்கமுறையியல்வாதத்தில் ஏற்படுத்திய தாக்கத்தைச் சித்திரித்துக் காட்டுவது இம்மூன்று அத்தியாயங் களின் நோக்கம்.

சோம்ஸ்கிய மொழியியலின் அறிமுகத்திற்கு முன் கடந்த இரு நூற்றாண்டுகளாக மொழியைப் பற்றிய படிப்பு நான்கு முக்கியமான கோட்பாட்டுப் பாட்டைகளில் பயணித்துள்ளது. அவை,

- மரபிலக்கணம்
- பொதுமை இலக்கணம்
- ஒப்புமை மொழியியல்
- அமைப்பு மொழியியல்

என்பன.

2.2. மரபிலக்கணம்

தற்கால மொழியியல் வளர்ச்சி நோக்கில் மரபிலக்கணத்தைத் தன்னாட்சிமிக்க துறைப்படிப்பாக அங்கீகரிக்க மொழியியலாள ரிடையே இன்னும் தயக்கம் உள்ளது. மரபிலக்கணத்தின்

விதிமுறைப்பண்பு, அகவயச்சார்பு, அறிவியல் அணுகுமுறையின்மை போன்ற சில குறைகளைச் சுட்டிக்காட்டி மொழியியலுடனான அதன் உறவும் பங்கும் மறுக்கப்படலாம். இக்குறைகள், மொழியியலை ஓர் அறிவியல் படிப்பாக உயர்த்த எண்ணிய அமைப்பு மொழியியல் அறிஞருக்குச் சாதகமாக இருந்தன. ஆனால், மொழியைப் பற்றிய படிப்பின் மூத்த வடிவம் என்ற நிலையில் மொழியியலுடனான மரபிலக்கணத்தின் உறவு மறுக்க முடியாதது. இதன் முக்கியத்துவம் மொழியியல் கோட்பாட்டு வளர்ச்சியின் ஒவ்வொரு கட்டத்திலும் உணரப்பட்டு வந்திருக்கிறது. 'மரபிலக்கணமும் மொழியியலும்' என்னும் பகுதியில் இது பற்றி விரிவாகக் காண்போம்.

2.2.1. இலக்கண மரபுகள்

உலக மொழிகளில் பல்வேறு இலக்கண மரபுகள் காணப்படுகின்றன. இவை எல்லாவற்றுக்கும் பொதுவான தத்துவார்த்த உளவியல் அடிப்படை உள்ளது. இம்மரபுகளின் நோக்கங்களில் இழையோடும் ஓர் ஒற்றுமையை இலக்கண வாசிப்பில் நாம் எளிதாக உணர முடியும். இவற்றைப் பற்றி விரிவாக அறியவரும்போது மனித இலக்கணத்தின் மூலமரபைத் தேடிக் காண உற்சாகம் தோன்றும். மனித இலக்கணம் எந்த வேடம் தரித்து வளர்ந்திருந்தாலும் எல்லாக் காலத்திலும் மரபிலக்கணத்தின் கைப்பிடித்தே நடைபழகியிருக்க வேண்டும். இலக்கணத்தை மனித மனத்தின் புனையுருவாக நாம் கருதுகிறோம். இவ்வாறு கருதும் வரை இலக்கண வளர்ச்சி மனிதன் தோன்றிய காலந்தொட்டு வளர்ந்துவருகின்ற ஒரு தொடர்பமே. மனத்தின் இப்புனையுருதான் ஒரு குறிப்பிட்ட மொழியின் இலக்கணத்தை இனங்காண அவனுக்கு உதவுகிறது. சோம்ஸ்கி, மனித மனத்தின் இவ்வுள்ளார்ந்த புனையுருவை மொழி அறிதிறன் என்று குறிப்பிடுகிறார். ஆக்கமுறை மாற்றிலக்கணக் கோட்பாட்டை சோம்ஸ்கி கட்டமைக்கும் தளம் இதுவே என்பது இங்குக் குறிப்பிட வேண்டிய முதன்மைச் செய்தி. இலக்கணத்தைப் பற்றிய இத்தத்துவார்த்த உளவியல் சிந்தனை மிகத் தொன்மையானது. உலகத்திலுள்ள பல செவ்வியல் இலக்கண மரபுகள் இது போன்ற சிந்தனைகளில் தோய்ந்தவை.

உலகத்தில் காணும் பல இலக்கண மரபுகளுள் செவ்வியல் இலக்கண மரபுகள் சிலவே. பாபிலோனிய இலக்கண மரபு, இந்திய இலக்கண மரபு, கிரேக்க இலக்கண மரபு, ரோமானிய இலக்கண மரபு, ஹீப்ரு இலக்கண மரபு போன்றவை இவற்றுள் குறிப்பிடத்தக்கவை. இம்மரபுகளைச் சார்ந்த பல்வேறு இலக்கணங்கள் மொழியில் நிகழ்ந்த மாற்றங்களைப் பதிவுசெய்யும்

ஆவணங்களாகத் தோன்றியவை. பல இலக்கணங்கள் மொழி கற்றலை நோக்கமாகக் கொண்டு பயிற்று இலக்கணங்களாக *(Pedagogical Grammars)* எழுதப்பட்டவை. பழைய பாபிலோனிய மரபு, சுமேரிய மொழி மாற்றங்களை ஆவணப்படுத்துவதைக் காட்டிலும் அக்காடியர்கள் அம்மொழியைக் கற்பதற்காக இலக்கணம் எழுதுவதைச் சிறப்பு நோக்கமாகக் கொண்டிருந்தது. ஓர் இரண்டாம் மொழிப் பயிற்று இலக்கண மரபின் நதிமூலமாகப் பழைய பாபிலோனிய மரபைக் குறிப்பிடலாம்.

பழைய பாபிலோனிய இலக்கண மரபு, கி.மு. 1900இல் தோன்றி 2500 ஆண்டுகளாக நீடித்தது என்பர். சமயத் தத்துவம், தருக்கம், நீதி தொடர்பான பிரதிகளிடையே சுமேரியப் பெயர்ச்சொற்களும் அவற்றுக்கு இணையான அக்காடியன் மொழிபெயர்ப்புகளுமாகப் பல நூல்கள் இக்காலக்கட்டத்தில் எழுதப்பட்டன. சுமேரியர்களை வென்ற அக்காடியர்கள், சுமேரியமொழியைக் கற்கும் நோக்கத்தில் இவ்விலக்கண உருவாக்க முயற்சிகளை மேற்கொண்டனர். இவற்றின் அடிப்படையில்தான் கி.மு. ஆறாம், ஐந்தாம் நூற்றாண்டுகளில் சுமேரியமொழிக்கான முழுமையான இலக்கணங்கள் உருவாயின. சுமேரிய – அக்காடிய வினையடிகள் தொகுக்கப்பெற்று அவற்றின் வாய்பாடுகளை விரிவாக விளக்கிப் பல நூல்கள் தோன்றின. சுமேரியமொழியை அக்காடியர்கள் கற்பதற்கேற்ற வகையில் இவ்விலக்கணங்கள் எழுதப்பட்டன. முன்னரே குறிப்பிட்டபடி, மொழி கற்றல் தேவையை அடிப்படையாகக் கொண்ட இலக்கண உருவாக்கம் பழைய பாபிலோனிய மரபிலிருந்து தொடங்கியது எனலாம்.

இந்திய இலக்கண மரபு, பழைய பாபிலோனிய மரபிற்கு இணையான தொன்மை உடையது. வேதங்களின் தத்துவார்த்த நெறிகளிலிருந்து முகிழ்த்த இலக்கணம் எட்டு வேதாங்கங்களுள் ஒன்றாக இம்மரபில் கருதப்படுகிறது. இலக்கணக் கருத்தாக்கம் தத்துவ நூல்களை உய்த்துணர்ந்து பெறப்பட்டதாகக் கருதும் கிரேக்க இலக்கண மரபு இம்மரபிற்கு இணையானது. இம்மரபில் சமயப் பிரதிகளான வேதங்கள் பாராயணம் செய்யப்பட்டு வந்தன. இதனால் சமஸ்கிருத மொழியில் உச்சரிப்பு மாற்றங்களும் பிழைகளும் தவிர்க்கமுடியாதவையாயின. இவை வேதவழக்கின் புனிதத்தை எந்தவிதத்திலும் பாதித்துவிடக் கூடாது என்பதற்காக முறையான உச்சரிப்புவிதிகள் உருவாக்கப்பட்டன. கி.மு.1200இலிருந்து பின்பற்றப்பட்டு வந்த இவ்வேதப் பாராயணத்தில் ஒவ்வொரு சொல்லின் உச்சரிப்பிற்கும் முக்கியத்துவம் தரப்பட்டது. உச்சரிப்புவிதிகள் அடங்கிய இக்குறிப்புகளை 'சிக்ஷைகள்' என்று அழைத்தனர்.

உச்சரிப்புவிதிகளோடு சிறுபான்மை இலக்கணவிதிகளும் சேர்ந்த பிற்கால நூலாக்கங்களைப் 'பிராதிசாக்கியங்கள்' என்றனர். காலம் செல்லச்செல்ல மொழி மாற்றங்களின் அடிப்படையிலான இலக்கணவிதிகளும் விளக்கமும் பொதுஇலக்கண உருவாக்கத்திற்கு அடிப்படையாயின.

கி.மு. 500இல் அஷ்டாத்தியாயீ என்னும் இலக்கண நூலைப் பாணினீ எழுதினார். கி.மு. 300இல் அவ்விலக்கணத்திற்குக் காத்தியாயனர் எழுதிய வார்த்திகங்கள் சமஸ்கிருத மரபில் குறிப்பிடத்தக்கவை. காத்தியாயனரைப் பாணினீ எழுதிய அஷ்டாத்தியாயீயின் முதல் மதிப்பீட்டாளராகக் கூறுவர். இவர் அஷ்டாத்தியாயீயை மறுவாசிப்புக்கு உட்படுத்தினார். தமக்கு எழுந்த ஐயங்களுக்கான தீர்வுகளையும், மறுக்கத்தக்க சில சூத்திரங்களை நீக்கி வார்த்திகங்களையும் இவர் பதிவுசெய்தார். கிட்டத்தட்ட 1500 அஷ்டாத்தியாயீ சூத்திரங்களுக்கு 4263 வார்த்திகங்களை இவர் எழுதிச் சேர்த்தார். காத்தியாயனரின் திருத்தங்களையும் இடைச்செருகல்களையும் தொடர்ந்து பதஞ்சலி முனிவர் அஷ்டாத்தியாயீயிக்கு மாபாடிய உரை எழுதினார்.

இந்திய இலக்கண மரபைப் போலவே கிரேக்க மரபிலும் இலக்கணத் தோற்றத்தின் மூலம் தத்துவமே. கி.மு. ஐந்தாம் நூற்றாண்டுக்கு முன்னரே கிரேக்க அறிஞர்களின் கவனத்தை இலக்கணம் ஈர்த்தது. இலக்கியத்தன்மையை வெளிப்படுத்திய மொழி வடிவத்திற்கும், அதன் பொருண்மைக் கூறுகளுக்கும் இடையேயுள்ள உறவு அறிவியல் அணுகுமுறைகளுக்கு அப்பால் தத்துவார்த்தநெறிகளுக்கு இணக்கமாக இக்காலக்கட்டத்தில் விளங்கியது. தத்துவமும் தருக்கமும் இவ்வுறவை விளக்கப் பயன்படுத்தப்பட்டன. பொதுவாகவே தத்துவம், தருக்கம், இலக்கியம், இலக்கணம் ஆகியன கருத்தாக்கமும் கலைச்சொற்களும் பெற்றுத் தனித்தனித் துறைகளாக வளர நீண்டகாலம் ஆகும். இவற்றுள், இலக்கணத்தைப் பொறுத்தவரையில் பிளேட்டோவும் அரிஸ்டாடிலும் இன்று நாம் நிற்கும் இலக்கணமேடையை அமைத்துத் தர எவ்வளவோ காலம் போராட வேண்டியிருந்தது.

ஸ்டாயிக் குழு, மொழிக்கு முக்கியத்துவம் அளித்த கிரேக்கத் தத்துவச் சிந்தனைப்பள்ளிகளுள் முதன்மையானது. இக்குழுவினர் இலக்கணத்தைப் பொதுத் தத்துவத்தின் முதற்பொருளாகக் கருதினர். மொழி வடிவத்திற்கும் பொருளுக்கும் இடையேயுள்ள அடிப்படை வேறுபாட்டை முதன்முதலாக விளக்கியது இச்சிந்தனைப்பள்ளிதான். ஸ்டாயிக்குகளைத் தொடர்ந்து அலெக்ஸாண்டிரிய அறிஞர்கள், குறிப்பாக மரபிலக்கணம்

குறித்த கருத்தை மேம்படுத்தினர். கிரேக்க காலனிகளில் ஒன்றாக இருந்த அலெக்ஸாண்டிரியா மொழி, இலக்கிய ஆய்வுகளின் மையமாக விளங்கியது. பழைய ஹோமரிய கையெழுத்துப் பிரதிகள் பிழைகளும் இடைச்செருகல்களுமாக இக்காலத்தில் வழக்கிலிருந்தன. அலெக்ஸாண்டிரிய அறிஞர்கள் இவற்றைச் சேகரித்து ஒப்பிட்டு மூலப்பிரதியின் தூய்மையை வெளிக்கொணர்ந்தனர். அலெக்ஸாண்டிரியாவின் சமகாலக் கிரேக்கமொழியிலிருந்து இச்செம்மொழிப் பிரதிகள் பல வகைகளில் வேறுபட்டிருந்தன. இதனால் பிரதிகளையும் இலக்கணங்களையும் செம்மைப்படுத்தி வெளியிடுவதில் ஆர்வம் காட்டினர். இவற்றிடையே காணக் கிடைத்த மொழி மாற்றங்களை ஆவணப்படுத்துவதில் இவர்கள் கூடுதல் அக்கறை காட்டினர்.

அலெக்ஸாண்டிரிய அறிஞர்களைப்போலவே அக்காலப் பள்ளியாசிரியர்களும் மொழி மாற்றங்களில் அதிக ஆர்வம் காட்டினர். பழைய கிரேக்கக் கல்விமுறையில் ஹோமரின் நூல்கள் இடம்பெற்றிருந்தன. பள்ளிக்கூடக் கலைத்திட்டத்தில் ஹோமரின் மொழி முக்கியத்துவம் பெற்றிருந்தது. இம்மொழியின் பழைய பள்ளி இலக்கணங்களிலிருந்து மேற்கொண்ட மொழி மாற்றங்களை பிளேட்டோ, அரிஸ்டாடில், ஸ்டாயிக் போன்ற இலக்கண அறிஞர்களின் நூல்களில் காணமுடியும் என்பார் ஹோவ்த்ஹாகன் *(1982)*. மொழியின் தோற்றம், இலக்கணக்கூறுகள் பற்றிய இவர்களது கருத்துகள் பிற்கால இலக்கணங்களில் செல்வாக்குப் பெற்றன. சொல், வரலாற்றுக் கூறாகச் சொல்லிலக்கணத்தில் *(Etymology)* கருதப்பட்டபோது வாக்கியம் பற்றிய தொடரியல், சொல்லணியியலின் *(Rhetorics)*, தருக்கவியலின் பகுதியாகக் கருதப்பட்டது.

கிரேக்கர்களைப் போல ரோமானியர்களும் இலக்கணத்தைத் தத்துவத்தின் பிரிவாகவே கருதினர். இவர்கள் கிரேக்க இலக்கணத்தை மாதிரியாகக் கொண்டு இலத்தீன் இலக்கணங்களை எழுதினர். அலெக்ஸாண்டிரிய தத்துவ அறிஞர்களின் ஒப்புமையாக்கவாதமும் *(Analogy)*, ஸ்டாயிக் தத்துவ அறிஞர்களின் நெறிதிறம்புவாதமும் *(Anomaly)* இவ்விலக்கணங்களில் ஆளுமைச் செலுத்தின. கிரேக்க இலக்கணக் கலைஞர்களின் மனித மனவழிச் சிந்தனையான மொழிப் பொதுமைக் கருத்தாக்கத்தை இலத்தீன் இலக்கணக் கலைஞர்கள் இலக்கண உருவாக்கத்தில் மதித்துப் போற்றினர். இக்காலப் பொதுக்கல்வித் திட்டத்தில் கிரேக்க, இலத்தீன் மொழிகள் முக்கிய இடம்பெற்றன. இதன் காரணமாகப் பெரும்பாலான இலக்கணங்கள் கற்பித்தல் சார்புடையனவாக எழுதப்பட்டன.

கிரேக்க, இந்திய இலக்கண மரபுகள் தனித்தனி மரபுகளாகக் கருதப்பட்டாலும் இவற்றிடையே காணும் ஒற்றுமைகள் ஏராளம். கிரேக்க மொழியறிஞர்கள் பழைய செம்மொழி இலக்கியப் பிரதிகளைப் பதிப்பித்தனர். பல சொற்களஞ்சியங்களைத் தொகுத்தனர். பலவற்றுக்கு உரைகள் எழுதினர். இந்திய இலக்கண மரபில் வேதப் பிரதிகளுக்கு இத்தகைய பணிகள் மேற்கொள்ளப் பட்டன. பிரதிக்கும் மொழிக்கூறுகளுக்குமிடையேயுள்ள உறவுகளைக் காணுதல், மொழிப்பயன்பாட்டை விளக்குதல், மொழித்தூய்மை காத்தல், மொழிப்பிழை நீக்குதல் போன்ற மரபிலக்கணத்தின் பல்வேறு பரிமாணங்களை இந்திய மரபும் பெற்றிருந்தது. காலப்பழைமையிலும் இலக்கண அமைப்பிலும் எவ்விதத் தொடர்பும் இல்லாத காலத்திலிருந்தே கிரேக்க, இலத்தீன் மரபுகளைப் போலவே இந்திய இலக்கண மரபு வளர்ந்து வந்தது வியப்பளிக்கிறது. இவ்வொற்றுமை, மொழியும் அதைப் பற்றிய இலக்கணச் சிந்தனைகளும் வேற்றுமைகளுக்கு அப்பால் மனித மனங்களின் சங்கமத்தின் வெளிப்பாடு என்பதைக் காலவெளியைக் கடந்து இன்றும் புலப்படுத்திநிற்கின்றன.

ஹீப்ரு இலக்கண மரபு மற்றொரு செவ்வியல் மரபு. இந்திய இலக்கண மரபு போல மொழித்திருத்தத்திற்கு இம்மரபு முக்கியத்துவம் அளித்தது. இலக்கண உருவாக்கத்திற்கான பிரதியாக வேதங்கள் எவ்வாறு இந்திய இலக்கண மரபிற்கு அமைந்தனவோ, அதேமாதிரி விவிலியத்தின் பழைய ஏற்பாடு ஹீப்ரு மரபிற்குப் பிரதியாக அமைந்தது. பழைய ஏற்பாட்டில் காணப்பட்ட பிழைகளை நீக்கிச் சரியான ஒரு பிரதியை உருவாக்குவது ஹீப்ரு இலக்கணக் கலைஞர்களின் நோக்கமாக இருந்தது. இதன்பொருட்டு அரேபிய இலக்கண மரபிலிருந்து பல வண்ணனை வழிமுறைகளைக் கடன்வாங்கிச் சொல்லாய்வில் உருபனியல் பகுப்பாய்வை இவர்கள் செம்மைப்படுத்தினர். இதனை மையமாகக் கொண்டு கி.பி. ஒன்பதாம் நூற்றாண்டிலிருந்து பதினைந்தாம் நூற்றாண்டு வரையிலான காலக்கட்டத்தில் பல ஹீப்ரு இலக்கணங்கள் எழுதப்பட்டன. கி.பி. ஒன்பதாம் நூற்றாண்டில் இபன் ஜினா என்பவர் யூத – அரேபிய மொழியில் *கிதாப் அல் லுமா* என்னும் இலக்கணத்தை எழுதினார். இது ஹீப்ருமொழியை முழுமையாக விவரித்த முதலாவது இலக்கணம். இருப்பினும், கி.பி. பதின்மூன்றாம் நூற்றாண்டில் டேவிட் கிம்ஹி எழுதிய இடைக்கால ஹீப்ரு இலக்கணம் இம்மரபின் சிறந்த இலக்கணமாக விளங்குகிறது. வேர்ச்சொற்களும் ஒட்டுகளுமாக ஹீப்ரு வினைச்சொற்களை இவர் விளக்கிய உருபனியல் பகுப்பாய்வு அணுகுமுறை ஐரோப்பிய மொழியியலறிஞர்களால் இன்றும் போற்றப்படுகிறது.

2.2.2. மரபிலக்கணமும் மொழியியலும்

பண்டைக்காலத்தில் மொழியைப் பற்றிய படிப்பையும் பகுப்பாய்வையும் மரபிலக்கணங்கள் மேற்கொண்டிருந்தன. இவை சார்ந்த பல்வேறு நிறுவனங்களை இலக்கண மரபுகள் என்று முந்தைய பகுதியில் குறிப்பிட்டோம். நவீனக் காலத்தில், மொழியை அறிவியல் அணுகுமுறையோடு படிப்பதையும் பகுப்பாய்வு செய்வதையும் பல்வேறு மொழியியல் சிந்தனைப்பள்ளிகள் மேற்கொள்கின்றன. இவ்வகையில், மொழியியலும் ஓர் இலக்கணப் படிப்பே. 'இலக்கணம்' என்னும் ஒற்றைப் பரிமாணத்தில் மரபிலக்கணத்தையும் மொழியியல் இலக்கணத்தையும் அணுகும்போது ஒன்றைவிட்டு மற்றொன்றின் தன்னிலை விளக்கம் முழுமை பெறுவதில்லை. இவற்றின் வரலாறும் இதற்கு விதிவிலக்கல்ல. மொழியியல் வரலாறு, மரபிலக்கண வரலாற்றுக் குறிப்பின்றி முழுமை பெறாது. குறிப்பாக சோம்ஸ்கிய மொழியியல் கோட்பாட்டுக் கோணத்தில், மரபிலக்கணம் பற்றிய வரலாற்றுக்குறிப்பு தோற்றுவாய் நிலையில் தவிர்க்க முடியாதது. சோம்ஸ்கியின் ஆக்கமுறை மாற்றிலக்கணக் கோட்பாட்டை மரபிலக்கணத்தின் மீள்வருகை என்று குறிப்பிடுவர். சோம்ஸ்கி, தம் இலக்கணத்தை மரபிலக்கணத்தின் நீட்சியாகக் கருதுகிறார். எனவே, பிற மொழியியல் கோட்பாட்டாளர் போல மரபிலக்கணத்தைப் புறக்கணித்து, சோம்ஸ்கிய மொழியியலின் பின்திரையாக ஒரு வரலாற்றுக்குறிப்பைத் தருவது பொருளற்றது.

சோம்ஸ்கிக்கு முந்தைய அமைப்பியல் சிந்தனைப்பள்ளியைச் சேர்ந்த மொழியியல் அறிஞர்கள் மரபிலக்கணத்தை அவ்வாறு கருதவில்லை. மரபிலக்கணத்தின் விதிமுறைப்பண்பு, அகவயச்சார்பு, அறிவியல் அணுகுமுறையின்மை போன்ற சில குறைபாடுகளைச் சுட்டிக்காட்டி மரபிலக்கணத்தை மொழியியலிலிருந்து பிரித்து நோக்கினர். மொழியியல் படிப்பை ஓர் அறிவியல் படிப்புக்கு இணையாக உயர்த்த எண்ணிய இவர்களுக்கு மொழியியலை மரபிலக்கணத்திலிருந்து பிரித்துக்காட்ட வேண்டியது கோட்பாட்டுக் கட்டாயமாக இருந்தது. ஆனால், மரபிலக்கண உருவாக்கமும் அறிவியல் அணுகுமுறையால் சாத்தியமாகின்ற ஒரு கலாபூர்வமான வெளிப்பாடே. தத்துவார்த்தநெறிகளிலிருந்து கொஞ்சம் நழுவி, கூடுதல் தருக்கவாதங்களோடு மொழிக்கட்டுமானத்திற்கும் விதிமுறையியல்பிற்கும் உட்பட்டுத் தனியோர் அறிவுப்புலமாக மரபிலக்கணம் உருவாகிறது. அவ்வாறு உருவாகும்போது அறிவியல் தன்மை பெற்றுவிடுகிறது. மரபிலக்கண உருவாக்கத்தின் இவ்வடிப்படை அறிவியல் தன்மை மறுக்கப்படுமானால் மொழியியலின் அறிவியல் தன்மையும் ஐயத்திற்குரியதே.

மரபிலக்கணத்தை மொழியியல் இலக்கணத்தின் முன்னோடி யாகக் கருதலாம். வரலாற்று நோக்கில் இதனை மூத்த இலக்கண மாகக் கருதுவதில் பல அனுகூலங்கள் உள்ளன. மொழியியல் வளர்ந்த பின்னர் மரபிலக்கணங்கள் பற்றிய மதிப்பீடு வளர்ந்திருக் கிறது. மொழியியல் எவ்வளவுதான் கோட்பாட்டு வளர்ச்சி பெற்று வளர்ந்திருந்தாலும் ஒவ்வொரு காலக்கட்டத்திலும் மரபிலக்கணங்களில் முகம் புதைத்துக்கொள்வது வரலாறு காட்டும் உண்மை. இடைக்கால போர்ட் – இராயல் இலக்கண மரபின் பகுத்தறிவுவாதச் சிந்தனைக்குள் சோம்ஸ்கியின் ஆக்கமுறை மாற்றிலக்கணக் கோட்பாடு ஊன்றி நிற்பதைக் குறிப்பிடலாம். மொழியியல் இலக்கணம் மரபிலக்கணத்துடனான உறவை முற்றாக விடுத்துத் தனியோர் அறிவியல் தகுதியைப் பெறமுடியாது.

மொழியியல் என்னும் ஒற்றைக் குடையின்கீழ் மரபிலக்கணங் களையும், அறிவியல் அணுகுமுறைகளுடன்கூடிய மொழியியல் இலக்கணங்களையும் வகைப்படுத்துவோமேயானால் இவற்றிடையேயுள்ள தொடர்பை அறிய இயலும். இத்தொடர்பை நிலைநாட்டுவதன் மூலம் மரபிலக்கணங்களை மொழியியல் கோட்பாட்டுப் பின்னணியில் மறுவாசிப்புக்கு உட்படுத்த முடியும். இம்மறுவாசிப்பு மரபிலக்கண உருவாக்கத்தின் அடித்தளத்தில் புடமிடப்பட்டிருக்கும் கோட்பாட்டுச் சிந்தனைகளை இனங்காண உதவுகிறது. இவை மொழியியல் சிந்தனைகளிலிருந்து எவ்வகையிலும் வேறுபட்டவையல்ல. மரபுவழியாகப் புடமிடப்பட்டிருக்கும் இவைதாம் காலவோட்டத்தில் மரபென்னும் முக்காட்டை விலக்கி மொழியியல் சிந்தனைகளாக முகம் காட்டுகின்றன. இவ்வகையில், மரபிலக்கணம் முதலாக இன்றைய மொழியியல் இலக்கணங்கள் ஈறாக நிகழும் மொழிப்பகுப்பாய்வு வளர்ச்சி ஒரு தொடர்பமே என்று குறிப்பிடுகிறார் இராசாராம் (2010)[1].

மரபிலக்கணச் சிந்தனை, பிற அறிவியல்சார் புலச் சிந்தனைகளைவிட மிகத் தொன்மையானது. கி.மு. ஐந்தாம் நூற்றாண்டுக்கு முன்னரே இச்சிந்தனை வரலாற்றில் இலக்கணம் தத்துவப்பொருளாகக் கருதப்பட்டது. இக்கால இலக்கணக் கலைஞர்கள் கிரேக்கமொழியும் அதன் இலக்கணச் சிந்தனை களும் வரலாற்றுக் காலத்திற்கும் முந்தையவை என்று நம்பினர். இவ்வாறே கிரேக்க நாகரிகத்தையும் பண்பாட்டையும் அவர்கள் கருதினர். இவை உலக நாகரிகத்திற்கு மூத்த மாதிரியாக விளங்கியதுபோல, உலகமொழிகளின் மூத்த இலக்கண மரபிற்குக் கிரேக்க இலக்கணச் சிந்தனைகள் முன்மாதிரி என்னும் கருத்து உடையவராய் இருந்தனர். இதனால், கிரேக்க இலக்கணக்

கூறுகள் அனைத்தும் இலக்கணத்தைக் குறித்த மானிட உளவியல் போக்கிற்குப் பொதுவான பொதுமை வடிவங்கள் என நம்பினர். இந்நம்பிக்கையின் அடிப்படையில் பொதுமையாக்க முயற்சியை மேற்கொண்டபோது இலக்கணத்தைப் பற்றிய சிந்தனை கூடுதல் தத்துவார்த்த நோக்கில் அமைந்தது. இதன் விளைவாக, இலக்கண விளக்கத்தில் தத்துவமும் தருக்கமும் சார்ந்த அணுகுமுறை முக்கிய இடம்பெற்றது.

கிரேக்கத் தத்துவச் சிந்தனைப்பள்ளிகளுள் ஸ்டாயிக் குழு மொழிக்கு முக்கியத்துவம் அளித்தது. அப்போது இலக்கணம் பொதுத் தத்துவத்தின் முதற்பொருளானது. மொழிப்படைப்பாக்கத்தின் அடிப்படைத் தத்துவமாகக் கருதப்படு கின்ற ஒப்புமையாக்கவாதத்தையும், மொழியின் வடிவத்திற்கும் பொருளுக்கும் இடையேயுள்ள அடிப்படை வேறுபாட்டையும் முதன்முதலாக விளக்கியது இச்சிந்தனைப்பள்ளிதான். ஸ்டாயிக்குகளைப்போல ரோமானியர்களும் இலக்கணத்தைத் தத்துவத்தின் ஒரு பிரிவாகக் கருதினர். கிரேக்க இலக்கண மாதிரியைத் தழுவி இலத்தீன் இலக்கணங்கள் எழுதப்பட்டன. அலெக்ஸாண்டிரிய தத்துவ அறிஞர்களின் ஒப்புமையாக்கவாதமும், ஸ்டாயிக் தத்துவ அறிஞர்களின் நெறிதிறம்புவாதமும் இவ்விலக்கணங்களில் ஆளுமை செலுத்தின. குறிப்பாகக் கிரேக்க இலக்கணக் கலைஞர்களின் மொழிப்பொதுமைக் கருத்தாக்கத்தை இலத்தீன் இலக்கணக் கலைஞர்கள் இலக்கண உருவாக்கத்தில் மதித்துப் போற்றினர். இக்கருத்தியலின் நீட்சியைப் பதின்மூன்று, பதினான்காம் நூற்றாண்டுகளில் விரிவாகப் பேசப்பட்ட ஸாங்சியஸின் பொதுமை இலக்கணம் *(Universal Grammar)* வரைக் காணமுடியும். இருபதாம் நூற்றாண்டு மொழியியல் கோட்பாட்டு வளர்ச்சிக்கு இப்பொதுமை இலக்கணம் அமைத்துத் தந்த தளம் மிக வலுவானது. இது பற்றி விரிவாக அடுத்துவரும் பகுதிகளில் காண்போம்.

பழைய இலக்கண மரபுகளில் காணக் கிடைக்கும் கருத்தியல் களின் ஆதிக்கத்தை இன்றைய மொழியியல் மறைமுகமாகவேனும் ஏற்றுக்கொள்வதைக் கோட்பாட்டு நாகரிகமாகக் கருதுகின்றன. அமைப்பு மொழியியல் இவற்றுள் பலவற்றை மறுக்கிறது. இருப்பினும், யதார்த்தத்தில் அவை முற்றிலுமாகக் களையப்பட வில்லை. ஆக்கமுறை மாற்றிலக்கணம் இவற்றுள் பெரும்பாலான கருத்தியல்களை ஏற்றுக்கொள்கிறது. எனவே, தற்கால மொழியியல் கோட்பாட்டு வளர்ச்சியைக் கீழ்க்காணும் இலக்கண மரபுகளின் கருத்தியல்களின் அடிப்படையில் மதிப்பீடுசெய்ய வேண்டியது கோட்பாட்டுக் கட்டாயமாகிவிடுகிறது. இக் கருத்தியலாக்கங்களைக் கீழ்வருமாறு தொகுத்துக் காட்டுவதால்

மொழியியல் வரலாற்றில் மரபிலக்கணத்தின் மீள்வரவையும் குறிப்பாக, சோம்ஸ்கிய மொழியியலில் அதன் ஆக்கிரமிப்புப் பரப்பையும் அடையாளப்படுத்த முடிகிறது. மரபிலக்கணத்தின்,

- தத்துவார்த்த உளவியல் அணுகுமுறை
- பகுத்தறிவுவாதச் சார்பு
- மனத்தின் புனையுருவாக இலக்கணத்தைக் கருதுதல்
- இலக்கண வடிவாக்கத்திற்கு (formalization) முன்னுரிமை தருதல்
- வடிவத்தையும் பொருளையும் வேறுபடுத்திய ஸ்டாயிக் அணுகுமுறை
- மொழியை விதிக் கட்டுப்பாட்டுக்கு அடங்கிய நடத்தையாக விளக்குதல்
- ஒப்புமையாக்க அடிப்படையிலான மொழிப்படைப்பாக்கம்
- மொழிகளிடையே காணப்படும் பொதுமைகள்

ஆகியவை முக்கியமான கருத்தியலாக்கங்கள்.

சோம்ஸ்கிக்கு முந்தைய மொழியியல் தளத்தில் அமைப்பு மொழியியல் இக்கருத்தியலாக்கங்களுள் பெரும்பாலானவற்றின் பங்கை வெளிப்படையாகவே மறுத்தது. எனினும், இவற்றை முற்றிலுமாகத் தவிர்த்து ஒரு புதிய கோட்பாட்டுச் சிந்தனையை அமைப்பு மொழியியல் கோட்பாடு உருவாக்கவில்லை என்பது வெவ்வேறு காலக்கட்டங்களில் சுட்டிக்காட்டப்பட்டுள்ளது. ஒரு கட்டத்தில் சோம்ஸ்கிய மொழியியல் புத்துயிர் பெற்று, அமைப்பியல்வாதத்தின் இருத்தலுக்கு எதிரான நெருக்கடியை உருவாக்கியது. அப்போது மரபிலக்கணத்திற்கு எதிரான அமைப்பு மொழியியலின் நிலைப்பாடு கோட்பாட்டு நெறிமீறலாக சோம்ஸ்கியால் வலியுறுத்தப்பட்டது மொழியியல் வரலாறு. மாறாக, சோம்ஸ்கிய மொழியியலில் இவற்றுள் ஆறு கருத்தியலாக்கங்கள் முக்கிய இடம்பெறுகின்றன.

- தத்துவார்த்த உளவியல் அணுகுமுறை
- பகுத்தறிவுவாதச் சார்பு
- மனத்தின் புனையுருவாக இலக்கணத்தைக் கருதுதல்
- மொழியை விதிக் கட்டுப்பாட்டுக்கு அடங்கிய நடத்தையாக விளக்குதல்

- ஒப்புமையாக்க அடிப்படையிலான மொழிப்படைப்பாக்கம்
- மொழிகளிடையே காணப்படும் பொதுமைகள்

என்னும் இவற்றைப் பகுத்தறிவுவாத அணுகுமுறை, மன இலக்கணம் (*Mental Grammar*), விதியாக்கம், மொழிப்படைப்பாக்கம், மொழிப் பொதுமைகள் என்னும் தலைப்புகளில் பிற்பகுதியில் விரிவாகக் காணும்போது மரபிலக்கணத்துடனான சோம்ஸ்கிய இலக்கணத்தின் நெருக்கத்தை உணர இயலும்.

இவை எல்லாவற்றுக்கும் மேலாக, ஹீப்ரு இலக்கண மரபை ஆழமாக நேசித்தவர் சோம்ஸ்கி. இவரது தந்தையார் வில்லியம் சோம்ஸ்கி புகழ்பெற்ற ஹீப்ரு இலக்கண வல்லுநர் என்றும், இவரது அன்னையார் எல்சி சோம்ஸ்கி ஹீப்ரு மொழியாசிரியர் என்றும் பார்த்தோமல்லவா? ஹீப்ருமொழியை நேசிப்பவர்கள் விவிலியத்தின் பழைய ஏற்பாட்டின் மொழியைப் புனிதமாகக் கருதுபவர்கள். வில்லியம் சோம்ஸ்கி மரபுறுதி வாய்ந்த ஒரு யூதராக வாழ்ந்தவர். இக்குடும்பப் பின்னணிதான் சோம்ஸ்கியும் ஆரம்பக்காலத்தில் ஹீப்ரு மொழியாசிரியராகக் காரணமாக இருந்தது. அத்துடன், மொழியைப் பற்றிய சிந்தனை தத்துவமும் தருக்கமும் சார்ந்தது என்பதைப் பழைய கிரேக்க, இந்திய, ரோமானிய மரபுகளிலிருந்து அவர் நன்றாகத் தெரிந்து கொண்டிருந்தார்.

இளம்வயதிலேயே ஹீப்ரு இலக்கணங்களைக் கற்பதில் சோம்ஸ்கி ஆர்வமுடையவராக இருந்தார். சோம்ஸ்கியுடனான தம் முதல் சந்திப்பு ஹீப்ரு இலக்கணப் பள்ளியிலேயே நிகழ்ந்ததாக கரோல் நினைவுகூர்வதுண்டு. அப்போது சோம்ஸ்கிக்கு எட்டு வயது. அவ்வயதிலேயே ஹீப்ரு இலக்கணம் தொடர் பான விவாதங்களில் ஈடுபடுவாராம். பல விவாதங்களுக்கு அவரது பதிலே முற்றுப்புள்ளியாக அமையுமாம். இஷ்ஷாக் சாங்கோவ்ஸ்கி ஹீப்ரு இலக்கணங்களில் புலமை பெற்றவர். இவர் சோம்ஸ்கியின் இலக்கண ஆசிரியர்களுள் முக்கியமானவராக நினைவுகூரப்படுபவர். இவர், சோம்ஸ்கி ஹீப்ரு மொழிமீது பற்றும் அம்மொழியில் ஆழமான அறிவும் உடையவர் என்று குறிப்பிடுகிறார்.

சோம்ஸ்கியின் பன்னிரண்டாவது வயதில் அவரது தந்தையார் வில்லியம் சோம்ஸ்கி டேவிட் கிம்ஹியின் இடைக்கால ஹீப்ரு இலக்கணத்தைப் புதிய விளக்கங்களுடன் பதிப்பித்திருந்தார். இந்நூலின் மெய்ப்பை வாசித்துத் திருத்தும் வாய்ப்பு சோம்ஸ்கிக்குக் கிடைத்தது. ஹீப்ரு இலக்கணத்தை வரலாற்றியல்போடு கிம்ஹி விளக்கிச்செல்லும் பாங்கு இவரை

மிகவும் கவர்ந்தது. பிளேட்டோவும் அரிஸ்டாடிலும் இலக்கணக் கூறுகளை வண்ணனைப்பாங்கில் கூறிச் செல்வர். இதனால் இவ்விலக்கணக் கூறுகளின் முழுமையான விளக்கங்களை அறிய முடியாது. ஆனால், கிம்ஹியின் இலக்கணத்தில் இவ்விளக்கங்களை வரலாற்றுப்பாங்கோடு தாம் அறிய முடிந்ததாக சோம்ஸ்கி கூறுகிறார். பதினெட்டாம் நூற்றாண்டில் சொற்களை வேர்கள் + ஒட்டுகள் (முன்னொட்டுகள், பின்னொட்டுகள்) எனப் பகுத்து விளக்கும் ஹீப்ரு இலக்கணப் பகுப்பாய்வு, மரபு ஒப்பிலக்கணத்தில் அதிகம் செல்வாக்குப் பெற்றிருந்ததை சோம்ஸ்கி அறிந்திருந்தார். இப்பின்னணியில் கிம்ஹியின் இலக்கண விளக்கம், மரபு சார்ந்த விவரிப்பில் வரலாற்றுப்படிமுறையின் இருத்தலைத் தமக்கு உணர்த்தியதாக அவர் கூறுகிறார். இவ்வுணர்வு, தம் பிற்கால மொழி ஆய்வுகளில் பெரும் தாக்கத்தை ஏற்படுத்தியது என்று சோம்ஸ்கி குறிப்பிடுவது கவனிக்கத்தக்கது. அங்குமிங்குமாக ஒப்பிலக்கணம் பற்றித் தாம் தெரிந்துகொண்ட செய்திகள் இவ்வுணர்வு ஏற்படக் காரணமாக இருந்திருக்கலாம் என்றும் கூறும் அவர், தமக்கு வரலாற்றுமொழியியல் பற்றி ஒன்றும் தெரியாது என்றும் குறிப்பிடுவார். ஆனால், வரலாற்று மொழியியல் பற்றிய இப்பின்வாசல் அறிமுகம்தான் பிற்காலத்தில் மொழிக்கூறுகளுக்குத் தரும் வண்ணனையை *(Description)* காட்டிலும் விளக்கம் *(Explanation)* மொழியாய்வின் முதன்மை நோக்கமாக இருக்கவேண்டும் என்னும் அவரது கோட்பாட்டு நிலைப்பாட்டுக்கு அடிப்படையாக இருந்தது என்பார் எர்ஜின்[2].

வரலாற்று மொழியியல், ஒவ்வோர் இலக்கணக்கூறையும் விரிவான வண்ணனைக்கு உட்படுத்துவதைக் காட்டிலும் ஒவ்வோர் இலக்கணக்கூறும் ஒவ்வொரு காலக்கட்டத்தில் அமைப்புரீதியாக எவ்வாறு இருந்தன, எவ்வாறு இயங்கின, எவ்வாறு மாறின, எவ்வாறு மறைந்தன என்னும் வரலாற்றுப் படிநிலைகளை விளக்குகிறது. நவீன மொழியியல்விஞ்ஞானத்தின் மிகப் பழைய கிளைப்பிரிவாக இது கருதப்படுகிறது. மொழி மாற்றத்தின் எல்லாக் கூறுகளும் மனிதனின் புலனுணர்வுத் திறன்பாற்பட்டவை. ஆதலால், மொழியியலின் எல்லாத் துணைப்பிரிவுகளோடும் தொடர்புடையதாக வரலாற்று மொழியியல் விளங்குகிறது. மொழியின் எந்தப் பகுதியை, அது ஒலிமாற்றம் தொடர்பாக இருந்தாலும், உருபன்மாற்றம் தொடர்பாக இருந்தாலும், பொருள்மாற்றமாக இருந்தாலும், அதன் வரலாற்றுப் பின்புலம் அறியாமல் விளக்க இயலாது. எனவே, மொழிப் பகுப்பாய்வில் வண்ணனையைவிட வரலாற்றுமுறை சார்ந்த விளக்கம் அதிக முக்கியத்துவம் பெறவேண்டும் என்ற உணர்வுக்கு சோம்ஸ்கியை வற்புறுத்தியது கிம்ஹியின் மெய்ப்பு

வாசிப்பு எனலாம். ஓர் இயற்கைமொழி ஆய்வு வண்ணனை நிறைவுக்கு *(Descriptive Adequacy)* மேலாக விளக்க நிறைவுக்கு *(Explanatory Adequacy)* முன்னுரிமை தரவேண்டும் என்னும் அவரின் பிற்காலக் கோட்பாட்டு நிலைப்பாட்டுக்கு இம் மெய்ப்பு வாசிப்பனுபவம் பின்புலமாக இருந்திருக்கவேண்டும்.

சோம்ஸ்கி, 1945ஆம் ஆண்டு பிலெடெல்பியா மத்திய உயர்நிலைப்பள்ளியிலிருந்து வெளியேறி, பென்சில்வேனியா பல்கலைக்கழகத்திற்கு மொழியியல் கற்க வந்தார். அப்போது ஹீப்ரு இலக்கண அறிவும், வரலாற்றுமொழியியலின் மீதிருந்த ஈர்ப்பும் அவரது நுழைவுத்தகுதிகளாக இருந்தன. சோம்ஸ்கியின் ஹீப்ரு இலக்கண ஆர்வத்தைக் கண்ட பேராசிரியர் ஜெல்லிக் ஹேரிஸ் ஹீப்ரு இலக்கணத்திலேயே இளங்கலைப் பட்டப்படிப்பிற்கான ஆய்வை மேற்கொள்ளப் பணித்தார். தமக்கு அப்போது தெரிந்திருந்த மொழியியலில் எவ்விதத் தாக்கமும் இன்றி வரலாற்றுமொழியியல் சார்ந்த கற்பிதங்களோடு *நவீன ஹீப்ருவின் உருபொலியனியல்* ஆய்வை மேற்கொண்டார். இத்தலைப்பை சோம்ஸ்கி தேர்வு செய்ததற்கு ஓர் அடிப்படைக் காரணம் இருந்திருக்க வேண்டும் என ஊகிக்கலாம். அக்காலக்கட்டத்தில் இந்தோ–ஐரோப்பிய மொழிகளைப் பற்றிய ஆய்வு வரலாற்றுக் கண்ணோட்டத்தோடு பல்லினமாதல், உம்லாட், இலக்கண மாற்றம், சந்தி, விசர்கா போன்ற தலைப்புகளை மையமாகக்கொண்டு செல்வாக்குப் பெற்றிருந்தது. இவ்வரலாற்றுமொழியியல் பின்னணியே சோம்ஸ்கியை ஹீப்ருமொழியின் உருபொலியனியலைத் தம் ஆய்வுக்காகத் தேர்வு செய்யத் தூண்டியது. இச்சந்தர்ப்பத்தில் சோம்ஸ்கி கூறியதாகக் கூறப்படும் கீழ்க்காணும் வரிகள் நினைவுகூரத்தக்கவை.

> பேராசிரியர் ஹேரிஸ் ஹீப்ரு இலக்கணத்தில் என் ஆய்வை மேற்கொள்ளக் கூறியபோது நான் புரிந்துகொண்டதாக நினைத்திருந்த வரலாற்றுமொழியியல் பின்னணியிலேயே தொடங்க வேண்டியிருந்தது. எந்தக் கேள்விக்கும் இடமில்லாமல் ஒரு மொழியின் எல்லா வாக்கிய அமைப்புகளையும் விளக்க உதவுகின்ற விதிகளின் அமைப்பொழுங்கைக் காணவேண்டும் என்பது எனது நோக்கமாக இருந்தது. அதனால், நான் உள்வாங்கிக் கொண்டதாகக் கருதிய ஆக்கமுறை இலக்கண வரைச்சட்டத்தில் ஆய்வைத் தொடங்கினேன். இவ்வாய்வைச் சரியாக மேற்கொள்ளவேண்டுமானால் முறையாக வரிசைப்படுத்தப்பட்ட மொழிவிதிகள் இருக்கவேண்டும் என்பதை வெகு சீக்கிரத்தில் நான்

கண்டுபிடித்தேன். தருக்கரீதியாக நிரல்படுத்தப்பட்ட இவ்விதிகள், எனக்குத் தெரிந்த அளவில் ஓரளவுக்கு வரலாற்று நிரல்வரிசைக்கு இணையானது என்பதையும் தெரிந்துகொண்டேன். இந்நிரல்வரிசையை முறையாக அமைத்துக்கொண்டால் நம்மால் விளக்கமுடியாது எனத் தோன்றும் பல சிக்கலான மொழிஆய்வுப்பகுதிகளை எளிதாக விளக்கிவிட முடியும் என்று தெரிந்தது

என்று ஹீப்ரு மரபிலக்கணங்கள் மூலமாகத் தாம் புரிந்துகொண்ட வரலாற்றுமொழியியல், ஆக்கமுறை இலக்கணக் கோட்பாட்டுக்கு ஆதர்சமாக அமைந்த விதம் பற்றி சோம்ஸ்கி குறிப்பிடுவதை கார்லஸ் ஒட்டேரோ (1994) தம் நூலில் குறிப்பிடுகிறார்[3].

ஆக்கமுறை மாற்றிலக்கணத்தின் விதை விழுந்த களம் இவ்வாய்வேடு என்று சோம்ஸ்கி குறிப்பிடுவார். இவ்வாய்வை மேலும் விரிவாக்கி முதுகலைப் பட்டம் பெற அவர் வழங்கினார். இவ்விரு ஆய்வேடுகளும் ஹீப்ருவின் உருபொலியனமைப்பு குறித்து விவாதித்தாலும், தொடரியலை அடிப்படையாகக் கொண்ட ஓர் அணுகுமுறை இதன் மையமாக இருந்தது. மேலும், இவ்வாய்வுகளில் உலகச் செவ்வியல் இலக்கண மரபுகளின் பங்கை இந்திய இலக்கண மரபு உட்பட அவர் அறிந்திருந்தார் என்பதை உணர முடியும். 2001ஆம் ஆண்டு சோம்ஸ்கி இந்தியா வந்திருந்தபோது கொல்கத்தா பல்கலைக்கழகம் அவருக்கு மதிப்புறு முதுமுனைவர் பட்டம் வழங்கியது. அப்போது ஆக்கமுறை மாற்றிலக்கணக் கோட்பாட்டாக்கத்திற்குப் பழைய செவ்வியல் இலக்கண மரபுகளின் கொடைபற்றி,

பாணினிக்கு முன்னர் எவ்வளவோ செவ்வியல் இலக்கண முன்மாதிரிகள் இருந்தன. இருப்பினும், பாணினியின் சமஸ்கிருத இலக்கணம் மிகவும் புகழ்பெற்றதும் முக்கிய மானதும் ஆகும். என்னுடைய கல்விசார் தொழில்முறை வாழ்க்கையின் பெரும்பகுதி 2500 ஆண்டுகளுக்கு முந்தைய இந்தியாவில் சிருஷ்டிக்கப்பட்டது என்பதை நீங்கள் அறிவீர்கள் என நான் நிச்சயமாக நம்புகிறேன். தற்கால மொழியில் கூறினால், முதலாவது ஆக்கமுறை இலக்கணம் ஏறக்குறைய பாணினியின் இலக்கணத்தைப் போன்றது. பல அரிய செல்வங்கள் கண்டுபிடிக்கப்பட்டுள்ளன. அவற்றுள் பாணினீயின் இலக்கணம் செவ்வியல் சால்பு நிறைந்தது

என்று சோம்ஸ்கி (2001) குறிப்பிட்டார்[4]. ஆக்கமுறை மாற்றிலக்கண உருவாக்கத்தில் பழைய இலக்கண மரபுகளின் பங்கை சோம்ஸ்கி மறுதலித்ததில்லை. அதேநேரத்தில், அமைப்பு மொழியியலாளரின்

மறுதலிப்பை அவர் அமைப்பு மொழியியல் கோட்பாட்டின் முதன்மை நெறிமீறலாக இரண்டாவது மொழியியல் போரின்போது எடுத்துக்கூறினார்.

2.3. பொதுமை இலக்கணம்

மரபிலக்கணங்களைத் தொடர்ந்து மறுமலர்ச்சிக்காலத்தைப் பொதுமை இலக்கணத்தின் எழுச்சிக் காலம் என்பர். இக்காலத்தில் மொழியைச் சார்ந்த சிந்தனைகளில் அறிவியல் முக்கிய இடம்பெற்றது. அரிஸ்டாடிலின் அறிவியல் அறிவு பற்றிய கருத்து உலகப் பொதுமையது என்றும், இவ்வறிவு, இலக்கணம் உட்பட எல்லா அறிவியல் புலங்களுக்கும் பொருந்தும் என்றும் இக்கால இலக்கணக் கலைஞர்கள் நம்பினர். ‘பொதுமை இலக்கணம்’ என்னும் சொல்லாடல் அறிமுகமானது இவ்வாறே.

மொழி, மனிதனின் உற்பத்திப்பொருள். இது மனித இனத்திற்கு மட்டுமே உரியது. எனவே, மானுடத்தின் பொதுவான இயல்பும் சிந்தனைப்போக்கும் ஒரு மொழியை உள்வாங்கிக் கற்றுக்கொண்டமுறையிலோ, அதன் இலக்கண வடிவமைப்பிலோ அதிகமான வேறுபாட்டைக் காட்டிவிட முடியாது. இதனால்தான் உலகமொழிகளிடையே பல பொதுவான இலக்கணக்கூறுகளைப் பார்க்கிறோம். பெயர்ச்சொல் வேற்றுமை உருபு ஏற்பதும், வினைச்சொல் காலம் உணர்த்துவதும், பெயருக்கு முன்போ, பின்போ அடை வந்து பெயரைச் சிறப்பிப்பதும் உலகத்திலுள்ள நாலாயிரத்திலிருந்து ஆறாயிரம் வரையிலான மொழிகள் உணர்த்தும் பொதுவான கூறுகள். இம்மொழிகள் மேலோட்டமாகப் பல வேற்றுமைகளைக் கொண்டிருந்தாலும் பொதுவான இலக்கணக்கூறுகளையும் செயற்பாடுகளையும் இவற்றிடையே காணமுடிகிறது. இவை மனித இனம் மொழியைக் கற்றுக்கொண்ட ஓர் ஒழுங்கமைவின் பொதுஉளவியல் பாங்கைப் புலப்படுத்துகின்றன. இப்பொதுஉளவியல்பாங்கு மொழிப பொதுமை சார்ந்த கருத்துருவாக்கம். ‘அறிவியல் அறிவு உலகப் பொதுமையது. இவ்வறிவு, இலக்கணம் உட்பட எல்லாக் கல்வித் துறைப்பொருளுக்கும் பொருந்தும். எனவே, பொதுமை இலக்கணம் என்னும் கருத்தியலாக்கம் புதுமையன்று’ என்று சற்று விளக்கிக் கூறுவார் அரிஸ்டாடில். அரிஸ்டாடிலின் அறிவியல் அணுகுமுறைக்கு மொழி வசமானபோது தருக்கவியல் முதன்மையிடம் பெற்றது. கி.பி. பன்னிரண்டாம் நூற்றாண்டிலிருந்து அடுத்த நான்கு நூற்றாண்டுகள் தருக்கவாதக் கோட்பாட்டை அடிப்படையாகக் கொண்ட பொருண்மைப் பகுப்பாய்வு (*Semantic Analysis*) ஐரோப்பிய மொழியாய்வில் ஆதிக்கம் செலுத்தியது. ஸ்டாயிக் போன்ற புலமைமிக்க தத்துவ அறிஞர்கள் யதார்த்த

வாழ்க்கையின் கட்டமைப்பைப் பகுத்தாராயும் கருவியாக மொழியைப் பயன்படுத்த ஆரம்பித்தனர். அப்போது மொழியின் பொருண்மைக்கூறுகளுக்குக் கொடுக்கும் முக்கியத்துவம் வளர்ந்தது. இந்நிலையில் மொழிப் பொதுமைகளைக் காண்பதில் அறிவியல் அணுகுமுறை இடம்பெற்றதோடு இலக்கணக்கூறுகளைத் தருக்கவியல், அறிவாதாரமுறையியல், மறைபொருளாராய்ச்சி (Metaphysics) முதலானவற்றிலிருந்து வருவிக்கும் பாங்கை இலக்கணக் கலைஞர்கள் பின்பற்ற ஆரம்பித்தனர்.

பதின்மூன்றாம் நூற்றாண்டைச் சார்ந்த இராபர்ட் கில்வார்டுபி இலக்கணத்தின் பொதுமைத்தன்மை குறித்து அதிகமாகச் சிந்தித்தவர் என்பர். இவரது கருத்துகளையொட்டிப் பொதுமை இலக்கணக் கோட்பாட்டை ஐரோப்பியத் தத்துவவியலாளரான ரோஜர் பேக்கன் (கி.பி. 1214-1292) வளர்த்தெடுத்தார். இவர்கள் இருவருமே பாரிஸ் பல்கலைக்கழகத்தில் ஒரே துறையில் ஒன்றாகப் பணியாற்றியவர்கள். அரிஸ்டாடிலியன் தருக்கவியலில் ஆழமான அறிவுடைய பேக்கன் அரேபியம், கிரேக்கம், இலத்தீன், ஹீப்ரு ஆகிய மொழிகளின் இலக்கணங்களிலும் புலமை நிறைந்தவர். இலக்கணத்தைத் தத்துவம், தருக்கம், சமயம் ஆகியவற்றோடு இணைத்துப்பார்ப்பதில் வல்லவர். Overview of Grammar (Summa Grammatica) என்னும் இவரது நூல் தருக்கவியலையும் இலக்கணத்தையும் இணைத்துநோக்குகிறது. இவர் எழுதிய கிரேக்க, ஹீப்ரு இலக்கணங்கள் துறைபோகிய அறிஞர்கள் பல்வேறு தாய்நில மொழிகள் உட்படப் பல செவ்வியல் மொழிகளைக் கற்கவேண்டியதன் முக்கியத்துவத்தை வலியுறுத்தின.

பேக்கன் கிரேக்க, இலத்தீன் போன்ற செவ்வியல் மொழிகளை முழுமையாகக் கற்பதைக் காட்டிலும் இவற்றிடையே காணும் அமைப்பு ஒற்றுமைகளையும், இலக்கணவிதிகளையும் கோட்பாட்டு உணர்வோடு புரிந்துகொள்வதில் அதிக ஆர்வம் காட்டினார். குறிப்பாகக் கிரேக்க, இலத்தீன், ஹீப்ரு இலக்கண அமைப்புகளை ஒப்பிட்டுப்பார்த்தார். அப்போது தாம் உணர்ந்த பல பொதுவான கூறுகள் கிரேக்க இலக்கணத்திலிருந்து பிற மொழிகள் பெற்றனவாக பேக்கனுக்குத் தோன்றின. இலத்தீன் பேச்சுவழக்காகவும் சிறந்த இலக்கணமாகவும் கிரேக்கமொழி யிலிருந்தே உருவானதாகக் கருதினார். இதன் அடிப்படையில் கிரேக்க இலக்கணம் உலகிலுள்ள எல்லா மொழி இலக்கணங் களுக்கும் பொதுவான பொதுமைக்கூறுகளை உள்ளடக்கிய பொதுமை இலக்கணம் என்று தம் நூலில் பேக்கன் குறிப்பிடுகிறார். இக்கருத்தியல் உணர்வு மேலும் பல மொழிகளிடையே காணப்பட்ட உறவுகளையும், தனிப்பட்ட மொழிகளின் இலக்கண

அமைப்புகளையும் இன்னும் ஆழமாகக் கற்க பேக்கனைத் தூண்டியது. இவற்றிடையே காணப்பட்ட அமைப்பொற்றுமை ஓர் இனம்புரியாத இணக்கத்திற்கும் ஒற்றுமைக்கும் பாத்தியப் பட்டிருந்த நிலையை அவர் உணர்ந்தார். இவற்றைத் தொடர்புடைய பல்வேறு மொழிக்குடும்பங்களாக உணர்ந்தார். இதன் அடிப்படையில், ஒப்பிலக்கணக் களத்திற்குள்ளேயே புகழ்பெற்ற பொதுமை இலக்கணக் கொள்கையை பேக்கன் அறிமுகப்படுத்தினார்.

'மொழிக்கு மொழி தற்செயலாக வேறுபாடுகள் காணப் பட்டாலும் இலக்கணம் என்பது, கணிசமான அளவில் எல்லா மொழிகளுக்கும் ஒன்றே' என்னும் கருத்தை பேக்கன் முன்வைத்தார். அதேநேரத்தில், தற்செயலாக மொழிகளில் நிகழ்ந்துபோன அமைப்பு வேற்றுமைகளும் அந்தந்த மொழிகளின் சிறப்புக்கூறுகளே என்பது பேக்கனின் கருத்து. மொழிப் பொதுமைக் கருத்தியலை ஏற்றுக்கொண்ட சோம்ஸ்கி போன்ற பிற்கால மொழியியலறிஞர்கள், பொதுவாகக் கருதப்படும் மானுட ஆழ்மன மொழிப் புதைநிலை அமைப்புகள் மொழியின் புறநிலையில் மொழிக்குமொழி வெவ்வேறு வடிவங்களில் உருவாகி, அவற்றின் தனித்தன்மையை உணர்த்தும் என இக்கருத்தியலை விவரிப்பார்கள்.

ஒரு குறிப்பிட்ட மொழியின் இலக்கணத்தைப் பற்றிச் சிந்திக்கும்போது இலக்கணம் பல பொதுமைப் பண்புகளால் ஆனது என்பதைக் கருத்திற்கொள்ளவேண்டும். அத்துடன், அக்குறிப்பிட்ட மொழியோடு தொடர்புடையதும் தொடர்பில் லாததும் என நாம் நினைக்கின்ற இலக்கணங்களின் அமைப்பும் உள்ளடக்கமும் அச்சிந்தனைக்கு உட்படுத்தப்பட வேண்டும். ஏனெனில், மொழி மனிதனின் படைப்பு. மானுடத்தின் பொது வான இயல்பும் சிந்தனைப் போக்கும் ஒரு மொழியை உள்வாங்கிக் கற்றுக்கொண்ட முறையை இலக்கணமாக வடிவமைப்பதில் மொழிக்குமொழி அதிகமாக வேறுபடுவதில்லை. மொழியின் புதைநிலை அமைப்புகள் மானுடத்தின் தனிப்பெரும் சொத்து. நவீன மொழியியலார் மனித மொழியின் இப்புதைநிலை அமைப்பு களின் ஒழுங்கமைவைத்தான் பொதுமை இலக்கணம் என்று கூறுகின்றனர். இவ்விலக்கணம் மனித மொழிகள் அனைத்திற்கும் பொதுவான அமைப்புகளையும் கூறுகளையும் உடையது.

குழந்தையின் முதல் இலக்கணம் பொதுமை இலக்கணமே. இவ்விலக்கணமே ஒரு குறிப்பிட்ட மொழியின் இலக்கணத்தை இனங்கண்டு கற்றுக்கொள்ளக் குழந்தைக்கு உதவுகிறது. குழந்தை, மொழி பற்றிய எந்தச் சிந்தனையும் இன்றிப் பிறக்கிறது என்றும்,

ஒரு மொழியை உள்வாங்கிக் கற்றல் நிர்மலமான மனத்தில் அடிப்படையிலிருந்தே நடைபெறுகிறது என்றும் நினைக்கிறோம். இது உண்மையன்று. ஒவ்வொரு குழந்தையும் மொழியைக் கற்கும் ஆற்றலோடு பிறக்கிறது. இவ்வாற்றல் மொழிப் பொதுமைகள் நிறைந்தது. இம்மொழிப் பொதுமைகள் ஒரு குறிப்பிட்ட மொழியை இனங்கண்டு அம்மொழியைப் பேசும் சமுதாயத்தினர் ஏற்றுக் கொள்ளத்தக்க வகையில் அதற்கேயுரிய தனி இலக்கணமாகச் செயலுருவாக்கிக் கொள்கிறது.

இப்பொதுமை இலக்கணம் என்னும் கருத்துருவாக்கம் முன்னரே குறிப்பிட்டபடி மானுடத்தின் பொதுவியல்பு சார்ந்தது. அது வெளிப்படுத்தும் இலக்கணக் கூறுகளிடையேயும் ஒரு பொதுமைப் பண்பு காணப்படுதல் வியப்பன்று. எனவே, ஒரு குறிப்பிட்ட மொழியின் இலக்கணக் கூறுகளைப் பகுப்பாய்வுக்கு உட்படுத்தும்போது இப்பொதுமைப் பண்பு களின் பின்னணியிலேயே அவை மதிப்பீடு செய்யப்பட வேண்டும் என்பது தருக்கரீதியான கருத்தாகும். பதினேழாம் நூற்றாண்டில் இக்கருத்து ஏற்றுக்கொள்ளப்பட்டு மொழியறிவு மனச்சார்பு உடையது என்னும் விளக்கம் நிலைபெற்றது. இதன் அடிப்படையில் ஏராளமான இலக்கணங்கள் எழுதப்பட்டன. 1660ஆம் ஆண்டு எழுதப்பட்ட போர்ட் – இராயல் இலக்கணம் இவற்றுள் முக்கியமான ஒன்று. இவ்விலக்கணம் முந்தைய இலக்கண மரபின் பகுத்தறிவுவாத அணுகுமுறையை மேம்படுத்தியது. குறிப்பாக, பதினான்காம் நூற்றாண்டைச் சார்ந்த ஸாங்சியஸின் பகுத்தறிவுவாத அணுகுமுறையும், அதன் அடிப்படையில் அவரால் எழுதப்பட்ட பொதுமை இலக்கணமும் ஆர்னால்டும் லான்ஸ்லாடும் இணைந்து எழுதிய போர்ட் – இராயல் இலக்கணத்திற்கு முன்மாதிரிகளாக விளங்கின. அத்துடன், இலக்கண மரபில் பகுத்தறிவுவாதத் தத்துவத்தின் முக்கியத்துவத்தையும் உணர்த்தின.

பதினேழு, பதினெட்டாம் நூற்றாண்டுகளில் நிலவிய இப்பொதுமை இலக்கண நிலைப்பாட்டையே தற்கால மொழியியல் கோட்பாட்டாளர்கள் மாதிரியாகக் கொள்ள வேண்டும். மொழிகளில் காணும் வாக்கியங்களின் புதைநிலை அமைப்பிற்கும், பல்வேறு உருமாற்றுவிதிகளைக் கடந்து மேலே வருவிக்கப்படும் புறநிலை அமைப்பிற்கும் இடையே நிகழும் உருமாற்றங்களைப் பொதுமைப்படுத்துவதன் மூலமாக எல்லா மொழிகளின் அமைப்புகளையும் பொதுமைக் குடையின்கீழ்க் கொண்டுவர இயலும். இதன் அடிப்படையில் பொதுக்கொள்கைகளையும் வகுக்க முடியும். இது இலக்கண

உருவாக்கத்தின் குறிக்கோளாக இருக்கவேண்டும். இவ்வாறு வகுப்பதில் மொழிச் சார்பான விளக்கத்திற்கு மேலாக அதனைப் பேசுவோர் உள்வாங்கிக் கற்றுக்கொண்ட இயல்பு புலப்படும். இதன் மூலம், குழந்தையின் பொதுவான மொழி ஈட்டலின் தன்மையையும் பிரச்சனைகளையும் தெளிவாகப் புரிந்துகொள்ள முடியும். மனித மனம் சார்ந்த இப்பிரச்சனைகள் புலனுணர்வின்பாற்பட்டவை. எனவே, இவற்றை ஆய்வுக்கு உட்படுத்தும்போது குழந்தையின் மொழி ஈட்டும் பாங்கையும், அது தொடர்பான பொதுக் கொள்கைகளையும் வகுக்க முடியும் என்பது சோம்ஸ்கிய மொழியியலின் கோட்பாட்டு நிலைப்பாடு. இது பற்றி விரிவாக எட்டாம் அத்தியாயத்தில் காண்போம்.

2.4. ஒப்புமை மொழியியல்

மொழிக்கு மொழி தற்செயலாக வேறுபாடுகள் காணப்பட்டாலும் இலக்கணம் என்பது கணிசமான அளவில், எல்லா மொழிகளுக்கும் ஒன்றே என்னும் கருத்து பத்தொன்பதாம் நூற்றாண்டின் ஆரம்பப் பகுதியில் ஒப்புமை மொழியியலுக்கு விதையாக விழுந்தது. பல்வேறு உலக மொழிகளின் ஆய்வு பற்றிய அறிவியல் சிந்தனையும், மொழிகளிடையே நிலவும் உறவுகளின் அடிப்படையில் குடும்பங்களாக வகைப்படுத்தலும் முக்கியத்துவம் பெற்றன. இதன் விளைவாக, வரலாறு தழுவிய மொழிச் சிந்தனை வலுப்பெற்றதையும், உலகமொழிகளை அவற்றின் அமைப்புகளின் அடிப்படையில் வகைப்படுத்தியதையும் இம்மறுமலர்ச்சிக்காலத்தின் குறிப்பிடத்தக்க வளர்ச்சியாகக் குறிப்பிடலாம். தனிமொழி வண்ணனை ஆய்வு *(Descriptive Linguistics)*, வரலாற்று ஒப்புமை மொழி ஆய்வு *(Comparative Linguistics)*, மொழி அமைப்புகள் அடிப்படையிலான மொழிவகை ஆய்வு *(Typology)* என மூன்று நிலைகளில் இவ்வாய்வுப் பரப்பு விரிவடைந்தது.

கடல்வழிப் பயணங்கள், வாணிபம், போர், காலனியாதிக்கம் போன்றவை பதினேழாம் நூற்றாண்டிலிருந்து உலக நாடுகளில் பல்வேறு மொழிகள் அறிமுகமாகக் காரணமாக இருந்தன. ஐரோப்பா, ஆப்பிரிக்கா, ஆசிய நாடுகளில் பல மொழிகள் உலக நாடுகளுக்கு அறிமுகமான காலக்கட்டமாக இந்நூற்றாண்டைக் குறிப்பிடலாம். மறுமலர்ச்சிக்காலத்தைத் தொடர்ந்து கி.பி. பத்தொன்பதாம் நூற்றாண்டில் அமெரிக்காவிலும் ஐரோப்பாவிலும் தோன்றிய பல்கலைக்கழகங்கள் இம்மொழிகளை வரலாற்று நோக்கில் அணுகி ஆராயத் தொடங்கின. இவ்வாராய்ச்சிக்கு முன்னோடியாக இருந்தவர் பலர்.

சர் வில்லியம் ஜோன்ஸ் (கி.பி. 1846–94) இந்தியாவில் கிழக்கிந்திய கம்பெனியில் பணியாற்றியபோது ஆராய்ச்சிக் கட்டுரை ஒன்றைக் கொல்கத்தா இராயல் ஏஸியாட்டிக் சொசைட்டியில் வாசித்தார். இக்கட்டுரையில் இந்திய மொழியாகிய சமஸ்கிருதம் மேலைநாட்டுச் செவ்வியல் மொழிகளான கிரேக்கம், இலத்தீன், ஹீப்ரு முதலானவற்றோடு நெருங்கிய தொடர்புடையது என்னும் கருத்தை வெளிப்படுத்தினார். ஜோன்ஸின் இக்கட்டுரை மொழிகளின் வரலாற்றுமுறை ஆய்வில் திருப்புமுனையை ஏற்படுத்தியது. அதுவரை மேற்கொள்ளப் பட்டிருந்த மொழி வரலாற்றாய்வுகள் மறுமதிப்பீடுகளுக்கு உள்ளாயின. இம்மதிப்பீடுகளின் விளைவாக, ஒன்றோடொன்று நெருங்கிய இன உறவுடைய மொழிகளெல்லாம் ஒரே குடும்பத்தைச் சேர்ந்தவை என்றும், இம்மொழிகளெல்லாம் ஒரு மூலமொழியிலிருந்து காலவோட்டத்தில் தோன்றித் தனித்தனி மொழிகளாயின என்றும் ஒப்பிட்டு நிறுவும் ஒப்புமை முறை, மொழியியலில் அறிமுகமானது. இவ்வொப்புமை முறைக் கருவியால் உலகமொழிகளைப் பல்வேறு மொழிக்குடும்பங்களாகப் பாகுபடுத்தும் வரலாற்றாய்வு பத்தொன்பதாம் நூற்றாண்டின் ஆரம்பத்திலிருந்து செல்வாக்குப் பெறலாயிற்று.

ஃப்ரான்சிஸ் வையிட் எல்லீஸ் என்பார் 1816ஆம் ஆண்டு கேம்பெல் என்பாரின் தெலுங்கு மொழி இலக்கணத்திற்கு முன்னுரை எழுதியபோது தென்னிந்திய மொழிகள் சமஸ்கிருதத்திலிருந்து வேறுபட்டவை என்றும், அவை ஒரு தனிக் குடும்பத்தைச் சேர்ந்த மொழிகள் என்றும் கூறினார். எல்லீஸின் இக்கருத்து திராவிடக் கருத்தாக்கத்தின் முன்னோடி என்பர். நாற்பது ஆண்டுகளுக்குப் பின் தென்னிந்திய மொழிகளுள் தமிழை ஆழமாகக் கற்ற இராபர்ட் கால்டுவெல் 1856இல் *திராவிட அல்லது தென்னிந்தியக் குடும்ப மொழிகளின் ஒப்பிலக்கணம்* என்னும் நூலை எழுதினார். தமிழ், தெலுங்கு, கன்னடம், மலையாளம் போன்ற திராவிட மொழிகள் சமஸ்கிருதம் முதலான ஆரிய மொழிகளிலிருந்து வேறுபட்டவை என்பதை அறிவியல்பூர்வமாக நிரூபித்தார். பன்னிரண்டு திராவிட மொழிகளை ஆராய்ந்து அவை வழங்கும் இடங்களையும் அவற்றின் சிறப்புகளையும் வெளிக்கொணர்ந்த பெருமை கால்டுவெல் பெருமகனார்க்கு உண்டு. உலக அரங்கில் வரலாற்று மொழியியலும் ஒப்புமை முறையும் (Comparative Method) ஆய்வுநெறிமுறைகளாக வளரக் கால்டுவெல்லின் இந்நூல் தளம் அமைத்தது.

இன்றைய ஒப்புமை மொழியியலுக்கும் வரலாற்று மொழியியலுக்கும் வித்திட்ட பெருமை கிறிஸ்டியன் இராஸ்க், பாப், ஜேக்கப் கிரிம் ஆகியோரைச் சாரும். இராஸ்க் டேனிஷ்

மொழியறிஞர். பல மொழிகளைக் கற்றவர். வரலாற்று மொழியியலுக்கு மட்டுமன்றி நவீன மொழியியலுக்கும் அடிக்கல் இட்டவர் என்பர். இராஸ்க், நம்முடைய பழக்கவழக்கங்களிலும் பண்பாட்டிலும் ஏற்படுகின்ற மாற்றங்களைப்போல மொழியில் மாற்றங்கள் அவ்வளவு எளிதாக ஏற்படுவதில்லை என்பதில் ஆழ்ந்த நம்பிக்கை உடையவர். மாற்றங்களுக்கு அப்பாற்பட்டது மொழி என்பது இதன் பொருள் அன்று. ஒரு மொழியை ஆயிரம் ஆண்டுகளுக்குப் பின்னரும் இனங்கண்டு கொள்ள முடியும். எனவே, மொழி ஓரளவுக்கு நிலையானதும் மாற்றங்களுக்கு அப்பாற்பட்டதுமாகும் என்று நம்புகிறார் இராஸ்க்.

ஒரே மொழிக்குடும்பத்தைச் சார்ந்தவை எனக் கருதப்படு கின்ற இரண்டு மொழிகளிடையே காணும் இன உறவு ஒழுங்காக ஆராயப்படவேண்டும். இரு மொழிகளைப் பற்றி மேலெழுந்தவாரியாகக் கிடைக்கும் தகவல்களைக் கொண்டு அவற்றிடையே உள்ள உறவை நிலநாட்ட முற்படலாகாது. அதைப்போலவே, இரு மொழிகளில் வழங்கும் சொற்களை மட்டுமே ஆதாரமாகக்கொண்டு அவற்றிடையேயுள்ள உறவை நிலைநாட்டுவதும் தவறு. ஏனெனில், ஒரு மொழியிலுள்ள சொற்கள் இன்னொரு மொழியில் எளிதாகக் கடன்வாங்கப்படலாம். இதன் மூலம் ஒரு மொழியிலிருந்து இன்னொரு மொழி எவ்வளவு சொற்களைக் கடன்வாங்கியிருக்கிறது என்பதையும், அதற்கான காரணங்களையும் ஓரளவிற்குச் சொல்ல முடியுமே தவிர இரண்டு மொழிகளின் இன உறவை நிலைநாட்ட முடியாது. எனவே, மாறுபடாததும் நிலையானதுமான இலக்கண அமைப்புகளின் அடிப்படையில் இரு மொழிகளிடையேயுள்ள இன உறவு உறுதிப்படுத்தப்பட வேண்டும்.

கிறிஸ்டியன் இராஸ்கிற்குப் பின்னர் ஜேக்கப் கிரிம் வரலாற்று ஒப்புமை மொழியியலில் ஆழ்ந்த கவனம் செலுத்தினார். இராஸ்கின் வரலாற்று ஒப்புமை மொழியியல் கொள்கைகளையே கிரிம்மும் விளக்கி வரைந்தார் என்று கூறலாம். இருந்தபோதிலும், கிரிம்மின் மொழியியல் கொள்கைகள் இராஸ்கின் மொழியியல் கொள்கைகளைவிடச் சற்றுக் கூடுதலாக விஞ்ஞான நோக்கில் அமைந்தன. எனவேதான் கிரிம் ‘வரலாற்று ஒப்புமை மொழியியலின் தந்தை’ என அழைக்கப்படுகின்றார். இவர் எல்லாச் செருமானிய மொழிகளையும் ஆராய்ந்து முதன்முதலாக ஓர் ஒப்பிலக்கணத்தை எழுதினார். இராஸ்கின் கொள்கைகளே இவ் ஒப்பிலக்கணத்தில் கையாளப்பட்டன என்பதோடு கிரிம்மின் புதிய கொள்கைகளும் கோட்பாடுகளும் வரலாற்று மொழியியலுக்கான அடிப்படையை மேலும் உறுதிப்படுத்தின. குறிப்பாக, கிரிம்மின் ஒலி விதியை *(Grim's Phonetic Law)* எடுத்துக்காட்டாகக் கூறலாம்.

செருமானிய மொழிகளில் வழங்கிய ஒலிகளைப் பற்றிய ஆழமான ஆராய்ச்சியின் மூலம் ஒலியனியலின் முக்கியத்துவத்தை அவர் உணர்ந்தார். இராஸ்க் தன்னுடைய நூலில் விளக்காத ஒலியனியலின் முக்கியத்துவத்தை கிரிம் தன்னுடைய நூலில் தெளிவுபடுத்தினார். மேலும், அவருடைய காலத்தில் பிற மொழியியல் நூல்கள் ஒலியையும் அதன் வரிவடிவத்தையும் வேறுபடுத்தியதுபோல கிரிம் வேறுபடுத்தவில்லை. இதை எழுத்து *(Letter)* என்னும் தம் நூலில் கூறுகிறார்.

இராஸ்கும் கிரிம்மும் மொழியின் ஒலிமாற்றக் கொள்கையில் ஈடுபட்டதற்கு மாறாக மொழியின் உருபனியலில் கவனம் செலுத்தினார் பிரான்ஸ் பாப் என்ற செருமானிய மொழியியலறிஞர். இவர் காலத்தில் சமஸ்கிருதத்தின் முக்கியத்துவம் உணரப்பட்டு வரலாற்று மொழியியலில் முக்கிய இடம்பெற்றது. இந்தோ – ஐரோப்பிய வரலாற்று ஒப்புமை மொழியியல் இதன் பின்னரே தொடக்கம் பெற்றது எனலாம். 1833ஆம் ஆண்டு பிரான்ஸ் பாப் சமஸ்கிருதம், செந்த், கிரேக்கம், இலத்தீன், இலித்துவேனியம், கோதிக், செருமன் போன்ற மொழிகளின் ஒப்பிலக்கணத்தை எழுதினார். இதில் அவர் எல்லா மொழிகளின் உருபனியலையும் ஆராய்ந்தார். இம்மொழிகளிடயே காணப்பட்ட ஒலிமாற்றங்களுக்கு அவர் அதிக முக்கியத்துவம் தரவில்லை. உருபனியலோடு சொற்கள் சொற்றொடர்களை உருவாக்கும் முறையையும் ஆராய்ந்தார்.

இயற்கை விஞ்ஞானத்திலும் தத்துவஞானத்திலும் தருக்கவியலிலும் ஆழ்ந்த அறிவுடைய ஆகஸ்ட் ஷெலைய்சர், டார்வினின் பரிணாமக் கொள்கையை அடியொற்றி மொழியின் பரிணாம வளர்ச்சியை ஆராய்ந்தார். மொழி மூன்று நிலைகளை– பருவங்களைக் கடந்து இன்று வளர்ந்து வந்திருக்கிறது என்கிறார் இவர். மொழியின் தோற்றம் தனிநிலையில் *(Isolation)* தொடங்கிப் பிறகு ஒட்டுநிலையாக *(Agglutination)* வளர்ந்து இன்று உட்பிணைப்பு நிலையில் *(Inflection)* நிறைவடைந்திருக்கிறது என்பது இவரது கருத்து. ஒவ்வொரு மொழியின் வளர்ச்சியிலும் இம்மூன்று நிலைகளைப் பார்க்கலாம். மொழி தனிநிலையாகத் தொடங்கி, ஒட்டுநிலையாக வளர்ந்து, மனிதனின் தருக்கவியல் அறிவிற்கு ஏற்றவாறு மேலும் பல மாற்றங்களை அடைந்து உட்பிணைப்பு மொழியாக வளர்ந்திருக்க வேண்டும் என்பது இவரது கருதுகோள். மொழியின் வளர்ச்சி இவ்வாறானால், இந்தோ – ஐரோப்பிய மொழிகளின் வளர்ச்சி இம்மூன்றுநிலைகளில் இப்போது எந்த நிலையில் இருக்கிறது என்ற வினா எழுப்பப்பட்டபோது ஷெலைய்சரால் தகுந்த பதில் கூறமுடியவில்லை.

ஷெலைய்சரின் மொழிப்பரிணாமக் கொள்கைக்கு எந்த ஆதாரமுமில்லை. மொழி தனிநிலையிலும், ஒட்டுநிலையிலும் பின்னர் உட்பிணைப்புநிலையிலுமாக வளர்ந்திருக்குமானால் தனிநிலை வடிவத்தை ஒவ்வொரு மொழியும் தத்தம் மொழி வரலாற்றில் பெற்றிருந்திருக்க வேண்டும். இதை நிரூபிக்க நம்மிடையே எந்த ஆதாரமும் இல்லை. மேலும், ஒரு மொழியின் தனிநிலை அதன் வளர்ச்சிக்கான அடிப்படைநிலை என்றோ, அது வளராத நிலை என்றோ கூற முடியாது. எடுத்துக்காட்டாக, சீனம் ஒரு தனிநிலை மொழி. இம்மொழியை வளராத மொழி என்று கூற முடியாது.

இவ்வறிஞர்களின் வரிசையில் வரலாற்று ஒப்புமை மொழியியல் வளர்ச்சிக்குக் குறிப்பிடத்தகுந்த பங்களித்தவர் வில்ஹெம் வோன் டி ஹூம்போல்டு (1767–1835). இவர் ஒரு சிறந்த செருமானிய மொழியியலறிஞர். சோம்ஸ்கி வரலாற்று மொழியியலுக்கும் ஒப்பிலக்கணத்திற்கும் அறிமுகமான காலத்தில் இவரது சிந்தனைகளால் அதிகம் ஈர்க்கப்பட்டவர் என்பர். மொழி என்பது ஒரு திடப்பொருளோ முடிந்துபோன செயலோ அன்று. மொழி ஓர் இயங்கும் செயல்; அது மாறும் தன்மையது. மொழியில் ஏற்படும் மாற்றங்கள் அனைத்தும் அதைப் பேசுவோரால் ஏற்றுக்கொள்ளப்படுகின்றன. மொழிகளுள் எந்த மொழியும் உயர்வானதில்லை; எந்த மொழியும் தாழ்வானதில்லை. எல்லா மொழிகளும் மனிதனின் எண்ணங்களைப் பிறர் புரிந்து கொள்ளுமாறு புலப்படுத்த அமைகின்ற அளவில் ஒன்றேயாகும். அதேநேரத்தில் ஒவ்வொரு மொழியும் அதற்கேயுரிய தனித்தன்மை வாய்ந்தது என்னும் ஹூம்போல்டின் மொழி சார்ந்த கருத்துகள் ஒப்புமை மொழியியலுக்கு மட்டுமல்லாமல் பிற்காலத்தில் அமைப்பு மொழியியல் வளர்ச்சிக்கும் ஆதாரமாக அமைந்தன. ஒரே மொழிக்குடும்பத்தில் செவ்வியல் மொழிகளோடு பழங்குடிகள் பேசும் மொழிகளும் வேறுபாடின்றிச் சமஇடம் பெற்றதும், அமைப்பு மொழியியலில் செவ்வியல் மொழியும் பழங்குடி மொழிகளும் பேச்சுமொழியும் ஒரே தகுதியில் வண்ணனைப் பகுப்பாய்வுக்கு உட்படுத்தப்பட்டதும் மேலே குறிப்பிட்ட ஹூம்போல்டின் சிந்தனை சார்ந்த வளர்ச்சி எனலாம். இச்சிந்தனை வளர்ச்சியில் மொழிப்படைப்பாக்கம் குறித்த சிந்தனை குறிப்பிடத்தக்கது.

மொழிப்படைப்பாக்கம் குறித்த ஹூம்போல்டின் கருத்து கூடுதல் மனவழிச் சார்ந்தது. ஒரு மொழியின் வளர்ச்சி அதைப் பேசுவோரின் மன ஆளுமையைப் பொறுத்து அமையும் என்பது இவரது கருத்து. இம்மன ஆளுமையையும் அதிகாரத்தையும்

ஊக்குவிப்பது சமூகமும் அரசியலும் சார்ந்த வாழ்க்கைமுறை என்கிறார். ஹம்போல்டின் இக்கருத்துதான் பிறகாலத்தில் சாபிர் – உர்ஃப் சார்பியல் கருதுகோளுக்கு *(Sapir - Whorf Relativity Hypothesis)* அடித்தளமானது. எட்வர்டு சாபிரும் பெஞ்சமின் உர்ஃபும் மானிடவியல் மொழியியலறிஞர்கள். மனித மொழிப் படைப்பாக்கம் மொழி அமைப்புகளை உள்வாங்கிக்கொள்ளும் போதே சமூகம் கட்டமைக்கும் உலகியலையும் உள்வாங்கிக் கொள்கிறது. இவ்வுலகியல் கண்ணோட்டத்தைச் சொற்களும் இலக்கண அமைப்புகளும் கட்டமைக்கின்றன. இவ்வாறு கட்டமைக்கப்படும் மொழி மனிதனின் அறிவு வளர்ச்சியிலும் உலகியல் கண்ணோட்டத்திலும் இடம்வகிக்கிறது. ஒரு குழந்தை, மொழியை இவ்வாறுதான் இயல்பாய்க் கற்கிறது. தம் பதின்பருவத்திலிருந்தே ஒப்பிலக்கணத்திற்கும் வரலாற்று மொழியியலுக்கும் அறிமுகமாகியிருந்த சோம்ஸ்கிக்கு ஹம்போல்டின் மொழிப்படைப்பாக்கம் பற்றிய இச்சார்பியல் கருத்து, 'மொழிப் பயன்பாட்டின் படைப்பாக்கக்கூறு' என்னும் அவரது கோட்பாட்டுக் கருத்தியலாக்கத்தில் வலுவான தாக்கத்தை ஏற்படுத்தியது.

ஹம்போல்டின் மொழியியல் சிந்தனைகள் சோம்ஸ்கியின் ஆக்கமுறை மாற்றிலக்கணக் கோட்பாட்டின்மீது தாக்கத்தை ஏற்படுத்திய மற்றொரு கருத்தியல் பகுதி மொழி பற்றிய விளக்கம். மனித மொழி, சொற்களும் சொற்றொடர்களும் அவற்றின் பொருள்களும் அடங்கிய வெறும் திரட்டு என்பதைவிட 'விதிகளின் ஆட்சிக்கு உட்பட்ட அமைப்பொழுங்கு *(Rule governed system)*' எனலாம் என்னும் இவரது கருத்து சோம்ஸ்கியின் மொழி பற்றிய கருத்துருவாக்கத்திற்கு அடிப்படையாக அமைந்தது. சோம்ஸ்கியும் மொழியை 'விதிகளின் ஆட்சிக்கு உட்பட்ட அமைப்பொழுங்கு' என்றே விளக்குகிறார். பொதுவாக, ஹம்போல்டின் சிந்தனைகளை விதந்து போற்றும் சோம்ஸ்கி இக்கருத்தால் புதிய உத்வேகம் பெற்றார்.

ஒரு மொழியின் அமைப்பும் செயல்கூறும் அம்மொழியைப் பேசுவோரின் உள்மன இயக்கத்தையும் அறிவுப்பரப்பையும் புலப்படுத்துகின்றன. இவ்வுள்மன வடிவம், தன்னைச் சுற்றியுள்ள இவ்வுலகம் சார்ந்த செய்திகளைப் புலப்படுத்தும் வாக்கியங்களின் உறுப்புகளிடையே காணும் உறவுகளைக் குறியீடாய் அமைத்துக் காட்டுகிறது. இவ்வுள்மன இயக்கம், தன்னைச் சுற்றி வழங்கும் பொருளை உள்ளீடு செய்வது வரைக்கும் ஒலிகளால் இணைந்து சொற்களாய் உருவாவதில்லை. இப்பொருளே சமூகத்தின் எண்ணங்களுக்குப் புற உருவம் கொடுக்கிறது. இதன் அடிப்படை யில் 'வரைநிலைக்கு உட்பட்டு வரைநிலை கடந்து உருவாக்குதல்'

என்னும் ஹம்போல்டின் மொழி பற்றிய விளக்கத்தை அடிக்கடிக் குறிப்பிடுவதோடு இவ்விளக்கத்தையே சூத்திரமாகத் தம் கோட்பாட்டின் அடிநாதமாக சோம்ஸ்கி கருதுகிறார். இவ்வரைநிலையற்ற உருவாக்கம் இலக்கணவிதிகளால் சாத்தியமாகிறது என்கிறார் ஹம்போல்டு. இதன்படி, குறிப்பிட்ட எண்ணிக்கையில் அடங்கும் இலக்கணவிதிகளைக் கொண்டு எண்ணிறந்த வாக்கியங்களைப் படைக்க முடியும். சோம்ஸ்கியின் ஆக்கமுறை மாற்றிலக்கணத்தின் மூலத் தத்துவம் இதுவே.

ஆக்கமுறை மாற்றிலக்கணக் கோட்பாட்டை அறிமுகப்படுத்துவதற்கு முன்னரே மரபிலக்கணம், பொதுமை இலக்கணம், வரலாற்று மொழியியல், ஒப்பிலக்கணம், ஒப்புமை மொழியியல் எனப் பல்வேறு பரிமாணங்களில் மொழியைப் பற்றிய முழுமையான புரிதல் சோம்ஸ்கிக்கு இருந்தது. இப்பின்னணிதான் *தற்கால ஹீப்ருமொழியின் உருபொலியனியல்* என்னும் தலைப்பை ஹேரிஸின் மேற்பார்வையில் ஆய்வுக்குத் தேர்ந்தெடுக்கப் பின்புலமாக அமைந்தது என்று முந்தைய பகுதிகளில் பார்த்தோம். இன்று தத்துவம், தருக்கம், புலனுணர்வியல் உளவியல், கணினியல் எனப் பன்முக மொழியியலறிஞராக சோம்ஸ்கி போற்றப்படுகிறார். இருப்பினும், நமக்கு வெளிப்படையாகப் புலனாகாத அவரின் மற்றொரு முகம் மரபிலக்கணம், வரலாற்று மொழியியல், ஒப்பிலக்கணம், ஒப்புமை மொழியியல் ஆகியவற்றின் வர்ணக் கலவை பூசிய முகம். குறிப்பாக மொழி விதிகள், மொழிப் பொதுமைகள். விளக்க நிறைவு, மொழிப்பயன்பாட்டின் படைப்பாக்கக்கூறு போன்ற முக்கியமான கருத்தியல் கூறுகளைப் பிற்காலத்தில் ஆக்கமுறை மாற்றிலக்கணக் கோட்பாட்டில் விரிவாகப் பேசுவதற்கு இப்பின்புலம் சோம்ஸ்கிக்கு உதவியது. இக்கோட்பாட்டுக் கருத்துருவாக்கப்படிமுறையில் அமைப்பு மொழியியலின் தாக்கத்தைக் குறித்து அடுத்த அத்தியாயத்தில் காண்போம்.

குறிப்புகள்

1. மரபிலக்கணங்களைப் பற்றிய படிப்பைத் தன்னாட்சிமிக்க ஒரு துறைப்படிப்புத் தகுதிக்கு உயர்த்தும்போது மொழியியலுக்கு இணையான ஓர் அறிவியல் படிப்பாக அதனை நிலைநாட்ட வேண்டும் (இராசாராம், 2010).

2. Yergin notes: ‘This background introduction to ‘historical linguistics’ has considerable impact in the future; it helped fuel his later conviction that the explanation of how language worked, rather than categories and description, was the business of linguistic study’ (Chomsky. Info, 1991).

3. '.....really had to do with my own background in historical linguistics. I started right off, without even asking any questions, working within the framework of generative grammar, which seemed to be the only conceivable thing, namely, trying to find a system of rules which would enable you to characterize all of the sentence structures in the language. I very quickly discovered that if you wanted to do this properly you had to have a long sequence of ordered rules. I also noticed right off that the logical order corresponded to some extent to the historical order which I knew of. I found that if you gave it the right kind of logical order then you could explain a lot of phenomena which otherwise seemed very inexplicable' (In Carlos P. Otero, 1994).

4. Of course there were classical precedents: Panini's grammar of Sanskrit is the most famous and important one.... My professional field, as I am sure you know, was large part created in India, 2500 years ago. The first 'generative grammar' in something like the modern sense is Panini's grammar of Sanskrit..... Many treasures were discovered, among them Panini's classic.......... (From the speech delivered by Professor Noam Chomsky when he was awarded the Degree of D.Litt. Honoris Causa by the University of Calcutta on November 22, 2001 at Kolkata.)

3
சோம்ஸ்கிக்கு முன் மொழியியல் – II

3.1. மொழியியல்

'மொழியியல்' என்னும் கலைச்சொல்லாடல் பத்தொன்பதாம் நூற்றாண்டின் நடுப்பகுதியில் அறிமுகமானது. மொழியின் அமைப்பைப் படித்தறிவது அல்லது ஆய்வது மொழியியல். மொழியியலைப் போன்றே மரபிலக்கணமும் மொழியின் அமைப்பைப் பேசுகிறது. மொழியியல் என்னும் சொல்லாடல்தான் இன்றைய சமூக விஞ்ஞானங்களுக்கு ஏற்ப, புதுக்கோலம் பூண்டுள்ளதே தவிர அடிப்படைச் செயற்பாட்டில் மரபிலக்கண ஆய்விலிருந்து மொழியியலாய்வு வேறுபாடு உடையதன்று.

நவீன மொழியியல், பழைய சமஸ்கிருத இலக்கணச் சிந்தனைகளின் ஆளுமைக்கு உட்பட்டு வளர்ந்தது என்பர். சிலர், ஐரோப்பியக் கல்விசார் மரபுகளின் அடித்தளத்தில் எழுப்பப்பட்ட கட்டுமானம் என்பர். மரபிலக்கணம் உட்படப் பிற விஞ்ஞானங்களைப்போல மொழியியலும் கிரேக்க மரபைப் பிறப்பிடமாகக் கொண்டது என்பர் சிலர். கி.மு. நான்காம் நூற்றாண்டில் வாழ்ந்த கிரேக்கத் தத்துவஞானி பிளேட்டோ இன்றைய மொழியியல் உருவாவதற்கான அடிப்படை வினாக்களை எழுப்பியவர். நாம் பயன்படுத்தும் சொல்வடிவத்திற்கும், அது உணர்த்தும் பொருளுக்கும் இடையேயுள்ள

தொடர்பு என்ன என இவர் எழுப்பிய வினா, மொழி பற்றிய படிப்பைப் புரட்டிப்போட்ட சிந்தனை என்பர். பிளேட்டோ, இவ்வினாவுக்கு விடையாக இரண்டிற்கும் இடையேயுள்ள தொடர்பு காரணகாரிய விளக்கங்களுக்கு உட்பட்டது என்னும் கருத்தை உறுதிப்படுத்தினார். ஆனால், அரிஸ்டாடில் தம் ஆசிரியரின் கருத்திற்கு எதிராகச் சொல்லுக்கும், அது குறிக்கும் பொருளுக்கும் இடையேயுள்ள உறவு, அதாவது வடிவத்திற்கும் பொருளுக்கும் இடையேயுள்ள உறவு மரபு சார்ந்தது; பேசுவோர் – கேட்போரிடையே அமையும் எழுதப்படாத உடன்பாடு என்று கூறுவார்.

அரிஸ்டாடிலின் இவ்விளக்கத்தையே இன்றைய மொழியியல் ஏற்றுள்ளது. ஏன் ஓர் உயிரினம் 'நாய்' என்று தமிழிலும், 'பட்டி' என்று மலையாளத்திலும், 'குத்தா' என்று இந்திமொழியிலும், 'dog' என்று ஆங்கிலத்திலும், 'hund' என்று செருமன்மொழியிலும், 'chien' என்று பிரஞ்சுமொழியிலும் வழங்க வேண்டும்? இதற்கு எந்தக் காரணத்தையும் கூற முடியாது. 'மொழி' என்பது காரண காரிய விளக்கங்களுக்கு உட்படாத வாய்மொழிக் குறியீடுகளின் தொகுப்பு. இத்தொகுப்பைப் பற்றிய படிப்பு மொழியியல் என்பது இக்கால மொழியியல் அறிஞர் கருத்து.

மரபிலக்கணங்களிலும் மொழியியலிலும் மொழியைப் பற்றிய படிப்பு தொடங்கிப் பல நூற்றாண்டுகளாகிவிட்டன. மொழியியலில் இப்படிப்பு அறிவியல்பூர்வமான வடிவும் வளர்ச்சியும் பெறாமல் ஒவ்வொரு காலக்கட்டத்திலும் விமர்சனத்திற்கு உள்ளாகிவந்தது வரலாற்று உண்மை. கிட்டத் தட்ட ஒரு நூற்றாண்டுக்காலமாக மொழியியல் ஆய்வுகள் புதிய திருப்புமையங்களை நோக்கி நகர்ந்துள்ளன. பிற இயற்பியல் விஞ்ஞானங்களைப் போலப் பிற துறைகளின் அங்கீகாரம் பெற்று வளர்ந்துவந்துள்ளன. மொழி சார்ந்த துல்லியமான கருதுகோள்களை உருவாக்குவதற்கு ஏற்பப் பின்புல நிகழ்வு களைக் கூர்ந்துநோக்குதல், அந்நிகழ்வுகளின்மீது பகுப்பாய்வு நெறிமுறைகளை மேற்கொள்ளுதல், கோட்பாடுகளை உருவாக்குதல், அக்கோட்பாடுகளின் முறைமைத்தகுதியைச் சோதனைகளால் நிறுவுதல் என அனைத்துப் படிநிலைகளையும் உள்வாங்கி மொழியியல் இன்று முன்னேறியுள்ளது. 'ஒரு விஞ்ஞானம்' என்னும் தகுதியைப் பெறப் பல்வேறு கட்டப் போராட்டங்களை மொழியியல் கடந்துவர வேண்டியிருந்தது என்று குறிப்பிடுகிறார் சி.சி. ஃப்ரைஸ்[1].

பெரும்பாலான மக்களுக்கு மொழி ஒரு கருத்துப்பரிமாற்றச் சாதனம் மட்டுமே. ஆய்வுக்கோ விவாதத்திற்கோ உரிய

பொருளன்று. ஆனால் மொழித் தொடர்பான பிரச்சனைகள் எழும்போது மொழியின் இயல்பு குறித்தும், அது எழுப்பும் பிரச்சனைகளுக்கான தீர்வு குறித்தும் சிந்திக்க வேண்டியது கட்டாயமாகிவிடுகிறது. அன்றாட நடைமுறைப் பிரச்சனைகளுள் ஒன்றாக மொழி மாறிவிடும்போதுதான் அதன் செயல்நுட்பம் குறித்த இச்சிந்தனை முதலிடம் பெறுகிறது. இன்றைய வாழ்க்கையில் நம் அனுபவங்களோடு மொழிக்குள்ள உறவைப் பல கோணங் களில் அணுக நமக்கு இப்படிப்பு தேவைப்படுகிறது. இப்படிப்பில் மொழியின் அக அமைப்பை *(Internal structure)* பற்றிய சிந்தனை மேலோங்கி நிற்கிறது. இந்நோக்கில் மொழியைப் புரிந்துகொள்ள மேற்கொள்ளும் ஓர் அறிவியல் துறைப்பொருள் மொழியியல்.

இருபதாம் நூற்றாண்டின் தொடக்கத்திலேயே மொழியியல் தனியொரு சமூக விஞ்ஞானமாக வளரத் தொடங்கிவிட்டது. பத்தொன்பதாம் நூற்றாண்டில் மொழியைப் பற்றிய படிப்பாகப் பரவலாக இருந்த ஒப்பிலக்கணமும், ஒப்புமை மொழியியலும் மொழியியலின் தோற்றுவாயாக இருந்தன. மொழியியல் வளர்ச்சி வரலாறு ஒரு தொடர்பம். இத்தொடர்பத்தில் ஒப்பிலக்கணத் திற்கும் ஒப்புமை மொழியியலுக்குமுரிய இடம் மறுக்கமுடியாதது. இருப்பினும், இன்று வளர்ந்த நிலையில் நவீன மொழியியலுக்கும் ஒப்பிலக்கணம், ஒப்புமை மொழியியல், மரபிலக்கண ஆய்வுகளுக்கும் இடையே முக்கியமான வேற்றுமைகள் உள்ளன.

முதலாவதாக, மரபுசார்ந்த எந்தப் பழம்புனைவுகளையும் கொள்கை முடிவுகளுக்கு ஆதாரமாக மொழியியல் சார்வதில்லை. எடுத்துக்காட்டாக, மொழித்தூய்மை பற்றிய விவாதங்களோ, மொழித்திருத்தம் குறித்த விவாதங்களோ மரபிலக்கண ஆய்வுக்குத் தளமாக அமைவது போன்று மொழியியலாய்வுக்கு அமைவதில்லை. இவ்விவாதங்கள் மொழியியல் கோட்பாட்டு முடிவுகளைக் கட்டுப்படுத்துவதுமில்லை. இவற்றைப்போலவே மொழித்தோற்றம் பற்றிய பழம்புனைவுகளும், கெட்ட மொழி, இழிசனர் மொழி என்னும் கருத்தாக்கங்களும் மொழியியலாய்வுக்கு அப்பாற்பட்டவை. இம்மாதிரியான மரபுசார்ந்த நிலைப்பாடு எதுவும் மொழியியல் விஞ்ஞானத்திற்கு இல்லை. நவீன மொழியியல், யதார்த்தத்தோடு பின்னிப்பிணைந்த விஞ்ஞானத் துறைப்பொருள்.

இரண்டாவதாக, ஒரு விஞ்ஞானப் படிப்பு என்னும் நிலையில் நவீன மொழியியல் புறவயச்சார்பு உடையது; வண்ணனைப் பண்புடையது; துல்லியமாகக் கணிக்கும் நடைப்பாங்கு உடையது. இதன் கண்டுபிடிப்புகளும் முடிவுகளும் ஏற்றுக்கொள்ளவோ மறுக்கவோ படலாம். மறுப்புகள் தீவிரமான தொடர்

சோதனைகளுக்குப் பின்னரே ஏற்றுக்கொள்ளப்படுகின்றன. நவீன மொழியியலுக்கு முந்தைய மரபுநிலை ஆய்வுகள், மரபிலக்கணங்கள் உட்பட அகவயச்சார்பு உடையன. அத்துடன், இலக்கண விதிகளை வலியுறுத்தும் பாங்குடையன. எனவே, இவற்றை விதிமுறை இலக்கணங்கள் (Prescriptive Grammars) என்பர். மொழியியல் இலக்கணங்கள், வண்ணனை இலக்கணங்கள் (Descriptive Grammars) எனப்படுகின்றன.

மூன்றாவதாக, மொழியியல் ஒரு கல்விசார் நடவடிக்கை. இது மதிப்பீடு, தீர்வு, கோட்பாடு என்னும் செயற்பாட்டுப் படிநிலைகளை உடையது. காலம், வெளி, சூழல், பின்புலம், ஒருதலைச்சார்பு, பண்பாடு என்னும் மாறிகளுக்கு ஏற்ப ஏற்படும் மொழிமாற்றங்கள் இப்படிநிலைகளில் முக்கியமானவை. மொழியியல், இம்மாற்றங்களை ஆவணப்படுத்தி மொழி வளர்ச்சியைத் துல்லியமாகக் கணிக்கிறது.

உலகத்தில் ஒவ்வொரு விஞ்ஞானமும் தரவுகளைப் பகுப்பாய்வு செய்வதற்குத் தகுந்த உத்திகளை வளர்த்துள்ளது. மொழியியல், பத்தொன்பதாம் நூற்றாண்டின் ஆரம்பத்திலேயே ஒலியன் நிகரன்களை (Phonological correspondences) பல்வேறு மொழிகளிடையே காணப்படும் இன உறவுகளை நிறுவப் பயன்படுத்துகிறது. இதுபோன்ற பல உத்திகள் வகைப்படுத்தப் படாத மொழிகளின் வண்ணனைப் பகுப்பாய்வு, கிளைமொழி ஆய்வு போன்றவற்றில் சிறப்பாகப் பயன்படுத்தப்படுகின்றன. இவ்வுத்திகள் சார்ந்த அணுகுமுறைகள் மீண்டும் மீண்டும் விமர்சனங்களுக்கும் சோதனைகளுக்கும் உட்படுத்தப்பட்டு அவற்றின் முறைமைத்தகுதி அவ்வப்போது மொழியியலறிஞர்களால் நிலைநிறுத்தப்பட்டுள்ளது. மொழிகளைப் பற்றிய இப்படிப்பு விஞ்ஞானத்தின் எல்லாக் கூறுகளையும் பெற்று மனித மொழியின் இயல்பையும் அதன் சமூகச் செயல்திறனையும் புரிதலுக்கு உட்படுத்தும் படிப்பாக வளர்ந்துள்ளது. இதன் மூலமாக மொழியியல் மனித மொழி சார்ந்த அறிவும் செயல்திறனும் மிக்க விஞ்ஞானமாகக் கல்வித்துறையில் இன்று புரிந்துகொள்ளப் பட்டிருக்கிறது.

மொழியியல் விஞ்ஞானம் என்பதை,

- மொழி பற்றிய அறிவும் புரிதலும் அடங்கியது என்றும்,
- இவ்வறிவும் புரிதலும் மனித மொழியின் இயல்பையும் செயல்திறனையும் சார்ந்தவை என்றும்,
- இவ்வறிவும் புரிதலும் மனித மொழியின் அமைப்பு, அதன் இயங்குமுறை, காலவோட்டத்தில் ஏற்றுக்கொண்ட

மாற்றங்கள் போன்ற செய்திகளின்மீது கட்டமைக்கப் பட்டவை என்றும்,

- இவ்வறிவும் புரிதலும் மனித மொழியைப் பல்வேறு சோதனைகளுக்கு உட்படுத்தத் தகுந்த பொதுக் கருத்துருவாக்கத்தை உத்திகளாலும் வழிமுறைகளாலும் நிறுவுவது பற்றியவை என்றும்

விளக்கிக் கூறலாம். இதன் அடிப்படையில் இவ்விஞ்ஞானத்தின் முக்கியமான கொள்கைகளாக மூன்றினை வகுத்துக்கொள்கின்றனர் மொழியியலறிஞர்.

- முதலாவதாக, மொழி என்பது ஒரு குறிப்பிட்ட சமூகத்தின் அனைத்து உறுப்பினர்க்கும் பொதுவான நடத்தை நடவடிக்கைகளின் தொகுதி. இத்தொகுதியிலுள்ள நடத்தை நடவடிக்கைகள், மானிடவியலாளர் குறிப்பிடுவதுபோல அச்சமூகத்தின் வரலாற்றின், பண்பாட்டின் பகுதிகளாகும். எனவே, அச்சமூகத்தின் தொன்மங்களோடும் சடங்குகளோடும் மொழிப் பின்னிப்பிணைந்துகிடக்கிறது. இந்நிலையிலும், மொழியை இவற்றின் தாக்கமின்றித் தனியாகப் பிரித்தெடுக்க மொழியியலாளனால் முடிகிறது; சமூகத்தில் அதன் செயற்பாட்டை உற்றுநோக்க முடிகிறது; செவியால் கேட்டுணர முடிகிறது; பதிவு செய்ய முடிகிறது; அதன்மீது அகவயச்சார்பின்றிப் பகுப்பாய்வை மேற்கொள்ள முடிகிறது; அதன் உட்கூறுகளை வகைப்படுத்த முடிகிறது; தனி மொழிகளுக்கு அப்பால் ஒரு மொழியோடு மற்றொரு மொழியை ஒப்பிட்டு நோக்க முடிகிறது; எல்லாவற்றுக்கும் மேலாக, மொழியின் நடத்தை நடவடிக்கைகளின் பொதுவிதிகளை வரையறுத்து வெவ்வேறு சமூகச் சூழல்களில் அவற்றின் உற்பத்தித் திறனை மதிப்பீடு செய்யவும் அவனால் முடிகிறது. மொழியைப் பற்றிய படிப்பு அல்லது ஆய்வு இவ்வாறு முழுப் பரிமாண அமைப்பைப் பெறும்போது அறிவியலின் உன்னதத்தை எட்டிவிடுகிறது.

- இரண்டாவதாக, ஒவ்வொரு மொழியும் அதன் நடத்தை நடவடிக்கைகளைப் பொறுத்தவரையில் அதற்கேயுரிய தனி ஒழுங்கமைவைப் பெற்றிருப்பது. இது ஒரு மொழிக்கு மட்டுமல்ல; அதன் கிளைமொழிகளுக்கும் பொருந்தும். இவ்வொழுங்கமைவு ஒரு மொழிக்கேயுரிய தனி இயல்பு. இருந்தபோதிலும், சில மொழிகளோடு குறிப்பாக,

இன உறவுடைய மொழிகளின் ஒழுங்கமைவோடு பல நிலைகளில் ஒற்றுமையுடையதாகவும் இருக்கலாம்.

* மூன்றாவதாக, ஒரு விஞ்ஞான விசாரணையின் அடிப்படைத் தேவைகளான பகுப்பாய்வையும் வண்ணனையையும் குறிப்பிடலாம். இவ்விரண்டையும் மொழி ஆய்வில் மேற்கொள்ளும்போது ஒரு விஞ்ஞானக் கோட்பாட்டின் தகுதியை இவை நிறைவு செய்ய வேண்டும். இதன் முன்நிபந்தனைகளாக (1) எளிமை (சிக்கலில்லாமல் கருத்தியல்களை எளிமையாக முன்வைத்தல்) (2) முழுமை (எல்லாப் பொருட்கூறுகளையும் இயன்ற அளவுக்கு முழுமையாக ஆராய்தல்) (3) ஒத்திசைவு (கொள்கைகளை வகுப்பதில் முரண்பாடின்றித் தொடர்புகளைப் பேணுதல்) (4) சிக்கனம் (நீண்ட வாக்கியங்களில் கூறுதலையும், தேவையற்ற பகுப்பாய்வுக்கு உட்படுதலையும் தவிர்த்துச் சிக்கனத்தைக் கடைப்பிடித்தல்) என்பன கூறப்படுகின்றன. இந்நான்கு கூறுகளும் இல்லாததாலேயே மரபிலக்கணம் விஞ்ஞான ஒழுங்குடைமை அற்றது என்றனர் மொழியியலாளர். சிறந்த பகுப்பாய்வுத் தரத்தையோ வண்ணனைச் சிறப்பையோ மரபிலக்கணங்கள் பெறாமல் போனதற்கு இக்கூறுகளைப் பேணாமையையும் முதற்காரணமாகக் கூறுவர். மொழியியலை மரபிலக்கணத்தின் மாற்றுச் சிந்தனையாக நிறுவ வேண்டிய கோட்பாட்டுக் கட்டாயத்திற்கு வசதியாக மொழியியலாளர் இந்நிலைப்பாட்டை மேற்கொண்டனர்.

மொழியியல், நடைமுறை யதார்த்தத்தை அடிப்படையாகக் கொண்ட சமூக விஞ்ஞானம். பேசுவோரும் கேட்போரும் மொழியை இலாவகமாகப் பயன்படுத்தித் தத்தம் கருத்துகளைச் செம்மையாகப் பரிமாறிக்கொள்கின்றனர். இக்கருத்து நிகழ்வில் மொழியின் பேச்சு வடிவம், அதன் பொருள், சைகைகள், ஒலிகளைப் பிறப்பிக்கும் பேச்சுறுப்புகளின் தொழிற்பாடுகள், பேசுவோர் – கேட்போரின் உணர்வு வெளிப்பாடுகள் என அத்தனையும் நம் புலன்களுக்கு எளிதாகப் புலப்படுகின்றன. எனவேதான் மொழி நிகழ்வை உற்றுநோக்கலுக்குரிய இயல்பான காட்சியாகப் பார்த்தும் கேட்டும் அனுபவிக்கிறோம். எந்தக் கோட்பாட்டைச் சார்ந்த மொழியியலாளரும் இதனை மறுப்பதில்லை. இவ்வனுபவம் பெரும்பாலும் மனித நடத்தை சார்ந்தது. இந்நடத்தையில் ஆண் – பெண் என்ற வேறுபாடு கிடையாது. ஒன்றுக்கு மேற்பட்ட நபர்கள் பல்வேறு மொழிச்சூழல்களைப் பயன்படுத்தும் இந்நிலையில்தான் ஒருபடித்தான பேச்சுச்

சமூகம் (Homogeneous speech community) உருவாகிறது. மொழியியல் படிப்புக்கும் ஆய்வுக்கும் உரிய களம் இச்சமூகமே.

விஞ்ஞானங்களுள் மொழியியல் விஞ்ஞானத்திற்குத் தனி இடம் உண்டு. இதில் மொழியியலாளர் குறிப்பிட்ட ஒரு மொழியை அல்லது பல மொழிகளை உற்றுக்கவனிக்கிறார். அதேநேரத்தில், ஒரு மொழியைப் பேசுவோராகவும், அநேகமாக அம்மொழி அவரது தாய்மொழியாக இருக்கும் வாய்ப்புள்ளவராகவும் இருக்கிறார். இவ்வாறு ஒரு மொழிக்குப் புறநோக்காளராகவும், தாம் பேசும் மொழிக்கு அகநோக்காளராகவும் அவர் விளங்குகிறார். அகநோக்காளராக, பேசுவதோடு மட்டுமல்லாமல் அம்மொழி எவ்வாறு உருவாகிறது, மூளையில் எந்தப் பகுதியை இருப்பிடமாகக் கொள்கிறது, பேச முற்படும்போது பேச்சுறுப்புகளின் தொழிற்பாடுகளுக்கு அப்பால் மொழி உற்பத்திக்கும் சிந்தனைக்கும் இடையே என்ன நடைபெறுகிறது என்பன போன்ற வினாக்களுக்கு விடை காண உள்நோக்கிய பார்வையைச் செலுத்துகிறார். இப்பார்வை, மொழியைப் பற்றிய படிப்பு தத்துவத்தையும் உளவியலையும் சார்ந்து நிற்கிற பன்முக அணுகுமுறையை வற்புறுத்துவதை அவர் உணரத் தவறுவதில்லை.

இவ்வாறு, தாம் பேசும் மொழியை மனத்திற்குள்ளேயே உள்நோக்கி ஆய்வு செய்யவும், பிற மொழிகளைப் புறநிலையில் உற்றுக் கவனித்து ஆய்வு செய்யவும் இருவிதமான அணுகுமுறை களை மேற்கொள்ள முறையே இப்புறநோக்கும் அகநோக்கும் மொழியியலாளருக்கு உதவுகின்றன. காலப்போக்கில் இவ்வடிப்படை அணுகுமுறைகள்தாம் மொழியியல் ஆய்வில் ஆழமான கோட்பாட்டுக் கற்பிதங்களுக்கு மொழியியலாளனை இட்டுச்சென்றிருக்கின்றன. இதன் விளைவாக, இவ்விரு ஆய்வியல் அணுகுமுறைகளும் பல்வேறு காலக்கட்டங்களில் பல கோட்பாடுகளைக் கண்டுள்ளன. மொழியியல் கோட்பாட்டு வரலாறு என்பது இதுவே. இவ்விரு நோக்குகளில் இருபதாம் நூற்றாண்டின் ஆரம்பத்தில் புறநோக்கு ஆய்வியல் அணுகுமுறை சார்ந்த அமைப்பு மொழியியலும், இருபதாம் நூற்றாண்டின் நடுப்பகுதியில் அகநோக்கு ஆய்வியல் அணுகுமுறை சார்ந்த சோம்ஸ்கியின் ஆக்கமுறை மாற்றிலக்கணமும் வரலாற்று முக்கியத்துவம் வாய்ந்தவை.

3.2. அமைப்பு மொழியியல்

1957இல் நோம் சோம்ஸ்கியின் *தொடரியல் அமைப்புகள்* என்னும் நூல் வெளியான பிறகு அமெரிக்க மொழியியல்

வரலாற்றை அமைப்பியல் காலம், ஆக்கமுறையியல் காலம் என இரண்டாகப் பிரித்துக் கூறுவர். அமைப்பியல் காலத்தின் சிறந்த கோட்பாட்டு நாயகர்களாக ஃபெர்டினண்ட் டி சசூர், எட்வர்டு சாபிர், புளூம்ஃபீல்டு ஆகிய மூவரைக் குறிப்பிடுவர். ஆக்கமுறையியல் கோட்பாட்டு நாயகனாக நோம் சோம்ஸ்கியைக் குறிப்பிடுவர். இவர்களைத் தொடர்ந்து இரு கோட்பாடுகளையும் தழுவிப் பல மொழியியலறிஞர்கள், பல்வேறு சந்தர்ப்பங்களில் மூத்த அறிஞர்களின் கோட்பாட்டு நிலைப்பாடுகளை ஏற்றும், மறுதலித்து மேம்படுத்தியும் வந்துள்ளனர். மொழியியல் வரலாறு ஒரு சமூக விஞ்ஞானத்திற்குரிய அனைத்து வளர்ச்சிக்கூறுகளையும் இவ்வகையில் உள்ளடக்கியது.

இருபதாம் நூற்றாண்டின் முற்பகுதியிலேயே முந்தைய நூற்றாண்டுகளில் ஆதிக்கம் செலுத்திய வரலாற்றியம் (Historicism) மொழியியல் ஆய்வில் செல்வாக்கு இழந்தது. மொழியியலாளர்களின் பார்வை சமகால மொழிகளின் கட்டமைப்பின் மீது விழுந்தது. புதிய கருத்தியல் போக்குகளை வடிவமைத்த பல மொழியியல் இயக்கங்கள் இந்நூற்றாண்டில் தோன்றின. இவற்றுள் அமைப்பியல்வாதம், செயற்பாட்டியல்வாதம் (Functionalism), ஆக்கமுறையியல்வாதம் (Generativism) ஆகிய மூன்றும் முக்கியமான இயக்கங்கள் அல்லது சிந்தனைப்போக்குகள் எனலாம்.

புத்திலக்கணச் சிந்தனைகளைத் தொடர்ந்து கி.பி. இருபதாம் நூற்றாண்டின் முற்பகுதியில் அமைப்பியல்வாதம் எழுச்சிப் பெற்றது. இக்காலக்கட்டத்தில் மொழி ஆய்வின் அழுத்தம் மொழி மாற்றங்களிலிருந்து மொழி வண்ணனைக்கு மாறியிருந்தது. உலகிலுள்ள பல்வேறு மொழிகளில் காணும் இலக்கணக்கூறுகளில் நிகழ்ந்த மாற்றங்களை வரலாற்றுரீதியாக அணுகிய முறைகளிலிருந்து விலகி, குறிப்பிட்ட காலத்தைச் சார்ந்த தனிமொழிகளின் அமைப்பை விவரிப்பதில் மொழியியலறிஞர் முனைப்பு காட்டினர். குறிப்பாக, முதலாம் உலகப்போருக்குப் பின்னர் மொழியியலை ஆக்கிரமித்திருந்த செருமன் வரலாற்று மொழியியல் கருத்தாக்கங்களின் ஆதிக்கம் குறைந்து, மொழியமைப்புகளைப் பற்றிய ஆய்வு முக்கிய இடம்பெற்றது. புதிய மொழியியல் கோட்பாடுகள் ஃபெர்டினண்ட் டி சசூரோடு (1857-1913) சுவிட்ஸர்லாந்திலும், பௌதாயன் டி கார்தினேயோடு (1845-1929) ரஷ்யாவிலும், லூயி யெம்ஸ்லெவோடு (1899-1965) கோபன்ஹேவனிலும், போயஸோடு (1858-1942) அமெரிக்காவிலும் தோன்றின. இவை ஐரோப்பிய அமைப்பியல்வாதம், அமெரிக்க அமைப்பியல்வாதம் என இருபெரும் பிரிவுகளாக மொழியியல் வரலாற்றில் பேசப்படுகின்றன.

சு. இராசாராம்

3.2.1. ஃபெர்டினண்ட் டி சசூர்

ஐரோப்பிய அமைப்பியல்வாதமும், அதனை அடிப்படை யாகக் கொண்ட அமைப்பு மொழியியலும் இருபதாம் நூற்றாண்டின் முற்பகுதியில் தோன்றின. அமைப்பு மொழியியல் தோன்றிய காலத்தைத் துல்லியமாகக் கூறவேண்டுமானால் *Course in General Linguistics* என்னும் நூல் வெளிவந்த 1916ஆம் ஆண்டைக் குறிப்பிடலாம். இந்நூலை எழுதியவர் ஃபெர்டினண்ட் டி சசூர். அமைப்பியல் கோட்பாடும், நவீன மொழியியல் கொள்கைகளும் அடங்கியது இந்நூல். சசூர் இந்நூலை எழுதும் வரை, முன்னரே குறிப்பிட்டதுபோல வரலாற்று மொழியியலின் ஆதிக்கத்திலிருந்து மொழியியல் விடுபடவில்லை. இந்நிலையில் இவரின் அமைப்பு மொழியியல் புதிய புரட்சிக்கு வித்தாக விழுந்தது என்பர். 'அமைப்பியல்வாதத்தின் தந்தை' எனப் போற்றப்பட்ட சசூர், 'அமைப்பு மொழியியலின் தந்தை' எனவும் அழைக்கப்படுகிறார்.

சசூர், முந்தைய மொழியியல் கோட்பாட்டு நெறிகளிலிருந்து மாறுபட்டவர். மொழியை எழுத்துப்பிரதிகளின் ஆவணத்தொகுதி களாகப் பார்க்கும் வரலாற்றுநோக்கிற்கு எதிரான மனப்பாங்கு உடையவர். மொழி ஆய்வில் மொழியை யதார்த்தமாக நிகழும் நடவடிக்கையாக, பேச்சாக அணுகுவதற்கு முக்கியத்துவம் கொடுத்தார். பேச்சின் ஒலிவடிவத்திற்கும் எண்ணங்களுக்கும் இடையேயுள்ள தொடர்பு முக்கியமானது. இத்தொடர்பு, முறையாகப் பேணப்படாவிட்டால் அது உளறல். இதற்குப் பொருள் இல்லை. எனவே, எண்ணத்தையும் ஒலிவடிவத்தையும் இணைக்கின்ற பாலமாகப் பேச்சு விளங்குகிறது. இப்பேச்சின் மூலம் எண்ணங்களையும் கருத்துகளையும் பிறருக்குப் புலப்படுத்துகிறோம். எண்ணத்திற்கும் ஒலிவடிவத்திற்கும் இடையேயுள்ள இத்தொடர்பை ஆராய மொழி வரலாறு பயனுடையதாய் சசூருக்குத் தோன்றவில்லை. வரலாற்றுச் சார்பில்லாமல் மொழியை அறிவியல் கண்ணோட்டத்தோடு அணுகும் முறையை உருவாக்குவது சசூரின் முதன்மைக் குறிக்கோளாக இருந்தது. இக்குறிக்கோளுடன் அவர் எழுதியதே *Course in General Linguistics*[5] என்னும் நூல். ஐரோப்பிய மொழியியலாய்வில் மட்டுமல்லாமல் அமெரிக்க மொழியியலாய்விலும் இந்நூல் ஒரு திருப்புமுனையை ஏற்படுத்தியது. வரலாற்று மொழியியலின் ஆதிக்கத்திலிருந்து சமகால மொழிகளின் அமைப்பியல்ரீதியான நவீனச் சிந்தனைகளுக்கு இருபதாம் நூற்றாண்டு மொழியியலறிஞரை இந்நூல் கைகோர்த்து வழிநடத்தியது.

சசூர் தம் சமகால அறிவியல் கோட்பாட்டு மரபுகளில் பெருவழக்கில் பின்பற்றப்பட்டுவந்த இணையெதிர்மைக்

கொள்கையை அமைப்பியல்வாதக் கோட்பாட்டில் பின்பற்றினார். அதன்படி, ஐரோப்பிய அமைப்பு மொழியியல் சகாப்தத்தின் அரிச்சுவடியை வரலாற்றுக்கால அணுகுமுறை (*Diachronic Approach*) – சமகால அணுகுமுறை (*Synchronic Approach*) என்னும் பாகுபாட்டுடன் தொடங்கினார். இவ்விணையெதிர்மை வாய்பாடு மொழியியல் வரலாற்றில் சஸூரின் முக்கியமான பங்களிப்பாகும். பிற்காலத்தில் அமெரிக்க மொழியியலில் வரலாற்று மொழியியல் (*Historical Linguistics*) – வண்ணனை மொழியியல் (*Descriptive Linguistics*) இணையெதிர்மை இதன் அடிப்படையிலேயே அறிமுகமானது. சமகால அணுகுமுறை அடிப்படையிலான சமகால மொழியியல் (*Synchronic Linguistics*) என்னும் ஐரோப்பியச் சொல்லாடலுக்கு இணையாக அமெரிக்க அமைப்பியலாளர் வண்ணனை மொழியியல் என்பதைப் பயன்படுத்திக்கொண்டனர்.

சஸூர் புத்திலக்கணச் சிந்தனையின் வாரிசு. புத்திலக்கணத்தார் ஒலி மாற்றங்களில் அறிவியல் அணுகுமுறையையும், வரலாற்றின் முக்கியத்துவத்தையும் வலியுறுத்தியவர்கள். இவ்வணுகுமுறையில் சமகால மொழியின் பயன்பாடும் இடம்பெற்றதால் ஏற்பட்ட குழப்பத்திற்கு முற்றுப்புள்ளி வைக்க வரலாற்றுக்கால அணுகுமுறை – சமகால அணுகுமுறை என்னும் இணையெதிர்மைப் பாகுபாட்டை சஸூர் பயன்படுத்திக்கொண்டார். இப்பாகுபாட்டால் புத்திலக்கணத்தார் கொள்கைகளில் வரலாற்றுக்காலத்திற்கும் சமகாலத்திற்கும் இடையே நிலவிய குழப்பம் முடிவிற்கு வந்தது. அத்துடன், மொழி ஆய்வில் வரலாற்றுச்சார்பைத் தனிமொழியின் சமகால அணுகுமுறையிலிருந்து முழுவதுமாக வேறுபடுத்திக் காட்டவும் சஸூரால் முடிந்தது. இதன் பொருள் சமகால ஆய்வில் வரலாற்றுக்குப் பங்கில்லை என்பது சஸூரின் கருத்து என்பதன்று. சமகால அணுகுமுறையில் வண்ணனை ஒரு தனிமொழியின் குறிப்பிட்ட காலஅமைப்பைச் சார்ந்தது. அவ்வமைப்பை அல்லது அது உணர்த்தும் பொருளின் வளர்ச்சி மாற்றங்களை வரலாற்றுரீதியாக ஆய்வதைக் காட்டிலும் அதன் உள்ளமைப்புகள் ஓர் ஒழுங்கமைவில் எவ்வாறு ஒன்றோடொன்று தொடர்புடையன என்பதைச் சமகால அணுகுமுறையால் தெளிவாக விளக்குவது பயனுடையது என்பது அவரின் கருத்து.

அமைப்பியல்வாதக் கொள்கையில் பேச்சுக்குக் கூடுதல் அழுத்தம் தருவதை சஸூர் குறிக்கோளாகக் கொண்டிருந்தார். மொழி அமைப்புகளிடையே காணும் உறவை அமைப்பியல்வாதம் என்பதன் கருவாகக் கருதினார். இதன் அடிப்படையில் மொழியின் தனிமங்கள் ஓர் அமைப்பின் உறுப்புகள்; இவ்வமைப்புகள்

எல்லாம் ஒன்றோடொன்று உறவு உடையன; மொழி, இவ்வுறவுகளால் கட்டமைக்கப்படுறது என்கிறார் சஸூர். இக்கருத்துகளை சஸூரின் அமைப்பு மொழியியல் என்னும் சொல்லாடலுக்கு அமைப்பியல்வாத அடிப்படையிலான விளக்கம் எனலாம்.

அமைப்பியல்வாதம் மொழித் தனிமங்களிடையே காணும் உறவுகள் சார்ந்த கருத்தியலாக்கம். தனிமங்களைத் தனித்தனியாகக் காண்பது இதன் நோக்கம் அன்று. சஸூர், மொழியமைப்புகளை விளக்கும் அமைப்பியல்வாதச் சிந்தனையாக இந்நிலைப்பாட்டை உடையவர் என்பார் ஜான் லைன்ஸ் (1981).[6] இவருக்கு முன் மொழி அமைப்புகளிடையே காணும் உறவுகளைப் பற்றிய இச்சிந்தனை மொழியியல் ஆய்வில் இடம்பெற்றதில்லை. இக்கருத்தியலாக்கம் பின்னாளில் அமைப்பு மொழியியலில் மிகுந்த தாக்கத்தை ஏற்படுத்தியது. சஸூரைப் பின்பற்றிய அமெரிக்க அமைப்பு மொழியியலறிஞர் இவ்வுறவை அடுக்குநிலை உறவு *(Syntagmatic Relations)* என்றும், உறுப்பமைவு உறவு *(Paradigmatic Relations)* என்றும் இரு முக்கியப் பிரிவுகளாகப் பகுத்துக்கொண்டனர்.

(1) இது என்னுடைய பேனா

என்னும் வாக்கியத்தில் *இது* என்பதற்கும் *என்னுடைய பேனா* என்பதற்கும், *என்னுடைய பேனா* என்னும் தொடரில் *என்னுடைய* என்பதற்கும் *பேனா* என்பதற்கும் இடையேயுள்ள தொடரமைப்பு உறவை நம்மால் உணர முடிகிறதல்லவா? அதைப்போலவே, *இது* என்னும் சொல்லை *அது* என்னும் சொல்லாலும், *என்னுடைய* என்னும் சொல்லை *உன்னுடைய, அவனுடைய, அவளுடைய, அவருடைய* போன்ற சொற்களாலும், *பேனா* என்னும் சொல்லைப் *புத்தகம், குடை* போன்ற சொற்களாலும் பதிலீடு செய்ய முடியும். இவ்வாறு ஒரு குறிப்பிட்ட சூழலில் ஒரு சொல்லமைப்பை மற்றொரு சொல்லமைப்பால் பதிலீடு செய்வது உறுப்பமைவு உறவு எனப்படுகிறது.

ஒரு மொழியின் அமைப்பு இவ்விரு உறவுகளைத் தாண்டி அமைவதில்லை. மொழியியலாய்வின் இயக்கம் இவ்விரு அமைப்பு உறவுகளை அடிப்படையாகக் கொண்டது என்பது சஸூரின் அமைப்பியல்வாதக் கொள்கை. இவை ஒருங்கிணைந்து ஓர் ஒழுங்கமைவை மொழியில் கட்டமைக்கிறது. இக்கட்டமைப்பை விவரிப்பது சமகால மொழியியல் அல்லது வண்ணனை மொழியியலின் நோக்கம். வரலாற்றுக்கால மொழியியல் ஒவ்வொரு நிலையிலும் சமகால மொழியியலாய்வைச் சார்ந்து முழுமை பெறுகிறது. ஏனெனில், மொழி மாற்றம் பல்வேறு சமகால நிகழ்வுகளின் பரிணாம வளர்ச்சியை உள்ளடக்கியதாகும்.

வரலாற்றோடு எவ்விதத் தொடர்பும் இன்றிச் சமகால மொழியியலைப் பற்றிய தீவிரச் சிந்தனை விரிவடைந்தபோது மொழி ஆழமான ஆய்வுக்கு உட்பட்டது. இதன் காரணமாக, மொழியைப் பற்றிய விளக்கம் ஆய்வுச் செல்நெறியைத் தீர்மானிக்கும் கோட்பாட்டு மரபு சசூரிடமிருந்து தொடங்கியது. 'மொழி' ஓர் ஒழுங்கமைவு. ஒவ்வொரு மொழியும் அதற்கேயுரிய அமைப்பு உடையது; இம்மொழி, வரலாற்றுநிலையில் பேசப்படும் எழுத்துமொழியிலிருந்து வேறானது; சமகாலத்தில் நம்மோடு வாழும் மொழி பேச்சுமொழியன்றி வேறன்று' என்னும் மொழி பற்றிய சசூரின் விளக்கம் அமைப்பு மொழியியல் ஆய்வுச் செல்நெறியைத் தீர்மானிக்கிறது. இம்மொழியை எவ்வாறு கற்றுக் கொண்டோம் என்பது முக்கியமல்ல; குறிப்பிட்ட காலத்தில் அதன் பயன்பாட்டு வழமையே ஆய்வுக்குரிய பொருள். இவ்வடிப்படையில் மொழியின் அமைப்பை விவரிப்பதைச் சமகால மொழியியல் நோக்கமாகக் கொள்கிறது என்கிறார் சசூர்.

மொழியின் ஒழுங்கமைவு – பேச்சுச் செயல்பாடு என்னும் இரு பரிமாணங்களை முறையே 'மொழிக்கருத்தீடு *(la langue)* – பேச்சு *(la parole)*' எனும் இணையெதிர்மைநிலையில் சசூர் பகுத்துக்கொண்டார். மொழியைப் பேசும் எல்லா மக்களிடமும் காணும் பொதுப்பண்பமைப்பை மொழிக்கருத்தீடு என்றும், தனிப்பட்டவரிடம் காணும் தனிப்பண்பமைப்பைப் பேச்சு என்றும் வரையறுத்துக்கொண்டார். இவ்விரண்டையும் உள்ளடக்கிய பொதுக்கூறாக மனிதப் பேச்சுப் புலத்தை வகுத்துக்கொண்டார். மொழிக்கருத்தீடும் பேச்சும் இதன் இரு பகுதிகள். சசூருக்கு 'மொழி' என்பது ஓர் ஒழுங்கமைவாதலால் எந்த நிலையிலும் அதனை இவ்விரு அமைப்புகளாலான கூட்டியக்கமாக அவரால் காணமுடிந்தது.

சசூரின் இவ்விணையெதிர்மைகள் மொழியியலை ஒரு துறைப்படிப்பாகப் புரிந்துகொள்ள உதவின. இவற்றுள் மொழிக்கருத்தீடு – பேச்சு என்னும் இணையெதிர்மை வாய்பாடு முக்கியமானது. மொழிக்கருத்தீடு மொழியின் அக அமைப்பையும், பேச்சு புறஅமைப்பையும் குறிக்கின்றன. சசூர், மொழிக்கருத்தீடை மூளையின் ஒரு பகுதியென்றும், ஓரமைப்பாகச் சேர்ந்துள்ள சமூகக்கூறு என்றும் விவரிக்கிறார். பேச்சு மொழிப்பயன்பாட்டை உள்ளடக்கிய சமூகக்கூறு. இதனால்தான் ஒரே சீரான அமைப்புடைய சமூகத்தில் அனைவரும் மொழியை வேறுபாடில்லாமல் பேசுகின்றனர். இம்மொழிப்பயன்பாட்டைப் பேச்சு என்று சசூர் கூறுகிறார். ஒரு சமூகத்தில் பிறக்கும் குழந்தை தன்னைச் சுற்றியுள்ளவர்களின் பேச்சை உற்றுக்கேட்டுப் பேசப் பழகிக்கொள்கிறது. குழந்தையின்

இம்மொழி ஈட்டல் நடத்தை உளவியல் சார்பானது என்பது சசூர் அமைப்பியல்வாதத்தின் அடிப்படைக் கொள்கையாகும்.

அமைப்பியல்வாதத்தின் முக்கியமான கொள்கைகளைக் கீழ்வருமாறு தொகுத்துக் காணலாம்:

- மொழி உற்பத்தி, அமைப்புகளின் கூட்டியக்கம்.
- மொழியின் வடிவம் பேச்சு.
- மொழி, பழக்கங்களால் கற்கப்படுவது. எனவே, மொழி ஈட்டல் நடத்தை உளவியல் சார்பானது.
- மொழி ஓர் ஒழுங்கமைவு.
- ஒவ்வொரு மொழியும் அதற்கேயுரிய அமைப்பை உடையது.
- மொழி, அடுக்குநிலை மற்றும் உறுப்பமைவு உறவுகளாலானது.
- மொழிப்பகுப்பாய்வின் நோக்கம் இலக்கணக் கூறுகளைப் பல்வேறு படிநிலைகளில் வகைப்படுத்தல்.
- வரலாற்றுச் சார்பின்றி மொழியின் அமைப்பை விவரிக்க இயலும்.
- ஒரு மொழியைப் பேசுகின்ற சமூகம் ஒரே சீரான அமைப்பை உடையது. எனவே, சமூகத்தின் அனைத்து உறுப்பினரும் மொழியை வேறுபாடு இல்லாமல் பேசுகின்றனர்.

மொழியைப் பொறுத்தவரையில் பேச்சு அனுபவங்களால் அறியப்படுவது; புலனறிவுக்குப் புலனாவது. எனவே பேச்சு, மொழிப்பகுப்பாய்வின் தரவாகிறது. இப்பேச்சு தவிரப் புலனுணர்வுக்கு எட்டாத, பகுத்தறிவு உணர்வுக்கு உட்பட்ட மொழிமெய்மைகள் இவ்வாய்வின் தரவுகளல்ல. இதனை அடிப்படையாகக் கொண்டு பகுத்தறிவுவாதம் – அனுபவவாதம் என்னும் இணையெதிர்மையின் நேர் இணையெதிர்மை வாய்பாடாக மொழிக்கருத்தீடு – பேச்சு என்பதைக் கொண்டனர் அமைப்பு மொழியியலறிஞர். இவ்வரலாற்று வளர்ச்சியை அமைப்பு மொழியியலின் கோட்பாட்டு வளர்ச்சி என்று கூறலாம். இதன் மூலமாகப் பேச்சு மட்டுமே ஆய்வுக்கான தரவு என்றும், பேச்சைத் தவிர்த்த பிற எதுவும் தரவல்ல என்றும் அமைப்பு மொழியியலின் கோட்பாட்டு இலக்காக்கத்தை *(Theoritical Idealization)* இவர்கள் வரையறுத்துக்கொள்கின்றனர்.

சோம்ஸ்கி, பகுத்தறிவுவாதம் – அனுபவவாதம் இணையெதிர்மையின் வளர்ச்சிக்கூறாக மொழி அறிதிறன் – மொழிச் செயலறிதிறன் என்னும் இணையெதிர்மையை

மொழியியலில் அறிமுகப்படுத்துகிறார். இவ்விணையெதிர்மை சசூரின் மொழிக்கருத்தீடு – பேச்சு என்பதற்கு இணையானது. இதன்படி, மனவியத்தைச் சார்ந்து மொழியைப் பற்றிய விளக்கம் அம்மொழியை மனிதன் அகப்படுத்திக்கொண்ட முறையை விளக்க வேண்டும்; பேச்சையன்று என்னும் பகுத்தறிவுவாத நிலைப்பாட்டை சோம்ஸ்கி மேற்கொள்கிறார். இந்நிலைப்பாடு அமைப்பு மொழியியல் கொள்கைக்கு நேர்மாறானது. சோம்ஸ்கியின் ஆக்கமுறை மாற்றிலக்கணக் கோட்பாடு, மொழி அறிதிறனை ஆய்வுக்குரிய தரவாகக் கருதுகிறது. மேலோட்டமான உற்றுநோக்கலுக்கு உட்படும் மொழிச் செயலறிதிறன் (பேச்சு), ஆக்கமுறை மாற்றிலக்கண மொழியியலாளரின் ஆய்வுக்குரிய தரவு அன்று. இது குறித்து ஏழாம் அத்தியாயத்தில் விரிவாகக் காண்போம்.

1950களில் சசூரின் அமைப்பியல்வாதக் கொள்கைகள் தத்துவம், மானிடவியல், சமூகவியல் போன்ற பிற சமூக விஞ்ஞானங்களின்மீதும் தாக்கத்தை ஏற்படுத்தின. இலக்கியக் கோட்பாடுகளில் இடம்பெற்று நாவல் போன்ற பிரதிகளின்மீதான திறனாய்வுச் சிந்தனையை வளர்த்தன. இத்தருணத்தில் இலக்கியம் போன்ற பிற துறைகளில் அமைப்பியல்வாத விளக்கத்தோடு மொழியியல் அமைப்பியல்வாத விளக்கம் ஏற்படுத்தும் பொருள் மயக்கத்தை இங்குக் குறிப்பிட்டுச் சொல்லியாக வேண்டும். அமைப்பியல்வாதம், ஒரு பன்முகச் சிந்தனைப்போக்கு. மொழியியலைத் தவிரப் பிற சமூகவியல் துறைகளிலும் அதிக அளவில் இச்சொல்லாடல் பயன்பாட்டில் உள்ளது. ஆனால், சசூரின் மொழி அமைப்பியல்வாதம் குறியியல் (Semiotics) என்னும் பிரஞ்சு அணுகுமுறையின் வளர்ச்சியில் ஆளுமை செலுத்திய இயக்கம் சார்ந்த கருத்தியலாக்கம். இலக்கியத் திறனாய்வில் இதன் பயன்பாடு ஒருபுறமிருக்க பிற சமூக, கலாச்சாரப் பகுப்பாய்வுகளிலும் இதன் வீச்சுப் பரவலானது என்பது இங்குக் குறிப்பிடத்தக்கது.

3.2.2. பிராக் மொழியியல்

சசூர் வாழ்ந்த காலத்திலேயே பிராக் நகரில் செக் நாட்டு அறிஞர்கள் சிலரும் சோவியத் நாட்டு அறிஞர்கள் சிலரும் இணைந்து மொழியியல் கோட்பாடுகள் சிலவற்றை உருவாக்கினர். இவர்களுள் பௌதாயன் டி கார்தினே போலந்து நாட்டில் பிறந்தவர்; சசூரின் சமகாலத்தவர். சசூர், ஜெனிவா பல்கலைக்கழகத்தில் மொழியியல் கற்பித்துக்கொண்டிருந்தபோது கார்தினே ரஷ்யாவிலுள்ள கஷான் பல்கலைக்கழகத்தில் மொழியியல் கற்பித்துக்கொண்டிருந்தார். கார்தினேயின்

மொழியியல் சிந்தனைப்போக்கை நன்கு அறிந்த சோம்ஸ்கி, ஐரோப்பிய மொழியியலுக்கு கார்தினேயின் பங்களிப்பு குறிப்பிடத்தகுந்தது என்பார். குறிப்பாக, ஐரோப்பிய மொழியியலில் பிற்காலத்தில் 'ஒலியன்' பற்றிய கருத்து புதிய கோட்பாட்டு வடிவம் பெறக் கருவியாக இருந்தவர் கார்தினே. 'ஒலியன்', 'உருபன்', 'எழுத்தியன் *(Grapheme)*', ஒலியனின் 'தனிச்சிறப்புக் கூறு *(Distinctive Feature)*' போன்ற கலைச்சொற்களை மொழியியலில் அறிமுகப்படுத்தியவர் இவரே.

சமுதாயத்திலும் கருத்துப்புலப்படுத்தத்திலும் மொழியின் செயற்பாட்டை மையமாகக்கொண்டு பிராக் மொழியியலறிஞர் களின் கோட்பாடுகள் உருவாயின. இக்காலத்தில் அமெரிக்காவில் மரபிலக்கணக் கலைஞர்க்கும் மொழியியலறிஞர்க்கும் இடையே நிலவிய காழ்ப்புணர்ச்சியும் விவாதங்களும் பிராக்கில் இல்லை. இலக்கியத்திலும் சமுதாயத்திலும் மொழியின் செயற்பாட்டை அணுகி ஆராய பிராக் மொழியியல் சிந்தனையாளர்க்கு எவ்விதப் பிரச்சனையும் இல்லாதிருந்தது. 1930இல் கார்ல் ப்யூலர் என்பவரால் மொழியின் செயற்பாட்டுக் கோட்பாடு முன்மொழியப்பட்டது. மொழி, குறிகளாலான ஓர் ஒழுங்கமைவு என்றும், இக்குறிகள் பேசுபவர் தம் கருத்தைப் புலப்படுத்த உதவுவன என்றும், இக்கருத்துப்புலப்படுத்தம், அதன் செயல்பாடு என்றும் ப்யூலர் விளக்கினார். இக்கருத்து அனைத்து பிராக் மொழியியலாளர்களாலும் ஏற்றுக்கொள்ளப்பட்டது.

என். ட்ரூபட்ஸ்காய் (1890 – 1938), ரோமன் யாகோப்ஸன், மோரிஸ் ஹாலே ஆகியோர் பிராக் மொழியியல் சிந்தனையாளர் களுள் குறிப்பிடத்தக்கவர்கள். கார்தினேயின் ஒலியன் பற்றிய கருத்தியலாக்கத்திலிருந்து ஒலியனியலில் சிறந்த கொள்கைகளை இவர்கள் உருவாக்கினர். ஒரு மொழியில் பொருள் வேறுபாட்டை உணர்த்தக் காரணமாக அமையும் ஒலி, ஒலியன் என்பது இவர்களது கொள்கை. ஒலியன்கள் ஆய்வில் பொருளுக்கு எவ்விதப் பங்குமில்லை என்ற டேனியல் ஜோன்ஸின் கொளகை பிராக் மொழியியல் சிந்தனையாளர்க்கு உடன்பாடன்று. மொழிக்கூறுகளிலேயே மிக அடிப்படையானது ஒலியன் என ஒலியனியலுக்குப் புது விளக்கம் தந்தார் ட்ரூபட்ஸ்காய். *[ma_am]* என்னும் ஒத்தச் சூழலில் *n, N* என்னும் ஒலிகள் *[manam]*, *[maNam]* என இடம்பெறும் அதேநேரத்தில் *மனம், மணம்* என இரு பொருட்களை வேறுபடுத்திக்காட்டுகின்றன. இதனால் இவ்விரண்டும் வெவ்வேறு ஒலியன்கள் எனப்படுகின்றன என்பது இவரது கருத்து. இவ்வாறு பொருள் வேறுபாட்டை உணர்த்தாமல், இடம்பெறும் வழங்குநிலைகளால் வேறுபடுகிற ஒலிகள் மாற்றொலிகள் *(Allophones)* எனப்படுகின்றன. தமிழில்

கடல், தங்கம், காகம் என்னும் மூன்று சொற்களில் வரும் *[k]* என்னும் ஒலி, மொழி முதலில் *[k]* என்றும், மொழி இடையில் அதன் இனமூக்கொலியை அடுத்து வழங்கும்போது *[g]* என்றும், இரு உயிரொலிகளிடையே வழங்கும்போது *[x]* என்றும் வேறுபட்டு ஒலிக்கிறது. இவை முறையே அதிர்விலா அடைப்பொலி, அதிர்வு அடைப்பொலி, உரசொலி எனக் கூறப்படுகின்றன. இவ்வேறுபாட்டால் இவை பொருள் வேறுபாட்டை உருவாக்குவதில்லை. எனவே, இம்மூன்று ஒலிகளும் / *k* / என்னும் ஒலியனின் மாற்றொலிகள்.

இவ்வாறு ஒலியனை ஓர் ஒலிக்குடும்பமாகக் கருதும் போக்கிற்கு மாறாக ஒவ்வொரு ஒலியனும் தனக்கேயுரிய தனிச்சிறப்புக் கூறுகளாலான தொகுதி என்னும் மாற்றுக்கருத்தை முதன் முதலாக பிராக் மொழியியலாளர் முன்வைத்தனர். எடுத்துக்காட்டாக, *தங்கம்* என்னும் சொல்லில் / *k* / என்னும் ஒலியன் பிற உயிரொலியன்கள் போலல்லாமல் வாயறையில் தடையுடன் பிறக்கிறது. இதனால் 'மெய்மை' இதன் கூறு. மேலும், இது பிறக்கும்போது ஒலியுறுப்புகளால் வாயில் அடைப்பு நிகழ்வதால் 'அடைப்பு' இதன் மற்றொரு கூறு. இவ்வொலியன் வாயில் குரல்வளைமடல்களின் அதிர்வின்றிப் பிறப்பதால் 'அதிர்வின்மை' இதன் இன்னுமொரு கூறு. இக்கூறுகளில் எதுவும் / *k* / என்னும் ஒலியனின் தனிச்சிறப்புக் கூறுகளல்ல. அதேநேரத்தில் இவ்வடைப்பொலி, உரசொலியோடு வேறுபடும் இடங்கள் உண்டு. இந்நிலையில் 'அடைப்பு' இதன் தனிச்சிறப்புக் கூறு. உரசொலி வாயில் அடைப்பின்றிப் பிறக்கும். இதைப்போலவே, மூக்கொலி, மூக்கொலி அல்லாத அடைப்பொலிகளோடு வேறுபடுவதால் 'மூக்குடைமை' அதன் தனிச்சிறப்புக் கூறு. அடைப்பொலி வாயறையில் தடை ஏற்படுவதன் மூலமாக ஒலியூக்கம் அடைந்து வாய்வழியாகப் பிறக்கும். மூக்கொலி வாயறையில் எவ்விதத் தடையுமின்றி மூக்கறையில் ஒலியூக்கம் அடைந்து மூக்குவழியாகப் பிறக்கும். இவ்வாறு, ஓர் ஒலியனை ஒரு மொழியின் பிற எல்லா ஒலியன்களிலிருந்தும் வேறுபடுத்துகிற கூறுகள் அவ்வொலியனின் தனிச் சிறப்புக்கூறுகள்.

ஒலியனியல் ஆய்வில் இக்கொள்கையை அறிமுகப்படுத்தியவர் ட்ரூபட்ஸ்காய். இவர் எழுதிய *ஒலியனியல் கொள்கைகள் (Principles of Phonology)* என்னும் நூல் குறிப்பிடத்தக்கதாகும். பிற்காலத்தில் ஒலியனியலில் ஓர் உயரிய மாற்றுச்சிந்தனை வளரவும், சோம்ஸ்கியப் புரட்சியின் முக்கிய அங்கமாக ரோமன் யாகோப்ஸன், ஹாலே போன்றோரால் சோம்ஸ்கியுடன் இணைந்து முன்னெடுக்கவும் ட்ரூபட்ஸ்காயின் ஒலியனியல் சிந்தனைகள் உதவின. மொழியியலில் இந்நூல், ஒலிகளின் *சிறப்புக்கூறுப்*

பகுப்பாய்வு (Distinctive Feature Analysis) என்னும் நூலை ரோமன் யாகோப்ஸன் எழுத ஊக்குவித்தது. பின்னர் சோம்ஸ்கியும் ஹாலேயும் இணைந்து ஆக்கமுறை ஒலியனியலைத் (Generative Phonology) தோற்றுவித்து, ஒரு மொழியின் ஒலியமைப்பாய்வுக்கு உட்டுபவை தனிச்சிறப்புக்கூறுகளேயன்றி ஒலியன்களல்ல என்னும் வாதத்தை அமெரிக்க புளூம்ஃபீல்டிய ஒலியனியல் கொள்கைக்கு எதிராக முன்வைத்தனர். இதன்பொருட்டு நடந்த சொற்போர் குறித்து விரிவாக ஐந்தாம் அத்தியாயத்தில் காண்போம்.

சமூக நிலையில் மொழியின் செயற்பாடு குறித்து முதன்முதலாக அறிவியல் நோக்கில் அணுகிய பெருமைக்குரியவர்கள் பிராக் மொழியியல் சிந்தனையாளர்கள். யார், யாரிடம், எப்போது, எந்தச் சூழ்நிலையில், எப்படிப் பேசுகிறார் என்பனவற்றின் அடிப்படையில் மொழியின் செயற்பாட்டை இவர்கள் விளக்கினர். இதன் மூலம் மொழிப்பகுப்பாய்வில் சமகால அணுகுமுறைக்குக் கூடுதல் அழுத்தம் கொடுத்தனர். அதேநேரத்தில், மொழியியல் என்னும் துறைப்படிப்பு அறிவியல்பூர்வமாகவும் விளக்கமாகவும் அமையவேண்டுமானால் வரலாற்றின் பங்கை ஏற்றுக்கொள்ள வேண்டும் என்னும் புத்திலக்கணத்தாரின் கொள்கையை பிராக் மொழியியலார் மறுக்கவில்லை. ஆனால், வரலாற்றுக்கால அணுகுமுறை – சமகால அணுகுமுறை என்னும் சசூரின் இணையெதிர்மைப் பாகுபாடு இவர்களுக்கு உடன்பாடன்று.

புத்திலக்கணத்தாரின் இந்நிலைப்பாட்டுக்கு மாறாக, குறிப்பிட்ட சமகால மொழிகளின் வண்ணனை எவ்வித வரலாற்றுச் சார்பும் இன்றி அறிவியல்பூர்வமாகவும் விளக்கமாகவும் அமைய முடியும் என்று சசூர் தெளிவுபடுத்தினார். புத்திலக்கணத்தாரின் கருத்தை மறுப்பதின் மூலமாகச் சமகால மொழிகளின் வண்ணனையில் வரலாற்றின் முக்கியத்துவத்தை சசூர் குறைவாக மதிப்பிட்டார் என்பதன்று. தொல் இந்தோ – ஐரோப்பிய மொழிக்குடும்பத்தின் உயிரொலி அமைப்பை ஆராய்ந்தவர் சசூர். வரலாற்று மொழியியலில் எப்போதும் ஆர்வம் உடையவராக இருந்தவர். இருப்பினும், வரலாற்றுக்கால அணுகுமுறை–சமகால அணுகுமுறை என்னும் இணையெதிர்மை மீதான பிராக் மொழியியலாளரின் கருத்துவேறுபாடுகளுக்கான காரணம், வரலாற்றுக்கால அணுகுமுறையில் அமைப்பியல்வாதத்தின் இடத்தை சசூர் முற்றிலுமாக மறுத்ததே. இதேபோன்று சசூரின் பல மொழியியல் சிந்தனைகளை பிராக் சிந்தனைப்பள்ளியினர் ஏற்கவில்லை. இருந்தாலும், சசூரிய அமைப்பியல்வாதத்தை முழுவதுமாக அங்கீகரிப்பதில் தயக்கம் காட்டியதில்லை. ஏனெனில், சசூரின் அமைப்பு மொழியியல் மட்டுமே முதன்முதலாக மொழியை அதன் எல்லாத் தனிமங்களும்

ஒன்றோடொன்று கொளுவி அமைப்புகளாக இணைந்து கிடக்கும் ஒழுங்கமைவு என்றும், இவ்வொழுங்கமைவு மிகக் கவனமாகக் கட்டமைக்கப்பட்ட கட்டுமானம் என்றும் விளக்கிய பெருமை உடையது.

3.2.3. அமெரிக்க மொழியியல்

ஐரோப்பிய மொழியியலறிஞர்கள் வரலாற்று மொழியியலில் ஆய்வுகள் மேற்கொண்டிருந்த காலத்தில் அமெரிக்காவில் மானிடவியலாளர் வட அமெரிக்க இந்தியப் பழங்குடி இன மக்களின் வாழ்வியல் குறித்து ஆய்வு மேற்கொண்டிருந்தனர். இப்பழங்குடிகளின் மொழிகளைப் புரிந்துகொள்வது இவர்களுக்குச் சவாலாக இருந்தது. ஓர் இனத்தின் பண்பாட்டு வளர்ச்சியில் மொழி, இலக்கியத்தின் பங்கை உணர்ந்த மானிடவியல் ஆய்வாளரின் கவனம் மொழியியலை நோக்கித் திரும்பியது. மொழியியலில் இம்மொழிகளை ஆராய்ந்து விவரிக்க உதவும் களஆய்வு நெறிமுறைகளோ பகுப்பாய்வு வழிமுறைகளோ இக்காலத்தில் வகுக்கப்படவில்லை. வழக்கிலிருந்த வரலாற்றுச்சார்பான மொழியாய்வு அணுகுமுறை மேம்படுத்தப்படாத பழங்குடிகளின் மொழிகளை விவரிக்க உதவவில்லை.

இம்மானிடவியல் ஆய்வாளர்களுள் மூத்தவராகக் கருதப்பட்டவர் பிரான்ஸ் போயஸ். மொழியும் இலக்கியமும் புறக்கணிக்கப்பட்டு ஓர் இனத்தின் பண்பாட்டு ஆய்வு முழுமை பெறாது என்பது இவரது கருத்து. மொழியின் முக்கியத்துவத்தை உணர்ந்த இவர் அதுவரை விளக்கப்படாத அமெரிக்க இந்தியப் பழங்குடிகளின் மொழிகளை ஆராய்ந்து விளக்கத் தகுந்த கருவி இல்லாததை அறிந்தார். மொழியாய்வில் களஆய்வின் இன்றியமையாமையைத் தம் மாணவர்க்கு உணர்த்திய போயெஸ், சில ஆய்வுநெறிமுறைகளைத் தாமே வகுத்துக்கொண்டார். இவற்றைப் பயன்படுத்திப் பல அமெரிக்க இந்திய மொழிகளை ஆராய்ந்து இவர் எழுதிய நூலே *Handbook of North American Indian Languages* என்பது.

இந்நூல் மூன்று பகுதிகளை உடையது. முதல் பகுதி அமெரிக்க இந்திய மொழிகளின் ஒலியியலை விளக்குகிறது. இன்றைய ஒலியியலாய்வில் பிறப்பாக்கம் உட்பட ஒவ்வோர் ஒலியும் எவ்வாறு விளக்கப்படுகிறதோ அவ்வாறே அமெரிக்க இந்திய மொழிகளின் ஒலிகளை இவர் விளக்குகிறார். சசூரின் மொழிக்கருத்தீடு – பேச்சு என்னும் இணையெதிர்மை வாய்பாட்டை ஏற்றுப் பேச்சுக்கு முக்கியத்துவம் கொடுப்பவர் போயெஸ். பேச்சுறுப்புகளால் பிறப்பிக்கப்படும் ஒலிகளின் தொகுதியே மொழி என்பதும், இவ்வொலித் தொகுதி மனிதன்

தான் எண்ணுகின்ற எண்ணங்களையும் கருத்துகளையும் மற்றொருவருக்கு உணர்த்தும் ஆற்றல் வாய்ந்தது என்பதும் மொழியைப் பற்றி இவர் கொண்டிருந்த விளக்கம். இரண்டாவது பகுதி பொருண்மைக்கூறுகளையும், மூன்றாவது பகுதி இவற்றை விளக்குகின்ற இலக்கணவிதிகளையும் விவரிக்கின்றன.

போயெஸ், ஒவ்வொரு வட அமெரிக்க இந்திய மொழியையும் விளக்குவதில் ஆர்வம்காட்டினார். ஒவ்வொரு மொழியும் அதற்கேயுரிய அமைப்பு உடையது என சஸூர் கூறியதைத் தம் ஆய்வின்போது உணர்ந்தார். மொழியமைப்பு சார்ந்த பல்வேறு கொள்கைகளைப் பொதுமைப்படுத்தி மொழியியல் கோட்பாட்டு உருவாக்கத்தில் ஆர்வம்காட்டுவதைக் காட்டிலும் ஒவ்வொரு மொழியின் விளக்கத்திற்கும் முதலிடம் தருமாறு தம் மாணவர்க்கு அறிவுறுத்தினார். அவரும் அவரது மாணவர்களும் இணைந்து அமெரிக்க இந்திய மொழிகளை விளக்க மேற்கொண்ட வண்ணனை அணுகுமுறை இருபதாம் நூற்றாண்டு மொழியியலில் அமெரிக்க அமைப்பியல்வாதத்திற்கு அடிப்படையானது. அமைப்பு மொழியியலுக்கும் வண்ணனை மொழியியலுக்கும் இடையேயுள்ள வேறுபாட்டில் மயக்கம் உண்டானது இக்காலக்கட்டத்திலிருந்துதான்.

மொழியியல் களஆய்வுகளைப் பொறுத்தவரையில் போயெஸ் நடைமுறைச் சிந்தனையாளராக இருந்தார்; ஒரு மானிடவியலறிஞராக அமெரிக்க இந்திய மொழிகளை ஆராய்வதில் அதிகமான ஆர்வம் உடையவராக இருந்தார். மொழியியல் கோட்பாட்டாக்கத்தில் இவரது மனம் ஈடுபடாதிருந்ததற்கு இவ்வார்வம் முதற்காரணமாக இருந்தது. இருப்பினும், கோட்பாட்டு உருவாக்க நோக்கில் மொழியைப் பற்றிய இவரது கருத்தியலாக்கம் வோன் டி ஹூம்போல்டின் உளவியல் பார்வைக்கு உள்ளாகியிருந்தது. மொழியின் உள்மன வடிவம் *(Iinner form)* என்னும் ஹூம்போல்டின் கருத்தியல் அமெரிக்க இந்திய மொழிகளிடையே நிலவிய வேற்றுமைகளைக் காண போயெஸூக்குப் பெரிதும் உதவியது. புத்திலக்கணத்தார் காலத்தில் மொழி வகைமைப்பாட்டில் உளவியல் தத்துவார்த்தச் சிந்தனைகள் செல்வாக்குப் பெற்றிருந்தபோது மொழியின் 'உள்மன அமைப்பு *(Inner structure)*' என்னும் கருத்தியல் பரவலாக ஏற்றுக்கொள்ளப்பட்டிருந்தது. 'மொழியின் உள்மன விரிவாக்கம்', 'உள்மன அமைப்பு' போன்ற கருத்துகளால் ஈர்க்கப்பட்ட மொழியியலறிஞர்களாக வோன் ஹெர்டர், பிரான்ஸ் பாப், வோன் டி ஹூம்போல்டு ஆகியோரைக் குறிப்பிடுவர். இவர்களுள் ஹூம்போல்டின் கருத்தியலே போயெஸின் மொழியியல் ஆய்வுச்சிந்தனையின் மையமாக இருந்தது. ஒரு மக்கள் இனத்தின்

உலகியல் குறித்த கண்ணோட்டத்தை அவர்கள் பேசும் மொழிகள் தீர்மானிக்கின்றன. எனவே, அமெரிக்க இந்தியப் பழங்குடிகளின் மொழிகளிடையே காணும் வேற்றுமைகளை விளக்க அவற்றைப் பேசும் மக்களின் உள்மன வடிவம் பற்றிய கருத்தியலுக்கு முக்கியத்துவம் தரப்பட வேண்டும் என்று கருதினார். போயெஸின் இவ்வுளவியல் சார்பு பிற்கால மொழியியல் கோட்பாட்டு வளர்ச்சியில் பெரும் தாக்கத்தை ஏற்படுத்தியது.

போயெஸைப் பின்தொடர்ந்து அமெரிக்க மொழியியல் சிந்தனையை விரிவுபடுத்தியவர்களுள் எட்வர்டு சாபிர் (*1884 – 1939*), லெனார்டு புளூம்ஃபீல்டு (*1887 – 1949*) போன்றோர் குறிப்பிடத்தக்கவர்கள். சாபிர், போயெஸின் மாணவர். மானிடவியலுக்கு இணையாக மொழியியலிலும் ஆழமான அறிவுடையவர். செருமானிய மொழிகளில் மிகவும் தேர்ச்சியுடைய இவர் ஒப்பிலக்கணத்தில் மிகுந்த ஆர்வம் கொண்டிருந்தார். *1904*ஆம் ஆண்டு நியூயார்க்கில் போயெஸின் சந்திப்பிற்குப் பின்னர் ஒப்பிலக்கணத்தில் சாபிருக்கு இருந்த ஆர்வம் குறைய ஆரம்பித்தது. போயெஸுடன் இணைந்து பல அமெரிக்க இந்திய மொழிகளை ஆராய்ந்த சாபிர், முதல் களஆய்வை மேற்கொண்டவர் என்பர். போயெஸின் மொழி பற்றிய கொள்கையும், மொழியாராய்ச்சி அணுகுமுறையும் எட்வர்டு சாபிரின் மொழியாராய்ச்சியில் ஆதிக்கம் செலுத்துவதைக் காணலாம். வரலாற்றுமொழியியலுக்குப் பலவகைகளில் பங்களித்த பெருமையும் இவருக்கு உண்டு. ஹம்போல்டிய உளவியல் மரபைச் சார்ந்த இவர் மொழி உற்பத்தியில், அதாவது பேசுவதில் உள்மன உளவியலின் பங்கை ஏற்றுக்கொண்ட அமைப்பியல்வாத அறிஞர்களுள் முதன்மையானவர்.

இவ்வுள்மனச் சார்புக்கு மேலாக மொழியையும் பண்பாட்டையும் ஒருசேரச் சிந்தித்தவர் எட்வர்டு சாபிர். மொழி என்பது எண்ணங்கள், விருப்பு வெறுப்புகள், உணர்ச்சிகள் முதலானவற்றைப் பிறருக்குப் புலப்படுத்த உதவும் ஓர் ஊடகம். பேச்சுச் சூழலில் பேசுவோர் தன்னிச்சையாக உருவாக்கும் இம்மொழி, குறிகளின் தொகுப்பு. இக்குறிகளுக்கும் இவை உணர்த்தும் பொருளுக்கும் இடையேயுள்ள உறவு எல்லா நேரத்திலும் வெளிப்படையானதல்ல. பல நேரங்களில் நாம் பேசாமலேயே எண்ணங்கள் மனத்தில் ஓடிக்கொண்டிருக்கும். வெளிப்படையாகப் புலன்களுக்கு உணர்த்தப்படுவன ஒலிகளும் ஒலித்தொடர்களும் மட்டுமே என்பது மொழி பற்றிய சாபிரின் கருத்து. இது போயெஸின் மொழி பற்றிய கருத்திற்குச் சற்று மாறுபட்டது. ஒலிகளும் ஒலித்தொடர்களுமான மொழி பண்பாட்டோடு தொடர்புடையது. இம்மொழி நடத்தைகள்,

எண்ணங்கள், கருத்துகள், நிகழ்வுகள், சமூகச் சூழல்கள் என அனைத்தையும் உள்ளடக்கிய கட்டமைப்பு என்கிறார் சாபிர். ஒரு மொழியின் சொற்களஞ்சியத்தை ஆய்வுக்கு உட்படுத்தும்போது மொழிக்கும் பண்பாட்டிற்கும் இடையேயுள்ள தொடர்பு நிதர்சனமாக வெளிப்படுவதைக் காணமுடியும். எடுத்துக்காட்டாக, எஸ்கிமோ மொழியில் 'பனி'யைக் குறிக்கப் பல சொற்கள் பயன்பாட்டில் உள்ளன. இவை 'பனி' என்னும் சொல்லின் பல்வேறு பண்பாட்டுப் பயன்பாட்டுச் சூழல்களைக் குறிக்கின்றன.

மொழி உற்பத்தியிலும் மொழிமாற்றத்திலும் உள்மனத்தின் பங்கை சாபிர் வலியுறுத்துகிறார். குறிப்பாக, ஒலிமாற்றங்கள் மன ஈடுபாட்டாலும், சில பயன்பாடுகளின் அடிப்படையிலும் எழுகின்றன என்பது இவரது கருத்து. புளூம்ஃபீல்டும் அவரது மொழியியற் கொள்கைகளைப் பின்பற்றியவர்களும் மொழி உற்பத்தியில் உள்மனத்தின் பங்கை முற்றிலுமாக மறுத்தனர். அமெரிக்க அமைப்பியல்வாதத்தின் இரண்டாம் நிலைச் சிந்தனைக்குழுவாக இவர்கள் கருதப்படுவதற்கு மொழி உற்பத்தியில் இவ்வுள்மனம் சார்ந்த கொள்கைப் பிடிப்பு காரணமாக இருந்தது.

குழந்தையின் மொழி ஈட்டல் பற்றிய கருத்தியலை முதன்முதலாக விவாதித்தவர் சாபிர். இவரது மொழித்தோற்றம், குழந்தையின் மொழி ஈட்டல், மொழி வளர்ச்சி போன்றவை முக்கியமான கருத்தியல்களாகக் கருதப்படுகின்றன. மொழி, இறைவனால் அளிக்கப்பட்ட பரிசு என்ற மூடநம்பிக்கையையும், அதைத் தொடர்ந்து வளர்ந்து வந்த புராணக்கதைகளையும் தம் படைப்புகளில் வன்மையாக எதிர்க்கிறார் சாபிர். மொழி, இயல்பாகவே குழந்தைக்குக் கைவரப்பெறுகிறது என்னும் பகுத்தறிவுவாதக் கொள்கையை இவர் மறுக்கிறார். பிறக்கும்போதே குழந்தை சமுதாயத்தின் மடியில் பிறக்கிறது. அதற்கு மொழியைக் கற்றுத்தரும் பொறுப்பை அக்குழந்தை வாழும் சமுதாயம் ஏற்றுக்கொள்கிறது. சுற்றுப்புறச்சூழல்களில் வழங்கும் மொழியைக் குழந்தை கேட்டும் பேசியும் கற்றுக்கொள்கிறது. மொழி, இப்பழக்கங்களின் தொகுப்பு என்பது சாபிரின் கருத்து. பிற்கால அமைப்பியல் மொழியியலறிஞரின் விளக்கத்திற்கு முன்னோடியாக சாபிரின் இக்கருத்து அமைந்தது.

நவீன மொழியியலைத் தன்னாட்சிமிக்க துறையாக உயர்த்த முயன்ற இருபதாம் நூற்றாண்டு மொழியியலறிஞர்களுள் சாபிர் குறிப்பிடத்தக்கவர். நவீன யுகத்தின் தேவைகளுக்கு ஏற்ப கொள்கைகளையும் கோட்பாடுகளையும் பிற துறைகளின்

துணையின்றி வகுப்பது அவருக்குப் பெரிய சவாலாக இருந்தது. தத்துவம், உளவியல், சமூகவியல், மானிடவியல் எனப் பிற துறைகளின் ஆதிக்கம் சமகால மொழியியலறிஞர்களின் ஆய்வு அணுகுமுறைகளில் பன்முகப்பார்வையை ஊக்குவித்தது. இதன் விளைவாகப் பத்தொன்பதாம் நூற்றாண்டு வரை அடையமுடியாத துறைசார்ந்த தன்னாட்சி இருபதாம் நூற்றாண்டின் முதற்பாதியில் சாத்தியமாயிற்று. மொழியியல், அதன் வளர்ச்சிக்காகப் பிற துறைகளைச் சார்ந்து நிற்பதில் தயக்கம் காட்டவேண்டியதில்லை. ஆனால், பிற துறையறிவைப் பயன்படுத்துவது கூடுதல் வளர்ச்சி நோக்கியதாக இருக்கவேண்டுமேயல்லாமல் அத்துறைகளின் கிளைப்பிரிவாக மொழியியல் சுருங்கிப் போய்விடக்கூடாது. இம்முயற்சியில் எச்சரிக்கையுடன் இருக்கவேண்டும் என்பது சாபிரின் கருத்தாக இருந்தது. இதற்கு மாறாக, சோம்ஸ்கியின் ஆக்கமுறை மாற்றிலக்கணம் புலனுணர்வியல் உளவியலின் ஆதிக்கத்தை அதிகமாக ஏற்றுக்கொண்டது. இதனால், புலனுணர்வியல் உளவியலின் கிளைப் பிரிவாக ஆக்கமுறை இலக்கணம் இன்று கருதப்படுகிறது. இருப்பினும், இருபத்தொன்றாம் நூற்றாண்டு மொழியியல் இப்பன்முகப் பார்வையை ஒரு கோட்பாட்டின் பலமென்று கருதுவது சாபிரின் அடுத்த கட்ட முன்னோக்கிய வளர்ச்சிநிலை என்றே கூறலாம். சோம்ஸ்கி, இப்பெருமைக்குரிய மொழியியல் அறிஞராக அன்றும் இன்றும் ஏற்றுக்கொள்ளப்பட்டிருக்கிறார்.

குறிப்புகள்

1. For each of the three periods of the development of Modern Linguistic Science we have had men of international reputation who have attempted to sum up and explain for the educated lay reader the progress in linguistic knowledge that has been achieved. For the first period we have two books by William Dwight Whitney, Professor of Sanskrit at Yale during the third quarter of the nineteenth century. *Laguage and the Study of Language: Twelve lectures on the principles of Linguistic Science* was delivered first at Smithsonian Institute in Washington early in 1864, then at the Lowell Institute in Boston in December 1864 and January 1865 and first published in 1867. There were at least five editions of this book. A second book by Whitney, published in 1875 was *Life and Growth of Language: An Outline of Linguistic Science*. For the second period there were Hermann Paul's *Prinzpien der Sprachgeschichte (Principles of Language History)* first published in 1880, with the fifth edition in 1920, Otto Jespersen's *Language: Its Nature, Development and Origin*, in 1923, and Holger Pedersen's *Linguistic Science in the Nineteenth Century*,(tr. By

Spargo) 1931. For the third period there have been Edward Sapir's *Language* 1921; Leonard Bloomfield's *Language* 1933, and now Kenneth Pike's *Language (in Relation to a Unified Theory of the Structure of Human Behavior)* Part I in 1954: Part II in 1955 and Part III in 1960 (Fries, 1961).

2. சசூர், மொழியியலில் பல நூல்களை எழுதியவர் அல்ல. *Course in General Linguistics* அமெரிக்க மொழியியல் சிந்தனையில் ஒரு திருப்புமுனையை ஏற்படுத்திய நூல். இந்நூலும் சசூர் எழுதியது அல்ல. ஜெனிவா பல்கலைக்கழகத்தில் *Course in General Linguistics* என்னும் தலைப்பில் இவர் விரிவுரை ஆற்றியபோது இவரது மாணவர்கள் வகுப்பறையில் எடுத்த குறிப்புகளின் தொகுப்பு இந்நூல். இந்நூலை இவர் மறைந்து மூன்றாண்டுகளுக்குப் பின் *Course in General Linguistics* என்னும் தலைப்பிலேயே இம்மாணவர்கள் 1916ஆம் ஆண்டு வெளியிட்டனர். இந்நூல் துண்டுத்துண்டாக முறிந்துபோன கருத்துகள் அடங்கியது என்றாலும் கிட்டத்தட்ட முப்பதாண்டு களாக ஐரோப்பிய மொழியியலை வடிவமைத்த பெருமை பெற்றது.

3. We cannot go into the relation between structural linguistics and structuralism in other fields of investigation. It must be appreciated, however, that structuralism is very much an interdisciplinary movement. Saussurian structuralism, in particular, has been a powerful force in the development of a characteristically French approach to semiotics (or semiology) and its application to literary criticism, on the one hand, and to the analysis of society and culture, on the other....... What characterizes structuralism, in this more general sense, is a greater concern with the relations which hold among entities than with the entities themselves (John Lyons, 1981).

4

சோம்ஸ்கிக்கு முன் மொழியியல் – III

4.1. வண்ணனை மொழியியல்

பிரான்ஸ் போயெஸும் அவரது மாணவர்களும் இணைந்து அமெரிக்க இந்திய மொழிகளை விளக்க மேற்கொண்ட வண்ணனை அணுகுமுறை இருபதாம் நூற்றாண்டு மொழியியலில் அமெரிக்க அமைப்பியல்வாதத்திற்கு அடிப்படையானது என்று முந்தைய பகுதிகளில் பார்த்தோமல்லவா? போயெஸைத் தொடர்ந்து சாபிரும், சாபிருக்குப் பின்னர் புளூம்ஃபீல்டும் வண்ணனை மொழியியலுக்கு முழு வடிவம் தந்தனர். குறிப்பாக, எட்வர்டு சாபிருக்குப் பின் அமெரிக்க மொழியியலில் ஒரு புதிய சகாப்தத்தைப் படைத்தவர் லெனார்டு புளூம்ஃபீல்டு (1887–1949). ஹார்வர்டு பல்கலைக்கழகத்தில் பயின்ற இவர், சிகாகோ பல்கலைக்கழகத்தில் செருமானிய ஒப்பிலக்கணப் பேராசிரியராகப் பணியாற்றினார். பின்னர், 1940இலிருந்து 1949 வரை யேல் பல்கலைக்கழகத்தில் மொழியியல் பேராசிரியராக இருந்தார். 1920களில் வட அமெரிக்க இந்தியப் பழங்குடிகளின் மொழிகளை ஆராய்வதில் ஈடுபட்ட இவர் சசூரின் ஐரோப்பிய அமைப்பியல்வாத அடிச்சுவட்டில் அமெரிக்க அமைப்பு மொழியியலைத் தீவிர அறிவியல் துறையாக வடிவமைத்தார்.

1930களில் புளூம்ஃபீல்டு மொழியியலாய்வில் ஈடுபட்ட காலம் வரை அமெரிக்க இந்திய மொழிகளை

ஆராய முறையான வழிமுறைகள் வகுக்கப்படவில்லை. அறிவியல் அணுகுமுறை சார்ந்த கொள்கைகளும், இனங்காணும் வழிமுறைகளும் அடங்கிய ஒரு பகுப்பாய்வு நெறிமுறையின்றி மொழியியலாய்வை மேற்கொள்ள இயலாது என்பதை புளூம்ஃபீல்டு உணர்ந்தார். அமெரிக்க இந்தியப் பழங்குடிகளின் மொழிகளை ஆராயத்தக்க அடிப்படை அடிக்கோள்களை விவரித்து *A set of Postulates* என்னும் விரிவான கட்டுரையொன்றை வெளியிட்டார். இக்கட்டுரையின் விரிவாக்கமே 1933ஆம் ஆண்டு இவர் எழுதிய *மொழி* **(Language)** என்னும் நூல். மொழிக்கூறுகளை இனங்கண்டு ஆராயும் வழிமுறைகளை வகுத்துக்காட்டிய முதல் நூல் இது. இந்நூலின் அறிமுகத்திற்குப் பின் கள ஆய்வுமுறையும், மொழிக்கூறுகளை இனங்கண்டு வகைப்படுத்தும் வழிமுறைகளும் மொழிப்பகுப்பாய்வுகளில் முக்கியத்துவம் பெற்றன. இந்நூல்வழி மொழியியல் படிப்பை ஓர் அறிவியல் துறைப்பொருளுக்கு நிகராக புளூம்ஃபீல்டால் உயர்த்திக்காட்ட முடிந்தது.

வண்ணனை மொழியியல் ஆய்வு கீழ்க்காணும் பகுப்பாய்வுக் கொள்கைகளின் அடிப்படையில் மேற்கொள்ளப்படவேண்டும் எனத் தம் நூலில் புளூம்ஃபீல்டு வலியுறுத்துகிறார்:

- எழுத்துப்பிரதிகளுக்குப் பதிலாகப் பேச்சுமொழியை மையமாகக் கொண்டிருக்க வேண்டும்.

- இலக்கணத்தில் பயன்படுத்தப்படும் வண்ணனை மொழியின் வடிவம் பற்றியதாக இருக்க வேண்டும். வடிவம் உணர்த்தும் பொருள் பற்றியதாக இருக்கக்கூடாது.

- ஒரு குறிப்பிட்ட காலத்தைச் சேர்ந்த மொழிமீதான ஆய்வு அம்மொழியின் கடந்தகால மொழி வடிவம் பற்றியதாகவோ பொருள் பற்றியதாகவோ இருத்தலாகாது.

மொழிப் பகுப்பாய்வுக்கான சிறந்த வழிகாட்டியாக மட்டுமன்றி, இருபதாம் நூற்றாண்டு மொழியியல் விஞ்ஞானத்தின் சிறந்த கோட்பாட்டுக் கருவூலமாகவும் இந்நூல் எல்லா மொழியியலாளராலும் ஏற்றுக்கொள்ளப்பட்டது.

புளூம்ஃபீல்டின் வண்ணனை மொழியியல், மொழிக்கூறுகளை இனங்காணும் பகுப்பாய்வு வழிமுறைகளின் பயன்பாடும், அவற்றின் அடிப்படையிலான மொழிக்கூற்று வகைப்பாடுகளுமாக நடைமுறை மொழியாராய்ச்சியாக மட்டுமே செயல்வடிவம் பெற்றிருந்தது. மாறாக, வலுவான மொழியியல் கோட்பாட்டை நோக்கிய பொதுமைப்படுத்தலுக்கோ கோட்பாட்டு உருவாக்கத்திற்கோ இந்நடைமுறைப் பகுப்பாய்வு

முன்னேறவில்லை. இருப்பினும் வண்ணனை மொழியியல், மொழியியலின் முக்கியப் பகுப்பாய்வுத்தளமாக ஐரோப்பிய, அமெரிக்க மொழியியலறிஞர்களின் அங்கீகாரத்திற்குப் பாத்திரமானது. நவீன மொழியியலில் இந்தோ – ஐரோப்பிய மொழிகளின் ஒலிமாற்ற விதிகளில் ஆர்வம்கொண்ட புளூம்ஃபீல்டின் இப்பங்களிப்பு மொழியியல் வரலாற்றில் திருப்புமுனையை ஏற்படுத்தியது. இவரின் கூடுதல் வண்ணனை இயல்பு சார்ந்த அமெரிக்க அமைப்பியல்வாதம் மொழியியல் வரலாற்றில் ஒரு மைல்கல். தாமஸ் கூனின் வார்த்தைகளில் கூறினால், புளூம்ஃபீல்டிய அமைப்பியல்வாதம் மொழியியல் வரலாற்றில் நிகழ்ந்த முதலாவது கருத்தியல் வாய்பாட்டுத் தாவல் *(First Paradigm Shift)* எனலாம்.

எட்வர்டு சாபிரும் புளூம்ஃபீல்டும் சமகாலத்தவர்கள். இருப்பினும் மொழி, மொழியியல் குறித்த உளவியல் சிந்தனைகளில் போயெஸ், சாபிர் ஆகியோர் ஏற்றுக்கொண்ட உள்மன வடிவம் என்னும் கருத்தியல் சார்ந்த மனவியத்தை *(Mentalism)* புளூம்ஃபீல்டு மொழி ஆய்வில் ஏற்றுக்கொள்ளவில்லை. புளூம்ஃபீல்டு, ஜே.பி. வாட்ஸனின் நடத்தை உளவியல் சார்புடையவர். இவ் உளவியல் ஆய்வுநெறிமுறையில் காட்சிப்புலனுக்கு எட்டாத எந்த மொழித் தரவும் ஆய்வுக்குரியதல்ல. உள்மனம் சார்ந்த தரவுகள் வண்ணனை மொழிப்பகுப்பாய்வுக்கு உகந்தவையல்ல என்பது புளூம்ஃபீல்டின் கருத்து. ஆனால், இத்தரவுத் தொகுப்பு ஒரு மொழியை முழுவதுமாகப் புரிந்துகொள்ளவோ இனங்காணும் வழிமுறைகளைப் பயன்படுத்தி விளக்கவோ போதுமானதன்று என நோம் சோம்ஸ்கி குறிப்பிடுவார். இவ்வாறு குறிப்பிடுவதுடன் புளூம்ஃபீல்டிய அமைப்பு மொழியியலின் அறிவியல்தன்மையைக் கேள்விக்கு உட்படுத்துவார்.

மொழியியலைத் தன்னாட்சி மிக்க துறையாக வளர்த்தெடுக்க சாபிர் முயன்றார். இவரைப் பின்பற்றி அமைப்பு மொழியியலை ஓர் உயரிய கோட்பாடாக புளூம்ஃபீல்டு வளர்த்தெடுத்தார். இதன் மூலமாக சாபிர் விட்டுச்சென்ற இடைவெளியை நிறைவு செய்தார். இதன் முதற்படியாக மொழிஆய்வில் பிற சமூக அறிவியல் களின் பங்கை மறுத்தார். மொழியாராய்ச்சி மொழியிலிருந்து சேகரிக்கப்பட்ட தரவுகளை மட்டுமே அடிப்படையாகக் கொண்டு செயல்பட வேண்டும். குறிப்பாக, வண்ணனை மொழியியலாய்வில் வரலாறு எவ்வாறு புறக்கணிக்கப்படுகிறதோ அவ்வாறே பிற துறைகளின் பங்கும் சார்பும் மறுக்கப்படவேண்டும் என்பது புளூம்ஃபீல்டின் நிலைப்பாடு. ஏனெனில், ஒரு துறைப்படிப்பின் பிற துறை தீர்ந்த தனித்துவம் அறிவியல் துறையின் முதன்மைப் பண்பாக அக்காலத்தில் கருதப்பட்டது. வண்ணனை மொழியியல்

களஆய்வும், இனங்காணும் வழிமுறைகளுமாகப் பிற துறைகளின் ஆதிக்கத்திற்கு அப்பாற்பட்டு வளர்ந்ததை மொழியியலின் தன்னாட்சி நிறைவாக அவர் கருதினார்.

புளூம்ஃபீல்டிற்குப் பின்வந்த பெர்னார்டு பிளாக், ஜெல்லிக் ஹேரிஸ், சார்லஸ் ஹாக்கெட், ஹென்றி லீ ஸ்மித், ஜார்ஜ் டிராகர் போன்றோர் மொழிக்கூறுகளை இனங்காணும் வழிமுறைகளை மேலும் பட்டைத்தீட்டி வடிவமைத்த பெருமைக்குரியவர்கள். மொழிக்கூறுகளை இனங்கண்டு, அவற்றை ஒலிகளாகவும் வடிவங்களாகவும் வகைப்படுத்தி அடைவு செய்வதற்கு மேலாகக் கூடுதல் விளக்கம் தருவதை வண்ணனை மொழியியலின் நோக்கமாகக் கொண்ட ஹேரிஸ் இவர்களுள் குறிப்பிடத் தக்கவர். வண்ணனைக்கு அப்பாற்பட்ட விளக்கம் வரலாற்று மொழியியலாய்விலும் கிளைமொழியியலாய்விலும் முக்கியமாகக் கருதப்பட்டது. வண்ணனையிலிருந்து விளக்கத்தை நோக்கிய இந்நகர்வு, அக்கால அமைப்பு மொழியியலறிஞர்களால் வெகுவாகச் சிலாகிக்கப்பட்டது. இதனால், இவர்கள் புது – புளூம்ஃபீல்டியர்கள் என்று அழைக்கப்பட்டனர்.

4.2. புளூம்ஃபீல்டிய மொழியியல்

60களில் நடந்த மொழியியல் போரில் ஓரணியாகத் திரண்ட புது – புளூம்ஃபீல்டியர்கள் புளூம்ஃபீல்டின் அமைப்பியல்வாத மொழியியலை 'புளூம்ஃபீல்டிய மொழியியல்' என்று அழைக்கும் அளவிற்கு அமெரிக்க மொழியியல் அரங்கத்தை மாற்றியமைத்தனர். 1950–இலிருந்து 1960 வரையிலான காலக்கட்டத்தை 'புளூம்ஃபீல்டிய சகாப்தம்' என்று அமெரிக்க மொழியியல் வரலாறு குறிப்பிடுகிறது. இருந்தபோதிலும், மொழியியலாய்வில் மொழிக்கூறுகளை இனங்காணும் வழிமுறைகளிலும் வகைப்படுத்தத்திலும் காட்டிய அதிகமான ஆர்வத்தால் போயெஸ், சாபிர் போலக் கோட்பாட்டு உருவாக்கத்தில் இவர்களது சாதனை குறிப்பிடத்தக்கது அன்று என்னும் சமகால விமர்சனங்களுக்கு உள்ளானது துரதிர்ஷடமே.

புளூம்ஃபீல்டிற்குப் பின் அமெரிக்க அமைப்பு மொழியியலுக்கு முழுமையான கோட்பாட்டு வடிவம் தந்தவர் ஜெல்லிக் ஹேரிஸ் (1909–1992). ஹேரிஸ் தொன்மையான செமிட்டிக் மொழி களில் அதிக ஈடுபாடு உடையவர். இம்மொழிகளின் ஆய்வில் ஈடுபட்டிருந்தபோது பல ஆப்பிரிக்க, அமெரிக்க இந்திய மொழி களுக்கு இவர் இலக்கணம் எழுதினார். அமெரிக்க இந்திய மொழிகள் ஆய்வில் இருந்த குறைகளைக் களைந்து செயலூக்கமிக்க பகுப்பாய்வு வழிமுறைகளை வகுத்தார். மொழிக்கூறுகளை வகைப்படுத்தும் உத்திகளை மேம்படுத்துவதிலும் இவர் கவனம்

செலுத்தினார். இப்பகுப்பாய்வு வழிமுறைகளையும் வகைப்பாட்டு உத்திகளையும் *அமைப்பு மொழியியலில் ஆய்வுமுறைகள் (1951)* என்னும் நூலில் ஹேரிஸ் விரிவாக விளக்குகிறார்[1].

புது – புளூம்ஃபீல்டிய மொழியியற்சிந்தனைகள் குறித்துப் பார்ப்பதற்கு முன் புளூம்ஃபீல்டிற்கும் மானிடவியல் மொழியியலாளர்க்கும் அப்போதிருந்த சமூகஅழுத்தம் பற்றிய குறிப்பு முக்கியமானது. பல மானிடவியலாளர்கள் அழிந்து கொண்டிருந்த வட அமெரிக்க இந்தியப் பழங்குடிகளின் பண்பாட்டை ஆவணப்படுத்துவதில் ஈடுபட்டிருந்தனர் என்று பார்த்தோமல்லவா? அப்பழங்குடி மக்களின் பெரும்பாலான மொழிகள் மரணத்தின் விளிம்பிலிருந்தன. அம்மொழிகளை மீட்டெடுத்து, அவற்றுக்கு வண்ணனை இலக்கணங்கள் எழுதுவது மானிடவியலாளர்க்குச் சவாலாக இருந்தது. போயெஸ் காலத்திலிருந்தே இவர்களின் ஆய்வு சிறப்பாக அமையவில்லை. வகைப்படுத்தப்படாத இப்பழங்குடி மொழிகளை ஆராய்வதற்குத் துணையாக வழிகாட்டுமுறைகளை புளூம்ஃபீல்டிய மொழியியல் அறிஞர்கள் உருவாக்கினர். இவ்வழிகாட்டுமுறைகளைப் பயன்படுத்தி ஒரு மொழியின் அமைப்பை விவரிக்க உதவும் வண்ணனைப் பகுப்பாய்வை எவ்வாறு மேற்கொள்வது? இதற்கான படிநிலைகளை எவ்வாறு உருவாக்குவது?

முதலாவதாக, வண்ணனை மொழியியலாய்வுக்கான தரவுத் தொகுப்பு தீர்மானிக்கப்பட வேண்டும். இத்தரவுத் தொகுப்பு ஒரு குறிப்பிட்ட மொழியாகவோ கிளைமொழியாகவோ இருக்கலாம். இம்மொழி குறிப்பிட்ட இனத்தவரின் நீண்டகாலப் பேச்சுவழக்காக இருக்க வேண்டும். இதனால், இம்மொழியைப் பேசுகின்ற சமூகம் எளிதாக அடையாளம் காணத்தக்கதாக இருக்கும். மொழியியல் ஆய்வாளர் இப்பேச்சுச் சமூகத்தைச் சேர்ந்த தாய்மொழியாளரிடமிருந்து தரவுகளைச் சேகரிக்க வேண்டும். இத்தாய்மொழியாளர் தகவலாளியாகவும், அவர் வழங்கும் தகவல்களைப் பதிவுசெய்பவர் களஆய்வாளராகவும் செயலாற்றுவர். களஆய்வின்போது பகுப்பாய்வுக்கு உட்படுத்தப்படவிருக்கும் மொழி களஆய்வாளரின் தாய்மொழியிலிருந்து வேறாக இருக்குமானால் இருவருக்கும் புரியும் மற்றொரு மொழியைப் பயன்படுத்திக் களஆய்வை மேற்கொள்ளலாம். களஆய்வாளர் தகவலாளியின் பேச்சைப் பல உத்திகளைக் கையாண்டுத் துல்லியமாக ஒலிப்பதிவுக் கருவியில் பதிவு செய்யும் திறன் உடையவராக இருத்தல் வேண்டும். மடிக்கணினி தரவுகளைப் பதிவுசெய்வதற்கேற்ற கருவியாக இன்று கருதப்படுகிறது. இவ்வாறு தரவுகளைச் சேகரிக்கும் நிலையிலேயே அவற்றின்மீது இனங்காணும் வழிமுறைகளைக் களஆய்வாளர்

சோதித்துப் பார்க்கலாம். அப்போது கிடைக்கும் குறிப்புகளை இடைக்கால ஆய்வுமுடிவுகளாகக் குறித்து வைத்துக்கொள்ளலாம். இவை களஆய்வைத் தொடர்ந்து மேற்கொண்டு கிடைக்கும் கூடுதல் தரவுகளின் அடிப்படையிலான முடிவுகளுக்கு மேலும் வலுவூட்டுவனவாக அமையும். மொழியியலில் களஆய்வு, கள மொழியியல் எனத் தனிப்பிரிவாகப் பேசப்படுகிறது. ஆனால், பிற மொழியியல் பிரிவுகளைப்போல ஆழமான கோட்பாட்டுப் பின்னணி இதற்குக் கிடையாது. 'களம்' பெரும்பாலும் தகவலாளியின் இருப்பிடத்தைக் குறிப்பிடுகிறது.

களஆய்வைப் போதுமான அளவிற்கு மேற்கொண்ட பின், தரவுத் தொகுப்பை இனங்காணும் வழிமுறைகளைப் பயன்படுத்திப் பகுப்பாய்வு செய்யவேண்டியது அடுத்த படிநிலை. களஆய்வாளர், அமெரிக்க அமைப்பியல்வாதத்தின் அடிப்படையிலான வண்ணனை மொழிப்பகுப்பாய்வை மேற்கொள்பவராக இருந்தால் மொழியின் அமைப்பை விவரிக்க மொழித் தனிமங்களை இனங்காணும் வழிமுறைகள் குறித்தும், மொழியில் ஒவ்வொரு தனிமமும் வழங்கும் இடம் (Distribution) குறித்தும் கீழ்க்காணும் மொழி வகைப்பாட்டு நிலைகளை உருவாக்கிக்கொள்ள வேண்டும்.

- ஒலியியல்
- ஒலியனியல்
- உருபொலியனியல்
- உருபனியல்
- தொடரியல்
- பொருண்மையியல்

இவ்வகைப்பாட்டு நிலைகளை உருவாக்கிக்கொள்வதால் ஒரு மொழியையோ கிளைமொழியையோ பகுப்பாய்வுக்கு உட்படுத்தும்போது ஒழுங்கமைவோடுகூடிய வழிமுறைகளை வரிசையாகத் தொடரமுடியும். இருப்பினும், இவ்வழிமுறைகளை எப்போதும் வரிசையாகத்தான் தொடரவேண்டும் என்னும் கட்டாயமில்லை. ஏனெனில், ஒரு படிநிலையில் ஆய்வை மேற்கொண்டிருக்கும்போது அப்படிநிலைத் தொடர்பான பிற படிநிலை சார்ந்த ஊகங்களும், படிநிலைகளுக்கிடையே காணப்படும் தொடர்புகளும் மொழியமைப்பைப் பற்றிய புதிய புரிதல்களுக்கு உதவும். அத்துடன் முழுமையான பகுப்பாய்வுக்கும் ஊக்கம் தரும். பொதுவாக, பகுப்பாய்வை ஒலி நிலையில் தொடங்கும்போது களஆய்வாளர் உற்சாகம் அடைவதோடு

அடுத்த நிலையில் ஒலியன் நிலைக்குச் செல்லவும், பின்னர் அதன் அடிப்படையில் எழுத்துருவாக்கம் பற்றிய சிந்தனைக்கு முன்னேறவும் முடிகிறது.

இம்முன்னேற்றப்பாதையில் அடுத்ததாக ஒலியனியல், உருபனியலுக்கு உள்ளீடாக அமைகிறது. இப்படிநிலையில் ஓர் ஒலியன் தனித்தோ, பிற ஒலியன்களுடன் இணைந்தோ ஓர் ஒலியக்கூறாகிக் குறைந்தபட்சமாக ஒரு பொருளைத் தரும்போது உருபன் (Morpheme) என்று அழைக்கப்படுகிறது. தமிழில் ஈ ஒரு தனி ஒலியன். இது, 'ஈதல்', 'தருதல்' என்னும் பொருள்களைத் தரும்போது உருபன் எனப்படுகிறது. மகன் என ஒலியன்கள் தொடர்ந்து 'ஆண் குழந்தை' என்னும் பொருள் தரும்போதும் அது உருபனே. இவை போன்ற சொல்வடிவங்களின் அமைப்புப் பற்றிய ஆராய்ச்சி உருபனியல் (Morphology) எனப்படுகிறது.

மொழியியலில் ஒரு மொழியின் உருபன்களைப் பல்வேறு சொற்கூற்றுகளை ஒப்பிட்டுக் காண்பதன்மூலம் இனங்காண முடியும். எடுத்துக்காட்டாக,

(1) மின்விளக்குகள் பிரகாசமாக எரிந்தன

(2) பெண்கள் பாதுகாப்பாக உள்ளனர்

(3) இளைஞர்கள் அமைதியாக இருந்தனர்

(4) அறிக்கைகள் தாமதமாக வெளிவந்தன

(5) கைபேசிகள் தீப்பந்தங்களாக எரிந்தன

என்னும் இவ்வாக்கியங்களில்,

மின்விளக்கு|கள்

பெண்|கள்

இளைஞர்|கள்

அறிக்கை|கள்

கைபேசி|கள்

என்னும் சொற்கூற்றுகளை ஒப்பிட்டுப்பார்க்கும்போது பகுதியளவு வடிவ ஒற்றுமையுடைய – கள் என்னும் விகுதி மீண்டும் மீண்டும் வந்து முந்தைய பெயர்ச்சொல்லைப் பன்மைப்படுத்தும் இலக்கணச் செயற்பாட்டைச் சுட்டுவதை உணரமுடியும். இவ்விலக்கணச் செயற்பாட்டை இதன் பொருளாகக் கருதினால் – கள் என்னும் ஒலியக்கூறு ஓர் உருபன். மின்விளக்கு, பெண், இளைஞர், அறிக்கை, கைபேசி என்பன அகராதிப் பொருள் தரும் கட்டிலா

உருபன்களாகும். இவை வாக்கியங்களில் தனித்தும் இயங்கும். ஆனால், *– கள்* என்னும் ஒலியக்கூறு ஒரு பெயர்ச்சொல்லைச் சார்ந்தே வரும் கட்டுருபன். இவற்றை உருபன்களின் முக்கியமான இருவகைகளாகக் குறிப்பிடுவர். இக்கொள்கையைப் பின்பற்றி ஸ்வாகிலி என்னும் மொழியின் கீழ்க்காணும் தரவுகளைப் பயன்படுத்தி அவற்றில் அமைந்துள்ள உருபனியல் அமைப்பை விளக்குவோம்:

ஸ்வாகிலி

nitasoma	*'I will read'*
nilisoma	*'I read (past)'*
utasoma	*'You will read'*
ulisoma	*'You read (past)'*

இப்பகுப்பாய்வில் மீண்டும் மீண்டும் ஒரே வடிவில் வந்து ஒரே பொருளில் வழங்கும் *soma 'read'* என்பதை ஓர் உருபனாகவும், *ni- 'I', u- 'you', -ta- 'future tense', -li- 'past tense'* என்பனவற்றைப் பிற உருபன்களாகவும் கீழ்வருமாறு இனங்காண முடியும்:

ni|ta|soma	*'I will read'*
ni|li|soma	*'I read (past)'*
u|ta|soma	*'You will read'*
u|li|soma	*'You read (past)'*

இவ்வாறு இனங்காண்பதன் மூலமாக ஸ்வாகிலி என்னும் தெரியாத ஒரு மொழியின் வினைச்சொல் உருபனமைப்பை நம்மால் விவரிக்க முடியும்.

உருபனியல் ஆய்வில் இனங்கண்டு வகைப்படுத்தப்படும் ஒவ்வொரு கட்டிலா உருபனும் கட்டுருபனும் உட்பிணைப்பு உருபனும் சொல்லாக்க உருபனும் பலவாக இணைந்து சொற்களை உருவாக்குகின்றன.

சீனா – கட்டிலா உருபன்

செல்போன்கள் – ***ஐ*** (இரண்டாம் வேற்றுமை உருபு – கட்டுருபன்)

விற் – ***கின்ற்*** – *அன* (– ***கின்ற்*** நிகழ் காலம் காட்டும் உட்பிணைப்பு உருபன்)

விற் – ***பனை*** (– ***பனை*** பெயர்ச்சொல்லாக்க விகுதி)

சீனா, செல்போன்களை, விற்கின்றன, விற்பனை என்பன சொற்கள். இவற்றுள் *சீனா* கட்டிலா உருபன். பெயர்ச்சொல்லாகத் தனித்து நின்று ஒரு நாட்டின் பெயரைக் குறிக்கும். *செல்போன்களை* என்னும் சொல்லில் *–ஐ* என்னும் விகுதி இரண்டாம் வேற்றுமை உணர்த்தும் உருபுப் பொருள் உடைய கட்டுருபன். இது தனித்து இயங்காது. *விற்கின்றன* என்னும் சொல்லில் *–கின்ற்–* என்னும் இடைநிலை நிகழ்காலப் பொருளைத் தரும் உட்பிணைப்பு உருபன். *விற்பனை* என்னும் சொல்லில் வரும் *–பனை* என்பது சொல்லாக்க விகுதி. *வில்–* என்னும் வினையடியோடு இணைந்து *விற்பனை* என்னும் சொல்லை ஆக்குகிறது. இதனால் *–பனை* என்பது சொல்லாக்க உருபன். இவ் உருபன்கள் இணைந்து சொல்லும், சொற்கள் இணைந்து சொற்றொடரும், சொற்றொடர்கள் இணைந்து நெடுந்தொடரும், நெடுந்தொடர்கள் இணைந்து வாக்கியங்களும் உருவாகின்றன. இவை எவ்வாறு ஒன்றோடொன்று இணைந்து உருவாகின்றன என்பதைக் காண்பது தொடரியலின் நோக்கம். இவ்வாக்கியங்களைப் புரிந்து பொருத்தமான சமூகச் சூழல்களில் பயன்படுத்தும் அறிவை இலக்கண அறிவு என்கிறோம்.

வாக்கிய அமைப்பைப் பற்றிப் படிப்பது தொடரியல். நம் பழைய இலக்கணங்கள் மொழியின் ஒலியமைப்பையும் சொல்லமைப்பையும் விளக்குவதோடு நிறைவுபெற்றுவிடுகின்றன. வாக்கிய அமைப்பையும், அவை உணர்த்தும் பொருளையும் இலக்கண வரம்பிற்கு உட்பட்டதாக அவை கருதுவதில்லை. உலகியல் கண்ணோட்டம் சார்ந்த தத்துவார்த்தச் சிந்தனைகள் மொழியின் வாக்கிய அமைப்பையும் பொருண்மை அமைப்பையும் அடிநாதமாகக் கருதினாலும் இலக்கண உருவாக்கத்தில் அதன் பகுதிகளாக இவை முக்கியத்துவம் பெறுவதில்லை. எழுத்து, சொல் என்னும் மரபார்ந்த முறையை மீறி, வாக்கியத்தையும் பொருளையும் மொழி ஆய்வின் முதன்மைக்கூறுகளாக வகுத்துக்காட்டியவர்கள் இருபதாம் நூற்றாண்டைச் சார்ந்த மொழியியலறிஞர்களே. குறிப்பாக, அமைப்பு மொழியியலில் ரூலான் வெல்ஸ், ஜெல்லிக் ஹேரிஸ், சார்லஸ் ஹாக்கெட் போன்றோர் தொடரியல் தொடர்பான பல கோட்பாடுகளை அறிமுகப்படுத்தியவர்களுள் குறிப்பிடத்தக்கவர்கள். இவர்களுள் ரூலான் வெல்ஸின் அண்மைத் தொடர் உறுப்புப் பகுப்பாய்வும் *(Immediate Constituent Analysis)*, ஜெல்லிக் ஹேரிஸின் கோர்வைத் தொடர்ப் பகுப்பாய்வும் *(String Analysis)* குறிப்பிடத்தக்கவை. இவ்விரு கோட்பாடுகளையும் குறித்துச் சற்று விரிவாகப் பார்ப்போம்.

சொல் உருபன்களாலானது என்றும், இது பலவாக இணைந்து சொற்றொடர், நெடுந்தொடர், வாக்கியம் ஆகியவற்றைக்

கட்டமைக்கிறது என்றும் பார்த்தோமல்லவா? இச்சொற் பதிவுகள் அடங்கிய ஒரு சொல்லகராதியின் துணைகொண்டு எண்ணிறந்த சொற்றொடர்களையும் நெடுந்தொடர்களையும் வாக்கியங்களையும் ஒரு மொழியில் படைக்க முடியும். இப்படைப்பாக்கம் விதிகளை அடிப்படையாகக்கொண்டது என்பார் நோம் சோம்ஸ்கி. புளூம்ஃபீல்டியரோ சொற்கள் உரிய வழங்குமிடங்களில் ஒன்றோடொன்று தொடர் உறுப்புகளாய் வழங்கச் சொற்றொடர், நெடுந்தொடர், வாக்கியம் ஆகியன உருவாகின்றன என்பர். ஆக, தொடரியல் தொடர்பான எல்லாக் கோட்பாடுகளும் தொடர்களின் வழங்குமிட அமைப்பிலான தொடர் உறுப்பமைப்பு *(Constituent Structure)* என்னும் கருத்தியலை அடிப்படையாகக் கொண்டது எனலாம். எடுத்துக்காட்டாக,

(6) வெற்றிமாறன் ஒரு நல்ல இயக்குநர்

என்னும் வாக்கியத்தைச் சிந்தித்துப் பார்ப்போம். இவ்வாக்கியம் *வெற்றிமாறன், ஒரு, நல்ல, இயக்குநர்* என்னும் நான்கு சொற்களாலானது. இச்சொற்கள் அனைத்தும் ஒரு குறிப்பிட்ட வரிசையில் இவ்வாக்கியத்தில் அடுக்கப்பட்டுள்ளன என்பதை உணரமுடிகிறதல்லவா? இவற்றை இவ்வாக்கியத்தின் இறுதித் தொடர் உறுப்புகள் எனலாம். இவைதாம் இவ்வாக்கியத்தைப் பொறுத்தவரையில் இறுதி இலக்கணத் தனிமங்கள். இதற்குமேல் இவற்றின் உருபனியல் பகுப்பாய்வு தொடரியல் பகுப்பாய்வின்பாற்பட்டதன்று. ஆனால், பொருளுக்கு ஊறு நேராமல் இத்தொடர் உறுப்புகளை வரிசைமாற்றி அடுக்கி இவ்வாக்கியத்தைக் கீழ்க்காணுமாறு கூறமுடியும்:

(7) ஒரு நல்ல இயக்குநர் வெற்றிமாறன்

இவ்வாறு சொல்வரிசையை மாற்றி வாக்கியம் உருவாக்கும் பண்பு இயல்பானதல்ல என்றாலும் இவ்வாறு உருவாக்கப்படும் வாக்கியங்கள் குறிப்பிட்ட மொழியைப் பொறுத்தவரையில் இலக்கணமுள்ள வாக்கியங்களாக ஏற்றுக்கொள்ளப்படுகின்றன. தமிழில் இத்தகைய சொல்வரிசை மாற்றங்கள் நடைஉத்திகளாகப் பெரிதும் பயன்படுத்தப்படுகின்றன. இவ்வாக்கியத்திலுள்ள நிலைநிறுத்தப்பட்ட சொல்வரிசையில் தொடர் உறுப்புகளிடையே நிலவும் ஒருவகையான இலக்கணஉறவைத் தாய்மொழியாளர் உணரமுடியும். இதன் அடிப்படையில் ஒரு சொல்லகராதியின் துணைகொண்டு எண்ணிறந்த வாக்கியங்களைத் தாய்மொழியாளர் தமிழிலே படைக்க முடியும். எடுத்துக்காட்டாக,

(8) கார்த்திக் ஒரு நல்ல நடிகர்

(9) பாலசந்தர் ஒரு சிறந்த திரைக்கதையாசிரியர்

(10) பானுப்பிரியா ஓர் அழகான நடிகை

(11) மோகமுள் ஒரு நல்ல நாவல்

இவ்வாக்கியங்களிலுள்ள ஒவ்வொரு சொல்லும் அது வழங்கும் இடத்தைப் பொறுத்து ஓர் இலக்கண உறவை உணர்த்துகிறது. எடுத்துக்காட்டாக *நல்ல நடிகர், சிறந்த திரைக்கதையாசிரியர், அழகான நடிகை* என்னும் தொடர்களி லுள்ள இரண்டு சொற்களிடையே நிலவும் உறவை நம்மால் உணரமுடிகிறது. இவ்வுறவுதான் வாக்கியப் படைப்பாக்கத்தை ஊக்குவிக்கிறது. இம்மாதிரியான இலக்கண உறவைச் சொற்களிடையே மட்டுமல்லாமல் சொற்றொடர்களுக்கு இடையேயும், நெடுந்தொடர்களுக்கு இடையேயும் நாம் உணர முடியும். எடுத்துக்காட்டாக,

(12) சீன நிறுவனங்கள் செல்போனை மலிவாக விற்கின்றன

என்னும் வாக்கியத்தில் அல்லது சொற்கூற்றில் (Utterance) ஐந்து சொற்கள் உள்ளன. இவ்வைந்து சொற்களையும் உற்றுக்கவனித்தால் இவற்றுக்கிடையேயும் ஒருவித இலக்கண உறவு இருப்பதை உணர முடியும். இவ்வுறவு நிலையானது. ஏனெனில், *சீன* என்னும் சொல்லை ஜப்பான், அமெரிக்கா, இந்தியா போன்ற சொற்களால் பதிலீடு செய்ய முடியும். இப்பதிலீட்டுக்குப் பின்னரும் இவ்வுறவு சிதையாமல் *ஜப்பான் நிறுவனங்கள், அமெரிக்க நிறுவனங்கள், இந்திய நிறுவனங்கள்* எனப் பொருள் தந்து நிற்கும். இவற்றைப் போலவே *செல்போனை விற்கின்றன, மலிவாக விற்கின்றன* என்பனவற்றுக்கும் இடையே காணும் உறவும் நிலையானது. இவ்வாறு பலவாகச் சொற்களிடையே காணப்படும் உறவுகள் பற்றிய உள்ளுணர்வை நம் இலக்கண அறிவு எனலாம். இவ்வுறவைக் கீழ்வருமாறு வரைபடத்தில் காட்டலாம்:

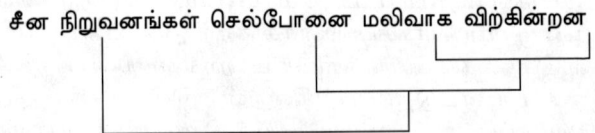

இவ்விலக்கண உறவின் அடிப்படையில் சில சொற்களின் கூட்டமைப்புத் தத்துவத்தை நம்மால் புரிந்துகொள்ள முடியும். அதேநேரத்தில், *சீன நிறுவனங்கள், மலிவாக விற்கின்றன, செல்போனை மலிவாக விற்கின்றன* என்னும் சொற்றொடர்களின் கூட்டமைப்பை ஏற்றுக்கொள்ளும் நம்மால் *சீன நிறுவனங்கள் செல்போனை, செல்போனை மலிவாக, சீன நிறுவனங்கள்*

மலிவாக, என்னும் கூட்டுச்சொற்களை ஏற்றுக்கொள்ள முடியவில்லை. ஏனெனில், இக்கூட்டுச்சொற்களிடையே எவ்விதமான உறவையும் நம்மால் உணர முடியவில்லை. இக்கூட்டுச்சொற்கள் தொடர்ந்து வரும் முறை எவ்விதப் பொருளையும் உணர்த்துவதில்லை. எனவே, முதல் வகைக் கூட்டுச்சொற்களைத் தொடர் *(Construction)* என்றும், இரண்டாம் வகைக் கூட்டுச்சொற்களைத் தொடர் அல்லாதவை என்றும் தொடரியல் ஆய்வாளர் கூறுவர். தொடரில் இடம்பெறும் ஒவ்வொரு சொல்லும் தொடர் உறுப்பு *(Constituent)* எனப்படுகிறது. *மலிவாக விற்கின்றன* என்னும் சொற்றொடரில் *மலிவாக, விற்கின்றன* என்பன தொடர் உறுப்புகள்.

இவ்வாக்கியத்தைப் போலவே,

(6) வெற்றிமாறன் ஒரு நல்ல இயக்குநர்

என்னும் வாக்கியத்தையும் தேர்ந்தெடுத்துக்கொள்வோம். இவ்வாக்கியத்தை

வெற்றிமாறன் / ஒரு நல்ல இயக்குநர்

என்று இரண்டாகப் பகுக்கலாம். இவ்வாறு பிரித்தாலும் வழங்கும் இடத்தைப் பொறுத்து இவ்விரண்டு சொற்றொடருக்கும் இடையே ஓர் உறவு இருப்பதை உணர முடியும். ஆனால், இவ்வாக்கியத்தை

*ஒரு வெற்றிமாறன் / இயக்குநர் நல்ல

எனப் பகுத்தால் பொருளற்றுப் போய்விடும். *ஒரு வெற்றிமாறன்* என்பதை *இயக்குநர் நல்ல* என்பதன் தொடர் உறுப்பாக ஏற்க முடியாது. அத்துடன் *இயக்குநர் நல்ல* என்பதும் சரியான தொடர் உறுப்பு அல்ல. காரணம், *நல்ல* என்ற தொடர் உறுப்பு ஒரு வாக்கியத்தில் பெயர்ச்சொல்லுக்கு முன்னர் மட்டுமே வந்து வழங்கும். இவ்வாறு வழங்கும் இவை இரண்டும் அண்மைத் தொடர் உறுப்புகள் எனப்படுகின்றன. *வெற்றிமாறன் ஒரு நல்ல இயக்குநர்* என்னும் வாக்கியம் *வெற்றிமாறன், ஒரு நல்ல இயக்குநர்* என்னும் இரு அண்மைத் தொடர் உறுப்புகளாலானது. இவ்வாக்கியத்தைப் பொறுத்தவரையில் *வெற்றிமாறன், ஒரு, நல்ல, இயக்குநர்* என்னும் நான்கும் இறுதி அண்மைத் தொடர் உறுப்புகள். ஒவ்வொரு அண்மைத் தொடர் உறுப்பும் குறிப்பிட்ட வடிவக் குழுக்களைச் *(Form classes)* சார்ந்தவையாதலால் பதிலீட்டு முறை மூலம் வாக்கியத்தில் இவை வழங்கும் இடங்களைத் தீர்மானிக்க முடியும். (8)–(11) வரையுள்ள வாக்கியங்களை எடுத்துக் காட்டாகக் கூறலாம். இப்பதிலீட்டுமுறையை அண்மைத் தொடர்

உறுப்புப் பகுப்பாய்வின்போது அண்மைத் தொடர் உறுப்புகளின் வருகையைச் சோதிக்கும் சோதனைமுறையாகக் கையாளலாம்.

அண்மைத் தொடர் உறுப்புப் பகுப்பாய்வில் தொடர் உறுப்பமைப்பு பல்வேறு குறியீட்டு முறைகளில் காட்டப்படு கின்றன. இருப்பினும், இறுதி அண்மைத் தொடர் உறுப்புகளைக் கிளைப்படத்தில் காட்டுவதில் பல அனுகூலங்கள் உள்ளன என்பர். எடுத்துக்காட்டாக, *மோகமுள் நல்ல நாவல்* என்னும் வாக்கியத்தை அடைப்புக்குறியைப் பயன்படுத்துவோர் கீழ்வருமாறு காட்டுவர்:

(மோகமுள் ((நல்ல) (நாவல்)))

இவ்வாக்கியத்தில் *மோகமுள், நல்ல, நாவல்* என்னும் மூன்று அண்மைத் தொடர் உறுப்புகள் உள்ளன என்பதை அடைப்புக் குறிகள் காட்டுகின்றன. பெட்டிக் கோடிட்டும் அண்மைத் தொடர் உறுப்புப் பகுப்பாய்வைக் காட்ட முடியும்.

(13) மாணவர்கள் மெரினாவில் கூடினர்

என்ற வாக்கியத்தைக் கீழ்வருமாறு காட்டலாம்:

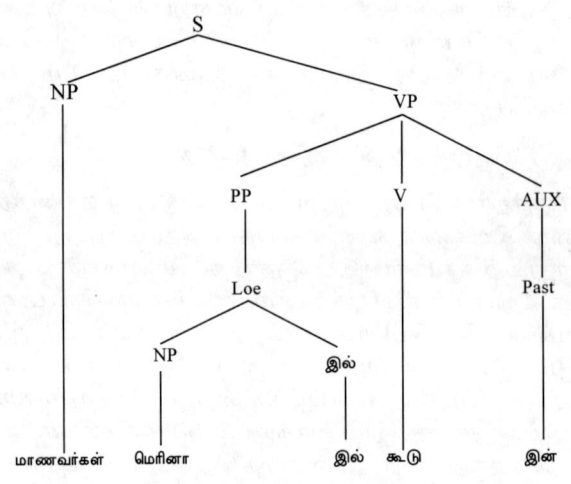

மாணவர்கள் மெரினாவில் கூடினர்

இவ்விரு முறைகளைக் காட்டிலும் கிளைப்படம் சிறந்த முறையாகக் கருதப்படுகிறது.

(14) ரஜனிகாந்த் மலேசியப் பிரதமரைச் சந்தித்தார்

என்னும் வாக்கியத்தைக் கீழ்வருமாறு கிளைப்படத்தில் காட்டுவர்:

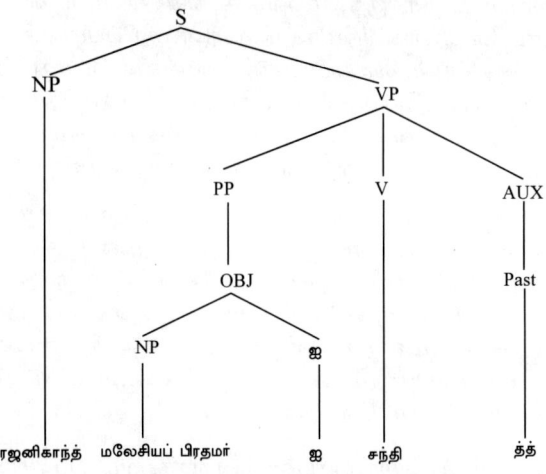

ரஜனிகாந்த் மலேசியப் பிரதமரை சந்தித்தார்

அண்மைத் தொடர் உறுப்புப் பகுப்பாய்வு நாம் மொழியில் படைக்கும் அனைத்து வாக்கியங்களையும் விவரிக்க உதவுகிறது. அண்மைத் தொடர் உறுப்புகளிடையே காணும் இலக்கண உறவு இவ்விவரிப்பில் முக்கியத்துவம் பெறுகிறது. அன்றாடம் நாம் படைக்கும் வாக்கியங்கள் எண்ணிறந்தவை. இவ்வெல்லா வாக்கியங்களையும் ஓர் இலக்கணம் ஒவ்வொன்றாக அண்மைத் தொடர் உறுப்புப் பகுப்பாய்வால் விவரிப்பது நடைமுறைச் சாத்தியமல்ல. மொழிப் பகுப்பாய்வில் சிக்கனம் முக்கியமான கூறுகளுள் ஒன்று. ஒரு மொழியியல் கோட்பாடு அறிவியல் சார்புடையதாகக் கருதப்பட வேண்டுமானால் விளக்கத்துடன் சிக்கனமாகவும் இருக்க வேண்டும். அண்மைத் தொடர் உறுப்புப் பகுப்பாய்வு அவ்வாறு இல்லாதது குறைபாடாகக் கருதப்பட்டது.

4.3. புது–புளூம்ஃபீல்டிய மொழியியல்

மேற்கூறிய கோட்பாட்டுத் தளர்வு உணரப்பட்டபோது புத்துணர்ச்சி ஊட்டிப் புதுவெள்ளம் பாய்ச்சியவர்கள் புது–புளூம்ஃபீல்டியர்கள். இவர்களுள் ஹேரிஸின் பங்களிப்பு குறிப்பிடத்தக்கது. *அமைப்பு மொழியியலில் ஆய்வுமுறைகள்* நூலுக்குப் பின்னர் அமைப்பு மொழியியலின் கோட்பாட்டுக் குறைபாடுகளைக் குறிப்பிட்டு மாற்றுச் சிந்தனையை இவர் முன்வைத்தார். முந்தைய கருத்தியல்களை வளப்படுத்திய பெருமை யும் இவருக்கு உண்டு. முக்கியமாக, நான்கு நிலைகளில் ஹேரிஸின் கருத்தியல்கள் முக்கியத்துவம் பெற்றன. இவை மொழிப்போர் காலத்தில் அமைப்பு மொழியியலுக்கு எதிராகத்

தொடுக்கப்பட்ட தாக்குதல்களைத் தாங்கி அமைப்பு மொழியியல் கோட்பாட்டைத் தலைநிமிரச் செய்தன. குறிப்பாக, இரண்டாம் கட்டக் கருத்தியல் வாய்பாட்டுத் தாவலின்போது அமைப்பு மொழியியலைப் புதிய கருத்தியல் வாய்பாட்டின் தொடர்பமாகத் தக்கவைத்துக்கொள்ள ஹேரிஸின் கீழ்க்காணும் கருத்தியல் மேம்பாட்டு அணுகுமுறைகள் பக்கபலமாய் நின்றன:

- *அமைப்பு மொழியியலில் ஆய்வுமுறைகள்* மொழிப்பகுப்பாய்வில் மொழிக்கூறுகளை இனங்காணும் வழிமுறைகளை அறிவியல் நோக்கில் வகுத்த பெருமை உடையது. முன் எப்போதும் இல்லாத அளவிற்கு இவ்வழிமுறைகளைப் பயன்படுத்தி வண்ணனை மொழியியலுக்கு முழுக் கோட்பாட்டு வடிவம் கொடுத்தார் ஹேரிஸ்.

  அமைப்பு மொழியியல் இனங்காணும் வழிமுறைகளின் தொகுப்பல்லாமல் கோட்பாட்டுச் சிறப்புடையது அன்று என்று பின்னர்த் தீவிரமாக விமர்சிக்கப் பட்டாலும் வண்ணனை மொழியியலுக்கான மாற்றுக்கோட்பாட்டையோ, நாகரிகமடையாத பழங்குடி மொழிகளைப் பகுப்பாய்வு செய்வதில் இனங்காணும் வழிமுறைகளுக்கெதிரான மாற்றுக்கருவியையோ ஆக்கமுறை மாற்றிலக்கண மொழியியலாளரால் முன்வைக்க முடியவில்லை. இன்று வரை ஒரு புதிய மொழியைப் பகுத்தாய்ந்து விளக்கும் திறன் வண்ணனை மொழியியலுக்கு மாத்திரமே உள்ளது.

- ஹேரிஸின் நூல் வண்ணனை மொழியியலாளரிடையே தனிச் செல்வாக்குப் பெற்றிருந்தாலும், வாக்கியப் பகுப்பாய்வுத் தொடர்பான முழுக்கவனமின்மை குறைபாடாகப் பேசப்பட்டது. இந்நூலின் 12 முதல் 19 வரையிலான அத்தியாயங்களில் ஒலியன்களில் தொடங்கி, உருபன்கள் தத்தம் வரிசையில் சொற்றொடரும் வாக்கியமுமாக உருவாகும் தன்மை விதந்து பேசப்பட்டாலும் பொதுவான நிலையில் வாக்கியங்கள் எவ்வாறு உருவாகின்றன என்பதற்கான விடை மனநிறைவளிக்கவில்லை. பொதுவாகத் தொடரியல் ஆய்வின் குறைபாடாக இவ்விமர்சனம் கூறப்பட்டது. ஒரு மொழியைப் பற்றிய ஆய்வில் வாக்கியங்களின் முக்கியத்துவம் புறக்கணிக்கப்படக்கூடாது என்பதை ஹேரிஸ் உணர்ந்தார். இக்குறைப்பாட்டிற்குத் தீர்வுகாண மூல அமைப்புப் பகுப்பாய்வு (*Center - Analysis*) என்னும்

அணுகுமுறையை அறிமுகப்படுத்தினார்[2]. இதன்படி, ஒரு வாக்கியத்தின் மூலஅமைப்பிலிருந்து பல்வேறு வாக்கியங்களைப் படைக்க முடியும் என்னும் கருத்தை ஹேரிஸ் முன்வைத்தார்.

எடுத்துக்காட்டாக,

(15) அந்த உயரமான பெண் நேற்று இங்கு வந்தாள்

என்னும் வாக்கியத்தில் *பெண்* மூலஅமைப்பு (Center). இதன் இடப்பக்கமாக அமையும் கட்டமைப்பு *அந்த உயரமான* என்பது. வலப்பக்கமாக அமையும் கட்டமைப்பு *நேற்று இங்கு வந்தாள்* என்பது. இவ்வாக்கியத்தைக் கீழ்வருமாறு காட்டலாம்:

```
            பெண்
       ╱          ╲
அந்த உயரமான    நேற்று இங்கு வந்தாள்
```

மூல அமைப்பின் இரு பக்கங்களிலும் வந்து ஒரு வாக்கியத்தைக் கட்டமைக்கும் தொடரமைப்புகள் பொதுவாக மூலஅமைப்பை விசேடிக்கும் தன்மை உடையதாய் இருக்கும். இவற்றை அவற்றோடு ஒத்தத் தொடரமைப்புகளால் பதிலீடுசெய்ய முடியும். எடுத்துக்காட்டாக, *பெண்* என்ற மூலஅமைப்பை *வண்டி* எனப் பதிலீடு செய்தால் *அந்த உயரமான* என்னும் தொடரமைப்பை *இந்தப் பழைய* என்னும் தொடரமைப்பாலும், *நேற்று இங்கு வந்தாள்* என்பதை *இன்று அங்கு ஓடாது* என்னும் தொடரமைப்பாலும் பதிலீடுசெய்ய முடியும். இப்பதிலீட்டுமுறையால்,

```
            வண்டி
       ╱          ╲
இந்தப் பழைய     இன்று அங்கு ஓடாது
```

(16) இந்தப் பழைய வண்டி இன்று அங்கு ஓடாது

என்னும் வாக்கியத்தை வருவிக்க முடியும். இவ்வாறு வாக்கியத்திலுள்ள சொற்களின் இடையே காணும் இலக்கண உறவுகளை மூலப் பகுப்பாய்வு முறையால் விளக்க முடியும். மேலும், இம்முறையால் ஏராளமான புதிய வாக்கியங்களைப் படைக்க முடியும் என்றும் ஹேரிஸ் விளக்கிக் கூறினார். அமைப்பு மொழியியலில் அதுவரைப் பேசப்பட்டுவந்த அண்மைத் தொடர் உறுப்புப் பகுப்பாய்வுமுறைக்கு மாற்றுச் சிந்தனையாக மூல அமைப்புப் பகுப்பாய்வுமுறை அறிமுகமானது.

- மூலப் பகுப்பாய்வைத் தொடர்ந்து ஹேரிஸ் அறிமுகப் படுத்திய *உருமாற்றுப் பகுப்பாய்வு (Transformational Analysis)*

தொடரியல் ஆய்வில் மற்றொரு மைல்கல். ஹேரிஸ் இப்பகுப்பாய்வை அறிமுகப்படுத்தும் வரை, அமைப்பு மொழியியலில் ஒரு வாக்கியம் வரிசைப்படுத்தப்பட்ட தனிமங்களால் கட்டமைக்கப்படுகிறது என்னும் கொள்கையில் விவரிக்கப்பட்டது. ஒலிகள் இணைந்து உருபன்கள், உருபன்கள் இணைந்து சொற்கள், சொற்கள் இணைந்து சொற்றொடர்கள், சொற்றொடர்கள் இணைந்து வாக்கியங்கள் என அமையும் அடுக்கமைப்பில் ஒவ்வொரு வாக்கியமும் விவரிக்கப்பட்டது. இவ்வடுக்கமைப்பு முறையால் செய்வினை, செயப்பாட்டு வாக்கியங்களிடையேயுள்ள தொடரியல் உறவையோ, தனி வாக்கியங்களும், வினாவாக்கியங்களிடையே காணும் உறவையோ, உடன்பாட்டு – எதிர்மறை வாக்கியங்களிடையே காணும் தொடரியல் உறவையோ விளக்கமுடியவில்லை. இப்பிரச்சனைக்குத் தீர்வாக ஹேரிஸ் உருமாற்றுப் பகுப்பாய்வை அறிமுகப்படுத்தினார்.

இப்பகுப்பாய்வு, தனிவாக்கிய நிலைக்கு மேலாகக் கருத்தாடல் நிலைக்குச் செல்லத் தொடரியல் ஆய்வாளரை வற்புறுத்துகிறது. இம்மாதிரியான இணையெதிர்மை வாக்கியங்கள் பேசுவோர்–கேட்போர் பங்கேற்கும் ஓர் உரையாடல் காட்சியை உருவாக்குவதை நம்மால் உணரமுடியும். எனவே, தனிவாக்கியம் – வினாவாக்கியம், செய்வினைவாக்கியம் – செயப்பாட்டுவினை வாக்கியம், உடன்பாட்டுவாக்கியம் – எதிர்மறைவாக்கியம் என்னும் இணையெதிர்மை வாக்கியச் சூழல் கருத்தாடல் தரவுத் தொகுப்பைச் சார்ந்தது எனலாம். இவ்வாக்கியங்களுக்கு இடையே காணும் தொடரியல் உறவை விளக்கவேண்டுமானால் இவற்றுள் ஒன்றை அடிப்படை வாக்கியமாகக் கொள்ள வேண்டும். இவ்வடிப்படை வாக்கியத்தை ஹேரிஸ் வித்து வாக்கியம் (Kernel Sentence) எனக் குறிப்பிட்டு, இதிலிருந்து அதனோடு தொடர்புடைய வாக்கியத்தை உருமாற்றுவிதிகளின் (Transformational rules) மூலம் வருவிக்க முடியும் என்னும் கருத்தை முன்வைத்தார்[3]. இதன்படி,

தனிவாக்கியம் → வினாவாக்கியம்

செய்வினைவாக்கியம் → செயப்பாட்டுவினைவாக்கியம்

உடன்பாட்டுவாக்கியம் → எதிர்மறைவாக்கியம்

என இவ்வாக்கியங்களிடையே காணும் இலக்கண உறவுகளை எளிதாக விளக்க முடிந்தது. எடுத்துக்காட்டாக,

(17) காங்கிரஸ் ஆட்சியில் மீனவர் படுகொலைகள் நடந்தன

என்னும் வித்து வாக்கியத்திலிருந்து வினா உருமாற்றுவிதியால்

(18) காங்கிரஸ் ஆட்சியில் மீனவர் படுகொலைகள் நடந்தனவா?

என்னும் வினா வாக்கியத்தைத் தோற்றுவிக்க முடியும். இதைப்போலவே,

(19) சுசீலா இப்பாடலைப் பாடினார்

என்னும் செய்வினை வித்து வாக்கியத்திலிருந்து செயப்பாட்டு உருமாற்றுவிதி மூலம்

(20) இப்பாடல் சுசீலாவால் பாடப்பட்டது

என்னும் செயப்பாட்டுவினை வாக்கியத்தைத் தோற்றுவிக்க முடியும். இதைப்போலவே,

(21) பழங்குடிச் சமூகங்கள் இறைப்பற்று மிக்கவை

என்னும் உடன்பாட்டு வித்து வாக்கியத்திலிருந்து எதிர்மறை உருமாற்றுவிதி மூலம்

(22) பழங்குடிச் சமூகங்கள் இறைப்பற்று மிக்கவையல்ல

என்னும் எதிர்மறை வாக்கியத்தைத் தோற்றுவிக்க முடியும். இவ்வாக்கியங்களை உருமாற்றுவிதி வாக்கியங்களாகக் கீழ்வருமாறு காட்டலாம்:

காங்கிரஸ் ஆட்சியில் மீனவர் படுகொலைகள் நடந்தன → காங்கிரஸ் ஆட்சியில் மீனவர் படுகொலைகள் நடந்தனவா?

சுசீலா இப்பாடலைப் பாடினார் → இப்பாடல் சுசீலாவால் பாடப்பட்டது

பழங்குடிச் சமூகங்கள் இறைப்பற்று மிக்கவை → பழங்குடிச் சமூகங்கள் இறைப்பற்று மிக்கவையல்ல

இவ்வித்து வாக்கியக் கருத்தியலால் தொடரியல் ஆய்வில் சிக்கனத்தைக் கடைப்பிடிக்க முடிந்தது. அத்துடன் வாக்கியங்களிடையே காணும் உறவையும் ஹேரிஸால் விளக்க முடிந்தது. உருமாற்றுவிதிகளைச் சேர்ப்பதால் அண்மைத் தொடர் உறுப்புப் பகுப்பாய்வைச் சிக்கலற்றதாகவும், ஆற்றல்மிக்கதாகவும், ஓரளவிற்கு விளக்கநிறைவு உடையதாகவும் மேம்படுத்த ஹேரிஸால் முடிந்தது. மேலும், இப்பகுப்பாய்வின் மூலம் வாக்கியத்தின் புதைநிலை அமைப்பு சார்ந்த அறிமுகத்தையும், அதனடிப்படையில்

மொழிப் பொதுமைகளை இனங்காணும் சாத்தியக்கூறையும் ஹேரிஸ் குறிப்பிட்டுக்காட்டினார். ஹேரிஸின் இக்குறிப்பு சோம்ஸ்கியின் மாற்றிலக்கணக் கோட்பாட்டில் ஆழமான தாக்கத்தை ஏற்படுத்தியது. சோம்ஸ்கி, தம் கோட்பாட்டின் நிறுவனத் தந்தையாக ஹேரிஸைக் கருதாவிட்டாலும், உருமாற்றுப் பகுப்பாய்வும் பொதுமை இலக்கணம் பற்றிய குறிப்பும் ஆக்கமுறை மாற்றிலக்கணம் தவிர்க்க முடியாத கோட்பாட்டுக் குறியீடுகளாக உள்ளடங்கியுள்ளன என்பதை மறுக்கமுடியாது. குறிப்பாக, ஹேரிஸின் கோர்வைத் தொடர்ப் பகுப்பாய்வை ஆக்கமுறை இலக்கணத்தின் முன்னோடியாகக் கருதலாம்.

மூலஅமைப்புப் பகுப்பாய்வாலும் உருமாற்றுப் பகுப்பாய்வாலும் எண்ணிறந்த வாக்கியங்களை விளக்கலாம் என்னும் கருத்தை இன்னும் விரிவான ஆய்வுக்கு உட்படுத்தினால், தொடரியலில் மற்றொரு வலுவான கோட்பாட்டுக்கு அணியமாகலாம் என்னும் சாத்தியக்கூறை முதலில் கணித்தவர் ஹேரிஸ். இவ்வாறு அணியமானால் அப்புதிய கோட்பாடு, கூடுதல் விளக்கத்தை அளிக்கும் விளக்க நிறைவோடு அமையும்; வாக்கியங்களின் வடிவத்திற்கும் பொருண்மைக்கும் இடையே யுள்ள உறவுகள் உருமாற்று விதிகளால் ஒன்றுக்கு மேற்பட்ட வாக்கியங்களை உருவாக்கும் வல்லமை பெறும் என்பன போன்ற கருத்துகள் அமைப்பு மொழியியல் கோட்பாட்டுக்குக் ஹேரிஸின் முக்கியமான பங்களிப்புகளாகும். இவற்றால் ஓர் ஆற்றல்மிக்க தொடரியல் கோட்பாட்டுக்கு ஹேரிஸ் கோடு போட்டார். அக்கோட்டையே சோம்ஸ்கி ஆக்கமுறை மாற்றிலக்கணச் சாலையாக நீட்டிப் போட்டார்.

- வாக்கியங்களிடையே காணும் இலக்கண உறவுகளை, பொருண்மை உறவுகளை உருமாற்றுப் பகுப்பாய்வு மூலம் விளக்கிய ஹேரிஸ், வாக்கியநிலைக்கு மேலாகப் பல தொடர்புடைய வாக்கியங்கள் அடங்கிய கருத்தாடலின் இருப்பை மொழியில் கண்காணித்தவர் எனலாம். வாக்கியப் பகுப்பாய்வுக்கு அடுத்த நிலையாகக் கருத்தாடல் பகுப்பாய்வை (*Discourse Analysis*) முதன்முதலாக ஹேரிஸ் அறிமுகப்படுத்தினார்[4]. பல வித்து வாக்கியங்கள் உருமாற்று விதிகளால் வேறுவேறு வாக்கியங்களாகத் திரிந்து ஓர் உரைக்கோவை கருத்தாடல் அமைப்பை உருவாக்குகின்றன என்று ஹேரிஸ் கூறினார். இக்கருத்தாடலில் இடம்பெறும் வாக்கியங்கள் பலவாகத் திரிந்தவையாக இருந்தாலும் இவை இணைந்து அர்த்தமுள்ள கருத்துப்பரிமாற்ற நிகழ்வைச் செயற்பாட்டுரீதியாக உட்கொண்டவை

என்பது அவரது கருத்து. மேலும், ஒரே சூழலை மையமாகக்கொண்டு ஒரே உரைக்கட்டுக்குள் தோன்றும் வாக்கியங்களாக இருப்பதால் இவை ஒன்றுக்கொன்று ஒற்றுமை உடையன என்பதையும் நிலைநாட்ட முடிகிறது என்கிறார் ஹேரிஸ். கவிதா பாரதியின் உரைக்கட்டுப் பத்தியொன்றை எடுத்துக்காட்டாக இங்குச் சுட்டிக்காட்டலாம்:

உலகம் எங்கும் நடந்த உரிமைக்கான போராட்டங்களில் இப்படியான பெண்களின் பங்கு பதிவு பெறாத வரலாறாகவே இருக்கிறது. மதிவதனியையும் அடேலையும் தனிமனுஷியாகப் பார்க்கவில்லை. களத்தில் போராடும் பெண்களின் பிரதிநிதியாகவே பார்க்கிறேன். கணவனோடு இலங்கைக் காடுகளில் அலைந்து திரிந்த சீதை காவியத் தலைவியானார். அதே ஈழத்து மண்ணில் அதே காடுகளுக்குள் அதை விடவும் அதிக காலம் வாழ்ந்து, அந்த மண்ணிலேயே பிள்ளைகளைப் பெற்று அதே மண்ணுக்காக அவர்களை வாரிக்கொடுத்த மதிவதனி, நம் பாட்டுடைத் தலைவி இல்லையா?

கருத்தாடல் பகுப்பாய்வை மேற்கொண்டு விரிவான ஆய்வுக்கு ஹேரிஸ் உட்படுத்தவில்லை. இருப்பினும், சோம்ஸ்கியின் ஆக்கமுறை மாற்றிலக்கணக் கோட்பாட்டுக்கு எதிராக முன்வைக்கப்பட்ட கருத்தாடல் பகுப்பாய்வை வாக்கியப் பகுப்பாய்வின் அடுத்தநிலையாக மொழியியலில் அறிமுகப்படுத்தியவர் ஹேரிஸ் என்பது குறிப்பிடத்தக்கது. அறுபதுகளில் இரண்டாம் கருத்தியல் வாய்பாட்டுத் தாவல் தொடர்பாக நடந்த மொழியியல் போரின்போது ஹேரிஸின் அமைப்பு மொழியியல் கோட்பாடு சார்ந்த மூலப் பகுப்பாய்வும், வித்து வாக்கியக் கருத்தியலாக்கமும், உருமாற்றுப் பகுப்பாய்வும், கருத்தாடல் பகுப்பாய்வும் சோம்ஸ்கிய மொழியியலாளரின் விமர்சனங்களையும் தாண்டி நிலைபெற்றன.

தொடரியல் ஆய்வில் ஹேரிஸுக்குப் பின்னர் உருமாற்றுப் பகுப்பாய்வு குறித்து அதிகமாகச் சிந்தித்தவர் எச்.ஏ. கிளீஸன். *An Introduction to Descriptive Linguistics* (1955) என்னும் நூலை இவர் எழுதிய காலத்தில் சோம்ஸ்கியின் ஆக்கமுறை மாற்றிலக்கணக் கோட்பாடு முழுமையாக நிறுவப்படவில்லை. இருப்பினும், சோம்ஸ்கியின் ஆரம்பக்காலக் கட்டுரைகள் வாயிலாக ஆக்கமுறை இலக்கணத்திற்கும் உருமாற்றுப் பகுப்பாய்வுக்கும் கிளீஸன் அறிமுகமாகி இருந்தார். இந்நூலிலேயே தொடரியல் குறித்துப் பல அத்தியாயங்களில் எழுதும் கிளீஸன் உருமாற்றுப் பகுப்பாய்வு

குறித்து விரிவாக எழுதுகிறார். தொடரமைப்பு இலக்கணம், மாற்றிலக்கணம், தொடரமைப்பு விதி *(Phrase Structure rule)*, மீளுமை விதி *(Recursive rule)*, கட்டாய மாற்று விதி *(Obligatory rule)*, விருப்ப மாற்று விதி *(Optional rule)* போன்ற கலைச்சொற்களைத் தங்குதடையின்றிப் பயன்படுத்துகிறார். கணிதவியலிலிருந்து கடன்வாங்கப்பட்ட முக்கியமான கலைச்சொல் ஆக்கமுறை *(Generativity)* என்பது. இக்கலைச்சொல்லையும் ஹூம்போல்டின் கருத்தியல் பார்வையில் கிளீஸன் கையாளுகிறார்.

மொழி, எண்ணிறந்த வாக்கியங்களாலான தொகுதி என்று குறிப்பிடும் கிளீஸன் 1950களிலேயே அறிமுகமான சோம்ஸ்கியின் ஆக்கமுறை இலக்கணம் பற்றி வெளிப்படையாகக் குறிப்பிடாவிட்டாலும் அவ்விலக்கணத்திற்குப் பரிச்சயமாகி இருந்தார் என்பதை அறிய முடிகிறது. இதனை இந்நூலில் உள்ள *உருமாற்றுகள் (Transformations)* என்னும் அத்தியாயம் காட்டுகிறது. பொதுவாகத் தொடரியலில் இச்சிந்தனை விவாதத்திற்குரியதாகவே இருந்துவரும் நிலையிலும், பல்வேறு மொழிகளில் மாற்றிலக்கணங்கள் எழுதப்பட்டு அவை நூல்களாக வெளிவராத நிலையிலும் இவ்விலக்கணக் கோட்பாட்டை ஆழமான மதிப்பீட்டுக்கு உள்ளாக்க முடியவில்லை. இந்நிலையிலும் இக்கோட்பாடு மொழியியல் வளர்ச்சியில் தொடர்ந்து பங்கேற்கும் என்றும், வரும் காலங்களில் பல பகுப்பாய்வுப் பிரச்சனைகளுக்குத் தீர்வுகாண வாய்ப்பேற்படும் என்றும் கிளீஸன் குறிப்பிடுகிறார்[5].

ஆனால், தொடரியல் ஆய்வின்மீது விழுந்த புது – புளூம்ஃபீல்டியர்களின் பார்வை அமைப்பு மொழியியல் கோட்பாட்டு எல்லையைத் தாண்டி எதையும் புதிதாகச் சாதிக்கப்போவதில்லை என்பதில் பழைய புளூம்ஃபீல்டியர்கள் பிடிவாதமாய் இருந்தனர். ஆனால் கிளீஸன், ஹாக்கெட், கென்னெத் பைக், சிட்னி லாம்ப் போன்றோர் அண்மைத் தொடர் உறுப்புப் பகுப்பாய்வைத் தாண்டியும் தொடரியலின் எல்லைக்கோட்டை விரித்தனர். ஒரு மொழியின் சொல்லகராதியில் குறிப்பிட்ட எண்ணிக்கையில் அடங்கும் சொற்கள் பலவாக இணைந்து எண்ணிறந்த வாக்கியங்களைப் படைக்கும் திறனையும், அவை ஓர் உரைக்கட்டாக, பிரதியாக மாறி அர்த்தப்படுவதையும் புது–புளூம்ஃபீல்டியர்கள் அறிந்திருந்தனர். இவ்வறிவு, அமைப்பு மொழியியல் கோட்பாட்டில் அண்மைத் தொடர் உறுப்புப் பகுப்பாய்வுக்கு அப்பாற்பட்ட உரத்த சிந்தனை. இதனைப் பழைய புளூம்ஃபீல்டியர்கள் உணர்ந்திருந்தாலும், இச்சிந்தனையில் நிழலாடிய சோம்ஸ்கியக் கோட்பாட்டுச் சாயல் இதனை மனம் திறந்து ஏற்றுக்கொள்ள இவர்களுக்குத் தடையாக

இருந்தது. இதற்கு விலையாகப் பொருண்மையியல் *(Semantics)* என்னும் வகைக்கூறின் முக்கியத்துவத்தை புளூம்ஃபீல்டியர்கள் வண்ணனைப் பகுப்பாய்வில் இழக்க நேர்ந்தது.

வாக்கியம் வெறும் சொல்லடுக்கமைவு சார்ந்த வடிவம் மாத்திரமன்று. கருத்துப் புலப்பாட்டு நிகழ்வில் அது ஒரு கருத்தையும் வெளிப்படுத்துகிறது. பொதுவாக, இக்கருத்தே அதன் பொருள். மனித மொழியின் இப்பொருள் சார்ந்த பகுதியைப் பகுப்பாய்வு செய்வது பொருண்மையியல். மொழியியலின் கிளைப்பிரிவுகளுள் உருபனியலும் கருத்தாடல் பகுப்பாய்வும் தொடரியலோடு மிக நெருக்கமான பிரிவுகள். உருபனியல், சொற்களை உருவாக்கும் உருபனமைப்பைப் பற்றிப் பேசுகிறது. சொற்கள் இணைந்து வாக்கியங்கள் உருவாகின்றன. பல வாக்கியங்கள் இணைந்து உயர்நிலையில் கருத்தாடல் என்னும் கட்டமைப்பை உருவாக்குகின்றன. இக்கட்டமைப்பைப் பிரதி என்றோம். உருபனியல், தொடரியல், கருத்தாடல் என்னும் இம்மூன்று நிலைகளிலும் பொருள் முக்கியப் பங்கு வகிக்கிறது.

இம்மூன்று நிலைகளில் வாக்கியங்கள் பற்றிப் பேசும் தொடரியலுக்கும் பொருண்மையியலுக்கும் இடையேயுள்ள உறவு மிகவும் சிக்கலானது. உண்மையிலேயே இவை இரண்டையும் ஒன்றுக்கொன்று தொடர்பில்லாமல் தனித்தனிப் பிரிவுகளாக ஆய்வுக்கு உட்படுத்த இயலுமா என்பது ஐயமே. பகுப்பாய்வின்போது எவ்வாறு உருபனியலுக்கும் தொடரியலுக்கும் இடையே வலுவான எல்லைக்கோட்டை வரையறுக்க முடியாதோ அதேமாதிரி தொடரியலுக்கும் பொருண்மையியலுக்கும் இடையே வலுவான எல்லைக்கோட்டை வரையறுக்க முடியாது. மொழித் தரவுகளிலிருந்து ஒலியன்களை இனங்காணவும், உருபன்களை இனங்கண்டு சொல்லமைப்பை விளக்கவும், சொற்கள் இணைந்து இலக்கணமுள்ள வாக்கியங்களைக் கட்டமைக்கும் விதத்தை விளக்கவும் பொருத்தமான வழிமுறைகளை அமைப்பு மொழியியல் மொழியியலறிஞர்க்கு வழங்கியுள்ளது. இருந்தபோதிலும், வாக்கியங்கள் உணர்த்தும் பொருள் குறித்து எந்தப் பகுப்பாய்வு முறையையும் அமைப்பு மொழியியல் விரிவாகக் கூறவில்லை.

முன்னர்க் குறிப்பிட்டதுபோல, அமைப்பு மொழியியல் பொருண்மையைப் பற்றிய படிப்பை மொழியியல் எல்லைக்கு அப்பாற்பட்ட சிந்தனையாகவே இன்றும் கருதுகிறது. ஆனால், மொழியைப் பேசுவோரின் உலகியல் கண்ணோட்டமும் புரிதலும் பொருண்மை சார்ந்தவை. இப்பொருண்மை பற்றிய படிப்பை அமைப்பு மொழியியல் புறக்கணிப்பது துரதிருஷ்டமே. புலனறிவுக்கு வெளிப்படையாகப் புலப்படாததும், கூடுதல்

மனித மனம் சார்ந்ததுமான பொருள் தீவிரப் பகுப்பாய்வுக்கு உட்படாதவரை மொழியைப் பற்றிய விளக்கம் நிறைவு பெறாது. அமைப்பு மொழியியல் நடத்தை உளவியல் சார்ந்த அணுகுமுறையை மொழிப்பகுப்பாய்வில் பின்பற்றுவதால் மனித மனம் சார்ந்த பொருண்மைக்கூறு அதன் கோட்பாட்டு எல்லை கடந்த பிரச்சனையாகக் கருதப்படுகிறது.

மொழியாராய்ச்சி, பொருளின் அடிப்படையில் அமைய முடியாது என்பது புளூம்ஃபீல்டின் ஆழமான நம்பிக்கை. மொழிக்கூறுகள் பொருள் உடையன என்பதில் ஐயமில்லை. ஆனால், மொழியாராய்ச்சிக்கான இலக்கணக் குறிப்புகளைப் பொருள் தருவதில்லை. பொருள், மொழிக்கூறுகள் தோன்றும் சூழ்நிலை, அக்கூறுகள் பேசுவோரிடத்தில் ஏற்படுத்தும் விளைவு ஆகியவற்றின் கூட்டு. இம்மொழிக்கூறுகள் பயன்படும் சூழல் பொதுவாக வெளியுலகப் பொருள்கள், நிகழ்வுகள், செயல்பாடுகளோடு தொடர்புடையன. எனவே, இவற்றைப் பற்றிய விளக்கமும் மொழி வண்ணனையில் இடம்பெற வேண்டும். ஆனால், யதார்த்தத்தில் இவற்றை முழுமையாக விவரிக்கும் அளவுக்கு அறிவியல் வளர்ச்சி முதிர்ச்சி பெறவில்லை என்பது புளூம்ஃபீல்டியர் கருத்து. இதனால், வண்ணனைப் பகுப்பாய்வில் மொழி வடிவத்திற்குக் கொடுக்கும் முக்கியத்துவத்தை இவர்கள் பொருளுக்குத் தருவதில்லை.

மொழி வண்ணனை, கூடுதல் வடிவச் சார்புடையது. இவ்வடிவம் என்ன இலக்கணத்தோடு மொழியில் இணைந்து வருகிறது என்பதுதான் மொழியாராய்ச்சிக்கு முக்கியம்; அது உணர்த்தும் பொருளல்ல. அதாவது, மொழியைப் பற்றிய வண்ணனை, மொழிக்கூறுகளின் வண்ணனையே என்பது புளூம்ஃபீல்டியர்களின் நிலைப்பாடு. வாக்கியங்களில் ஒன்றன் பின் ஒன்றாக வரிசையில் வரும் தொடர்உறுப்புகளிடையே நிலவும் இலக்கண உறவு மட்டுமே வண்ணனைக்கு உரியது; பொருள், வண்ணனையைக் கையாளுவதற்கான கருவி மட்டுமே என்பார் புளூம்ஃபீல்டு. ஏனெனில், பொருள் எவ்வித அறிவியல் கொள்கைக்கும் விளக்கத்திற்கும் உட்படாதது. அத்துடன், பொருளை விளக்குகிற அளவுக்கு மொழியியல் அன்று வரைக் கோட்பாட்டு வளர்ச்சி பெறவில்லை என்பதும் புளூம்ஃபீல்டியர் களின் கருத்தாக இருந்தது.

ஹாக்கெட், டிராகர் போன்ற புது--புளூம்ஃபீல்டியர்கள் மொழிக்கூறுகளை இனங்காண்பதில் பொருளின் பங்கைப் புறக்கணித்ததில்லை. இவர்கள் மொழிக்கூறுகளை விளக்கப் பொருள் அனுகூலமாக இருந்தபோதெல்லாம் அதனைத்

தடையின்றிப் பயன்படுத்திக்கொண்டனர். ஆனால், ஹேரிஸ் இவர்களிடமிருந்து வேறுபட்டவராக எந்த நிலையிலும் மொழிக்கூறுகளை விளக்கப் பொருளைத் துணைகொண்டதில்லை. பொதுவாக, அமைப்பு மொழியியல் கோட்பாட்டில் புளூம்ஃபீல்டு முதல் புது–புளூம்ஃபீல்டியர்கள் வரை அநேகமாக எல்லோருமே பொருளைத் தீவிரமான ஆய்வுக்குரிய பகுதியாகக் கருதவில்லை என்றே கூறலாம்.

ஒரு மொழியின் இலக்கண விளக்கம் அம்மொழியின் இலக்கணக் கூறுகளின் பாகுபாடும் எடுத்துக்காட்டுகளும் மாத்திரமல்ல. மொழி எவ்வாறு மனிதனுடைய மனத்தில் உருவாகிறது என்பதுதான் அதன் விளக்கமாக அமைய வேண்டும். இவ்விளக்கம் மாத்திரமே மனிதனின் மனத்திலே மொழி உருவாகும் புலனுணர்வுப் படிமுறையை உணர்த்த முடியும். இப்படிமுறை, வாக்கியங்களை அடிப்படையாகக் கொண்டது; சொற்களையோ உருபன்களையோ கொண்டதல்ல. அமைப்பு மொழியியலில் விளக்கப்படுவதுபோல, ஒலியில் தொடங்கி வாக்கியத்தில் முடிவதுமல்ல. மாறாக, வாக்கியத்தில் தொடங்கி ஒலியில் முடிவதாகும். மனிதன் தன் எண்ணத்தை வெளியிடுவதற்கு முன் அதைப் புலப்படுத்த வேண்டிய ஒலிகளை யெல்லாம் வரிசையாக ஒன்றுசேர்க்க முற்படுவதில்லை. எண்ணம் வாக்கியமாக உருவெடுக்கிறது. அதுவே மொழியாக மாறுகிறது. எனவே, மொழியாராய்ச்சியில் வாக்கியங்களே முதலாவதாக ஆராயப்பட வேண்டும். பின்னர் அவை தரும் பொருளும் பின்னர் ஒலிகளும் ஆராயப்பட வேண்டும். ஆக்கமுறை மாற்றிலக்கணம் இவ்வாய்வுநெறிமுறையை வலியுறுத்துகிறது.

அமைப்பு மொழியியலின் தொடரியல் கொள்கைகள் மொழியிலுள்ள எல்லா வாக்கியங்களையும் விளக்கப் போதுமானதாக இல்லை. மொழியில் எத்தனையோ ஐயுறவு வாக்கியங்கள் காணப்படுகின்றன. அதாவது, ஒரு வாக்கியமோ சொற்றொடரோ இருபொருள்பட வழங்கலாம். எடுத்துக் காட்டாக, *இது கல்லூரி ஆசிரியர் கழகம்* என்ற வாக்கியத்தை எடுத்துக்கொள்வோம். இவ்வாக்கியம் இரு வகையான பொருளைத் தரலாம். *இது கல்லூரியில் இருக்கின்ற ஆசிரியர் கழகம்* என்பது ஒரு பொருள். *இது கல்லூரியில் பயிற்றுவிக்கின்ற ஆசிரியர்களின் கழகம்* என்பது மற்றொரு பொருள். இவ்வாறு, ஒரு வாக்கியத்திற்கு இரண்டு பொருள் இருப்பது போல ஒரே பொருளைத் தரும் இரு வாக்கியங்களும் மொழிகளில் உள்ளன. எடுத்துக்காட்டாக, *அவன் கழகத்துக்குத் தலைவன், அவன் கழகத்தின் தலைவன்* என்னும் இரண்டு வாக்கியங்களும் ஒரே பொருளை உணர்த்துகின்றன. இவ்வாறு ஒரு வாக்கியத்தில் இரு

பொருளைக் காணுகின்ற திறனும், இரு வாக்கியங்களில் ஒரே பொருளைக் காணுகின்ற திறனும் ஒரு மொழியைப் பேசுகின்ற சாதாரண மனிதனுக்கு இயல்பாகவே அமைந்து இருக்கின்றன. இவற்றோடு பொருளற்ற இலக்கணமுள்ள வாக்கியங்களை இனங்கண்டுகொள்ளும் ஆற்றலும் சாதாரண மனிதனுக்கு உள்ளது. எடுத்துக்காட்டாக,

(23) அந்தத் திறமையுள்ள அழகான எண்ணங்கள் விளையாடுகின்றன

என்ற வாக்கியத்தை எடுத்துக்கொள்வோம். தமிழ் இலக்கண அமைப்புப்படி இவ்வாக்கியத்தை இலக்கணப் பிழையுள்ள வாக்கியம் என்று கூற முடியாது. ஆனால், எந்தப் பொருளையும் இவ்வாக்கியம் உணர்த்தவில்லை. இருந்தாலும், முதன்முதலாகப் புதிய சூழலில் இவ்வாக்கியத்தைக் கேட்கும்போது இலக்கணமுள்ள, அதேநேரத்தில் பொருளற்ற வாக்கியம் எனச் சுட்டிக்காட்ட முடிகிறது. எனவே, மேலே குறிப்பிட்டபடி இலக்கணமில்லாத வழு வாக்கியத்தையும், இலக்கணமுள்ள நேர்வாக்கியத்தையும், இலக்கணமுள்ள பொருளற்ற வாக்கியத்தையும், ஒரு பொருளைத் தரும் இரு வாக்கியங்களையும், இரு பொருளைத் தருகின்ற ஒரு வாக்கியத்தையும் இனங்காணுகின்ற திறன் ஒரு மொழியைப் பேசுகின்றவர் முன்னரே இவற்றுக்கு அறிமுகமானதன் அனுபவத்தை அடிப்படையாகக்கொண்டது எனக் கூற முடியாது. எடுத்துக்காட்டாக,

(24) பேய் அந்தப் பெரிய மாளிகையைத் தூக்கியது

என்ற வாக்கியத்தை எந்தச் சூழ்நிலையைக் கொண்டு குழந்தை புரிந்துகொள்கிறது? குழந்தை பேயையும் பார்த்ததில்லை: தான் வாழுகின்ற சமுதாயத்தில் ஒரு சாதாரண மனிதன் மாளிகையைத் தூக்கியதையும் பார்த்ததில்லை. இருந்தாலும், இவ்வாக்கியத்தின் பொருளைப் புரிந்துகொள்ளும் திறன் குழந்தைக்கு உள்ளது. எனவே, மொழிவடிவங்களைச் சூழல்களோடு பொருத்திப்பார்த்துக் குழந்தை மொழியைக் வளர்த்துக்கொள்கிறது என்ற அமைப்பு மொழியியலின் நடத்தை உளவியல் கொள்கை அடிப்படையிலான வாதம் விஞ்ஞான நோக்கில் அமைந்ததாக இல்லை. இது குறித்து இன்னும் விரிவாக 6, 7 அத்தியாயங்களில் காண்போம்.

மொழியியல் வரலாற்றில் 1950இல் இருந்தே அமைப்பியல் சார்ந்த தொடரியலுக்கான மாற்றுச்சிந்தனை தொடங்கிவிட்டது. சோம்ஸ்கியின் புதிய தொடரியல் கொள்கைகள் இக்காலக்கட்டத்தில் குறிப்பிடத்தக்கவை. இக்கொள்கைகளுக்கான மூலத்தத்துவத்தைக்

கணிதவியலிலிருந்தும் கணினியியலிலிருந்தும் கடன்வாங்கித் தம் தொடரியல் ஆய்வுத்தளத்தை அமைத்துக்கொண்டார். இவ்வாய்வுத்தள உருவாக்கத்தில் ஹேரிஸின் பங்கு பெரிது. இவரின் தொடரியல் சிந்தனைகள் சோம்ஸ்கியின் தொடரியல் ஆய்வை மேம்படுத்தின என்றால் மிகையில்லை. ஆனால், ஹேரிஸைப் போலல்லாமல் மொழியியல் ஆய்வில் மனவியச்சார்பை மீண்டும் புதுப்பித்தவர் சோம்ஸ்கி. சோம்ஸ்கிக்கு இலக்கணத்தின் நோக்கம் தாய்மொழியாளரின் இலக்கணத்திறனை விளக்குவதாகும். இவருக்கு இலக்கணம், குறிப்பிட்ட சில தனிமனிதர்களின் தரவுகளை மட்டுமே அடிப்படையாகக் கொண்டதன்று. இவ்வகையில் தம் சமகால மூத்த அமைப்பு மொழியியல் சிந்தனையாளர்களைப் போலன்றி மாற்றுச்சிந்தனையாளராக சோம்ஸ்கி தோன்றுகிறார். அவரின் கருத்துகள் சோம்ஸ்கியப் புரட்சி என்று சொல்லுமளவுக்கு மொழியியல் வரலாற்றில் முக்கிய இடம்பெற்றன.

சோம்ஸ்கியின் இலக்கணம் ஒரு வடிவ ஒழுங்கமைவு *(Formal System)*. இது பல்வேறு விதிகளாலானது. இவ்விதிகள் வரையறுக்கப்பட்ட எண்ணிக்கையிலான தொகுதி. இது எண்ணிறந்த வாக்கியங்களைப் படைக்கப் பேசுவோருக்கு உதவுகிறது. இவ்வகையில் இவ்விலக்கணத்தை ஒரு வாக்கிய உற்பத்தியாக்கப் பொறிநுட்பம் எனலாம். இப்பொறிநுட்பம் மனிதனுக்கு மட்டுமே உரியது. இதில் தொடரமைப்பு விதிகளுடன் வாக்கிய உருமாற்றுவிதிகளும் அடங்கும். இதனால் இதனை ஆக்கமுறை மாற்றிலக்கணம் என்று சோம்ஸ்கி குறிப்பிடுகிறார்.

சோம்ஸ்கியின் ஆக்கமுறை இலக்கணப் பகுப்பாய்வில் அமைப்பு மொழியியலில் பயன்படுத்தப்படும் இனங்காணும் வழிமுறைகள் எதுவும் பின்பற்றப்படுவதில்லை. அமைப்பு மொழியியல் மொழித் தரவுகளை மையமாக உடையது. இனங்காணும் வழிமுறைகளைப் பின்பற்றி ஒரு மொழியின் அமைப்புகளைக் கண்டுபிடித்து விவரிப்பது மாத்திரமே ஒரு மொழியியல் கோட்பாட்டின் நோக்கமாக இருக்கக்கூடாது. மொழியியலறிஞன் தாய்மொழியாளன் போலக் குழந்தை மொழியறிவை அகப்படுத்திக்கொண்ட ஆற்றலை விளக்க வேண்டும். இதன்மூலம் மனித இனத்திற்குப் பொதுவான பொதுமை இலக்கணத்தை ஒரு கோட்பாடு நிறுவ வேண்டும். ஆக்கமுறை மாற்றிலக்கணத்தின் நோக்கம் இதுவே. அமைப்பு மொழியியல் பின்பற்றும் தனிமொழி ஆய்வுக்கு எதிர்மாறானது இவ்வணுகுமுறை. மொழியைப் பற்றிய அறிவை நாம் இயல்பாகவே அகப்படுத்திக்கொள்கிறோம். எனவே, ஒவ்வொரு குழந்தையும் ஒரு மொழியைக் கற்கும் திறனுடன் பிறக்கிறது என்பது

ஆக்கமுறை மாற்றிலக்கணக் கோட்பாட்டின் அடிப்படைக் கொள்கை. மொழியைப் பொறுத்தவரையில் மனித மனம் எதுவுமே எழுதப்படாத வெற்றுக் கரும்பலகை அன்று. ஒவ்வொரு குழந்தையும் பிறக்கும்போதே ஒரு மொழியை இனங்கண்டு கற்கும் பொதுஆற்றலை இயல்பாகவே பெற்றிருக்கிறது என்னும் மனவியக் கருத்தை சோம்ஸ்கி தம் கோட்பாட்டில் வலியுறுத்துகிறார்.

ஹேரிஸூம் சோம்ஸ்கியும் இணைந்து தொடரியல் ஆய்வில் ஈடுபட்டிருந்தாலும் – இருவருமே மாற்றிலக்கணக் கருத்தியலையும் உருமாற்றுவிதிகளையும் தத்தம் நூல்களில் விளக்கியிருந்தாலும் இருவேறு கோட்பாட்டு நிலைப்பாடுகளை மேற்கொண்டவர்கள். மொழி ஈட்டல் குறித்தும், மொழியைப் பற்றிய கருத்தியல் குறித்தும், பகுப்பாய்வுநெறிமுறை குறித்தும் இவர்களின் நிலைப்பாடுகள் வேறுவேறு. நடத்தை உளவியல் சார்ந்த அமைப்பு மொழியியல் கொள்கையிலிருந்து சோம்ஸ்கி புலனுணர்வியல் உளவியல் சார்ந்த படிமுறையைக் குழந்தையின் மொழி ஈட்டலில் பேசுபவர். குறிப்பிட்ட எண்ணிக்கையில் அடங்கும் விதிகளின் தொகுதியைக் கொண்டு எண்ணிலடங்கா வாக்கியங்களைப் படைக்கும் மனிதனின் படைப்பாக்கத்திறனை விளக்குவதை சோம்ஸ்கி தம் இலக்கணத்தின் நோக்கமாகக் கொண்டவர். அவரின் இக்கோட்பாட்டுப் புரட்சி இருபதாம் நூற்றாண்டு மொழியியல் வரலாற்றில் குறிப்பிடத்தக்க நிகழ்வு. இது குறித்து இன்னும் விரிவாக எட்டாம் அத்தியாயத்தில் காண்போம். இவ்வத்தியாயத்திற்குள் நுழைவதற்கு முன் புளூம்ஃபீல்டிய அமைப்பு மொழியியல் அறிஞர்களுக்கும் ஆக்கமுறை மாற்றிலக்கண அறிஞர்களுக்கும் இடையே கிட்டத்தட்ட பத்து ஆண்டுகளாக நடந்த மொழியியல் போர்கள் குறித்து அடுத்த அத்தியாயத்திலும், தொடர்ந்து சோம்ஸ்கிய மொழியியலின் கோட்பாட்டுக் கருத்துருவாக்கப் பின்னணிக் கருத்தியல்கள் குறித்து 6, 7 அத்தியாயங்களிலும் பார்க்கலாம். இம்மூன்று அத்தியாயங்களும் சோம்ஸ்கிய மொழியியலை எளிதாகப் புரிந்துகொள்ள உதவும்.

குறிப்புகள்

1. அமெரிக்க மொழியியல் குறித்து எழுதுகின்ற பல மொழியியலாளர்கள் போயெஸ், சாபிர், புளூம்ஃபீல்டு வரிசையில் ஹேரிஸூக்கு முக்கியத்துவம் தருவதில்லை. இதற்குக் காரணமாக, மானிடவியல் பின்னணி உடைய மொழியியலாளர்க்கும் பிற மொழியியலாளர்க்கும் இடையே அக்காலத்தில் நிலவிய பனிப்போரை இலைமறைகாயாகக்

குறிப்பிடுவர். ஹேரிஸ் மானிடவியல் பின்னணி உடையவர் அல்லர். இவர் மொழியியல் கற்கும் மாணவர்க்கும், மொழியியலை ஓர் அறிவியலாக அறிய விரும்புகின்றவர்க்கும், மொழியியலைப் பாடமாகக் கற்பிக்கின்ற ஆசிரியர்க்கும், மொழிப் பகுப்பாய்வை மேற்கொள்ளும் ஆய்வாளர்க்கும் பயன்படத்தக்க வகையில் இந்நூலத் தாம் எழுதியுள்ளதாகத் தம் முன்னுரையில் குறிப்பிடுகிறார். எட்வர்டு சாபிர், புளூம்ஃபீல்டு ஆகியோரின் நூல்களும், நட்பும் தம் கருத்துகளுக்குப் புத்துயிர் அளித்தன என்று இம்முன்னுரையில் நினைவுகூர்கிறார். இவர்களைத் தவிர சி.எஃப். வோக்லின், ரூலான் வெல்ஸ், ரஷிய மொழியியலறிஞர்களான ரோமன் யாகோப்ஸன், டபிள்யூ. டி. பிரெஸ்டன், ஃபிரட் லக்காஃப் ஆகியோருடன் மேற்கொண்ட விவாதங்கள் ஒரு வெளியீட்டுக்குரிய தகுதியைத் தம் நூலுக்குக் கூட்டின எனக் கூறும் ஹேரிஸ், இந்நூலின் அச்சுப்பிரதியை உருவாக்குவதில் தம் மாணவரான சோம்ஸ்கி நீட்டிய உதவிக்கரத்தைக் குறிப்பிடவும் மறக்கவில்லை.

அமைப்பு மொழியியல் கோட்பாட்டு வளர்ச்சி வரலாற்றில் ஹேரிஸின் *Methods in Structural Linguistics*–க்கு முக்கிய இடம் உண்டு. அமைப்பு மொழியியலுக்கு ஹேரிஸின் பங்களிப்பு இவரது சமகால மொழியியலாளர் எவருக்கும் குறைந்தது அன்று. இருப்பினும், இவரது வாழ்க்கை வரலாற்றை எழுதிய இராபர்ட் பார்ஸ்கி கூறுவதைப்போல எதற்கும் பிடிகொடுக்காமல் நழுவிச் செல்கிற இயல்புடைய ஹேரிஸ், தம்மையொத்த அமைப்பு மொழியியலாளர்களே தம்மீது வைத்த விமர்சனங்களைப் பொருட்டாக எடுத்துக்கொண்டதில்லை. இம்மனப்பாங்கினால்தான் ரோமன் யாகோப்ஸன் உட்பட பிராக் மொழியியல் சிந்தனையாளர்களாலும் சோம்ஸ்கி உட்பட அவரது மாணவர்களாலும் அவரது மொழியியற் கொள்கைகள் தீவிரமான விமர்சனங்களுக்கு உள்ளானபோதுகூட அவற்றை ஹேரிஸால் எளிதாக ஜீரணிக்க முடிந்தது. ஹேரிஸின் இத்தனிமனித ஆளுமையால் பெருமைப்பட வேண்டியவர் சோம்ஸ்கியே.

2. This can now be obtained from center-analysis, according to which every sentence can be analyzed into a center, plus zero or more constructions (which are adjoined next to specified elements of the center or of a construction); in addition, specified elements of the center or of a construction may be replaced by a suitable construction. The center is thus an elementary sentence; adjoined constructions are in general modifiers. Most constructions are themselves derivable from centers - Preface for the Fourth Impression (Harris, 1951).

3. A language is then described as consisting of specified sets of kernel sentences and a set of transformations. The transformations operating on the kernels yield the sentences of the language, either by modifying the kernel sentences of a given set (with the same modification for all kernels in the set) or by combining them (in fixed ways) with other kernel sentences. Such an analysis produces a more compact yet more detailed description of language and brings out more subtle formal and semantic relations among sentences. For example, sentences which contain ambiguities turn out to be derivable from more than one transformational source- Preface for the Fourth Impression (Harris, 1951).

4. There are, however, structural features which extend over longer structures of each connected piece of writing or talking. These can be investigated by more differentiated tools, e.g. by setting up by equivalence classes of elements which are in a restricted sense substitutable (or positionally similar) in respect to other elements or classes of elements throughout a connected discourse. The procedures useful for finding such discourse structures are extensions of the methods of linguistics - Preface for the Fourth Impression (Harris, 1951).

5. The use of transformations in grammar, in any rigorous sense, has been a new development in the decade of the 1950s. Involving as it does a reorientation of linguistic theory and a significantly different technique of description, it has necessarily been the center of a vigorous controversy. At the time of writing, several of the issues are not as yet clearly defined. Not enough has been published in the way of transformational grammars of a variety of languages. It is, therefore, not yet possible to evaluate its potentialities adequately. It may be expected, however, that the theory will continue to play a significant role in the development of linguistics by virtue of having raised some important, previously overlooked issues, and perhaps by contributing to other solution (Gleason,1955).

5
சோம்ஸ்கியப் புரட்சி

5.1. சோம்ஸ்கியப் புரட்சி

'புரட்சி' என்ற சொல்லாடலைப் பெரும்பாலும் வரலாற்றியல் சார்ந்த கருத்தாக்கமாகவே நாம் அறிந்திருக்கிறோம். வரலாற்றியலில் ஓர் அரசியல் அமைப்புக்கு மாற்றாக மற்றொரு அமைப்பு சமூக ஏற்பைப் பெறும் நிகழ்வு புரட்சி எனப்படுகிறது. சமூக விஞ்ஞானத் துறைகளில் புரட்சி போட்டிபோடும் கோட்பாடுகளால் நிகழ்கிறது. மனிதச் சிந்தனையின் வீரியமிக்க எழுச்சியாகப் புரட்சி ஒவ்வொரு காலக்கட்டத்திலும் கருதப்படுகிறது. பழையன கழிதலும் புதியன புகுதலும் இந்நிகழ்வின் பரிணாம மாற்றங்கள். ஓர் அறிவியற்புலத்தின் இருப்பும் வளர்ச்சியும் இம்மாற்றங்களால் உறுதிசெய்யப்படு கின்றன. மொழியியல் அறிவியலும் இதற்கு விதிவிலக்கல்ல. காலந்தோறும் மாற்றங்களை எதிர் கொண்டு மொழியியல் வளர்ந்துவந்திருக்கிறது. இன்று அறிவியற்புலத்தில் மொழியியலை ஒரு சமூக விஞ்ஞானமாகத் தக்கவைத்திருப்பது இருபதாம் நூற்றாண்டின் ஐம்பதுகளிலும் அறுபதுகளிலும் நிகழ்ந்த புரட்சியே[1].

ஓர் அறிவுப் புலம் நிலையான கொள்கைகளும் கோட்பாடுகளும் உடையது அன்று. மாற்றம் வளர்ச்சியின் அடிப்படைப் படிநிலை. மாற்றங்களை ஏற்று வளராத அறிவுப் புலம் அறிவியற்புலமாக ஏற்றுக்கொள்ளப்படுவதில்லை. இம்மாற்றங்கள் நேர்க்கோட்டு மாற்றங்களின் நீட்சியாக, விரிவாக்க மாக இல்லாமல் ஒன்று மற்றொன்றை அடிப்படையில்

பதிலீடு செய்யும் இயல்புடையதாய் இருக்கவேண்டும். அறிவியல் புரட்சி என்பது இதுவே. சோம்ஸ்கியப் புரட்சி மொழியியல்தளத்தில் நிகழ்ந்த ஓர் அறிவியல் புரட்சி.

சோம்ஸ்கியப் புரட்சி, தாமஸ் கூன் (*Thomas Kuhn, 1922–1996*)[2] என்னும் அறிவியல் தத்துவவாதியின் அறிவியல் புரட்சிக் கொள்கையோடு நெருக்கமான தொடர்புடையது. அறிவியல் புரட்சி, ஐரோப்பிய வரலாற்றில் நிகோலஸ் கோபர்னிகஸுக்கும் (*1473–1543*) ஐசக் நியூட்டனுக்கும் (*1642–1727*) இடைப்பட்ட காலத்தில் அறிவியல் அறிஞர்களின் சிந்தனைகளிலும் நம்பிக்கைகளிலும் ஏற்பட்ட மாற்றங்களால் நிகழ்ந்தது. இதன் தோற்றம் பற்றிய கருத்துவேறுபாடுகள் இன்றுவரை நிலவினாலும் நிகோலஸ் கோபர்னிகஸின் *On the Revolution of the Heavenly Spheres* (*1543*) என்பதையே அறிவியல் புரட்சியின் தொடக்கம் என்று அறிவியல் அறிஞர்கள் ஏற்றுக்கொண்டுள்ளனர். பதினாறு, பதினேழாம் நூற்றாண்டுகளில் ஐரோப்பாவில் கணிதம், பௌதிகவியல், வேதியல், வானியல், அரசியல் சார்ந்த சிந்தனைகளில் புதிய அனுபவவாதத் தத்துவத்தின் அடிப்படையில் வேகமாக ஏற்பட்ட எழுச்சிமிக்க மாற்றங்களைக் குறிப்பது அறிவியல் புரட்சி. நவீனக்காலத்தின் ஆரம்பத்தில் நவீன அறிவியலின் வெளிப்பாடாகத் தோன்றியது இது என்பர். இந்நூற்றாண்டு அறிவியல் புரட்சியின் முதன்மையராக கலிலியோவும் கெப்ளரும் இன்றுவரை கருதப்படுகின்றனர்.

கோபர்னிகஸுக்குப் பின்னர் தாமஸ் கூன் இப்புரட்சி பற்றி அதிகம் சிந்தித்தவர். *1962*ஆம் ஆண்டு *The Structure of Scientific Revolutions* என்னும் அவரது நூல் இப்புரட்சிக்குக் கோட்பாட்டு வடிவம் தந்தது. கருத்தியல் வாய்பாடு (*Paradigm*), கருத்தியல் வாய்பாட்டுத் தாவல் (*Paradigm Shift*) என்னும் கருத்தாக்கங்கள் அறிவியல் புரட்சிக்குக் கூனின் முக்கியமான பங்களிப்புகள். கருத்தியல் வாய்பாட்டுத் தாவல் என்னும் கருத்தாக்கம் சமூக விஞ்ஞானங்களின் கோட்பாட்டு வரலாறுகளில் முக்கியத்துவம் பெற்றதும், *Paradigm Shift* சொல்லாடல் தலைச்சொல் பதிவாக ஆங்கில அகராதிகளில் இடம்பெற்றதும் கூனின் பங்களிப்புக்குப் பெருமை சேர்ப்பவை. கருத்தியல் வாய்பாடு, கருத்தியல் வாய்பாட்டுத் தாவல் என்னும் இவற்றை முறையே கோட்பாடு, கோட்பாட்டுத் தாவல் எனப் புரிந்துகொள்ளலாம்.

சோம்ஸ்கியப் புரட்சி, கூனின் அறிவியல் புரட்சி வடிவத்தை அடிப்படையாகக் கொண்டது. *1957*இல் வெளிவந்த சோம்ஸ்கியின் *தொடரியல் அமைப்புகள்* மொழியியலில் தாமஸ் கூன் கருதும் பொருளில் திடுமென ஒரு கோட்பாட்டுப் பாய்ச்சலை அவரே

விளக்கும் அறிவியல் புரட்சி ஏற்படக் காரணமாக அமைந்தது. சோம்ஸ்கி, மொழியியல் பற்றித் தாம் எழுத நினைத்ததில் பத்தில் ஒரு பங்கைத் *தொடரியல் அமைப்புகள்* என்னும் நூலில் தந்திருந்தாலும், அது கோபர்னிகன் புரட்சியின் தன்மையைப் பெற்றிருக்கும் என்பதை அவர் உட்படப் பிற மொழியியலாளர்கள் கூட எதிர்பார்த்திருக்கமாட்டார்கள் என்று 1958இல் *தொடரியல் அமைப்புகள்* நூலுக்கு மதிப்புரை எழுதிய வோகெலின் என்பார் குறிப்பிட்டார். இந்நூலை வாசித்த ஐரோப்பிய மொழியியலாளர் சி.இ. பேசல் *(C.E.Bazell)*, 'இனி, மொழியியல் இப்போது இருப்பதுபோல இருக்காது' என்று குறிப்பிட்டாராம். சோம்ஸ்கிய மொழியியலில் கூனின் இத்தாக்கத்தைப் புரிந்துகொள்ளவேண்டுமானால் அவரது அறிவியல் புரட்சி பற்றிய கருத்துகளைப் புரிந்துகொள்ள வேண்டியது முன்நிபந்தனை.

உலகியல் போக்கில் பிரச்சனைகள் எழும்போது அவை சார்ந்த அறிவியற்புலக் கோட்பாடுகளின் பயன்பாட்டால் நெருக்கடி ஏற்படுவதுண்டு. அப்போதெல்லாம் அறிவியலாளர் வழக்கிலிருக்கும் கோட்பாட்டுச் சட்டகத்திற்குள்ளேயே சில மாற்றங்களை ஏற்படுத்திப் பிரச்சனைகளுக்குத் தீர்வுகாண முயற்சி மேற்கொள்வர். நடப்பிலுள்ள கோட்பாடு அல்லது கருத்தியல் வாய்பாட்டைப் புறக்கணித்துச் சட்டென மாற்றுக் கருத்தியல் வாய்பாட்டுக்குத் தாவிவிடுவதில்லை. ஒரு புதிய கருத்தியல் வாய்பாட்டுக்குத் தாவுவதற்கு முன்னர் நடப்பிலிருக்கும் கருத்தியல் வாய்பாட்டுக்குள்ளேயே பல மாற்று இணைகளைத் தேடுகின்றனர். எடுத்துக்காட்டாக, அமைப்பு மொழியியல் கருத்தியல் வாய்பாட்டில் தொடரியல் மொழியிலுள்ள எல்லா வாக்கியங்களையும் விளக்கும் ஆற்றல் பொருந்தியதாகக் கருதப்படுகிறது. இருப்பினும், ஒரு தனிவாக்கியத்திற்கும், அதனோடு நேர்த் தொடர்புடைய வினாவாக்கியத்திற்கும் இடையேயுள்ள தொடரியல் உறவை அமைப்பு மொழியியல் முறையாக விளக்கவில்லை. இக்குறைபாடு அமைப்பு மொழியியல் கருத்தியல் வாய்பாட்டுக்கு எதிராகக் முன்வைக்கப்பட்டது. ஆனால் ஜெல்லிக் ஹேரிஸ் தனிவாக்கியத்திற்கும் அதற்கு இணையான வினாவாக்கியத்திற்கும் இடையே உள்ள உறவை ஓர் உருமாற்றுவிதியால் விளக்கி வண்ணனை நிறைவைப் பெற முடியும் என்று கூறி உருமாற்றுவிதிகளை அறிமுகப்படுத்தினார். இவ்வறிமுகத்தால் மேலே கூறிய பிரச்சனைக்கு அமைப்பு மொழியியல் கோட்பாட்டுக்குள்ளேயே தீர்வுகாணப்பட்டது. இதனால் மாற்றுக் கருத்தியல் வாய்பாட்டுத் தாவலுக்கான கட்டாயம் தவிர்க்கப்பட்டது.

சில நேரங்களில், தீர்வுகாண முடியாமலேயே சில பிரச்சனைகள் எஞ்சி நிற்கும். எடுத்துக்காட்டாக, *கல்லூரி மாணவர் விடுதி (கல்லூரி மாணவர்/விடுதி, கல்லூரி/ மாணவர் விடுதி)* போன்ற ஐயுறவு வாக்கியங்களை நேரடியாக விளக்க அமைப்பு மொழியியல் கோட்பாட்டின் அண்மைத் தொடர் உறுப்புப் பகுப்பாய்வில் வழியில்லை. இது போன்ற பிரச்சனைக்குரிய வாக்கியங்களைக் கருத்தியல் வாய்பாட்டு நெறிமீறல்கள் *(Anomalies)* என்று கூன் குறிப்பிடுகிறார். ஒரு கருத்தியல் வாய்பாடு இந்நெறிமீறல்களை விளக்கும் கோட்பாட்டு நிறைவு உடையதாய் இருக்கவேண்டும். அமைப்பு மொழியியல் கருத்தியல் வாய்பாடு *(Structural Linguistics Paradigm)* இந்நெறிமீறல்களுக்குத் தீர்வுகாண உதவும் கோட்பாட்டு நிறைவு உடையதன்று. இவை கருத்தியல் வாய்பாட்டின் அடிப்படைக் கருதுகோளுக்கே சவாலாக அமைகின்றன. இந்நெறிமீறல்கள் அல்லது எதிர்ச்சான்று எடுத்துக் காட்டுகள் *(Counter examples)* கோட்பாட்டின் முறைமைத்தகுதியை *(Theoretical validity)* கேள்விக்கு உரியதாக்கி, மாற்றுக் கருத்தியல் வாய்பாட்டுத் தாவலைக் கட்டாயமாக்கிவிடுகிறது. இக்கருத்தியல் வாய்பாட்டுத் தாவலைத்தான் கூன் அறிவியல் புரட்சி என்று குறிப்பிடுகிறார்.

கருத்தியல் வாய்பாட்டுத் தாவலில் புதிய கருத்தியல் வாய்பாட்டின் முறைமைத் தகுதி நிலைநாட்டப்பட்ட உடனேயே நடப்புக் கருத்தியல் வாய்பாடு புறக்கணிக்கப்படுவதோ தள்ளப்படுவதோ இல்லை என்பது இங்குக் குறிப்பிடத்தக்கது. புதிய கருத்தியல் வாய்பாடும் நடப்பிலுள்ள வாய்பாடும் பல்வேறு நிலைகளில் ஒப்புமைக்கும் உறழ்வுக்கும் உட்பட்ட பின்னரே புதிய கருத்தியல் வாய்பாட்டின் முறைமைத்தகுதி உறுதிப்படுத்தப் படுகிறது. அதுவரை நடப்பிலிருக்கும் வாய்பாடு முற்றிலுமாகத் தகுதி இழப்பதில்லை. சில பிரிவுகளில் அவ்வாய்பாடு தொடர்ந்து முறைமைத்தகுதியைத் தக்கவைத்திருக்கும். நடப்பிலிருக்கும் வாய்பாட்டை முற்றிலுமாகத் தகுதியிழக்கச் செய்வது தாவிய கருத்தியல் வாய்பாட்டின் தீவிர நோக்கமாகவும் இருப்பதில்லை. சோம்ஸ்கியப் புரட்சியால் புளூம்ஃபீல்டிய அமைப்பு மொழியியல் கருத்தியல் வாய்பாட்டின் இருத்தல் இன்று கேள்விக்குரியதானாலும் இலக்கிய, இலக்கண, எழுத்து வடிவமல்லாத ஒரு மனித மொழியைப் பகுப்பாய்வு செய்வதில் அமைப்பு மொழியியலின் களஆய்வு நெறிமுறைகளும், மொழிக்கூறுகளை இனங்காணும் வழிமுறைகளும் ஈடுசெய்ய முடியாத இடத்தை இன்றுவரைத் தக்கவைத்துக்கொண்டிருக்கின்றன. இருப்பினும், தருக்கரீதியாகக் கருத்தியல் வாய்பாட்டுத் தாவல் நடப்பிலுள்ள பற்றாக்குறைக் கருத்தியல் வாய்பாட்டை முழுவதுமாக மாற்றீடு செய்துவிடுவதும் அறிவியற்புலங்களில் அசாதாரணமல்ல.

கூன் விளக்கும் அறிவியல் புரட்சி, புதிய கருத்தியல் வாய்பாட்டுக்குத் தாவுதல் என்னும் வகையில் புளூம்ஃபீல்டிய அமைப்பு மொழியியல் கருத்தியல் வாய்பாட்டிலிருந்து ஆக்கமுறை மாற்றிலக்கணம் என்னும் மாற்று வாய்பாட்டுக்குத் தாவுதல் என்பதால் ஓர் அறிவியல் புரட்சியின் எல்லாத் தகுதிகளையும் சோம்ஸ்கியப் புரட்சி நிறைவுசெய்கிறது. சோம்ஸ்கி, இப்புரட்சியில் கருத்தியல் வாய்பாட்டு நெறிமீறல்களையும் எதிர்ச்சான்று எடுத்துக்காட்டுகளையும் புரட்சிக்கான காரணிகளாகப் பயன்படுத்துகிறார். அறிவியலறிஞர் இக்காரணிகளை எதிர்கொள்ளும்போது நடப்பிலிருக்கும் வாய்பாட்டை அவற்றுக்குத் தீர்வுகாணும் மூலையாகக் கருதும் மனப்பாங்கைப் பெறுகின்றனர். இவர்கள் பொதுவான பிற உலகியல் பிரச்சனைகளை எதிர்கொள்ளும்போதும் இம்மனப்போக்கிற்கு விதிவிலக்கு அல்லர். சோம்ஸ்கியை ஒரு சமூக விஞ்ஞானியாகக் கருதும்போது சமூக அரசியல் அமைப்புகளில் எதிர்கொள்ளும் பிரச்சனைகளுக்கு மாற்றுவழிகளைக் காண்பதிலும் அவரிடம் இம்மனப்பாங்கைக் காணமுடியும். சோம்ஸ்கி என்னும் சமூக அரசியல் போராளியின் இம்மனப்பாங்கு சார்ந்த அணுகுமுறை மொழியியல் பிரச்சனைகளுக்கான தீர்வு காண்பதிலும் பிரதிபலிக் கிறது எனலாம்.

பத்தொன்பது, இருபதாம் நூற்றாண்டுகளில் வரலாற்று ஒப்பியல், அமைப்பு மொழியியல் என மொழியியல் வளர்ச்சி பெற்றிருந்தது. இவ்வளர்ச்சி குறித்து முந்தைய மூன்று அத்தியாயங் களில் (2–4) விரிவாகப் பார்த்தோம். இவ்விரு நூற்றாண்டுகளில் அமைப்பியல்வாதம் சார்ந்த பல்வேறு மொழியியல் கோட்பாடுகள் உருவாகி ஐரோப்பாவிலும் அமெரிக்காவிலும் தனியோர் அறிவியற்புலமாக ஏற்றுக்கொள்ளப்பட்டிருந்தது. அமைப்பு மொழியியலின் தோற்றத்திற்கு உலகப்போர்களின்போது அமெரிக்க இராணுவத்தினர்க்கு ஏற்பட்ட மொழிப் பிரச்சனை களும், அமெரிக்க மானிடவியல் ஆய்வாளர்க்கு இருந்த வட அமெரிக்க இந்தியப் பழங்குடிகளின் மொழிப்பகுப்பாய்வு சார்ந்த பிரச்சனைகளும் வலுவான பின்னணிகளாக இருந்தன. உலகப்போர்களின்போது சப்பானிய மொழியும், செருமானிய மொழியும் அமெரிக்க இராணுவத்தினர்க்குத் தெரியாமல் போனது போரில் முன்னேறத் தடையாக இருந்தது என்று உணரப்பட்டது. எனவே, குறுகிய காலத்தில் இராணுவச்சூழலில் அயல்மொழிகளைக் கற்பிக்கும் திட்டம் ஐக்கிய அமெரிக்க அரசால் மேற்கொள்ளப்பட்டது. அக்கால மரபுசார்ந்த கற்பித்தல்முறைகளும், பாடங்களும் அயல்மொழிகளைக் கற்பிக்க ஏற்றதாக இல்லாததை அரசு உணர்ந்தது. இதைப்போலவே

அமெரிக்க இந்தியப் பழங்குடிகளின் மொழிகளை ஆராயும் களஆய்வுமுறைகளும், மொழிக்கூறுகளை இனங்காணும் வழிமுறைகளும் பகுப்பாய்வு நெறிமுறைகளும் நிறைந்த புதிய ஒரு கருவியின் தேவையையும் அரசு உணர்ந்தது. இவ்விரு பணிகளையும் அறிவார்ந்த நிலையில் மேற்கொள்ள அமெரிக்க அரசு அக்கால மொழியியலாளர்களுடன் இணைந்து செயல்திட்டம் ஒன்றைத் தீட்டியது. மொழியியல் என்னும் விஞ்ஞானம் தோன்றிய வரலாறு இதுவே.

லெனார்டு புளூம்ஃபீல்டு முதலாகப் பல ஐரோப்பிய, அமெரிக்க மொழியியலறிஞர்கள் மொழியியலை ஓர் அறிவியல் பாடமாக வடிவமைக்க இணைந்தனர். இவர்களுள் பெரும்பாலோர் மானிடவியல் அறிஞர்கள். இவர்கள் வட அமெரிக்க இந்தியப் பழங்குடிகளின் மொழிகளை ஆராய்வதில் ஈடுபட்டிருந்தனர். மொழிக்கும் பண்பாட்டிற்கும் இடையிலான அழுத்தமான உறவை உணர்ந்த இவர்கள் மொழியைப் பற்றிய படிப்பின் முக்கியத்துவத்தை உணர்ந்தனர். இப்படிப்பை மொழிகளை ஆராய உதவும் கருவியாக மட்டுமன்றி, அக்கருவியையே அயல்மொழிகளைக் கற்பிக்க உதவும் பயனாக்கக் கருவியாகவும் மாற்றினர். கோட்பாட்டு மொழியியலை அடிப்படையாகக் கொண்டு பல கற்றல், கற்பித்தல் கோட்பாடுகள் உருவாயின. ஃப்ரைஸ் போன்ற ஐரோப்பிய மொழியியலறிஞர்கள் அயல்மொழிகளைக் கற்பிப்பதில் மொழியியல் கொள்கைகளைப் பயன்படுத்தினர். புதிய கற்பித்தல் உத்திகள் அறிமுகமாயின.

பழங்குடி மொழிகளின் ஆய்வில் அமைப்பு மொழியியல் கோட்பாட்டை வலுவான கருத்தியல் வாய்பாடாக நிலைநிறுத்துவதற்கு புளூம்ஃபீல்டு முதலாகப் பல அமெரிக்க அமைப்பு மொழியியலறிஞர்கள் பல சவால்களை எதிர்கொள்ள வேண்டியிருந்தது. இவர்கள் புளூம்ஃபீல்டிய மொழியியலாளர் என்று இருபதாம் நூற்றாண்டின் நாற்பதுகளிலும் ஐம்பதுகளிலும் செல்வாக்குப் பெற்றிருந்தனர். அமைப்பு மொழியியல், புளூம்ஃபீல்டிய மொழியியல் என்று பெயர்பெற்றது. ஆனால், ஐம்பதுகளிலிருந்தே தீர்வுகாண இயலாத அமைப்பியல் கருத்தியல் வாய்பாட்டு நெறிமீறல்களும் எதிர்ச்சான்று எடுத்துக்காட்டுகளும் குவியக் குவிய, அமைப்பு மொழியியலாளரிடையே அமைப்பு மொழியியல் கருத்தியல் வாய்பாட்டுக்கு எதிரான விமர்சனங்களும் குவிய ஆரம்பித்தன. சில பிரச்சனைகளுக்கு அமைப்பியல் கருத்தியல் வாய்பாட்டுச் சட்டகத்திற்குள்ளேயே தீர்வுகள் எட்டப்பட்டாலும் பல நெறிமீறல்கள் கருத்தியல் வாய்பாட்டின் முறைமைத்தகுதிக்கு அச்சுறுத்தலாக நிலைத்தன.

தாமஸ் கூன், ஒரு கருத்தியல் வாய்பாட்டிற்கு ஏற்படும் இந்நிலைமையை நெருக்கடி (Crisis) என்கிறார். அமைப்பு மொழியியல் கருத்தியல் வாய்பாட்டிற்கு எதிரான நெறிமீறல்களும் எதிர்ச்சான்று எடுத்துக்காட்டுகளும் சோம்ஸ்கியாலும் அவர் மாணவர்களாலும் வலுவாக எடுத்துக்காட்டப்பட்டன. இந்நெருக்கடியில் அமைப்பு மொழியியல் கருத்தியல் வாய்பாடு தம் தத்துவார்த்தக் கொள்கைகளையும் அடிப்படைகளையும் தக்கவைத்துக்கொள்ளப் பல விவாதப்போர்களை எதிர்கொண்டது. இவ்விவாதப்போர்களில் தோற்றுப்போன புளூம்ஃபீல்டிய அமைப்பியல்வாதம் சோம்ஸ்கிய ஆக்கமுறையியல்வாதத்தால் பதிலீடுசெய்யப்பட்டது. கூன் குறிப்பிடுவதுபோல, விவாதப்போர்களும் அவற்றால் நிகழ்ந்த புரட்சியும் புதிய கருத்தியல் வாய்பாட்டுத் தாவல் நிகழக் காரணிகளாயின. இக்கருத்தியல் வாய்பாட்டுத் தாவலுக்குப் பின்னர் கூனின் பார்வையில் வழமையான கருத்தியல் வாய்பாடாக சோம்ஸ்கிய மொழியியல் ஏற்றுக்கொள்ளப்பட்டது. இம்மொழியியல் விவாதப் போர்கள் குறித்துச் சற்று விரிவாகக் காண்போம்.

5.2. மொழியியல் போர்கள்

புளூம்ஃபீல்டிய அமைப்பியல் கருத்தியல் வாய்பாட்டுக்கும் சோம்ஸ்கியக் கருத்தியல் வாய்பாட்டுக்கும் இடையே பல்வேறு காலக்கட்டங்களில் மொழியியல் மாநாடுகளிலும், பேரவைக் கூட்டங்களிலும் நடந்த விவாதப்போர்களை மொழியியல் போர்கள் (Linguistics Wars) என்பர். இப்போர்கள் கிட்டத்தட்ட பத்தாண்டுகள் 1957 முதல் 1967 வரை நடந்தன. 1950களிலிருந்தே இப்போர்கள் தொடங்கினாலும், 1957ஆம் ஆண்டு சோம்ஸ்கியின் தொடரியல் அமைப்புகள் வெளியான பின்னரே ஓர் அறிவியல் புரட்சிக்கான விதை ஊன்றப்பட்டது. இப்புரட்சிக்கான போர்ப்பின்னணி மிகவும் சுவையானது. இப்போர்கள் கீழ்க்காணும் பொருண்மைக்களங்களில் நிகழ்ந்தன:

- மொழியியலும் அறிவியலும்
- வகைப்பாட்டு அறிவியல்
- தொடரியலும் ஆக்கமுறை இலக்கணமும்
- புதிய ஒலியனியல் கொள்கை
- பன்முகப்பார்வையும் மனஅமைப்பும்
- மரபிலக்கணமும் பன்முகப் பயன்பாடும்
- மொழிப் பொதுமைகளும் மொழிப்பயனாக்கமும்

- அனுபவவாதமும் மொழி ஈட்டலும்
- பொருண்மையியல்
- கருத்தியல் வாய்பாட்டுத் தாவல்

5.2.1. மொழியியலும் அறிவியலும்

மொழியைப் பற்றிய படிப்பில் 'அறிவியல்' என்னும் சொல்லாட்சி இருபதாம் நூற்றாண்டின் முற்பகுதியில் பயன்பாட்டுக்கு வந்தது. 'மொழியியல்' எனத் தனித் துறைப்படிப்பாகப் பிற அறிவியல்துறைகளுக்கு இணையாகக் கவனம்பெற, இச்சொல்லாடல் மொழிப்படிப்பில் இடம்பெற்றது. இச்சொல்லாடலை இரு அணுகுமுறைகளில் புரிந்துகொள்ளலாம். முதலாவதாக, பல மொழிகளைப் பற்றிப் பொதுவாகப் படிப்பது. இரண்டாவதாக, ஒரு குறிப்பிட்ட மொழியைப் பற்றிப் படிப்பது. இம்மொழி பெரும்பாலும் மொழியியலாளரின் தாய்மொழியாக இருக்கும். இவ்விரு அணுகுமுறைகளும் மொழியியல் துறைப்படிப்புக்கு உகந்தவையாகக் கருதப்பட்டு வந்திருக்கின்றன.

மொழியியலை அறிவியலாகக் கருதுவதற்கு முன்பு இவ்விரு அணுகுமுறைகளும் பொதுவான உற்றுநோக்கல்களை அடிப்படையாகக் கொண்டிருந்தன. பல்வேறு மொழிகளை உற்றுநோக்கி அவற்றைப் பகுப்பாய்வு செய்த அணுகுமுறை ஒப்புமை முறைக்கு விதையானது. இதைத் தவிரத் தனியொரு மொழியை ஆய்வுசெய்யும் போக்கும் வளர்ந்தது. ஓர் அறிவியல் அல்லது விஞ்ஞானப் படிப்பு குறிப்பிட்ட மூலப்பொருளை ஆய்வுக்குரிய தனிப் பொருட்கூறாகக் கருதவேண்டும். கிரேக்கம், இலத்தீன் மொழியறிஞர் தத்தம் மொழிகளின் இலக்கணக்கூறுகளின் செயல்பாட்டை உற்றுநோக்கி அவற்றைத் தத்துவார்த்தநெறியில் விளக்கினர். இவ்வணுகுமுறையில் பேச்சுமொழியையோ எழுத்துமொழியையோ ஆய்வுக்குரிய தனிப் பொருட்கூறாக ஆய்வுக்கு உட்படுத்தும் முறை பின்பற்றப்பட்டது. இதனால் இம்மொழிப்படிப்பு அறிவியல் தகுதியைப் பெற்றது. இதைப்போலவே அமைப்பு மொழியியல் பேச்சுமொழியை ஆய்வுக்குரிய தனிப் பொருட்கூறாகக் கருதிய வகையில் ஓர் அறிவியலே என்னும் நிலைப்பாட்டை நாற்பதுகளில் புளூம்ஃபீல்டிய மொழியியலாளர்கள் மேற்கொண்டனர்.

ஒரு மூலப்பொருளை ஆய்வுக்கு உட்படுத்த கொள்கைகளும் பகுப்பாய்வு நெறிமுறைகளும் கோட்பாட்டாக்கமும் முன்னேற்பாடுகளாகும். இவற்றுள் கோட்பாடு ஓர் அறிவியல் ஆய்வின் அடிப்படை முற்கூறு. எனவே, பேச்சுமொழித் தரவுகளையோ எழுத்துமொழித் தரவுகளையோ பகுப்பாய்வு

செய்து அறிவியலைப்போல மொழி பற்றிய பொதுவான கருத்துகளை உருவாக்குவதையும், மொழிக்கூறுகளை வகைப்படுத்துவதையும் புளூஃபீல்டிய மொழியியலார் தம் முதன்மை நோக்கங்களாகக் கொண்டனர்.

இந்நோக்கங்களை அடைய எளிமை (எளிமையாகக் கூறுதல்), முழுமை (எல்லாப் பொருட்கூறுகளையும் இயன்ற அளவுக்கு முழுமையாக ஆராய்தல்), ஒத்திசைவு (கொள்கைகளை வகுப்பதில் முரண்பாடின்மையைப் பேணுதல்), சிக்கனம் (நீண்ட வாக்கியங்களில் கூறுதலையும், தேவையற்ற பகுப்பாய்வை மேற்கொள்ளுதலையும் தவிர்த்துச் சிக்கனத்தைக் கடைப்பிடித்தல்) என்னும் அறிவியலின் நான்கு முக்கியமான விதிகளை வழிகாட்டி யாகப் பின்பற்றினர். இவ்விதிகளைப் பயன்படுத்தினால் மட்டுமே ஓர் ஆய்வியல் படிப்பு அறிவியலாக ஏற்கப்படும் என்பதை அக்கால அறிவியலறிஞர் வற்புறுத்தினர்.

மொழியியல் ஆய்வாளரால் இம்முன்வரையறையை ஏற்று, அறிவியல் அணுகுமுறையோடு புறநோக்காளராக மொழிகளை உற்றுநோக்கியும், அகநோக்காளராகத் தாய்மொழியை உற்றுணர்ந்தும் விளக்க முடிந்தது. குறிப்பாக, மொழிகளிடையே காணும் ஒழுங்கமைவுகளையும் பிறழ்வுகளையும் விதிமீறல் களையும் உற்றுநோக்கி முறையான கருதுகோள்களை மொழியியல் ஆய்வாளர் உருவாக்குகிறார். பின்னர்ப் பல்வேறு சோதனைகளின் மூலம் அவற்றின் நிலைத்தன்மையைச் சோதனைக்கு உட்படுத்திக் கோட்பாட்டை உருவாக்குகிறார். அக்கோட்பாட்டின் முறைமைத்தகுதியை உறுதிப்படுத்த மேன்மேலும் புதிய தரவுகளை ஆய்வுக்கு உட்படுத்தி ஒரு விஞ்ஞானியாகச் செயல்படுகிறார்.

ஒப்புமை மொழியியலுக்குப்பின் முதன்முதலாக மொழியைப் பற்றிய படிப்பு முறையான, வலுவான ஒரு கோட்பாட்டுத் தளத்திற்குக் கொண்டுவரப்பட்டது அமைப்பு மொழியியல் அறிமுகத்தின்போதுதான். முன்னர்க் குறிப்பிட்டதுபோல, மொழியின் ஒரு பொருட்கூறான பேச்சுமொழி, அமைப்பு மொழியியலாய்வின் ஆய்வுப்பொருளானது. ஓர் அறிவியல் என்ற முறையில் தற்சார்பின்மை, வண்ணனை, முன்மதிப்பிட்டு உரைத்தல் போன்ற நடவடிக்கைகளால் சோதனைகளின் மூலம் சான்றுகளைக்கொண்டு உறுதிப்படுத்தவும், மறுக்கவும் உகந்த ஒரு கோட்பாடாக அமைப்பு மொழியியல் கோட்பாடு வரையறுக்கப்பட்டது. பிற அறிவியல் கோட்பாடுகளைப் போலவே இக்கோட்பாடும் மொழியின் பல்வேறுநிலைகளில் இலக்கணக்கூறுகளின் கருத்தியல் சார்புகளையும், அவற்றிடையே

நிலவும் உறவுகளையும் விளக்குவதாக அமைந்தது. இக் கோட்பாட்டு முன்மாதிரியை உருவாக்கிய பெருமை லெனார்டு புளூம்ஃபீல்டைச் சாரும்.

ஐம்பதுகளின் ஆரம்பத்தில் மொழி பற்றிய படிப்பிற்கான ஒரு புதிய துறையின் தேவையைப் பல மொழியியலாளர் உணர்ந்தனர். இருபதாண்டுகளாக மொழியைப் பற்றிய சிந்தனைகளில் அறிவியல் அணுகுமுறையைப் பின்பற்றி வளர்ந்திருந்த புளூம்ஃபீல்டு மரபினர் இத்தேவையை நிறைவுசெய்ய முயற்சி செய்யலாம் எனப் பல மொழியியலாளர்கள் எதிர்பார்த்தனர். இவர்கள் புளூம்ஃபீல்டு மரபிற்கு மாற்றாக அல்லாமல் காலத்துக்கேற்ற பொருத்தமான திருத்தங்களை அம்மரபு கெடாமல் மேற்கொள்ளும் செயல்நோக்கம் கொண்டவர்கள். ஐம்பதுகளில் மொழியை விவரிக்கும் ஆற்றல் உடையவராக புளூம்ஃபீல்டு மரபைச் சேர்ந்த இவர்களே ஏற்றுக்கொள்ளப்பட்டிருந்தனர். அதைப்போலவே, புளூம்ஃபீல்டிய கோட்பாடே சிறந்ததாகவும் ஏற்றுக்கொள்ளப்பட்டிருந்தது. இருப்பினும், கோட்பாட்டாக்கம் என்னும் உயரிய நிலையைக் காட்டிலும் குறிப்பிட்ட ஒரு மொழியை விவரிக்கும் வண்ணனை புளூம்ஃபீல்டிய மொழியியலறிஞர்களின் குவிமையமாக இருந்தது. வட அமெரிக்க இந்தியப் பழங்குடிகளின் வகைப்படுத்தப்படாத மொழிகளுக்கு இலக்கணம் எழுத வேண்டிய நோக்கத்தை நிறைவுசெய்ய அம்மொழிகளின் வண்ணனை இலக்கணங்கள் அடிப்படைத் தேவையாக இருந்தன. எனவே, மொழிக்கூறுகளை இனங்காணும் வழிமுறைகளும் வண்ணனைப் பாங்கும் இக்காலக்கட்ட மொழியியலில் முக்கியத்துவம் பெற்ற அளவுக்குக் கோட்பாட்டாக்கம் முக்கியத்துவம் பெறவில்லை. தோடர் என்னும் பழங்குடி மொழியின் பல இலக்கணங்களுள் வண்ணனை இலக்கணமும் ஒன்று என்பதைத் தவிர அம்மொழியை முழுமையாக விளக்குவதற்கான விளக்க நிறைவை புளூம்ஃபீல்டிய கருத்தியல் வாய்பாடு முன்னிறுத்தவில்லை. இதனால் ஓர் அறிவியலுக்கு இருக்கவேண்டிய இறுக்கத்தை அமைப்பு மொழியியல் இழந்துவிட்டது என்பது சோம்ஸ்கிய மொழியியலறிஞர்களின் கருத்தாக முன்வைக்கப்பட்டது.

அமைப்பு மொழியியல் அறிஞருள் ஒருவரான ஆர்க்கிபால்டு ஹில், இம்மாதிரி சந்தர்ப்பங்களில் எவ்வாறு செயலாற்றவேண்டும் என்பதைத் தம் மொழியியல் நண்பர்களுக்கு விவரித்துக் கூறினார். ஓர் அறிவியல் படிப்பு அதன் அடிப்படை இயல்பிற்கு முரணான சிக்கலுக்கு உள்ளாகும்போது அதன் ஒழுங்கமைவை அறிவியல் அறிஞர்கள் நெறிப்படுத்த வேண்டும். முழுமையான ஒழுங்கமைவை எளிமையாகவும், நேர்த்தியாகவும் உருவாக்கும் பட்சத்திலேயே அறிவியலின் முழுமையை ஒரு கருத்தியல்

வாய்பாடு பெறும் என ஹில் கூறினார். புளூம்ஃபீல்டிய கருத்தியல் வாய்பாட்டின் அறிவியல்தன்மை விவாதப்போருக்கு உள்ளாகியிருந்த இக்காலக்கட்டத்தில் ஹில்லின் கருத்து பொருத்தமாகப்பட்டது.

1956ஆம் ஆண்டு டிராகர், ஸ்மித் என்போர் *Outline of English Structure* என்னும் நூலை எழுதி வெளியிட்டிருந்தனர். இந்நூல் புளூம்ஃபீல்டிய மொழியியலாளரிடையே அதிக செல்வாக்குப் பெற்றது. இந்நூல் ப்ளாக் என்பவரோடு டிராகர் எழுதிய, இன்றுவரை மொழியியலில் செவ்வியல் நூலாகக் கருதப்படுகின்ற *Outline of Linguistic Analysis* (1942) என்னும் நூலை முன்மாதிரியாகக்கொண்டு எழுதப்பட்டது. இந்நூல் மானிடவியலாளர், கல்வியியலாளர் போன்றோரின் வரவேற்பைப் பெற்றதுடன் புளூம்ஃபீல்டியக் கருத்தியல் வாய்பாட்டின் அடிப்படையில் எழுதப்பட்ட ஓர் உன்னத நூலாக எல்லோருடைய பாராட்டையும் பெற்றது.

ஆங்கிலத்தில் *மொழியியல் பகுப்பாய்வுப் பிரச்சனைகள்* என்னும் பொருளில் 1956ஆம் ஆண்டு நடைபெற்ற முதலாவது டெக்ஸாஸ் மாநாட்டில் டிராகர் – ஸ்மித்தின் *Outline of English Structure,* ஆங்கில மொழிப்பகுப்பாய்வில் காணப்பட்ட பிரச்சனைகளால் விரிவான விமர்சனத்திற்கு உள்ளானது. டிராகர் – ஸ்மித் முன்மாதிரி பற்றி எப்போதும் தம் விமர்சனங் களை வெளிப்படையாக முன்வைக்கும் ஜேம்ஸ் ஸ்லெட், 'டிராகர் – ஸ்மித் முன்மாதிரியின் பலம் ஓர் அறிவியல் ஒழுங்கமைவுக்கு இருக்கவேண்டிய நிறைவு குறித்த அதன் போலித்தனம்' என்று ஏளனத்தோடு குறிப்பிட்டார். இது போன்ற அமைப்பு மொழியியலின் அறிவியல் தன்மை பற்றிய விவாதங்கள் புளூம்ஃபீல்டியக் கருத்தியல் கோட்பாட்டுக்கு மேலும் நெருக்கடியைத் தந்தன. இதற்கு ஏற்றாற்போல ஒரு கருத்தியல் வாய்பாட்டுத் தாவலுக்கான முகாந்திரம் முதன் முதலாக இம்மாநாட்டில் உணரப்பட்டது.

பொதுவாக, அறிவியல் படிப்பிற்கான தகுதியை மொழியியல் இழக்கும் விபத்து ஏற்படாமல் விவாதப்போர்கள் இம்மாநாட்டில் அரங்கேறினாலும், ஓர் அறிவியல் வளர்ச்சி வரலாற்றில் ஏற்படும் நெருக்கடி, தாமஸ் கூன் குறிப்பிடுவது போல மொழியியலுக்கு இந்நேரத்தில் ஏற்பட்டது மறுக்க முடியாத உண்மை. இந்நெருக்கடியில் புளூம்ஃபீல்டிய மொழியியல் அறிவியல், இழந்த நம்பிக்கையை மீட்டுத்தருகிற ஒரு மாற்றத்தை எதிர்நோக்கியது. சில தொடர் நிகழ்வுகள் தலைமுறை இடைவெளியை விரிவடையச் செய்ததோடு இளையதலைமுறையினரிடையே இந்நெருக்கடியிலிருந்து மீட்கக்

கூடிய ஒரு மீட்பரை எதிர்நோக்கும் மனோபாவத்தை வளர்த்தது. அதேநேரத்தில் இந்நெருக்கடி ஒரு புதிய மொழியியல் கருத்தியல் வாய்பாட்டின் வளர்ச்சிக்காலத்தில் அசாதாரணமன்று என்றும், டெக்ஸாஸ் அனுபவங்கள் ஒரு மாநாட்டின் இயல்பான நிகழ்வுகளே என்றும் எண்ணிய இளையதலைமுறையினரும் இருந்தனர். எல்லாவற்றுக்கும் மேலாக, ஆர்க்கிபால்டு ஹில், ஜேம்ஸ் ஸ்லெட் ஆகியோரின் கருத்துகள் டிராகர்–ஸ்மித் முன்மாதிரியை முற்றிலுமாகப் புறக்கணிக்கும் அளவுக்கு இளையதலைமுறையினரிடம் செல்வாக்குப் பெறவில்லை.

ஓர் அறிவியல் இத்தகைய நெருக்கடிக்கு உள்ளாகித் தொழில்முறைப் பாதுகாப்பின்மைக்கு இலக்காகும்போது புதிய கருத்தியல் வாய்பாட்டுக்குத் தாவும் கட்டாயத்தைத் தடுக்க முடியாது என்பார் கூன். இத்தாவல் மூலம் நிறைவான, சீரான, மிகவும் எளிமையான ஒழுங்கமைவைப் பழைய கருத்தியல் வாய்பாட்டுக்கு மாற்றாகப் பெறமுடிகிறது என்பது கூனின் கருத்து. ஆனால், முதலாவது டெக்ஸாஸ் மாநாட்டில் பல பிரச்சனைகள் உடனடித் தீர்வு எட்டப்படாமல் விவாதநிலையிலேயே முடிவடைந்தன. டிராகர்–ஸ்மித் முன்மாதிரி புறக்கணிக்கப்பட்டு மாற்றுக் கருத்தியல் வாய்பாடு அழுத்தமாக முன்னிறுத்தப்பட வில்லை. ஆனால், டிராகருக்கும் ஸ்மித்துக்கும் உருபனியல் பகுதியில் கூடுதல் கவனம் செலுத்தி விமர்சனங்களுக்கு அப்பாற்பட்ட பகுதியாக அதனைத் திருத்தியமைக்கும் கால அவகாசம் கிடைத்தது. தொடரியல் முழுவதுமாக மாற்றப்பட்டு விரிவாக எழுதப்பட்டது. இதன் விளைவாக, ஐம்பதுகளின் நடுப்பகுதியில் ஒலியனியல் தொடரியல் *(Phonological Syntax)* இளையதலைமுறை மொழியியலாளர்களைக் கவர, பல புதிய கருத்துகள் வெளியாயின. புளூம்ஃபீல்டிய ஒலியனியல், ஒலியனியல் தொடரியல் ஆய்வுக்கு வலுவான அடிப்படையாக அமைந்தது புளூம்ஃபீல்டிய மொழியியலாளர்க்கு மகிழ்ச்சி அளித்தது.

புளூம்ஃபீல்டியக் கருத்தியல் வாய்பாட்டில் ஏற்பட்ட இந்த மாற்றம் தாமஸ் கூன் கூறுவதைப்போல ஓர் அறிவியற்புலத்தின் நெருக்கடியைத் தாண்டிப் புதிய கருத்தியல் வாய்பாட்டுத் தாவலுக்கு எதிராக நிகழ்ந்தது எனலாம். இதனால், ஓர் அறிவியற்புலத்திற்கான தொழில்முறைப் பாதுகாப்பு அமைப்பு மொழியியலுக்கு உறுதியானது. மேலும், இந்நிலையில் ஜெல்லிக் ஹேரிஸ் எழுதிய *அமைப்பு மொழியியலில் ஆய்வுமுறைகள்* டிராகர்–ஸ்மித் நூலைப் புறந்தள்ளி, மொழிப்பகுப்பாய்வில் முதன்மை நூலாக மொழியியலாளரின் மதிப்பைப் பெற்றது. மொழிப்பகுப்பாய்வு நெறிமுறை வளர்ச்சியின் உச்சநிலையை இந்நூல் அடைந்துவிட்டதாகவும், புதிய பகுப்பாய்வு வழிமுறைகள்

தோன்ற ஓர் அறிவியலுக்குரிய வலுவான அடித்தளத்தை இந்நூல் அமைத்துவிட்டதாகவும் கருதப்பட்டது.

5.2.2. வகைப்பாட்டு அறிவியல்

புளூம்ஃபீல்டிய அமைப்பு மொழியியலறிஞர் மனித மொழிகளின் கூறுகளை இனங்கண்டு அவற்றை வகைப்படுத்தி ஆராய்வதை மொழியியலின் நோக்கமாகக் கொண்டிருந்தனர். இவ்வாய்வை மேற்கொள்ளத்தக்க வகையில் மொழிக்கூறுகளை இனங்காணும் வழிமுறைகளை வகுப்பதில் ஆழ்ந்த கவனம் செலுத்தினர். இம்முயற்சியில் டிராகர்–ஸ்மித், ஜெல்லிக் ஹேரிஸ் போன்றோரின் பங்களிப்பு குறிப்பிடத்தக்கவை. பகுத்தாராய்ந்த மொழிக்கூறுகளைப் பல்வேறு நிலைகளில் விவரித்து வகைப் படுத்துவதும், இவ்வகைப்பாட்டின் அடிப்படையில் ஆய்வுக்கு எடுத்துக்கொண்ட மொழிக்கு வண்ணனை இலக்கணம் எழுதுவதும் அறுதி நோக்கங்களாக இருந்தன. இதனால், வண்ணனை மொழியியல் என இப்பகுப்பாய்வு அணுகுமுறையைக் குறிப்பிட அமைப்பு மொழியியலார்க்கு வாய்ப்பாக இருந்தது.

முந்தைய அத்தியாயத்தில் குறிப்பிட்டதுபோல இவ்வணுகு முறையின் முதற்படியாகப் பகுப்பாய்விற்கு உட்படுத்தப்படும் மொழியிலிருந்து களஆய்வு உத்திகளைப் பயன்படுத்தித் தரவுகள் சேகரிக்கப்படும். இம்மொழி தமிழ் போன்ற வகைப்படுத்தப்பட்ட மொழியாகவோ இதுவரை வகைப்படுத்தப்படாத பழங்குடிகளின் ஒரு மொழியாகவோ இருக்கலாம். இத்தரவுகள்மீது இனங்காணும் வழிமுறைகள் பயன்படுத்தப்பட்டு மொழிக்கூறுகள் ஒலியனியல், உருபனியல், தொடரியல் என்னும் பிரிவுகளாக வகைப்படுத்தப் படும். எடுத்துக்காட்டாக, முதலாவதாக ஒலிகளும், அவற்றின் அடிப்படையில் ஒலியன்களும் வகைப்படுத்தப்படும். பின்னர், இவ்வொலியன்கள் இணைந்து உருவாக்கும் சொற்கள் பகுப்பாய் வுக்கு உட்படுத்தப்பட்டு, அவற்றின் ஒவ்வோர் அர்த்தமுள்ள அறுதிக்கூறும் தனித்தனி உருபன்களாக வரையறுக்கப்படும். எடுத்துக்காட்டாக, *அழகான* என்னும் சொல், *அழகு* என்னும் பொருள்தரும் ஓர் உருபனாகவும், *–ஆன* என்னும் விகுதி பெயரடைப் பொருள்தரும் உருபனாகவும் வகைப்படுத்தப்படும். இச்சொற்கள் இனிச் சொற்றொடர்களாக இணையும் நிலையும், சொற்றொடர்கள் வாக்கியங்களாக இணைந்து பொருள் தரும் நிலையும் வகைப்படுத்தப்பட மொழியின் வண்ணனை நிறைவுபெறுகிறது. இவ்வாறு, மொழியின் நோக்கம் மொழிக்கூறுகளின் வகைப்பாட்டை மையமாகக்கொண்டு இயங்குகிறது. இதனாலேயே சார்லஸ் ஹாக்கெட் என்பார் ‘மொழியியல், ஒரு வகைப்பாட்டு அறிவியல் *(Classificatory*

Science)' எனக் குறிப்பிடுவார். இவ்வகைப்பாட்டை வரைபடத்தில் கீழ்வருமாறு காட்டலாம்:

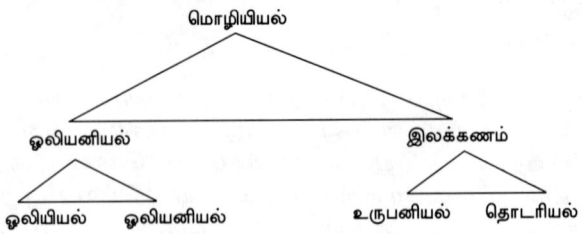

இப்பகுப்பாய்வுமுறையில் பல்வேறு நிலைகளில் மொழி உணர்த்தும் பொருண்மைக்கூறுகளும், அவற்றின் பயன்பாடும், மொழியைப் பயன்படுத்துவோரைச் சுற்றிய உலக நடப்புகள் பற்றிய பொதுஅறிவும் முக்கியத்துவம் பெறுவதில்லை. இவை இவ்வண்ணனை மொழியியல் அணுகுமுறைக்கு அப்பாற்பட்டவையாக மொழிக்கூறுகளின் வகைப்பாட்டோடு நிறைவுபெற்று விடுகின்றன. இயந்திரத்தனமான இவ்வாய்வுமுறை, கூடுதல் நடத்தை அறிவியல் சார்ந்தது. அனுபவவாதத் தத்துவம் சார்ந்த இந்நடத்தை அறிவியலில் சோம்ஸ்கிய மொழியியலுக்கு உடன்பாடில்லை.

சோம்ஸ்கி பென்சில்வேனியா பல்கலைக்கழகத்தில் மொழியியல் மாணவராக இருந்தபோது அமைப்பு மொழியியலில் ஆர்வமுடையவராக இருந்தார். அமைப்பு மொழியியல் அறிஞரான ஜெல்லிக் ஹேரிஸிடம் மொழியியலையும், தத்துவ அறிஞரான நெல்ஸன் குட்மேனிடம் தத்துவத்தையும் கற்றார். இருந்தபோதிலும் மனிதனையும் அவனின் இயல்பையும் உள்வாங்காத புறநடத்தை சார்ந்த பகுப்பாய்வு அணுகுமுறையாக அமைப்பு மொழியியலை சோம்ஸ்கி கருதினார். அத்துடன் ஒரு மொழியின் ஒலியன்களுக்கும் உருபன்களுக்கும் அப்பாற்பட்ட வாக்கியங்களிடையே காணும் தொடரியல் அகஉறவுகளை விளக்கும் முயற்சியில் புளூம்ஃபீல்டிய மொழியியல் தோற்றுப்போனது என்று சுட்டிக்காட்டினார். நெறிமீறல்களும் எதிர்ச்சான்று எடுத்துக்காட்டுகளும் அமைப்பு மொழியியலின் தொடரியல் பலத்தை மிகவும் பலவீனப்படுத்தின. மேலும், மொழிக்கூறுகளின் வெறும் வகைப்பாட்டாக்கத்தை அறிவியல் படிப்பாக ஏற்றுக் கொள்வதற்கில்லை என்னும் அவரின் வாதமும் வலுப்பெற்றது.

மொழியியலைப் பொறுத்தவரையில், அறிவியல் என்றால் என்ன என்பதைத் தாம் புரிந்துகொண்ட விதத்தில் சோம்ஸ்கி தெளிவுபடுத்தினார். 1996ஆம் ஆண்டு சனவரித் திங்களில் புது தில்லியில் நிகழ்த்திய Language and its Design என்னும் விரிவுரையில் கீழ்வருமாறு குறிப்பிட்டார்:

‘அறிவியல்’ மிகவும் விசித்திரமானது. எளிமையான பிரச்சனைகளில் மட்டுமே அது செயலாற்றுகிறது. மிகக் கடினமான அறிவியல் படிப்புகளில் கூட இவ்வெளிமையான பிரச்சனைகளைக் கடந்து குழப்பமான அமைப்புகளை நோக்கி நகரும்போது தீர்வுக்கு எட்டுவதைக் காட்டிலும் பிரச்சனைகளை விவரிக்கும் வண்ணனையாக அறிவியல் அடங்கிவிடுகிறது. தீர்வுக்கான பாவனையை உருவாக்கி, நம்மை அதன் ஆதிக்கத்திற்கு உட்படுத்தி ஏமாற்றிவிடுகிறது. இவ்வறிவியலைப் புரிந்துகொண்டதாகப் பாவனை செய்யும் வாழ்க்கைத் தொழிலர், தனிப்பட்ட அறிவினாலோ அல்லது உயர்கல்வியால் பெற்ற அறிவினாலோ மட்டுமே தாம் பெற்ற இத்தனி அறிவியல் அறிவைப் பெறமுடியும் எனப் பிறரை நம்பவைக்கும் முயற்சியை மேற்கொள்ளக்கூடாது. எளிமையான பிரச்சனையாக இருக்குமானால் அவற்றை எளிமையாகவே எடுத்துக்காட்ட வேண்டும். சில கடினமான பிரச்சனைகளுக்கு அல்லது வினாக்களுக்கு ஆழமான பதில்களை நாம் கண்டுவிடலாம். ஆனால் அவை மிக அரிதாகவே நிஜமாகின்றன. எப்படியோ, இது என் தனிப்பட்ட கருத்து *(Chomsky,2000)*.[3]

சோம்ஸ்கி அறிவியல் என்னும் சொல்லை மனித மனம், மனிதரின் படைப்பாற்றல் என்னும் எல்லைகளில் நின்று அறிவாதாரமுறையியல் வளர்ச்சிக்கு ஆபத்து வராமல் காக்கும் கேடயமாக இன்றுவரைப் பயன்படுத்துகிறார். மொழியும் அதன் பயன்பாடும் இவ்வெல்லைகளுக்கு உட்பட்டு இயங்குபவை என்பதை புளூம்ஃபீல்டிய மொழியியல் மறுக்கிறது என்பது சோம்ஸ்கியின் கருத்து.

5.2.3. தொடரியலும் ஆக்கமுறை இலக்கணமும்

தொடரியல், புளூம்ஃபீல்டிய மொழியியல் கோட்பாட்டில் அதிகமான தாக்குதலுக்கு உள்ளான பகுதி. இருப்பினும் இத்தொடரியலின் விரிவாக்கமே தம் தொடரியல் கோட்பாடு என சோம்ஸ்கி குறிப்பிட்டபோது தமது வெற்றியாக புளூம்ஃபீல்டிய அமைப்பு மொழியியலாளர் மகிழ்ந்தனர். சோம்ஸ்கி முதற்படியாக புளூம்ஃபீல்டிய மொழியியலின் அண்மைத் தொடர் உறுப்புப் பகுப்பாய்வைத் தம் சோதனைக்குரிய பகுதியாகத் தேர்ந்தெடுத்துக் கொண்டார். மூன்றாம் அத்தியாயத்தில் விளக்கிய அண்மைத் தொடர் உறுப்புப் பகுப்பாய்வின்படி,

(1) நந்திதா ஒரு பொம்மை கொடுத்தாள்

என்னும் வாக்கியத்தை,

நந்திதா / ஒரு பொம்மை கொடுத்தாள்

என்னும் இரு உறுப்புகளாகப் பகுப்பர். பின்னர் *ஒரு பொம்மை* என்னும் உறுப்பை *ஒரு / பொம்மை* எனப் பகுத்துக்கொள்வர். இப்பகுப்பாய்வு செம்மையாக உள்ளதா என்பதை உறுதிப்படுத்தப் பதிலீடுமுறையைப் பின்பற்றலாம். *நந்திதா* என்னும் அண்மைத் தொடர் உறுப்பை *இராணி* என்னும் சொல்லாலும், *ஒரு பொம்மை கொடுத்தாள்* என்னும் அண்மைத் தொடர் உறுப்பை *இரு பேனாக்கள் தந்தாள்* என்னும் அண்மைத் தொடர் உறுப்பாலும் வாக்கிய அமைப்பு மாறாமல் பதிலீடு செய்யலாம். இதனை அண்மைத் தொடர் உறுப்புப் பகுப்பாய்வாளர்,

என வரைபடமாகவும் காட்டுவர். இப்பகுப்பாய்வை எல்லா வாக்கியங்களுக்கும் இயல்பாய் மேற்கொள்ள முடியாது. குறிப்பாக, ஐயுறவுத் தொடர்களையும் வாக்கியங்களையும் அண்மைத் தொடர் உறுப்புப் பகுப்பாய்வு முறையால் விளக்க முடிவதில்லை என்றும், ஒரு மொழியிலுள்ள எல்லா வாக்கியங்களையும் இவ்வாறு வரைபடங்களில் விளக்கிக்காட்ட முடியாது என்றும் பார்த்தோம். சோம்ஸ்கிய மொழியியல், இவ்வெதிர்ச்சான்று எடுத்துக்காட்டுகளை முன்வைத்து புளூம்ஃபீல்டிய அண்மைத் தொடர் உறுப்புப் பகுப்பாய்வின் அடிப்படை வண்ணனை நிறைவின்மையைச் சுட்டிக்காட்டுகிறது.

அண்மைத் தொடர் உறுப்புப் பகுப்பாய்வுக்கு மாற்றாக, அண்மைத் தொடர் உறுப்புகளுக்கு இடையேயுள்ள உறவைக் குறியீடுகளாக *(Markers)* வரிசைமுறையில் காட்டி விதி ஒழுங்கமைவைக் கட்டமைக்கிறது ஆக்கமுறை மாற்றிலக்கணம். இதன்படி,

(1) நந்திதா ஒரு பொம்மை கொடுத்தாள்

என்னும் வாக்கியத்தில் *நந்திதா* என்பதைப் பெயர்த்தொடர் *(Noun Phrase,* NP*)* என்றும், *ஒரு பொம்மை கொடுத்தாள்* என்பதை வினைத்தொடர் *(Verb Phrase,* VP*)* என்றும் குறியீடுகளாக ஆக்கமுறை மாற்றிலக்கணம் அமைத்துக்கொள்கிறது. அதன்படி வாக்கியத்தின் *(S)* விதியைக் கீழ்வருமாறு விரித்து எழுதலாம்:

$S \rightarrow NP + VP$

$NP \rightarrow DET + N$

$VP \rightarrow NP + V$

DET → { *ஒரு, இரு.........*}

N → { *பொம்மை, புத்தகம், பேனா........*}

MV → { *கொடு, தா, ஈ, நல்கு........*}

S, NP, VP, DET, N, V என்பன தொடர்க்குறியீடுகள் *(Phrase Markers)* எனப்படும். இவ்விதி வருவித்தலைக் கீழ்வருமாறு கிளைப்படமாகவும் காட்டலாம்:

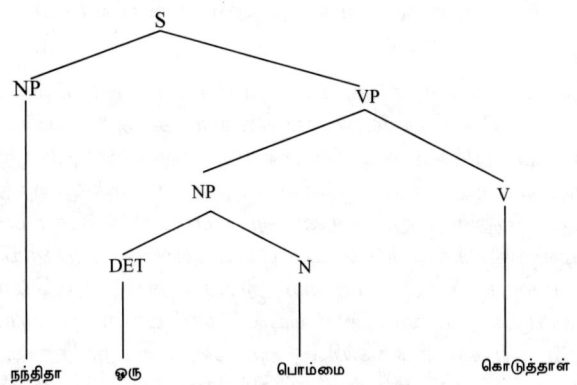

இக்கிளைப்படத்தில் S (வாக்கியம்), NP (பெயர்த்தொடர்), VP (வினைத்தொடர்) ஆகிய தொடர்க்குறியீடுகளை மேலாதிக்கம் செலுத்தும் குறியீடு. அதன்கீழ் VP, DET (பெயரடை), N (பெயர்) ஆகிய குறியீடுகளை மேலாதிக்கம் செலுத்தும் குறியீடு. இவ்வொவ்வொரு குறியீடும் அதற்குரிய அகராதிச் சொற்களை வருவித்துப் பொருள் உணர்த்தும் வாக்கியமாகப் படைக்கிறது. இவ்விதிகளை

NP + DET + N + V

என்று ஒரே விதியாகவும் ஆக்கமுறை மாற்றிலக்கண அறிஞர் எழுதிக்காட்டுவர். இவ்விதி தொடரமைப்பு விதி (*Phrase Structure Rule*) எனப்படும். மொழி இது போன்ற குறிப்பிட்ட எண்ணிக்கையில் அடங்கும் தொடரமைப்பு விதிகளாலானது. இவ்விதிகளைப் பயன்படுத்திப் புதிது புதிதாக எண்ணற்ற வாக்கியங்களைக் கருத்துப் பரிமாற்றச் சூழல்களுக்கு ஏற்றவாறு படைக்கலாம்.

புளூஃபீல்டிய அமைப்பு மொழியியலின் அண்மைத் தொடர் உறுப்புப் பகுப்பாய்வு ஒரு மொழியைப் பேசுவோரின் இப்படைப்பாற்றலை விளக்கப் போதுமானதாக இல்லை. மனித மனத்தின் இப்படைப்பாற்றல் திறனை ஒரு கோட்பாடு விளக்க

வேண்டும். எல்லாவற்றுக்கும் மேலாக, அறிவியல் அணுகுமுறையை மேற்கொள்வதாகக் கூறும் ஒரு கருத்தியல் வாய்பாடு மொழியை எளிமையாகவும் சிக்கனமாகவும் விளக்குவதற்கு மாறாக, எல்லா வாக்கியங்களையும் வரைபடங்களின் மூலமாக விளக்கும் அமைப்பு ஏற்புடையது அன்று என்றும் சோம்ஸ்கிய மொழியியலாளர் சுட்டிக்காட்டினர். இத்துடன் செய்வினை – செயப்பாட்டுவினை வாக்கியம் போன்றவற்றிடையே காணும் தொடரியல் உறவுகளை விளக்க அண்மைத் தொடர் உறுப்புப் பகுப்பாய்வு அனுகூலமாக இல்லை என்பதையும் எடுத்துக் காட்டினர்.

டெக்ஸாஸ் மாநாடு முடிந்து ஓராண்டான சூழலில் சோம்ஸ்கி யின் *தொடரியல் அமைப்புகள்* வெளியாகி அதன் உள்ளடக்கம் பரவலாகப் பேசப்பட்டது. மென்மையாகவும், அதேநேரத்தில் மிக அழுத்தமாகவும் புதிய அறிவியல் கருத்தியலாக்கத்தை இந்நூல் முன்மொழிந்திருந்தது. அதன் அடிப்படையில் சோம்ஸ்கி தம் ஆக்கமுறை இலக்கணக் கோட்பாட்டை அறிமுகப்படுத்தியிருந்தார். ஒரு மொழியின் ஆக்கமுறை இலக்கணம் அம்மொழியின் கோட்பாடு. எந்தவோர் அறிவியல் கோட்பாடும் வரையறைக்கு உட்பட்ட எண்ணிக்கையில் அடங்கும் உற்றுநோக்கல்களை அடிப்படையாகக் கொண்டது. இக்கோட்பாடு, புளூம்ஃபீல்டிய கோட்பாடு போலல்லாமல் பொதுவான விதிகளை உருவாக்கி உற்றுநோக்கியவற்றோடு தொடர்புபடுத்த முயற்சிசெய்கிறது. எடுத்துக்காட்டாக, தமிழ் இலக்கணம் வரையறைக்குட்பட்ட எண்ணிக்கையிலான சொற்கூற்றுகள் அடங்கிய தரவுத் தொகுப்பு. இவ்விலக்கணம் ஒலியனியல், தொடரியல் விதிகளாலானது. இவைத் தரவுத்தொகுப்பிலுள்ள சொற்கூற்றுகள் அல்லது வாக்கியங்களிடையே காணப்படும் உறவுகளை விளக்குகின்றன. மேலும், இவ்விதிகள் தரவுத் தொகுப்பிற்கு அப்பாற்பட்ட எண்ணிறந்த வாக்கியங்களை உற்பத்திசெய்யும் ஆற்றல் வாய்ந்தவை. இலக்கண வாக்கியங்களை மட்டுமே இவை தோற்றுவிக்கின்றன என்பதும் குறிப்பிடத்தக்கது.

(3) கண்ணன் ஒரு நல்ல மாணவன்

என்னும் வாக்கியத்தைத் தோற்றுவிக்கும் இவ்விலக்கணம்

*(4) *ஒரு கண்ணன் மாணவன் நல்ல*

என்னும் வாக்கியத்தைத் தோற்றுவிப்பதில்லை[4].

புளூம்ஃபீல்டிய அமைப்பியல்வாத மொழியியல் பேசாத வாக்கியங்களின் இடையிலான உறவையும், தொடரியல் இலக்கணத்தில் இவ்வுறவைப் பாதுகாக்கும் மாற்றுவிதிகளின்

முக்கியத்துவத்தையும் *தொடரியல் அமைப்புகள்* வலியுறுத்தியது. மெதுவாக, சோம்ஸ்கியின் இந்நூல் புளூம்ஃபீல்டிய மொழியியலாளரின் வரவேற்பைப் பெற்றது. ஆனால், முற்றிலும் புதிய ஓர் ஒழுங்கமைவாகவோ கூடுதல் முரண்பாடற்ற எளிய கருத்தியல் வாய்பாடாகவோ மொழியியல் புரட்சிக்கான கருத்தியல் வாய்பாடாகவோ எண்ணப்படவில்லை. அதேபோல, ஓர் அறிவியற்புலத்தை நெருக்கடியிலிருந்தும் பிரச்சனைகளிலிருந்தும் மீட்டெடுக்கும் மீட்பராக சோம்ஸ்கியும் கருதப்படவில்லை. இதற்கு முக்கியக் காரணம், சமகால மொழியியல் கோட்பாடுகளின் ஒலி, சொல் சார்ந்த வலுவான கொள்கைகளைப் பற்றித் தொடரியல் அமைப்புகள் எதுவும் கூறவில்லை. முக்கியமாக, புளூம்ஃபீல்டின் மேநிலை அமைப்பின் **(*Super Structure*)** உள்ளடக்கம் குறித்து சோம்ஸ்கி எதுவும் கூறாததையும் மற்றொரு காரணமாக புளூம்ஃபீல்டியர் கருதினர். எல்லாவற்றுக்கும் மேலாக, சோம்ஸ்கியின் கருத்துகள் பெரும்பாலும் புளூம்ஃபீல்டு தத்துவம் சார்ந்தவையாகத் தோன்றின. சோம்ஸ்கி, மொழியியல் மாணவராக ஹேரிஸிடம் சேர்ந்த நாளிலிருந்து அவருடைய அன்பாதரவு பெற்ற மகன் போலக் கருதப்பட்டது புளூம்ஃபீல்டிய மொழியியலுக்குப் புதியவராகவும் எதிரானவராகவும் சோம்ஸ்கியை நினைக்கச் சந்தர்ப்பம் தரவில்லை.

ஜெல்லிக் ஹேரிஸ், புளூம்ஃபீல்டியக் கருத்தியல் வாய்பாட்டின் நெறிமீறல்களாகவும், எதிர்ச்சான்று எடுத்துக்காட்டுகளாகவும் முன்வைக்கப்பட்ட குறைபாடுகளை இரண்டு வகைகளில் கட்டுப்படுத்தலாம் என்று தம் எதிர்வாதத்தை முன்வைத்தார்.

> ஒன்று, அமைப்பு மொழியியல் பகுப்பாய்வுக்கு அடிப்படையான தரவுத் தொகுப்பைச் சொற்கூற்றுநிலையிலிருந்து கருத்தாடல்நிலைக்கு உயர்த்துவது.
>
> இரண்டு, கருத்தாடல் தரவுத்தொகுப்பாக அமையும்போது அதில் இடம்பெறும் செய்வினை – செயப்பாட்டுவினை வாக்கியங்கள், உடன்பாட்டு – எதிர்மறை வாக்கியங்கள், நேர் – வினா வாக்கியங்கள் ஆகியவற்றிடையே காணும் தொடரியல் உறவுகளை உருமாற்றுகள் மூலம் விளக்குவது.

ஹேரிஸ், ஒரு வாக்கியத்திலிருந்து அதனோடு தொடரியல் உறவு உடைய மற்றொரு வாக்கியத்தை உருமாற்றுவிதி மூலம் வருவித்தல் என்னும் உத்தியில்,

(5) புலி யானையைக் கொன்றது

என்னும் செய்வினை வாக்கியத்திலிருந்து

(6) புலி யானையால் கொல்லப்பட்டது

என்னும் செயப்பாட்டுவினை வாக்கியத்தையும்,

(7) கார்த்திகா நேற்று வந்தாள்

என்னும் உடன்பாட்டு வாக்கியத்திலிருந்து

(8) கார்த்திகா நேற்று வரவில்லை

என்னும் எதிர்மறைவாக்கியத்தையும்,

(9) ஒபாமா வியட்நாம் சென்றார்

என்னும் தனி வாக்கியத்திலிருந்து

(10) ஒபாமா வியட்நாம் சென்றாரா?

என்னும் வினா வாக்கியத்தையும் வருவித்துக்காட்டக் கீழ்வருமாறு உருமாற்றுவிதிகளைப் பயன்படுத்தினார்:

புலி யானையைக் கொன்றது → புலி யானையால் கொல்லப்பட்டது

கார்த்திகா நேற்று வந்தாள் → கார்த்திகா நேற்று வரவில்லை

ஒபாமா வியட்நாம் சென்றார் → ஒபாமா வியட்நாம் சென்றாரா?

கருத்தாடல் தரவுத் தொகுப்பைக் கையாளுவதனால் (5 – 10) வரையிலான வாக்கியங்களிடையே நிலவும் தொடரியல் உறவுகளைப் பேண மேற்காணும் உருமாற்றுவிதிகளைப் பயன்படுத்தி மொழி விளக்கத்தில் எளிமையையும் சிக்கனத்தையும் காக்க முடியும் என்று ஹேரிஸ் நிறுவினார். கூன் குறிப்பிடுவதுபோலக் கருத்தியல் வாய்பாட்டுத் தாவலுக்கு முன்னர், ஒரு கருத்தியல் வாய்பாட்டுக்கு எதிராக நிலைநிறுத்தப்பட்ட நெறிமீறல்களுக்கும் எதிர்ச்சான்று எடுத்துக்காட்டுகளுக்குமான தீர்வுகள் அக்கருத்தியல் வாய்பாட்டிலேயே எட்டப்படுமானால் தாவல் நடைபெறும் வாய்ப்பு தள்ளிப்போகும். புளூம்ஃபீல்டிய மொழியியலுக்கு எதிராக எழுப்பப்பட்ட சோம்ஸ்கிய மொழியியலாரின் வாதங்களுக்கான தீர்வு புளூம்ஃபீல்டியக் கருத்தியல் வாய்பாட்டிலேயே எட்டப்பட்டதால் தாவல் தவிர்க்கப்பட்டது.

1958 டெக்ஸாஸ் மாநாட்டில் சோம்ஸ்கியின் *தொடரியல் அமைப்புகள்* புளூம்ஃபீல்டிய அமைப்பு மொழியியல் கோட்பாட்டுக்கு எவ்வித அச்சுறுத்தலையும் ஏற்படுத்தவில்லை என்பது உண்மை. ஆனால், சோம்ஸ்கி களத்தில் இறங்கி விவாதப்போருக்குத் தயாரானபோது தொடரியல் தொடர்பான

பல விவாதங்கள் மீண்டும் எழுந்தன. சோம்ஸ்கியின் மாநாட்டுக் கட்டுரை *தொடரியல் அமைப்புகள்* – இன் சுருக்கமாக அமைந்தது. மொழியியலை அறிவியல் தரத்துக்கு மேம்படுத்துவதில் *தொடரியல் அமைப்புகள்* கணிசமான பங்காற்றுகிறது என்றும், ஆக்கமுறை மாற்றிலக்கணம் பொருண்மை சார்ந்த பிரச்சனைகளுக்குத் தீர்வுகாண்பதில் அனுகூலமான பாதையை வகுத்துள்ளதுடன் முக்கியமாக, வாக்கியத்தின் பொருண்மைப்பகுதிக்குள் நுழையும் வாய்ப்பைத் தந்துள்ளது என்றும் தம் ஆய்வுக்கட்டுரையில் சோம்ஸ்கி குறிப்பிட்டார்.

மேலும், உருமாற்றுத் தொடர்பாக ஹேரிஸ் மேற்கொண்ட மேலாய்வுகளில் செய்வினை வாக்கியத்திற்கும் செயப்பாட்டுவினை வாக்கியத்திற்கும் இடையேயுள்ள தொடரியல் உறவை விளக்குவதற்கு மொழியியலின் நவீனக் கோட்பாடு என்னும் புளூம்ஃபீல்டிய அமைப்பியல்வாதம் போதுமானதாக இல்லை என்று கூறியதை சோம்ஸ்கி எடுத்துக்காட்டினார். குறிப்பாக, ஹேரிஸின் இக்கருத்திற்கு முக்கியக் காரணம் புளூம்ஃபீல்டியவாதம் மரபிலக்கணத்தை முற்றிலுமாகப் புறக்கணித்ததே. மரபிலக்கணங்கள் இவ்விருவாக்கியங்களுக்கும் இடையேயுள்ள தொடரியல் உறவைக் குறிப்பிடுவதோடு செய்வினை வாக்கியத்திலிருந்து செயப்பாட்டுவினை வாக்கியம் வருவிக்கப்படும் முறையையும் விளக்குகிறது. மரபிலக்கணம் காட்டும் இவ்வருவித்தல்முறையை அண்மைத் தொடர் உறுப்புப் பகுப்பாய்வால் விளக்கிக்காட்ட முடியவில்லை. சோம்ஸ்கியின் மாற்றுவிதிகள் இவ்விரு வாக்கியங்களுக்கிடையேயுள்ள உறவை ஒன்றிலிருந்து மற்றொன்றை வருவித்தல் என்னும் முறையில் அவற்றின் தொடரியல் உறவைப் பேணுகிறது. தொடர்ந்து இரண்டு ஆண்டுகள் மாற்றுவிதிகள், மரபிலக்கணத்தின் சிறப்புகள் குறித்து புளூம்ஃபீல்டியவாதத்திற்கு எதிரான வாதங்களை சோம்ஸ்கி மேற்கொண்டார்.

5.2.4. புதிய ஒலியனியல் கொள்கை

1960களில் காட்சிகள் மாறின. சோம்ஸ்கியும் அவரது இணைஆய்வாளர்களும் புதிய ஒலியினியல் கொள்கை, மொழி ஈட்டலில் மனஅமைப்பு, உளவியலில் உருவான புதிய கோட்பாட்டுச் சிந்தனைகள் என புளூம்ஃபீல்டிய அமைப்பியல்வாதத்திற்கு எதிரான போரைத் தொடர்ந்தனர். இப்போரில் குறிப்பிடத்தக்க பங்கெடுத்தவர் மோரிஸ் ஹாலே[4]. 1950இன் இறுதிவாக்கில் புளூம்ஃபீல்டிய அமைப்பியல்வாதத்திற்கு எதிராகத் தம் வாதங்களை சோம்ஸ்கி முன்வைத்தபோது ஹாலே அவருக்குத் துணையாகநின்றார். பிராக் மொழியியல்

சிந்தனைப்பள்ளியைச் சேர்ந்த ஹாலே ரோமன் யாகோப்ஸனின் கீழ் முனைவர் பட்ட ஆய்வை ஹார்வர்டு பல்கலைக்கழகத்தில் மேற்கொண்டவர். *Sound Pattern of Russian* என்னும் இவரது முனைவர் பட்ட ஆய்வேடு ஒலியனியல் கோட்பாட்டு வரலாற்றில் ஒரு மைல்கல் என்பர். புளூம்ஃபீல்டிய ஒலியனியல் கோட்பாடு, அமெரிக்க மொழியியல் சிந்தனைப்பள்ளியைச் சேர்ந்த சோம்ஸ்கியோடு மட்டுமல்லாமல் பிற சிந்தனைப்பள்ளிகளின் தாக்குதலுக்கும் இக்காலக்கட்டத்தில் உள்ளானது.

அமெரிக்க புளூம்ஃபீல்டிய மொழியியலறிஞர் ஒலியனைத் தமக்கு மட்டுமே உரிய குத்தகைப்பொருளாகக் கருதமுடியாது. *1957*ஆம் ஆண்டு ஹாலேயின் ஒலியன் பற்றிய கொள்கைக்கு எழுந்த எதிர்ப்பை சோம்ஸ்கியின் மாணவரான இராபர்ட் லீஸ் அமெரிக்க மொழியியல் கழகத்தின் *(Linguistic Society of America)* ஆண்டுக் கூட்டத்தில் விவரித்திருந்தார். இவ்வெதிர்ப்பில் ரஷிய மொழியின் சிக்கலான ஒலியனியல் உறவுகளின் பட்டிகைகளை ஹாலே குறிப்பிட்டிருந்தார். இவை புளூம்ஃபீல்டிய அமைப்பியல்வாதத்திற் கான எதிர்ச்சான்று எடுத்துக்காட்டுகளாக ஐரோப்பிய, அமெரிக்க மொழியியலறிஞர்களால் ஏற்றுக்கொள்ளப்பட்டன. தொடர்ந்து ஐரோப்பிய, பிராக், அமெரிக்க மொழியியல் சிந்தனைப்பள்ளிகளைச் சார்ந்த மொழியியலறிஞர்கள் ஒலியியனியல் உறவுகள் குறித்துப் பல ஐயங்களை எழுப்பினர். சோம்ஸ்கியும் ஹாலேயும் இணைந்து தம் விமர்சனங்களை முன்வைத்தனர்.

புளூம்ஃபீல்டியர்கள் குழப்பத்தோடும் மனக்கசப்போடும் விவேகமற்ற வாதங்களில் ஈடுபட்டனர். ஆனால் ஹாலே, மொழியியல் ஆய்வில் இப்புதிய ஒலியனியல் புளூஃபீல்டிய ஒலியனியல் போன்று தனித்தியங்கும் ஒரு வகைமை அன்று என்றும், இப்புதிய ஒலியனியல் திரட்டிக்குவிக்கப்பட்டுள்ள மொழித் தொகுதியின் ஒரு பகுதியாக அவற்றிடையே உள்ள உறவு பேணப்பட வேண்டும் என்றும் வலியுறுத்தினார். ஆனால், புளூம்ஃபீல்டிய மொழியியலறிஞர்களோ இத்தாக்குதல்களுக்கு அசையவில்லை. கையளவு நிறைவான எதிர்ச்சான்று எடுத்துக் காட்டுகளின் அடிப்படையில் முன்வைக்கும் வாதங்களினால் புளூஃபீல்டிய ஒலியியனியல் கருத்தியலாக்கம் எவ்விதக் கோட்பாட்டுச் சரிவுக்கும் உள்ளாகிவிடாது என்று வாதிட்டனர். இச்சாதாரணக் கருத்தியல் வாய்பாட்டு நெறிமீறல்கள் காரணமாக புளூம்ஃபீல்டிய ஒலியனியல் கொள்கையைக் கழித்துக்கட்டுவதற்கு எந்தவித முகாந்திரமும் இல்லை என்றும் தம் மறுப்பைப் புலப்படுத்தினர்.

இது தொடர்பான ஹாலேயின் கருத்துகள் பெரும்பாலும் ரோமன் யாகோப்ஸனிடமிருந்து பெறப்பட்டவை; பிராக் மொழியியல் சிந்தனை வட்டத்திற்கு எதிரான பகைமையுணர்வு இருந்துவந்த வரலாறு புளூம்ஃபீல்டிய அமைப்பியல்வாதத்திற்கு உண்டு என்றும் வாதிட்டனர். ஹாலே, இப்பிரச்சனையைப் புதிய தலைமுறையினரின் மேலாய்வுக்கு விட்டுவிட்டார். இருப்பினும், அவரின் ஒலியனியல் சிந்தனைகள் அறிவியல் அணுகுமுறையோடு உருவாக்கப்பட்ட சோம்ஸ்கியின் ஆக்கமுறை ஒலியனியல் ***(Generative Phonology)*** என்னும் ஓர் உன்னதக் கோட்பாட்டின் பகுதியாக புளூம்ஃபீல்டிய ஒலியனியல் கோட்பாட்டின் இருத்தலுக்குச் சவாலாக இக்காலக் கட்டத்தில் இருந்தது என்பது குறிப்பிடத்தக்கது.

புது–புளூம்ஃபீல்டிய மொழியியல் அறிஞர்களான ஃபிரட் ஹவுஸ்ஹோல்டர், சார்லஸ் ஹாக்கெட் போன்றோர் ஒலியனியல் தொடர்பான விவாதங்களைத் தொடர்ந்து மேற்கொண்டனர். இவர்களுக்கும் சோம்ஸ்கி, ஹாலேக்கும் இடையே கடுமையான விவாதப்போர் நிகழ்ந்தது. ஒரு கட்டத்தில் மீண்டும் மீண்டும் எதிர்ப்பைக் காட்டுவதில் சலித்துப்போய் சோம்ஸ்கியும் ஹாலேயும் மௌனிகளானார்கள். இந்நிலையில் புளூம்ஃபீல்டிய ஒலியனியல் பிரச்சனைகளுக்குத் தீர்வுகாண இயலாமல் புதிய ஒலியனியல் நிலைத்துப்போக, புளூம்ஃபீல்டியர்கள் பொக்கிஷமாகக் கருதிய ஒலியன் பற்றிய கருத்தியலாக்கம் ஒன்றுக்கும் உதவாத, சலித்துப்போன சொல்லடுக்குகளாலான வேடிக்கையாக மொழியியல் கோட்பாட்டு வரலாற்றில் நிலைபெற்றது. மொழியியலில் வலுவான கோட்டையை அமைத்துக்கொண்ட புளூம்ஃபீல்டியர்கள் ஒரு மீட்பரை எதிர்பார்க்கவில்லை. ஆனால், அவர்களின் பெரும்பாலான மாணவர்கள் இக்கட்டத்தில் புதிய மீட்பரை எதிர்நோக்கியிருந்தனர். எனவே, புரட்சிக்கான பொறி தவிர்க்கமுடியாததாகியது.

5.2.5. பன்முகப் பார்வையும் மனவிய அமைப்பும்

தொடரியல் அமைப்புகள் வெளிவந்த ஐம்பதுகளின் பிற்பகுதியிலிருந்தே புளூம்ஃபீல்டியர்களிடையே சோம்ஸ்கி சற்று வித்தியாசமாகக் காணப்பட்டார். எச்.ஏ. கிளீஸன் போன்ற புளூம்ஃபீல்டியப் பழைமைவாதிகளுக்கு இயல்புக்கு மாறான இளம்மொழியியலாளராக அவர் தென்பட்டார். புளூம்ஃபீல்டியக் கோட்பாட்டுக்கு வெளியாளாக நின்று, நிலைநாட்டப்பட்ட ஒரு மொழியியல் கருத்தியல் வாய்பாட்டின் குறைகளையும் இயலாமைகளையும் விமர்சிக்கும் வசதி சோம்ஸ்கிக்கு இருந்தது. இச்சமயத்தில் தமது பேராசிரியர் ஹேரிஸ் மூலமாகப்

பெரும்பாலும் அவரது சிந்தனைச்சுவட்டிலேயே அவர் புளூம்ஃபீல்டிய மொழியியலாளர்க்கு அறிமுகமாயிருந்தார். இருப்பினும், ஹேரிஸைக்கூட முழு புளூம்ஃபீல்டிய மொழியியல் சிந்தனையாளராக ஏற்றுக்கொள்ளாதவர் நடுவில் சோம்ஸ்கியும் அவரது வாரிசாகப் பார்க்கப்பட்ட சந்தர்ப்பங்கள் நிறையவே இருந்தன. மானிட மொழியியலறிஞர் குழுவைச் சேராத ஹேரிஸ், ஒரு புத்தகப்புழுவாகவும் செமிட்டிக் ஒப்பிலக்கணத் தருக்கவாதத்தின் பிரதிநிதியாகவும் கவனிக்கப்பட்டார். மொழியில் கணிதவியல் கூறைக் காணும் ஆய்வை மேற்கொண்டிருந்த அவர் சிறிது வித்தியாசமான அறிவுஜீவியாக புளூம்ஃபீல்டிய மரபு சார்ந்த மொழியியலறிஞர்க்குத் தோன்றினார். இவர்கள் நடுவே ஒரு புத்தாக்க புளூம்ஃபீல்டிய மொழியியலறிஞராக ஹேரிஸ் பெயர்பெற்றிருந்தார். அவரது மாணவரான சோம்ஸ்கியும் புளூம்ஃபீல்டிய மொழியியலறிஞர்களின் இவ்வெண்ணப்போக்கிற்கு விதிவிலக்காக இல்லை.

புளூம்ஃபீல்டியர்கள் கருதியதுபோல சோம்ஸ்கியின் மொழியியல் கோட்பாடு ஹேரிஸின் கருத்துகளோடு மிக நெருக்கமாக இருந்தது. மொழியியலாளர்க்கு இருக்கும் சாதாரணப் பயிற்சியைக் காட்டிலும் தத்துவம், தருக்கம், கணிதவியல், உளவியல், கணினியியல், கல்வியியல் போன்ற துறைகளில் மிகவும் பயிற்சி உடையவராக அவர் இருந்தார். அறிவாதாரமுறையியலில் ஆழமான அறிவுடையவர். அறிவாதாரமுறையியலில் மிக அதிகமாகச் சிலாகிக்கப்படும் மனஅமைப்பு (*Mental structure*) சோம்ஸ்கிய மொழியியலின் அடிப்படைத் தத்துவம். புளூம்ஃபீல்டிய அனுபவவாதத் தத்துவத்திற்கு எதிரான இந்நிலைப்பாடு அவர்களால் 'தீட்டு' என்று தவிர்க்கப் பட்டது. எல்லாவற்றுக்கும் மேலாக, மொழியியலில் சோம்ஸ்கி யின் பன்முகப்பார்வையும் கணிதவியல் அணுகுமுறையும் புளூம்ஃபீல்டிய மொழியியலாளர்க்கு அச்சுறுத்தலாக இருந்தன. *தொடரியல் அமைப்புகள்* வெளிவருவதற்கு முன்னரே 1955இல் நடந்த வேனிற்கால மொழியியல் பயிற்சி வகுப்பில் சோம்ஸ்கியின் கருத்துகள் விவாதத்திற்கு உள்ளானபோது அன்றைய மொழியியல் அறிவியலுக்கு முற்றிலும் அயலான கணிதவியல்கூறு நிறைந்த அறிவியல் என்னும் தோரணையில் கடுமையான விவாதத்திற்கு அவை உள்ளாயின.

> ஒரு சில மொழியியலாளர்கள் சோம்ஸ்கியின் மாற்றிலக்கணத்தைப் புரிந்துகொள்ள மிகவும் கடினமாக உணர்ந்தார்கள்; பெரும்பாலோரால் புரிந்துகொள்ளவே முடியவில்லை. சிலர், ஒரு சில கருத்துகளே ஏற்றுக் கொள்ளத்தக்க வாய்ப்பைப் பெறுவன என எண்ணினர்.

பலருக்கு மொழியியல் எனத் தமக்குத் தெரிந்ததோடு சோம்ஸ்கியின் கருத்துகளை எப்படித் தொடர்புபடுத்துவது என்பது பற்றி எந்தக் கருத்தும் இல்லை

என்று இருபத்துமூன்று ஆண்டுகளுக்குப் பின்னர் கிளீஸன் தன் நூலில் குறிப்பிட்டார் (Gleason,1988)[5].

சோம்ஸ்கி *தொடரியல் அமைப்புகள்–*இல் முன்வைத்த உருமாற்றுப் பகுப்பாய்வு கூடுதல் தொழில்நுட்பம் சார்ந்ததாக மட்டுமல்லாமல் புளூம்ஃபீல்டிய மொழியியலாளரின் தினசரி மொழியியல் நடவடிக்கைகளோடு எந்தவகையிலும் தொடர்புடையனவாக இல்லை. புதிதாக எதிர்முனையில் அறிமுகமாகும் ஒரு கோட்பாட்டுக்கு அது சார்ந்த துறையினர் உடனடியாகச் சிவப்புக்கம்பளம் விரிப்பதில்லை. சோம்ஸ்கியின் *தொடரியல் அமைப்புகள்–*உம் அவ்வளவு எளிதாக புளூம்ஃபீல்டிய அமைப்பு மொழியியலாளரால் ஏற்றுக்கொள்ளப் படவில்லை.

5.2.6. மரபிலக்கணமும் பன்முகப் பயன்பாடும்

1958க்குப் பிறகு, 1962இல் நடந்த அனைத்துலக மொழியியலறிஞர் பேரவைக் கூட்டம் சோம்ஸ்கியின் அடுத்த போர்க்களமானது. இப்பேரவைக் கூட்டத்தில் ஐரோப்பிய, அமெரிக்க மொழியியலாளர்கள் கலந்துகொண்டனர். முதன்மை உரை ஆற்றிய ஆந்திரே மார்தினே உள்ளிட்ட நான்கு ஐரோப்பிய மொழியியல் அறிஞர்களுக்குப் பின் ஐந்தாவதாக முதன்மை உரையாற்ற இளம் சோம்ஸ்கி அழைக்கப்பட்டார். அமெரிக்க மொழியியலின் பிரதிநிதியாக இத்தருணத்தை அவர் பயன்படுத்திக்கொண்டார். தமது கருத்துகளை முன்வைத்து உரையாற்றியதோடு புளூம்ஃபீல்டிய அமைப்பியல்வாதத்தின் குறைகளைச் சுட்டிக்காட்டி மரபிலக்கணத்தைத் தம் கோட்பாட்டுக்கு இணையாக வரிசைப்படுத்திக்கொண்டார். புளூம்ஃபீல்டிய அமைப்பு மொழியியலுக்கு எதிரான சோம்ஸ்கி யின் வாதத்தை ஏற்றுக்கொண்ட ஐரோப்பிய மொழியியலறிஞர் அதற்கு மாற்றாக அவரின் மாற்றிலக்கணக் கோட்பாட்டை ஏற்க முன்வரவில்லை. இருப்பினும், சோம்ஸ்கியின் விரிவான விளக்கங்களும் ஏற்கத் தூண்டும் விவாதங்களும் பல மொழியியல் அறிஞர்களை அவரின் கருத்துகளை ஏற்கும்படிச் செய்தன. சோம்ஸ்கி தம் முதன்மை உரையில் கீழ்க்காணும் கருத்துகளை வலியுறுத்தினார்:

- எல்லா மொழிகளிலும் காணப்படும் மொழிப் பொதுமை களை வெளிப்படுத்துவதில் மரபிலக்கணம் சரியான தடத்தில் உள்ளது.

- மரபிலக்கணத்தின் உண்மையான பிரச்சனை, மொழியை விளக்குவதில் அதன் துல்லியக் குறைபாடு.
- சில நன்மைகளிருந்தாலும் புளூம்ஃபீல்டிய மொழியியல் அடிப்படையில் தவறான தடத்திலேயே செல்கிறது. உளவியல் கூறுகளைப் புறக்கணிப்பது, மொழி வேறுபாடு களுக்கு *(Language variations)* கூடுதல் அழுத்தம் தருவது போன்ற நிலைப்பாடுகள் அறிவியல் அறிவைத் தவறாகப் பயன்படுத்தும் போக்கை புளூம்ஃபீல்டிய மொழியியல் மேற்கொள்ளக் காரணமாகின்றன.
- அதிருஷ்டவசமாக, மொழியை விளக்கக் கடந்த சில பதினாண்டுகளாகத் தருக்கவியல், கணிதவியல் மூலமாகப் பன்முகக் கருவிகள் கிடைக்கும் வாய்ப்புகள் பெருகியுள்ளன. இவற்றை புளூம்ஃபீல்டிய மொழியியல் பயன்படுத்திக்கொள்ளவில்லை.
- ஆக்கமுறை மாற்றிலக்கணம் இப்பன்முகக் கருவிகளைப் பயன்படுத்தி மொழியியலைக் கூடுதல் அறிவியல் தளமாக உயர்த்தியுள்ளது.

சோம்ஸ்கியின் இப்பேரவைக் கூட்ட முதன்மை உரையில் புளூம்ஃபீல்டிய அமைப்பு மொழியியல் புறக்கணித்த மரபிலக்கணத்தின் இடம் முக்கியத்துவம் பெற்றது. மொழியியல் படிப்பிற்குப் பிற அறிவியல் படிப்புகளுக்கு இணையான அங்கீகாரம் பெற புளூம்ஃபீல்டியர்களுக்கு மரபிலக்கணத்தைப் புறக்கணிக்க வேண்டிய கட்டாயம் இருந்தது. ஆனால் சோம்ஸ்கி, மரபிலக்கணத்தின் ஓர் அங்கமாகவே ஆக்கமுறை மாற்றிலக்கணத்தைக் கருதினார்.

5.2.7. மொழிப் பொதுமைகளும் மொழிப் படைப்பாக்கமும்

சோம்ஸ்கி பதினேழாம் நூற்றாண்டு போர்ட் இராயல் இலக்கணத்தில் ஆழ்ந்த ஈடுபாடு உடையவர். மொழிப் பொதுமைகளைப் பற்றி விளக்கமாகப் பேசிய முதலாவது இலக்கணம் இது என்பது சோம்ஸ்கியின் கருத்து. ஆக்கமுறை மாற்றிலக்கணம், மொழிப் பொதுமைகளை ஆதாரமாகக்கொண்ட ஒரு கருத்தியலாக்கம் என்னும் இவர், இலக்கணம் பற்றிய வில்ஹெம் வோன் ஹு’ம்போல்டின் கருத்தை ஆதரிப்பவர். ஹு’ம்போல்டு, அமைப்பு மொழியியல் கோட்பாட்டுவடிவம் பெறுவதற்கு முன்னரே மொழியைப் பற்றிப் பெரிதாகச் சிந்தித்த அமைப்பியலாளர். ‘மொழி ஓர் உற்பத்தி இயந்திரம். இதன் உற்பத்தியாக்கம் குழந்தையின் மொழியாற்றலால் நிகழ்கிறது. குழந்தை பேச்சைக் கற்றல் என்பது அதன் நினைவுப்பேழையில்

சொற்களைச் சேகரிப்பதும், பின்னர் அவற்றை மழலையாகப் பேசுவதும் அன்று. மொழியைக் கற்பதும் பேசுவதும் குழந்தையின் வயதிற்கேற்ற மொழியாற்றலின் வளர்ச்சியையும் பயிற்சியையும் ஒட்டி நிகழ்வன' என்னும் ஹம்போல்டின் கருத்தைத் தம் மொழியியல் கோட்பாட்டின் அடித்தளமாக சோம்ஸ்கி கருதுகிறார்.

சோம்ஸ்கியின் இந்நிலைப்பாடு புளூம்ஃபீல்டிய அமைப்பு மொழியியல் வலியுறுத்தும் நடத்தைவியல்முறைக்கு எதிரானது. ஹம்போல்டின் உற்பத்தியாக்கமே ஆக்கமுறை, படைப்பாக்கம், மொழிப் பயன்பாட்டுப் படைப்பாக்கக் கூறு என்னும் சோம்ஸ்கியக் கோட்பாட்டு அடிப்படைகளின் மூல ஆதாரமானது. புளூம்ஃபீல்டியர் புறக்கணித்த மொழி ஈட்டல், மொழிப் படைப்பாக்கம், மொழிப் பொதுமைகள் ஆகிய கருத்தாக்கங்கள் மீண்டும் உயிர்த்தெழுந்து மொழியாய்வில் முக்கியத்துவம் பெறச் செய்த பெருமையை அனைத்துலக மொழியியலறிஞர் பேரவைக் கூட்டத்தில் சோம்ஸ்கி வழங்கிய முதன்மை உரை பெற்றது. குறிப்பாக, மொழிப் படைப்பாக்கம் மொழியின் முக்கியமான கூறு என்பதும், ஒரு மொழியியல் கோட்பாடு இதனை விளக்கவேண்டும் என்பதும் சோம்ஸ்கியின் அழுத்தமான கருத்துகளாக இம்முதன்மை உரையில் இடம்பெற்றன.

இவ்வகையில் மொழியியல் கோட்பாட்டு உருவாக்கத்தில் புளூம்ஃபீல்டியர்கள் புறக்கணித்த இரண்டு முக்கியமான நூல்கள் பதினேழாம் நூற்றாண்டில் எழுதப்பட்ட *The Art of Thinking, General and Rational Grammar* என்பன. இவைதாம் முறையே போர்ட் – இராயல் தருக்கவியல் என்றும் போர்ட் – இராயல் இலக்கணம் என்றும் பரவலாக அழைக்கப்படுகின்றன. இவ்விரு நூல்களின் அடிப்படையில் இலக்கணம் பற்றிய பொதுவான கருத்தை புளூம்ஃபீல்டு உட்பட அனைவரும் அமைப்பு மொழியியல் கோட்பாட்டு உருவாக்கத்தில் உணர்ந்தாலும் வெளிப்படையாக இந்நூல்களைக் குறிப்பிடுவதில்லை. பொதுவான மனித மன அமைப்பை உலகிலுள்ள எல்லா மொழிகளும் உள்ளடக்கமாகக் கொண்டிருக்கிறது என்னும் உளவியல் சார்பை புளூம்ஃபீல்டிய அமைப்பு மொழியியல் ஏற்காதது இதற்கு முக்கியக் காரணம். ஆனால் சோம்ஸ்கி போர்ட்– இராயல் இலக்கண மரபில் மொழி ஈட்டலில் மனஅமைப்பு பற்றிய சிந்தனையில் முழு ஈடுபாடு காட்டினார். மொழியமைப்புகளின் உள்ளடக்கத்தை இம்மன அமைப்புகளிலே காண முடியும் என உறுதியாக நம்பினார்.

மரபிலக்கணத்தின் பொதுவான சிந்தனைகளான மொழிப் பொதுமைகளையும் படைப்பாக்கத்தையும் ஹேரிஸ், சார்லஸ் ஹாக்கெட் போன்ற புளூம்ஃபீல்டிய மொழியியலறிஞர்கள் உணர்ந்திருந்தும் இவற்றைப் புறக்கணித்ததாலேயே அமைப்பு

மொழியியல் கோட்பாட்டுத் தகுதி இழப்பிற்கு இலக்கானது. வண்ணனை மொழியியலை மொழியியல் கோட்பாட்டின் முழுமையான கருத்தியல் வாய்பாடாகக் கருதியதும், இதன் அடிப்படையில் மொழிகள் வேறுபடும் தன்மையன என்னும் மொழிப் பொதுமைகளுக்கு எதிரான நிலைப்பாட்டை மேற்கொண்டதும் புளூல்ஃபீல்டிய அமைப்பு மொழியியல் மொழிப் பொதுமைகள், மனஅமைப்பு போன்ற அடிப்படை மொழிச் சித்தாந்தங்களைப் புறக்கணிக்கக் காரணமாயின. குறிப்பிட்ட மொழிகளை விவரிக்க உதவும் ஒரு நல்ல கருவியாக புளூம்ஃபீல்டிய வண்ணனை மொழியியலைக் கருதினாலும் மொழிப் பொதுமை கருத்தாக்கத்தின்மீது இருந்த வெறுப்பு மொழியின் முழுமையான வண்ணனைக்கு முட்டுக்கட்டையாக இருந்தது என்று சோம்ஸ்கி அனைத்துலக மொழியியலறிஞர் பேரவைக் கூட்டத்திற்குப் பின்னர் எழுதிய பல கட்டுரைகளில் தெளிவுபடுத்தினார்.

5.2.8. அனுபவவாதமும் மொழி ஈட்டலும்

சோம்ஸ்கி ஒரு முற்போக்குச் சிந்தனையாளர். பகுத்தறிவுவாதச் சார்புடையவர். அனுபவவாத (*Empiricism*) சார்புடைய புளூம்ஃபீல்டிய மொழியியல் வலுவற்ற கோட்பாட்டின்மீது எழுப்பப்பட்ட கட்டுமானம் என்பது அவரது கருத்து. 'மனித மனம் எதுவும் எழுதப்படாத வெற்று எலும்புப் பட்டிகை (*tabula rasa*); இது வெறுமையானது; எவ்வித அமைப்பும் அற்றது' என்பது அனுபவவாதிகள் நம்பிக்கை. அனைத்துலக மொழியியலறிஞர் பேரவைக் கூட்டத்தில் சோம்ஸ்கி தம் ஆய்வுக்கட்டுரையை வழங்கிய சில ஆண்டுகளிலேயே புளூம்ஃபீல்டியர்களின் இக்கோட்பாட்டு அடித்தளம் இளையதலைமுறையினரின் விமர்சனத்திற்கு உள்ளானது.

பகுத்தறிவுவாதம் பற்றிய சோம்ஸ்கியின் நிலைப்பாடு ஐம்பதுகளின் இறுதியில் உருவான புலனுணர்வியல் உளவியலோடு தொடர்புடையது. குறிப்பாக, அறுபதுகளின் ஆரம்பத்தில் அனுபவவாதம் ஸ்கின்னரின் நடத்தைவியல் (*Behaviorism*) நூலுக்கு சோம்ஸ்கி எழுதிய மதிப்புரை காரணமாகக் கேள்விக்குரியதானது. நடத்தைவியல் கோட்பாட்டைத் தழுவி மனித மொழியை விளக்குவதில் ஸ்கின்னர் தோற்றுப்போனார்; மனித மொழி அவர் குறிப்பிடுவதுபோல நிலையுறுத்தப்பட்ட துலங்கல்களின் தொடர்ச்சியல்ல; ஸ்கின்னரின் ஆக்கநிலையுறுத்தக் கோட்பாடு மனிதனின் மொழிப்படைப்பாக்கத்திறனை விளக்குவதற்குப் போதுமானதல்ல என்றெல்லாம் இம்மதிப்புரையில் சோம்ஸ்கி குறிப்பிட்டார். நடத்தைவியலார், மனத்தை எதுவும் எழுதப்படாத

கற்பலகை என்பர். இவ்வெழுதப்படாத வெறும் கற்பலகையில் மனம் சார்ந்த செயல்பாடுகளைப் பொருத்திக்கூறுவது பகுத்தறிவுவாதத்தை நம்பாத புளூம்ஃபீல்டியர்களுக்கு எவ்வாறு சாத்தியமாகிறது என்பது மில்லியன் டாலர் கேள்வி.

சோம்ஸ்கியின் பகுத்தறிவுவாதம் முற்போக்குச் சிந்தனை உடையது. குழந்தையின் பல திறன்கள் அதன் மனம் சார்ந்தவை. பகுத்தறிவாளரான லெய்ப்னிஸ் குழந்தையின் மனத்தை நரம்புகள் இழையோடும் கறுப்புப் பளிங்குக்கல்லுடன் ஒப்பிட்டுக்கூறுவார். இவர், மொழி ஈட்டல் என்பது இந்நரம்புகளைக் காணக் குழந்தை அக்கல்லைத் தேய்த்துத் தேய்த்து மெருகூட்டுவதும், காண்பதற்குத் தடையாக இருப்பனவற்றைச் செதுக்கி அப்புறப்படுத்துவதும் ஆகும் என்கிறார். சோம்ஸ்கி, குழந்தையின் இவ்வாற்றலையே மொழிநுட்பப் புலம் என்றும், இது தனிச் சிறப்பு வாய்ந்த மன உறுப்பு என்றும் கூறுகிறார். சோம்ஸ்கிக்கு மொழி என்பது மனம் என்னும் இப்பளிங்குக்கல்லில் காணப்படும் மரபணுவியல் சார்ந்த நரம்புகளுள் ஒன்று. மொழி வளர்ச்சி பிற உடல் உறுப்புகள் வளர்வது போன்றதே. புளூம்ஃபீல்டியர்கள் இப்பகுத்தறிவுவாதச் சிந்தனைக்கு எதிரானவர்கள்.

பகுத்தறிவுவாதம் – அனுபவவாதம் என்னும் இணையெதிர்மை சோம்ஸ்கிய மாற்றிலக்கணக் கோட்பாட்டை நிலைநாட்ட முக்கியமான தளமாகப் பிற்காலத்தில் அமைந்தது. இது குறித்து விரிவாக அடுத்த அத்தியாயத்தில் காண்போம். பகுத்தறிவுவாதம் பற்றிய தொடர் விவாதம் மேன்மேலும் வலுவடைந்து புளூம்ஃபீல்டியர்களிடையே சோம்ஸ்கியின் கோட்பாட்டு நிலைப்பாட்டை நோக்கிய மனமாற்றம் நிகழக் காரணமானது. 1964இல் ஹாக்கெட் அமெரிக்க மொழியியல் கழகத்தில் நிகழ்த்திய தலைமை உரையில் ‘சோம்ஸ்கியின் *தொடரியல் அமைப்புகள்* சில மொழியியல் கோட்பாட்டுத் தடைகளைத் தகர்த்த நூல்’ என்று குறிப்பிட்டார். இச்சூழலில் சோம்ஸ்கியின் பகுத்தறிவுவாதக் கருதுதுகளும், மோரிஸ் ஹாலேயின் ஒலியன் பற்றிய கருத்துகளும் அமெரிக்காவில் பல இளம் அறிவுஜீவிகளைக் கவர்ந்தன. இவர்களுக்கு சோம்ஸ்கிய மொழியியலின் ‘அடைகாப்பு உறையுள்’ எனக் கருதப்படுகின்ற மாசாசூசெட்ஸ் தொழில்நுட்ப நிறுவனத்தின் மின்னணுவியல் ஆய்வுக்கூடத்தில் ஒரு குழுவாக சோம்ஸ்கியின் மாணவர்களாக இணையும் வாய்ப்பு ஏற்பட்டது. இக்குழுவில் இராபர்ட் லீஸ், பால் போஸ்டல், ஜெரால்டு கட்ஜ், ஜெர்ரி ஃபோடர், எட்வர்டு கிளிமா, ஜே கெய்ஸர் போன்றோர் அடங்குவர். சோம்ஸ்கிய மொழியியலை உலகளாவிய நிலையில் வலுவான கோட்பாடாக, புளூம்ஃபீல்டிய மொழியியலுக்கு எதிராகக் களமிறக்கிய

பெருமை இக்குழுவைச் சாரும். இக்குழுவைச் சேர்ந்த ஜெர்ரி ஃபோடர், 'சோம்ஸ்கிய மொழியியலில் ஆர்வமுள்ள இளைஞர்கள் மாசாசூசெட்ஸ் தொழில்நுட்ப நிறுவனத்தைச் சேர்ந்த நாங்கள் மட்டுமல்ல; வேறு நாடுகளிலும் வியாபித்து இருக்கிறார்கள். இருப்பினும், நாங்கள் அனைவரும் ஒரே இடத்தில் இருப்பதால் எங்களிடையே சோம்ஸ்கிய மொழியியல் பற்றிய கருத்துப்பரிமாற்றம் சுலபமாகவும் இனிமையாகவும் நடக்க வாய்ப்புள்ளது. பொதுவான ஓர் ஆய்வுநெறிமுறையைப் பின்பற்ற முடிகிறது. மொழியியல் மட்டுமல்ல; நடத்தைவியல் ஆய்வும் இதன்பாற்படும். நாங்கள் எல்லோருமே மனச்சார்பாளர்கள் *(Mentalists)'* என்று குறிப்பிட்டார். சோம்ஸ்கியின் பொருண்மையியல் பற்றிய கருத்தியலாக்கத்திற்கும் இவர்களின் பங்களிப்பு குறிப்பிடத்தக்கது.

5.2.9. பொருண்மையியல்

இராபர்ட் லீஸ் எழுதிய *ஆங்கிலப் பெயராக்கங்களின் இலக்கணம் (The Grammar of English Nominalizations)* என்ற நூலும், ஹாலேயின் *Sound Pattern of Russian* என்ற நூலும், ஜெரால்டு கட்ஜ் ஃபோடருடன் இணைந்து 1964இல் எழுதிய *பொருண்மைக் கோட்பாட்டு அமைப்பு (The Structure of a Semantic Theory)* என்ற ஆய்வுக்கட்டுரையும் மாற்றிலக்கணக் கோட்பாட்டைப் பொருண்மையியல் தளத்திற்கு விரித்தன. மொழியின் எல்லா இலக்கணக் கூறுகளையும் வகைப்படுத்தும் நோக்கம் கொண்ட அமைப்பு மொழியியல், பொருண்மைக்கூறைக் கூடுதல் கவனத்திற்கு எடுத்துக்கொள்ளாதது கோட்பாட்டு நகைமுரண். ஓர் உருபனை இனங்காண்பதற்குப் பொருள் இன்றியமையாதது எனப் பொருளுக்கு முதலிடம் தரும் அமைப்பு மொழியியல் அதனை மொழிப்பகுப்பாய்வின் புறக்கூறாகவே கருதியது. ஒலியனைப் பற்றிய படிப்பு ஒலியனியல் என்பது போல், உருபனைப் பற்றிய படிப்பு உருபனியல் என்பதுபோல், தொடர்களைப் பற்றிய படிப்பு தொடரியல் என்பதுபோல், பொருளைப் பற்றிய படிப்பு பொருண்மையியல் என்னும் கருத்துப்போக்கு புளூம்ஃபீல்டிய அமைப்பு மொழியியலாளரிடையே அவ்வளவு எளிதாக முக்கியத்துவம் பெற்றுவிடவில்லை. போலிங்கர் என்பார், 'உருபன் பகுப்பாய்வில் பொருளை முக்கியமாகக் கருதும் அமைப்பு மொழியியலாளர் அதனை வளர்த்தெடுக்கத் தவறிவிட்டனர்' என்று குறிப்பிடுகிறார்.

ஐம்பதுகளில் தொடரியல் தனியொரு படிப்பாக சோம்ஸ்கியால் அறிமுகப்படுத்தப்பட்டபோதுதான் பொருண்மையியல் மொழியியலின் முதன்மை ஒழுங்கமைவுகளுள்

ஒன்றாக அமைப்பு மொழியியலாளரின் கருதலுக்கு உள்ளானது. ஹேரிஸின் உருமாற்றுமுறையை வரவேற்கும் மார்ட்டின் ஜூஸ், 'அமைப்புப் பொருண்மையியலின் ஆரம்பம் இது... மொழியியல் கோட்பாட்டில் சில ஆண்டுகளிலேயே நடைபெற்ற பரபரப்பான மாற்றம்...' என்று குறிப்பிட்டார். ஹேரிஸின் இப்பொருண்மையியல் கருத்தியலாக்கத்தின் விரிவாக்கமாகத்தான் பொருண்மையியல் ஆதிக்கத்தோடு கூடிய மொழியியல் கோட்பாட்டைக் கட்டமைப்பதை சோம்ஸ்கி தம் முதன்மை நோக்கமாகக் கொண்டார். வீடு என்னும் சொல் அதன் அகராதிப் பொருளைக்காட்டிலும்,

(11) அன்வர் வீடு கட்டினார்

(12) கமலா வீடு பெருக்கினாள்

(13) ஜேம்ஸ் வீடு வாங்கினாரா?

(14) கமலா வீடு திரும்பவில்லை

என்னும் வாக்கியங்களில் பயன்படும்போது அதன் பொருண்மை விரிவும் பயன்பாடும் இணைந்து அச்சொல்லின் தனித்தன்மை வெளிப்படுவதை உணரமுடியும். சோம்ஸ்கியின் *தொடரியல் அமைப்புகள்* மொழியை எவ்வளவு அர்த்தநிறைவோடு கையாள முடியும் என்பதை மொழியியலாளர்க்குச் சுட்டிக்காட்டியது. இந்நிலையில் பால் போஸ்டல், ஜெரால்டு கட்ஜ், ஜெர்ரி ஃபோடர் ஆகியோர் இணைந்து சோம்ஸ்கியின் *தொடரியல் அமைப்புகள்* முன்மாதிரியில் பொருண்மையியலை முக்கியமான கூறாக இணைப்பதில் ஈடுபட்டனர். இவர்களின் இம்முயற்சிதான் பின்னாளில் ஆக்கமுறைப் பொருண்மையியல் *(Generative Semantics)* தோன்றக் காரணமானது. ஆனால் ஜெரால்டு கட்ஜூம் ஜெர்ரி ஃபோடரும் ஆக்கப்பொருண்மையியலை ஆதரிக்கவில்லை.

புது – புளூம்ஃபீல்டியர்கள் பொருண்மைத் தொடர்பான சோம்ஸ்கியின் நிலைப்பாட்டை வரவேற்றனர். மேலும் 'ஒரு மொழியின் இலக்கணமே அம்மொழியின் கோட்பாடு'என்னும் விளக்கத்தையும், ஓர் அறிவியல் எளிமை, பொதுமைப்படுத்தல், சோதனை என்னும் விதிமுறைகளில் இயங்க வேண்டும் என்பதையும் ஏற்றுக்கொள்ளத் தயாராயினர். 1954இலேயே சார்லஸ் ஹாக்கெட் இக்கருத்துகளைத் தெளிவாகப் புலப்படுத்தியிருந்தார். தொடரியல் தொடர்பாக சோம்ஸ்கி கூறிய முன்னணிக் கருத்துகளையும் ஏற்றுக்கொண்டனர். இவ்வொப்புதல் மூலம் சில கருத்துகளைத் தம் கருத்தியல் வாய்பாட்டு விரிவாக்கத்திற்கு உட்படுத்தவும், தம் கோட்பாட்டு

நிலைப்பாடுகளை மறுபரிசீலனை செய்யவும் புது–புளூம்ஃபீல்டிய மொழியியல் அறிஞர்கள் இசைந்தனர். இளையதலைமுறையைச் சேர்ந்த பெரும்பாலோர் சோம்ஸ்கியின் *தொடரியல் அமைப்புகள்* –ஐ ஏற்கத் தயாரானார்கள். ஆனால், அமைப்பியல் கருத்தியல் வாய்பாட்டை முற்றிலுமாகப் பதிலீடு செய்யவோ மற்றொரு கருத்தியல் வாய்பாட்டுத் தாவலுக்குத் தம்மை ஆயத்தப்படுத்திக்கொள்ளவோ அவர்கள் அணியமாகவில்லை.

5.3. கருத்தியல் வாய்பாட்டுத் தாவல்

இராபர்ட் லீஸ், பால் போஸ்டல், ஜெரால்டு கட்ஜ், ஜெர்ரி ஃபோடர், எட்வர்டு கிளிமா, ஜே கெய்ஸர் போன்றோர் புளூம்ஃபீல்டிய கருத்துக்கு எதிரான பல கருத்துகளை முன்வைத்தனர். புளூம்ஃபீல்டிய மொழியியலின் வலுவிழந்த பகுதிகளான தொடரியல், பொருண்மையியல் குறித்து இவர்கள் தொடுத்த எதிர்வினையாடல்கள் மொழியியல் புரட்சிக்கு வித்தாக விழுந்தன. இவை தொடர்பான கருத்துகளை மொழியியலறிஞர் நடுவில் எடுத்துக்கூறவும், விவாதிக்கவும் முன் எப்போதுமில்லாத வேகம் இவர்களிடையே அதிகரித்திருந்தது. ஒருவர் கருத்தை மற்றொருவரோடு பரிமாறிப் பொதுக்கருத்து பெறுவதும், ஒருவர் எழுதிய ஆய்வுக்கட்டுரையை அச்சேறுவதற்கு முன்னரே மற்றொருவரோடு பகிர்ந்து ஆலோசனை பெறுவதுமாக சோம்ஸ்கிய மொழியியல் பரப்புரைக்கு இசைந்த விவாத வடிவங்களைக் குழுவாக உருவாக்கினர். இவ்வுருவாக்கத்தில் சோம்ஸ்கிய மொழியியல், மொழியியல் வரலாற்றில் ஆழமாக வேரூன்றிப் பெரியதொரு கருத்தியல் வாய்பாட்டுத் தாவலுக்கு ஆயத்தமானது.

இவற்றுக்கிடையே இக்குழுவினர் அச்சு வாய்ப்புகளை எதிர்பாராமல் உருளச்சிட்டுச் சுற்றுக்குவிட்ட ஆய்வுப்படைப்புகள் பிறநாட்டு மொழியியல் அறிஞர்களையும் சோம்ஸ்கிய மொழியியலுக்கு ஈர்த்தன. *தொடரியல் அமைப்புகள்*–இல் பத்துக்கு மேற்பட்ட இடங்களில் மேற்கோள் காட்டப்படும் மொழியியல் *கோட்பாட்டின் தருக்க அமைப்பு* நூலின் பல பகுதிகள் *தொடரியல் அமைப்புகள்* என்னும் அத்தியாயம் உட்பட, இவ்வாறு சுற்றுக்கு விடப்பட்டவையே. இவை சோம்ஸ்கிய மொழியியலை உரிய இடத்தில், உரிய நேரத்தில், உரிய மொழியியல் அறிஞர்களிடம் கொண்டுசேர்த்தன.

இந்நிலையில், அமைப்பு மொழியியல் கருத்தியல் வாய்பாட்டுக்கு மாற்றாக சோம்ஸ்கிய கருத்தியல் வாய்பாட்டை நிலைநிறுத்துவதில் வலுவான அமைப்பாகச் செயல்பட்ட மாசாசூசெட்ஸ் தொழில்நுட்ப நிறுவன மொழியியலாளர்களுள்

இராபர்ட் லீஸின் பங்குக் கணிசமானது. சோம்ஸ்கிக்கு அடுத்ததாக ஐம்பதுகளிலேயே புளூம்ஃபீல்டிய மொழியியலின்மீது அறிவியல்பூர்வமான தாக்குதலைத் தொடுத்தவர் லீஸ். புளூம்ஃபீல்டிய மொழியியலை ஆழமாகக் கற்று அதன் கொள்கைகள் மீது பற்றுறுதி கொண்டவர் இவர். சோம்ஸ்கிய மொழியியல் வல்லுநரிடையேயும் புளூம்ஃபீல்டிய மொழியியல் கோட்பாட்டையும் கொள்கைகளையும் நிலைநாட்ட முடியும் என்னும் நம்பிக்கையோடு மாசாசூசெட்ஸ் நிறுவனத்துக்கு வந்தபோது சோம்ஸ்கிய மொழியியலால் ஈர்க்கப்பட்டு அவரது முதலாவது முனைவர் பட்ட ஆய்வு மாணவரானார். இக்காலத்தில்தான் சோம்ஸ்கியின் *தொடரியல் அமைப்புகள்* நூலுக்கு விரிவான மதிப்புரை எழுதினார். இந்நூலுக்கு முதலாவதும் ஆழமானதுமான மதிப்புரை இதுவே. இம்மதிப்புரை சோம்ஸ்கிய மொழியியலை அறிவார்ந்த விமர்சனக் குறிப்புகளோடு மொழியியல் கோட்பாடுகளில் ஓர் உன்னதக் கோட்பாடாக நிலைநிறுத்தியது.

இராபர்ட் லீஸ் சோம்ஸ்கிய மொழியியல் கொள்கைகளைப் பரப்பும் பரப்புரையாளராகப் பல நாடுகளுக்கும் சென்றார். இவரின் பரப்புரைகள் புளூம்ஃபீல்டிய மொழியியலுக்கு எதிராக இந்நாடுகளின் மொழியியல் துறைகளில் எதிரொலித்தன. இந்தியாவில் புது டெல்லி, ஹைதராபாத் (CIEFL) பல்கலைக்கழக மொழியியல் துறைகளில் அறுபதுகளின் பிற்பகுதியில் லீஸ் உரையாற்றினார். புளூம்ஃபீல்டிய மொழியியல் பற்றாளரிடையே அதிர்வலைகளை உண்டாக்கிய லீஸின் விரிவுரைகள் கடுமையான விவாதங்களுக்கு உள்ளாயின. லீஸ் புளூம்ஃபீல்டியக் கொள்கையாளர்களின் சார்பாக எதிரிகளோடு மோதுபவராகக் கருதப்பட்டவர். அவர் சோம்ஸ்கிய மொழியியலை அமைப்பியல்வாதத்திற்கு மாற்றுக் கருத்தியல் வாய்பாடாக உயர்த்திப்பிடித்தது பலரிடையே எரிச்சலை உண்டாக்கியது.

லீஸ் எந்தக் கடினமான கருத்தையும் எளிதாகப் புரியும்படி விளக்கிக்கூறுவதில் வல்லவர். தருக்கம், கணிதவியல், புலனுணர்வியல் உளவியல் சார்ந்த கடினமான சோம்ஸ்கிய மொழியியல் கொள்கைகளை லீஸ் எளிமையாகவும், கேட்டார் ஏற்கும்படி எடுத்துக்காட்டுகள் தந்தும் விளக்கிக் கூறினார். இதனால் சோம்ஸ்கிய மொழியியலின் ஆளுமைமிக்க பரப்புரையாளராக அவர் வலம்வந்தார். புளூம்ஃபீல்டிய மொழியியலின்மீது மேற்கொண்ட தாக்குதல்கள் புது–புளூம்ஃபீல்டிய மொழியியலாளரிடம் மாற்றத்தை ஏற்படுத்தின. ஒரு கருத்தியல் வாய்பாட்டுத் தாவலுக்குத் தம்மைத் தயார்செய்துகொள்ள இவர்களுக்கு லீஸ் தூண்டுகோலாக இருந்தார். இச்சமயத்தில் அவரது முனைவர் பட்ட ஆய்வேடான *ஆங்கிலப் பெயராக்கங்களின் இலக்கணம்*

சோம்ஸ்கிய மொழியியலை ஆழமாக உள்வாங்கிய நூலாக அனைவரது பாராட்டையும் பெற்றது. இந்நூலும் அப்போது உருவாகிக்கொண்டிருந்த சோம்ஸ்கியக் கருத்தியல் வாய்பாட்டுக் கான தாவலுக்குக் கூடுதல் ஊக்கியாகச் செயற்பட்டது.

சோம்ஸ்கி, புது–புளூம்ஃபீல்டிய மொழியியலாளர்களை அவர்களின் வழக்காடுமன்றங்களிலேயே சந்தித்தார். உணர்ச்சி வேகம் மிகுந்த விவாதங்களின்போது ஹாலே[5], லீஸ் ஆகியோரைப் பக்கபலமாகக் கொண்டு தம் கருத்துகளை நிலைநாட்டினார். தம் மாணவர்களையும் இத்தகைய வாதங்களை எதிர்கொள்ள அவர் தயார்படுத்தினார் என்பர். மொழியியல் கற்கும் மாணவர்கள் மட்டுமல்லாமல் கணிதம், உளவியல், தருக்கம், தத்துவம் கற்கும் மாணவர்களும் இப்புதிய மொழியியல் சிந்தனையில் ஆர்வம்காட்டினர். இதனால் மாநாட்டுக் கருத்தரங்குகளிலும், ஆய்வுப் பேரவைகளிலும், வகுப்பறைகளிலும் புளூம்ஃபீல்டிய மொழியியலறிஞர்க்கு இம்மாணவர்களின் விமர்சனங்களுக்கு எதிரான பாதுகாப்பு அரண் அமைக்க வேண்டியது கட்டாயமாயிற்று. மோரிஸ் ஹாலே போன்ற சோம்ஸ்கிய மொழியியலறிஞர்கள்மீது புளூம்ஃபீல்டிய மொழியியலறிஞர்களின் தாக்குதல் கடுமையாக இருந்தபோது இளையதலைமுறையினர் கல்விசார் உணர்வோடு விவாதிக்க சோம்ஸ்கியின் கோட்பாட்டு நவீனத்துவமும் புரட்சிப்போக்கும் கவர்ச்சியான ஆயுதங்களாக அவர்களுக்குப் பயன்பட்டன. சோம்ஸ்கி இவ்விவாதப்போர்களை ஊக்குவித்தார். இவ்வணுகுமுறை ஒரு சமூக அரசியல் போராளியின் அணுகுமுறைக்கு இணையானது. சமூகப்பிரச்சனைகளிலும் அரசியல் பிரச்சனைகளிலும் ஈடுபாடுகொண்ட போராட்ட உணர்வுமிக்க சோம்ஸ்கி, ஒரு கல்வியியல் போராளியாக இம்மொழியியல் போர்களில் பங்கேற்றார் என்பது குறிப்பிடத்தக்கது.

உளவியல்ரீதியாக இம்மொழியியல் போர்கள் ஒருவகையில் வருத்தமளிப்பதாக இருந்தன. ஒரு காலத்தில் புளூம்ஃபீல்டிய மொழியியலும் பழைய கோட்பாடுகள் நடுவே புரட்சியை ஏற்படுத்தி ஏறுமுகமாக வளர்ந்து நிலைபெற்ற கருத்தியல் வாய்பாடு தான். மரபிலக்கணங்கள், ஒப்புமைமுறை முதலான மொழியியல் கோட்பாடுகள் அறிவியல்பூர்வமான மொழியாய்வு அணுகுமுறைகளாக முன்னிறுத்தப்படவில்லை என்றும், இவை மொழியை விளக்கப் போதுமானவை அல்ல என்றும் நிறுவி, முதலாவது கருத்தியல் வாய்பாட்டுத் தாவலுக்கு அமைப்பு மொழியியலைத் தகுதிப்படுத்தியது ஒரு நீண்ட வரலாறு. இவையெல்லாவற்றுக்கும் விலையாக நிகழ்ந்த சோம்ஸ்கிய மொழியியலாளரின் தாக்குதல்களைப் புது–புளூம்ஃபீல்டிய

மொழியியல் அறிஞர்களால் ஜீரணிக்க முடியவில்லை. அமைப்பியல்வாதம் அறிவியல்பூர்வமானதல்ல என்பதுடன், இதனை நடைமுறை மொழியாராய்ச்சிகளில் பயன்படுத்திய மொழியியலாளர்களும் அறிவியலறிவுசார் மொழியியலாளர்கள் அல்லர் எனக் கடுமையாகச் சாடியது புளூம்ஃபீல்டிய மொழியியல் அறிஞர்க்குக் கொடுங்கனவாக இருந்தது. இத்தாக்குதல்களை எதிர்த்து உணர்ச்சித்துடிப்போடு எதிர்வினையாற்றியும் வானமே இடிந்து வீழ்ந்ததை இவர்களால் தாங்கமுடியவில்லை.

1963இன் ஆரம்பக் கட்டத்தில் அமைப்பு மொழியியல் அறிஞர்கள் தங்கள் தோல்வியை ஏற்கத் தொடங்கினர். இக்காலக் கட்டத்தில் சோம்ஸ்கியின் *தொடரியல் கோட்பாட்டுக் கூறுகள் (Aspects of the theory of Syntax)* என்னும் நூல் வெளியானது. இருப்பினும் *தொடரியல் அமைப்புகள்* உருவாக்கிய மொழியியல் போர்கள் கிட்டத்தட்ட பத்தாண்டுகளுக்குப் பின்னர் முடிவுக்கு வந்தன. 1967ஆம் ஆண்டு அமெரிக்க மொழியியல் கழக வேனிற்காலக் கூட்டத்தில் ஆக்கமுறை மாற்றிலக்கணம் கல்விசார் அங்கீகாரம் பெற்றது. மொழியியல், இரண்டாவது கருத்தியல் வாய்பாட்டுத் தாவலுக்குத் தயாரானது. இக்கூட்டத்திலேயே கூடுதலான எண்ணிக்கையில் ஆக்கமுறை மாற்றிலக்கணக் கோட்பாடு தழுவிய பல ஆய்வுக்கட்டுரைகள் வாசிக்கப்பட்டன. அவற்றுள் பெரும்பாலானவை சோம்ஸ்கியின் கருத்துகளை அழுத்தமாகவும் அறிவியல்பூர்வமாகவும் முன்வைத்ததோடு மொழி ஆய்வில் அமெரிக்க புளூம்ஃபீல்டிய அமைப்பு மொழியியலின் முறைமைத்தகுதியை இழப்பிற்கு உட்படுத்தின. இவ்வேனிற்காலக் கூட்டம், புளூம்ஃபீல்டிய அமைப்பு மொழியியலுக்கும் மாற்றிலக்கண மொழியியலுக்கும் இடையே நடந்த விவாதப்போர்களுக்கு முற்றுப்புள்ளி வைத்தது.

புளூம்ஃபீல்டிய அமைப்பு மொழியியல் கருத்தியல் வாய்பாட்டிலிருந்து சோம்ஸ்கிய மாற்றிலக்கணக் கருத்தியல் வாய்பாட்டுக்கு நிகழ்ந்த தாவல் குறித்துச் சுருக்கமாகப் பார்த்தோம். இது மொழியியல் வரலாற்றில் இரண்டாவதாக நிகழ்ந்த தாவல். 1957இலிருந்து 1967 வரையிலான பத்தாண்டுக்கால எல்லைக்குள் அமைப்பு மொழியியலுக்கு எதிராக முன்வைத்த நெறிமீறல்கள், எதிர்ச்சான்று எடுத்துக்காட்டுகள் பல. இவற்றைச் சுருக்கமாகத் தொகுத்துக் கூறலாம்:

- விளக்க நிறைவு, சிக்கனம், எளிமை, ஒத்திசைவு, முழுமை என்னும் அறிவியலுக்கேயுரிய கூறுகள் பேணப்படாமை
- மொழிப்பகுப்பாய்வில் மொழிக்கூறுகளின் வகைப்பாட்டுக்குக் கூடுதல் அழுத்தம் தருதல்

- மனித மனத்தின் படைப்பாக்கத்திறனைப் போற்றாமை
- தொடரியலில் எல்லா வாக்கியங்களையும் குறிப்பாக, வாக்கியங்களுக்கு இடையிலான தொடரியல் உறவுகளையும் விளக்க இயலாமை
- குறிப்பிட்ட எண்ணிக்கையில் அடங்கும் விதிகளைக் கொண்டு எண்ணிறந்த புதுப்புது வாக்கியங்களைப் படைக்கும் ஆக்கமுறை அல்லது உற்பத்திப்பண்பு புறக்கணிக்கப்பட்டமை
- ஒலிகளிடையே காணும் உறவுகளைப் போற்றாமை
- மனித மனஅமைப்பிற்கு எதிரான நடத்தைவியல் சார்பு
- அனுபவவாதத் தத்துவத்தைக் கருத்தியல் வாய்பாட்டு அடிப்படையாகக் கருதுதல்
- பன்முகப்பார்வையும் அணுகுமுறையும் இன்மை
- மரபிலக்கணத்தைப் புறக்கணித்தமை
- பொருண்மையியல் முக்கியத்துவம் பெறாமை
- மொழிப் பொதுமைகளைப் பற்றிய மாற்றுக்கருத்து
- உளவியல் கூறுகளைப் புறக்கணித்து மொழி வேறுபாடுகளுக்குக் அழுத்தம் தருதல்
- குழந்தையின் மொழி ஈட்டல், மொழிநுட்பத்திறன் குறித்த சிந்தனை முக்கியத்துவம் பெறாமை

இவை தொடர்பாக விவாதங்களின்போது விவாதிக்கப்பட்ட கருத்தியல்கள் 'சோம்ஸ்கிய மொழியியல்: கருத்தியல் பின்னணி' என்னும் தலைப்பில் அடுத்து வரும் அத்தியாயங்களில் விரிவாகப் பேசப்படுகின்றன. மொழியியலை அறிவியலின் உச்சத்திற்கு எடுத்துச்சென்றதோடு பன்முக அணுகுமுறையில் மொழியின் பல்வேறு அறிவியல்சார் முகங்களைத் திரைவிலக்கி, அதன் முழுப்பரிமாணத்தைக் காட்டியவர் சோம்ஸ்கி. தத்துவம், தருக்கம், உளவியல், கணிதவியல், கணினியியல் போன்ற துறைகளின் வளர்ச்சியாடு மொழியியலை இணைத்துக்காட்டிய முதல் மொழியியல் அறிஞர் இவர்.

இருபதாம் நூற்றாண்டு மொழியியல் வரலாற்றில் கடுமையான கல்விசார் விவாதம் தொடங்கி அதன் முடிப்பாகக் கருத்தியல் வாய்பாட்டுத் தாவல் நிகழ சோம்ஸ்கிக்குத் துணையாக நின்றவர் பலர். இப்போரில் தனிமனித இராணுவமாக

சோம்ஸ்கி அவ்வப்போது சித்திரிக்கப்பட்டாலும், அவரது நண்பர்களாலும் மாணவர்களாலும், மொழியியலில் தன்னார்வமுள்ள இளையதலைமுறையினராலும் இவ்வெற்றி சாத்தியமானது என்பதில் கருத்து வேறுபாடு இருக்கமுடியாது. இருப்பினும் திட்டமிட்டு ஒரு குழுவாக இயங்கியதற்கும் இயக்கியதற்கும் சோம்ஸ்கியே முழுப் பொறுப்பு உடையவர். ஐம்பதுகளில் மாற்றிலக்கண ஆய்வை மேற்கொண்டிருந்த சமயத்தில் தம் கோட்பாட்டு நிலைப்பாட்டில் தெளிவின்மையை உணர்ந்தபோதெல்லாம் அவரது நண்பர்களான ரோமன் யாகோப்ஸன், ஹாலே, லீஸ் முதலானோர் அவரை ஊக்குவித்ததாகக் கூறுவர். இவர்களுடன் தத்துவ அறிஞர் நெல்ஸன் குட்மேன் உட்படப் பல பேராசிரியர்களும் சோம்ஸ்கியின் ஆலோசகர்களாக இருந்தனர்.

சோம்ஸ்கி, ஹார்வர்டு பல்கலைக்கழகத்தின் உயரிய ஆய்வு உதவித்தொகை ஆய்வாளராக இருந்தபோது பல்கலைக்கழகத் தத்துவப் பேராசிரியர்களிடமும், உளவியல், தருக்கவியல் பேராசிரியர்களிடமும் நெருங்கிப் பழகினார். கேம்ப்ரிட்ஜ் பல்கலைக்கழக வட்டாரத்தில் செல்வாக்குடன் இருந்த தத்துவப் பேராசிரியர்கள் நெல்ஸன் குட்மேன், ஜே.எல். ஆஸ்டின், உளவியல் பேராசிரியர்கள் ஜார்ஜ் மில்லர், ஜெரோம் புரூனர், ஜான் கரோல் போன்றோர் வரிசையில் சோம்ஸ்கியும் ஒருவராகக் கருதப்பட்டார். ஆனால், புளூம்ஃபீல்டிய அமைப்பு மொழியியலாளரிடமிருந்து, ஹேரிஸைத் தவிர, அவர் விலகியே இருந்தார் என்பர். *மொழியியல் கோட்பாட்டின் தருக்க அமைப்பு* என்னும் பல நூறு பக்கங்களைக் கொண்ட ஆய்வேட்டை அவர் எழுதியது இக்காலக்கட்டத்தில்தான். இக்காலங்களில் சோம்ஸ்கியோடு இணைந்து செயல்பட்டவர்களுள் ரோமன் யாகோப்ஸன், மோரிஸ் ஹாலே, இராபர்ட் லீஸ் ஆகியோர் சோம்ஸ்கியின் ஆய்வுக்கருத்துகளும் எண்ணங்களும் உயர்ந்தவை என்றும், மொழியியல்துறையின் அறிவார்ந்த சிந்தனைகளாக வரும் காலங்களில் அவை விளங்கப்போகின்றன என்றும் அவரை ஊக்குவித்தனர்.

சோம்ஸ்கி, புளூம்ஃபீல்டிய மொழியியலுக்கு எதிராகத் தம் கருத்துகளை முன்வைத்தபோது அவற்றை ஏற்றுக்கொண்டவர்களும் எதிர்வினையாற்றியவர்களும் ஏராளம். இவர்களுள் அவரது கருத்துகளை மறுத்த பழைமைவாதிகளை ஒதுக்கி, அவரை ஆதரித்தவர்கள் பார்வையாளர் வரிசையிலிருந்த இளைய மாற்றிலக்கண மொழியியலாளர்கள்தாம். புளூம்ஃபீல்டியர்களின் கோபமும் ஆவேசமும் மிக்க எதிர்ப்புகளை சோம்ஸ்கி மிகத் திறமையாகக் கையாண்டார். சிலநேரங்களில் தம் கருத்துகளுக்கு

எதிர்வாதம் புரிந்தவர்களைத் திருப்திப்படுத்த இயலாமல் போனாலும், பல சந்தர்ப்பங்களில் பார்வையாளர்கள் திருப்தியடைந்து சோம்ஸ்கியை வாழ்த்தியபோது மாற்றிலக்கண மொழியியல் புளூம்ஃபீல்டிய மொழியியலை மொத்தமாக அடித்துச்செல்லும் காலம் கணிக்கப்பட்டுவிட்டது.

சோம்ஸ்கியின் ஆழமான கருத்துகளை உள்வாங்கிக்கொண்ட பல பார்வையாளர்கள் சிறந்த மாற்றிலக்கண மொழியியலாளர் களாகத் தொடர்ந்து உருவான வரலாறு இனிமையானது. மாற்றிலக்கண மொழியியல் எல்லோருடைய ஏற்பிற்கும் உரிய மற்றோர் அறிவியலாக, மாற்று அறிவியலாக நிலைபெற்றது. ஒரு புலமை சார்ந்த புரட்சி எல்லோராலும் ஏற்றுக்கொள்ளப்பட்டது.

> மொழியைப் பற்றிய அர்த்தமுள்ள படிப்பு சோம்ஸ்கியிட மிருந்தே தொடங்குகிறது. அவருக்கு முந்தைய மொழியியலாளர் அனைவரும் தம் சந்ததியினரை மிக மோசமாக, தவறாக நெறிப்படுத்திய குழப்பவாதிகளே. அவர்களிடமிருந்து மொழியியலை சோம்ஸ்கி காப்பாற்றிவிட்டார்

என்று சார்லஸ் லாம்ப் (1967) போன்றோர் குறிப்பிட்டனர்.

இன்று, சோம்ஸ்கிய மொழியியலில் ஆர்வமுடையோர் ஏராளம். சோம்ஸ்கியப் புரட்சி நிகழ்ந்த அறுபதுகளையொட்டி புளூம்ஃபீல்டிய மொழியியலில் ஆர்வமுடைய பல மொழியியலாளர்கள் சோம்ஸ்கிய மொழியியலுக்குத் தாவியுள்ளனர். ஒரு கருத்தியல் வாய்பாட்டுத் தாவலைத் தொடர்ந்து ஓர் அறிவுப்புலத்தில் என்ன நடைபெறவேண்டுமோ அது செம்மை யாகவே நடந்தேறியது. மாசாசூசெட்ஸ் தொழில்நுட்ப நிறுவனம் இப்புரட்சியை மேன்மேலும் அர்த்தமுள்ளதாக்குவதில் முனைந்து செயற்படும் மையமாக மாறியது. புரட்சியின்போது சோம்ஸ்கி, ஹாலே போன்றோரின் கருத்தாழமிக்க விரிவுரைகளாலும் விவாதங்களாலும் கவரப்பட்ட லீஸ் முதலனோர் தொடர்ந்து சோம்ஸ்கிய மொழியியல் கொள்கைப் பரப்புக் குழுவாகச் செயல்பட்டனர். சோம்ஸ்கிய மொழியியலில் ஆர்வமுள்ள அனைவரும் இங்கு இருந்தனர் என்று கூற முடியாது. இவர்களைத் தவிர, பிறப் பல்கலைக்கழகங்களிலும் கல்வி நிறுவனங்களிலும் சோம்ஸ்கிய மொழியியல் கருத்துகளை விவாதிப்போர் பெருகினர். மாசாசூசெட்ஸ் தொழில்நுட்ப நிறுவனம் சாராத சார்லஸ் ஃபில்மோர், எம்மன் பாக், கார்லோட்டோ ஸ்மித் போன்றோர் சோம்ஸ்கியச் சிந்தனைகளை அமைதியாக எடுத்துரைக்கும் ஆக்கமுறை மாற்றிலக்கணச் சிந்தனையாளர்கள்.

ஆக்கமுறை மாற்றிலக்கணக் கோட்பாடு மூலமாகப் பொதுமொழியியலுக்கு சோம்ஸ்கி ஆற்றியுள்ள பங்களிப்பு

உன்னதமானது. இப்பங்களிப்பு முக்கியமாக, மூன்று நிலைகளில் மொழியியலை முழுமையான அறிவியலுக்குத் தகுதிப்படுத்தியது.

- முதலாவதாக, சோம்ஸ்கிய மொழியியல் கருத்தியல் வாய்பாட்டுத் தாவலால் ஒரு துறைப்படிப்பின் தகுதியை மொழியியல் முழுமையாகப் பெற்றது. களஆய்வும், உற்றுநோக்கல் தரவுகளும், மொழிக்கூறுகளை இனங்காணும் வழிமுறைகளுமாக மொழிப்பகுப்பாய்வை முதன்மை நோக்கமாகக் கொண்டிருந்த மொழியியலைக் கல்விசார் அறிவியல் துறைப்படிப்பாக சோம்ஸ்கியக் கருத்தியல் வாய்பாடு மாற்றியது.

- இரண்டாவதாக, 'இலக்கணம்' என்னும் சொல் 'இலக்கணங்கள்' எனப் பன்மைப் பொருளானது. ஒரு மொழிக்கு ஓர் இலக்கணம் என்றில்லாமல் பல இலக்கணங்கள் இருக்கலாம். மரபிலக்கணம், அமைப்பு இலக்கணம், வண்ணனை இலக்கணம், ஆக்கமுறை மாற்றிலக்கணம், வகையுறவு இலக்கணம், அடுக்குநிலை இலக்கணம் எனப் பல இலக்கணங்கள் இருந்தாலும் எந்த இலக்கணம் மொழியை விளக்குவதற்குத் தகுந்த விளக்க நிறைவு உடையதாக உள்ளதோ அந்த இலக்கணமே சிறந்த இலக்கணம். மொழியியல் படிப்பின் நோக்கம், இவ்விலக்கணத்தை இனங்காண்பது.

- மூன்றாவதாக, மொழியியல் படிப்பின் செறிவை ஆழப்படுத்தும் வகையில் தத்துவவியல், கணிதவியல், தருக்கவியல், உளவியல், நரம்பியல் உளவியல், கணினியியல், கல்வியியல் என அறிவார்ந்த பன்முக அணுகுமுறையை மொழி விளக்கத்தின் பொருட்டு மேற்கொள்வது. மேலும், கோட்பாட்டாக்கத்தில் பிற துறையறிவு சுயமதிப்பீட்டை மேற்கொள்ள உதவும் ஆய்வியல் தளமாக அமைவதால் ஓர் அறிவியலின் தன்மையைப் பெறுவது.

மொழியியலை இம்முப்பரிமாணங்களில் ஓர் அறிவியல் துறைப்படிப்பாக உயர்த்திய பெருமையில் சோம்ஸ்கிக்கு முக்கியமான பங்கு உண்டு. சோம்ஸ்கியப் புரட்சி முழுமையான அறிவியல் புரட்சியாக அர்த்தப்படுவதும், சோம்ஸ்கி விளைவு (Chomsky Effect) மொழியியலில் மட்டுமல்லாமல், தீவிர அரசியல் உட்பட, பிற துறைகளில் உணரப்படுவதும் இந்நிலையில்தான்.

5.4. மூன்றாம் மொழியியல் புரட்சி

ஐரோப்பிய மொழியியல் வரலாற்றில் மரபிலக்கண ஆய்வும், மொழிகளின் ஒப்புமை ஆய்வும் செல்வாக்குப்

பெற்றிருந்த காலத்தில் சசூரின் மாற்றுச்சிந்தனை முதலாவது புரட்சிக்கு வழிவகுத்தது என்று முந்தைய அத்தியாயத்தில் பார்த்தோம். வரலாற்றுச் சார்புடைய ஒப்புமை மொழியியல், ஒப்பீட்டுக்கு உள்ளாகும் மொழிகளின் தற்கால விளக்கமில்லாமல் அறிவியல்பூர்வமாக அமையாது என்று சசூர் முதன்முதலாகச் சுட்டிக்காட்டினார். வரலாற்று மொழியியல் – வண்ணனை மொழியியல் என்னும் இணையெதிர்மைப் பார்வையை இவர் மொழியியலில் அறிமுகப்படுத்தினார். 1930களில் அமெரிக்க மொழியியலறிஞர் புளூம்ஃபீல்டு வண்ணனை மொழியியலை முழுமையான அறிவியலாக மேம்படுத்த, மொழியியல் வரலாற்றில் முதலாம் புரட்சி நிகழ்ந்தது. 1960களில் சோம்ஸ்கியப் புரட்சி இரண்டாம் புரட்சியாக நிகழ்ந்துள்ளது.

இப்புரட்சிக்குப் பின் சோம்ஸ்கிய மொழியியல் வழமையான கோட்பாடாக எல்லா நிலைகளிலும் பயன்பாட்டின் உச்சத்தை அடைந்திருந்தாலும் விமர்சனங்களுக்கு அப்பாற்பட்டதல்ல. ஒரு கோட்பாட்டு வளர்ச்சியில் இவ் யதார்த்தத்தை சோம்ஸ்கி ஏற்றுக்கொண்டிருக்கிறார். போராட்டம் எப்போதும் எங்கும் தொடர்கதையே. சோம்ஸ்கி, ஒவ்வொரு காலக்கட்டத்திலும் தம் கோட்பாட்டிற்கு எதிரான விமர்சனங்களை ஏற்றுத் தம் நிலைப்பாட்டைத் திருத்தியும் புதுக்கியும் வந்திருக்கிறார். பல சந்தர்ப்பங்களில் புதிய துறைகள் அவர் ஆக்கமுறையியல்வாத மகுடத்தில் மாணிக்கங்களைப் பதித்து அழகும் மெருகும் கூட்டி வருகின்றன. இருந்தாலும், ஆக்கமுறையியல்வாதமும் ஆக்கமுறை மாற்றிலக்கணமும் இயற்கை மொழியை விளக்கத் தோற்றுப்போன கோட்பாடுகளாகப் பல மொழியியலறிஞர்களின் ஒருமித்தக் கருத்தோடு நாளை மறுக்கப்படலாம். இந்நம்பிக்கையைப் பல மொழியியலறிஞர்கள் தம்முள் பகிர்ந்துகொள்ளலாம் என்பதும் எதிர்பாராதது அல்ல. இதனை உறுதிப்படுத்தும் வகையில் இன்று பொதுவாக மொழியியல் மூன்றாம் புரட்சிக்குத் தயாராகிக்கொண்டிருக்கிறது. யூன் லியூ (2009) என்பார் இருபத்தொன்றாம் நூற்றாண்டில் மொழியியல் மூன்றாம் புரட்சிக்குத் தயாராகிக்கொண்டிருக்கிறது என்கிறார். இப்புரட்சியில் சோம்ஸ்கிய மொழியியல் கொள்கைகளும் கோட்பாடுகளும் கடுமையான விவாதப்போர்களுக்கு உள்ளாகும்.

‘புரட்சி’ வரலாற்றின் தொடர் நிகழ்வு. ஓர் அறிவியல் வரலாறு இந்நிகழ்வுக்குள் அடக்கம். இவ்வுண்மையை ஏற்றுக் கொள்வோமேயானால், இக்கால மொழியியல் மூன்றாம் புரட்சிக்கு அணியமாவது வியப்பல்ல. பெரும்பாலும் இம்மூன்றாம் புரட்சி ஒரு தனிமனிதனின் மொழிநடத்தையை மையமாகக்கொண்டிருக்கும். அவனது மொழி உற்பத்தித்திறனும்

புலனுணர்வும், முதலாம் மொழி ஈட்டல், இரண்டாம் மொழி ஈட்டல் முதலானவை தொடங்கி, அவனது யதார்த்த கருத்துப்புலப்படுத்தப் படிமுறை வரையிலான பல்வேறு கூறுகள் இம்மொழிநடத்தையின்பாற்படும். ஒரு மொழியின் ஒழுங்கமைவு அல்லது இலக்கணத்தைக் காட்டிலும் தனிமனிதனின் மொழி இப்புரட்சியில் முக்கியத்துவம் பெறும். யூன் லியூ கீழ்க்காணும் வினாக்களுக்கு விடைகாண்பதாக மூன்றாம் புரட்சி அமையும் என்கிறார்:

- எழுத்துமொழியையோ பேச்சுமொழியையோ பயன்படுத்தும்போது எண்ணங்களையும் கருத்துகளையும் நாம் எவ்வாறு மொழியாக மனவழி உருவாக்குகிறோம்?
- நம் புலனுணர்வால் மொழியைப் புரிந்துகொள்ளும்போது எவ்வாறு அம்மொழியை எண்ணங்களாகவும் கருத்துகளாகவும் நம் மனவழி உருவாக்குகிறோம்?
- நம் புலனுணர்வு வளர்ச்சி எவ்வாறு தாய்மொழி ஈட்டலுக்குப் பங்களிக்கிறது?
- கருத்துப்பரிமாற்றம் நிகழ்ந்துகொண்டிருக்கும்போது பேசுபவரின் உள்ளக் குறிப்பைக் கேட்பவர் நிலையில் நாம் எவ்வாறு புரிந்துகொள்கிறோம்?

இவ்வினாக்களுக்கு விடைகாணும்போது தனிமனிதனின் மொழியைப் பற்றிய படிப்பு சோம்ஸ்கியின் வாக்கிய உருவாக்கத்திற்கு அப்பால் நிகழும் அவனின் எண்ணங்களின், கருத்துகளின் எல்லைக்கோட்டுக்கும், கருத்துப்புலப்படுத்தத்தின் சொல்லாற்றலுக்கும் முன்னேறி அமையும். இத்தனிமனித மொழியாய்வின்பொருட்டுத் தத்துவம், புலனுணர்வியல் உளவியல், நடத்தைவியல் உளவியல் மொழியியல், மொழி ஈட்டல் ஆய்வு என அனைத்தும் ஒருங்கிணைந்த பன்முகக் கோட்பாடு உருவாக்கப்படும். புலனுணர்வியல் அறிவியல், நரம்பியல் அறிவியல் ஆகிய துறைகளின் இன்றைய எழுச்சிமிக்க முன்னேற்றத்தையும், உளவியல் அறிஞர்கள், நரம்பியல் அறிஞர்கள் முதலானோர் சமீபக்காலமாக மொழியியலுக்குப் புலம்பெயர்வதையும் மொழியியலாளர் கவனத்தில் கொள்ளவேண்டும்.

மனித மூளை மொழி கற்றலுக்கென எவ்வாறு திட்டமிட்டுப் படைக்கப்பட்டுள்ளது என்னும் வினாவுக்கு நரம்பியல் அறிஞர்கள் விடைகாணும்போது மொழிதொடர்பான பல பிரச்சனைகளுக்குத் தீர்வு எட்டப்படும் என்று ஓப்ளர், ஜெர்லோ (1999) முதலானோர் கூறுகின்றனர். இம்மூன்றாம் மொழியியல் புரட்சி தவிர்க்கமுடியாதது என்று இவர்கள் நம்புகின்றனர்.

குறிப்பாக, சோம்ஸ்கியைத் தொடர்ந்து புலனுணர்வியல் உளவியல், நரம்பியல், உளவியல் அறிஞர்களுடன் 'கறுப்புப் பெட்டி *(Black Box)*' தொடர்பாக, மொழியியலறிஞர்கள் என்னும் முறையில் நம் பங்களிப்பு என்னவாக இருக்கப்போகிறது என்பதைத் தீர்மானிக்கும் தருணம் நெருங்கிக்கொண்டிருக்கிறது. கறுப்புப் பெட்டியைப் பற்றிய எதிர்பார்ப்பு அதிகரித்துக்கொண்டிருக்கிறது. மொழியியலின் கடைசி எல்லைக்கல்லான பொருண்மை வரைக் கறுப்புப் பெட்டியின் அந்தரங்கத்தைத் தொட்டுவிட்டோம். இம்முயற்சி, கறுப்புப் பெட்டியைப் பற்றிய முழுமையான புரிதலில் நம் பங்கைச் செலுத்தவேண்டிவரும்போது மிக முக்கியமான முடிவாகக் கருதப்படும்[6]. மூன்றாவதாக ஒரு மொழியியல் போருக்கும், கருத்தியல் வாய்பாட்டுத் தாவலுக்கும் நாம் தயாராகிக்கொண்டிருக்கிறோமா?

குறிப்புகள்

1. மொழியியல் வரலாற்றில் சோம்ஸ்கியப் புரட்சி பற்றித் தெளிவாகப் புரிந்துகொள்ள கீழ்வரும் அவரது நூல்கள் மிகவும் முக்கியமானவை. 1957 முதல் 1967 வரையிலான இவ்வறிவியல் புரட்சி நிகழ்ந்த காலத்தில் சோம்ஸ்கி எழுதிய பல ஆய்வுக்கட்டுரைகளும் இதனுள் அடங்கும். விரிவஞ்சி இங்குத் தொகுத்துக்காட்டப்படவில்லை. பார்வைநூல்கள் பட்டியலில் சில கட்டுரைகள் இடம்பெற்றுள்ளன.

   1. *Syntactic Structures (தொடரியல் அமைப்புகள்)*

      இந்நூல் 1957ஆம் ஆண்டு எழுதப்பட்டது. 120 பக்கங்களையே கொண்ட இந்நூல் சோம்ஸ்கியப் புரட்சியின் வித்து எனலாம். புளூம்ஃபீல்டிய அமைப்பியல்வாதத்தின் மீது சோம்ஸ்கி தொடுத்த விமர்சனங்கள் அடங்கியது.

   2. *Aspects of the Theory of Syntax (தொடரியல் கோட்பாட்டுக் கூறுகள்)*

      சோம்ஸ்கி 1965ஆம் ஆண்டு எழுதிய நூல் இது. சோம்ஸ்கிய மொழியியல் கோட்பாட்டின் விரிவாக்கம் இந்நூல் எனலாம். ஆக்கமுறை மாற்றிலக்கணக் கோட்பாட்டின்மீது தொடுக்கப்பட்ட சமகால விமர்சனங்களுக்கு சோம்ஸ்கி பதில் அளித்துத் தம் கோட்பாட்டின் உன்னதத்தை இந்நூலில் நிறுவுகிறார். ஆக்கமுறைப் பொருண்மையியல் *(Generative Semantics)* இந்நூலில் விரிவாகப் பேசப்படுகிறது.

3. *Cartesian Linguistics (கார்ட்டேசியன் மொழியியல்)*

1966ஆம் ஆண்டு சோம்ஸ்கி எழுதிய நூல். சோம்ஸ்கிய மொழியியல் கோட்பாட்டின் முன்னோர் மரபைத் தேடும் நூல். தம் கோட்பாட்டின் தத்துவார்த்த அடிப்படையை, கி.பி. பதினேழாம் நூற்றாண்டில் பகுத்தறிவுவாதிகள் நிறுவிய பகுத்தறிவுவாதத் தளத்தில் நிர்மாணிக்கிறார் சோம்ஸ்கி.

4. *Language and Mind (மொழியும் மனமும்)*

1967ஆம் ஆண்டு பெர்க்லியில் சோம்ஸ்கி வழங்கிய மூன்று கட்டுரைகளின் தொகுப்பு இது. 1968ஆம் ஆண்டு வெளியானது. இந்நூலில் சோம்ஸ்கி கூறும் பல கருத்துகளுள் மனம் பற்றிய கருத்தியலாக்கம் ஆக்கமுறை மாற்றிலக்கணக் கோட்பாட்டின் ஆணிவேர்; மனித இயல்பிற்கும் மொழிக்கும் இடையே உள்ள உறவை இந்நூலில் நிலைநாட்டுகிறார்.

5. *Topics in the Theory of Generative Grammar (ஆக்கமுறை இலக்கணக் கோட்பாட்டுத் தலைப்புகள் (1966).*

சோம்ஸ்கியின் ஆக்கமுறை மாற்றிலக்கணக் கோட்பாட்டின் அடிப்படை விளக்கங்களைப் புரிந்துகொள்ள உதவும் எளிமையான நூல்.

1967–க்குப் பின் சோம்ஸ்கியின் கோட்பாட்டில் ஏற்பட்ட மாற்றங்கள் அனைத்தும் மேலே கூறப்பட்ட நூல்களில் தொகுத்துரைக்கப்பட்ட கருத்துகளை அடிப்படையாகக் கொண்டவை என்பது குறிப்பிடத்தக்கது.

6. *The Structure of Scientific Revolutions (1962) அறிவியல் புரட்சிகளின் அமைப்பு* என்னும் இந்நூல் தாமஸ் கூனால் எழுதப்பட்டது. சோம்ஸ்கியப் புரட்சியைக் கோட்பாட்டு நோக்கில் ஆராய கூனின் இவ் அறிவியல் புரட்சிக் கோட்பாடு உதவுகிறது. புளூம்ஃபீல்டிய அமைப்பியல்வாதத்திலிருந்து சோம்ஸ்கியின் ஆக்கமுறை மாற்றிலக்கணக் கோட்பாட்டுக்கு நிகழ்ந்த *கருத்தியல் வாய்பாட்டுத் தாவலையும் (Paradigm shift)* அதன் விளைவாக நிகழ்ந்த புரட்சியையும் கீழ்வரும் கூனின் கருத்தின் அடிப்படையில் விளக்க முடிகிறது:

The decision to reject one paradigm is always simultaneously the decision to accept another, and the judgment leading to that decision involves the comparison of both paradigms with nature and with each other. ....The resulting transition to a new paradigm is scientific revolution, a subject that we are at long last prepared to approach directly.

7. *The Kuhnian Aspects of the Chomskyan Scientific Paradigm* என்னும் விதநோவியின் *(Vidanovi)* ஆய்வுக்கட்டுரையும்,

8. *Harris_Linguistic_wars_Ch3* என்னும் இணைய ஆய்வுக்கட்டுரையும் முக்கியமாக வாசிக்கத்தக்கவை.

2. Thomas Samuel Kuhn (July 18, 1922 – June 17, 1996) was an American physicist, historian, and philosopher of science whose controversial 1962 book *The Structure of Scientific Revolutions* was influential in both academic and popular circles, introducing the term "paradigm shift", which has since become an English-language idiom.

Kuhn was born in Cincinnati, Ohio, to Samuel L. Kuhn, an industrial engineer, and Minette Stroock Kuhn. He graduated from The Taft School in Watertown, CT, in 1940, where he became aware of his serious interest in mathematics and physics. He obtained his B.S. degree in physics from Harvard University in 1943, where he also obtained M.S. and Ph.D. degrees in physics in 1946 and 1949, respectively, under the supervision of John Van Vleck.[2] As he states in the first few pages of the preface to the second edition of *The Structure of Scientific Revolutions*, his three years of total academic freedom as a Harvard Junior Fellow were crucial in allowing him to switch from physics to the history and philosophy of science. He later taught a course in the history of science at Harvard from 1948 until 1956, at the suggestion of university president James Conant. After leaving Harvard, Kuhn taught at the University of California, Berkeley, in both the philosophy department and the history department, being named Professor of the History of Science in 1961. Kuhn interviewed and tape recorded Danish physicist Niels Bohr the day before Bohr's death.[3] At Berkeley, he wrote and published (in 1962) his best known and most influential work:[4] *The Structure of Scientific Revolutions*. In 1964, he joined Princeton University as the M. Taylor Pyne Professor of Philosophy and History of Science. He served as the president of the History of Science Society from 1969-70.[5] In 1979 he joined the Massachusetts Institute of Technology (MIT) as the Laurance S. Rockefeller Professor of Philosophy, remaining there until 1991. In 1994 Kuhn was diagnosed with lung cancer. He died in 1996. Thomas Kuhn was married twice, first to Kathryn Muhs with whom he had three children, then to Jehane Barton Burns (Jehane R. Kuhn). His family was Jewish on both sides.

3. Science is a very strange activity. It only works for simple problems. Even in the hard sciences, when you move beyond the simplest structures, it becomes very descriptive. By the time you get to big molecules, for example, you are mostly describing things. The idea that deep scientific analysis tells you something about problems of human beings and our lives and inter-relations with one another and so on is mostly pretence in my opinion – self serving pretence which is itself a technique of domination and exploitation and should be avoided. Professionals certainly have the responsibility of not making people believe that they have some special knowledge that others can't attain without special means or special college education or whatever. If things are simple, they should be said simply; if there is something serious to say that is not simple, then, fine, that's good and interesting. We can perhaps find deep answers to certain questions that do bear directly on issues of human interest and concern, but that is rarely true. Anyhow, that is my opinion (Chomsky, 2000)'.

4. தம் பதின்பருவத்திலேயே அமெரிக்காவுக்கு வந்தவர் மோரிஸ் ஹாலே. ஹார்வர்டு பல்கலைக்கழகத்தில் பிராக் மொழியியல் சிந்தனைப்பள்ளியைச் சேர்ந்த அமைப்பியல்வாதியான ரோமன் யாகோப்ஸன்கீழ் டாக்டர் பட்டம் பெற்றார். சோம்ஸ்கி ரோமன் யாகோப்ஸனோடு அதிகம் தொடர்பு உடையவர். 1951ஆம் ஆண்டு ஹாலே – சோம்ஸ்கியின் சந்திப்பு நிகழ்ந்தது. இருவரும் நல்ல நண்பர்களானார்கள். புளூம்ஃபீல்டிய அமைப்பு மொழியியலில் அதிகம் தேர்ச்சி உடையவரல்ல ஹாலே. அக்கால மொழியியல் குறித்து இருவரும் உரையாடுவது வழக்கம். மொழியியல் படிப்பதற்கு முன் ஹாலே பொறியியல் படித்தவர். எனவே, கணிதத்திலும் தருக்கவியலிலும் ஆழமான அறிவுடையவர். சோம்ஸ்கி – ஹாலேயின் ஒருமித்த எண்ணப்போக்கு அமெரிக்க புளூம்ஃபீல்டிய அமைப்பியல்வாதத்திற்கு எதிராக அவர்களை ஒன்று சேர்த்தது. சோம்ஸ்கி லீஸ், ஹாலே ஆகியோருடன் இணைந்து அமெரிக்க ஒலியனியலின் முறைமைத்தகுதிக்குச் சவால் விடும் எதிர்ச்சான்றுகளை எடுத்துக்காட்டி, அமைப்பியல் கோட்பாட்டில் நெருக்கடியை ஏற்படுத்தினார். மாசாசூசெட்ஸ் தொழில்நுட்ப நிறுவனத்தில் சோம்ஸ்கிக்குப் பதவி கிடைக்க இவர் பெரிதும் உதவினார். இங்கு வலுவான ஆக்கமுறை மாற்றிலக்கணக் குழுவொன்று அமையவும், மொழியியலில் முனைவர் பட்டப் படிப்பு ஆரம்பிக்கப்படவும்,

கடைசியில் மொழியியல்துறை உருவாக்கப்படவும் ஹாலேயின் பங்கு கணிசமானது. *Sound Pattern of Russian* என்னும் இவரது முனைவர் பட்ட ஆய்வேடு 1959ஆம் ஆண்டு நூலாக வெளிவந்தது.

5. A few linguists found it very difficult; most found it quite impossible. A few thought some of the points were possibly interesting; most simply had no idea as to how it might relate to what they knew as linguistics (Gleason, 1988).

6. Just as Obler & Gjerlow (1999:12) state: "In some ways it might seem that we are all waiting for advances in the crucial disciplines: waiting for linguists to settle on the precise best grammar to describe languages, and waiting for neurophysiologists to describe ways brain cells and their chemical environments contribute to processing it. If we all do our parts in working out how components of those unknown 'black boxes' operate, in another decade or three or five, we hope, the contributing disciplines should be able to converge to answer the basic question of neurolinguistics: how the brain is organised for language."

    In linguistics, this expectation is even stronger. We know that we have reached the meaning end of the linguistics boundary and touched the "black box". This is a crucial point when we have to contribute our part to the understanding of this "black box".

6

சோம்ஸ்கிய மொழியியல்: கருத்தியல் பின்னணி – I

6.1. சோம்ஸ்கிய மொழியியல்: கருத்தியல் பின்னணி

'சோம்ஸ்கியப் புரட்சி' என்னும் முந்தைய அத்தியாயத்தின் இரண்டாம் பாகமாகக் கூட இவ்வத்தியாயத்தையும் அடுத்த அத்தியாயத்தையும் இணைத்துக் கருதலாம். இவ்விரு அத்தியாயங் களிலும் பேசப்படும் கருத்தியல் பின்னணிதான் சோம்ஸ்கியப் புரட்சிக்கான தளமாக இருந்தது. சமூக விஞ்ஞானங்களில் இத்தகைய கருத்தியல் புரட்சிகள் வெறும் சாத்வீகக் கல்விசார் நடவடிக்கைகளால் மாத்திரம் சாத்தியப்படுவதில்லை. அறிஞர்களின் நாவன்மையாலும் ஆழமான புலமைப் போர்களாலும் இவை சாதிக்கப்படுகின்றன. இருந்தபோதிலும், அவை ஏற்றுக்கொள்ளப்படுவதும் புறக்கணிக்கப் படுவதும் பல நேரங்களில் சமூக, அரசியல் ஆதிக்கத்திற்கு அப்பாற்பட்ட நிகழ்வுகளல்ல. மொழியியல் வரலாற்றில் நிகழ்ந்த கருத்தியல் புரட்சிகளுக்கு மொழியியலறிஞரிடையே நிலவிய வாதப்பிரதிவாதங்களோடு சமூக, அரசியல் சார்ந்த கட்சி, குழு மனப்பான்மைகளுக்கும் பங்கு இருந்தது. இப்பங்கின் வீச்சை முந்தைய அத்தியாயத்தில் ஆங்காங்கு உணரமுடிந்தது. சமூக விஞ்ஞானங்களின் வளர்ச்சியில் இவ்வனுபவம் வழமையானது.

சோம்ஸ்கியப் புரட்சியில் சமூக, அரசியலின் பங்கைக் குறைத்து மதிப்பிட முடியாது. சமூகநிலையில் கல்விசார் துறைப்படிப்பின் கவர்ச்சியை

சோம்ஸ்கியின் ஆக்கமுறை மாற்றிலக்கண மொழியியல் பெற்றிருந்தது. இதனால், வட அமெரிக்கப் பல்கலைக்கழகங்களில் மாணவர்கள் விரும்பித் தேர்வுசெய்யும் பாடமாக ஆக்கமுறை மாற்றிலக்கண மொழியியல் செல்வாக்கு பெற்றது; அக்கால நடைமுறைக்கேற்ற நாகரிகமான மொழியியல் பாடமாகக் கருதப்பட்டது. இப்பாடத்தைக் கற்பதையும், விவாதங்கள் மேற்கொள்வதையும், கருத்தரங்குகளில் பங்கேற்பதையும் மாணவர்கள் பெருமையாக நினைத்தனர். முன் எப்போதும் இல்லாத அளவுக்கு ஏராளமான மாணவர்களும் ஆய்வாளர்களும் அமெரிக்க மொழியியற்கழகத்தில் உறுப்பினர்களாகத் தம்மைப் பதிவுசெய்துகொண்டனர். 1950ஆம் ஆண்டு 829 உறுப்பினர்களும், 1960இல் 1768 உறுப்பினர்களும், 1970இல் 4383 உறுப்பினர்களுமாக இக்கழகத்தின் எண்ணிக்கை பெருகியது. இவ்வெண்ணிக்கை வீக்கம் சோம்ஸ்கியக் கருத்தியல் வாய்பாட்டுத் தாவலால் ஏற்பட்டது. நியூமேயர், இவ்வளர்ச்சியை சோம்ஸ்கியப் புரட்சியின் தாக்கத்தால் விளைந்த விளைவு எனக் குறிப்பிடுகிறார் (*Neumeyer, 1980*).

சோம்ஸ்கிய மொழியியலின்மீது மாணவர்க்கிருந்த கவர்ச்சி ஒருபுறமிருக்க, மொழியியல் வளர்ச்சிக்கென அமெரிக்க அரசும் இராணுவத்துறையும் கூடுதலாக நிதி ஒதுக்கின. இந்நிதியின் பெரும்பகுதி ஆக்கமுறை மாற்றிலக்கண மொழியியலுக்கென்று ஒதுக்கீடு செய்யப்பட்டது. அமெரிக்க இராணுவத்துறை கணினி மொழிபெயர்ப்பில் அதிக ஈடுபாடு காட்டியதால் இந்நிதியின் பெரும்பங்கு சோம்ஸ்கி பணியாற்றிய மாசாசூசெட்ஸ் தொழில்நுட்ப நிறுவனத்திற்குக் கிடைத்தது. பல வட அமெரிக்கப் பல்கலைக் கழகங்களும் இந்நிதியாதாரத்தைப் பெற்று மொழியியல் துறை களைத் தொடங்கின. ஏற்கெனவே இருந்த பல மொழியியல் துறை களில் ஆக்கமுறை மாற்றிலக்கண மொழியியலுக்கு முக்கியத்துவம் அளிக்கப்பட்டது. அத்துடன் பல புதிய ஆய்வுத்திட்டங்களும் அறிமுகப்படுத்தப்பட்டன. ஏராளமான மொழியியல், குறிப்பாக ஆக்கமுறை மாற்றிலக்கண மொழியியல் ஆய்வாளர்கள் இத்திட்டங்களில் இணைந்து ஆய்வுமேற்கொள்ளும் வாய்ப்புகள் பெருகின. அநேகமாக எல்லா அமெரிக்க மொழியியல் துறைகளும் ஆக்கமுறை மாற்றிலக்கண மொழியியலுக்கு முதன்மையிடம் தந்தன. இதனால் ஆக்கமுறை மொழியியலைக் கற்றவர்க்கு வேலைவாய்ப்பும் அதிகரித்தது. சோம்ஸ்கியின் ஆய்வு மாணவரான ஜேம்ஸ் மெக்காலே, அமெரிக்க அரசின் இந்நிதியாதாரம் சோம்ஸ்கியப் புரட்சியின் வேகத்தைத் தக்கவைத்துக்கொள்ள மறைமுக ஊக்கியாக இருந்தது என்று குறிப்பிடுகிறார்.

அறுபதுகளிலும் எழுபதுகளிலும் உலக அளவில் ஆக்கமுறை மாற்றிலக்கண மொழியியலுக்கு மொழியியலறிஞரிடையே

இருந்த கவர்ச்சியையும் சாதகமான மனப்பாங்கையும் முன்னர்க் குறிப்பிட்டதுபோல எளிதாகப் புறக்கணித்துவிட முடியாது. கடந்த ஐம்பதாண்டுகளுக்கு மேலாக மொழியியல் துறைப்படிப்பில் நிகழ்ந்துள்ள மாற்றங்கள் புரட்சிக்கு நிகரானவை என்பதை மறுப்பதற்கில்லை. இக் காலவெளியில் முக்கியமான ஒரு கருத்தியல் வாய்பாட்டுத் தாவல் நிகழ்ந்துள்ளதன் மூலமாக சோம்ஸ்கிய மொழியியல் தாமஸ் கூனின் அறிவியல் புரட்சிக்குத் தகுதிப்படுத்திக்கொண்டது என்பதும் மொழியியல் வரலாற்றில் காலத்தால் மறந்துபோகும் நிகழ்வல்ல. இருப்பினும், ஆக்கமுறை மாற்றிலக்கண மொழியியலின் தோற்றத்தையும் வளர்ச்சியையும் சுயம்புவாக ஜோசப் *(1999)* போன்றோர் கருதுவதில்லை.

அறுபதுகளில் களத்திலிருந்த மொழியியலின் பாதுகாவலர்கள் எனக் கருதப்பட்ட மூத்தத் தலைமுறையினருக்கும் *(Old Guards)*, புரட்சியிலும் புதுமையிலும் வேட்கை கொண்ட இளையதலைமுறை யினருக்கும் *(Young Turks)* இடையே பல கருத்துவேறுபாடுகள் நிலவின. இவை சமூகப் பொருளாதார, அரசியல் காரணங்களால் வலுவடைந்திருந்தன. ஜான் கென்னடி, லிண்டன் ஜான்ஸன் ஆகியோரின் ஆட்சியின்போது அமெரிக்காவில் பரவலாக வளர்ந்திருந்த குடிமை உரிமை இயக்கங்கள், வியட்நாம்போரில் வியட்நாமின் உள்நாட்டுத் தலையீட்டிற்கு எதிரான சாதாரண அமெரிக்க மக்களின் வெறுப்புணர்வு போன்ற பிரச்சனைகள் பிற அறிவியல் துறைகளைக்காட்டிலும் மொழியியல் போன்ற சமூக விஞ்ஞானங்களில் வலுவான தாக்கத்தை ஏற்படுத்தின. இவை தீவிர சமூக, அரசியல் மாற்றங்களை எதிர்நோக்கும் புரட்சி மனப்பாங்கை வளர்த்தன. மொழியியலாளரும் மொழியியல் கோட்பாடுகளும் இப்பரிணாம மாற்றத்திற்குத் தயாரானதையே முந்தைய அத்தியாயத்தில் விரிவாகப் பார்த்தோம்.

குறிப்பிடும்படியாக ஜோசப், சோம்ஸ்கிய மொழியியலின் தோற்றத்தையும் வளர்ச்சியையும் முந்தைய தலைமுறையைச் சார்ந்த சசூரிய அமைப்பியல்வாதத்தின் தொடர்ச்சியாகக் காண்கிறார். 'உண்மையான அமைப்பியல்வாதம் சோம்ஸ்கியின் ஆக்கமுறையியல்வாதத்தோடு தொடங்குகிறது *(....that true structuralism begins with Chomsky's work)* என்று அவர் குறிப்பிடு கிறார். குறைந்தபட்சம், ஆரம்பக்கால ஆக்கமுறை இலக்கணம் அமெரிக்க அமைப்பு மொழியியலிலிருந்து கிளைத்தெழுந்ததே என ஜார்ஜ் லேகாஃப் *(1971)* குறிப்பிடுவதையும் இங்குச் சுட்டிக் காட்ட வேண்டும். ஆக்கமுறை மாற்றிலக்கணக் கோட்பாட்டின் மீதுள்ள அமெரிக்க அமைப்பியல்வாதத்தின் ஆதிக்கத்தை இவ்வாறு பலவாகக் குறிப்பிட்டாலும் அதன் தனித்துவமும், அதனை உயரிய கோட்பாடாக வளர்த்தெடுக்க சோம்ஸ்கியும்

அவரது மாணவர்களும் மேற்கொண்ட உழைப்பும் சோம்ஸ்கிய மொழியியல் வரலாற்றில் ஆழமாகப் பதிந்துபோன காலச்சுவடுகள்.

இருபது, இருபத்தொன்றாம் நூற்றாண்டு மொழியியல் வரலாற்றில் சோம்ஸ்கிய மொழியியல் ஒரு சகாப்தம். இந்தச் சகாப்தத்தில் நடப்பிலிருந்த மொழியைப் பற்றிய கருத்தியலாக்கத்தில் முந்தைய கோட்பாடுகளுக்கு மாற்றாக ஆக்கமுறை மாற்றிலக்கணக் கோட்பாட்டை அறிமுகப்படுத்தி இன்றுவரை இப்பெருமையை சோம்ஸ்கி தக்கவைத்துக்கொண்டிருக்கிறார். அவருக்கு முந்தைய மொழியியல் வரலாறும் வளர்ச்சியும் குறித்து 2 – 4 வரையிலான மூன்று அத்தியாயங்களிலும், அமைப்பு மொழியியல் கருத்தியல் வாய்பாட்டிலிருந்து ஆக்கமுறை மாற்றிலக்கணத்திற்கு நிகழ்ந்த கருத்தியல் வாய்பாட்டுத் தாவல் குறித்து 5ஆம் அத்தியாயத்திலும் விரிவாகப் பார்த்தோம். கிட்டத்தட்ட பத்தாண்டுகளாக நடந்த மொழியியல் போர்களின்போது அமைப்பு மொழியியலுக்கு எதிராக சோம்ஸ்கி முன்வைத்த நெறிமீறல்களுக்கும் எதிர்ச்சான்று எடுத்துக்காட்டுகளுக்கும் வடிகாலாக ஆக்கமுறை மாற்றிலக்கணம் அறிமுகமானது. அத்துடன் வலுவான ஒரு கோட்பாட்டுக் கட்டுமானத்திற்கு அது அடித்தளமாகவும் அமைந்தது. இவ்வகையில் புளூம்ஃபீல்டிய மொழியியலறிஞர்களின் எதிர்வினைகள், ஆக்கமுறை மாற்றிலக்கண வளர்ச்சிக்குப் பின்னூட்டமாய் இருந்தன என்பது மறுக்கமுடியாத உண்மை.

இப்பத்தாண்டுப் போர்க்காலத்தில் சோம்ஸ்கி மட்டுமல்லாமல் ரோமன் யாகோப்ஸன் முதலாக அனைத்து மாசாசூசெட்ஸ் தொழில்நுட்ப நிறுவன மொழியியலாளர்க்கும் இவ்வளர்ச்சி மாற்றத்தில் பங்கு இருந்தது. இக்காலக்கட்டத்தில் பல கருத்தியல்கள் செம்மை வடிவம் பெற்று சோம்ஸ்கிய மொழியியல் கோட்பாட்டுக்கு இறுக்கமான அடித்தளம் அமைத்தன. முக்கியமாக, மொழியைக் குறித்த சமகாலப் புரிதலில் மனித மனம் பற்றிய கருத்தியல் வியக்கத்தக்க மாற்றங்களை ஏற்படுத்தியது. மனித மனத்திற்கும் மொழிக்கும் இடையேயுள்ள உறவை சோம்ஸ்கிய மொழியியல் மேலும் ஆழமான சிந்தனைக்கு உட்படுத்தியது.

இன்று மொழியியல் கூடுதல் தொழில்நுட்பத்துறையாக வளர்ந்து வருகிறது. இவ்வளர்ச்சியில் சோம்ஸ்கிய மொழியியல் கோட்பாட்டின் பங்களிப்பு குறிப்பிடத்தகுந்தது. இதனை முழுவதுமாகப் புரிந்துகொள்ள, பின்னணிக் கருத்தியல்கள் குறித்த தெளிவான அறிவு முக்கியமானது. இக்கருத்தியல் பின்னணி சோம்ஸ்கிய மொழியியல் கோட்பாட்டின் நோக்கத்தை நிறுவுவதுடன் அதனைச் செயல்படுத்தவும் வழிநடத்துகிறது.

6.2. அடிப்படைக் கருத்தியல்கள்

சோம்ஸ்கிய மொழியியல் கோட்பாட்டுக் கருத்துருவாக்கப் பின்னணிக் கருத்தியல்களாகக் கீழ்வருவனவற்றைக் குறிப்பிடலாம்:

- மொழியியல் கோட்பாட்டின் நோக்கம்
- தரவுத் தொகுப்பு
- பகுத்தறிவுவாதம் – அனுபவவாதம்
- மொழி உள்ளுணர்வுகள்
- உள்ளுறை ஆற்றல்
- மொழி ஈட்டல் பொறிநுட்பம்
- மொழிப் பொதுமைகள்
- மொழி அறிதிறன் – மொழிச் செயலறிதிறன்
- மொழி: விளக்கம்
- புதைநிலை அமைப்பும் புறநிலை அமைப்பும்

இவற்றை சோம்ஸ்கிய கோட்பாட்டு வரலாற்று நோக்கில் இரு பகுதிகளாகப் பிரித்துக் காணலாம். இக்கோட்பாட்டு வரலாற்றைப் பொதுவாக 1957இல் சோம்ஸ்கி எழுதிய *தொடரியல் அமைப்புகள்* நூலிலிருந்து தொடங்கினாலும், 1950களின் ஆரம்பத்திலிருந்தே ஆக்கமுறை இலக்கணச் சிந்தனை சோம்ஸ்கி மட்டுமல்லாமல் ஹேரிஸ் போன்ற அமைப்பு மொழியியலறிஞர்களின் தொடரியல் சிந்தனைகளின் பாகமாக மொழிப்பகுப்பாய்வில் இடம்பெற்றிருந்தது. இருப்பினும் 1957இல் தான் முழுமையான கோட்பாட்டுத்தகுதியை சோம்ஸ்கியின் *தொடரியல் அமைப்புகள்* மூலம் பெற்றது. இக்காலக்கட்டத்தின் பின்னணிக் கருத்தியல்களாகக் கீழ்வருவனவற்றைக் குறிப்பிடலாம்:

- மொழியியல் கோட்பாட்டின் நோக்கம்
- தரவுத் தொகுப்பு
- பகுத்தறிவுவாதம் – அனுபவவாதம்
- மொழி உள்ளுணர்வுகள்
- உள்ளுறை ஆற்றல்
- மொழி ஈட்டல் பொறிநுட்பம்

இவ்விரு பகுதிகளிலும் வகுத்துக்காட்டும் கருத்தியல்கள் சோம்ஸ்கியக் கோட்பாட்டின் சீரான வளர்ச்சி மாற்றத்தைக்

குறிப்பனவே தவிர, ஒன்றை மறுத்து மற்றொன்றை முன்னிறுத்தும் மாற்றுக் கருத்தியல்களின் தொடர்ச்சியன்று. எனவே, ஒரே தலைப்பின்கீழ் இருபிரிவுகளாக இரு அத்தியாயங்களில் (6, 7) இவை விளக்கப்படுகின்றன. கூடுதல் புரிதலைக் கருதி மேற்கொள்ளும் திறன்முறை உத்தியாக மட்டுமே இவ்வகைப் பாட்டைக் கருத வேண்டும்.

6.2.1. மொழியியல் கோட்பாட்டின் நோக்கம்

ஒரு மொழியியல் கோட்பாட்டின் நோக்கம் என்ன? நாம் ஒரு மொழியைத் தங்குதடையின்றிப் பேசுகிறோம். இவ்வாறு பேச நமக்கு எப்படிச் சாத்தியமாயிற்று? இந்த மொழிக்கென எழுதப்பட்டிருக்கும் எந்த இலக்கண நூலையும் கற்றதில்லை. அப்படியானால் ஒரு மொழியை அதன் இலக்கணத்தைக் கற்காமலேயே பேசவும் எழுதவும் இயலுமா? இலக்கணமில்லாமல் மொழிக்கு இயக்கமில்லை. பேசுகின்ற ஒவ்வொருவருக்கும் அவர் பேசுகின்ற மொழியின் இலக்கணம் தெரியும். அவ்விலக்கணத்தின் உதவியாலேயே அவர் பேசுகிறார். அவரது பேச்சைப் புரிந்துகொள்ள இதே இலக்கணம் தெரிந்த மற்றொருவருக்கு எந்த இடர்ப்பாடும் இல்லை. ஒலிக்கூட்டங்களை வரிசைப்படுத்தி உற்பத்திசெய்யும் பேச்சில் பேசுபவர் உணர்த்த விழையும் பொருளைக் கேட்பவர் புரிந்துகொள்கிறார். பேசுபவர்-கேட்பவர் இடையே நிகழும் இவ்வற்புத நிகழ்வு கருத்துப்பரிமாற்றம், கருத்துப்புலப்படுத்தம், கருத்தாடல், உரையாடல் என்றெல்லாம் கூறப்படுகிறது. இக்கருத்துப்புலப்படுத்தச் சூழமைவு மொழியின் இயங்குதளம். இவ்வியங்குதளத்தில் பேசுபவர் – கேட்பவர் இருவரின் மொழி அறிவு இவ்வற்புத நிகழ்வை நிகழ்த்த உதவுகிறது.

6.2.2. மொழி அறிவு

எது மொழி அறிவு? மொழி அறிவு மொழியின் ஒலிவடிவம், சொற்களின் இலக்கணம், அவற்றிடையே நிலவும் உறவு, அவை உணர்த்தும் பொருண்மை ஆகியவை இணைந்த தொடரமைப்பு வடிவங்கள் பற்றிய அறிவு. இவற்றுள் ஒலி அறிவு ஒலிவடிவங ்களின் செம்மைத்தன்மையைக் கணிக்கவும், அவற்றிடையே காணும் வடிவ வேறுபாட்டை உணரவும் உதவுகிறது. மொழிப் பயன்பாட்டின்போது இவை வழங்கும் விதிகள் குறித்த அறிவும் இதனுள் அடங்கும். எனவே ஒலி அறிவை ஒலிவிதிகள் பற்றிய அறிவு என்பர்.

அவை + கு	அவற்றுக்கு	*அவைக்கு
மரம் + ஐ	மரத்தை	*மரமை

வா+ந்த்+ஆன்   வந்தான்   *வாந்தான்

என்னும் எடுத்துக்காட்டுகளில் ஒலி விதிகள் பயன்படும் இயல்பை உணர முடியும். அவற்றுக்கு, மரத்தை, வந்தான் என்பன செம்மையான வடிவங்கள். *அவைக்கு, *மரமை, *வாந்தான் என்பன செம்மையற்ற ஒலிவடிவங்கள். மொழிப்பயன்பாட்டில் இவ்வொலி விதி அறிவில்லாமல் செம்மையான தொடர்களை அமைக்க இயலாது.

சொல் அறிவில் சொல்லமைப்பு ஒலிக்கூட்டங்களின் ஒழுங்கமைவோடுகூடிய வரிசையில் கட்டமைக்கப்படுகிறது. மேலே குறிப்பிட்டவாறு சொற்களின் இலக்கணமும், இவற்றிடையே உள்ள உறவும், பொருண்மை அறிவும் செம்மையான சொல்வடிவங்களை உருவாக்க உதவுகின்றன. இச்சொல்லாக்க விதி அறிவு, செம்மையான சொற்களைச் செம்மையற்ற சொற்களிலிருந்து பிரித்துணரவும் உதவுகிறது. எடுத்துக்காட்டாக, விளையாடு என்னும் வினைச்சொல்லிலிருந்து விளையாடினான், விளையாட்டு, விளையாட்டு மைதானம் என்னும் சொல்வடிவங்களை உருவாக்க முடியும். இச்சொல் உற்பத்தியாக்கத்தைச் சொல்லாக்கவிதிப் பயன்பாடு என்பர். இதற்குச் சொல் உணர்த்தும் இலக்கண அறிவு முக்கியமானது. எடுத்துக்காட்டாக, போ என்னும் வினைச்சொல் இன் என்னும் இறந்தகால இடைநிலையை ஏற்று, போயினான் / போனான் என்று வரும். *போந்தான் என்றோ *போத்தான் என்றோ வருவதில்லை. போயினான் / போனான் என்பன செம்மையான வடிவங்கள்; *போந்தான், *போத்தான் என்பன செம்மையற்ற வடிவங்கள். இதைப்போலவே,

ஆறு + பாலம்   ஆற்றுப்பாலம்
பாடம் + திட்டம்   பாடத்திட்டம்

என்பன போன்ற கூட்டுச்சொற்களை உருவாக்குவதில் சொற்களிடையே நிலவும் உறவும் சொல் அறிவின்பாற்படும். *ஆறுபாலம், *பாடம்திட்டம் என்பன செம்மையற்ற வடிவங்கள்.

இச்சொற்களின் வரிசையில் உருவாக்கப்படுவன தொடர்கள். இவ்வுருவாக்கம் பேசுவோரின் கூடுதல் படைப்பாக்கப் பண்பு உடையது என்பார் சோம்ஸ்கி. எனவே, தொடர் பற்றிய அறிவில் தொடர்களைப் படைப்பது மட்டுமல்லாமல் தொடரமைப்புகளை உருமாற்றம் செய்வதும் அடங்கும். இவ்வறிவும் செம்மையான தொடர்களைச் செம்மையற்ற தொடர்களிலிருந்து பிரித்தறிய உதவுகிறது.

நோம் சோம்ஸ்கி

(1) காமராஜர் நல்ல அமைச்சர்

(2) இது ஜேசுதாஸ் பாடிய பாட்டு

என்பன செம்மையான தொடர்கள்.

(3) *காமராஜர் அமைச்சர் நல்ல

(4) *இது ஜேசுதாஸ் பாட்டு பாடிய

என்பன செம்மையற்ற தொடர்கள். இவை வழுவானவை. இவ்வழுவான ஒலிவடிவத்தையும், சொல்லமைப்பையும், தொடரமைப்பையும் இனங்கண்டுகொள்ள மொழி அறிவு பேசுபவருக்கு உதவுகிறது.

இவ்வடிப்படை அறிவுத்தளத்தில் எழும் வினாக்கள் பல.

- இம்மொழி அறிவைக் கட்டமைப்பது எது?
- இம்மொழி அறிவை ஈட்டுவதில் உள்ளீடாய் அமையும் உயிரியல் கூறுகள் எவை?
- இம்மொழி அறிவு எவ்வாறு பயன்படுத்தப்படுகிறது?

என்பன போன்ற வினாக்களுக்கு விடைகாண்பது சோம்ஸ்கிய மொழியியலின் முக்கியமான நோக்கங்கள். இவை குறித்துப் பின்வரும் பகுதிகளில் விரிவாகக் காண்போம்.

சோம்ஸ்கி, பேசுவோரின் இவ்வுள்ளார்ந்த மொழி அறிவை மொழி அறிதிறன் என்பார். இவ்வறிதிறனால் பேச்சை நிகழ்த்தும் திறனை மொழிச் செயலறிதிறன் என்பார். அமைப்பு மொழியியல் கோட்பாட்டில் இவை முறையே மொழிக்கருத்தீடு என்றும், பேச்சு என்றும் குறிப்பிடப்படுகின்றன. பேசுபவர் – கேட்பவர் இயங்குதளத்தில் பேசுபவர் உருவாக்கும் புதுப்புது வாக்கியப் படைப்பாக்கம் மொழி அறிவு அல்லது மொழி அறிதிறனின் முக்கியமான கூறு. மொழிச்சூழல்களுக்கேற்பச் செம்மையான, இலக்கண வழுவற்ற வாக்கியங்களைப் பொருத்தமாகப் படைப்பதும், அதைப்போலவே கேட்பவர் இவ்வாக்கியங்களைப் புரிந்துகொள்வதும் மொழிப்படைப்பாக்கத்திறனுள் அடங்கும்.

6.2.3. மொழிப்படைப்பாக்கம்

சோம்ஸ்கி, மொழி அறிதிறனின் படைப்பாற்றல் திறனை அதன் முக்கியமான கூறாகக் கருதி மொழிப்பயன்பாட்டுப் படைப்பாக்கக்கூறு *(Creative aspect of Language use)* என்று குறிப்பிடுகிறார். இம்மொழி உற்பத்தி ஆற்றலால் இதுவரைக் கேட்டிராத எண்ணற்ற புதிய வாக்கியங்களைப் புரிந்துகொள்ளவும், உற்பத்திசெய்யவும் தாய்மொழியாளரால்

முடிகிறது. இப்படைப்பாக்கத்திறன் அவரையும் அறியாமல் அகப்படுத்திக்கொண்ட உள்ளுறை ஆற்றல் *(Innate Capacity)*. புதிய வாக்கியங்களைப் படைக்கும்போதும் சரி, பழைய வாக்கியங்களைத் திரும்பத் திரும்பப் பயன்படுத்தும்போதும் சரி, அவற்றை உருவாக்க உதவும் விதிகளைப் பற்றியோ அவற்றின் பயன்பாட்டுமுறை குறித்தோ பேசுபவர் உணர்வதில்லை. இருப்பினும், அவர் பேசும் வாக்கியங்களும் சொற்கூற்றுகளும் இலக்கணம் உடையனவாய், கேட்பவர் ஏற்றுக்கொள்ளக் கூடியனவாய் அமைகின்றன. இவ்வாற்றல் மனித இனத்தைத் தவிரப் பிற உயிரினங்களுக்கு இல்லை.

மனிதனின் மொழிப்படைப்பாக்கத்திறன் பகுத்தறிவுவாதத் தத்துவத்தின் அடிப்படை நுண்ணறிவுத்திறன். இப்படைப்பாக்கத் திறனும், பல்வேறு பொதுக் கருத்துச் சேர்க்கைகளும் நிறைந்தது உள்ளுறை ஒழுங்கமைவு. இவ்வொழுங்கமைவின்படி, குழந்தைகள் சிக்கலான கருத்துகளைக்கூடத் தமக்குக் கிடைக்கும் குறைந்த அளவுச் சொற்களைக் கொண்டே இலாவகமாகக் கையாளும் ஆற்றல் நிறைந்தவர்கள். இம்மொழி உற்பத்தி ஆற்றல் இயல்பாய், உள்ளுறையாய்க் குழந்தைக்கு அமைந்துள்ளது. ஆனால், குழந்தை இவ்வாற்றலை அறிவதில்லை. அப்படியானால் குழந்தை எவ்வாறு மொழியைக் கைவரப்பெறுகிறது? இவ்வினாதான், சோம்ஸ்கி *மொழியியல் கோட்பாட்டின் தருக்க அமைப்பு* என்னும் தம் நூலில் குறிப்பிடுவதுபோல மொழியியலின் 'அடிப்படைப் பிரச்சனை'.

சோம்ஸ்கி தமது பிற்காலப் படைப்புகளில் இப்பிரச்சனையை 'பிளேட்டோவின் பிரச்சனை *(Plato's Problem)*' என்பதனோடு ஒப்பிடுகிறார். கணிதத்தில் எந்தப் பின்னணியும் இல்லாத ஒரு குழந்தையால் பொருத்தமான சில நினைவூட்டுதல்கள் மட்டுமே தர, எவ்வாறு ஜியோமித கணிதப் பிரச்சனைகள் அளவுக்குத் தீர்வுகாண முடிகிறது என்பது பிளேட்டோவுக்கு ஏற்பட்ட பிரச்சனை. இதைப்போலவே, இலக்கணமென்று எதுவும் குழந்தைக்குக் கற்பிக்கப்படாத நிலையில் சிக்கலான மொழியமைப்புகளைக்கூடக் குழந்தை எவ்வாறு புரிந்துகொண்டு சூழல்களுக்கேற்ற மொழியைப் புதிதுபுதிதாகப் படைக்கிறது என்பதும் தீர்வுகாண முடியாத பிரச்சனையே. சோம்ஸ்கி, இந்த பிளேட்டோ பிரச்சனைக்கான தீர்வைப் புலனுணர்வியல் விஞ்ஞானத்திலும் மொழியியல் விஞ்ஞானத்திலும் காண முயல்கிறார். ஒரு மொழியியல் கோட்பாடு இப்பிரச்சனைக்குத் தீர்வுகாணும் முகமாகக் குறிப்பாக, நாம் மேலே எழுப்பிய வினாக்களுக்கு விடைகாணவேண்டும். ஒரு மொழியியல் கோட்பாட்டின் நோக்கம் இதுவே என்பது சோம்ஸ்கிய

மொழியியலின் அடிப்படை அடிக்கோள். சோம்ஸ்கிய மொழியியல் கோட்பாடு இவ்வடிப்படை அடிக்கோளின்மீது கட்டமைக்கப்படும் கட்டுமானம்.

சோம்ஸ்கி, மனித இனத்தின் மொழிப் படைப்பாக்கக்கூறைத் தம் கோட்பாட்டின் மூலதனமாகக் கருதுகிறார். பதினேழாம் நூற்றாண்டு மொழியறிஞரிடையேயும் இம்மொழிக்கூற்றுச் சிந்தனை பரவலாக இருந்தது. வில்ஹெம் வோன் ஹூம்போல்டின் பொதுமொழியியலின் அடிநாதமாக இக்கூறு கருதப்பட்டது. எனினும், அவரின் சமகாலத்திய அமைப்பு மொழியியல் கோட்பாட்டில் மொழிப் படைப்பாக்கக்கூறு முக்கியத்துவம் பெறவில்லை. இதனை ஒப்புமையாக்கத்தோடு ஒப்பிட்டுப் பேசுவர் அமைப்பு மொழியியலாளர். புளூம்ஃபீல்டு, ஹாக்கெட் போன்றோர் கர்ட்டேசியன் சிந்தனை நோக்கில் மொழிப்படைப்பாக்கத்தின் அடிப்படையை உள்வாங்கத் தவறிவிட்டனர்.

ஒப்புமையாக்கம், அமைப்பியல் கோட்பாட்டின் எந்தப் பகுதியிலும் தீவிரமான கொள்கை விளக்கத்திற்கு உட்படுத்தப்பட வில்லை. ஒரு முன்மாதிரி இலக்கண அமைப்பின் அடிப்படையில் உருவாக்கப்படும் வாக்கியங்களின் தொகுப்பன்று மொழி என்பது அமைப்பு மொழியியலாளரின் கருத்து. ஆனால், ஒவ்வொரு முன்மாதிரி இலக்கண அமைப்பும் விதியை அடிப்படையாகக் கொண்டது என்பதையோ ஒவ்வொரு வாக்கியமும் புதிதாக உருவாக்கப்படுவது என்பதையோ இவ்வாக்கியங்கள் எண்ணிக்கையற்றவை என்பதையோ எல்லாவற்றுக்கும் மேலாக, ஒவ்வொரு வாக்கிய உருவாக்கத்திலும் புதைந்திருக்கும் உள்ளார்ந்த மொழித்திறன் மனிதனுக்கு மட்டுமே உரிய தனித்திறன் என்பதையோ தம் கோட்பாட்டின் அங்கமாக அமைப்பு மொழியியலாளர் கருதவில்லை. சுருக்கமாகக் கூறினால், மொழி என்பது குறிப்பிட்ட எண்ணிக்கையிலான விதிகளின் ஆக்கமுறை நடவடிக்கை என்பது ஹூம்போல்டின் கருத்து. ஆனால், மொழி என்பது நடத்தையே என்னும் அமைப்பு மொழியியலாளரின் நடத்தை உளவியல் கோட்பாட்டுச்சார்பு ஹூம்போல்டின் கருத்தைப் புறக்கணிக்க முக்கியக் காரணியாக இருந்தது.

வோன் ஹூம்போல்ட், பேசுதல் உற்பத்திநடவடிக்கை என்றும், மனஉழைப்பின் வெளிப்பாடு என்றும், பேச்சால் சீரான சிந்தனை ஆற்றலைப் புலப்படுத்த முடிகிறது என்றும் கூறுகிறார். ஹூம்போல்டின் இச்சிந்தனைகள் அமைப்பு மொழியியல் கோட்பாட்டு எல்லையைத் தாண்டி சோம்ஸ்கியின் ஆக்கமுறை மாற்றிலக்கணக் கோட்பாட்டின்மீது தனித் தாக்கத்தை ஏற்படுத்தின. மனித மொழி, சொற்களும் சொற்றொடர்களும்

அவற்றின் பொருள்களும் அடங்கிய வெறும் தொகுப்பு என்பதைவிட விதிகளின் ஆட்சிக்கு உட்பட்ட அமைப்பொழுங்கு என்பது இவரது கருத்து. இக்கருத்து சோம்ஸ்கியின் மொழி பற்றிய கருத்துருவாக்கத்திற்கு அடிப்படையாக அமைந்தது. பொதுவாக, ஹம்போல்டின் சிந்தனைகளை விதந்துபோற்றும் சோம்ஸ்கி இக்கருத்தால் உத்வேகம் பெற்றார் என்பர்.

ஒரு மொழியின் அமைப்பும் செயல்கூறும் அம்மொழியைப் பேசுவோரின் உள்மன இயக்கத்தையும் அறிவுப்பரப்பையும் புலப்படுத்துகின்றன. உள்மன இயக்கம், பேசுவோரின் உலகியல் கண்ணோட்டம் சார்ந்த செய்திகளைப் புலப்படுத்தும் வாக்கியத்தின் உறுப்புகளிடையே காணும் உறவுகளைக் குறியீடாய் அமைத்துக்காட்டுகிறது. இவ்வுள்மன இயக்கம் தன்னைச் சுற்றியுள்ள பொருண்மைக்கூறை உள்ளீடுசெய்வது வரைக்கும் ஒலிகள் இணைந்து சொற்களாக உருவாவதில்லை. இப்பொருண்மைக்கூறே உலகியல் கண்ணோட்டத்திற்கும் எண்ணங்களுக்கும் புற உருவம் கொடுக்கின்றன. இதன் அடிப்படையில் 'வரையறைக்குட்பட்ட எண்ணிக்கையிலான விதிகளால் வரையறையற்று உருவாக்குதல்' என்னும் ஹம்போல்டின் மொழிக்கான விளக்கத்தை அடிக்கடிக் குறிப்பிட்டு, இவ்விளக்கத்தையே தம் கோட்பாட்டின் அடிநாதமாக சோம்ஸ்கி கருதுவது குறிப்பிடத்தக்கது. வரையறையற்ற / எண்ணிக்கையற்ற வாக்கிய உருவாக்கம் இலக்கணவிதிகளால் சாத்தியமாகிறது என்னும் மேற்காணும் ஹம்போல்டின் கருத்திற்கிணங்க, ஒரு மொழியின் குறிப்பிட்ட எண்ணிக்கையில் அடங்கும் இலக்கணவிதிகளால் எண்ணிறந்த வாக்கியங்களைப் படைக்க / உற்பத்திசெய்ய முடியும். சோம்ஸ்கியின் ஆக்கமுறை மாற்றிலக்கணத்தின் மூலத் தத்துவம் இதுவே.

ஒரு மரபிலக்கணக் கலைஞனுக்கும் மேலே கூறிய மொழி அறிதிறன்பாற்பட்ட விதி ஒழுங்கமைவுகளைப் பற்றிய முழுமையான புரிதல்தான் இலக்கண உருவாக்கத்துக்கான மூலதனமாக அமைகிறது. ஆக்கமுறை மாற்றிலக்கணம், மரபிலக்கணத்தின் இம்மூலதனத்தை ஏற்றுக்கொள்ளத் தயங்கவில்லை. இருந்தாலும், அடிப்படையில் இதற்கும் அப்பால் கோட்பாட்டு எல்லையை ஆக்கமுறை மாற்றிலக்கணம் விரிவுபடுத்துகிறது. ஏனெனில், ஒரு குறிப்பிட்ட மொழியின் ஒழுங்கமைவு விதிகளைக் கூறுவதும், அவற்றுக்கான எடுத்துக்காட்டுகளைத் தருவதுமாக மரபிலக்கணம் அமைதியடைந்துவிடுகிறது. இவற்றுக்கு மேலாக, ஆக்கமுறை மாற்றிலக்கணம்போல மொழிப்படைப்பாக்கத்தை ஊக்குவிக்கும் மனிதனின் உள்ளார்ந்த மொழி உற்பத்திநுட்பம் மரபிலக்கணப் பகுப்பாய்வு எல்லைக்கு உட்படுவதில்லை.

சோம்ஸ்கி, 'உற்பத்திநுட்பம் (Production)' என்னும் இச்சொல்லாடலைத் தொடரியல் அமைப்புகள் – இல் பயன்படுத்தியது துரதிருஷ்டவசமானது என்று குறிப்பிடுவார் ஜான் லைன்ஸ் (1970). வாக்கியங்களை உற்பத்திசெய்தல் பேசுபவரை மட்டும் மையமாகக்கொண்ட நடவடிக்கையாக எண்ணத் தோன்றுவது இயல்பு. இந்நடவடிக்கையில் கேட்பவருக்குப் எவ்விதப் பங்கும் இல்லாதது போன்ற தோற்றம் உருவாகிறது. இதனால் பேசுபவர் – கேட்பவர் கருத்தாடல் தளத்தில் மொழி, பேசுபவரால் மட்டுமே இலக்கணவிதிகளின் அடிப்படையில் உற்பத்திசெய்யப்படும் வாக்கியங்களாலானது என்னும் கருத்திற்கு இட்டுச்செல்கிறது. ஆனால் சோம்ஸ்கி வாக்கியங்களின் உற்பத்தியாக்கத்தை, படைப்பாக்கத்தைப் பேசுபவரை மையமாகக் கொண்ட நடவடிக்கையாக மட்டுமே தொடர்ந்து கருதக்கூடாது என்று எச்சரிக்கிறார்.

இலக்கணம், பேசுபவரின் உற்பத்திநுட்பத்திற்கும் கேட்பவரின் புரிதலுக்கும் பொதுவானது. சோம்ஸ்கி 'பேசுபவர் – கேட்பவர் பேச்சுச்சூழலையே' தம் கோட்பாட்டின் இலக்காக்கமாக (Idealization) வரையறுத்துக்கொள்கிறார். மேலும், இலக்கணம் குறித்துப் பேசும்போதெல்லாம் 'உற்பத்தி' என்னும் சொல்லாக்கத்தைக்காட்டிலும் 'படைப்பாக்கம்' என்பதை அவர் அதிகமாகப் பயன்படுத்துவது இங்குக் குறிப்பிடத்தக்கது. 'ஆக்கமுறை (மாற்றிலக்கணம்)' என்னும் அவரின் சொல்லாடல் பயன்பாடும் இவ்வடிப்படையிலேயே அமைகிறது. உற்பத்திநுட்பம், படைப்பாக்கம், படைப்பாற்றல், ஆக்கமுறை என்னும் சொல்லாடல்கள் ஒரே பொருளிலேயே இந்நூலிலும் கையாளப்படுகின்றன. சோம்ஸ்கி, 'குறிப்பிட்ட எண்ணிக்கையில் அடங்கும் விதிகளால் எண்ணற்ற வாக்கியங்களைப் படைத்தல்' என இவற்றுக்குப் பொருள் கொள்கிறார். இவ்விளக்கத்தின்படி, மொழியின் எல்லா இலக்கண வாக்கியங்களையும் இலக்கணம் உற்பத்திசெய்கிறது. இலக்கணவழு வாக்கியங்களை உற்பத்திசெய்வதில்லை. இலக்கணவழு வாக்கியங்கள் அரிதாக இடம்பெறுமானால் அவற்றை இலக்கணவழுவற்ற வாக்கியங்களிலிருந்து தெளிவாகப் பிரித்து இனங்காண இயலும். வாக்கியங்களின் தன்மை குறித்த இத்தீர்ப்பு படைப்பாக்கத்திறனின் அங்கமாகக் கருதப்படுகிறது. இப்படைப்பாக்கத்திறனைத்தான் சோம்ஸ்கி வாக்கியப் படைப்பாக்கம் (Sentential Creativity) என்று குறிப்பிடுகிறார்.

ஒன்றுக்கு மேற்பட்ட வாக்கியங்கள் பலவாக இணைந்து சங்கிலித்தொடர்போல் பிரதியாக உருவாகும் நிலையை சோம்ஸ்கி மொழிப்பயன்பாட்டின் படைப்பாக்கக்கூறு என்று

குறிப்பிடுவார். இப்படைப்பாக்கக்கூறும் அடிப்படையில் குறிப்பிட்ட வரையறைக்குட்பட்ட எண்ணிக்கையிலான விதிகளைக்கொண்டு எண்ணிறந்த வாக்கியங்களை உருவாக்கும் மேநிலைப் படைப்பாக்கத்திறனேயென்றாலும் ஆக்கமுறை மாற்றிலக்கணக் கோட்பாட்டு எல்லைக்கு உட்பட்டதன்று. இது மொழிச் செயலறிதிறன்பாற்பட்டது. இது குறித்து இன்னும் விரிவாகப் பின்வரும் பகுதிகளில் காண்போம்.

6.2.4. இலக்கணம்

'இலக்கணம்', சோம்ஸ்கிக்கு மொழியின் கோட்பாடு. இலக்கணமும் கோட்பாடும் அவருக்கு வேறுவேறல்ல. ஆக்கமுறை இலக்கணம் என்பதும், ஆக்கமுறை இலக்கணக் கோட்பாடு என்பதும் அவருக்கு ஒன்றே. இதனால் சோம்ஸ்கி பிற மொழியியல் கோட்பாட்டாளர்களிடமிருந்து வேறுபட்டுத் தோன்றுகிறார். 1950களில் ஹேரிஸின் அமைப்பிலக்கண ஆதிக்கத்திற்கு உட்பட்டிருந்தாலும், 1955களிலிருந்து தமக்கெனத் தனி இலக்கணச் சிந்தனையை வளர்த்துக்கொண்டார். அகநிலைக்கருத்துக் கோட்பாட்டில் (Nativist Theory) ஆழமான நம்பிக்கை உடையவர் சோம்ஸ்கி. மனிதனின் மொழி கற்றல் பண்பு பிற உயிரினங்களிடமிருந்து வேறுபட்டது என்றும், இப்பண்பு அவனது உள்ளூறை அல்லது இயற்பியல் சார்ந்த திறன் என்றும் அகநிலைக்கருத்துக் கோட்பாடு நிறுவுகிறது. இத்திறனால் குழந்தை ஒரு குறிப்பிட்ட மொழியைத் தேர்ந்தெடுத்துக் கற்றுக்கொள்கிறது. இம்முதலாம் மொழி தாய்மொழி எனப்படுகிறது.

குழந்தையின் உள்ளூறை ஆற்றலை மொழி ஈட்டல் பொறிநுட்பம் என்று சோம்ஸ்கி குறிப்பிடுகிறார். இப்பொறிநுட்பத் தோடு பிறக்கும் குழந்தை எல்லா மொழிகளுக்கும் பொருந்தும் இலக்கண அமைப்புகள் பற்றிய அறிவோடு பிறக்கிறது என்று சுருக்கமாகக் கூறலாம். குழந்தை மொழியின் உள்ளடக்கம் இவ்வமைப்புகளே. இவை குழந்தையின் மொழி அறிவைக் கட்டமைக்கின்றன. இவ்வறிவின் உதவியால் தமக்குரிய மொழியைத் தேர்ந்தெடுத்துக்கொள்வதுடன் தன் பயன்பாட்டிற்கு உகந்த மொழியைப் படைக்கும் திறனைப் பெறுகிறது. இம்முதலாம் மொழியைப் பிறர் சொல்லித்தரக் குழந்தை கற்பதில்லை. யாரும் கற்பிக்காமலேயே இம்மொழியைக் கற்றுக்கொள்கிறது. இத்திறன் எல்லாக் குழந்தைகளுக்கும் பொதுவானது. இதனை அச்சாணியாகக்கொண்டு இலக்கணம் இயங்குகிறது. இவ்விலக்கணத்தை விளக்குவது சோம்ஸ்கிய மொழியியல் கோட்பாட்டின் முதன்மை நோக்கம் என்பது இங்குக் குறிப்பிடத்தக்கது.

இலக்கணம் என்றால் என்ன? சோம்ஸ்கியின் 'இலக்கணம்' என்பதன் கருத்தியலாக்கம் அவரது ஆக்கமுறை மாற்றிலக்கணக் கோட்பாட்டின் வளர்ச்சியில் ஒவ்வொரு காலக்கட்டத்தின் பிரதிபலிப்பு எனலாம். அதாவது முன்னர்க் குறிப்பிட்டதுபோல, ஒவ்வொரு காலக்கட்ட வளர்ச்சி சார்ந்த இலக்கண முன்மாதிரி களின் அணிவகுப்பு. 1957இல் வரைநிலை இலக்கணம் தொடங்கி இன்றைய அக இலக்கணம் வரை சோம்ஸ்கி தடம்பதித்து வந்துள்ள இலக்கணப்பாதை மிக நீண்டது. இப்பாதையில் ஆறு கோட்பாடுகளின் பின்னணியில் ஆறு இலக்கண முன்மாதிரிகளை அவர் முன்வைத்துள்ளார். இவை ஒவ்வொன்றும் ஒவ்வொரு மைல்கல். இருப்பினும், இவ்வனைத்து இலக்கண முன்மாதிரிகளின் அடிப்படைக் கருத்தியல் ஒன்றே. புலனுணர்வியல் உளவியல் சார்ந்த அவரது அடிப்படை நிலைப்பாட்டில் எவ்வித மாற்றமும் இருப்பதில்லை.

முந்தைய பகுதியில் குறிப்பிட்டதுபோல, இலக்கணம் வழுவாக்கியங்களை உற்பத்தி செய்வதாக இருக்கக்கூடாது. அதேநேரத்தில் இவ்வாக்கியங்களையும் விளக்க உதவினால் மட்டுமே இலக்கணக் கோட்பாடு தத்துவம் சார்ந்த அறிவியலாகக் கருதப்படும். பேசுபவரின் உள்ளார்ந்த மொழி அறிதிறன் அல்லது படைப்பாக்கத்திறன் இலக்கணம். இது உள்ளூறை இலக்கணம் *(Innate grammar)* எனப்படுகிறது. இது பல விதிகளாலான ஓர் ஒழுங்கமைவு. ஒரு மொழியியல் கோட்பாடு, குறிப்பிட்ட மொழியின் விதி ஒழுங்கமைவுக் கூறுகளை விளக்குவதன் மூலம் மனித மொழியின் பொதுமை விதி ஒழுங்கமைவை விளக்கும் நிறைவுடையதாய் இருக்க வேண்டும். இது மொழியியல் கோட்பாட்டின் அறுதி நோக்கம். மொழிப் படைப்பாக்கக்கூறு போன்ற ஆக்கமுறை மாற்றிலக்கணக் கோட்பாட்டின் கருத்தியலாக்கங்கள் இந்நோக்கத்தை நோக்கி நகர்கின்றன. மொழியியலாய்வின் அடிப்படைத் தரவுத் தொகுப்பு முதலாகப் பல கருத்தியலாக்கங்கள் இக்கோட்பாட்டில் விவாதிக்கப்படுகின்றன. ஒவ்வொரு கருத்தியலாக்கமும் புளூம்ஃபீல்டிய அமைப்பு மொழியியலுக்கு எதிரான சான்றுகளை முன்வைப்பதோடு ஆக்கமுறை மாற்றிலக்கணக் கோட்பாட்டுக்கான அடித்தளத்தைக் கட்டமைப்பதை உணரமுடியும்.

6.2.5 இலக்கண நிறைவும் மதிப்பீடும்

தரவுத் தொகுப்புப் பற்றி விரிவாகக் காண்பதற்கு முன் ஒரு நல்ல இலக்கணத்தின் மதிப்பீட்டு அளவுகோலாக சோம்ஸ்கி கூறும் இலக்கண நிறைவு *(Grammatical adequacy)* குறித்த அறிமுகம் இங்குப் பொருத்தமாக இருக்கும். சோம்ஸ்கிய மொழியியல்

வரலாறு பல்வேறு காலக்கட்டங்களில் இலக்கண நிறைவை அளவுகோலாகக் கொண்டு மதிப்பீடு செய்யப்பட்டு வளர்ந்த இலக்கண முன்மாதிரிகளின் தொடர் நிகழ்வு. வரைநிலை இலக்கணம், சூழல் – கட்டிலா இலக்கணம் (Context-free Grammar), தொடரமைப்பு இலக்கணம், மாற்றிலக்கணம், ஆளுகை – கட்டுறவு இலக்கணம் (Government and Binding Grammar), குறுமை நிரல் இலக்கணம் (Minimalist Grammar) எனப் பல இலக்கண முன்மாதிரிகளைக் கடந்து சோம்ஸ்கிய மொழியியல் வளர்ந்துள்ளது. இவை ஒவ்வொன்றின் மதிப்பீட்டு அளவுகோல்களில் இலக்கண நிறைவு முக்கியமானதாகக் கருதப்படுகிறது.

இலக்கண நிறைவு, இலக்கண முன்மாதிரிகளின் ஏற்புடைமையை அறைகூவலுக்கு உட்படுத்துகிறது. இது மொழியியல் கோட்பாட்டு வரலாற்றில் அசாதாரண நிகழ்வன்று. சோம்ஸ்கி தமது ஒவ்வோர் இலக்கண முன்மாதிரிக்கும் பிற அறிஞர்களோடு தாமும் ஓர் அகமதிப்பீட்டாளராக இருந்தார் என்பது சிறப்புச் செய்தி. இம்மதிப்பீட்டை எவ்வாறு மேற்கொள்வது என்பதை அவரது நோக்கில் காண்பதற்கு முன் இதற்கான கோட்பாட்டு அடிப்படையைக் காண்பது முக்கியம்.

குழந்தை, மொழியைக் கற்கும் உள்ளுறை ஆற்றலோடு பிறக்கிறது என்று பார்த்தோமல்லவா? இவ்வுள்ளுறை ஆற்றல் உலக மொழிகளுக்கெல்லாம் பொதுவான பண்புகளை உடையது. இப்பண்புகளைப் பயன்படுத்திக் குழந்தை தனக்கான ஒரு மொழியைத் தேர்வுசெய்து கற்கிறது. இம்மொழியைச் சுற்றுப்புறச்சூழலில் தனக்கு அறிமுகமான மொழித் தரவுகளைப் பயன்படுத்தி உருவாக்கிக்கொள்கிறது. இம்மொழியறிவு குழந்தையின் தாய்மொழி அறிவு என்றபோதிலும் பொதுமை இலக்கண அறிவு சார்ந்தது. இப்பொதுமை இலக்கண அறிவு, தாய்மொழி அறிவு என்னவாக இருக்கவேண்டும் என்பதைத் தீர்மானிக்கிறது. இவ்விலக்கண அறிவிற்குரிய தகுதியை நிறைவு செய்யும் மதிப்பீட்டுக் கூறுகளாக சோம்ஸ்கி,

1. தரவு நிறைவு / கருத்து நிறைவு

2. வண்ணனை நிறைவு

3. விளக்க நிறைவு

என்னும் மூன்று நிறைவுத்தகுதிகளைக் குறிப்பிடுகிறார் (Chomsky, 1965). பொதுமை இலக்கணம், இம்மூன்று நிறைவுத்தகுதிகளையும் பெற்றிருப்பதோடு அதனை அடிப்படையாகக்கொண்டு உருவான எல்லா மனித மொழி இலக்கணங்களையும் விளக்கும்

தன்னிறைவு பெற்றதாக இருக்கவேண்டும். இதனடிப்படையில் ஒரு குறிப்பிட்ட மொழியின் இலக்கணத்தை மதிப்பீட்டிற்கு உட்படுத்தும்போது எந்த அளவிற்கு அவ்விலக்கணம் நிறைவுத்தகுதிகளை நிறைவேற்றுகிறது என்று விளக்க வேண்டியது கட்டாயமாகிவிடுகிறது.

1. தரவு நிறைவு: தரவு நிறைவு இலக்கணப் பகுப்பாய்விற்காகப் பயன்படும் மொழித் தரவுகளோடு தொடர்புடையது. ஓர் இலக்கணம், அதன் உருவாக்கத்திற்கெனச் சேகரிக்கப்படும் தரவுகள் முழுவதையும் பகுப்பாய்வில் பயன்படுத்தியிருக்க வேண்டும். அமைப்பு மொழியியல் அணுகுமுறையில் வண்ணனை மொழியியல்தான் தரவுகளை முதன்மைப்படுத்திய முதல் ஆய்வு. இவ்வாய்வில் தரவுகள் களஆய்வாளரால் குறிப்பிட்ட மொழியைப் பேசும் தாய்மொழியாளரிடமிருந்து பதிவுசெய்யப்படுகின்றன. சொற்களும் சொற்றொடர்களும் வாக்கியங்களுமாகச் சேகரிக்கப்படும் இத்தரவுகள் மொழியின் ஒலியிலிருந்து வாக்கியம் வரை இலக்கணத்தின் எல்லா நிலைகளுக்குமுரிய தரவுகளாகப் பகுப்பாய்வுக்கு உட்படுத்தப்படுகின்றன. பகுப்பாய்வின்போதே அவ்வப்போது தாய்மொழியாளரோடு கலந்துரையாடித் தரவுகளின் தரம் களஆய்வாளரால் உறுதிப்படுத்தப்படுவதுண்டு. இவ்வாறு மொழித்தரவுகளை முழுமையாகவும் துல்லியமாகவும் பகுத்தாய்ந்து நிறைவுசெய்யும்போது இலக்கணம் கருத்து நிறைவை அடைகிறது. இந்நிறைவுத் தகுதி பல்வேறு கள ஆய்வு நிலைகளில் களஆய்வாளர் மேற்கொள்ளும் சீரிய உற்றுநோக்கல்களின் தொகுப்பாக அமைவதால் இதனை உற்றுநோக்கல் நிறைவு (Observational Adequacy) என்று குறிப்பிடுவர்.

தரவுகள் முழுமையாகப் பயன்படுத்தப்படாத சந்தர்ப்பங்களில் கருத்து நிறைவில் இலக்கண அமைப்பு சார்ந்த இடைவெளியும் கருத்துகளிடையே வேறுபாடும் தவிர்க்கமுடியாத குறைபாடுகளாக நிலைபெற்றுவிடும். பெரும்பாலான மரபிலக்கணங்கள் மொழித்தரவுகளை முழுமையாகப் பகுப்பாய்வுக்கு உட்படுத்தத் தவறிவிடுகின்றன. இதனாலேயே அவை குறையிலக்கணங்களாகக் கருதப்படுகின்றன. இவை கருத்து நிறைவுமிக்க இலக்கணங்களாக ஏற்றுக்கொள்ளப்படுவதில்லை. பாணினீயம், தொல்காப்பியம் போன்ற இலக்கணங்கள் அடைந்துள்ள கருத்து நிறைவைப் பிற்கால இலக்கணங்கள் அடைந்துள்ளதாகக் கூறமுடியாது. தரவு பற்றிய கருத்தியலும், பகுப்பாய்வு நெறிமுறையும் இன்றைய அறிவியல் உணர்வோடு அன்றைய இலக்கணப் பகுப்பாய்வில் இடம்பெறவில்லை என்பதை இதற்கான காரணமாகக் குறிப்பிடலாம். இருப்பினும், பல மரபிலக்கணங்களில் கருத்துகள்

விடுபட்டுப்போன இடங்களை உரையாசிரியர்கள் நிறைவு செய்வதைக் காணமுடியும்.[1]

ஆக்கமுறை இலக்கணம் தரவுகளை முழுமையாகப் பகுப்பாய்வுக்கு உட்படுத்திப் பெறப்பட்ட விதிகள் அடங்கிய கருத்து நிறைவு பெற்ற இலக்கணம். இவ்விலக்கணத்தின் கருத்து நிறைவு, அவ்விலக்கணம் மொழியில் காணும் எல்லா இலக்கண வாக்கியங்களையும் – இலக்கண வாக்கியங்களை மட்டுமே படைக்கும் திறனுடைய விதிகள் அடங்கியதாக இருப்பது என்பர் ஆக்கமுறை இலக்கணவியலார். அதேநேரத்தில், இவ்விலக்கணம் இலக்கணமில்லா வழுவாக்கியங்களைப் படைப்பதில்லை என்னும் கருத்தையும் தாய்மொழியாளருக்கு உணர்த்துகிறது. இராட்ஃபோர்டு (1988), ஓர் இலக்கணம் எந்தெந்த வாக்கியங்கள் தொடரியல், பொருண்மையியல், உருபனியல், ஒலியனியல் என்னும் அமைப்புகளில் பிழையின்றி வடிவமைக்கப்பட்டுள்ளன என்பதைச் சரியாகச் சுட்டிக்காட்டுமானால் அவ்விலக்கணம் கருத்து நிறைவு பெற்றதாக ஏற்றுக்கொள்ளப்படும் என்று குறிப்பிடுகிறார்.

2. வண்ணனை நிறைவு: வண்ணனை நிறைவு, தரவுகள் சார்ந்த தாய்மொழியாளரின் உள்ளுணர்வோடு தொடர்புடையது. ஓர் இலக்கணம் தரவுகளின் பகுப்பாய்வுக்கும் தாய்மொழியாளரின் மொழி உள்ளுணர்வுக்கும் *(Intution)* இடையே நிலவும் இணக்கத்தைச் சரியாகப் புலப்படுத்துமானால் அவ்விலக்கணத்தை வண்ணனை நிறைவு பெற்றதாக ஏற்றுக்கொள்ளலாம். ஆக்கமுறை மொழியியலாளர் விதிகளை வாய்பாடு வடிவமாக்கிக் கருத்து நிறைவோடு ஓர் இலக்கணத்தை உருவாக்குகிறார். அதற்குப் பின் தாய்மொழியாளரின் மொழி சார்ந்த உள்ளுணர்வோடு ஒப்பிட்டு ஒவ்வொரு வாக்கியமும் முழு ஏற்பிற்குரியதுதானா எனச் சோதனைக்கு உட்படுத்துகிறார். அத்துடன், ஒவ்வொரு விதியும் எண்ணிறந்த வாக்கியங்களைப் படைக்கும் உற்பத்தித்திறன் உடையதுதானா எனவும் அறிந்து இலக்கண நிறைவை நோக்கி நகர்கிறார். இந்நிலையில் வாக்கியங்களின் தொடரமைப்பு, பொருண்மை அமைப்பு, உருபனமைப்பு, ஒலியனமைப்பு ஆகியவற்றைத் தாய்மொழியாளரின் உள்ளுணர்வோடு கோட்பாட்டு அடிப்படையில் விவரிக்கும்போது இலக்கணம் வண்ணனை நிறைவு பெறுகிறது.

எடுத்துக்காட்டாக, தமிழில் ஒலியனமைப்பைப் பொறுத்த வரையில் /–ழ்ச்ச–/ (மகிழ்ச்சி) என்பது இடைநிலை மெய்ம்மயக்கம். */–ச்ச்ழ–/ என்னும் மெய்ம்மயக்கம் கருத்து நிறைவு உடையதன்று என்பதுடன் தாம் பேசும் மொழியில் இம்மெய்ம்மயக்கம்

சாத்தியமல்ல என்பதையும் தாய்மொழியாளர் உள்ளுணர்வால் உணர்கிறார். வண்ணனை நிறைவு தாய்மொழியாளரின் இவ்வுள்ளுணர்வு சார்ந்த மொழியறிவை உள்ளடக்கியது.

(5) சச்சின் கிரிக்கெட் விளையாடுவதில் வல்லவர்

(6) கிரிக்கெட் விளையாடுவதில் சச்சின் வல்லவர்

(7) கிரிக்கெட் விளையாடுவதில் வல்லவர் சச்சின்

(8) சச்சின் வல்லவர் கிரிக்கெட் விளையாடுவதில்

என வாக்கியம் (5)–இன் விதவிதமான சொல்வரிசையிலான வடிவங்களை (6 – 8) இலக்கண வாக்கியங்கள் என ஏற்றுக்கொள்ளும் தாய்மொழியாளர்,

*(9) *கிரிக்கெட் சச்சின் வல்லவர் விளையாடுவதில்*

*(10) *கிரிக்கெட் வல்லவர் சச்சின் விளையாடுவதில்*

*(11) *விளையாடுவதில் சச்சின் கிரிக்கெட் வல்லவர்*

என்னும் வாக்கியங்களின் சொல்வரிசையைப் பிழையெனத் தம் உள்ளுணர்வால் அறிவார் என்பதைத் தொடரியலமைப்பு நிலையில் ஓர் எடுத்துக்காட்டாகக் கூறலாம். ஓர் இலக்கணம் எது சரியென்று சுட்டிக்காட்டும்போது எது சரியன்று என்பதையும் தாய்மொழியாளனின் உள்ளுணர்விற்கிணங்கப் பகுப்பாய்வில் உணர்த்தவேண்டும், இதன்மூலம், கருத்து நிறைவிற்கேற்ப வாக்கியங்களை உற்பத்திசெய்யும் நிலையில் இலக்கணமுள்ள வாக்கியங்களை மட்டுமே அவை உணர்த்தும் பொருள் சிதையாமல் படைக்கும் இயல்பு வற்புறுத்தப்பட்டுத் தாய்மொழியாளரின் முழு மொழி அறிதிறனும் வண்ணனையின் பகுதியாக அமையும். அவ்வாறு அமையும்போது அவ்விலக்கணம் வண்ணனை நிறைவு பெற்றதாக ஏற்றுக்கொள்ளப்படுகிறது.

3. விளக்க நிறைவு: வண்ணனை நிறைவை நோக்கமாகக்கொண்டு எழுதப்படும் இலக்கணம் கருத்து நிறைவோடு தாய்மொழியாளரின் மொழி உள்ளுணர்வையும் இலக்கண உருவாக்கத்திற்குப் பயன்படுத்துகிறது என்று பார்த்தோமல்லவா? கருத்து நிறைவும் வண்ணனை நிறைவும் ஒரு நல்ல இலக்கணத்தின் பகுதிகளாகக் கருதப்படுகின்றன. ஆனால் விளக்க நிறைவு, இவ்விரு இலக்கண நிறைவுகளைப்போலப் பெரும்பாலும் இலக்கணத்தின் பகுதியாகக் கருதப்படுவதில்லை. கருத்து நிறைவுக்கும் வண்ணனை நிறைவுக்கும் மேலான உயர்நிலை இலக்கண நிறைவாக விளக்க நிறைவை ஆக்கமுறை மொழியியலாளர் குறிப்பிடுகின்றனர். விளக்க நிறைவு தாய்மொழியாளரின் மொழியின் உள்ளமைப்பை விளக்கும் கோட்பாடுகளோடு தொடர்புடையது.

ஆக்கமுறை மொழியியலில் விளக்க நிறைவு பற்றி முதலாவதாகக் குறிப்பிட்டவர் சோம்ஸ்கியே. 1962ஆம் ஆண்டு அனைத்துலக மொழியியலறிஞர் மாநாட்டில் அவர் இதனை அறிமுகப்படுத்தினார். இம்மாநாட்டிலேயே விளக்க நிறைவை நோக்கமாகக்கொள்ளும் ஒரு மொழியியல் கோட்பாடு மொழியின் உள்ளமைப்பு மனிதனின் உள்ளூறை ஆற்றல்சார்ந்ததாக இருக்கும் என்றும், மொழி ஈட்டல் கோட்பாடு போன்றவை விளக்கத்தில் முக்கியத்துவம் பெறும் என்றும் சோம்ஸ்கி கூறினார். முதன்மை மொழித்தரவுகளைப் பயன்படுத்தி ஒரு மொழியைக் குழந்தை எவ்வாறு ஈட்டுகிறது; எவ்வாறு வாக்கியங்களை உற்பத்திசெய்ய விதிகளாலான ஓர் உள்ளமைப்பை ஒழுங்கமைக்கிறது; எல்லாவற்றுக்கும் மேலாகப் போட்டிபோடும் இலக்கணங்களுள் தனக்கு உகந்த ஓர் இலக்கணத்தை எவ்வாறு தேர்வுசெய்கிறது என்பன போன்ற வினாக்களுக்கு விடைகாணும்போது இலக்கணம் விளக்க நிறைவு அடைந்ததாகக் கருதப்படுகிறது. இத்துடன் மனிதன் பேசுகின்ற எல்லா மொழிகளும் பின்பற்றவேண்டிய பொதுமைக் கட்டுப்பாடுகளையும் இவ்வுயர்நிலை விளக்க நிறைவு வலியுறுத்துகிறது.

தரவு நிறைவு, கட்புலனுக்குப் புலனாகின்ற மொழித்தரவுகளோடு தொடர்புடையது. வண்ணனை நிறைவு, கட்புலனுக்குப் புலனாகாத தாய்மொழியாளரின் மொழிசார்ந்த உள்ளுணர்வோடும் இலக்கண அறிதிறனோடும் தொடர்புடையது. விளக்க நிறைவு, மொழிநுட்பப் புலத்தைக் கோட்பாடுகளின் அடிப்படையில் விளக்குவதோடு தொடர்புடையது. இந்நிறைவை அடைவது ஒரு மொழியியல் கோட்பாட்டின் முதன்மை நோக்கம் என்று சோம்ஸ்கி குறிப்பிடுகிறார் (1968).[2] இம்முந்நிலை இலக்கண நிறைவுகளையும் ஒருங்கிணைத்துப் பேசும்போது தரவு நிறைவை மட்டும் நோக்கமாகக் கொண்டு இலக்கணத்தை உருவாக்குவது சிறப்புடையதாகாது என்பது சோம்ஸ்கியின் கருத்து. இம்முந்நிலை நிறைவுகளுள் வண்ணனை நிறைவையும் விளக்க நிறைவையும் உயர்நிலை இலக்கண நிறைவுகளாகக் கருதுகிறார். இவ்விரண்டிற்குமிடையே உள்ள உறவு இலக்கண உருவாக்கத்தில் முக்கியப் பங்கு பெறுகிறது.

இம்மூன்று இலக்கண நிறைவுகளும் மனித மொழி அறிதிறனின் துல்லியமான இயல்பு என்ன, இம்மொழி அறிதிறன் நடைமுறையில் எவ்வாறு செயல்படுகிறது, எவ்வாறு கட்டமைக்கப்படுகிறது என்னும் மூன்று வினாக்களை அடிப்படையாகக் கொண்டவை. முதலாவது வினாவுக்கு விடையாகத் தரவு, கருத்து நிறைவும், இரண்டாவது வினாவுக்கு விடையாக வண்ணனை நிறைவும், மூன்றாவது வினாவுக்கு

விடையாகக் கோட்பாட்டுரீதியிலான விளக்க நிறைவும் இணைத்துப்பார்க்கப்படுகின்றன. காலப்பரிமாணத்தில் ஓர் இலக்கணம் இந்நிறைவுகளை அடைய நிகழ்த்தும் போராட்டமே அதன் வரலாறு. நாம் முன்னர்க் குறிப்பிட்டதுபோல, சோம்ஸ்கிய மொழியியல் கோட்பாட்டு வரலாறு இவ்விலக்கண நிறைவுகளை அடையக் காலந்தோறும் நிகழ்த்திய போராட்டங்களின் பதிவுத் தொகுப்பு எனலாம்.

6.3. தரவுத் தொகுப்பு

மனித சமூகம் பல வகையில் ஒரே சீரான பண்புடையது. மொழியைப் பொறுத்தவரையில் ஒவ்வொரு சமூக உறுப்பினரும் அதனை வேறுபாடின்றி ஒரே மாதிரிப் பேசுகின்றனர். எனவே, மொழியை ஆய்வுக்கு உட்படுத்தும்போது இவர்தம் பேச்சுக்கூற்றுகள் தரவுகளாக முக்கியத்துவம் பெறுகின்றன. அமைப்பு மொழியியல், இத்தரவுகளைத் தகவலாளியிடமிருந்து சேகரித்து, அவற்றை மூலஆய்வுப்பொருளாகக் கருதுகிறது. மொழிப் பகுப்பாய்வுக்கான தரவுத் தொகுப்பின் இவ் இலக்காக்கம் சோம்ஸ்கிக்கு உடன்பாடன்று. சோம்ஸ்கியின் நோக்கில் தரவு நிறைவை / கருத்து நிறைவைப் பொறுத்தவரையில் இவ்வணுகுமுறை குறைபாடு உடையது. ஏனெனில், எத்தனையோ வாக்கியங்களை உள்ளடக்கிய தரவுத் தொகுப்பாக இருந்தாலும் யதார்த்தத்தில் பேசுபவர் – கேட்பவர் இடையே நிகழும் மொழிப்பரிமாற்றத்தின் அடர்த்தியைக் கணக்கில்கொள்ளும்போது அமைப்பு மொழியியலாளர் களஆய்வின்போது தகவலாளியிடமிருந்து சேகரிக்கும் தரவுகளின் அளவு மிகக் குறைவு. இக்குறைவான தரவுகளின்மீது எத்தனை பகுப்பாய்வு நெறிமுறைகளை மேற்கொண்டாலும் மொழியை முழுமையாக விளக்கிவிட முடியாது. எனவே, இத்தரவுத் தொகுப்பு அரைகுறையானது; மொழியை விளக்கப் போதுமானதன்று என்பது சோம்ஸ்கியின் கருத்து. மேலும், இத்தொகுப்பு கட்புலனாலும் செவிப்புலனாலும் உற்றுநோக்கித் தகவலாளியிடமிருந்து தொகுக்கப்பட்ட பேச்சுக்கூற்றுகளால் ஆனது. இவைதவிர அமைப்பு மொழியியலார்க்கு, கண்களுக்குப் புலப்படாத, செவிகளால் உணரமுடியாத தகவலாளியின் எந்த மொழிநடத்தையும் ஆய்வுக்குத் தகுதியுடையதல்ல.

எல்லாவற்றுக்கும் மேலாக, அமைப்பியலாய்வு மொழிக்கூறு களை இனங்காணும் வழிமுறைகள், ஒலியனியல் நிலை, உருபனியல் நிலை, உருபொலியனியல் நிலை, தொடரியல் நிலை எனப் பல்வேறு அமைப்பு நிலைகளை வகுத்து வகைப்படுத்தல் எனப் பேசுபவரின் மொழிசார்ந்த உள்ளுணர்வுகளைப் புறக்கணித்து

நிலைகொள்கிறது. மனம் சார்ந்த விளக்கங்களுக்கு உட்படும் பொருண்மையியல் அமைப்பியலாய்வில் முக்கியத்துவம் பெறுவதில்லை. இவ்வணுகுமுறையால் ஓர் இலக்கணத்திற்கு இருக்க வேண்டிய வண்ணனை நிறைவு அமைப்பிலக்கணத்திற்கு இல்லாமற்போகிறது என்பது சோம்ஸ்கியின் கருத்து. மேலும் ஒலியன்கள், உருபன்கள், தொடர்கள் எனத் தனித்தனிக் கூறுகளாக வகைப்படுத்திக்காட்டும் வகைப்பாட்டு அறிவியலில் அமைப்பு மொழியியலாய்வு ஆழக் காலூன்றியுள்ளது. இதனால் வலுவான ஒரு கோட்பாட்டு உருவாக்கத்துக்கான முயற்சியை மேற்கொள்ள அமைப்பு மொழியியலால் இயலவில்லை.

சோம்ஸ்கிக்குத் தரவுத் தொகுப்பின் ஒவ்வொரு பேச்சுக் கூற்றும் அதன் புதைநிலை விதியின் புறநிலை அமைப்பாகும். ஒவ்வொரு புறநிலை அமைப்பின் அடியிலும் அதனை உருவாக்கும் இலக்கணவிதி புதைந்துகிடக்கிறது. இப்புறநிலை அமைப்பு, புதைந்துகிடக்கும் இவ்விதியின் இருத்தலுக்கான புறச்சான்று. இவ்விதிகள் ஒவ்வொரு மொழி பேசுவோரும் இயல்பாகவே அகப்படுத்திக்கொண்டவை. ஆக்கமுறை இலக்கணத்தின் தரவுத் தொகுப்பு இவ்விதிகளாலானது. சோம்ஸ்கி தம் உள்ளுணர்வுக்கிணங்கத் தரவுத் தொகுப்பிலுள்ள சொற்கூற்றமைப்பின் உருவாக்கத்திற்கான புதைநிலை அமைப்பு விதிகளை விளக்க முயல்கிறார். எடுத்துக்காட்டாக,

(5) முதலமைச்சர் மதுரைக்கு வருகிறார்

என்னும் வாக்கியம்,

(6) முதலமைச்சர் மதுரை வருகிறார்

(7) மதுரை வருகிறார்

(8) வருகிறார்

எனப் பகுதியளவாகவும்,

(9) *முதலமைச்சர் வருகிறாள்

என அரிதாகச் சிதைந்தும் வெளிப்படுதல் இயல்பு. வாக்கியம் *(5)* இன் புதைநிலை அமைப்பு விதி NP + NP + cm + V என்பதாகும். இவ்விதியின் அடிப்படையில் இவ்வாக்கியம் உருவாக்கப்படுகிறது. *(6) – (8)* வரையுள்ள வாக்கியங்கள் வாக்கியம் *(5)* இன் புறநிலை அமைப்புகள்.

ஒரு பேச்சுச் சமுதாயத்தின் உறுப்பினர்களால் பல்வேறு சூழல்களில் இயங்கும் புதைநிலை விதிகள்தாம் மொழிப்பகுப்பாய்வுக் கான ஆய்வுப்பொருளாக இருக்கவேண்டுமே தவிர, மேநிலைச்

சான்றுகளாகப் புலப்படுகின்ற புறநடத்தைகளல்ல (வாக்கியங்கள் *(6) – (8)* வரை) என சோம்ஸ்கி கூறுகிறார். பேசுபவர் – கேட்பவர் கருத்தாடல் சூழலில் வெளிப்படும் எண்ணற்ற வாக்கியங்களைக் கட்டமைக்கும் இப்புதைநிலை விதிகள் மொழிப்பகுப்பாய்வுக்குரிய ஆய்வுப்பொருள் என்பது சோம்ஸ்கியின் கோட்பாட்டு இலக்காக்கம். இவ்விலக்காக்கம் மூலம் மொழிப்பகுப்பாய்வுக்கான தரவு புறத்தே வெளிப்படும் புறநிலை அமைப்புகளிலிருந்து பேசுபவரின் உள்ளார்ந்த மொழியறிவுக்கு விரிக்கப்படுவதை உணரமுடியும்.

1950களிலேயே ஆக்கமுறை மொழியியல் சோம்ஸ்கியைத் தவிரப் பிற மொழியியலறிஞர்களும் ஈடுபாடு காட்டிய ஆய்வுக்களமாக இருந்தது. இருப்பினும், 1953இல்தான் ஆக்கமுறை மாற்றிலக்கணம் பற்றிய சோம்ஸ்கியின் முதலாவது குறிப்பு *Systems of Syntactic Analysis (1953)* என்னும் ஆய்வுக்கட்டுரையில் இடம்பெற்றது.[3] 1960 வரை, ஆக்கமுறைப் பொருண்மையியல் *(Generative Semantics)* இக்கோட்பாட்டிலிருந்து பிரிந்த காலம் வரைத் தனிக் கோட்பாட்டு அந்தஸ்தைத் தக்கவைத்துக் கொண்டிருந்தது. 1953-க்கு முந்தைய ஆக்கமுறை மொழியியலுக்கும், தரவுகளை அடிப்படையாகக்கொண்ட தரவு மொழியியலுக்கும் *(Corpus linguistics)* இடையேயுள்ள வேறுபாடு, சோம்ஸ்கி யின் ஆய்வுநெறிமுறைகளை முக்கியமாக, தரவுகளை எவ்வாறு அவர்அணுகினார், தாய்மொழியாளரின் மொழி சார்ந்த உள்ளுணர்வுகளையும் மொழியியலாளனின் மொழி சார்ந்த உள்ளுணர்வுகளையும்கூடத் தரவுகளாக எவ்வாறு தம் பகுப்பாய்வில் பயன்படுத்திக்கொண்டார் என்பனவற்றைச் சார்ந்திருந்தது.

1953இல் இருந்து 1955 வரைத் தம் ஆசிரியரான ஜெல்லிக் ஹேரிஸின் தனிமனித, அனுபவவாதக் கருத்துகளின் அடிப்படையில் வடிவமைப்பாக்கத்துக்கு சோம்ஸ்கி கூடுதல் முக்கியத்துவம் அளித்தார். மொழியைப் பயன்படுத்துவோரின் பேச்சுமாதிரிகளி லிருந்து மூலமொழி ஒழுங்கமைவுகள் சோதனை அடிப்படையில் விளக்கப்பட்டன. இவ்வகையில் சோம்ஸ்கியும் ஒரு தரவு மொழியியலாளராகவே தோன்றுகிறார். இருப்பினும்,

ab, cb, de, fe, axd, cyf

என்னும் 'ஆறு வகை வாக்கியப் பிரதியை' தம் தரவாக ஏற்றுக்கொள்கிறார். இவ்வாக்கிய வகைகளை அடிப்படையாகக் கொண்ட தொடரியல் பகுப்பாய்வின் விளைவு, ஒரு குறிப்பிட்ட மொழியின் பல்வேறு தொடரியல் கூறுகளைக்கொண்ட

விதிகளின் ஒழுங்கமைவும், அவை உருவாக்கும் எண்ணற்ற இலக்கணமுள்ள வாக்கியங்களுமாகும்.

மொழியியல் கோட்பாட்டின் தருக்க அமைப்பு 1956இல் 570 பக்கங்களில் சோம்ஸ்கி எழுதிய ஆய்வேடு. இதனை மொழியியலின் அடிவான எல்லைக்கோட்டை விரிவுபடுத்திய பெருமைக்குரிய ஆய்வேடு என்பர். சோம்ஸ்கியின் தொடரியலை – ஆக்கமுறை மாற்றிலக்கணக் கோட்பாட்டை விரிவாகப் பேசிய ஆய்வேடு இது. மொழிப்பகுப்பாய்வின் தரவுத் தொகுப்பு நிலையில் அமைப்பு மொழியியல் நெறிமுறைகளிலிருந்து மாறித் தாய்மொழியாளராகத் என்கிற நிலையில் தம் இலக்கண உள்ளுணர்வுகளின் அடிப்படையில் இலக்கண வழுவாக்கியங்களையும், தாமாகவே உருவாக்கிகொண்ட புதிர்கலந்த வாக்கியங்களையும் தரவாகப் பயன்படுத்துவதை இக்காலத்திலிருந்துதான் இவர் கையாளத் தொடங்குகிறார்.

Colorless green ideas sleep furiously.

Furiously sleep ideas green colorless.

Sincerity admires John.

Golf admires John.

Of had lunch with Tom.

Look at the cross-eyed from.

The sincerity scratched by John was [...]

The table manifested by John was [...]

Himself was seen in the mirror by John.

Misery loves company.

Old my book

Victory's toothache

Victory has a toothache.

a talkative harvest

an abundant man

the considered a fool person

It seems John's.

It seems barking.

He seems forgiven.

John was tired and applauded.

At the clown, everyone laughed.

The office was worked at, by John.

போன்ற வாக்கியங்களை எடுத்துக்காட்டாகக் கூறலாம். இவ்வாக்கியங்களை சோம்ஸ்கி தம் உள்ளுணர்வுக்கிணங்கத் தரவாக எடுத்துக்கொண்டு இவற்றின் உருவாக்கத்திற்கான புதைநிலை அமைப்பு விதிகளை இனங்காணுகிறார். இவ்விதிகளின் மூலம் பேசுவோரும் கேட்போரும் ஏற்றுக்கொள்ளத்தக்க எண்ணிறந்த வாக்கியங்களை உருவாக்க முடியும். அத்துடன் ஒவ்வொரு வாக்கியம் குறித்த உள்ளுணர்வையும் பெறமுடியும்.

மொழியியல் கோட்பாட்டின் தருக்க அமைப்பு – இல் பேசுவோரின் மொழி சார்ந்த உள்ளுணர்வு குறித்து சோம்ஸ்கி கூடுதலாகப் பேசுகிறார். இலக்கண வழுவுள்ள வாக்கியங்களை இனங்காண்பதிலும், இலக்கண வழுவற்ற வாக்கியங்களைப் படைப்பதிலும், ஐயுறவு வாக்கியங்களை ஐயம் நீக்கித் தெளிவாகப் புரிந்துகொள்வதிலும், வாக்கியத்திற்கு அப்பால் ஒவ்வோர் ஒலியனும் அதன் மாற்றொலிகளும், உருபன்களும் சொற்களாகி வாக்கியங்களை உருவாக்குவதிலும் இவ்வுள்ளுணர்வுக்கு முக்கியமான பங்கு உண்டு. இதன்மூலம் தன் மொழிநடத்தையைப் பேசுவோர் சீராக்கிக்கொள்கிறார். எனவே, மொழித் தரவு களுக்கு இணையாகப் பேசுவோரின் உள்ளுணர்வும், இவை எல்லாவற்றுக்கும் மேலாக ஆய்வாளரின் உள்ளுணர்வும் மொழியியலாய்வுக்கான தரவுத் தொகுப்பின் அங்கங்களாகக் கருதப்பட வேண்டும் என்பது சோம்ஸ்கியின் கருத்து. ஓர் இலக்கணக் கோட்பாடு இலக்கணமுள்ள வாக்கியங்களை இவ்வாறு இனங்கண்டுகொள்ளவும், இலக்கணமுள்ள வாக்கியங் களை மட்டுமே உருவாக்கும் திறனைப் பெறவும் உதவுமானால் அதுவே அக்கோட்பாட்டின் வண்ணனை நிறைவும், விளக்க நிறைவுமாகும்.

மனிதனைப் பற்றிப் படிக்கத் தொடங்கிய காலந்தொட்டு அனுபவவாத, பகுத்தறிவுவாதக் கோட்பாட்டு நிலைப்பாடு களைச் சார்ந்தே தத்துவார்த்த சிந்தனைகளும் அறிவாராய்ச்சியும் வளர்ந்துவந்திருக்கின்றன. அமெரிக்க சமூக விஞ்ஞானம், குறிப்பாக மொழியியல் விஞ்ஞானம் இதற்கு விதிவிலக்கல்ல. அமெரிக்க மொழியியலறிஞரான சோம்ஸ்கி, 'நடத்தை உளவியல்' என அறிமுகமான பல துறைகள் மனிதனின் புறநடத்தைக்கும், அதன் உள்ளார்ந்த பொருளுக்கும் இடையே தெளிவின்றி

மயங்குகின்றன என்று குறிப்பிடுகிறார். உளவியல் விஞ்ஞானம் புறநடத்தைகளை ஆய்வுக்கான தரவுகளாகக் கொள்ளும் ஆய்வுநெறிமுறை என்றும், அவை உணர்த்தும் உள்ளார்ந்த பொருளை விதிகளாகக்கொள்ளும் ஆய்வுநெறிமுறை என்றும் அனுபவவாதம் – பகுத்தறிவுவாதம் இணையெதிர்மையை முன்வைக்குமானால் சோம்ஸ்கியின் கோட்பாட்டு நிலைப்பாடு இரண்டாவது ஆய்வுநெறிமுறையைச் சார்ந்தது. இதனால், இக்கோட்பாட்டு நிலைப்பாட்டை நிறுவப் பேச்சையும், பேச்சை உருவாக்க உதவும் விதிகளையும் வேறுபடுத்திக்காட்ட வேண்டியது சோம்ஸ்கிக்குக் கட்டாயமானது.

பேச்சை நிகழ்த்துவதற்கான இலக்கணவிதிகளைக் குழந்தை அகப்படுத்திக்கொண்ட அறிவை மொழி அறிதிறன் என்றும், இவ்வறிதிறனைச் சூழல்களுக்கேற்பப் பேச்சாகக் கையாளுவதற் கான செயற்பாட்டு அறிவை மொழிச் செயலறிதிறன் என்றும், பகுத்தறிவுவாதம் – அனுபவவாதம் என்னும் இணையெதிர்மைக்கு இணையாக சோம்ஸ்கி வகுத்துக்கொள்கிறார். இவ்வகைப்பாட்டால் மொழிச் செயலறிதிறனின் சார்பின்றி இலக்கணவிதிகளாலான மொழி அறிதிறனைத் தம் கோட்பாட்டுப் பகுப்பாய்வின் தரவுத் தொகுப்பாக அவர் வரையறுத்துக் கொள்கிறார். குழந்தையின் மொழி ஈட்டத்திலும், மொழியியலாளரின் பகுப்பாய்விலும் இலக்கணம் என்னும் பெயர் நிலைப்பது இம்மொழி அறிதிறனில்தான் என்பது இங்கு மீண்டும் குறிப்பிடத்தக்கது. மொழி அறிதிறன், இலக்கணம் என்பது சோம்ஸ்கியின் கருத்து.

மொழிப் பகுப்பாய்வின் தரவு பற்றிய சோம்ஸ்கியின் கொள்கையும் விமர்சனத்திற்கு அப்பாற்பட்டதன்று என்பர். தரவுத் தொகுப்பு, பகுப்பாய்வின் முக்கியமான கூறு; தவிர்க்க முடியாதது. மொழியியலாளர் தரவுகளைப் பயன்படுத்தியே மொழிப்பகுப்பாய்வை மேற்கொள்ளமுடியும். ஆனால் மொழி அறிதிறனோடு மட்டும் அவற்றை வரையறுத்துக் கொள்வது விஞ்ஞானபூர்வமான ஆய்வு அணுகுமுறையாகாது. மொழிப்பயன்பாடு சமூகச்சூழல்களைத் தளமாகக் கொண்டது. மொழி, இச்சூழல்களில்தாம் அர்த்தப்படுகிறது. சோம்ஸ்கியின் கொள்கையின்படி, மொழி அறிதிறனைத் தரவாகக்கொண்டால் தாய்மொழியாளர் மட்டுமே அவர் மொழியை ஆராயத் தகுதியுடையவர். அதாவது, தமிழ் தெரிந்த தாய்மொழியாளரால் மட்டுமே தமிழைப் பகுப்பாய்வு செய்யமுடியும் என்பதாகும். இதன்படி, மாற்றிலக்கணக் கோட்பாட்டு ஆய்வாளர் தம் சுயமொழி அறிவையே தரவின் உரைகல்லாகக் கருதுகிறார். ஆனால், எல்லா மொழிஆய்விலும் இது சாத்தியமல்ல. வழக்கொழிந்த ஒரு மொழியைப் பகுப்பாய்வுசெய்யும்போது

அதன் எழுத்திலக்கியங்களை மட்டுமே தரவுத் தொகுப்பாகக் கருத முடியும்.

மனிதனின் மொழி அறிதிறனைப் பற்றிப் பேசும் சோம்ஸ்கி, இத்திறனால் அவனால் படைக்க இயலுகின்ற எண்ணிறந்த வாக்கியங்களைத் தரவாகக் கொள்ள முடியும் என்கிறார். ஆனால், யதார்த்தத்தில் பகுப்பாய்வுக்குப் பயனாகும் வாக்கியங்களின் தொகுப்பு மிகக் குறைவானதே. இக்குறைவான தரவுத் தொகுப்பால் மனிதன் தன் அனுபவத்தில் உருவாக்க இயலுகின்ற எல்லாவகை வாக்கியங்களையும், அவற்றில் காணும் எல்லாப் பொருண்மை நுணுக்கங்களையும் முழுமையாக விளக்கும் இலக்கணமாக ஆக்கமுறை மாற்றிலக்கணத்தைக் கருத முடியுமா என்பது ஐயப்பாட்டிற்குரியது. மேலும், மொழி அறிதிறனைச் செயல் அறிதிறனிலிருந்து அதாவது, பயன்பாட்டுச்சூழல்களிலிருந்து முற்றிலுமாகத் தனிமைப்படுத்தித் தரவுத் தொகுப்பைப் புனிதப்படுத்துவதனால் மொழி வண்ணனையில் கூடுதலாக என்ன பயனைப் பெறுகிறோம் என்பது சோம்ஸ்கியின் கோட்பாட்டு நிலைப்பாட்டில் இன்னும் தெளிவாகவில்லை. எது முக்கியம் என்றால், ஒரு கோட்பாட்டின் வண்ணனை நிறைவை உறுதிப்படுத்தும் வகையில் பகுப்பாய்வை மேற்கொள்ள உதவுகின்ற தரவுத் தொகுப்பு அமைய வேண்டும் என்பது ஆந்த்ரே மார்தினே போன்ற அமைப்பு மொழியியலறிஞர் முன்வைக்கும் வாதங்கள்.[4]

தரவைப் பொறுத்தவரையில் அமைப்பு மொழியியலறிஞரின் வாதங்கள் எதுவாயிருப்பினும், ஒரு குறிப்பிட்ட மொழியை விளக்க முற்படும்போது மொழியியலின் நோக்கம் சில பேச்சுக்கூற்றுகள் அடங்கிய தரவுத் தொகுப்பை விளக்குவது என்பது பொருளற்றது. மொழியை முழுமையாக விளக்குவதே மொழியியலின் நோக்கம். தரவுத் தொகுப்பில் காணப்படும் வாக்கியங்கள் உள்ளிட்ட தரவுகள் மொழியை விளக்க உதவுவதை மறுப்பதற்கில்லை. ஆனால், இவற்றால் மட்டுமே மொழியை முழுவதுமாக விளக்கிவிட முடியாது. சோம்ஸ்கி, ஆக்கமுறை இலக்கண ஆய்வாளர் கீழ்க்காணும் தரவு வகைகளை ஆய்வின்போது கருதலுக்கு உட்படுத்த வேண்டும் என்று குறிப்பிடுகிறார்:

- தரவுகளைப் பதிவுசெய்யப் பயன்படும் ஒலியெனெழுதுமுறை
- சொற்கூற்று/ வாக்கியவகைகளின் இணக்கம் சார்ந்த ஆய்வுத்தீர்வுகள்
- சொற்கூற்று/வாக்கியங்களின் இலக்கணச் செம்மைவடிவம் (Well-formedness) சார்ந்த தீர்வுகள்

- இலக்கண அமைப்போடு பொருத்திப்பார்த்துத் தீர்க்கக் கூடிய ஐயுறவுத்தன்மை
- வாக்கியங்களின் ஒரே தன்மையையும் வேறான தன்மையையும் சார்ந்த தீர்வுகள்
- தாய்மொழியாளரின் மொழிசார்ந்த உள்ளுணர்வு
- ஆய்வாளரின் மொழிசார்ந்த உள்ளுணர்வு

ஒரு மொழியியல் கோட்பாட்டின் நோக்கம் ஒரு தாய்மொழியாளரின் மொழிசார்ந்த உள்ளுணர்வுகளை விளக்குவது என சோம்ஸ்கி சுட்டிக்காட்டுகிறார். இந்நோக்கத்தை அடையப் பேசுவோரின் உள்ளுணர்வுகளோடு மட்டுமல்லாமல், ஆய்வாளரின் மொழிசார்ந்த உள்ளுணர்வுகளையும் தரவுகளாகக் கொள்ளவேண்டும். தரவுத் தொகுப்பைப் பற்றிய இக்கருத்தியலாக்கம் ஒரு மொழியியல் கோட்பாட்டைக் கட்டமைப்பதிலும், சான்றுகாட்டி உறுதிப்படுத்துவதிலும் முக்கிய மாகப் பேணப்படவேண்டும் என சோம்ஸ்கி வலியுறுத்துகிறார்.

சோம்ஸ்கி தம் கோட்பாட்டில் ஆங்காங்குக் குறிப்பிட்டுச் செல்லும் உள்ளுணர்வு, உள்ளுறை ஆற்றல், மொழி அறிதிறன் போன்ற மனவியக் கூறுகள் பகுத்தறிவுவாதத் தத்துவம் சார்ந்தவை. ஆக்கமுறை இலக்கணக் கோட்பாட்டின் வரலாற்றையும், இலக்கணவிளக்கம், மதிப்பீடு ஆகியவற்றின் முக்கியத்துவத்தையும் தெளிவாகப் புரிந்துகொள்ளப் பகுத்தறிவுவாதம் – அனுபவவாதம் என்னும் அறிவாதாரமுறையியல் தத்துவம் பற்றிய தெளிவான புரிதல் முன்நிபந்தனையாகும். இப்புரிதலுக்குப் பின்னரே தரவுத் தொகுப்பைத் தொடர்ந்து தொடரியல்/வாக்கியப் பகுப்பாய்வு எளிதாக வசப்படும்.

6.4. பகுத்தறிவுவாதம் – அனுபவவாதம்

சோம்ஸ்கிய மொழியியலின் கருத்தியல் பின்னணியில் பகுத்தறிவுவாதம் – அனுபவவாதம் என்னும் தத்துவார்த்தநெறியின் ஆக்கிரமிப்பு எல்லை மிகவும் விரிந்தது. இவ்விணையெதிர்மை, சோம்ஸ்கிய மொழியியல் கோட்பாட்டு நோக்கில் மொழியைப் பற்றிய சிந்தனையின் அடிப்படைத் தத்துவமாகும். நாம் மொழியை எவ்வாறு ஈட்டுகிறோம், எவ்வாறு கட்டமைக்கிறோம், எவ்வாறு பயன்படுத்துகிறோம் போன்ற வினாக்களுக்கான விடைதேடல் இவ்வடிப்படைத் தத்துவம் சார்ந்த முயற்சியாகும். எனவேதான், இம்முயற்சியை மேற்கொள்ளும் ஒவ்வொரு கட்டத்திலும் இவ்விணையெதிர்மைக் கருத்தியல் பின்னணியைக் குறிப்பிடாமல் கடந்துபோக முடிவதில்லை. முந்தைய பகுதிகளில் ஆங்காங்குச்

சுட்டிக்காட்டப்பட்ட பகுத்தறிவுவாத, அனுபவவாதக் குறிப்புகள் இக்கட்டாயத்தின்பாற்பட்டவை.

கி.பி. பதின்மூன்றாம் நூற்றாண்டில் பகுத்தறிவுவாதத் தத்துவத்தின் அடிப்படையில் கிரேக்கம், இலத்தீன் போன்ற மொழிகளில் காணப்படும் மொழிப் பொதுமைகளைக் கண்டறியும் முயற்சி தொடங்கியது. இம்முயற்சியில் மொழியறிவு மட்டுமன்றி, மனிதனின் பிற அறிவுசார் வளர்ச்சியும் அவனது பகுத்தறியும் திறனை அடிப்படையாகக் கொண்டது என்னும் பகுத்தறிவுவாதம் முன்மொழியப்பட்டது. இக்கருத்து கிட்டத்தட்ட நானூறு ஆண்டுகளுக்குப் பின்னர், கி.பி. பதினேழாம் நூற்றாண்டில் ஆழமான விவாதத்திற்குள்ளானது. இவ்விவாதத்தில் பகுத்தறிவுவாதத்திற்கு எதிராக மனிதனின் எல்லா அறிவும் அவனது அனுபவங்களால் பெறப்படுகின்றன என்னும் அனுபவவாதம் முன்வைக்கப்பட்டது. இவ்விவாதத்தின்போது பகுத்தறிவுவாதக் கருத்தியலை ஆதாரமாகக்கொண்டு போர்ட் – இராயல் இலக்கணம் எழுதப்பட்டது. இவ்விலக்கணம் பிற்காலத்தில் சிறந்த மொழியியல் கோட்பாடுகள் வளர வழிகாட்டியது. இது எல்லாமொழிகளுக்கும் பொருந்தும் இலக்கணக்கோட்பாட்டைப் பகுத்தறிவுவாத அணுகுமுறையால் வரையறுக்க இயலும் என்பதை உறுதிசெய்தது. சோம்ஸ்கிய மொழியியல் கோட்பாட்டை இத்தத்துவார்த்தப் பின்னணியில் மதிப்பீடுசெய்யப் பகுத்தறிவுவாதம் – அனுபவவாதம் குறித்த ஆழமான புரிதல் முதன்மைத் தேவை.

தத்துவ வரலாற்றில் ‘அறிவு’ பற்றிய கருத்தியல் பிரச்சனை மிகவும் தொன்மையானது. இப்பிரச்சனையைத் தத்துவ அறிஞர்கள் பல நூற்றாண்டுகளாக ஆழமாக விவாதித்து வந்துள்ளனர். இவ்விவாதத்தில் கட்புலனுக்குப் புலனாகாத அறிவுக்கும், கட்புலனுக்குப் புலனாகின்ற செய்திகளாலான அறிவுக்குமிடையே எக்காலத்திலும் இணையமுடியாத இருதுருவப்போக்கை அறிஞர்கள் உணர்ந்திருந்தனர். இவ்இருதுருவப்போக்கை அடிப்படையாகக் கொண்டது அறிவாதாரமுறையியல் என்னும் துறை. இத்துறை தத்துவத்தின் ஒரு கிளைப்பகுதியாக உருவானது. மனிதன் எவ்வாறு அறிவை ஈட்டுகிறான் என்பதன் வரையறைகளை ஆராய்ந்து தீர்வுகளை எட்டுவது இதன் மைய நோக்கம். பகுத்தறிவுவாதம், அனுபவவாதம் என்பவை இதன்பாற்பட்டவை. இருப்பினும், இவை இரண்டும் வெவ்வேறு அறிவாதாரமுறையியல் பள்ளிகளின் தனித்தனிக் கருத்தியலாக்கங்கள்.

பகுத்தறிவுவாதம், நம் கருத்தியல்களும் அவற்றுக்கேற்ப நாம் மேற்கொள்ளும் செயலாக்கத் துணிவும் உள்ளார்ந்த விளக்கம்

சார்ந்தவை எனக் கருதுகிறது. எனவே பகுத்தறிவுவாதிகளுக்கு அறிவு, அனுபவங்களாலோ உற்றுநோக்கல்களாலோ மட்டும் கட்டமைக்கப்பட்ட ஒன்றல்ல. அறிவு, அனுபவப்படுவதற்கும் உற்றுநோக்கல்களுக்கும் முன்னரே மனிதமனம் இயல்பாக வரித்துக்கொண்டது. நாம் பிறக்கும்போதே அறிவும், கருத்தியல்களை ஆராயும் பகுத்தறிவும் உடையவர்கள். அனுபவங்களும் உற்றுநோக்கல்களும் நாம் பெற்ற அறிவுக்குப் பின்னர் நிர்ணயமானவை. அறிவு, அனுபவத்திற்கு முந்தையது.

அனுபவவாதம் எல்லாவகை அறிவும் அனுபவங்களோடு தொடர்புடையது என்கிறது. அனுபவங்களையும் உற்றுநோக்கல்களையும் அறிவைப் பெறுகின்ற ஊடகங்களாக அனுபவவாதம் கருதுகிறது. உள்ளுணர்வால் ஒன்றைப் பகுத்தறியும் ஆற்றலை மறுக்கிறது. இதனால் மனத்தளவு எந்தவித உணர்வுக்கும் இடமில்லாமல் புறத்தே புலன்காட்சிகளையும் தூண்டல்களையும் அறிவைப் பெறுவதற்கான மேடையாக அனுபவவாதம் அமைத்துக்கொள்கிறது. அறிவு நம் அனுபவங்களுக்கு முந்தையது என்பதை இது ஏற்பதில்லை. இத்தத்துவார்த்தநெறி உளவியலில் மனிதமனம் எதுவுமே எழுதப்படாத வெற்றுப்பலகை என்னும் கருத்தியலோடு தொடர்புப்படுத்துகிறது. ஸ்கின்னர் நடத்தைவியலில் இந்நிலைப்பாட்டை ஏற்றுக்கொண்டிருப்பவர். குழந்தையின் மொழி ஈட்டல் அதன் அனுபவங்களின், நடத்தைகளின் தொகுப்பினால் ஆனது என்கிறார் அவர். சோம்ஸ்கி, அனுபவங்களுக்கு முன்னரே ஒவ்வொரு குழந்தையும் மொழியை ஈட்டும் உள்ளுறை அறிவோடு பிறக்கிறது என்னும் பகுத்தறிவுவாதக் கொள்கையின் அடிப்படையில் இலக்கணக் கோட்பாட்டை உருவாக்கிக்கொள்கிறார்.

பகுத்தறிவுவாதத்திற்கும் அனுபவவாதத்திற்கும் இடையிலான இக்கருத்துநிலை எதிர்மை அறிவை ஈட்டும் முயற்சியில் நாம் எந்த அளவுக்குப் புலன் அனுபவங்களைச் சார்ந்திருக்கிறோம் என்பதைப் பற்றியது. அனுபவவாதிகள், புலன்காட்சி அனுபவங்கள் மட்டுமே நம் எல்லா அறிவையும் கருத்தியல்களையும் ஈட்டுவதற்குரிய அறுதி மூலம் என்கின்றனர். பகுத்தறிவுவாதிகளோ புலன்காட்சிகளால் பெறும் அனுபவங்கள் அறிவுத்தேடலுக்கான உறுதியான அடிப்படையை அமைத்துவிட முடியாது என்று வாதிடுகின்றனர். ஒரு குறிப்பிட்ட பொருண்மையைப் பற்றிய அறிவு அனுபவங்களைக்காட்டிலும் உள்ளுணர்வால் பகுத்தறிந்து உள்வாங்கிக் கொள்ளப்படுவது. இக்கருத்து நிலைபெற்றபோது மெய்யான அறிவைப் பகுத்தறிவுசார்ந்த புலனுணர்வுத்திறனான உள்ளுணர்வால் *(Rational intuition)* மட்டுமே அடைய முடியும் என்றும், புலன்காட்சிகளால் பெறும் அனுபவம் சாதாரண

எண்ணங்களுக்கான ஊற்றுக்கண் மட்டுமே என்றனர் பகுத்தறிவுவாதிகள். புலனுணர்வுத்திறன்கள் (Cognitive skills) உளவியல் தத்துவம் சார்ந்தவை; உள்ளுறை ஆற்றலால் தீர்மானிக்கப்படுபவை. இவை, குறிப்பிட்ட வகை உள்ளீடுகளை (இங்கு, முதன்மை மொழித் தரவுகளை) இலக்கணமாய்ப் பதப்படுத்தும் படிமுறை ஏற்பாடுகள் என்பது மொழிப் பகுத்தறிவுவாதிகளின் கருத்து. சோம்ஸ்கியின் ஆக்கமுறை இலக்கணக் கோட்பாடு, இப்புலனுணர்வுத்திறன்களுள் ஒன்றாக உள்ளுறை ஆற்றலைத் தீர்மானிக்கும் உள்ளுணர்வைக் கருதுகிறது.

பகுத்தறிவுவாதம் – அனுபவவாதம் என்னும் இணையெதிர்மை முக்கியமாகக் கீழ்க்காணும் பகுத்தறிவுவாதக் கொள்கைகளை அடிப்படையாகக் கொண்டு தீர்மானிக்கப்படுகிறது:

- உள்ளுணர்வு / பகுத்தறிவுக் கொள்கை (The Intuition / Deduction Thesis)
- உள்ளுறை அறிவுசார் கொள்கை (The Innate Knowledge Thesis)
- உள்ளுறைக் கருத்தியல் கொள்கை (The Innate Concepts Thesis)

உள்ளுணர்வு / பகுத்தறிவுக் கொள்கை அறிவு, உற்றுநோக்கல்களுக்கும் புலன்காட்சிகளுக்கும் அப்பாற்பட்டது என்று நம்புவதோடு இவற்றுக்கு முன்னரே மனிதன் இயல்பாகவே உள்வாங்கிக்கொண்டது என்று நம்புகிறது. இவ்வறிவு பல பொதுவான மெய்க்கோள்களால் (Premises) ஆனது. இம்மெய்க்கோள்களின்மீது தருக்கரீதியான வாதங்களை மேற்கொண்டு குறிப்பிட்ட பொருள் பற்றிய அறிவை நனவுமன நிலைக்குக் கொண்டுவரமுடியும் என்று இக்கொள்கை கருதுகிறது. மெய்க்கோள்களை இவ்வாறு பகுத்தறியும் பாங்கை முதன்மைச் செயல்பாடாக இக்கொள்கை முன்வைக்கிறது.

அனுபவங்களுக்கு முந்தையது அறிவு என்னும் கருத்தை அழுத்தமாகக் கொண்டது உள்ளுறை அறிவுசார் கொள்கை. இதே கருத்தைக்கொண்ட உள்ளுணர்வு/ பகுத்தறிவுக் கொள்கையோடு இது நெருங்கிய தொடர்புடையது. இருப்பினும், அறிவைப்பெறும் முறையில் இவ்விருகொள்கைகளும் வேறுபட்ட கருத்துடையன. உள்ளுறை அறிவுசார் கொள்கை, அறிவு முந்தையது எனக் கருதும் போது அனுபவங்கள் உள்ளுக்குள் உறைந்திருக்கும் அறிவை நம் நனவுமனநிலைக்குக் கொண்டுவருகிறது என்கிறது.

உள்ளுறைக் கருத்தியல் கொள்கை அறிவைப் பகுத்தறிவின் ஓர் இயல்பான அங்கமாகவும், அனுபவத்திற்கு முந்தையதாகவும்

சு. இராசாராம்

கருதுவதோடு அறிவைத் தூண்டுவதில் அனுபவங்களின் பங்கை மறுக்கிறது. ஆனால் ஜான் லாக் போன்றோர் இவ்விரு கொள்கைகளுக்கும் இடையே எவ்வித வேறுபாடும் இல்லை என்னும் கருத்துடையவர்கள்.

மேலே கூறிய மூன்று கொள்கைகளையும் முறையே,

- ஒரு குறிப்பிட்ட பொருண்மைப் பற்றிய அறிவு, அனுபவங்களைக் காட்டிலும் உள்ளுணர்வால் பகுத்தறிந்து உள்வாங்கிக்கொண்டது என்றும்,
- ஒரு குறிப்பிட்ட பொருண்மைப் பற்றிய அறிவு, இயற்கையாக அல்லது இயல்பாகவே தீர்மானிக்கப்படும் உள்ளூறை ஆற்றல் என்றும்,
- ஒரு குறிப்பிட்ட பொருண்மை பற்றிச் சிந்திக்க உதவும் திறன்களை உருவாக்கும் எண்ணங்களும் கருத்தாக்கங் களும் உள்ளார்ந்தவை என்றும்

சுருக்கமாகக் கூறலாம். இவ்விளக்கங்களின் அடிப்படையில் ஒரு குறிப்பிட்ட பொருண்மை சார்ந்த அறிவு என்பதை மொழி அறிவோடு இணைத்துப்பார்க்கும்போது மொழி அறிவு ஒவ்வொரு குழந்தையும் உள்ளுணர்வால் பகுத்தறிந்து உள்வாங்கிகொண்டது என்றும், இவ்வறிவு இயல்பாகவே தீர்மானிக்கப்படும் உள்ளூறை ஆற்றல் என்றும், இவ்வறிவுசார்ந்த எண்ணங்களும் கருத்தாக்கங்களும் உள்ளார்ந்தவை என்றும் எளிதாகப் புரிந்துகொள்ள இயலும்.

இம்மூன்று கொள்கைகளை ஏற்றுக்கொள்கின்றவர்கள் பகுத்தறிவுவாதிகள்; இவற்றை மறுப்பவர்கள் அனுபவவாதிகள். ரெனெ டெகார்தா, லெய்ப்னிஸ், பெனெடிக் ஸ்பினோசா போன்றவர்கள் குறிப்பிடத்தக்க பகுத்தறிவுவாத அறிஞர்கள். ஜான் லாக், ஜார்ஜ் பெர்க்லி, ஹூம் போன்றவர்கள் சிறந்த அனுபவவாத அறிஞர்கள். இவர்கள் புலன்களால் அனுபவப் படும் எண்ணங்களிலிருந்தும் அனுபவங்களிலிருந்தும் பெறுவது அறிவு என்னும் கருத்துடையவர்கள். மாறாக, ரெனெ டெகார்தா முதலான பகுத்தறிவுவாதிகள் மொழியறிவைக் கட்டமைப்பதில் மேலே கூறிய புலன்களால் அனுபவப்படும் நடத்தை அனுபவங்களை மறுப்பவர்கள். அறிவு, மனம் சார்ந்தது என்னும் உள்ளார்ந்த விளக்கத்தை நிறுவுவது பகுத்தறிவுவாதம் என இவர்கள் வாதிக்கின்றனர்.

சோம்ஸ்கி, பகுத்தறிவுவாதம் – அனுபவவாதம் என்னும் இத்தத்துவார்த்தக் கருத்தியல் குறித்து நெல்சன் குட்மேன்

போன்ற தத்துவவியலாளரிடமிருந்து கற்று ஆக்கமுறை மாற்றிலக்கணக் கோட்பாட்டைக் கட்டமைக்கிறார். சோம்ஸ்கிக்கு முந்தைய மொழியியல் கோட்பாடுகளில் இத்தத்துவார்த்தப் பின்னணி பேசப்பட்டாலும் கூடுதல் கோட்பாட்டு முக்கியத்துவம் பெறவில்லை. எடுத்துக்காட்டாக, அமைப்பு மொழியியல் அனுபவவாதத்தைப் பின்பற்றுகிறது. மொழியின் பயன்பாட்டுச் செயல்திறனை விளக்குவது அதன் கோட்பாட்டு உருவாக்கத்தின் நோக்கம். எனவே, மொழிப் பகுப்பாய்வுக்கான தரவாகக் கட்புலனுக்குப் புலனாகின்ற யதார்த்தப் பேச்சு தீர்மானிக்கப்படுகிறது. அனுபவவாதம், பகுத்தறிவுவாத அளவுக்கு விளக்கத்தையும் விவாதத்தையும் கோட்பாட்டுப் பின்னணியில் முக்கியத்துவப்படுத்துவதில்லை.

சோம்ஸ்கி, தம் கோட்பாட்டு உருவாக்கத்தில் அனுபவவாதத் திற்கு நேரெதிர்மாறான மனம்சார்ந்த கருத்துப்பொருள் நிறைந்த பகுத்தறிவுவாத நிலைப்பாட்டை மேற்கொள்கிறார். எனவே, பகுத்தறிவுவாதம் பற்றிக் கூடுதல் விவாதிக்கவேண்டியது அவருக்குக் கோட்பாட்டு நிலைப்பாடு வற்புறுத்தும் கட்டாயம். எல்லாவற்றுக்கும் மேலாக, மொழியியல் விஞ்ஞானம் தத்துவார்த்தச் சிந்தனையை அடித்தளமாகக்கொண்டு கட்டமைக்கப்பட்டது என்று நிறுவவேண்டிய கடுந்தேவையை அவர் மேற்கொண்டிருந்த அறிவியல் தோரணை வற்புறுத்தியது என்பதையும் இங்குக் குறிப்பிட்டுச் சொல்ல வேண்டும். முக்கியமாக, ஆக்கமுறை மாற்றிலக்கண அறிமுகத்திற்குப் பின்னரே மொழியியல் கோட்பாட்டு உருவாக்கத்தில் அறிவை ஆதாரமாகக்கொண்ட முறையியல் வலுவாக வற்புறுத்தப்பட்டது. இப்பெருமைக்குரிய முதலாவது மொழியியலறிஞராக நாம் சோம்ஸ்கியைக் காணலாம்.

சோம்ஸ்கி, மனித மனத்தில் மொழியறிவு கட்டமைக்கப்படும் விந்தையைக் கண்டறிய விரும்பினார். அவருக்கு அறிவாதார முறையியல் கைகொடுத்தது. குழந்தை ஈட்டும் மொழியறிவைத் தத்துவம் மட்டுமன்றி உளவியலின், குறிப்பாக தத்துவ உளவியலின் ஒரு பகுதியாக அணுகமுடியும் என்று அவர் நம்பினார். மொழியியல் கோட்பாட்டாக்கங்களின் நுழைவாயிலாகப் பகுத்தறிவுவாதம் – அனுபவவாத வாய்பாடு முக்கிய இடம்பெற்றதை உணர்ந்தார். தமக்கு முன்னர் மொழியியல் கோட்பாட்டு வரலாற்றின் ஒவ்வொரு காலக்கட்டத்திலும் பகுத்தறிவுவாதமோ அனுபவவாதமோ தம் பங்கை மேம்போக்காகவேனும் வலியுறுத்திச்சென்றிருப்பதை உணர்ந்தார். அமைப்பு மொழியியல், அனுபவவாதத் தத்துவத்தை கோட்பாட்டுநெறியாகக் கொண்டிருந்தது. பேச்சு முக்கியத்துவம்

பெற்றதும், 'மொழி என்பது பேச்சே' என மொழி விளக்கப்பெற்றதும் இத்தத்துவத்தின் அடிப்படையில்தான்.

ஆக்கமுறை மாற்றிலக்கணம் பகுத்தறிவுவாதத் தத்துவத்தைக் கோட்பாட்டுநெறியாகக் கொண்டது. மனவியல் அடிப்படையில் குழந்தை இயல்பாகவே ஒரு மொழியைக் கற்கத்தக்க உள்ளார்ந்த ஆற்றலோடு பிறக்கிறது என்றும், எல்லா மொழிகளுக்கும் பொதுவான ஓர் உள்ளுறை இலக்கணத்தைக் குழந்தை உயிரியல் மரபியல்ரீதியாகப் பெற்றிருக்கிறது என்றும் பகுத்தறிவுவாதம் கருதுகிறது. எனவே, ஆக்கமுறை மாற்றிலக்கண மொழியியலாளர்க்கு மொழி பல விதிகளாலான தொகுப்பாகும். இவ்வாறு மொழியை விளக்குவதற்கு இத்தத்துவார்த்தநெறி அவர்களுக்கு உதவியாக இருந்தது. (இது குறித்து இன்னும் விரிவாக 'மொழி: விளக்கம்' என்னும் பகுதியில் காண்போம். இதன் அடிப்படையிலான குழந்தையின் மொழி ஈட்டல் குறித்த படிமுறை தத்துவத்தைக்காட்டிலும் தத்துவ உளவியல் நடையிலேயே பேசப்படுகின்றது. எனவே, அறிவாதாரமுறையியல் பகுத்தறிவுவாதம் – அறிவாதாரமுறையியல் அனுபவவாதம் என்னும் இணையெதிர்மையிலிருந்து தத்துவ உளவியல் பகுத்தறிவுவாதம் – தத்துவ உளவியல் அனுபவவாதம் என்பதைப் பிரித்துநோக்க வேண்டியது கட்டாயமாகிவிடுகிறது.

குழந்தையின் மொழி ஈட்டல் குறித்த சோம்ஸ்கியின் நிலைப்பாட்டைத் தத்துவ உளவியல் பகுத்தறிவுவாத நோக்கிலேயே நாம் அணுகவேண்டும். ஸ்கின்னருக்கு எதிராகப் பகுத்தறிவுவாதத்தை மொழி ஈட்டலில் ஏற்றுக்கொள்ளும் சோம்ஸ்கி மேலே குறிப்பிட்ட மூன்று பகுத்தறிவுவாதக்கொள்கைகளையும் ஆக்கமுறை இலக்கணக் கோட்பாட்டின் கருதுகோள்களாக ஏற்றுக்கொள்கிறார். ஸ்கின்னரின் மொழிநடத்தைக் கோட்பாடு, உளவியல்ரீதியான தோல்வி என அவர் குறிப்பிடுகிறார். மொழி ஈட்டலில் தூண்டலின் வறுமை (Poverty of stimulus) என்னும் வாதத்தை முன்வைத்து ஸ்கின்னரை முற்றிலுமாக மறுக்கிறார். ஸ்கின்னரின் தூண்டல் – துலங்கல் வாய்ப்பு குழந்தை மொழியை முழுவதுமாக ஈட்டுவதற்கான உள்ளீடுகளை அதன் சுற்றுப்புறச் சூழல்களிலிருந்து போதுமான அளவு பெறும்வகையில் அமைய வில்லை என்பது சோம்ஸ்கியின் கருத்து. மொழியியலில் அனுபவவாதத்தின் தோல்வியாக இதனை அவர் கருதுகிறார். குழந்தையின் மனஉறுப்பில் உள்ளார்ந்தநிலையில் உறைந்து கிடக்கும் மொழி ஈட்டல் பொறிநுட்பக் கொள்கையை சோம்ஸ்கி முன்மொழிகிறார். இவருக்கு மொழியறிவு உள்ளுணர்வு சார்ந்தது; மொழிப் படைப்பாக்கம் உள்ளுறை ஆற்றல் சார்ந்த நடவடிக்கை.

6.4.1. இலக்கண மரபும் மொழிப் பகுத்தறிவுவாதமும்

ஒரு மரபிலக்கணத்தை ஆழமான வாசிப்புக்கு உட்படுத்தும் போது அவ்விலக்கணம் உட்கொண்டிருக்கும் மொழி பற்றிய கருத்தாக்கம், காரணகாரியத்தோடு மொழிக்கூறுகளைப் பகுத்தாய்ந்து அவற்றை அமைக்கும் அமைப்பொழுங்கு, ஒவ்வொரு மொழிக்கூறையும் ஒழுங்கமைவு, ஒழுங்கமைவுப் பிறழ்வு விதிகளாய் அமைக்கும் விதியாக்கம், இவ்விதிகளில் புடமிட்டிருக்கும் மொழி ஈட்டல் பற்றிய சிந்தனை ஆகியவை இணைந்து இலக்கண உருவாக்கத்திற்கான கோட்பாட்டு அணுகுமுறையை உட்கொண் டிருப்பது விளங்கும். இது மனிதனின் மொழிப்பகுப்பாய்வு பற்றிய ஆழ்மன உணர்வு. உளவியல்சார்பான இக்கருத்தாக்கத்தைத்தான் பிற்கால மொழியறிஞர் மொழிப் பகுத்தறிவுவாதம் (Linguistic Rationalism) என்றனர்.

இத்தத்துவார்த்தநெறியின் ஆளுமை இலத்தீன், கிரேக்க இலக்கண மரபுகளில் இடைக்காலத்தில் குறிப்பாக, கி.பி. பதின்மூன்றாம் நூற்றாண்டில் அதிகமாக உணரப்பட்டது என்று பார்த்தோமல்லவா? மொழிகளிலுள்ள விதிகளுக்கு ஆழமான தத்துவவிளக்கம் தருவதில் தத்துவ அறிஞர்கள் தீவிரம்காட்டினர். இத்தத்துவ விளக்கம் தரத்தெரியாத ஓர் இலக்கண ஆசிரியர் இலக்கண ஆசிரியராக அக்காலக்கட்டத்தில் அங்கீகரிக்கப்பட வில்லை. இலக்கணவிவாதங்களில் இலக்கண ஆசிரியரைக் காட்டிலும் தத்துவவாதி அதிக முக்கியத்துவம் பெற்றார்.

உலகிலுள்ள எல்லா மொழிகளுக்கும் பொதுவாக ஓர் இலக்கணம் உள்ளது; இவ்விலக்கணம் எல்லா மொழிகளுக்கும் அடிப்படையான அனைத்து மொழியமைப்புகளையும் உள்ளடக்கியது என்னும் கருத்து தத்துவவாதிகளாலேயே வலியுறுத்தப்பட்டது. பதினேழாம் நூற்றாண்டில் இக்கருத்து ஏற்கப்பட்டு, மொழியறிவு மனச்சார்புடையது என்னும் விளக்கம் நிலைபெற்றது. இவ்வடிப்படையில் 1660ஆம் ஆண்டு எழுதப்பட்ட இலக்கணம்தான் நாம் முன்னர்க் குறிப்பிட்ட போர்ட் – இராயல் இலக்கணம். இவ்விலக்கணம் முந்தைய இலக்கணமரபின் பகுத்தறிவு வாத அணுகுமுறையைத் தெளிவுபடுத்தியதோடு பகுத்தறிவுவாதத் தத்துவத்தின் இடத்தையும் அடையாளம் காட்டியது.

மொழியியல், மரபிலக்கணத்திலிருந்து வேறுபடுவதும், ஒரு படி மேலே செல்வதும் பகுத்தறிவுவாதம் – அனுபவவாதம் இணையெதிர்மையின் முன்னேறிய வளர்ச்சிநிலைக் கருத்தாக்கத்திலிருந்துதான் என்பார் இராசாராம் (2010). மொழிப்பகுப்பாய்வில் அனுபவங்களின் பங்கை அறிவியல் அணுகுமுறையோடு விளக்க மேற்கொண்ட முயற்சி மொழியியலின்

தொடக்கம் என்று கூறலாம். இருபதாம் நூற்றாண்டின் ஆரம்பத்தில் ஐரோப்பிய நாடுகளிலும் அமெரிக்க ஐக்கிய நாடுகளிலும் மொழியியல் வளர ஆரம்பித்தது. ஐரோப்பிய நாடுகளில், மொழியியல் மொழியைப் பற்றிய முந்தைய தத்துவார்த்தநெறிகளைச் சார்ந்திருந்தது. இந்நிலையில் வட அமெரிக்க மொழியியலறிஞர் அமெரிக்க இந்தியப் பழங்குடிகளின் மொழிகளுக்கு இலக்கணமும் எழுத்துமுறையும் வகுக்க முயன்றனர் அல்லவா? அப்போது மரபிலக்கணத்தின் போதாமையை உணர, மொழியியல் புதிய துறையாக வளர்ச்சிப்பெற்றது. அப்போது சசூரின் கருத்துகள் ஐரோப்பிய மொழியியலில் ஆதிக்கம் செலுத்த ஆரம்பித்தன. இவரின் அமைப்பியல் கோட்பாட்டு இணையெதிர்மைக் கருத்தியல் வாய்பாடுகளுள் மொழிக்கருத்தீடு – பேச்சு முக்கியக் கவனம் பெற்றது.

மொழிக்கருத்தீடு மொழியின் அக அமைப்பையும், பேச்சு பேச்சையும் குறிக்கின்றன. சசூர் மொழிக்கருத்தீடை மூளையின் ஒரு பகுதியில் ஓரமைப்பாகச் சேர்ந்துள்ள ஒரு சமூகத்தின் மொழிசார் பொதுமைகள் என்று விவரிக்கிறார். இவ்வமைப்பை விளக்குவது அமைப்பு மொழியியலின் நோக்கம் அன்று. எடுத்துக்காட்டாக, ‘நான்’ என்பது மொழிக்கருத்தீடில் உள்ள ஒரு சொல். மொழியியல் இதனை, “நான், தன்னைக் குறிக்கும் ஓர் ஒருமைச் சொல்’ என்று விவரிக்கிறது. இவ்விளக்கம் ‘நான்’ என்ற சொல் பயன்படும் பேச்சுச்சூழலை உள்ளடக்கியது. இச்சொற்பயன்பாட்டை சசூர் பேச்சு என்றும், இவ்வாறு பேசும் ஆற்றலைப் பேச்சுத் திறன் என்றும் குறிப்பிடுகிறார்.

பேச்சு, தனிமனிதனின் மனரீதியான உடற்கூற்றுச் செயல்பாடு. இது குறிப்பிட்ட காலத்தில், குறிப்பிட்ட இடத்தில், குறிப்பிட்ட சூழலில் நிகழ்கிறது. இது நம் கண்களுக்கும் காதுகளுக்கும் புலனாவது மட்டுமல்ல, நம் அனுபவங்களாலும் உற்றுநோக்கல்களாலும் அறியப்படுவது. இவ்வனுபவங்களிலும் உற்றுநோக்கல்களிலும் நாம மேற்கொள்ளும பேச்சுப் பயிற்சிகளின் தொகுப்பு மொழி. இவ்வனுபவ, உற்றுநோக்கல் சார்பை அமைப்பு மொழியியல் அடிநாதமாகக் கருதுகின்றது. மாறாக மொழிக்கருத்தீடு, பேச்சுபோல நம் புலன்களுக்குப் புலனாவதில்லை. நம் பகுத்தறிவால் உணரப்படுகிறது. அமைப்பு மொழியியல் பேச்சைப் பகுப்பாய்வு செய்து மொழிக்கருத்தீடை விளக்குகிறது.

ஒரு குழந்தை தன்னைச் சுற்றியுள்ளவர்களின் பேச்சை உற்றுக்கேட்டுப் பேசக் கற்றுக்கொள்கிறது. குழந்தையின் இவ்வனுபவம் நடத்தை உளவியல் சார்பானது. புலனுணர்வியல்

உளவியல் சார்புடையதன்று. எனவே, பேச்சு அமைப்பு மொழியியலில் பகுப்பாய்வின் தரவாகிறது. பேச்சு தவிர, பகுத்தறிவுக்கு உட்பட்ட மொழி மெய்ம்மைகள் பகுப்பாய்வுக்கான தரவுகளல்ல. இதனை அடிப்படையாகக்கொண்டு பகுத்தறிவுவாதம்–அனுபவவாதம் இணையெதிர்மையின் நேர் இணையெதிர்மையாக மொழிக்கருத்தீடு – பேச்சு என்பதை வாய்பாடாகக் கொண்டனர் அமைப்பு மொழியியல் அறிஞர். இதன் மூலமாகப் பேச்சு ஆய்வுக்கான தரவுத் தொகுப்பு என்றும், பேசுவோரின் மொழிக்கருத்தீடு இவ்வாய்வுக்கு உட்பட்ட கூறன்று என்றும் அமைப்பு மொழியியல் கோட்பாட்டின் இலக்காக்கம் வரையறுக்கப்பட்டது.

பகுத்தறிவுவாதிகளுக்கும் அனுபவவாதிகளுக்கும் இடையே நிலவும் கருத்தியல் எதிர்மை நம் அறிவு மற்றும் கருத்தியல்களின் மூலாதாரங்களைச் சார்ந்ததோடு மட்டுமல்லாமல் அவற்றை நாம் எவ்வாறு ஈட்டுகிறோம் என்பதையும் அடிப்படையாகக் கொண்டது என்று பார்த்தோம். மனிதனின் அறிவு சார்ந்த எல்லைகளைப் பற்றிய மாறுபட்ட கருத்துகள் பகுத்தறிவுவாதத்தையும் அனுபவவாதத்தையும் இன்று இருவேறு துருவங்களாக்கியிருக்கின்றன. ஆனால், இவற்றிடையே நிலவும் கருத்தியல் நிலைப்பாட்டு மயக்கங்கள் இத்துருவ இடைவெளியை நெருக்கமாகக்கொணரும் யதார்த்தத்தை மறுப்பதற்கில்லை. பொதுவாக, இக்கருத்தியல் மோதல் இவற்றைத் தனித்தனியாக ஏற்றுக்கொள்ளும் சமூக விஞ்ஞானங்களிடையே நிகழ்வதில்லை. இவ்விரண்டும் தவிர்க்கமுடியாத கூறுகளாக ஒரே துறையில் இடம்பெறும்போதுதான் கருத்தியல் மோதல் கூடுதலாக உணரப்படுகிறது. மொழியியல், மொழியறிவும் பயன்பாடும் கலந்த துறைப்படிப்பு. எனவே, மொழியறிவுசார்ந்த பகுத்தறிவுவாதத்திற்கும், பயன்பாடுசார்ந்த அனுபவவாதத்திற்கும் இடையிலான மோதல் தவிர்க்க முடியாதது. அதேநேரத்தில், இம்மோதல் மொழியியலில் கோட்பாட்டு வளர்ச்சியை மேம்படுத்திவந்திருக்கிறது என்னும் வரலாற்று உண்மையையும் மறுப்பதற்கில்லை.

பகுத்தறிவுவாதத்திற்கும் அனுபவவாதத்திற்கும் இடையே நீண்டகாலமாக நிகழ்ந்துவரும் கருத்தியல் மோதல் இன்றுவரை ஒரு முடிவை எட்டவில்லையென்றாலும், தனித்தனியே இவற்றை அடிப்படையாகக்கொண்ட அறிவு வளர்ச்சியும், இவையிரண்டும் இணையாமல் முழுமையான அறிவுவளர்ச்சி சாத்தியமல்ல என்னும் கருத்தோட்ட வளர்ச்சியும் சென்ற நூற்றாண்டிலும் இந்நூற்றாண்டிலும் தொடர்ந்து நிகழ்ந்துவரும் நிதர்சனமான உண்மைகள். மொழியியல் உட்பட, நவீன சமூக விஞ்ஞானங்கள் பகுத்தறிவுவாதத்திற்கும் அனுபவவாதத்திற்கும்

இடையேயுள்ள இக்கருத்தியல் மோதலை இன்று தவிர்க்கமுடியாத பிரச்சனையாகக் கருதுவதில்லை. குறிப்பாக, மொழியியல் வரலாற்றில் இவ்விரண்டிற்கும் இடையிலான வேறுபாடு அதிகமாகப் பேசப்பட்டுவந்திருந்தாலும் ஆரம்பக்காலத்திலிருந்தே நிலவிய நெகிழ்வுத்தன்மையை மறுக்க முடியாது. சசூரின் காலத்திலிருந்தே பகுத்தறிவுவாதத் தத்துவ அடிப்படையில் கருத்தீடையும், அனுபவாதத் தத்துவ அடிப்படையில் பேச்சையும் இணையெதிர்மைகளாக அமைப்பு மொழியியல் கோட்பாடு வலியுறுத்தி வந்துள்ளபோதிலும், இவ்விரண்டும் அவ்வப்போது ஒன்றோடொன்று நெருங்கித் தன்னிலை விளக்கம் பெற்றது உண்மைக்கு அப்பாற்பட்டதன்று. இது, சோம்ஸ்கியின் மொழி அறிதிறன் – மொழிச் செயலறிதிறன் இணையெதிர்மைக்கும் பொருந்தும். இருப்பினும், சமூக விஞ்ஞானக் கோட்பாட்டுத்தளத்தில் அறிவு ஈட்டம் சார்ந்த இவ்விணையெதிர்மைக் கொள்கை தவிர்க்கமுடியாதது என்பதோடு அறிவியல் அணுகுமுறை வற்புறுத்தும் நெறிமுறைக் கட்டுப் பாடாகவே கடந்துவந்துள்ளது. எனவே, பகுத்தறிவுவாதத்தைச் சார்ந்தோ அனுபவவாதத்தைச் சார்ந்தோ சமூகவியல் விஞ்ஞானிகள் கோட்பாட்டு நிலைப்பாட்டை மேற்கொள்கின்றனர். சோம்ஸ்கி பகுத்தறிவுவாத நிலைப்பாட்டை மேற்கொள்கிறார்.

பகுத்தறிவுவாதம் – அனுபவவாதம் இணையெதிர்மையில் ஒன்றை மட்டுமே சார்ந்து தத்தம் கோட்பாட்டின் அணுகுமுறையைத் தனிப்படுத்திக்காட்டுவதில் ஆக்கமுறை மாற்றிலக்கணக் கோட்பாடும் அமைப்பிலக்கணக் கோட்பாடும் முனைப்புக் காட்டினாலும் அனுபவவாதத் தழுவலின்றிப் பகுத்தறிவுவாதமோ, பகுத்தறிவுவாதத் தழுவலின்றி அனுபவவாதமோ தத்தம் நிலைப்பாட்டை எந்த நிலையிலும் தனித்து நிலைநாட்ட முடியாது. சோம்ஸ்கி உட்படத் தம் இலக்கணக் கோட்பாட்டு முறைமைத்தகுதியை மதிப்பீடுசெய்ய முற்படும் எந்த மொழியியலறிஞரும் அனுபவவாதத்தைத் தழுவியே மேற்கொள்ளவேண்டியிருப்பதால் மொழியியலில் கோட்பாட்டாக்கம் பகுத்தறிவுவாதமும் அனுபவவாதமும் இணைந்த அணுகுமுறையால் மட்டுமே சாத்தியமாகிறது என்னும் கருத்து இன்று வலுப்பெற்றுள்ளது. எல்லாவற்றுக்கும் மேலாக, ஒரு மொழியியல் கோட்பாட்டாளர் ஒன்றை ஏற்று மற்றொன்றை மறுக்கிறார் என்பதையும் ஏற்றுக்கொள்வதற்கில்லை.

மொழி மெய்ம்மைகள் பேசுவோரின் பகுத்தறிவையும் அனுபவறிவையும் உட்கிடக்கையாகக்கொண்டு கேட்போருக்கு அர்த்தப்படுகின்றன. மொழியின் இம்முழுப்பொருளைத் தாய்மொழியாளராக மொழியியலறிஞர் விளக்க முற்படுகிறார்.

அப்போது அனுபவங்களை விலக்கிய பகுத்தறிவாலோ, பகுத்தறிவை விலக்கிய அனுபவங்களாலோ தம் அணுகுமுறையைக் கட்டுப்படுத்த முடியாது. இலக்கண ஆய்வுக்கு மொழி மெய்ம்மைகள் முக்கியமான தரவுகள். ஆனால், அவை கலப்படமற்ற, புனிதமான மொழிச்சான்றுகள் எனக் கருதப்பட வேண்டியதில்லை. மொழியியலறிஞர், மொழி மெய்ம்மைகளைப் பகுபாய்விற்கு உட்படுத்தும்போது தம் பரந்த அறிவையும் அனுபவத்தையும் வெவ்வேறாகக் கட்டுப்படுத்துவதில்லை. அவரது நடைமுறை அனுபவம் அறிவார்ந்த பகுப்பாய்வுக்கு உந்துசக்தியாகிறது. இப்பகுப்பாய்வில் மொழி மெய்ம்மைகளின் உள்ளார்ந்த இலக்கணத்தன்மை குறித்துத் தகவலாளியும் மொழியியல் ஆய்வாளரும் வழங்கும் தீர்ப்புகள் புற அனுபவங்களால் சான்றளிக்கப்படுகின்றன. எனவே, மொழி ஆய்வில் பகுத்தறிவுவாதம் – அனுபவவாதம் இணையெதிர்மையைப் பகுத்தறிவுவாதமும் அனுபவவாதமும் என்னும் ஹெகலியன் வாய்பாடாகக் கருதவேண்டும் என்னும் கருத்து நவீன மொழியியலில் வலுப்பெற்றுவருகிறது. சோம்ஸ்கியும் இப்பிரச்சனையை எண்பதுகளிருந்து எதிர்கொள்கிறார் என்பது குறிப்பிடத்தக்கது. சோம்ஸ்கியின் நிலைப்பாடு குறித்து விரிவாக எட்டாம் அத்தியாயத்தில் காண்போம்.

6.5. மொழி உள்ளுணர்வுகள்

நாம் பேசும்போது நம் மனச்சார்பின் சான்றுகளாக உள்முகநோக்கும் *(Introspection)* உள்ளுணர்வும் பேச்சில் இடம்பெறுகின்றன. இதைப்போலவே, எழுதும்போதும் இவ்விரு மனவியக்கூறுகளும் எழுத்தில் இடம்பெறுகின்றன. உளவியலில் சிலாகிக்கப்படும் இவை மொழிப்பகுப்பாய்வு நெறிமுறையில் தரவின் பாகங்களாகக் கருதப்படுகின்றன. தாய்மொழியாளர் தகவலாளராகத் தன் மொழித்தரவுகளை மொழியியல் ஆய்வாளரோடு பகிர்ந்துகொள்கிறார். இத்தரவுகள் அவரது உள்முகநோக்கு அல்லது உள்ளுணர்வுசார்ந்த வெளிப்பாடுகள் என்பதை ஏற்றுக்கொண்டால், இவ்விரண்டும் மொழிப்பகுப்பாய்வு நெறிமுறை நிராகரிக்கமுடியாத கூறுகளாகும். மொழிப்பகுப்பாய்வில் இவை ஆரம்பத்திலிருந்தே இனங்காணப்பட்டுவந்திருந்தாலும் இவற்றின் முக்கியத்துவம் மொழியியல் ஆய்வாளரால் முறையான கருதுதலுக்கு உட்படுத்தப்பட்டதில்லை. ஐம்பதுகளின் பிற்பாதியில் புலனுணர்வியல் உளவியல்சார்ந்த ஆக்கமுறை இலக்கணத்தின் அறிமுகத்திற்குப் பின்னரே இவை கூடுதல் விவாதங்களுக்கு உட்பட்டன. இவ்விவாதங்களுக்குள் புகுவதற்கு முன் உள்முகநோக்கு, உள்ளுணர்வு குறித்த விளக்கம் பயனுடையதாக இருக்கும்.

உள்முகநோக்குக் கருத்தியலை அனுபவவாத உளவியலில் முதன்முதலாகப் பயன்படுத்தியவர் 'நவீன உளவியலின் தந்தை' என அழைக்கப்படும் வில்ஹெம் உண்ட். இவர் ஒரு செருமானிய அறிஞர். பதினெட்டாம் நூற்றாண்டில் வாழ்ந்த செருமானிய தத்துவ உளவியலறிஞரிடமிருந்து இவர் இக்கருத்தியலைப் பெற்றார் என்பர். இன்று மொழியியலில் விரிவாகப் பேசப்படும் உள்முகநோக்கு, உள்ளுணர்வு குறித்த கருத்துகள் வில்ஹெம் உண்டின் அனுபவவாத உளவியல் பட்டறையில் அவரது மாணவர்களால் விரிவாக விவாதிக்கப்பட்டவை. மனிதன் தன் நனவிலிமன எண்ணங்களையும் உணர்வுகளையும் தனக்குள் சோதனைக்கு உட்படுத்துவது உள்முகநோக்கு எனப்படுகிறது. உளவியலில் உள்முகநோக்குப் படிமுறை ஒருவரின் மனநிலையை உற்றுநோக்கலுக்கு உட்படுத்துவதைச் சார்ந்திருக்கிறது என்று குறிப்பிடப்படுகிறது. ஒருவர் தன் உணர்வுநிலையையும் மனப் படிநிலைமுறையையும் உற்றுநோக்கலுக்கும் சோதனைக்கும் உட்படுத்துவதை உள்முகநோக்கு என்று கூறலாம். ஒவ்வொரு மனிதனும் தன்னைத் தாமாகவே மதிப்பீடுசெய்துகொள்ள உள்முகநோக்கிற்கு உட்படுகிறான். இச்சுயச்சோதனை அவனுக்குள் இயல்பாக நடைபெறுகிறது. எதைத் தன் அனுபவத்தால் உணர்ந்தாலும், கற்றுக்கொண்டாலும் அதனை உள்முகநோக்கு சீரிய விசாரணைக்கு உட்படுத்தாமல் இருப்பதில்லை.

சுய அறிவின் வளர்ச்சி நோக்கிய பயணத்தில் உள்முகநோக்கின் பங்கு பெரிது. நம் சிந்தனைகள், பிறரைச் சென்றடைவதற்கு முன்னர் அவற்றைப் பற்றிய ஒரு விவாதத்தை நமக்குள்ளேயே தொடங்கிவிடுகின்றன. இவ்விவாதத்தில் நம்மில் பெரும்பாலானோர் நாம் சரியாகவே இருக்கிறோம் என்று நினைக்கிறோம். ஆனால், யதார்த்தத்தில் நமது பெரும்பாலான உள்முகநோக்கு முடிவுகள் சரியாக இருப்பதில்லை. எடுத்துக்காட்டாக, மொழியைக் கற்கும்போது சரியான இலக்கண வாக்கியங்களைத்தாம் எப்போதும் பேச்சிலும் எழுத்திலும் பயன்படுத்துகிறோம் என்று எண்ணுகிறோம். ஆனால், இவ்வெண்ணக்கோட்டையைப் பலநேரங்களில் உள்முகநோக்கு தகர்த்துவிடுகிறது. இலக்கணவழு வாக்கியங்கள் நம் பேச்சிலும் எழுத்திலும் இடம்பெற்றுவிடுகின்றன. நம் மனப் படிநிலைமுறை நம் கட்டுப்பாட்டிற்குள்ளேயே இருக்கிறது என்று நாம் நினைப்பதுதான் இதற்கு முக்கியக் காரணம். மொழி உற்பத்தி குறித்து விவாதிக்கும் ஒரு கோட்பாடு இவ்வுண்மையைப் புறக்கணிக்க முடியாது என்று உளவியலறிஞர்கள் கூறுகின்றனர்.

உள்முகநோக்கும் உள்ளுணர்வும் அநேகமாக ஒன்றுதான். இருப்பினும் இவற்றிடையே நுண்ணிய வேறுபாட்டை

நோம் சோம்ஸ்கி

உணரமுடியும் என்கிறார் வாலஸ் சாஃப். உள்முகநோக்கில் மொழித்தரவுகளை உற்றுநோக்குவதில் ஓர் ஒழுங்கமைவு பேணப்படுவதில்லை என்று கூறும் சாஃப், உள்ளுணர்வில் ஒழுங்கமைவு பேணப்படுவதுடன், மொழித்தரவுகளில் காணப்படும் சிறு வேறுபாடுகள்கூட அதிக அழுத்தம் பெறுகின்றன என்று குறிப்பிடுகிறார். உள்முகநோக்கு, உள்ளுணர்வு தொடர்பான தீர்வுகள் ஒரு மொழியை விளக்க முற்படும் மொழியியலாளருக்கும், மொழியியல் கோட்பாட்டாளருக்கும் முதன்மைத் தரவுகளாகும். ஒரு வாக்கியம் இலக்கண வாக்கியமா, இலக்கணவழு வாக்கியமா எனத் தீர்மானமாக அறியவேண்டியது ஆக்கமுறை இலக்கணக் கோட்பாட்டின் முதன்மை நோக்கமாக இருக்கும்பட்சத்தில் தாய்மொழியாளரின் உள்ளுணர்வு முக்கியப் பங்கேற்கிறது. எடுத்துக்காட்டாக,

(10) குயில் பறக்கிறது

(11) குயில் பாடுகிறது

(12) வானொலி பாடுகிறது

(13) *வானொலி பறக்கிறது

என்னும் வாக்கியங்களுள் (10) – (12) வரையுள்ள வாக்கியங்கள் இலக்கண வாக்கியங்கள். வாக்கியம் (13) இலக்கணவழு வாக்கியம். வாக்கியங்கள் (10) மற்றும் (11)-ஐ இலக்கண வாக்கியங்கள் என்று தீர்மானிப்பதிலும், வாக்கியம் (12)-ஐ இலக்கண வாக்கியம் என்று தீர்மானிப்பதிலும் தாய்மொழியாளரின் மொழிசார்ந்த உள்ளுணர்வின் பங்கைத் தெளிவாக உணரமுடியும். ஓர் இலக்கணம் வாக்கியங்களிடையே காணும் இத்துல்லிய வேறுபாடுகளை விளக்கும் நிறைவுடையதாக இருக்க வேண்டும். சோம்ஸ்கி இலக்கணத்தின் இந்நிறைவைத்தான் வண்ணனை நிறைவு என்று குறிப்பிடுகிறார்.

இன்று நவீன மொழியியலைச் சமூக விஞ்ஞானமாக அணுகி, அதன் ஆய்வு நெறிமுறைகளை நுணுக்கமாக ஆராயும்போது இரு செல்நெறிகளை அவதானிக்க முடியும். முதலாவது செல்நெறி புறவயமானது. இச்செல்நெறியைப் பின்பற்றுபவர்களாக அமைப்பு மொழியியலாளர்களைக் குறிப்பிடலாம். மொழிப்பகுப்பாய்வுக்கு உட்படுத்தும் எல்லாத் தரவுகளும் புலன்களின் உற்றுநோக்கல்களுக்கு வெளிப்படையாகவும் அணுக்கமாகவும் இவர்களுக்கு இருக்க வேண்டும். தரவுகளைச் சேகரிக்க மேற்கொள்ளப்படும் களஆய்வு இப்புறவயத்தன்மையின் முதலாவது படிநிலையாகும். ஒவ்வொரு படிநிலையிலும்

தரவுகள் சோதனைக்கு உட்படுத்தப்படுகின்றன. ஆய்வாளரின் அனுபவத்தால் நிகழ்த்தப்படும் இவ்வாய்வுநெறிமுறையை அனுபவ ஆய்வுநெறிமுறை என்பர். உளவியல் நோக்கில் இது நடத்தைவியல் சார்புடையது. எனவே, அனுபவ அடிப்படையிலான விசாரணைகள் இதன் செயல்முறைப்பாங்காகக் கருதப்படுகின்றன. மனவியத்தை மறுக்கும் நடத்தைவியல்வாதம் கொள்கையளவில் உள்முகநோக்கை முரணாகக் கருதுவதால் இச்செல்நெறி இரண்டாவதுவகைச் செல்நெறிக்கு எதிரானது.

ஆக்கமுறை இலக்கண ஆய்வுநெறிமுறை இரண்டாவது வகைச் செல்நெறி. அமைப்பு மொழியியல் ஆய்வுநெறிமுறையோடு ஒப்பிடும்போது இது அகயமானது அன்று; மனவியச் சார்புடையது. நேரடியான களஆய்வுக்கு எதிராக நாற்காலியில் அமர்ந்து மொழித் தரவுகளைச் சேகரிப்பதை இவ்வாய்வுநெறிமுறை பரிந்துரைக்கிறது. இந்நெறிமுறையில் களஆய்வின்போது தகவலாளி தரும் பல்வேறு தரவுகளுக்கு நேரடியாக அனுபவப்படும் வாய்ப்பு இருப்பதில்லை. இதனால் தரவு பற்றிய ஆய்வாளரின் உள்முகநோக்கு கூடுதல் பங்கேற்கிறது. அமைப்பு மொழியியலைப் பொறுத்தவரையில், தரவுகளைத் தகவலாளியிடமிருந்து சேகரிக்கும்போது தரவு பற்றிய ஆய்வாளரின் உள்முகநோக்கிற்குப் பங்கு இருப்பதில்லை என்று முற்றிலுமாக மறுக்கமுடியாது. பகுப்பாய்வு முடிவுகளில் உள்முகநோக்கிற்குப் பங்கு இருப்பதில்லை என்று மட்டுமே கூற முடியும். மாறாக, ஆக்கமுறை மாற்றிலக்கண ஆய்வுநெறிமுறை உள்முகநோக்கு சார்ந்த முடிவுகளுக்கு முக்கியத்துவம் தருகிறது. பல நேரங்களில் ஒரு குறிப்பிட்ட தரவு குறித்த பலருடைய உள்முகநோக்கு பலவாக இருந்தாலும் இறுதியில் ஒரே முடிவுக்கு எட்டும்போது ஊக அடிப்படையிலான இவ்வாய்வுநெறிமுறை அறிவியல் அணுகுமுறைக்கு அப்பாற்பட்டதாகக்கூடக் கருதப்படுவதில்லை.

வில்லியம் ஜேம்ஸ் உளவியல் கொள்கைகளை வகுத்த அறிஞர்; பகுப்பாய்வின்போது ஆய்வாளர் எவ்வளவு தவறிழைத்தாலும் தரவு பற்றிய உள்முகநோக்கைக் கைவிடக்கூடாது என்று குறிப்பிடுவார். பெரும்பாலான முடிவுகளில் உள்முகநோக்கால் விளையும் தவறுகள் தரவு சார்ந்தவையாக இருப்பதில்லை என்றும், தரவுகளைச் சேகரிக்கும் முறை தவறாக இருக்க அதிக வாய்ப்பிருக்கலாம் என்றும் குறிப்பிடுகிறார். இருப்பினும், உள்முகநோக்கு தவறிழைப்பதிலிருந்து சாதாரணமாகத் தப்பிவிட முடியாது. சிலநேரங்களில் மீண்டும் மீண்டும் தவறுகளைப் பகுப்பாய்வுக்கு உட்படுத்தும்போது இறுதியாக வேறெந்த அணுகுமுறையாலும் எட்ட முடியாத சரியான

முடிவை உள்முகநோக்கால் எட்ட முடியும் என்கிறார் ஜேம்ஸ். இவ்வாறு கூறும் ஜேம்ஸின் உள்முகநோக்கிற்கும் சோம்ஸ்கியின் உள்ளுணர்வுக்கும் இடையே எவ்வித வேறுபாடுமில்லை. உள்முகநோக்கு, உள்ளுணர்வு தொடர்பான தீர்வுகள் இன்றி மொழிப்பகுப்பாய்வு நிறைவடைவதில்லை என்பது சோம்ஸ்கியின் கருத்து. ஒரு மொழியியல் கோட்பாடு வண்ணனை நிறைவைப் பெறுவதில் இத்தீர்வுகள் முதலிடம் பெறுகின்றன. இத்தீர்வுகள் தவிர்த்த முழுமையான மொழிப்பகுப்பாய்வு சாத்தியமில்லை என்பது சோம்ஸ்கியின் அழுத்தமான கருத்து.

ஆக்கமுறை மொழியியல் வரலாற்றில் உள்ளுணர்வு குறித்த கருத்தியலின் செல்வாக்கை 1956இலேயே நாம் உணர முடியும். ஆனால், எல்லை தாண்டிய முக்கியத்துவத்தை அது பெற்றிருக்கவில்லை. புலனுணர்வியல் உளவியலும் முழுமையாக வளர்ச்சியடையாத அக்காலக்கட்டத்தில் பேசுவோரின் மொழியறிவுத் தொடர்பான உள்ளுணர்வு எப்போதும் சரியாக இருப்பதில்லை என்ற கருத்து நிலவியது. இருந்தபோதிலும், ஆய்வுநோக்கில் பாதுகாப்பான நிலைப்பாட்டை உள்ளுணர்வுக்குச் சாதகமாக எடுத்துக்கொள்ள சோம்ஸ்கிய மொழியியலாளரால் முடிந்தது. சோம்ஸ்கியின் *மொழியியல் கோட்பாட்டின் தருக்க அமைப்பு*–இன் முதலாவது அத்தியாயத்திலேயே ஆக்கமுறை இலக்கணக் கோட்பாடு, கேட்போர் கேட்ட மாத்திரத்திலேயே புரிந்துகொள்ளக்கூடிய எண்ணிலடங்கா வாக்கியங்களைப் பேசுவோர் உற்பத்திசெய்யும் திறனையும் உள்ளடக்கியுள்ளது என்று சோம்ஸ்கி குறிப்பிடுகிறார். ஒலியனின் மாற்றொலியன்களிடயே காணும் உறவுகள், உருபன்களிடையே காணும் உறவுகள், வாக்கியங்களிடையே காணும் உறவுகள், ஐயுறவு வாக்கியத்தில் காணும் பொருள்மயக்கங்கள் ஆகியவற்றை உள்ளுணர்வு ஆற்றலால் விளக்க முடிந்தது. இராபர்ட் லீஸ் 1957இல் சோம்ஸ்கியின் *தொடரியல் அமைப்புகள்* என்ற நூலுக்கு எழுதிய மதிப்புரையில் உள்ளுணர்வுகளுக்குக் கூடுதல் அழுத்தம் தந்து இலக்கண உருவாக்கத்தில் அவற்றின் முக்கியத்துவத்தை விரித்தெழுதுகிறார். சோம்ஸ்கி, லீஸின் கருத்துகளின் அடிப்படையில் தரவுகளைப் பிற்காலத்தில் கையாண்டார் என்பர்.

1961இல் சோம்ஸ்கி எழுதிய கட்டுரையொன்று இங்குக் குறிப்பிடத்தக்கது. இக்கட்டுரையில் இலக்கண உருவாக்கத்தில் இலக்கணத்தன்மையின் தர அளவைத் துல்லியமாக நிர்ணயிக்கும் வகையில் தரவுகளைத் தரவு, (மொழி)மெய்ம்மை (*facts*) என இரண்டாகப் பகுத்துக்கொள்கிறார். மொழியியலாளரின் தரவு, சொற்கூற்றுகளின் வடிவத்தையும் பயன்பாட்டையும் பற்றிய

உற்றுநோக்கல்கள் அடங்கியது. மெய்ம்மை இவ் உற்றுநோக்கல் களுக்கு அப்பாற்பட்டது. ஒரு குறிப்பிட்ட மொழியின் இலக்கணம் என்பது அம்மொழியில் வாக்கிய உருவாக்கம் தொடர்பான கொள்கைகள் பற்றிய கருதுகோள். இக்கருதுகோளின் உண்மைத்தன்மையும் பொய்மைத்தன்மையும் இலக்கண உருவாக்கத்தில் எந்த அளவிற்குத் தரவுகளை ஓர் அமைப்பிற்குள் அமைப்பதிலும், புதிய தரவுகளுக்கு இடங்கொடுத்து ஏற்றுக் கொள்வதிலும் வெற்றியடைந்துள்ளன என்பதன் அடிப்படையில் தீர்மானிக்கப்படுகின்றன. தரவு என்பதை இதுவரைக் கருதிவந்த குறுகலான பார்வையில் இவ்வெற்றி சாத்தியமல்ல. இவ்வணுகுமுறை ஓர் ஆய்வின் முழுமையான நோக்கத்தை அடைய தடைகல்லாகவே இருக்கும். எனவே தரவு, வாக்கியங்களின் வடிவத்திற்கும் பயன்பாட்டிற்கும் அப்பாற்பட்ட உள்ளுணர்வு சார்ந்த இலக்கண விவரிப்பு அடங்கிய மெய்ம்மைகள் என்பது சோம்ஸ்கியின் கருத்து. தரவு சேகரிப்பு என்பது இலக்கண உள்ளுணர்வுத் தீர்வுகளுக்கான அடிப்படையைக் காண்பது என்று சோம்ஸ்கி குறிப்பிடுகிறார் (1961).

மொழிசார்ந்த உள்ளுணர்வுகள் வாக்கியங்களில் புதையுண்டுக் கிடக்கும் விதிகளைப் புறந்தெரியச் சுட்டிக்காட்டுகின்றன. உள்ளுணர்வுகளின் ஒழுங்கமைவாக்கம் இவ்விதிகள் எனலாம். இவ்வொழுங்கமைவோடு கூடிய விதிகள் உள்ளுணர்வுகளின் இருத்தலை நிறுவும் சான்றுகளாகும். இவை உள்ளுணர்வுகளின் இருத்தலை உறுதிப்படுத்துகின்றன. ஒரு மொழியியல் ஆய்வாளர் ஒலியில் தொடங்கி வாக்கியம் முடிய ஆய்வுக்கு உட்படுத்தும்போது உள்ளுணர்வுகளுக்குக் கட்டுப்படுகிறார். அத்துடன் நில்லாமல் அவற்றை அர்த்தமுள்ள பகுப்பாய்வு உத்தியாக வடிவமைப்பதில் முழுக்கவனம் செலுத்துகிறார். இம்முயற்சியில் தகவலாளியான தாய்மொழியாளரின் உள்ளுணர்வோடு தானும் பங்கேற்கிறார். இருப்பினும், தகவலாளியின் தாய்மொழி உள்ளுணர்வுகளை இலக்கணமாக மீட்டுருவாக்குவதிலேயே மொழியியல் ஆய்வாளர் ஆழ்ந்து ஈடுபடுகிறார் என்பதை இங்குக் குறிப்பிட்டுச்சொல்ல வேண்டும். சோம்ஸ்கி இவ்வுள்ளுணர்வுக்கூறுகளைக் குழந்தை யின் மொழி ஈட்டல் திறனோடு இணைத்துப் பார்க்கிறார். தாய்மொழியாளரின் மொழி உள்ளுணர்வுகளைச் சரியாகவும் முழுமையாகவும் விளக்கும் ஓர் இலக்கணமே வண்ணனை நிறைவு பெற்ற இலக்கணமாகக் கருதப்படும். *தொடரியல் கோட்பாட்டுக் கூறுகள்* (1965) என்னும் நூலில் மொழியியலாய்வில் தகவலாளியின் / தாய்மொழியாளரின் உள்ளுணர்வு சார்ந்த தீர்வுகளை ஏற்றுக்கொள்ளாத மொழியியல் கோட்பாடு வறட்சிமிக்கது என்று சோம்ஸ்கி குறிப்பிடுகிறார்.

6.6. உள்ளூறை ஆற்றல்

6.6.1. உள்ளூறை அறிவும் ஆற்றலும்

பகுத்தறிவுவாதத்தில் உள்ளுணர்வு / பகுத்தறிவு கொள்கை, உள்ளூறை அறிவுசார் கொள்கை, உள்ளூறைக் கருத்தியல் கொள்கை என்னும் மூன்று கொள்கைகளும் அடங்கும் என்று முந்தைய பகுதியில் பார்த்தோமல்லவா? இவற்றுள் ஆக்கமுறை இலக்கணக் கோட்பாடு, உள்ளூறை அறிவுசார் கொள்கையைச் சார்ந்தது. எவ்வித அனுபவங்களின் துணையுமில்லாமல் இயல்பாகவே நாம் மொழியைக் கற்கிறோம். இம்மொழியறிவு இயற்கையாகவே நம்முள்ளே உறைந்திருப்பது; நம் உள்ளுணர்வால் பகுத்தறிந்தது. எந்தவிதப் புற அனுபவங்களாலும் நிகழ்ந்ததன்று. அதாவது, புறத்தூண்டல்களால் நாம் கற்றுக்கொண்டது அல்ல. எவ்விதக் கற்றல் முயற்சியும் மேற்கொள்ளாமல் குழந்தை இயல்பாகவே பெறும் மொழியறிவு உள்ளூறை அறிவு எனப்படுகிறது. கற்றலுக்கு அப்பாற்பட்டது என்பது இதன் தனிச் சிறப்பு. புற அனுபவங்கள் இவ்வுள்ளூறை அறிவை மனத்தின் நனவுநிலைக்கு கொண்டுவரத் தூண்டலாம். ஆனால், அவை அறிவைக் கட்டமைக்க உதவா. இவ்வறிவை ஏற்கெனவே நம் மனத்தில் கட்டமைக்கப்பட்டிருக்கின்ற உள்ளூறை ஆற்றலால் பெறுகிறோம் என்பது பகுத்தறிவுவாதத்தின் சாரம்.

உள்ளூறை ஆற்றல், தத்துவவாதிகளும் மொழியறிஞர்களும் பல ஆண்டுகளாக விவாதித்துவரும் ஓர் உளவியல் கருத்தியலாக்கம். நமது நம்பிக்கைகள், விருப்பங்கள், உணர்வுகள், மதிப்பீடுகள் ஆகியவை நம் உள்ளூறை ஆற்றல்பாற்பட்டவையா, அனுபவங் களால் கற்றல்பாற்பட்டவையா என்பது இவ்விவாதத்தின் மையப்பொருள். பிளேட்டோ காலத்திலிருந்து இவ்விவாதம் தொடர்ந்துநடந்துள்ளது. அடிப்படையில் உள்ளூறை ஆற்றலும் கற்றலும் வேறுவேறாகவே அணுகப்பட்டுவந்திருக்கின்றன. பிளேட்டோவின் *ரிபப்ளிக்* –இல் இவ்வேறுபாடு துல்லியமாகக் காணப்படுகிறது. பகுத்தறிவுவாதியான ரெனெ டெகார்தாவும் அனுபவவாதியான ஜான் லாக்கும் இவ்விவாதத்தை மேற்கொண்டுள்ளனர்.

இவர்களைப்போலவே, கிட்டத்தட்ட 2500 ஆண்டுகளாக உயிரியல் அறிஞர்களுக்கும் உயிரியல் தத்துவவாதிகளுக்கும் இடையே நடைபெற்றுவரும் இவ்விவாதத்தில் உள்ளூறை ஆற்றல் உயிரியல் அறிஞர்களால் நிராகரிக்கப்பட்டுள்ளது. உள்ளூறை ஆற்றலுக்கான எந்த உயிரியல் அடிப்படையும் மனிதனிடத்தில் இல்லை என்பது இவர்கள் கருத்து. இக்கருத்து முழுமனதாக ஏற்றுக்கொள்ளக்கூடியதாக இருக்குமானால் ஏன் இன்றுவரை

இவ்விவாதம் தொடர்ந்து நடைபெற்றுக்கொண்டிருக்க வேண்டும் என்னும் கேள்வியை மறுக்கமுடியவில்லை. ஆனால், பால் கிரிஃபித் போன்றோர் இதுபோன்ற விவாதங்களுக்கு எந்த அடிப்படை அறிவியல் முகாந்திரமும் இல்லை என்கிறார்கள்.

இவ்வளவு குழப்பம் நிறைந்த கருத்தியலாக்கமாக உள்ளுறை ஆற்றல் விமர்சனங்களுக்கு உள்ளானாலும், புலனுணர்வியல் அறிவியலின் முக்கியமான கருத்தியலாக்கங்களுள் ஒன்றாக இவ்வாற்றல் இன்றுவரை கருதப்பட்டுவந்திருக்கிறது. சோம்ஸ்கி ஒரு புலனுணர்வியல் உளவியல் அறிஞர். மொழி ஈட்டலில் புலனுணர்வியல் உளவியலின் பங்கு முக்கியமானது என்றும், மனிதகுலத்திற்குப் பொருந்தும் ஒரு பொதுஇலக்கணம் தனிப்பட்ட ஒரு மொழியின் இலக்கணக் கற்றலுக்கு அப்பாற்பட்ட புலனுணர்வியல் அறிவியல் அமைப்பு சார்ந்தது என்றும் கருதுகிறார். மொழியைப் பொறுத்தவரையில், உள்ளுறை அறிவே உள்ளுறை இலக்கணம் என்பது சோம்ஸ்கியின் கருத்து.

6.7. மொழி ஈட்டல் பொறிநுட்பம்

ஆக்கமுறை இலக்கணக் கோட்பாட்டுக் கருத்துருவாக்கப் பின்னணியில் மொழி ஈட்டல் பொறிநுட்பத்திற்கு முக்கியமான பங்கு உண்டு. நாம் ஒரு மொழியைக் கற்கிறோம் என்பதை விட, ஈட்டுகிறோம் என்பதே பொருந்தும் என்று குறிப்பிடுவார் சோம்ஸ்கி. மொழியைக் கற்றல் *(Learning)* என்பது வேறு; ஈட்டல் *(Acquisition)* என்பது வேறு. தாய்மொழியை நாம் இயல்பாகவே ஈட்டுகிறோம். இவ் ஈட்டலுக்கு எந்தப் புறக்காரணிகளும் நடத்தைகளும் பொறுப்பாவதில்லை. மொழியை ஈட்டத்தக்க உள்ளுறை இலக்கணத்தை ஒவ்வொரு மனிதனும் உட்கொண்டிருக்கிறான். இதற்கான உள்ளமைப்புத் திறனை நாம் ஒவ்வொருவரும் இயல்பாகவே பெற்றிருக்கிறோம். இவ்வுள்ளுறை ஆற்றலை சோம்ஸ்கி மொழி ஈட்டல் பொறிநுட்பம் – சுருக்கமாக, *LAD* – என்று குறிப்பிடுகிறார்.

மொழி ஈட்டல் பொறிநுட்பம் மனித மனத்தில் உறைந்துள்ள ஒருவகை மனவழிச் செயலாற்றல். இப்பொறிநுட்பம் மனித உடலில் எங்கே தனி உறுப்பாக இடம்பெற்றிருக்கிறது என்பது புரியாத புதிர். எனவே, ‘புனைவாகப் புனையப்பட்ட மனித மனத்தின் ஒரு கருத்தலகு’ என சோம்ஸ்கி இப்பொறிநுட்பத்திற்கு விளக்கம் தருகிறார். இவ்விளக்கத்தால் ‘குழந்தை எதுவுமே எழுதப்படாத வெறுமையான மனப்பலகையோடு பிறக்கிறது’ என்னும் தனது தத்துவவியல் பேராசிரியர் நெல்சன் குட்மேனின் கருத்தை மறுக்கிறார். ஒவ்வொரு குழந்தையும் எந்த அறிவையும் ஈட்டும் உள்ளுறை ஆற்றலோடு, முன்நடவடிக்கையோடு பிறக்கிறது

என்பதைத் தம் மொழியியல் கோட்பாட்டின் அடிப்படை உளவியல் தளமாக சோம்ஸ்கி புனைந்துகொள்கிறார். இத்தளத்தில் நின்றே குழந்தையின் மொழி ஈட்டத்திற்கான உள்ளார்ந்த முன்நடவடிக்கையை அவர் விளக்குகிறார். சோம்ஸ்கியின் இம்மொழி ஈட்டல் கருத்தியலாக்கத்தை நியாயப்படுத்தும் சான்றாதாரங்களாகச் சிலவற்றைக் குறிப்பிடலாம்.

- குழந்தை மொழியைப் 'போலச்செய்தல்' மூலம் கற்பதில்லை. 'இழுத்தான்', 'கொழுத்தான்' என்பதன் அடிப்படையில் *விழுத்தான் எனவும், 'அழுதான்'. 'தொழுதான்' என்பதன் அடிப்படையில் *விழுதான் எனவும் குழந்தை இழைக்கும் ஒப்புருவாக்கப் பிழைகள் 'போலச் செய்தல்' மூலம் குழந்தை மொழியைக் கற்பதில்லை என்பதற்குச் சிறந்த எடுத்துக்காட்டு.

- வயதுவந்தோர் வேண்டுமென்றே இலக்கணப் பிழையுள்ள வாக்கியங்களைப் பயன்படுத்தும்போது அவற்றைக் குழந்தைகள் எளிதாக இனங்கண்டுகொள்கின்றன.

- குழந்தை, மொழியைப் பேசக் கற்கும்போது எழுவாய், செயப்படுபொருள், பயனிலை என்னும் சொல்வரிசையில் பெரும்பாலும் பிழைகள் நேர்வதில்லை.

இலக்கணவழுவற்ற தொடர்களையும் வாக்கியங்களையும் விதிகளின் அடிப்படையில் உருவாக்குதல், இலக்கணவழு வாக்கியங்களை இனங்காணுதல், பிழைகளைத் தவிர்த்தல் போன்ற திறன்களைத் தன் மொழி அனுபவங்களிலிருந்து ஈட்டுவதுபோலவே தன் தாய்மொழிக்கான இலக்கணத்தைக் குழந்தை உருவாக்கிக்கொள்கிறது. குழந்தையின் இம்மொழி அனுபவங்கள் உள்ளீடுகளாக மொழி ஈட்டல் பொறிநுட்பத்திற்கு அமைய, வெளியீடாகக் குழந்தையின் இலக்கணம் உருவாகிறது.

6.7.1. மொழி ஈட்டல் பொறிநுட்பச் செயல்பாடு

மொழி ஈட்டல் பொறிநுட்பம் எவ்வாறு செயல்படுகிறது? இப்பொறிநுட்பம் வாக்கியங்கள் உட்படப் பேச்சுக்கூற்றுகளைப் புறத்தேயிருந்து ஈட்டித் தன்வயப்படுத்திக்கொள்கிறது. இம்முதன்மைத் தரவுத் தொகுப்பை எல்லாவகை வாக்கியங்களும் பேச்சுக்கூற்றுகளும் அடங்கிய தொகுப்பாகக் கருத முடியாது. ஏனெனில், மொழி ஈட்டல் பொறிநுட்பம் குறிப்பாக வழுவற்ற வாக்கியங்களையே தனக்குரிய தரவாகச் சலித்து எடுத்துக்கொள்கிறது. பொதுவாக, வழுவாக்கியங்களையோ வழுப்பேச்சுக்கூற்றுகளையோ தரவுகளாக இப்பொறிநுட்பம்

ஏற்றுக்கொள்வதில்லை. தரவுத் தொகுப்பை ஏற்றுத் தன்வயப்படுத்திக்கொண்ட பின்னர் மொழி ஈட்டல் பொறிநுட்பம் அதனை அகஅமைப்பிற்குள் ஒழுங்குபடுத்தி இலக்கண ஒழுங்கமைவை உருவாக்குகிறது. தரவுத் தொகுப்பை மொழி ஈட்டல் பொறிநுட்பத்திற்கான உள்ளீடாகக் கருதினால், பொறிநுட்பத்தின் உள்ளூக்குள்ளேயே இரசாயன மாற்றத்திற்கு உள்ளாகி வெளிப்படும் இலக்கண ஒழுங்கமைவை அதன் வெளியீடு எனக் கூறலாம். இப்படிமுறையை ஒழுகு வரைபடமாகக் கீழ்வருமாறு காட்டலாம்:

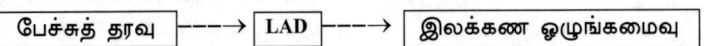

பேச்சுத் தரவு ----→ **LAD** ----→ **இலக்கண ஒழுங்கமைவு**

இவ்விலக்கண ஒழுங்கமைவின் மூலம் பேச்சுக்கூற்றுகளைப் பலவாறாக இனங்காண்பதுடன் வழுவற்ற வாக்கியங்களை வழுவாக்கியங்களிலிருந்து பிரித்தறியும் திறனையும் குழந்தை பெறுகிறது. இவையெல்லாம் இருந்தும், இப்பொறியினுள் இலக்கண ஒழுங்கமைவு உருவாக்கத்திற்கான உள்ஏற்பாடு அல்லது அக அமைப்பு என்ன என்பது இன்னும் சிதம்பர இரகசியம்.

6.7.2. கறுப்புப் பெட்டிக் கோட்பாடு

இலக்கண ஒழுங்கமைவு உருவாக்கத்திற்கான ஓர் அக அமைப்பு ஏற்பாடு மொழி ஈட்டல் பொறிநுட்பத்தில் இன்னும் சிதம்பர இரகசியமாகவே உள்ளது என்று பார்த்தோமல்லவா? இந்த இரகசியத்தைத் தெரிந்துகொண்டால் மொழி ஈட்டல் பொறிநுட்பம் எவ்வாறு இலக்கண ஒழுங்கமைவைப் புனைந்து உருவாக்குகிறது என்பதைக் கண்டுபிடித்துவிடலாம். ஆனால், இது எளிதான காரியம் அல்ல. இப்பிரச்சனை, பொறியியல் விஞ்ஞானத்தில் கறுப்புப் பெட்டி *(Black Box)* பிரச்சனைக்கு நிகரானது. பொறியியல் மாணவர்களிடம் பல்வேறு உள்ளீடு – வெளியீடு தொடர்புகளைக் கொடுத்துக் கறுப்புப் பெட்டியின் உள்ளே இருக்கும் மின்கம்பி இணைப்பு அமைப்பைக் கண்டுபிடிக்கக் கொடுக்கும் சோதனையைப் போலப் புறத்தேயிருந்து பெறும் மொழித் தரவுத்தொகுப்பை உள்ளீடுசெய்ய, அதனை இலக்கண ஒழுங்கமைவாக வெளியீடு செய்யும் அகஅமைப்பு எதுவெனக் கண்டுபிடிக்க வேண்டும். ஒரு பொறியியல் மாணவனைப்போல, மொழி ஈட்டல் பொறிநுட்பத்திலும் இவ் அகஅமைப்பைப் புரிந்துகொள்ள நமக்கு ஒரு கோட்பாடு தேவைப்படுகிறது. சோம்ஸ்கிய மொழியியலார் இப்பிரச்சனையைக் கறுப்புப் பெட்டிக் கோட்பாடு *(Black Box Theory)* என்று குறிப்பிடுவர்.

மேற்கூறியவாறு புனைந்து உருவாக்கிக்கொள்ளும் அக அமைப்பு வழியாகப் பெறும் இலக்கண ஒழுங்கமைவை

விதிகளாகப் புரிந்துகொண்டு புதிதுபுதிதாக வாக்கியங்களை உற்பத்திசெய்யும் ஆற்றல் குழந்தைக்குக் கைவரப்பெறுகிறது. கறுப்புப் பெட்டியின் உள்ளே இருக்கும் மின்கம்பி இணைப்பு அமைப்பைப் புரிந்துகொள்வது எவ்வளவு கடினமோ அவ்வளவு கடினம் மொழி ஈட்டல் பொறிநுட்பத்தின் அகஅமைப்பைப் புரிந்துகொள்வதும். எனினும், அகஅமைப்பு கட்புலனுக்குப் புலனாகாவிட்டாலும், தோடர் மொழியாக இருந்தாலும் பிரஞ்சு மொழியாக இருந்தாலும் புறத்தேயிருந்து தரவுகளைப் பெற்று, அவற்றை அகப்படுத்தி ஓர் இலக்கண ஒழுங்கமைவில் கருத்துப்புலப்படுத்தத்துக்குக் குழந்தை அணியமாகிவிடுவது இதன் இருத்தலுக்கான புறச்சான்று எனலாம்.

6.7.3. மொழி ஈட்டல் பொறிநுட்பமும் பொதுமை இலக்கணமும்

மொழி ஈட்டல் பொறிநுட்பம் தரவுகளை உள்ளீடாக வாங்கி, அகஅமைப்பின்வழிக் குறிப்பிட்ட மொழியாக வெளியீடு செய்வதால் அகஅமைப்பு எல்லா மொழிகளுக்கும் பொதுவான மொழிப் பொதுமைகள் அடங்கிய பொதுமை இலக்கணம் என்பது சோம்ஸ்கியின் கருத்து. இதனால், பொதுமை இலக்கணத்தையும் மொழி ஈட்டல் பொறிநுட்பத்தையும் சோம்ஸ்கி ஒன்றாகவே கருதுகிறார். பொதுமை இலக்கணம், மொழிநுட்பப் புலத்தின் ஆரம்பநிலைக் கோட்பாட்டின் பெயர்; இதன் மற்றொரு பெயர் மொழி ஈட்டல் பொறிநுட்பம்; ஒரே பொருளை இரு கோணங்களில் அணுகுதல் என்பதைத் தவிர இவ்விரண்டிற்கும் இடையே வேறுபாடில்லை என்று கூறுகிறார் சோம்ஸ்கி.[5]

நாம் ஒரு மொழியைத் தேர்ந்தெடுத்து ஈட்டத்தக்க பொதுமை இலக்கணத்தை இயல்பாகவே பெற்றிருக்கிறோம் எனக் கற்பிதம் செய்துகொள்வதைத் தவிர, மொழி ஈட்டல் பொறி நுட்பத்தை வேறு வகையால் விளக்க முடியாது என்பது சோம்ஸ்கியின் கருத்து. அதே நேரத்தில், இப்பொதுமை இலக்கணம் பற்றிய எந்த அறிவும் கற்போருக்கு இருப்பதில்லை. மொழியை ஈட்டும் ஒவ்வொருவரும் மொழி அறிவை ஈட்டுவதற்குரிய உள்ளூறை ஆற்றலை இயல்பாகவே பெற்றிருக்கிறோம் என்பது சோம்ஸ்கியின் கோட்பாட்டு நிலைப்பாடு. இவ்வாற்றலை மொழி ஈட்டல் பொறிநுட்பம் என்று அவர் கூறுகிறார். பிற்காலச் சிந்தனைகளில் மொழி ஈட்டல் பொறிநுட்பத்தை மொழிநுட்பப் புலம் *(Language faculty)* எனக் குறிப்பிடுவதை சோம்ஸ்கி விரும்பினார். பொதுமை இலக்கணம், மொழிநுட்பப் புலத்தில் ஆளுமை செலுத்தும் ஓர் அங்கம். இப்பொதுமை இலக்கணம் குறித்து விரிவாக அடுத்த அத்தியாயத்தில் காண்போம்.

குறிப்புகள்

1. இராசாராம், சு. 2010. இலக்கணவியல்: மீக்கோட்பாடும் கோட்பாடுகளும். நாகர்கோவில்: காலச்சுவடு பதிப்பகம்.

2. A linguistic theory achieves the level of *descriptive adequqcy* insofar as it provides a descriptively adequate grammar for each permissible human language. A theory achieves the higher goal of *explanatory adequacy* to the extent that it provides a principled basis for selecting a descriptively adequate grammar for each language on the basis of primary linguistic data of the sort that suffices for language acquisition. The theory is *explanatory* in the quite appropriate sense that it suggests an explanation for the specific judgments made by a person who has acquired knowledge of language, 'competence' on the basis of primary linguistic data.The goal of explanatory adequacy, in this sense, is the goal of linguistic theory, as I see it. The goal of descriptive grammar is to achieve descriptive adequacy, in the sense just sketched (Chomsky,1968).

3. Chomsky, Noam 1953. Systems of Syntactic Analysis. In: *Journal of Symbolic Logic* 18(3), 242-256.

4. A corpus is always useful, often inevitable. And linguist must learn how to deal with it. Replacing corpus by competence amounts to restricting a branch of scientific enterprise to a part of mankind, to saying, for instance, that in order to study English you have to be an English native speaker. Linguistics is a science only insofar as any human being with a suitable training can approach the study of language. It gives without saying that sanctifying the corpus is ridiculous. A corpus is a means not an end. It is quite obvious that any one studying a language he knows well in justified in making some use of his own linguistic experience. But it will always be safe to check with informants who have no reason to be biased. The real thing is always more credible than what has been made *ad hoc*. The justification of those who made the corpus sacrosanct was, of course, that they wanted to devise a method that everyone could apply (Martinet, 1974).

5. They are just two different ways of looking at the same thing. Universal Grammar is the name for the theory of the initial state of the language faculty. LAD is another name for the initial state, just looking at it from a different point of view. So there's no difference (Chomsky, 2000).

7

சோம்ஸ்கிய மொழியியல்: கருத்தியல் பின்னணி – II

7.1. சோம்ஸ்கிய மொழியியல்: கருத்தியல் பின்னணி

சோம்ஸ்கிய மொழியியல் கோட்பாட்டின் பின்னணிக் கருத்தியல்கள் இவ்வத்தியாயத்திலும் தொடர்ந்து பேசப்படுகின்றன. 1957க்கும் 1964க்கும் இடையிலான காலக்கட்டத்தில் தொடரியல் அமைப்புகள் சார்ந்த சில புதிய கருத்தியல்கள் கோட்பாட்டுத் தரப்படுத்தத்திற்கு உள்ளாயின. 1965இல் தொடரியல் கோட்பாட்டுக் கூறுகள் என்ற நூலை சோம்ஸ்கி எழுதியபோது இக்கோட்பாட்டு வளர்ச்சியைத் தரக் கோட்பாடு (Standard Theory) என்று குறிப்பிட்டார். இக்கோட்பாடு சோம்ஸ்கிய மொழியியலுக்குப் புதிய பரிமாணத்தைச் சேர்த்தது. இதன் பின்னணிக் கருத்தியல்களாக

- மொழிப் பொதுமைகள்
- மொழி அறிதிறன் – மொழிச் செயலறிதிறன்
- மொழி: விளக்கம்
- புதைநிலை அமைப்பு – புறநிலை அமைப்பு

என்பனவற்றை முக்கியமாகக் குறிப்பிடலாம். இவற்றை சோம்ஸ்கியின் பன்முகப்பார்வையை உறுதிசெய்த கருத்தியல்கள் எனக் குறிப்பிடுவர். முதலாவதாக, மொழிப் பொதுமைகள் குறித்து விரிவாகப் பார்ப்போம்.

7.2. மொழிப் பொதுமைகள்

நாம் பல மொழிகளை ஆய்வுக்கு உட்படுத்தும்போது அவற்றிடையே காணப்படும் அமைப்பொற்றுமைகள் நம்மை வியப்பில் ஆழ்த்துகின்றன. ஒன்றுபோல ஒலிக்கும் ஒலிகள், சொற்களில் அவற்றின் வழங்குநிலைகள், சொற்களும் சொல்லாக்கங்களும், வாக்கிய உருவாக்கங்கள் என ஒட்டுமொத்த மொழி அமைப்புகளிடையே காணப்படும் ஒற்றுமைகள் உலகமொழிகளெல்லாம் ஒன்றே என்னும் உணர்வை ஏற்படுத்து கின்றன. மொழிகளின் இப்பொதுவியல்புகள் மொழிப் பொதுமைகள் எனப்படுகின்றன. இவற்றை ஒரு குறிப்பிட்ட மொழியின் பகுதிகள் என்பதைவிட அம்மொழியின் இலக்கண உருவாக்கத்திற்கு முந்தைய முதன்மைக்கூறுகள் எனலாம். மனித மனத்தில் இவை இயல்பாய் இயற்கையிலேயே அமைவன. இவை குழந்தையின் மொழி அறிதிறனின் பகுதிகளாகக் கருதப்படுகின்றன. இதனால் இவற்றைக் கூடுதல் மொழியியல் சார்புடையன என்பதைவிட மனித மனத்திற்குப் பொதுவான உளவியல் சார்புடையன என்பர். ஒரு குறிப்பிட்ட மொழியின் இலக்கணத்தைக் கற்கத் தொடங்குவதற்கு முன்னரே ஓர் உள்ளூறை இலக்கணமாகப் பொதுமைகள் கூட்டு சேருகின்றன. இவ்வாறு இவை சேரும் பின்புலம்தான் எந்தச் சூழலிலும் எவ்வளவு கடினமாக இருந்தாலும் ஒரு மொழியைக் கற்கக் குழந்தையை ஆயத்தப்படுத்துகிறது. குழந்தை இயல்பாய் இப்பொதுமைகளைக் கற்கிறது. இதற்குக் குழந்தை கூடுதல் காலம் எடுப்பதில்லை.

மொழியியலில் மொழிப் பொதுமைகள் என்னும் சொல்லாடல் பல வகைகளில் விளக்கப்பட்டிருக்கிறது. ஒருவகையில் இச்சொல்லாடல் மனிதன் பயன்படுத்தும் எல்லா மொழிகளும் மெய்யெழுத்துகள், உயிரெழுத்துகள், சொற்களஞ்சியம், பெயர்ச்சொல், வினைச்சொல், தொடர் என ஒரே வகைக் கூறுகளை உடையன என்னும் மேலோட்டமான விளக்கத்தை நமக்கு உணர்த்துகின்றது. ஆனால், யதார்த்த நிலை வேறு என்பதைப் பல மொழிகள் வெவ்வேறு இலக்கணக்கூறுகளைக் கொண்டு இயங்கும்போது உணர முடியும். எடுத்துக்காட்டாக, ஒலிகளைப் பொறுத்தவரையில், சில மொழிகளில் f, v என்னும் உரசொலிகள் காணப்படுவதில்லை. எல்லா மொழிகளிலும் பெயர்ச்சொல், வினைச்சொல் காணப்பட்டாலும் பெயரடைகள் வழங்காத மொழிகளும் உள்ளன. ஒரு மொழியியல் கோட்பாடு எல்லா இலக்கணக்கூறுகளும் எல்லா மொழிகளிலும் வழங்குகின்றன என அறுதியிட்டுக்கூற முற்படுவதைக்காட்டிலும், எல்லா மொழிகளிலும் காணத் தகுதியுடைய பொதுமைகளைப் பட்டியலிட்டுக் காட்டுவதை நோக்கமாகக் கொள்ள வேண்டும்.

ஏன் மொழிகளில் பொதுமைகள் என்னும் அமைப்பொற்றுமைகள் காணப்படுகின்றன? ஃபினிகன் என்ற மொழியறிஞர் முக்கியமாக நான்கு காரணங்களை விளக்கிக் கூறுகிறார் (ஃபினிகன், 1994). முதலாவதாக, வரலாற்று நோக்கில் உலகிலுள்ள எல்லா மொழிகளும் ஒரே மொழியிலிருந்து தோன்றின என்னும் 'மூல மொழிக் கருதுகோளை (Original Language Hypothesis)' குறிப்பிடுகிறார். இக்கருதுகோளின்படி, இடைக்காலத் தமிழ் இலக்கண மரபிலும் 'எல்லா மொழிகளுக்கும் இலக்கணம் ஒன்றே' என்னும் கருதுகோள் ஏற்கப்பட்டிருந்தது. இதன்படி, ஒவ்வொரு மொழியும் மூல முதன்மொழியின் அமைப்புகளையே இயல்பாகப் பெற்று விளங்குகின்றன என்பதாகும். ஆனால், இம்மூலமொழிக் கருதுகோளை ஏற்பதற்கோ மறுப்பதற்கோ போதிய ஆதாரங்களில்லை. பொதுவாக, மொழித் தோற்றம் பற்றிய கருதுகோள்கள் சமயவுணர்வு சார்ந்த கற்பனைகள் என்ற கருத்து மொழியியல் விஞ்ஞானத்தில் மறுக்கத் தக்கதன்று. மேலும், மொழிகள் ஒன்றோடொன்று எந்தவிதத் தொடர்பும் இல்லாமலேயே ஒரே காலக்கட்டத்தில் தோன்றியுள்ள வரலாற்றுக் குறிப்புகளும் இக்கருதுகோளைத் தருக்கரீதியாக ஏற்கும் வாய்ப்பைத் தரவில்லை. எல்லாவற்றுக்கும் மேலாக, இன்று பல மொழிகளிடையே காணப்படும் பல அடிப்படை மொழியமைப்பு வேறுபாடுகள் இக்கருதுகோளுக்கு ஆதரவாக இல்லை.

இரண்டாவதாக, 'மொழிப் பொதுமைகளும் புலனுணர்வும் (Perception)' பற்றிய கருதுகோளைக் குறிப்பிடலாம். எல்லா மனிதர்களும் தம் புலன்களால் எவ்வாறு இவ்வுலகை உணர்ந்து வாய்மொழிக் கருத்தாடல்களை நிகழ்த்துகின்றனர் என்பதன் சிறப்புக் குறிகள் மொழிகள் என இக்கருதுகோள் கருதுகிறது. புலன்களால் உணர்ந்து நிகழ்த்தப்படும் கருத்தாடல்கள் பொதுவான மொழி அமைப்பொழுங்கிலேயே சாத்தியமாகும். நாம் மொழிப் பொதுமைகளைக் காண்பது இதனால்தான்.

ஃபினிகன் தரும் மூன்றாவது விளக்கம், குழந்தையின் மொழி ஈட்டலையும் அதன் நடைமுறைச் செயற்பாங்கையும் அடிப்படை யாகக் கொண்டது. ஒவ்வொரு குழந்தையும் மொழியைக் கற்கும் திறனோடு பிறக்கிறது. இதற்கான உள்ளார்ந்த மொழி ஈட்டல் பொறி நுட்பம் குழந்தையிடம் இயல்பாகவே அமைந்துள்ளது எனப் புலனுணர்வியல் உளவியலாளர் நம்புகின்றனர். பல்வேறு மொழிகளைக் கற்றாலும் எல்லாக் குழந்தைகளுக்கும் பொதுவான இம்மொழி ஈட்டல் அல்லது கற்றல் பொறிநுட்பம் அவர்களுக்குத் துணை நின்று மொழி ஈட்டத்தை ஊக்குவிப்பதால் மொழிப் பொதுமைகள் காணப்படுகின்றன எனக் கூறுகிறார்.

ஃபினிகனின் நான்காவது விளக்கம் சமூகச்சார்பு உடையது. புலனுணர்வியல் உளவியலாளர் குழந்தையின் மொழி ஈட்டத்தை ஊக்குவிப்பது மொழி ஈட்டல் பொறிநுட்பம் என நிறுவினாலும், மொழியின் செயற்பாங்கு சமூகம் தழுவிய நடவடிக்கையே. மொழி, பயன்பாட்டிற்கான ஒரு சமூகக் கருவி என்கிறார் ஃபினிகன். எடுத்துக்காட்டாக, தன்மை ஒருமையையும் முன்னிலை ஒருமையையும் உணர்த்தும் இடப்பெயர்கள் (*நான், நீ* என்பன) உலகிலுள்ள எல்லா மொழிகளிலும் காணப்படுகின்றன. இவை, பேசுபவரும் கேட்பவருமாக நேருக்குநேர் உரையாடும் அடிப்படைச் சமூகச்சூழலை உருவாக்குகின்றன. இச்சமூகச்சூழல் இல்லையென்றால் இப்பதிலிப்பெயர் பாகுபாடு மொழியில் தோன்றியிருக்காது. எனவே, புலனுணர்வியலும் மொழி ஈட்டல் பொறிநுட்பமும் மாத்திரமன்றிப் பொதுவான சமூகச்சூழல்களும் மொழிப் பொதுமைகள் காணப்படக் காரணமாகின்றன. இப் பொதுமைகளாலான இலக்கணம் மனித மனத்தில் எவ்வாறு உருவாகிறது?

7.2.1. பொதுமை இலக்கணமும் உருவாக்கமும்

மொழிப் பொதுமைகள் கூடுதல் மொழியியல் சார்புடையன என்பதைவிட மனித மனத்திற்குப் பொதுவான உளவியல் சார்புடையன என்று முந்தைய பகுதியில் பார்த்தோமல்லவா? ஒரு மொழியைப் பதப்படுத்திக் கற்பதற்கான எல்லாப் புலனுணர்வு அமைப்புகளும் மனிதனிடத்தில் உள்ளுறையாக அமைந்துள்ளன. இவை எல்லாவகையான வாக்கியங்களையும் உற்பத்திசெய்யும் ஆற்றல்மிக்கவை. இவ்வாற்றலால் வாக்கியங்களின் புதைநிலை அமைப்புகளிலிருந்து புறநிலை அமைப்புகள் தோன்றும் விதத்தை விளக்க முடியும். சோம்ஸ்கி, பொதுமை இலக்கணம் ஒரு மொழியைக் கற்கும் உள்ளுறை ஆற்றல் என்றும், இவ்வாற்றல் மனித இனத்திற்கு மட்டுமே உரியது என்றும், மனிதனின் பிற எல்லாப் புலனுணர்வுக்கூறுகளிலிருந்தும் தனித்துவம் வாய்ந்தது என்றும் விளக்குகிறார். மொழியியலில் இவ்விலக்கணக் கருத்தியலாக்கத்தை முதன்முதலாக அறிமுகப்படுத்தியவர் சோம்ஸ்கியே.

பொதுமை இலக்கணம் உருவாவது பற்றிப் பேசும் மொழியியலறிஞர் நிகராகுவன் சைகைமொழி வளர்ந்த வரலாற்றை எடுத்துக்காட்டாகக் குறிப்பிடுவர். 1979ஆம் ஆண்டு நிகராகுவன் அரசு முதன்முதலாகக் காதுகேளாத குழந்தைகளுக்குக் கல்வியறிவு புகட்டத் திட்டமொன்று வகுத்தது. இத்திட்டத்தின்படி, தனிக் கல்விமையம் ஒன்று நிறுவப்பட்டது. முதலாவதாக, ஐம்பது காதுகேளாத குழந்தைகள் இக்கல்விமையத்தில் சேர்க்கப்பட்டனர்.

1983இல் இவ்வெண்ணிக்கை நானூறாக உயர்ந்தது. ஆனால், இங்குப் பயன்படுத்தப்பட்ட பயிற்றுப் பாடங்கள் காதுகேளாதோர் பிரச்சனையைக் கருத்திற்கொண்டு உருவாக்கப்பட்டவையல்ல. குறிப்பாக, உலகின் பிற கல்விமையங்களில் பயன்படுத்தப்படுவது போன்ற சைகைமொழிப் பயிற்றுப் பாடங்கள் இம்மையங்களில் பயன்படுத்தப்படவில்லை. இதனால் இக்குழந்தைகளுக்கு முக்கியமாகக் கற்பிக்கப்பட வேண்டிய சைகைமொழி கற்பிக்கப்படாமலேயே ஆண்டுகள் நகர்ந்தன. இருந்தபோதிலும், இங்குப் பயிற்றுவித்த ஆசிரியர்கள் தமக்குத் தெரிந்த மிகக் குறைவான சைகைகளையும், உதட்டு அசைவுகளின் மூலம் ஸ்பானிஷ் பேச்சுமொழிச் சொற்களையும், விரல் சைகைகளின் மூலம் ஸ்பானிஷ் எழுத்துகளையும் கற்பித்துவந்தனர். இக்கல்விமுறை மிகச் சிறிதளவே வெற்றி பெற்றது. பெரும்பாலான ஸ்பானிஷ் சொற்களை இக்குழந்தைகளால் முழுமையாகப் புரிந்துகொள்ள முடியவில்லை.

இந்நிலையில், இக்கல்விமையத்தில் முதலாவதாகச் சேர்ந்த குழந்தைகளிடையே சைகைகளாலான ஒருவகைக் கருத்துப்பரிமாற்றம் நடைபெற்றுவந்ததை ஆசிரியர்கள் கண்காணித்து வந்தனர். பல்வேறு பகுதிகளிலிருந்து அவரவர்க்கே உரிய சைகைகளோடு வந்த காதுகேளாத குழந்தைகள் தத்தம் சைகைகளை ஒருவருக்கொருவர் பரிமாறிப் புதிய சைகைகளை உருவாக்கிப் புதிய கருத்துகளைப் புரிந்துகொண்டு உரையாடும் திறன் பெற்றிருந்தனர். எல்லாக் குழந்தைகளுக்கும் பொதுவான, அதேநேரத்தில் மிகக் கூடுதலான சிக்கல் வாய்ந்த கலவை அமைப்புகள் நிறைந்த சைகைமொழி உருவாகியிருந்தது. அடுத்தடுத்துக் காதுகேளாத குழந்தைகள் இக்கல்விமையத்தில் சேர, இச்சைகைமொழியில் மேலும் பல சைகை அமைப்புகள் கலந்து புதிய கருத்துகளைப் புலப்படுத்தும் சைகைகளோடு தனி வளர்ச்சி அடைந்தது.

நிகராகுவன் அரசு சிக்கல்கள் நிறைந்த இக்கலப்புச் சைகைமொழியைக் கட்டுக்கோப்பான மொழி அமைப்புக்குள் கட்டமைத்துப் பொதுச் சைகைமொழியொன்றைக் காதுகேளாத குழந்தைகளுக்காக உருவாக்கத் தீர்மானித்தது. இதன்பொருட்டு, அமெரிக்காவிலுள்ள வடகிழக்குப் பல்கலைக்கழகத்தைச் சார்ந்த ஜூடி கெக்ல் என்னும் சைகைமொழி வல்லுநரைக் கேட்டுக் கொண்டது. கெக்ல் சிறு குழந்தைகள், மூத்த குழந்தைகளின் வணிகமொழி *(Pidgin)* போன்ற மொழிவடிவத்தின் அடிப்படையில் சிக்கல் வாய்ந்த கலவை வாக்கிய நிலையைத் தம் சைகைமொழிப் பயன்பாட்டில் அடைந்திருந்ததை உணர்ந்தார். ஆரம்பத்தில்

வெவ்வேறு பகுதிகளைச் சேர்ந்த குழந்தைகளின் சைகைகள் வெவ்வேறாக இருந்தாலும் முன்னரே உருவாகி அமைந்ததும், எல்லோருக்கும் புரியக்கூடியதும், பொதுவானதுமான சில அடிப்படைக்கூறுகள் எல்லாக் குழந்தைகளிடமும் அமைந்து இருந்ததை அவரால் உணர முடிந்தது. இப்பொதுமைக்கூறுகளின் ஒழுங்கமைவே பொதுமை இலக்கணம். இப்பொதுமை இலக்கணத்தின் அடிப்படையில் சீரிய பகுப்பாய்வை மேற்கொண்டு கெக்ல் சைகைமொழி ஒன்றைக் காதுகேளாத நிகராகுவன் குழந்தைகளுக்காக உருவாக்கினார்.

சைகைமொழியே மொழித்தோற்றத்தின் முதலாவது படிநிலையென்றும், இதன் இலக்கணமே பொதுமை இலக்கணத்தின் மூத்தவடிவமென்றும் மொழியியலறிஞர் கூறுவர். அப்படியானால், எல்லா மொழிகளுக்கும் பொதுவான ஒரு பொதுமை இலக்கணத்தை உருவாக்க இயலுமா? எல்லா மொழிகளோடும் பொருத்திப்பார்க்கின்ற இலக்கணத் தரவுகளின் தொகுப்பு பொதுமை இலக்கணம். அதாவது, ஓர் இலக்கணக் கூறு, எடுத்துக்காட்டாகக் காலத் தொடர்பு பற்றிய கருத்தாக்கம் எல்லா மொழிகளிலும் காணப்பட வேண்டும். இறப்பு, எதிர்வு, நிகழ்வு என முக்காலமாகவோ இறப்பு, இறப்பல்லாதது என இரு காலமாகவோ சில மொழிகளில் காணப்பட்டாலும் காலப்பரிமாணத்தின் எல்லா மாதிரிகளையும் அது உள்ளடக்கியிருக்க வேண்டும். இவ்வாறு உறுதிப்படுத்தப்படும் இலக்கணக்கூறுகளின் தொகுப்பு சாத்தியமானால் அத்தொகுப்பைப் பொதுமை இலக்கணம் எனக் கூறலாம். எனவே, எல்லா மொழிகளுக்கும் பொதுவான ஒரு பொதுமை இலக்கணம் உருவாவது சாத்தியமே.

மனித மனத்தில் பொதுமை இலக்கணம் உருவாகும் இயல்பை உணர்ந்த டெரிக் பிக்கடென், சோம்ஸ்கி போன்ற மொழியியல் அறிஞர்கள் மனிதர்கள் எல்லோரும் மூளைக்குள் பின்னப்பட்டுள்ள பொதுமை இலக்கணத்தோடு பிறக்கின்றனர் என்கின்றனர். இவ்விலக்கணம் உலக மொழிகளின் எல்லா ஒழுங்கமைவுகளும் உள்ளடங்கிய பல்வேறு இலக்கண மாதிரிகளை உடையது என்பது இவர்களது கருத்து. இவை மனித மூளையில் இயல்பாகவே அமர்ந்திருப்பவை. குறிப்பிட்ட ஒரு மொழி ஈட்டலின்போது குழந்தை இவற்றைக் கூடுதலாகப் பயன்படுத்துவதோடு தன் சுற்றுப்புறச்சூழல்களிலிருந்து பெறும் மொழித் தரவுகளோடு ஒப்பிட்டுத் தனக்கென ஒரு மொழியை உருவாக்கியும் கொள்கிறது. இவ்வாறு குழந்தை கற்க ஆரம்பிக்கும் மொழி குறுமொழி *(Creole)* பண்புடையதாக இருக்கும் என்பர். குறுமொழி ஒரு மொழிவகை. தமக்குள் பொதுமொழி இல்லாத

இரு இனக்குழுக்கள் கருத்துப்பரிமாற்றக் கட்டாயத்தை முன்னிட்டு இரு குழுக்களின் தாய்மொழிச் சொற்களும் அடிப்படை இலக்கணக்கூறுகளும் கலந்த பேச்சுமொழியை உருவாக்கிக்கொள்வர். இக்கலப்பின மொழிதான் நாம் மேலே பார்த்த பிட்ஜின் என்னும் வணிகமொழி. தலைமுறைகள் கடந்து இம்மொழி ஒரு குறிப்பிட்ட இனத்தின் தாய்மொழியாக மாறும்போது கிரியோல் மொழித்தகுதியைப் பெறுகிறது. உலகிலுள்ள பல மொழிகள் கிரியோல் தகுதியுடனேயே இன்றும் வழக்கில் உள்ளன. மொரீசியஸ் நாட்டில் பேசப்படும் மொரீசியன் கிரியோல் குறிப்பிடத்தக்கது. பிரஞ்சும் ஆப்பிரிக்கமொழியும் கலந்த கலப்பின மொழி இது. இம்மொழி பின்னர் முழுமொழியாக வளர்கிறது. மொழி ஈட்டலில் இம்மொழிவகையின் வளர்ச்சியை ஒரு படிநிலையாகக் கருதினால் இந்நிலையைக் கடந்தே குழந்தை முழுமொழியை நோக்கி முன்னேறுகிறது எனலாம்.

பொதுவாகக் குழந்தையின் மொழி ஈட்டலில் குறுமொழிப் பண்புகள் ஆதிக்கம் செலுத்தும் பண்புகளாக வெளிப்படும். எடுத்துக்காட்டாகக் குழந்தையின் மொழி ஈட்டலின்போது,

(14) அவன் வந்து

(15) அவள் வந்து

(16) அது வந்து

(17) அப்பா வந்து

போன்ற வாக்கியங்கள் குறுமொழியில் காணப்படும். தொடர்ந்து இக்குறுமொழி இலக்கணத்தைத் தன் மொழியின் இலக்கணமாக மேம்படுத்திக்கொள்கிறது. இந்நிலையில் எழுவாய் உணர்த்தும் இடம், எண், பால் பாகுபாட்டிற்கேற்பப் பயனிலையில் வரும் வினையில் இட, எண், பால் பாகுபாடு உணர்த்தும் விகுதிகளை ஏற்றுக் கீழ்வருமாறு உருவாக்கிக்கொள்கிறது:

(18) அவன் வந்த்–ஆன்

(19) அவள் வந்த்–ஆள்

(20) அது வந்த்–அது

(21) அப்பா வந்த்–ஆர்

இவ்விதி உருவாக்கத்தைப் பொதுவாக SOV மொழிகளில் காணப்படும் மொழிப் பொதுமைக்கூறாகக் கூறுவர். இதற்கு மாறாக, மலையாள மொழியில் இக்குறுமொழி இலக்கணமே அம்மொழியின் நிலைபேறடைந்த இலக்கணமாக,

(22) அவன் வந்து

(23) அவள் வந்து

(24) அது வந்து

என நிலைபெற்றுள்ளதைக் காணலாம். இக்குறுமொழி வடிவங்கள் உலகிலுள்ள எல்லா மொழிகளுக்குமான பொதுமைகளாகக் கருதப்படலாம். குழந்தையின் உள்ளார்ந்த மொழிநுட்பப் புலத்தில் இவை இயல்பாகவே பொதுமை இலக்கணத்தோடு உருவாகின்றன என்பதையும், இப்புலம் பல விதிகளாலானது என்பதையும் உறுதிப்படுத்தும் சான்றுகளாக இம்மொழி வடிவங்களைக் கூறலாம்.

இலக்கண உருவாக்கத்தில் பல்வேறு மொழிகளின் இலக்கணக்கூறுகளை ஆராய்ந்து மொழிப் பொதுமைகளை நிறுவுவதை ஓர் அணுகுமுறையாகச் சிலர் பின்பற்றுவர். இம்முறை அம்மொழிகளின் ஒலியன்களுக்கும், சொல்வரிசைக்கும், வாக்கிய அமைப்புக்குமாக விரியும். எல்லா மொழிகளும் பொதுவான ஓர் இலக்கணத்தின் மேல் கட்டமைக்கப்படுவன என்றும், எல்லா மொழிகளுக்கும் இலக்கணம் ஒன்றே என்றும் நிறுவப்பட்ட இக்கற்பிதம் பதின்மூன்றாம் நூற்றாண்டில் வாழ்ந்த ரோஜர் பேக்கன் என்னும் பிரான்சிஸ்கன் தத்துவஞானியின் தத்துவார்த்தச் சிந்தனைகளோடு தொடர்புடையது என்பர். பதின்மூன்றாம் நூற்றாண்டில் வாழ்ந்த ஊக இலக்கணவியலாளர் (Speculative Grammarians) பேக்கனின் இத்தத்துவார்த்தச் சிந்தனைகளைத் தழுவி எல்லா மொழிகளின் இலக்கணங்களும், சில வேளைகளில் பிறழ்ந்து வேறுபட்டாலும், பொதுவான இலக்கண விதிகளை அடிப்படையாகக் கொண்டவை என நிறுவ முற்பட்டனர். பதினேழாம் நூற்றாண்டில் இச்சிந்தனைகளை அடியொற்றிப் பல ஆய்வுகள் மேற்கொள்ளப்பட்டன. பதினெட்டாம் நூற்றாண்டில் ஸ்காட்லாந்தில் பொதுமை இலக்கண ஆய்வு தீவிர வளர்ச்சி அடைந்தது.

பேக்கனின் தத்துவார்த்த அணுகுமுறையைத் தவிர இரண்டு முக்கியமான அணுகுமுறைகள் மொழிப் பொதுமைகளைப் பிரித்துக்காணும் பகுப்பாய்வில் பின்பற்றப்படுகின்றன. இவை இருவேறு கோட்பாட்டுப் பின்புலங்களை உடையன. அமைப்பு மொழியியல் கோட்பாட்டுப் பின்புலத்தில் ஜோசப் க்ரீன்பெர்க்கின் (1963) அணுகுமுறையையும், ஆக்கமுறை மாற்றிலக்கணப் பின்புலத்தில் சோம்ஸ்கியின் அணுகுமுறையையும் குறிப்பிடுவர். இவை, முறையே க்ரீன்பெர்க்கிய அணுகுமுறை, சோம்ஸ்கிய அணுகுமுறை என அழைக்கப்படுகின்றன.

7.2.2. க்ரீன்பெர்க்கிய அணுகுமுறை

ஜோசப் க்ரீன்பெர்க்கின் அணுகுமுறை உலகிலுள்ள ஒவ்வொரு மொழியும் தனி அமைப்பை உடையது என்னும் அமைப்பு மொழியியல் கோட்பாட்டை அடிப்படையாகக் கொண்டது. இத்தனிமொழி அமைப்பை விவரித்தல் அமைப்பு மொழியியலின் நோக்கம். க்ரீன்பெர்க்கைப் பொறுத்தவரையில் மொழிப் பொதுமைகள் உலகிலுள்ள எல்லாப் பேச்சுமொழிகளையும் கட்டுப்படுத்துகின்ற பொதுக்கொள்கை சார்ந்தவையாகும். க்ரீன்பெர்க் இதன்பொருட்டு உலகெங்கிலுமுள்ள பல்வேறு மொழிக்குடும்பங்களைச் சேர்ந்த முப்பது மொழிகளின் இலக்கணங்களை ஒப்பிட்டு ஆராய்ந்தார். இவ்வாய்வின்போது ஒரு குறிப்பிட்ட இலக்கண அமைப்பு மற்றோர் இலக்கண அமைப்பின் பயன்பாட்டைக் கட்டுப்படுத்துகின்ற சில பொதுவான இலக்கண விதிகளைக் கண்டறிந்தார். ஒலியனமைப்பில் காணப்படும் விதிகளை ஒலியனியல் பொதுமைகள் என்றும், உருபனமைப்பில் காணப்படும் விதிகளை உருபனியல் பொதுமைகள் என்றும், வாக்கியத்தில் காணப்படும் விதிகளை தொடரியல் பொதுமைகள் என்றும், பொருண்மை நிலையில் காணப்படும் விதிகளைப் பொருண்மையியல் பொதுமைகள் என்றும் வகைப்படுத்திக்கொண்டார். இவற்றுள் தொடரியல் பொதுமைகளுள் சிலவற்றை எடுத்துக்காட்டாகப் பார்க்கலாம்.

உலக மொழிகளில் காணும் வாக்கிய அமைப்பை முக்கியமாக SVO, SOV என இரண்டு வகையாக வகைப்படுத்திக்காட்டுவர். இவற்றின் அடிப்படையில் உலக மொழிகளை SVO மொழிகள் என்றும், SOV மொழிகள் என்றும் அழைப்பர். க்ரீன்பெர்க் 5 வகை மொழிகளைக் குறிப்பிடுகிறார். அவை,

1. SVO: எழுவாய் *(Subject)* – வினை *(Verb)* – செயப்படுபொருள் *(Object)*
2. SOV : எழுவாய் *(Subject)* – செயப்படுபொருள் *(Object)* – வினை *(Verb)*
3. VSO: வினை *(Verb)* – எழுவாய் *(Subject)* – செயப்படுபொருள் *(Object)*
4. VOS: வினை *(Verb)* – செயப்படுபொருள் *(Object)* – எழுவாய் *(Subject)*
5. OVS: செயப்படுபொருள் *(Object)* – வினை *(Verb)* – எழுவாய் *(Subject)*

என்பன. க்ரீன்பெர்க் ஆராய்ந்த 30 மொழிகளுள் SVO வாக்கிய அமைப்பு 13 மொழிகளிலும், SOV அமைப்பு 11 மொழிகளிலும்,

VSO அமைப்பு 6 மொழிகளிலும் காணப்பட்டதாகக் கூறி, இவ்வரிசை அமைப்பின் அடிப்படையில் உலகமொழிகளை வகைப்படுத்தலாம் என்கிறார். தமிழ் SOV வாக்கிய அமைப்பு சார்ந்த மொழி. எடுத்துக்காட்டாகத் தமிழில்,

(25) லீலா கடிதத்தைக் கொடுத்தாள்

என்னும் வாக்கியத்தில் லீலா எழுவாய் (S), கடிதத்தை செயப்படுபொருள் (O), கொடுத்தாள் வினை (V). ஆங்கிலத்தில் *Rama kills Iravana* என்னும் வாக்கியத்தில் *Rama* எழுவாய் (S), *kills* வினை (V), *Iravana* செயப்படுபொருள் (O). எனவே ஆங்கிலம் (SVO) வாக்கிய அமைப்பு சார்ந்த மொழி. இவ்விரு அமைப்புகளின் கீழ்வரும் ஒவ்வொரு வாக்கிய அமைப்பிலும் காணும் தொடர் வரிசைமுறை மொழிப் பொதுமைகளைத் தீர்மானிக்கும் உத்தியாக க்ரீன்பெர்க் போன்றோரால் பின்பற்றப்பட்டது. தமிழில் லீலா என்னும் படர்க்கை ஒருமைப் பெண்பாற்பெயர் எழுவாயாக ஒரு வாக்கியத்தில் வருமானால் அவ் எழுவாய் வினைப்புடைபெயர்ப்பில் படர்க்கை (இடம்), ஒருமை (எண்), பெண்பால் (பால்) உணர்த்தும் விகுதியை ஏற்கும் என்பது இலக்கண விதி. இது ஒரு பொதுமை இலக்கண விதி. *'If X holds true, then Y occurs* (ஒரு வாக்கிய அமைப்பில் X வருவது உண்மையானால், நிச்சயமாக அவ்வாக்கியத்தில் Y இடம்பெறும்)' என்னும் கொள்கையில் உலகிலுள்ள மொழிகளின் பல்வேறு இலக்கணங்களைப் பொதுமைப்படுத்தி மொழிப் பொதுமைகளை க்ரீன்பெர்க் இனங்கண்டு தொகுத்துள்ளார். ஒரு சில வாக்கியப் பொதுமைகளை எடுத்துக்காட்டாகப் பார்க்கலாம்.

- SOV மொழிகளில் வேற்றுமைச்சொல் பின்னொட்டு (Postposition) உடையனவாய் இருக்கும். எ.கா. :

(26) சலீம் அனார்கலிமீது காதல் கொண்டான்

என்னும் வாக்கியத்தில் *மீது* வேற்றுமைச்சொல் பின்னொட்டு.

- கூடுதல் SOV வரிசை ஆதிக்கம் உடைய மொழிகளில் ஆறாம் வேற்றுமை உருபு அது ஏற்கும் பெயரைத் தொடர்ந்து வரும். எ.கா. :

(27) இது கவிதாவின் மூக்குத்தி

என்னும் வாக்கியத்தில் ஆறாம் வேற்றுமை உருபு *–இன்* அது ஏற்கும் கவிதா என்னும் பெயரைத் தொடர்ந்து வந்துள்ளது.

- VSO மொழிகளின் வாக்கிய வரிசையில் வேற்றுமைச்சொல் முன்னொட்டோடு அமையும்.

- அரிதான VSO வரிசை ஆதிக்கம் உடைய எல்லா மொழிகளுக்கும் SVO மொழிகளின் வரிசை மாற்று வரிசையாக அமையலாம். SVO மொழிகளின் வரிசையில் எல்லா வகை வினையடைகளும் வினைக்கு முன்னர் வருவதுபோல VSO மொழிகளிலும் வினைக்கு முன்னர் வினையடைகள் வரும்.

- முன்னொட்டு வரிசை உடைய வாக்கியத்தின் வினா வடிவத்தில் வினாச் சொல் வாக்கியத்தின் முதலில் இடம்பெறும். எ.கா. :

(28) What is in the box?

மாறாகப் பின்னொட்டு வரிசை உடைய வாக்கியத்தின் வினா வடிவத்தில் வினாச் சொல் இறுதியில் வரும். எ.கா.:

(29) அவன் யார்?

- ஒரு மொழி முழுக்கமுழுக்க முன்னொட்டுகளால் ஆனதாக இருக்குமானால், அது முன்னொட்டு மொழி (Prefixing Language) எனவும், பின்னொட்டுகளால் ஆனதாக இருக்குமானால் பின்னொட்டு மொழி (Suffixing Language) எனவும் கருதப்பெறும். தமிழ் ஒரு பின்னொட்டு மொழி. (எ.கா.: கண்ணன் – ஐ; வாணி – இடம். - ஐ, – இடம் பின்னொட்டுகள்)

- ஒரு மொழி பால் உணர்த்தும் இலக்கண வகை உடையதாக இருக்குமானால் அம்மொழியில் தவறாமல் எண் இலக்கண வகையும் இருக்கும். தமிழில் பால் உணர்த்தும் வகை இருப்பதால் எண்வகையும் உள்ளது. (எ.கா. : அவன் – ஆண்பால் ஒருமை; அவள் – பெண்பால் ஒருமை)

- ஒரு மொழியில் பெயர் பால் உணர்த்துவதாக இருந்தால் அதன் இடப்பெயரும் பால் உணர்த்துவதாக இருக்கும். தமிழில் பெயர் பால் உணர்த்தும். இதனால் படர்க்கை இடப்பெயரும் (அவன், இவன், அவள், இவள், அது, இது) பால் உணர்த்தும்.

- ஒரு மொழியில் தன்மை இடப்பெயர் பால்பாகுபாட்டைக் காட்டுமானால், முன்னிலை இடப்பெயரிலோ பன்மை இடப்பெயரிலோ அல்லது இரண்டிலுமோ பால்பாகுபாட்டைக் காட்டும்.

க்ரீன்பெர்க் இவை போன்ற பல மொழிப் பொதுமைகளை இனங்கண்டு தொகுத்துக்காட்டுகிறார். இப்பொதுமைகளை

விரிவாகக் காண்பது நமது நோக்கமன்று. மொழிப் பொதுமைகளை இனங்காண்பதற்கான சில பொதுக் கொள்கைகளை கிரீன்பெர்க் வகுத்துள்ளார் என்பதோடு நிறுத்திக்கொள்வோம். இப்பொதுக் கொள்கைகளுள் பல மொழிகளை ஆராய்ந்து பொதுமைகளைக் காணுதல் அவரின்முதன்மைக்கொள்கையெனக் கூறலாம். அமைப்பு மொழியியல் கோட்பாட்டுக் கட்டுப்பாட்டிற்குள் இயங்கும் க்ரீன்பெர்க் இக்கொள்கை உடையவராய் இருந்ததில் வியப்பன்று. உலகிலுள்ள பல மொழிகளை ஆராய்ந்த பின்னரே இத்தொடரியல் பொதுமைகளைக் காண்பது அவருக்குச் சாத்தியமாயிற்று.

7.2.3. சோம்ஸ்கிய அணுகுமுறை

சோம்ஸ்கி, க்ரீன்பெர்க்கின் அணுகுமுறையிலிருந்து வேறுபடுகிறார். க்ரீன்பெர்க்கைப் பொறுத்தவரையில் மொழிப் பொதுமைகள் எனப்படுபவை, மேலே குறிப்பிட்டபடி உலகிலுள்ள எல்லாப் பேச்சுமொழிகளையும் கட்டுப்படுத்துகின்ற பொதுக்கொள்கையாகும். க்ரீன்பெர்க் இதன் பொருட்டு உலகெங்கிலுமுள்ள பல்வேறு மொழிக்குடும்பங்களைச் சேர்ந்த முப்பது மொழிகளின் இலக்கணங்களை ஒப்பிட்டு ஆராய்ந்தார் என்றும், இவ்வாய்வில், ஒரு குறிப்பிட்ட இலக்கண அமைப்பு மற்றோர் இலக்கண அமைப்பின் பயன்பாட்டைக் கட்டுப்படுத்துகின்ற சில பொதுவான இலக்கண விதிகளைக் அவர் கண்டறிந்தார் என்றும் பார்த்தோம். ஆனால் சோம்ஸ்கி ஒரு குறிப்பிட்ட மொழியை ஆராயும் நிலையிலேயே ஒரு வாக்கிய அமைப்பில் பல இலக்கண அமைப்புகளின் வருகையைக் கருதுகோள்களாக முன்வைக்கிறார். பின்னர், அவற்றைச் சான்றுகளுடன் நிறுவப் பல மொழிகளை ஆய்வுக்கு உட்படுத்து கிறார். ஒரு குறிப்பிட்ட மொழி அமைப்பின் அடிப்படையில் பொதுமைகளை இனங்காணும் கொள்கைகளை நிறுவினாலும் அவை உலகிலுள்ள பல மொழிகளுக்கும் பொருந்தும் என்பது அவரது கருதுகோளாக இருந்தது.

இவ்வணுகுமுறையைத் தவிர மொழிப் பொதுமைகளை இனங்காண்பதில் க்ரீன்பெர்க்கிடமிருந்து சோம்ஸ்கி வேறுபடும் மற்றொரு கோணத்தையும் இங்குக் குறிப்பிட்டுக் கூறவேண்டும். பொதுமைகளுக்கு அப்பால் மொழிகளிடையே காணும் வேற்றுமைகளைக் காண்பது க்ரீன்பெர்க்கின் நோக்கமாக இருந்ததில்லை. ஆனால் சோம்ஸ்கி ஒரு மொழியின் அமைப்பை விளக்கும் நிலையில் பொதுமைகளைக் காண்பதோடு வேற்றுமை களைக் காண்பதையும், அவ்வேற்றுமைகளுக்கான காரணங்களைக் காண்பதையும், வேற்றுமைகளும் ஓர் ஒழுங்கமைவில் இயங்குகின்றன

என்பதை நிறுவுவதையும் ஆக்கமுறை மாற்றிலக்கணக் கோட்பாட்டின் நோக்கங்களாகக் கொள்கிறார். மொழிகள் வேறுபடுவதை ஓர் ஒழுங்கமைவிற்குள் வரையறுத்துக்காட்ட இயலாது என்னும் அமைப்பு மொழியியலார் கோட்பாட்டு நிலைப்பாட்டிற்கு மாறாக, மொழி அமைப்பு வேறுபாடுகளை ஓர் ஒழுங்கமைவிற்குள் வரையறுத்துக் கூறுவதற்குரிய முயற்சியை சோம்ஸ்கியும் அவரைப் பின்பற்றிய ஆக்கமுறை மாற்றிலக்கண மொழியியலாளரும் மேற்கொண்டனர். இம்முயற்சியின் வெளிப்பாடுதான் சோம்ஸ்கியின் மூலக்கொள்கைகளும் வேறுபாட்டு அளபுருக்களும் *(Principles and Parameters Theory)* என்னும் கோட்பாடு. இக்கோட்பாடு வேறுபாடுகளை மூலக்கொள்கைகளின் அடிப்படையில் விளக்க முற்படுகிறது. இது குறித்து விரிவாக அடுத்த அத்தியாயத்தில் காண்போம்.

சோம்ஸ்கியைப் பொறுத்தவரையில் பொதுமை இலக்கணம் ஒரு மொழியியல் கோட்பாடு. இக்கோட்பாட்டில் டார்வினின் பரிணாமக் கொள்கை, புலனுணர்வியல் உளவியல் கொள்கையின் சாயல் இருந்தாலும், பொதுமை இலக்கணத்தை இயற்கைமொழி இலக்கணம்போல் மொழியியலின் ஒரு கோட்பாட்டு அங்கமாக சோம்ஸ்கி கருதுகிறார். அதேநேரத்தில் ஒரு மொழியின் இலக்கணத்தை ஈட்டும் திறன் மனித மூளையில் மையம் கொண்டுள்ளது என்னும் தன் நிலைப்பாடு கூடுதல் புலனுணர்வியல் உளவியல் கோட்பாட்டைத் தழுவியது என்பதில் சோம்ஸ்கிக்கு மறுப்பேதுமில்லை.

> ஒவ்வொரு குழந்தையும் ஒரு மொழியைத் தேர்வுசெய்து ஈட்டும் உள்ளார்ந்த அறிவோடு பிறக்கிறது. குழந்தையின் மூளையில் மையம்கொண்டிருக்கும் சிக்கலான சில மொழிக்கூறுகள் மொழி ஈட்டலை இயங்கச் செய்கின்றன. இம்மொழிக்கூறுகளின் ஒழுங்கமைவு பொதுமை இலக்கணம். பிறக்கும்போதே நம் மூளையில் சில மொழியமைப்புகள் உள்ளன என்னும் முற்சார்பு மொழி ஈட்டலை ஊக்குவிக்கிறது.

என சோம்ஸ்கி கூறுகிறார்.

சோம்ஸ்கியின் இக்கருத்தை ஏற்றுக்கொள்வோமேயானால் இன்று உலகத்தில் பேசப்படும் ஏறத்தாழ 6000 மொழிகளும் வெவ்வேறு இலக்கணங்களை உடையதாக இருந்தாலும், எல்லாவற்றுக்கும் பொதுவான பல மொழியமைப்புகளைக் கொண்டுள்ளன என்பதை ஏற்றுக்கொள்ள வேண்டும். எனவேதான் சோம்ஸ்கியின் இக்கொள்கையை ஏற்றுக்கொள்ளும் மொழியியல் அறிஞர்கள் மொழி ஈட்டல் இயல்பானதென்றும்,

பொதுமை இலக்கணம் மனித மூளையின் நரம்புமண்டலச் சுற்றுப்பாதையில் எங்கோ பதிக்கப்பட்டுள்ள ஓர் அருவப் பொறிநுட்பம் என்றும் நம்புகின்றனர்.

பொதுமை இலக்கணம் மனித மனம் சார்ந்த இலக்கணம். மனக்கணக்கு என்பது போல் இதனை மனஇலக்கணம் (Mental grammar) என்று கூறலாம். இம்மனஇலக்கணம் எல்லா மொழிகளுக்கும் ஒரே மாதிரியாக இருக்கவேண்டும் என்று கட்டாயமில்லை. ஆனால், சோம்ஸ்கியைப் பின்பற்றும் கோட்பாட்டாளர்களைப் பொருத்தமட்டில் எந்தவொரு மொழியிலும் சில வாக்கியங்கள் சரியானவை என்றும், சில பிழையானவை என்றும் உணரும் படிமுறை பொதுவானதாகும். எனவே, மனஇலக்கணம் அல்லது பொதுமை இலக்கணம் நாம் உணராமலேயே மனத்தில் அகப்படுத்திக்கொண்ட கட்டுப்பாட்டுவிதிகள் அடங்கிய ஒரு தொகுப்பாகும். அதுவே, புற அமைப்பில் ஒரு வாக்கியம் அது உணர்த்தும் பொருளை விடுத்துச் சரியாகக் கற்கப்பட்டிருக்கிறதா என்பதைத் தீர்மானிக்க நமக்கு உதவுகிறது.¹

மொழிப் பொதுமைகள் என்னும் சோம்ஸ்கியின் கருத்தியல் நிலைப்பாட்டை மேற்கூறிய பொருளிலேயே நாம் ஏற்றுக்கொள்ள வேண்டும். உயிரியல் நோக்கில் மொழிப் பொதுமைகளைப் பற்றிய படிப்பு முக்கியமானது என்பது அவரின் கருத்து. ஏனெனில், இவை மனித உயிர்களுக்கே உரிய மரபுப்பண்பியல் தீர்மானித்த கூறுகள் என்பது அவரின் நம்பிக்கை. இவை இலக்கண அல்லது பொதுமை இலக்கணக் கோட்பாட்டை முன்வைக்கும் அடிப்படைக் குறிப்புகள். இவற்றுக்கான தரவுகளைக் குழந்தை தான் அனுபவப்படும் புறச்சூழல்களிலிருந்து பெற்றுத் தன் தாய்மொழி இலக்கணத்தையும் அகராதியையும் உருவாக்கிக் கொள்கிறது. பொதுமை இலக்கணத்தின் உதவியோடு குழந்தை உருவாக்கிக்கொள்ளும் இவ் அகமொழி (Internal Language) அதன் புறச்சூழல்களின் வளர்ச்சியோடு இணைந்து வளர்கிறது. இம்மொழி ஈட்டும் திறன் மனித இனத்திற்கு மட்டுமே உரியது.

குழந்தையின் இக்குறிப்பிட்ட மொழியை சோம்ஸ்கி அகமொழி (I - language) என்று குறிப்பிடுகிறார். பொதுமை இலக்கணம் இது போன்ற பல அகமொழிகளாலானது. பொதுமை இலக்கண உருவாக்கம் அகமொழிக்கூறுகளை இனங்காண்பதும், அவற்றைப் பொதுக்கூறுகளாகப் பொதுமைப்படுத்துவதும் ஆகும். இப்பொதுமைப்படுத்தம் வழியாக மனித மொழிகள் அனைத்துக்குமான பொதுமை இலக்கணத்தைக் காண்பது சாத்தியமாகும். இப்பொதுமைப் பண்பை நிறுவும் அதேநேரத்தில்

பல்வேறு அகமொழிகளின் அகநிலைக்கூறுகளின் பண்பைப் பெற்றிருப்பதோடு, இவை எல்லாவற்றுக்கும் பொதுவான சிறப்புத்தகுதிகளையும் பொதுமை இலக்கணம் பெற்றிருக்கும். தமிழ், ஆங்கிலம், தெலுங்கு, வங்காளம், மராத்தி எனப் பல்வேறு அகமொழிகளாய்த் திரிந்து விளங்குவதும், அதேநேரத்தில் இவை எல்லாவற்றுக்கும் பொதுவான தனிச் சிறப்புத்தகுதிகளைப் பெற்றிருப்பதுமாகப் பொதுமை இலக்கணம் விளங்குவது இதனால்தான்.

இச்சிறப்புத் தகுதிகள் மூலமாக மனித இனத்தின் அனைத்து அகமொழி இலக்கணங்களையும் விளக்கும் தன்னிறைவு பெற்ற இலக்கணமாகப் பொதுமை இலக்கணம் விளங்குகிறது. அகமொழிகளை விவரிக்கத் தகுதிபடைத்த இப்பண்பைப் பொதுமைத்திறன் (Universality) என சோம்ஸ்கிய இலக்கணக் கோட்பாடு கூறுகிறது. இப்பொதுமைத்திறன் அகமொழிகளின் இலக்கணக்கூறுகளை வெறுமனே பட்டியலிட்டுத் தொகுத்துக் காட்டுவது மட்டுமன்று. பட்டியலிட்டுக்காட்டும் வண்ணனை நிறைவோடு ஒவ்வோர் அகமொழியும் அந்தந்தச் சிறப்புக்கூறுகளை ஏன் கொண்டிருக்கின்றன என்பதைக் கோட்பாட்டுநோக்கில் விளக்கநிறைவோடு எடுத்துக்காட்டுவதும் இதன் பண்புகளில் ஒன்றாகும். எனவே, பொதுமை இலக்கணம் அனைத்து மனித மொழிகளின் அகமொழிகளையும் விவரிக்கக்கூடிய கருவிகளைத் தர வேண்டும். இக்கருவிகளைத் தந்தால் மட்டுமே பொதுமை இலக்கணம் அனைத்து மனித மொழிகளின் உள்மொழிகளைப் பற்றிய ஒரு கோட்பாடாகக் கருதப்படும்.

7.2.4. வகைப்பாட்டுப் பொதுமைகளும் வடிவப் பொதுமைகளும்

ஆக்கமுறை இலக்கணக் கோட்பாடு மொழிப் பொதுமைகளை வகைப்பாட்டுப் பொதுமைகள் (Substantive Universals), வடிவப் பொதுமைகள் (Formal Universals) என இரண்டாக வகைப்படுத்து கிறது. இவ்வகைப்பாட்டை சோம்ஸ்கியே முதன்முதலாக அறிமுகப்படுத்தியவர். மொழியின் இருவேறு தன்மைகளை ஆராய்வதற்கு சோம்ஸ்கிக்கு இப்பாகுபாடு தேவையாக இருந்தது. இருப்பினும், இவ்விரண்டிற்கும் இடையேயுள்ள எல்லைக்கோடுகளைத் துல்லியமாக வரையறுக்க முடியாது. தொடரியல் கோட்பாட்டுக் கூறுகள் (1965) நூலில் இப்பொதுமை வகைகள் குறித்து சோம்ஸ்கி விரிவாகப் பேசுகிறார்.

வகைப்பாட்டுப் பொதுமைகள் நம் மரபிலக்கணங்களில் காணப்படும் இலக்கணக்கூறுகளுக்கு இணையானவை. பெயர், வினை, ஒலியன் போன்ற இலக்கணக்கூறுகளும்,

எழுவாய், செயப்படுபொருள், பயனிலை போன்ற இலக்கணச் செயற்பாடுகளும் வகைப்பாட்டுப் பொதுமைகளாகும். வடிவப் பொதுமைகள் விதிகளாலானவை. சோம்ஸ்கியின் இலக்கணக் கோட்பாட்டின்படி விதிகளின் வடிவத்தின்மீது விதிக்கப்படும் கட்டுப்பாடுகள் வடிவப் பொதுமைகள் எனப்படுகின்றன. எடுத்துக்காட்டாக, ஒவ்வொரு மாற்றுவிதியும் அமைப்பு வண்ணனையும் (Structural Description), அமைப்பு மாற்றமும் (Structural Change) உடையது. அமைப்பு வண்ணனை தொடர்க்குறியீடுகளின் வரிசை. எ.கா.:

(30) இராதா கல்லூரிக்குச் சென்றாள்

என்னும் வாக்கியத்தின் அமைப்பு வண்ணனை

NP + PP + V + AUX + PNG

என்பதாகும். அமைப்பு வண்ணனை தொடர்க்குறியீடுகளா லானது. இவ்வமைப்பு வண்ணனையில் NP *(Noun Phrase)*, PP *(Postpositional Phrase)*, V *(Verb)*, AUX *(Auxilliary)*, PNG *(Person, Number, Gender)* என்பன தொடர்க்குறியீடுகள். இவ்வமைப்பு வண்ணனையின்மீது ஆ – விகுதி வினா வாக்கியம் பெறுவதற்கான மாற்றுவிதியைச் செயற்படுத்தும்போது,

NP + PP + V + AUX +PNG – ஆ

என்னும் அமைப்பு மாற்றத்தைத் தந்து,

(31) இராதா கல்லூரிக்கு சென்றாளா?

என்னும் வினா வாக்கியத்தை உருவாக்குகிறது. இம்மாற்றுவிதியைக் கீழ்வருமாறு சோம்ஸ்கிய இலக்கணத்தில் காட்டலாம்:

NP + PP + V + AUX + PNG $\Rightarrow$

NP + PP + V + AUX + PNG – ஆ

இதேமாதிரியான மாற்றுவிதி பல மொழிகளில் பயன்படுத்தப்பட்டு ஆ–வினா வாக்கியம் பெறப்படுமானால் அம்மாற்றுவிதியை வடிவப் பொதுமை எனலாம்.

வடிவப் பொதுமைக்கும் வகைப்பாட்டுப் பொதுமைக்கும் இடையேயுள்ள உறவு காரணகாரிய விளக்கங்களுக்கு அப்பாற் பட்டது. குறிப்பிட்ட ஒரு மொழியின் ஒலியனியல் இலக்கணக்கூறை விளக்கிக்கூறும் வகைப்பாட்டுப் பொதுமைகளுக்கும், இவ்விலக்கணக்கூறையே விதிகளாக வாக்கியங்களின் வரிசையில் அடுக்கிக்கூறும் வடிவப் பொதுமைகளுக்கும் இடையேயுள்ள உறவு தருக்கரீதியான விளக்கங்களுக்கு உட்பட்டதன்று. இது போன்ற

காரணங்களால் சோம்ஸ்கியின் நண்பர்களும் மாணவர்களும் இவ்வேறுபாட்டிற்கு ஆய்வுரீதியான விமர்சனங்களை முன்வைத்தனர். இருந்தபோதிலும், தம் கோட்பாடு சார்ந்த இலக்கண உருவாக்கத்தில் வண்ணனை நிறைவையும் விளக்க நிறைவையும் இவ்வேறுபாட்டால் அடையமுடிகிறது என்று சோம்ஸ்கி வலியுறுத்திக் கூறினார். மேலும் இவ்வேறுபாட்டு அடிப்படையில் ஆக்கமுறை இலக்கணம் இன்று வியக்கத்தக்க வளர்ச்சி அடைந்துள்ளது. சோம்ஸ்கியும் மோரிஸ் ஹாலேயும் இணைந்து எழுதிய Sound Pattern of English என்னும் நூலும், வகைப்பாட்டுப் பொதுமைகள் குறித்து எம்மென் பாக் எழுதிய 'On Some Recurrent Types of Transformations' என்னும் ஆய்வுக்கட்டுரையும், இராஸ், கட்ஜ், ஜேக்கெண்டாஃப் முதலானோர் இருவகைப் பொதுமைகளையும் பற்றி எழுதிய ஆய்வுக்கட்டுரைகளும் குறிப்பிடத்தக்கவை.

7.2.5. மொழிநுட்பப் புலமும் குழந்தை மொழி ஈட்டலும்

பகுத்தறிவுவாதத்தின் முக்கியமான கருதுகோள்களுள் ஒன்று உள்ளுறை அறிவுசார் கருதுகோள். இது குழந்தையின் மொழி ஈட்டல் தொடர்பான வலுவான கருதுகோள். இக்கருதுகோள், குழந்தை மொழியை இயல்பாகவே ஈட்டுகிறது என்னும் அகநிலைக் கோட்பாட்டை நிலைநிறுத்துகிறது. இக்கோட்பாட்டை முதன்முதலாக முன்மொழிந்தவர் சோம்ஸ்கியே. மொழியை ஈட்டும் பாங்கில் காணும் பொதுமைநிலை, மொழியை ஈட்டுவதில் வயதுவந்தோர்க்கும் குழந்தைகளுக்கும் இடையே காணும் வேறுபாடு ஆகியவை அகநிலைக் கோட்பாட்டை நிறுவும் கூறுகளாகும். இக்கோட்பாடு, குழந்தை முதலாம் மொழியை ஈட்ட உதவும் ஏதோ கொஞ்சம் அறிவுடனே பிறக்கிறது; இது கற்றல்வழி நிகழ்வதன்று என்னும் கற்பிதத்தை உடையது. இக்கற்பிதத்தின் அடிப்படையில் சோம்ஸ்கி உள்ளுறை அறிவுசார் கருதுகோளை உருவாக்கிக்கொள்கிறார். கற்றல் மூலமாக மட்டுமே குழந்தை, மொழியை முழுவதுமாகக் கற்றுவிட முடியாது; பிறக்கும்போதே அமையும் மொழிநுட்பப் புலத்தால் மட்டுமே குழந்தைக்குக் கற்றல்திறன் முழுவதுமாகக் கைவரப்பெறுகிறது. இம்மொழிநுட்பப் புலத்தின் உள்ளார்ந்த அறிவு / அக அமைப்பு நாம் முன்னர்க் குறிப்பிட்ட பொதுமை இலக்கணம் என்பது இங்கு மீண்டும் குறிப்பிடத்தக்கது.

மொழி ஈட்டலின்போது குழந்தைக்குக் கிடைக்கும் தரவுகள் மிகக் குறைவாக இருக்கும். இருப்பினும், இவைதாம் குழந்தையின் மொழி ஈட்டலுக்கான தரவுகள். இவற்றை 'முதன்மை மொழித் தரவுகள் (Primary Linguistic Data - PLD)'

என்று கூறுவார் சோம்ஸ்கி. இவற்றைக் கொண்டு குறிப்பிட்ட ஒரு மொழியின் இலக்கணத்தை இலாவகமாகக் கையாளும் திறனைக் குழந்தை எவ்வாறு கைவரப்பெறுகிறது என்பதை விளக்க ஒரு கோட்பாடு தன்னிறைவு பெற்றதாய் இருக்க வேண்டும் என்று இவர் வற்புறுத்துகிறார். எடுத்துக்காட்டாக, ஒரு தமிழ்க் குழந்தை தமிழ்மொழியை எவ்வாறு ஈட்டுகிறது என்பதை விளக்க ஒரு கோட்பாடு போதுமானதாக இருக்க வேண்டும். அதேநேரத்தில், மிகக் குறைவான முதன்மை மொழித்தரவுகளின் அடிப்படையில் குழந்தை எவ்வாறு மிக உயர்ந்த அமைப்போடு கூடிய அம்மொழியின் ஒழுங்கமைவைக் கட்டமைக்கிறது என்பதையும் அக்கோட்பாடு விளக்க வேண்டும். இந்நிலையில்தான் கோட்பாடு விளக்க நிறைவு பெறுகிறது என்பது குறிப்பிடத்தக்கது.

ஆக்கமுறை மாற்றிலக்கணக் கோட்பாட்டு நோக்கில், தனக்குரிய அகமொழியைக் குழந்தை எவ்வாறு ஈட்டுகிறது? மொழி ஈட்டலைப் பொறுத்தவரையில் அகமொழியைக் கற்றுக்கொள்வதற்கு ஏதுவான மொழிநுட்பப் புலத்தை ஒவ்வொரு குழந்தையும் இயல்பாகவே பெற்றிருக்கிறது என்பதும், இம்மொழிநுட்பப் புலத்திலுள்ள பொதுமை இலக்கணம் இவ்வகமொழியை உருவாக்கிக்கொள்ள உதவுகிறது என்பதும் சோம்ஸ்கி வலியுறுத்தி முன்வைக்கும் கருத்துகள். இதன்படி, குழந்தையின் இம்முதற்கட்டப் படிமுறையில் குழந்தைக்குக் கிடைக்கும் முதன்மைத்தரவுகள் குறித்து நாம் முக்கியமாகத் தெரிந்திருக்க வேண்டும்.

- முதலாவதாக, ஒரு குறிப்பிட்ட மொழியில் ஏராளமான வாக்கிய வகைகளைத் தங்குதடையின்றி உற்பத்திசெய்யும் குழந்தைக்கு முதற்கட்ட நிலையில் கிடைக்கும் பேச்சுமொழித் தரவுகள் வரையறைக்குட்பட்ட தொகுப்பாகவே இருக்கும். சமூகத்தோடு குழந்தைக்குள்ள தொடர்பு எல்லை மிகக் குறுகியதாக இருப்பது இதற்கு முக்கியக் காரணம். பிள்ளைப்பருவத்தில் குழந்தை புழங்கும் மொழியாட்சிப்பகுதி (Language Domain) பெரும்பாலும் தாய்தந்தையர், சகோதர சகோதரிகள், நெருங்கிய உறவினர்கள் அடங்கிய வீட்டு உலகம் மட்டுமே.

- இரண்டாவதாக, யதார்த்தத்தில் குழந்தை நன்றாகத் திருந்திய வழுவற்ற வாக்கியங்களுக்கு நேர்முகமாகிறது என்று நாம் நினைக்கிறோம். ஆனால் பெரும்பாலும் வாக்கியங்களின் உடைந்த சொற்கூற்றுகளுக்கே குழந்தை அறிமுகமாகிறது. இத்தரவில் முழுமையான

வாக்கியங்கள் அதிகமாக இருப்பதில்லை. இலக்கணவழு வாக்கியங்களும், உச்சரிப்புவழு வாக்கியங்களும் இத்தொகுப்பில் இடம்பெறுவதுண்டு. உடல்சோர்வால் பேச்சில் ஏற்படும் தடங்கல்கள் இத்தரவின் பகுதியாக அமையும் வாய்ப்பும் தவிர்க்கக்கூடியதல்ல. எல்லா வற்றுக்கும் மேலாக, குழந்தை மொழியைக் கற்றுக் கொள்வதற்கென வாக்கியங்களைச் சீரமைத்துத் தருவது பேசுவோர் யாருடைய நோக்கமாகவும் இருப்பது இல்லை. குழப்பமான இத்தரவுத் தொகுப்பில் தனக்கு வேண்டியவற்றைக் குழந்தை சல்லடை போட்டுச் சலித்துத் தேர்ந்தெடுக்கிறது.

- மூன்றாவதாக, குழந்தை தான் எதிர்கொள்ளும் மொழித்தரவுகளிலிருந்து தனிவாக்கியங்களைத் தேர்ந்தெடுத்துக் கற்றுக்கொள்கிறது. தனிவாக்கியங்களைக் கூட்டுவாக்கியங்களாகவோ கலப்பு வாக்கியங்களாகவோ மாற்றும் மாற்றுவிதிகள் குழந்தையின் பொதுமை இலக்கணவிதிகளின் அங்கமாக அடங்குபவை. தனிவாக்கியத்தை வினர்வாக்கியமாக மாற்றுதல், நேர்வாக்கியத்தை எதிர்மறை வாக்கியமாக மாற்றுதல், செய்வினை வாக்கியத்தைச் செயப்பாட்டுவினை வாக்கிய மாக மாற்றுதல் ஆகியவை பொதுமை இலக்கணவிதிகளின் பாற்படும். குழந்தை கூட்டுவாக்கியங்களையும், கலப்பு வாக்கியங்களையும் உருவாக்குவதற்குப் பொருத்தமான மாற்றுவிதிகளைப் பொதுமை இலக்கணத்திலிருந்து தெரிவுசெய்து கொள்கிறது. தனக்குக் கிடைக்கும் மிகக் குறைவான தரவுத் தொகுப்பிலிருந்து இவ்வாக்கிய வகைகளை நேரடியாக ஈட்டும் முயற்சியைக் குழந்தை மேற்கொள்வதில்லை. எடுத்துக்காட்டாக,

(32) ஒபாமாவும் அமைச்சர்களும் மேடையில் அமர்ந்தனர்

என்னும் கூட்டுவாக்கியம்,

(33) ஒபாமா மேடையில் அமர்ந்தார்

(34) அமைச்சர்கள் மேடையில் அமர்ந்தனர்

என்னும் இரு தனிவாக்கியங்களின் கூட்டாகும். இரண்டு தனிவாக்கியங்களையும் கூட்டுவாக்கியமாக்கும் விதி பொதுமை இலக்கணத்தின்பாற்பட்டது. இந்நிலையில் மொழி ஈட்டல் படிமுறை தனிவாக்கியங்களால் வழிநடத்தப்படு கிறது எனலாம். இது கலப்பு வாக்கியங்களுக்கும் பொருந்தும்.

- நான்காவதாக, குறிப்பிட்ட ஒரு மொழியை ஈட்டும் முயற்சியைக் குறிப்பிட்ட சமூகத்தளத்தில் குழந்தை மேற்கொண்டு இருந்தாலும், அப்பேச்சுச் சமூகத்தின் உறுப்பினர்கள் யாரும் அக்குழந்தையின் மொழி ஈட்டலில் பங்கேற்பதில்லை. மொழி ஈட்டல் யாருடைய துணையு மின்றி இயல்பாகவே அரங்கேறுகிறது. தனிப்பட்ட அழுத்தங்கள், சமூக அழுத்தங்கள் மாத்திரமே ஈட்டலுக் கான எல்லையை நிர்ணயிக்கின்றன. இவ்வெல்லைக்குள் பிழைகள் ஏதேனும் நேருமானால் அவை பெரும்பாலும் தருக்கரீதியாகவும் இலக்கணரீதியாகவும் அமையும்.

அவன் – அவனுக்கு

இவன் – இவனுக்கு

அவள் – அவளுக்கு

என நான்காம் வேற்றுமையில் இடப்பெயர்கள் உருபேற்கும் முறையில் தமிழ் கற்கும் குழந்தை,

நான் – **நானுக்கு*
**நீனுக்கு*

என்று பிழையாகக் கூறுவது கூடுதலான ஒப்புருவாக்கத்தின் விளைவு என்பர். இவை பிழைகளானாலும் தருக்கரீதியாகத் தமிழ் இலக்கண ஒழுங்கமைவுப் பிழைகள். இப்பிழைகளை யாராவது திருத்தினால் குழந்தை அதைப் பொதுவாகப் பொருட்படுத்துவதில்லை. தானாகவே ஒரு கட்டத்தில் திருத்திக்கொள்கிறது. இம்மாதிரியான அமைப்பொழுங்குப் பிழைகளைத் தானாகவே திருத்திக்கொள்ளுதல் குழந்தை மொழி ஈட்டலின் ஒரு கூறாக அடங்குகிறது.

குழந்தையின் இம்முதற்கட்ட மொழி ஈட்டல் படிமுறை யிலிருந்து சில தெளிவான கருத்துகளைப் பெறமுடிகிறது.

- ஒரு குறிப்பிட்ட மொழியில் குழந்தையின் மொழி அறிதிறன் வளர்ச்சி விதி ஒழுங்கமைவு, விதி ஒழுங்கமைவைக் கட்டமைக்கும் படிமுறைக்கு உதவும் உள்ளுறை அறிவுசார் ஆற்றல் ஆகியவை அடங்கியது எனக் காட்டுகிறது. இவ்வமைப்புமுறை ஒரு மொழியின் இலக்கணத்தைக் கற்றுக்கொள்ளப் போதுமானது. மொழித்தரவுப் பற்றாக்குறைகூட இவ்விலக்கண ஈட்டலுக்கு அவ்வளவு தடையாக இருப்பதில்லை.

- மனித மூளை மொழியைக் கட்டமைக்க உதவும் மிகக் குறைவான விதிகள் அடங்கிய தொகுப்பை உடையது. இவ்விதித்தொகுப்பு எல்லா மொழிகளுக்கும் பொதுவான அடிப்படை அமைப்பை உடையது. பொதுமை இலக்கணம் என்பது இதுதான். மனிதனும் இயற்கையோடு இணைந்த உயிரினமாக இருப்பதால் அவனது பொதுமை இலக்கணமும் உயிரியல் பரிணாம வளர்ச்சிக்கு உட்பட்டது. எனவே மொழி ஈட்டல் பொறிநுட்பத்தை மரபியல் பண்புசார்ந்த கொடையாகக் கருதுகிறார் சோம்ஸ்கி.

குழந்தை, தன்னைச் சுற்றி நிகழும் பேச்சுமொழித் தரவுகளைக்கொண்டு பொதுமை இலக்கணத்தின் உதவியோடு தன் அகமொழியை முப்பது நாட்களில் ஈட்டுகிறது என்பர். ஒரு மொழியியல் கோட்பாடு ஓர் அகமொழியின் இலக்கணத்தையும், அதனை அகப்படுத்திக்கொள்வதற்கான உள்ளுறை அறிவுசார் ஆற்றலையும், மேலே குறிப்பிட்டதுபோல முழுவதுமாக விளக்குகின்ற விளக்க நிறைவு உடையதாகவும், ஈட்டிய இலக்கணத்தை விவரிக்கின்ற வண்ணனை நிறைவு உடைய தாகவும் இருக்கவேண்டும் என்னும் கருத்தை சோம்ஸ்கிய இலக்கணக்கோட்பாடு வற்புறுத்துகிறது என்பதையும் அறிய முடிகிறது.

அதேநேரத்தில், பொதுமை இலக்கணம் அகமொழி ஈட்டலில் முக்கியப் பங்கெடுக்கத்தக்கவகையில் தகுதிப்படுத்திக் கொள்ளவேண்டும். முதலாவதாக, மனித இனத்தின் அனைத்து அகமொழிகளையும் விவரிக்கத்தக்க வண்ணனை நிறைவுக்கான கருவிகளையும், ஒவ்வோர் அகமொழியும் ஏன் குறிப்பிட்ட பண்புக்கூறுகளைப் பெற்று வெவ்வேறு மொழிகளாக விளங்குகின்றன என்பதைக் கோட்பாட்டு நோக்கில் விளக்கத்தக்க விளக்க நிறைவுக்கான கருவிகளையும் தரவேண்டும். இத்துடன் பொதுமை இலக்கணம் எளிமையாகவும் சிக்கனமாகவும் இருக்கவேண்டும். சோம்ஸ்கி ஆக்கமுறை மாற்றிலக்கணக் கோட்பாட்டில் இக்கருத்துகளுக்கு முதன்மை இடம் தருகிறார்.

இக்கருத்துகளின் அடிப்படையில் அவர் தம் கோட்பாட்டில் அவ்வப்போது மேற்கொள்ளும் மாற்றங்கள்தாம் 1957ஆம் ஆண்டு முதல் இன்றுவரை அவரின் கோட்பாட்டு வளர்ச்சிக்கு அடிப்படையாக அமைகின்றன என்பதை நாம் புரிந்துகொள்ள வேண்டும். இவ்வகையில் சோம்ஸ்கியின் உள்ளுறை ஆற்றல், உள்ளுறை இலக்கணம், மனஇலக்கணம், மொழி ஈட்டல் பொறிநுட்பம், மொழி அறிதிறன், மொழிநுட்பப் புலம், அகமொழி

அமைப்பு, அகஇலக்கணம் என்பதெல்லாம் பொதுமை இலக்கணத்தின் ஒவ்வொரு காலக்கட்ட அவதாரங்களே. இன்றைய அவதாரம் மொழிநுட்பப் புலம்.

மனித மனத்தில் பல துறையறிவுக் கருத்தலகுகள் *(Modules)* இடம்பெற்றிருக்கின்றன. இவற்றைப் போன்று ஒரு கருத்தலகாக மொழியை சோம்ஸ்கி கருதுகிறார். இக்கருத்தலகு பிற துறையறிவுசார்ந்த கருத்தலகுகளுடன் இணைந்து சூழல்களுக்கும் தேவைகளுக்கும் தகுந்தவாறு பேசுவோனின் வாய்மொழியாக வெளிப்படுகிறது. இம்மொழி உற்பத்தித்திறனைக் குழந்தை கைவரப்பெறுகிறது. இத்திறனை நடைமுறை மொழிப்பயன்பாட்டுத்திறன் *(Pragmatic Competence)* என்று சோம்ஸ்கி தற்போது குறிப்பிடுகிறார். இத்திறன் குழந்தையின் செயலறிதிறனோடு தொடர்புடையது. இருப்பினும், ஆக்கமுறை மாற்றிலக்கணக் கோட்பாட்டாய்வின் கருதுபொருளன்று. மொழிச்செயல்பாடு அல்லது பயன்பாடு பற்றிய அறிவு வேறு; மொழியறிவு வேறு எனக் கூறி மொழிப் பயன்பாட்டறிவின் துணையின்றி இலக்கண அறிதிறனைத் *(Grammatical Competence)* தனித்து விளக்கமுடியும் என்னும் கருத்திற்கு இன்றுவரை சோம்ஸ்கி அழுத்தம் தருகிறார். இப்பின்னணியில் குழந்தையின் மொழிவளர்ச்சிக்கான கருவூலப்பெட்டகமாக மொழிநுட்பப் புலக் கருத்தலகைக் கூறுகிறார்.

குழந்தை தன் மொழி அனுபவத்தை இம்மொழிநுட்பப் புலத்திற்கான உள்ளீடாகச் செலுத்தி அகமொழிக்கான இலக்கணத்தை உருவாக்கி வெளியீடாகப் புறந்தள்ளுகிறது. எனவே, குழந்தையின் மொழி ஈட்டல் வளர்ச்சியின் ஒவ்வொரு கட்டமும் உயிரியல் பண்போடு குழந்தைக்கு இயல்பாக அமைந்துள்ள மொழிநுட்பப் புலத்தால் கட்டமைக்கப்படுகிறது. இதனை சோம்ஸ்கி உள்ளூறை அறிவுசார் கருதுகோளாகத் தம் கோட்பாட்டில் குறிப்பிடுகிறார். குழந்தையின் இம்மொழி ஈட்டல் வளர்ச்சியை,

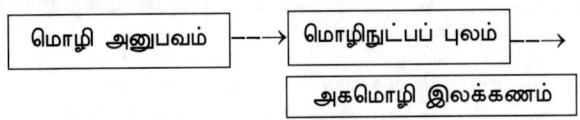

என்று ஒழுகு படத்தில் காட்டலாம்.

ஓர் இயற்கை மொழியைக் குழந்தை இவ்வாறு முப்பது நாட்களில் கற்று, பேச்சுச் சமூகத்தின் அங்கமாக அடிப்படைத் தேவைகளை புலப்படுத்தித் தன்னை அடையாளப்படுத்திக் கொள்கிறது. இம்மொழித்திறன் குழந்தையின் தனித்திறன். எல்லாக்

குழந்தைகளிடமும் காணப்படும் பொதுத்திறன். இத்திறனுக்கும் தனிமனித அறிவுத்திறனுக்கும் எவ்விதத் தொடர்புமில்லை. புத்திசாலியான குழந்தையால் மட்டுமே மொழியைக் கற்க முடியும் என்பதில்லை. இத்திறன் பத்து வயதிற்கு மேல் மொழி ஈட்டும் ஆற்றலை மெதுவாக இழக்கிறது. இவ்வயதிற்கு மேல் மற்றோர் அகமொழி ஈட்டல் சற்று மாறுபட்ட முயற்சியாகக் குழந்தைக்கு அமைகிறது. இம்முயற்சி இரண்டாம் மொழி ஈட்டல் *(Second Language Acquisition)* என்று சோம்ஸ்கிய இலக்கணக் கோட்பாட்டைத் தழுவி இன்று விரிவாகப் பேசப்படுகிறது.

7.3. மொழி அறிதிறன் – மொழிச் செயலறிதிறன்

சோம்ஸ்கிய மொழியியலின் கோட்பாட்டு உருவாக்கப் பின்னணியில் மொழி அறிதிறன் – மொழிச் செயலறிதிறன் என்னும் இணையெதிர்மைக் கருத்தியல் முக்கியப் பங்கு வகிக்கிறது. சஸூரின் மொழிக்கருத்தீடு – பேச்சு, பகுத்தறிவுவாதம் – அனுபவவாதம் என்பதன் நேரான இணையெதிர்மைக் கருத்தியல் என்று பார்த்தோமல்லவா? இவ்விணையெதிர்மைக் கருத்தியல் பல்வேறு காலக்கட்டங்களில் பல்வேறு வடிவங்களில் ஆய்வுக்கு உள்ளான வரலாறு மொழியியல் கோட்பாட்டு வளர்ச்சி எனலாம். எல்லா மொழியியல் கோட்பாடுகளும் இக்கருத்தியலை அச்சாகக் கொண்டு இயங்குகின்றன. அறுபதுகளின் நடுப்பகுதியில் ஆக்கமுறை மாற்றிலக்கணத்திற்கு எதிராக டெல் ஹைம்ஸ் என்னும் சமூகமொழியியலறிஞர் தம் வாதங்களை முன்வைத்த காலக்கட்டம் வரைப் பகுத்தறிவுவாதம் – அனுபவவாதம் கருத்தியல் வாய்பாடு,

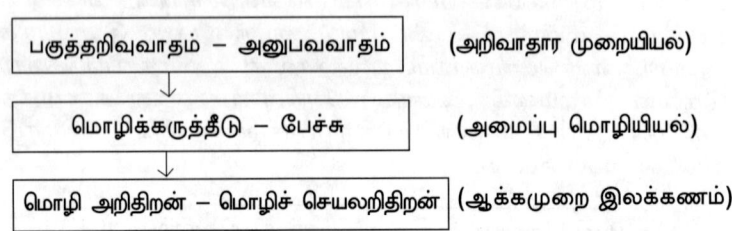

பகுத்தறிவுவாதம் – அனுபவவாதம் **(அறிவாதார முறையியல்)**
↓
மொழிக்கருத்தீடு – பேச்சு **(அமைப்பு மொழியியல்)**
↓
மொழி அறிதிறன் – மொழிச் செயலறிதிறன் **(ஆக்கமுறை இலக்கணம்)**

என முறையே அறிவாதாரமுறையியல், அமைப்பு மொழியியல், ஆக்கமுறை இலக்கணம் என்னும் முக்கியமான கோட்பாட்டுப் படிநிலைகளில் வளர்ச்சி பெற்றது. இவ்வளர்ச்சியில் ஆக்கமுறை மாற்றிலக்கணம், அமைப்பு மொழியியல் கோட்பாட்டின் குறைபாடுகளைச் சுட்டிக்காட்டி மொழியின் விளக்கம், மொழியை மனிதன் ஈட்டிய அல்லது அகப்படுத்திக்கொண்ட முறையை விளக்குவது என்னும் பகுத்தறிவுவாதக் கருத்தை முன்னிறுத்தியது.

மொழிக்கருத்தீடு மொழியியலாய்வின் ஆய்வுப்பொருளாக அமைய வேண்டும்; அதுவல்லாமல் மேலோட்டமான உற்றுநோக்கல்களுக்கு உட்படும் பேச்சு அன்று எனப் பகுத்தறிவுவாதச் சார்பை ஆக்கமுறை மாற்றிலக்கணம் வலியுறுத்தியது. இவ்வடிப்படையில் சசூரின் இணையெதிர்மைக்கு நேராக மொழி அறிதிறன் – மொழிச் செயலறிதிறன் இணையெதிர்மையை சோம்ஸ்கி அறிமுகப்படுத்துகிறார். இவ்விணையெதிர்மைக் கருத்தியல் கர்ட்டேசியன் காலம் எனப்படுகிற கி.பி. பதினேழாம் நூற்றாண்டில் எழுதப்பட்ட போர்ட் – இராயல் இலக்கண மரபை ஒட்டியது. சோம்ஸ்கிய மொழியியல் பற்றிய புரிதல் மேம்பட இவ்விரு இணையெதிர்மைகளுக்கும் இடையேயுள்ள ஒற்றுமை, வேற்றுமை பற்றிய முன்னறிவு கட்டாயமாகும்.

சசூரின் மொழிக்கருத்தீடு – பேச்சு, சோம்ஸ்கியின் மொழி அறிதிறன் – செயலறிதிறன் இரண்டுமே மொழிப்பகுப்பாய்வுக்கான ஆய்வுப்பொருளை இனங்காண்பதில் ஒற்றுமை உடையன. பகுப்பாய்வுக்குரிய தரவாக சசூர் பேச்சையும், சோம்ஸ்கி மொழி அறிதிறனையும் கருதும்போது எது ஆய்வுக்குரியதன்று என சசூர் மொழிக்கருத்தீடையும், சோம்ஸ்கி மொழிச் செயலறிதிறனையும் புறக்கணிக்கின்றனர். இப்புறக்கணிப்புதான் மொழியியல் வரலாற்றின் ஒவ்வொரு காலக்கட்டத்திலும் முக்கியமான கருத்தியல் வாய்பாட்டுத் தாவல்களுக்கான எதிர்மறை எடுத்துக்காட்டுச்சான்றுகளை முன்னிலைப்படுத்தக் காரணமாக இருந்தது. இது குறித்து முந்தைய அத்தியாயத்தில் விரிவாகப் பார்த்தோம். சோம்ஸ்கியைப் பொறுத்தவரையில் மொழி அறிவோடு தொடர்பில்லாத எதுவும் பகுப்பாய்விற்குரிய தரவுகளல்ல. பேசுவோரின் சமூக மரபொழுங்குகள், உலகியல் கண்ணோட்டமும் நம்பிக்கைகளும், பேச்சு சார்ந்த உளப்பாங்குகள், உணர்ச்சிபூர்வமான அணுகுமுறை, அவரோடு கலந்தாடும் கேட்போரின் உளப்போக்குகள் முதலானவை மொழியறிவோடு தொடர்பல்லாதவை. இவை சசூரைப் பொறுத்தவரையில் பேச்சுச் சார்ந்தவை; சோம்ஸ்கியைப் பொறுத்தவரையில் செயலறிதிறன் சார்ந்தவை. இவ்விரு இணையெதிர்மைகளில் சசூர் பேச்சையும், சோம்ஸ்கி மொழி அறிதிறனையும் தத்தம் ஆய்வுக்களமாகத் தீர்மானிப்பதில் வேறுபடுகின்றனர்.

மேலும், சோம்ஸ்கி மொழி அறிதிறன் – செயலறிதிறன் இணையெதிர்மையைத் தம் கோட்பாட்டின் மையச்சிந்தனையாகக் கருதும் அளவுக்கு சசூர் மொழிக்கருத்தீடு – பேச்சு இணையெதிர்மையை அமைப்பியல் கோட்பாட்டில் கருதுவதில்லை. மனித மொழியை மனவியல்ரீதியாக விளக்குவதும், குழந்தையின் மொழி ஈட்டலை மாதிரியாகக் கொண்ட ஓர்

இலக்கண மாதிரியை உருவாக்குவதும் சோம்ஸ்கியின் முதன்மை நோக்கங்கள். எனவே, மொழி அறிதிறன் அவரின் கோட்பாட்டு மையத்தளம். இவ்வணுகுமுறை சோம்ஸ்கிய மொழியியலை அமைப்பு மொழியியலைக் காட்டிலும் கூடுதல் உளவியலோடு குறிப்பாக, புலனுணர்வியல் உளவியலோடு நெருக்கமாகக் கொண்டுவருவது குறிப்பிடத்தக்கது. இவை எல்லாவற்றுக்கும் மேலாக, ஒரு குறிப்பிட்ட மொழியின் இலக்கணத்தைக் கட்டமைக்கும் மொழியியலறிஞர் தாய்மொழியாளரின் மொழி அறிதிறனைத் தம் இலக்கணத்தின் முன்மாதிரியாகக் கருதுகிறார். எனவே சோம்ஸ்கியின் மொழி அறிதிறன் – மொழிச் செயலறிதிறன் இணையெதிர்மை சசூரின் இணையெதிர்மையைவிட இலக்கண உருவாக்க நோக்கில் அதிக அறிவியல் அணுகுமுறை சார்ந்தது. இனி வரும் உட்பிரிவுகளில் மொழி அறிதிறன், மொழிச் செயலறிதிறன் குறித்துச் சற்று விரிவாகக் காண்போம்.

7.3.1. மொழி அறிதிறன்

மொழி அறிதிறன் வாக்கிய உருவாக்கம் தொடர்பான அறிவு. இது வரையறுக்கப்பட்ட எண்ணிக்கையிலான விதிகளைக்கொண்டு எண்ணிறந்த வாக்கியங்களை உருவாக்கும் ஆற்றல். இதனால் வாக்கியம் இவ்வறிவின் அடிப்படைக்கூறாகும். பேசுவோரின் அர்த்தமுள்ள வாக்கியங்களாலான இவ்வாய்மொழி நடத்தையை மொழிப்படைப்பாக்கம் என்று சோம்ஸ்கி குறிப்பிடுவதாக முந்தைய பகுதிகளில் பார்த்தோம். மொழியைப் பேசுவோரின் இவ்வாற்றல் கூடுதல் மனச்சார்பு உடையது என்பது இவரின் பகுத்தறிவுவாதக் கொள்கை. குழந்தை சுற்றுப்புறச்சூழல்களில் பேசப்படும் சொற்கூற்றுகளைத் திரும்பத் திரும்பக் கூறி மொழியைக் கற்பதில்லை. மொழியில் காணும் சொற்கோவைகளைப் பழகிக் கற்கிறது என்பது நடத்தைவியல்வாதக் கொள்கை. இதற்கு மாறாக, அக்கோவைகளின் அடியில் காணும் விதிகளை அகப்படுத்தி வாக்கியங்களாக உற்பத்திசெய்கிறது. இம்மொழிப் படைப்பாளுமை ஜீன் பியாஜே கூறுவதுபோலக் குழந்தை உள்வாங்கிக்கொண்ட உள்ளுணர்வாற்றலின் விளைவு. இதற்கான உள்ளூறை இலக்கணத்தைக் குழந்தை இயல்பாகவே ஈட்டுகிறது. இது புறநடத்தை சார்ந்த ஈட்டல் அன்று என்பது சோம்ஸ்கியின் கோட்பாட்டு நிலைப்பாடு.

'மனித மனம் கட்புலனுக்குப் புலனாகாது; வாய்மொழி நடத்தை கூடுதல் சமூகச்சார்பு உடையது' என்பது நடத்தை உளவியலின் அடிப்படைத் தத்துவம். சோம்ஸ்கி 1954இல் நடத்தைவியலுக்கு எதிரான தம் வாதங்களை முன்வைத்து சிகாகோ, ஏல் பல்கலைக்கழகங்களில் விரிவாக உரையாற்றினார்.

அவரது *தொடரியல் அமைப்புகள்* வெளிவந்த 1957ஆம் ஆண்டு பி. எஃப். ஸ்கின்னர் **வாய்மொழி நடத்தை (Verbal Behavior)* என்னும் நூலை எழுதினார். இது மொழி கற்றல் உளவியலில் சிறந்த நூலாகச் செல்வாக்குப் பெற்றது. இதனைத் திறனாய்வு செய்து விரிவான கட்டுரையொன்றை 1959இல் *மொழி* என்னும் ஆய்விதழில் சோம்ஸ்கி வெளியிட்டார். இக்கட்டுரையில், மொழி ஈட்டலில் குழந்தையின் படைப்பாக்க ஆளுமையின் முக்கியத்துவத்தை ஸ்கின்னர் புறக்கணித்துவிட்டார் என சோம்ஸ்கி நிறுவினார். குறிப்பிட்ட எண்ணிக்கைக்கு உட்பட்ட விதிகளால் எண்ணிறந்த வாக்கியங்களைப் பேசுபவர் – கேட்பவர் சூழலில் மனிதன் உற்பத்தி செய்யும் ஆற்றலை மொழியியல் கோட்பாடு விளக்கவேண்டும் என்ற கருத்தை இக்கட்டுரையில் வலியுறுத்தினார். இக்கட்டுரை, வாய்மொழி நடத்தைவியல் கோட்பாடு உளவியல்துறையில் செல்வாக்கு இழக்கக் காரணமாக அமைந்தது. அதேநேரத்தில், சோம்ஸ்கிய மொழியியல் புலனுணர்வியல் உளவியல்துறையின் முழுக்கவனத்தைப் பெற்றது. இவ்வங்கீகாரத்தால் உளவியலின் ஒரு கிளைப்பிரிவாக மொழியியல் ஏற்றுக்கொள்ளப்பட்டது. சோம்ஸ்கி சிறந்த புலனுணர்வியல் உளவியலறிஞர்களுள் ஒருவராகச் செல்வாக்குப் பெற்றார்.

'மொழி அறிதிறன்' என்னும் சொல்லாடலைத் தாய்மொழியாளரின் 'மொழியின் அடிநிலை அறிவு' என்று பொருள்கொள்ளும்போது இச்சொல்லாடலுக்கும், 'மொழிக்கருத்தீடு', 'மொழியறிவு', 'இலக்கணம்' என்னும் சொல்லாடல்களுக்கும் இடையிலான பொருள் மயக்கத்தை நிராகரிக்க முடியாது. சோம்ஸ்கி, இச்சொல்லாடல்களைக் கையாளுவதில் தெளிவாக உள்ளார். குறிப்பாக, *தொடரியல் கோட்பாட்டுக்கூறுகள் (1965)* நூலில் இச்சொல்லாடல்களைப் பொருள் மயக்கமின்றிக் கையாளுகிறார். மொழி அறிதிறன், அமைப்பு மொழியியலில் சசூர் குறிப்பிடும் மொழிக்கருத்தீடு கருத்தியலுக்கு இணையானது என்றும், இவ்விரண்டிற்கும் இடையே மிகுந்த ஒற்றுமை உண்டு என்றும் கூறும் சோம்ஸ்கி இவற்றுக்கு இடையேயுள்ள அடிப்படை வேற்றுமையைக் குறிப்பிடத் தவறவில்லை. சசூரின் மொழிக்கருத்தீடு தொடரியல் உறவுகளை விளக்கும் தொடரமைப்புகளின் தொகுப்புப் பட்டியல். மொழி அறிதிறன், ஒவ்வொரு தொடரமைப்பின் படைப்பாக்கக்கூறு சார்ந்த தாய்மொழியாளரின் உள்ளார்ந்த அறிவு. இரண்டுமே பகுத்தறிவுவாதச் சிந்தனையை அடிநிலையாகக்கொண்ட கருத்தியலாக்கங்கள்தாம். ஆனால் அமைப்பு மொழியியல் மொழிக்கருத்தீடைத் தவிர்த்து அனுபவவாதச் சிந்தனையைத் தழுவிய பேச்சை விளக்குகிறது. ஆக்கமுறை மாற்றிலக்கணம்

பகுத்தறிவுவாதச் சிந்தனையைத் தழுவிய மொழி அறிதிறனை விளக்குகிறது.

மொழி அறிவு என்னும் சொல்லாடலைப் பொறுத்தவரையில் இது மொழி அறிதிறனோடு நெருங்கிய தொடர்புடையது. 'தாய்மொழியாளரின் மொழி பற்றிய அறிவு' என்று பொருள் கொள்ளும்போது மொழிவடிவம் சார்ந்த அறிவோடு மட்டுமல்லாமல் அதற்குள்ளேயே புதையுண்டுக் கிடக்கும் பல்வேறு பயன்பாட்டுத் திறன்முறை உத்திகள் *(Strategies)* பற்றிய அறிவையும் இது குறிப்பிடுவதாகத் தோன்றலாம். இவ்வாறு தோன்றுவது இயல்பாக இருந்தாலும் சோம்ஸ்கி அறிதிறனை மொழியின் வடிவ (விதி) அறிவோடு மட்டுமே கட்டுப்படுத்திக் கொள்கிறார். சோம்ஸ்கியின் இவ்வரையறை கோட்பாட்டு இலக்காக்கத்தோடு தொடர்புடைய சித்தாந்தம். எனவே, அவருக்கு மொழி அறிவும் அறிதிறனும் ஒன்றே. இருப்பினும், மொழிப்பகுப்பாய்வு நோக்கில் மொழி அறிதிறனை இலக்கண வாக்கியங்கள், இலக்கணவழு வாக்கியங்கள், இலக்கண ஏற்பு வாக்கியங்கள், ஐயுறவு வாக்கியங்கள் என அனைத்து வகைகளையும் உற்பத்தி செய்யும் ஆற்றல் என வரையறுக்கும்போதும், இவை பற்றிய பேசுவோர் மற்றும் ஆய்வாளரின் உள்ளுணர்வு சார்ந்த தீர்ப்புகள் அடங்கிய திறன் என்று வரையறுக்கும்போதும் மொழியறிவு என்னும் சொல்லாடல் இரண்டாம் நிலைக்குத் தள்ளப்பட்டுவிடுகிறது. இதன் விளைவாக, மொழி அறிதிறன் சோம்ஸ்கிய மொழியியலின் மூலவிவரிப்புப் பொருண்மையாக ஆய்வில் முழு அங்கீகாரம் பெறுகிறது.

சோம்ஸ்கி இதுவரை எத்தனையோ இலக்கண முன்மாதிரி களை முன்வைத்தாலும் அனைத்திலும் மொழி அறிதிறன் அதன் அடிப்படை இலக்கணக் கருத்தியலாக்கத்தையே கொண்டிருப்பது குறிப்பிடத்தக்கது. கோட்பாட்டு நோக்கில், அறிதிறன் பகுப்பாய்விற் கான தாய்மொழியாளரின் தரவுத்தொகுப்பிற்கும் மேலாக இயற்கைமொழிகளின் பொதுமைக்கூறுகளும், குறிப்பிட்ட மொழியின் பொதுமைக்கூறுகளும் அடங்கிய கட்டுக்கோப்பான அமைப்பாகும். இதனை விளக்கத்திற்கு உட்படுத்துவது, ஆக்கமுறை மாற்றிலக்கணத்தின் நோக்கம். இவ்விளக்கத்தின் அடிப்படையில் உருவாவது இலக்கணம். இவ்விலக்கணம் நாம் மேலே குறிப்பிட்ட பல்வேறு வாக்கியவகைகளால் ஆனது. அத்துடன் இவற்றைத் தோற்றுவிக்கும் ஒவ்வொரு நிலையிலும் வற்புறுத்தப்படும் புறக்கட்டுப்பாடுகளும் அடங்கியது. இக்கட்டுப்பாடுகளை மீறிய வழுவாக்கியங்களை இலக்கணம் தோற்றுவிக்கக்கூடாது. இவை தொடர்பான தீர்ப்புகளை ஏற்றுக்கொண்டு உருவாகும் இலக்கணம் குழந்தையின் மொழி ஈட்டல் படிமுறையை விவரிக்க

உதவவேண்டும். இவ்வாறு உதவும்போது இலக்கணம் விளக்க நிறைவு பெறுகிறது.

இதுவரை, இலக்கணம் என்னும் சொல்லாடலை சோம்ஸ்கியின் கோட்பாட்டு நோக்கில் பேசுவோரும் கேட்போரும் இயல்பாய் ஈட்டிய மொழி விதிகள் நிறைந்த ஒழுங்கமைவு என்னும் பொருளில் பார்த்தோம். சோம்ஸ்கியைப் பொறுத்தவரையில் மொழி அறிதிறன் இதுவென்று புரிந்துகொண்டோம். இன்னொரு பொருளிலும் 'இலக்கணம்' என்ற சொல்லாடல் பொதுவான பயன்பாட்டில் உள்ளது. இதுவும் முக்கியமாக மொழிவிதிகளாலான ஒழுங்கமைவே. ஆனால், இவ்வொழுங்கமைவு மொழியியலாளராலும் மரபிலக்கணக் கலைஞராலும் கட்டமைக்கப்படுகிறது. இங்கு இலக்கணம் என்னும் சொல்லாடலைப் பொதுப்பொருளில் பயன்படுத்துகிறோம்.

மொழி அறிதிறன் கருத்தியலாக்கம் கூடுதல் உளவியல் சார்புடையது. சஸூரின் மொழிக்கருத்தீட்டுத்திறனோடு இதனை ஒப்பிட்டுப் பார்க்கும்போது உளவியலுக்கு மிஞ்சிய சமூகவியல் சார்பை இதில் உணரமுடியும். எனவேதான் பேச்சை இலக்கண விளக்கத்திற்கான ஆய்வுப்பொருளாக அமைப்பு மொழியியலறிஞர் கருதுகின்றனர். சோம்ஸ்கிய மொழியியல் கோட்பாட்டு நோக்கில் பேச்சு மொழிச் செயலறிதிறன்பாற்பட்டது. ஐரோப்பிய அமைப்பு மொழியியலுக்கும் அமெரிக்க ஆக்கமுறை மாற்றிலக்கண மொழியியலுக்கும் இடையேயுள்ள இவ்வடிப்படை வேற்றுமையை முக்கியமாக மனங்கொள்ள வேண்டியது ஆக்கமுறை மாற்றிலக்கணத்தின் முழுமையான புரிதலுக்கான முன்நிபந்தனை.

7.3.2. மொழிச் செயலறிதிறன்

மொழி அறிதிறன் குறிப்பிட்ட எண்ணிக்கையுடைய விதிகளைக்கொண்டு எண்ணிறந்த வாக்கியங்களை உருவாக்கும் வாக்கியப் படைப்பாற்றல் என்று பார்த்தோமல்லவா? இவ்வெளிமையான விளக்கத்தால் பேசுவோரின் மொழிசார்ந்த உள்ளுணர்வுகள், இலக்கணவிதிகள், அவற்றின் வகைகள், அவை இணைந்து வாக்கியங்களை உற்பத்தி செய்யவும் புரிந்து கொள்ளவும் உள்வாங்கிக்கொண்ட படைப்பாற்றல் என மனவியல்ரீதியாக மொழியைப் பற்றிய முழு அறிவையும் சோம்ஸ்கி விளக்கிவிடுகிறார். இவற்றுள் வாக்கியங்களை உற்பத்திசெய்யும் படைப்பாற்றலும், அவற்றைக் கேட்போர் புரிந்துகொள்ளும் திறனும் மொழிப்பயன்பாடு கருதிய செயற்பாடுகள். மொழி அறிதிறனின் புறவெளிப்பாடு இவ்விரண்டும் அடங்கியது.

இலக்கணவிதிகளாலான அறிதிறனின் இப்பயன்பாட்டுத் திறன் செயலறிதிறன் எனப்படுகிறது.

(35) கதவைத் திறக்க முடியுமா?

என்னும் இச்சொற்கூற்றைக் கருதிப்பார்ப்போம்.

இச்சொற்கூற்று இலக்கணவிதிகளாலான ஒரு வாக்கியம். ஒரு மொழியியல் கோட்பாடு இதன் தொடரமைப்பு, பொருண்மையமைப்பு, ஒலியனமைப்பு முதலான இலக்கணக்கூறு களை விளக்குகிறது. ஒரு வாக்கியத்தைப் பற்றிய விளக்கம் தன்னளவில் இவ்வாறே முழுமைபெறுகிறது. சோம்ஸ்கியின் அறிதிறனும் மொழி அறிவின் உயிர்நாடியாக வாக்கியத்தை இவ்வாறு விளக்கினாலும் இவ்வறிவுக்கும் மேலாகத் தாய்மொழியாளர் வேறு சிலவற்றையும் மொழியைப் பற்றித் தெரிந்திருக்கிறார் என்னும் உண்மையை நிராகரிக்க முடியாது. அறிதிறன் தாய்மொழியாளருக்குத் தெரிந்த இலக்கணவிதிகளை உணர்த்துகின்ற அளவுக்கு அவற்றைப் பயன்படுத்தும் அறிவைத் தருவதில்லை. இன்னும் விரிவாகக் கூறினால், வாக்கியங்களை உற்பத்திசெய்யும் விதிகளை விவரிக்கும் அளவுக்கு அவற்றைப் பொருத்தமாகப் பயன்படுத்த ஏதுவான தொழில்நுட்பத்தைக் கூறுவதில்லை.

மொழி அறிதிறன் – மொழிச் செயலறிதிறன் இணை யெதிர்மையைக் கோட்பாட்டுக் கருத்தியல்களுள் முதன்மையாகப் போற்றும் சோம்ஸ்கி, தம் கோட்பாட்டின் எச்சப்பகுதியாகச் செயலறிதிறனைக் கருதுகிறார். அறிதிறனின் விளக்கத்திற்கு உட்படாத அனைத்தையும் இவ்வெச்சப்பகுதிக்குத் தள்ளிவிடுவது சோம்ஸ்கிய இலக்கணத்தின் எதிர்மறை விமர்சனமாகக் காலந்தோறும் முன்வைக்கப்படுகிறது. இமயமலையைக்கூட மூடிமறைக்கத்தக்க பெரிய கம்பளிப்போர்வையாகச் செயலறிதிறனை சோம்ஸ்கி பயன்படுத்துகிறார் என்பர். இது ஆக்கமுறை இலக்கணக் கோட்பாட்டின் குறைபாடு என்றே சமூகமொழியியலறிஞர்க்கு மேலாக சோம்ஸ்கியச் சிந்தனைப் பள்ளியைச் சேர்ந்த அவரது மாணவர்களும் நண்பர்களும் இன்றுவரை கருதுகின்றனர்.

1960களின் நடுப்பகுதியில் ஆக்கமுறை மாற்றிலக்கண அறிஞரிடையே இக்குறைபாடு வெகுவாக உணரப்பட்டது. மொழி அறிதிறன் – செயலறிதிறன் இடையே வரையறுக்கப்பட்டுள்ள எல்லைக்கோடு வலுவானதன்று என்று இவர்கள் உணர்ந்தனர். அறிதிறனைக் கூடுதல் பொருண்மையியல் நோக்கில் அணுகிய இவர்கள், வாக்கியத்தின் பொருண்மை நிறைவு

அவ்வாக்கியத்தைப் பலவாகப் பொருள் நயப்படுத்தம் செய்யும் நிலையிலேயே சாத்தியமாகிறது என்னும் கருத்தை முன்வைத்தனர். எடுத்துக்காட்டாக,

(36) கதவைத் திறக்க முடியுமா?

என்னும் வாக்கியதை,

(37) தயவுசெய்து இந்தக் கதவைத் திறக்க முடியுமா?

என்னும் வேண்டுகோள் பொருளிலும்,

(38) (யாராலும் திறக்க முடியாத) இந்தக் கதவை உங்களால் திறக்க முடியுமா?

என்னும் சவால் பொருளிலும் நயப்படுத்த முடியும். இப்பொருள் நயப்படுத்தத்தில் சமூகப்பண்பாட்டுப் பயன்பாட்டுக்கூறுகளின் இடம் மறுக்கமுடியாதது. இக்கூறுகளின்றி இவ்வாக்கியத்திற்கான முழுப் பொருள்நயத்தை உணரமுடியாது.

மொழி அறிதிறனின் இக்கருத்தியல் விரிவாக்கம் அறிதிறன் – செயலறிதிறன் இணையெதிர்மையை விவாதத்திற்கு உள்ளாக்குகிறது. சோம்ஸ்கிய மொழியியல் கோட்பாட்டிற்குள்ளேயே நின்று பொருண்மைக்கூறுக்கு முக்கியத்துவம் அளித்த ஆக்கமுறைப் பொருண்மையியலாளர்கள் பொருள்நயத்தை அறிதிறனின் பாகமாகக் கருதினர். 1965இல் சோம்ஸ்கியின் *தொடரியல் கோட்பாட்டுக்கூறுகள்* – இல் விதிகள் கூடுதல் ஆக்கமுறைப்பண்பு உடையன என்று தரக் கோட்பாட்டில் சோம்ஸ்கி மேற்கொண்டிருந்த நிலைப்பாட்டின் எதிர்வினையாகப் பொருண்மையியல் விதிகள் கூடுதல் பொருள்நயப்படுத்தம் வாய்ந்தவை என்னும் நிலைப்பாட்டை ஆக்கமுறைப் பொருண்மையியலாளர் மேற்கொண்டனர். இதன் விளைவாக, சோம்ஸ்கியின் அறிதிறன் – செயலறிதிறன் இணையெதிர்மை, மொழியின் முழுமையான விளக்கத்திற்கு விழுந்திருக்கும் தடைக்கல் என்னும் விமர்சனத்திற்கு உள்ளானது.

மொழியைப் பற்றிய முழுமையான புரிதலுக்கு சசூரின் மொழிக்கருத்தீடு – பேச்சு, சோம்ஸ்கியின் மொழி அறிதிறன் – செயலறிதிறன் போன்ற இணையெதிர்மைகளின் பங்களிப்பு மிகக் குறைவு என்று தம் பேராசிரியர் ஃபெர்த்தை மேற்கோள்காட்டி மைக்கேல் ஹாலிடே குறிப்பிடுகிறார். மொழியியல் கோட்பாட்டு உருவாக்கத்தில் இலக்காக்கத்தின் பொருட்டுக் கடுமையான கட்டுப்பாடுகளை விதிப்பதைத் தவிர்த்து அவற்றைத் தளர்த்தும்போது கூடுதல் புரிதலும்

விளக்கமும் அனுகூலமாகின்றன என்பது ஹாலிடேயின் கருத்து. ஆக்கமுறை மாற்றிலக்கணக் கோட்பாட்டின் இலக்காக்கமாகக் கலப்படமற்ற அறிதிறனை மட்டுமே கருதுவதால் முழுமையான புரிதலும் விளக்கமும் தடைபடுகிறது என்று குறிப்பிடும் இவர் இலக்கணவழுவற்ற வாக்கியத்திற்கும், இலக்கண ஏற்புடை வாக்கியத்திற்கும் இடையேயுள்ள வேறுபாடு எவ்வளவு குறைந்தபட்ச அளவோ அவ்வளவே மொழி அறிதிறனுக்கும் மொழிச் செயலறிதிறனுக்கும் இடையிலான வேறுபாட்டின் அளவும் என்கிறார். பொதுவாக இவ்விரண்டிற்குமிடையே வேறுபாடில்லை என்று கூறுவது போல மொழி அறிதிறனுக்கும் மொழிச் செயலறிதிறனுக்கும் இடையே வேறுபாடில்லை என்பார் ஹாலிடே. மொழியைச் சமூகத்தின் உற்பத்திப்பொருளாக எண்ணும் இவர் மொழியியலைச் சமூகவியலின் கிளைப்பிரிவாகக் கருதுபவர். மொழியியலை உளவியலின் கிளைப்பிரிவாகக் கருதும் சோம்ஸ்கியின் நிலைப்பாட்டிற்கு எதிர்நிலைப்பாடு உடையவர்.

வாலஸ் சாஃப் என்னும் அறிஞரின் கருத்தும் இங்கு மேற்கோளாகக் காட்டத்தக்கது.

> மொழியியலில் மொழி அறிதிறன் – மொழிச் செயலறிதிறன் என்னும் இணையெதிர்மை மொழியைப் பற்றிய முழுமையான புரிதலுக்குப் பெரிய இடையூறாகவே இருந்துவந்திருக்கிறது என்று நான் நினைக்கிறேன். உண்மையிலேயே மொழி தொடர்பாக எழுப்பப்படும் முக்கியமான வினாக்களை நியாயப்படுத்தித் தவிர்க்கவே இது பயன்படுத்தப்பட்டு வந்திருக்கிறது. மொழிவடிவங்களிலிருந்து அவற்றின் பயன்பாட்டைக் கண்டறிவது நாம் பின்பற்றத்தகுந்த பயனுடைய வழியாக எனக்குத் தோன்றவில்லை. மொழி இயல்பாகவே எவ்வாறு பயன்படுத்தப்படுகிறது என்பது தொடர்பான ஓர் இலக்கண முன்மாதிரியைக் கட்டமைப்பதில் நான் கவனம் செலுத்துகிறேன். இம்முயற்சி யில் எந்தத் தவறும் இருப்பதாக நான் நினைக்கவில்லை. மொழியை அதன் பயன்பாட்டுவழியில் பார்க்காமல் கருத்தியலான வடிவமைப்புவழியில் காண்பது நாம் தொடர்ந்து செய்துவரும் தவறாகும். அறுபதுகளில் இவ்வாறு எவ்வளவோ நடந்துவிட்டது. அவை யாவும் நடந்தவையாகவே இருக்கட்டும். ஏனெனில், பல மொழியியலறிஞர்கள் மொழியின் வடிவமைப்புகளை அதிகம் விரும்பினர். இவர்கள் வடிவமைப்புகளைப் பேச்சில் பயன்படுத்தும்போது யதார்த்தத்தில் என்ன விளைவுகள் நிகழ்கின்றன என்பதை அறிவதைக்காட்டிலும்

மொழியின் வடிவ ஒழுங்கமைவுகளை ஆய்வதில் அதிகம் ஆர்வம் உடையவராய் இருந்தனர் *(Wallace Chafe,1974)* என்று இவர் குறிப்பிடுகிறார்.

மேலும், இக்காலக்கட்டத்தில் ஆக்கமுறை மாற்றிலக்கண மொழியியல் பள்ளியைச் சேர்ந்த அறிஞர்களுக்குள்ளேயே ஆக்கமுறைப் பொருண்மையியல் தோரணையில் நிகழ்ந்த விவாதங்களும் மொழி அறிதிறனுக்கும் செயலறிதிறனுக்கும் இடையிலான இடைவெளியை நெருக்கமாகக் கொண்டுவந்தபோது செயலறிதிறன், அறிதிறனின் பகுதியாகக் கருதப்படவேண்டிய கட்டாயத்தை வலியுறுத்தின. பேசுவோரின் மொழியறிவு, நோக்கம், சூழல், பேசுவோர் புலப்படுத்த விரும்பும் பொருள் என யாவும் கலந்த மொழிப்பயன்பாடு சோம்ஸ்கியின் மொழி அறிதிறன் கருத்தியலுக்குச் சவாலாக அமைந்தது. ஆக்கமுறைப் பொருண்மையியலாளர்களின் விமர்சனங்கள் ஒருபுறமிருக்க, அக்காலச் சமூகமொழியியலறிஞர்களின் *(Sociolinguists)* விமர்சனங்களும் மொழி அறிதிறன் – செயலறிதிறன் இணையெதிர்மையின் கோட்பாட்டு முறைமைத்தகுதியைத் தீவிர விவாதத்திற்குள்ளாக்கின.

சமூக விஞ்ஞானக் கோட்பாட்டு வளர்ச்சியில் இலக்காக்கம் தவிர்க்க முடியாத கூறு. இலக்காக்கம் இன்றிக் கட்டுக்கோப்பான ஒரு கோட்பாட்டு வரையறை சாத்தியமில்லை. பகுப்பாய்வுக்கான தரவெல்லையை நிர்ணயிப்பதும், வரையறை செய்வதும் இலக்காக்கமே. ஆனால், சீரிய இலக்காக்கத்திற்குப் பின்னரும் ஒரு கோட்பாட்டில் எதிர்முரணான பிரச்சனை புடம்போட்டிருப்பதும், அதற்குத் தீர்வு காணாமலேயே சாதனைகளை விளக்கிக் கொண்டுபோவதும் எடுத்துக்கொண்ட ஆய்வுப் பிரச்சனைக்குத் தீர்வாகாது. மொழிக்கருத்தீடை விடுத்துப் பேச்சுத்திறனை மட்டும் வரையறுக்கும் சசூரின் இலக்காக்கத்தில் காணும் குறையை சோம்ஸ்கியின் இலக்காக்கத்திலும் காண்கிறோம். சோம்ஸ்கி, பிறக்கும் ஒவ்வொரு குழந்தையும் மொழியை இயல்பாகக் கற்கும் திறனோடு பிறக்கிறது என்றும், மிகக் குறுகிய காலத்திலேயே பல்வேறு சமூகச்சூழல்களில் எண்ணிறந்த புதிய புதிய வாக்கியங்களைப் படைக்கும் படைப்பாக்கத்திறனையும் அவற்றைப் புரிந்துகொள்ளும் ஆற்றலையும் பெற்றுவிடுகிறது என்றும் கூறுகிறார். ஆனால், குழந்தையின் மொழி அறிதிறனை விதந்துகூறும் சோம்ஸ்கி வாக்கியங்களுக்கு அப்பால் சமூகத்தின் ஓர் அங்கமாகக் குழந்தை பலவற்றைப் புரிந்து அவ்வனுபவ அறிவையும் பயன்படுத்தித் தன் கருத்துகளைப் புலப்படுத்துகிறது

என்னும் நிதர்சனமான உண்மையைத் தம் கோட்பாட்டின் பாகமாகக் கருதவில்லை.

குழந்தையின் யதார்த்த மொழிநடத்தையைக் கோட்பாட்டு உருவாக்கத்திற்கு உட்படுத்துவோமேயானால் அதன் சமூகப் பிரக்ஞையை மொழி அறிதிறனிலிருந்து பிரித்துக்காண முடியாது. ஆனால், சோம்ஸ்கி குழந்தையின் மொழிப்பயன்பாட்டில் வெளிப்படும் சமூகப் பண்பாட்டுக்கூறுகளைத் தவிர்க்கிறார். அறிதிறனை மட்டுமே தம் கோட்பாட்டின் ஆய்வுப் பொருளாகக் கொள்கிறார். அதேசமயத்தில், மொழி அறிதிறன் அப்படியே செயலறிதிறனின் பிரதிபலிப்பு என்று கூறுவார். அவ்வாறு கூறும்போது எந்த அளவுக்குப் பேசுபவரின் சமூகப் பிரக்ஞையையும் பண்பாட்டுக்கூறுகளையும் மொழி அறிதிறனின் பாகமாக அவர் ஏற்றுக்கொண்டிருக்கிறார் என்று புரியவில்லை. எடுத்துக்காட்டாக, ஒருவரின் இயல்பான பேச்சில் இடம்பெறும் பிழையான தொடக்கங்கள், மொழி அறிதிறன் விதிகளிலிருந்து வாக்கியங்கள் விலகிப்போகும் தன்மை, பேசிக்கொண்டிருக்கும்போதே பேசுபவர் தம் எண்ணப்போக்கை மாற்றிக்கொள்ளுதல் ஆகியவை சில குறிப்பிடத்தக்க கூறுகள். இவற்றை ஏற்றுக்கொள்ளும் சோம்ஸ்கியும், அவரைப் பின்பற்றும் பிற ஆக்கமுறை மாற்றிலக்கண அறிஞரும் மொழிச் செயலறிதிறனை 'முறையான அறிதிறனின் கலப்படம் *(adulteration of ideal competence)*' என வருணிப்பர் *(Katz,1967)*.

கட்ஜின் இக்கருத்து எந்தவகையிலும் சோம்ஸ்கியின் இலக்காக்கத்தின் முழுமையை நிரூபிக்கவில்லை. மேலும் சீரிய ஒரு மொழியியல் கோட்பாட்டில் செயலறிதிறனை ஓர் எச்சமாகவும், பகுப்பாய்வுக்கு உட்படாத கூறாகவும் காட்டிச் செல்வது கோட்பாட்டுச் சிறப்பிற்கு உகந்ததன்று. பேச்சில் வெளிப்படும் சமூகப் பண்பாட்டுக்கூறுகள் எதேச்சையான நிகழ்வுகளல்ல. இவற்றை விடுத்து மொழி ஆய்வை அறிதிறனோடு கட்டுப்படுத்திக் கொள்வது முழுமையான ஆய்வாகாது. மொழி அறிதிறன் – செயலறிதிறன் என்னும் இணையெதிர்மை நிலைப்பாட்டை மேற்கொள்வதன் மூலம் மொழி அறிதிறனின் தூய்மைக்கு அறைகூவல் விடுக்கும் சமூகப் பண்பாட்டுக்கூறுகளையும், அவை தொடர்பான விவாதங்களையும் மொழி அறிதிறனிலிருந்து விலக்கித் தமக்கு வசதியாக அவற்றைத் தூக்கியெறியும் குப்பைக்கூடையாகச் செயலறிதிறனை சோம்ஸ்கி கருதுகிறார் என்ற கருத்தைப் பல மொழியியலறிஞர்கள் வலுவாக முன்வைத்தனர்.

பொதுவாகத் தற்கால மொழியியல் கோட்பாடுகள் மொழி அமைப்புகளுக்கு முக்கியத்துவம் அளிப்பதோடு நிறைவுபெற்று

விடுகின்றன. மொழியமைப்புகளைத் தாண்டிய கருத்தியலாக்கம் இதுவரை மறுக்கப்பட்டு வந்துள்ளது. சஸூரின் காலந்தொட்டு இந்நிலையே தொடர்ந்து வந்திருக்கிறது. சஸூரின் மொழிக்கருத்தீடு – பேச்சு இணையெதிர்மையில் மொழிக்கருத்தீடு அமைப்பு மொழியியல் கோட்பாட்டில் என்ன தகுதியைப் பெற்றிருந்ததோ அதே தகுதியைத்தான் சோம்ஸ்கியின் அறிதிறனும் அவரது ஆக்கமுறை மாற்றிலக்கணத்தில் பெற்றுள்ளது. வில்ஹெம் வோன் ஹூம்போல்டின் புதைநிலைக் கருத்துருவாக்கத்தைப் பயன்படுத்தி மொழி விளக்கத்தை சோம்ஸ்கி மேம்படுத்தியுள்ளார். மனிதனின் அகமொழியமைப்பை சோம்ஸ்கி பேசியுள்ள அளவுக்கு எந்தத் தற்கால மொழியியல் கோட்பாடும் பேசவில்லை. இருப்பினும், மொழியமைப்புகளோடு சமூகத்திற்குள்ள தவிர்க்க முடியாத உறவுகளையும் உள்ளடக்கி ஆராய்கின்ற ஒரு விரிவான கோட்பாடு காலத்தின் கட்டாயமாகும்.

குழந்தையின் மொழி வளர்ச்சியைப் பொறுத்தவரையில் இலக்கணத்தை உருவாக்குவதில் அறிதிறனுக்கு என்ன பங்கு இருக்கிறதோ அதே அளவுக்கு மொழியைச் சூழல்களுக்கேற்பப் புரிந்துகொண்டு குழந்தை பயன்படுத்துவதில் செயலறிதிறனுக்கும் முக்கியப் பங்கு உண்டு. வாக்கியங்களைப் பற்றிய அறிவைப் பகுத்துணரும் குழந்தை அவற்றைச் சமூக அனுபவங்களால் பொருத்தமாகப் பயன்படுத்தும் அறிவையும் கூடவே பெறுகிறது. எப்படி வாக்கியங்களை இலக்கண வாக்கியங்கள், இலக்கணவழு வாக்கியங்கள் எனப் பகுத்துணரும் அறிவைப் பெறுகிறதோ, அதைப்போலவே பேச்சுச்சூழல்களில் அவை பொருத்தமாகப் பயன்படும் தன்மையையும் பயன்படாத தன்மையையும் இனங்காணும் அறிவைப் பெறுகிறது. குழந்தையின் இம்மொழிப்பயன்பாட்டறிவை விளக்க சோம்ஸ்கியின் இலக்கணக் கோட்பாடு இடம்தரவில்லை என ஹைம்ஸ் போன்ற சமூக மொழியியல் அறிஞர்கள் உணர்ந்தனர். எனவே மற்றொரு கோட்பாட்டின் தேவையை இவர்கள் வலுவாக வலியுறுத்தினர்.

7.3.3. கருத்துப்புலப்படுத்த அறிதிறன்

நாம் மொழியைத் தனியாக அனுபவிப்பதில்லை. அவ்வாறு கருதினால் அது மொழியன்று. மொழி, இன்னொருவரோடு தொடர்புகொண்டு அவருக்கு அர்த்தப்படும்போதுதான் தன் தகுதியைத் தக்கவைத்துக்கொள்கிறது. இலக்கணவிதிகளுக்கு அப்பால் செயல்படுவதற்கான சமூகச்சூழலை உருவாக்கிப் பொருத்தமானவர்களோடு உறவாடுவதற்கான பின்புலத்தை மொழி உருவாக்குகிறது. எவ்வாறு இலக்கண நியமங்கள் இல்லாத பேச்சு, பிதற்றல் எனப்படுகிறதோ அதைப்போலவே

சமூகப்பயன்பாட்டு நியமங்களைப் போற்றாத மொழி அறிவு பொருளற்றது. இலக்கணவிதிகளுடன், அவற்றின் சமூகச் செயற்பாட்டுக்கூறுகளும் ஒருங்கிணைந்து நிகழவேண்டும். இந்நிகழ்வுக்கான சமூகப் பின்புலம் பல்வேறு கருத்துப்புலப்படுத்தச் செயற்பாடுகளால் *(Communicative Functions)* ஆனது. ஒரு கருத்தை அறிவித்தல், ஒன்றைச் செய்ய வேண்டுதல், எச்சரித்தல், கட்டளை இடுதல், மறுத்தல் போன்ற செயற்கூறுகள் வாக்கியங்கள் மூலம் பேச்சுப் பின்புலத்தில் தொனிப்பதை உணர்கிறோம். இவை பேசுவோரின் விருப்புவெறுப்புகள், நோக்கங்கள், எதிர்பார்ப்புகள் முதலானவற்றைக் கேட்போருக்கு உணர்த்துகின்றன. இம்மொழிப் பரிமாற்றத்திறனைப் பேசுவோரும் கேட்போரும் பெற்று ஒரு குறிப்பிட்ட நோக்கத்தோடு மேற்கொள்ளும் பேச்சுச்சூழலைத்தான் சோம்ஸ்கி தம் கோட்பாட்டு இலக்காக்கமாகக் கருதுகிறார். ஆனால், இச்சூழலில் பேசுவோரின் மொழிஅறிவை மட்டுமே மனவியல்ரீதியாகத் தனிப்படுத்திப் பிற சமூகவியற்கூறுகளைத் தவிர்த்துவிடுகிறார். மொழிப் பரிமாற்றம் இலக்கண அறிவோடு சமூகப் பண்பாட்டு அறிவும் நிரம்பியது என்னும் யதார்த்தத்தை அவர் மறுக்கிறார்.

சோம்ஸ்கியின் மொழி அறிதிறனுக்கு அறிவியல்பூர்வமாக எதிர்வினையாற்றிய சமூகமொழியியல் அறிஞர்கள் பலர். அவர்களுள் முதலாவதாகவும் சிறப்பாகவும் டெல் ஹைம்ஸைக் குறிப்பிடுவர். ஹைம்ஸ், மொழி அறிதிறனுக்குத் தனிமனிதனின் செயலாற்றல்களுள் ஒன்று என்னும் பொதுப்பொருளைத் தந்து, இவ்வாற்றல் புலன்களுக்குப் புலப்படாத அறிவோடு அதனைப் பயன்படுத்தும் ஆற்றலையும் உள்ளடக்கியது என்று விளக்கம் தருகிறார். புலன்களுக்குப் புலனாகாமல் பொது அறிவில் மறைந்திருக்கும் வாய்மொழிநடத்தையும் ஒருவகைச் செயலறிதிறனே என்பது ஹைம்ஸின் கருத்து. இத்திறனைக் கருத்துப்புலப்படுத்த அறிதிறன் *(Communicative Competence)* என்று குறிப்பிடுகிறார். இதன்படி மொழியைச் சமூகத்தின் உற்பத்திப்பொருளாகக் கருதும் ஹைம்ஸ், மொழி அறிதிறன் அடிப்படையிலான சோம்ஸ்கியின் மொழி ஈட்டல் கருத்தியலுக்கு மாற்றாகக் கருத்துப்புலப்படுத்த அறிதிறனை அறிமுகப் படுத்தினார். மொழி ஈட்டல் பற்றிய கருத்தும் அதையொட்டிய கோட்பாட்டு நிலைப்பாடும் மீண்டும் பகுத்தறிவுவாதத்திலிருந்து அனுபவவாதத்தில் மையம் கொண்டன. 1966இலேயே ஹைம்ஸ் இந்நிலைப்பாட்டை ஏற்றிருந்தார் என்றாலும் 1971இல் தான் *On Communicative Competence* என்னும் ஆய்வுக்கட்டுரையில் விரிவாகத் தெளிவுபடுத்தினார். தொடக்கக்காலத்திலிருந்தே மொழியியல் கோட்பாட்டு உருவாக்கத்தில் மொழி ஈட்டல்

சிந்தனை அடிப்படைக் கருத்தியலாக இடம்பெற்று வந்திருந்தாலும், குழந்தையின் மொழி வளர்ச்சிப் பரிமாணத்தை எந்த மொழியியல் கோட்பாடும் சரியாக உள்வாங்கிக்கொள்ளவில்லை என்பது ஹைம்ஸின் அழுத்தமான நம்பிக்கை. எனவே, அதுவரை வளர்ந்திருந்த மொழியியல் கோட்பாடுகளின் மாற்றுக்கோட்பாடாகத் தம் கருத்துகளை முன்வைத்தார்.

சோம்ஸ்கி குறிப்பிடுவது போல மொழி, இலக்கண வாக்கியங் களால் மட்டும் ஆனதன்று. அதன் பயன்பாடு வெறுமனே இலக்கண வாக்கியங்களால் மட்டுமே நிகழும் தொடர்பாடல் அல்ல. யதார்த்தமான சமூகச்சூழல்களில் கருத்தைப் புலப்படுத்த விரும்பும் குழந்தை, இலக்கண வாக்கியங்களை மட்டும் பயன்படுத்துவதில்லை. சிலநேரங்களில் இலக்கணவழு வாக்கியங்கள்கூடச் சூழலுக்குப் பொருத்தமாகவும் சிறப்பாகவும் அமைந்துவிடுவது உண்டு. எப்போது பேசுவது, எப்போது பேசாமல் இருப்பது, யாரிடம், எங்கே, எதைப்பற்றி, எப்படிப் பேசுவது என்னும் திறனைக் குழந்தை கைவரப்பெற்றிருக்கிறது. இத்திறன் பேசும் மொழியைப் பற்றிய மனப்பாங்கு, சமூக மதிப்புகளும் நோக்கங்களும், மொழிக்கூறுகளும் அவற்றின் பயன்பாடுகளும் அடங்கிய கலவையாகும். இதனை நமது சமூக அனுபவங்கள், தேவைகள், நோக்கங்கள் முதலியவற்றால் கைவரப்பெறுகிறோம். மொழி, சமூகவாழ்க்கைக்குப் பயன்படுவதாகவும் நம் கருத்து களைத் தெளிவாகவும் பொருத்தமாகவும் வெளிப்படுத்தவும் பயன்படவேண்டும் என்று ஹைம்ஸ் கூறுகிறார் *(Hymes, 1971)*.

ஹைம்ஸ் முதலான சமூகமொழியியலறிஞர்களைத் தொடர்ந்து 1970களில் நடைமுறை மொழிப்பயன்பாட்டியலாளர் *(Pragmatic Linguists)* மேற்கொண்ட விவாதங்களும் ஆக்கமுறை மாற்றிலக்கணக் கோட்பாட்டின் கவனத்தைப் பெற்றன. பொதுவாகவே, பேசுவோரின் மொழியறிவும் கருத்துப்புலப் படுத்தப் பயன்பாடும் பொருளைத் தாண்டிச் செயல்பட முடியாது என்னும் கருத்து ஆக்கமுறைப் பொருண்மை யியலில் வலுவடைந்தது. இக்காலக்கட்டத்தில் நடைமுறை மொழிப்பயன்பாட்டியலாளருடனான விவாதங்கள் முக்கியத்துவம் பெற்றது சோம்ஸ்கிய மொழியியல் கோட்பாட்டில் அதிரடியாக நிகழ்ந்த வரலாற்றுத் திருப்புமுனை எனலாம்.

ஆக்கமுறைப் பொருண்மையியலாளர் சோம்ஸ்கியின் தரக் கோட்பாட்டு இலக்கண முன்மாதிரியை மறுபரிசீலனைக்கு உட்படுத்தினர் என்று முந்தைய பகுதியில் பார்த்தோமல்லவா? இம்மறுபரிசீலனை நடைமுறை மொழிப்பயன்பாட்டியலின் *(Pragmatics)* வளர்ச்சியில் குறிப்பிடத்தக்க தாக்கத்தை

ஏற்படுத்தியது. நடைமுறை மொழிப்பயன்பாட்டியல், மொழியின் பல்வேறு பயன்பாடுகள் எவ்வாறு பொருண்மையையும் தொடரியல் அமைப்பையும் தீர்மானிக்கின்றன என்பதைப் பற்றிய படிப்பு என்று பொதுவாகக் கூறலாம். பேச்சுச்சூழலில் கேட்போர் குறிப்பிட்ட நடைமுறைச் செயல்களை மேற்கொள்ள மொழியை நாம் பயன்படுத்துகிறோம். இந்நடைமுறைச் செயல்கள் பேச்சுச் செயற்கூறுகள் (*Speech Acts*) எனப்படுகின்றன. எடுத்துக்காட்டுகளாகக் கீழே கொடுக்கப்பட்டுள்ள வாக்கியங் களைக் கருதிப் பார்ப்போம்:

(39) நந்திதா கணிதத்தில் நூறு மதிப்பெண் வாங்கினாள்

(40) நீ இந்த வேலையைச் செய்

(41) பாரதப் பிரதமர் நாளை மதுரைக்கு வருகிறாரா?

(42) எனக்கு ஒரு கட்டுரை எழுதித் தரமுடியுமா?

(43) முதலமைச்சர் விழாவில் பங்கேற்கமாட்டார்

இவ்வாக்கியங்கள் (39)–(43) ஒவ்வொன்றும் சோம்ஸ்கியின் அறிதிறன் நோக்கில் ஒலியன், உருபன், சொல், தொடர் என்னும் அலகுகளால் ஆனது. இவை இணைந்து வாக்கியமாவது பற்றிய அறிவை மொழியறிவு என்கிறாரல்லவா சோம்ஸ்கி? வாக்கியங்களின் இப்படைப்பாக்கக்கூறு மொழி அறிதிறனின் அறுதிப்பயன். ஆனால் இவ்வறிதிறனுக்கும் மேலாக ஒவ்வொரு வாக்கியமும் ஒரு கருத்தைப் புலப்படுத்திக் கேட்பவரை முறைப்படிச் செயற்படத் தூண்டுகின்றன.

(39) நந்திதா கணிதத்தில் நூறு மதிப்பெண் வாங்கினாள்

என்னும் வாக்கியம் கேட்பவருக்கு ஒரு செய்தியை / கருத்தை அறிவித்தல் என்னும் செயற்கூறு உடையது. பேசுவோரின் பேச்சு இவ்வாறே கேட்பவரால் புரிந்துகொள்ளப்படுகிறது.

(41) பாரதப் பிரதமர் நாளை மதுரைக்கு வருகிறாரா?

என்னும் வாக்கியம் கேட்பவரிடம் வினாவை எழுப்பி அதற்கான பதிலைத் தரத் தூண்டும் நடைமுறைச் செயலை மேற்கொள்கிறது. இதைப்போலவே,

(40) நீ இந்த வேலையைச் செய்

என்னும் வாக்கியம் கட்டளை இடுதல் செயற்கூறையும்,

(42) எனக்கு ஒரு கட்டுரை எழுதித் தரமுடியுமா?

என்னும் வாக்கியம் வேண்டுகோள் விடுத்தல் செயற்கூறையும்,

(43) முதலமைச்சர் விழாவில் பங்கேற்கமாட்டார்

என்னும் வாக்கியம் எதிர்மறையாக மறுத்தல் செயற்கூறையும் புலப்படுத்துகின்றன. கருத்துப்புலப்படுத்த நிகழ்வில் பேச்சுச் செயற்கூறுகள் இவ்வாறு செயல்படும் தன்மையைக் கருத்துப்புலப்படுத்தச் செயல்பாடு என்று குறிப்பிடுவர். எனவே, பேசுவோர் புலப்படுத்தும் பொருளுக்கும் வாக்கியப் பயன்பாட்டுக்கும் இடையேயுள்ள உறவு முழுவதுமாகச் செயலறிதிறன்பாற்பட்டது என்னும் சோம்ஸ்கியின் கருத்தை நடைமுறை மொழிப்பயன்பாட்டியலாளர் ஏற்றுக்கொள்வதில்லை. பேசுவோரின் இத்திறனை அறிதிறனின் பாகமாகக் கருதி நடைமுறை மொழிப்பயன்பாட்டு அறிதிறன் (Pragmatic Competence) என்று அவர்கள் குறிப்பிடுவர்.

'நடைமுறை மொழிப்பயன்பாட்டு அறிதிறன்' என்னும் சொல்லாடல் ஜென்னி தாமஸ் என்ற சமூகமொழியியல் அறிஞரால் 1983ஆம் ஆண்டு அறிமுகப்படுத்தப்பட்டது. இதனை ஹைம்ஸின் கருத்துப்புலப்படுத்த அறிதிறனின் அடிப்படைக்கூறாகக் கருதுவர் சமூகமொழியியலாளர். மொழியைப் பொருத்தமாகவும் திறமையாகவும் சமூகச்சூழலில் பயன்படுத்தும் திறன் என்று இச்சொல்லாடல் விளக்கப்படுகிறது. அறிதிறனின் மொழிவளக்கூறுகளைக் குறிப்பிட்ட சமூகச் சூழலுக்குப் பொருத்தமாகப் பேச்சுச் செயற்கூறுகள் வழாமல் உரையாடல்நெறியைக் காத்துப் பயன்படுத்தும் திறன் நடைமுறை மொழிப்பயன்பாட்டு அறிதிறன் என்று விளக்கிக் கூறலாம். சோம்ஸ்கியின் மொழி அறிதிறன் – செயலறிதிறன், ஹைம்ஸின் கருத்துப்புலப்படுத்த அறிதிறன், ஜென்னி தாமஸின் நடைமுறை மொழிப்பயன்பாட்டு அறிதிறன் என்னும் மூன்றுக்கும் இடையேயுள்ள துல்லியமான வேற்றுமையைப் புரிந்துகொள்வது முக்கியமானது.

ஹைம்ஸின் கருத்துப்புலப்படுத்த அறிதிறனின் ஒரு பகுதியாகப் பிரதி பற்றிய ஆய்வு வளர்ந்தது. இவ்வாய்வைக் கருத்தாடல் பகுப்பாய்வு (Discourse Analysis) என்பர். பொதுவாக மொழித் தத்துவ அறிஞர்களும் மொழியியலறிஞர்களும் சொல்லை மொழியின் அடிப்படை அலகாகக் கருதுகின்றனர். இவை வாக்கியத்தில் ஓர் ஒழுங்கமைவில் அமைந்து கருத்தைப் புலப்படுத்துகின்றன. எனவே, சொற்களே பயன்பாட்டிற்குரிய அலகுகள். இவை வாக்கியங்களை அமைக்கும் வகையில் பயன்பாட்டுத் தகுதி பெறுகின்றனவேயன்றி இவற்றுக்கெனத் தனிப் பயன்பாட்டுத் தகுதி இல்லை என்று கூறுகிறார் ரைல் என்னும் மொழியியலறிஞர். மைக்கேல் ஹாலிடே, 'மொழிப்

பயன்பாட்டின் அடிப்படை அலகு சொல்லோ வாக்கியமோ அன்று. பிரதியே மொழிப்பயன்பாட்டின் அடிப்படை அலகு. ஒரு மொழியைப் பேசுபவராலும் எழுதுபவராலும் அம்மொழியில் பிரதிகளைப் படைக்க முடிகிறது. இப்படைப்பாற்றல் சமூகச்சூழல்களோடு தொடர்புடையது. இப்படைப்பாற்றலே பிரதி உருவாக்கத்திற்கான செயற்பாடு எனக் கூறுகிறார். சோம்ஸ்கி, பிரதி உருவாக்கம் பற்றிய படிப்பு கோட்பாட்டு மொழியியலில் இடம்பெறவேண்டியதில்லை என்று கூறுவார். ஆனால் ஹாலிடே அவ்வாறு கருதவில்லை. மாறாக, வாக்கியப் படைப்பாக்கத்தின் மேல் ஆளுமை உடையது பிரதி என்னும் கருத்தை வலியுறுத்திக் கூறுகிறார். வாக்கியங்களுக்கு இடையேயான தருக்கரீதியான உறவுகளை அறியப் பிரதி என்னும் கட்டமைப்பு உதவுகிறது. எனவே, பிரதி கருத்துப்புலப்படுத்த அறிதிறனின் பகுதியாக ஆராயப்பட வேண்டும் என்று கருத்தாடல் பகுப்பாய்வை மேற்கொள்ளும் மொழியியலறிஞர்கள் கூறுகின்றனர்.

வாலஸ் சாஃபும் சோம்ஸ்கியின் வாக்கியப் படைப்பாக்கத்தை மொழி ஆய்வின் அறுதிநிலை என ஏற்றுக்கொள்ளவில்லை. கருத்தாடல் அமைப்புகளில் அவர் ஆழ்ந்த கவனம் செலுத்துகிறார். வாக்கியப் படைப்பாக்க எல்லைக்கு அப்பால் மொழியில் மனிதன் நிகழ்த்தும் விந்தைகள் அவரை மிகவும் ஈர்த்தன. தான் பங்குபெற்ற ஒரு நிகழ்ச்சியையோ கதையையோ கூற முற்படுவதற்கு முன் அவற்றில் இடம்பெறவிருக்கும் நிகழ்வுகளை முறைப்படுத்தித் தொகுக்கும் முயற்சியும், அவற்றிற்கான உரைவடிவக்கூறுகளை இனங்கண்டு அமைக்கும் திறனும் சாதாரண வாக்கியப் படைப்பாக்கத்திலிருந்து வேறுபட்டவை. இங்கு நிகழ்கின்ற ஒருவகையான கருத்துருவாக்கம் உதிரியான வாக்கியப் படைப்பாக்கத்தின்போது நிகழ்வதில்லை. இவை தவிர, கருத்துப்புலப்படுத்தத்தை மேம்படுத்தும் வகையில் செயற்கூறுகளைத் தேர்ந்தெடுத்து வாக்கியங்களை ஒன்றோடொன்று இணைத்துக் கோர்வைப்படுத்தலும் வாக்கியப் படைப்பாக்கத்திற்கு அப்பாற்பட்ட நிகழ்வுகள். யாக் பௌவெரஸ் என்பவர், பேசுதல் என்பது வரையறுக்கப்பட்ட மொழி விதிகளின் உதவியோடு எண்ணிறந்த வாக்கியங்களை மட்டுமே உருவாக்குவதன்று என்றும், மொழிவிதிகளால் பிரதியை உருவாக்குவது முக்கியமானது என்றும், இப்பிரதி படைப்பாற்றலின் ஒரு கூறாக மொழிச் செயலறிதிறன் கோட்பாட்டைச் சார்ந்தது என்றும் கூறுகிறார் (1974).[2]

சோம்ஸ்கியும் சமூக நோக்கம் கருதியே மொழி பயன் படுத்தப்படுகிறது என்பதை ஏற்றுக்கொள்கிறார். மொழி எவ்வாறு அது நிகழ்கிற சமூகச்சூழல்களோடு தொடர்புப்படுத்தப்படுகிறது

என்றும், அந்நிகழ்வில் நடைமுறை மொழிப்பயன்பாட்டு அறிதிறனின் பங்கு குறித்தும் பிறகாலக் கட்டுரைகளில் பேசுகிறார் *(1980a)*. ரேட்ஃபோர்டு, மொழி அறிதிறன் – மொழிச் செயலறிதிறன் இணையெதிர்மைக்கு நேராக மொழி அறிதிறன் – நடைமுறை மொழிப்பயன்பாட்டு அறிதிறன் என சோம்ஸ்கி ஏற்றுக்கொள்வதாகக் குறிப்பிடுகிறார். வாக்கியங்களைப் பொருள்நயப்படுத்த இலக்கணவிதிகளோடு தொடர்பல்லாத நடைமுறை மொழிப்பயன்பாட்டு அறிதிறன் ஆக்கமுறைப் பொருண்மையியலாளர்க்கு உதவுகிறது என்கிறார் இவர். பொருண்மை அறிதிறன் *(Semantic Competence)* பெரும்பாலும் பேச்சுச்சூழலில் பேச்சுச் செயற்கூறுகளைப் பயன்படுத்திக் கருதிய பொருளைப் புலப்படுத்தும் திறன் ஆகும். அதைப்போலவே, பேசுவோர் புலப்படுத்த விழையும் பொருளைப் புரிந்து கொள்வதுமாகும். பொருண்மை அறிதிறனை இவ்வாறு வாக்கியங்களில் பேச்சுச் செயற்கூறுகளைப் பயன்படுத்துவதும் புரிந்துகொள்வதுமான அறிதிறன் என்னும் கருத்தை ஏற்றுக் கொள்வோமேயானால் வாக்கியங்களால் கருத்தைப் புலப்படுத்துவதென்பது கேட்போரைச் சில செயற்கூறுகளை மேற்கொள்ளத் தூண்டுவதை நோக்கமாகக் கொள்கிறோம் என்பதே. இச்செயற்கூறுகள் பேசப்படும் சொற்கூற்றுகளோடு இறுக்கமாக இணைந்தவை. இவையெல்லாம் கலந்ததுதான் பொருண்மை அறிதிறன். இதனைப் பொருண்மை விருப்புகள், விதிகள், இவற்றைப் பயன்படுத்துவதற்கான கட்டுப்பாடுகள் என அனைத்தும் அடங்கியது எனச் சுருக்கமாகக் கூறலாம். ஆக்கமுறை இலக்கணக் கோட்பாடு மொழிக்கும் கருத்துப்புலப்படுத்தத் திற்கும், கருத்துப்புலப்படுத்தத்தில் பொருளுக்கும் பேச்சுச் செயற்கூறுகளுக்கும் இடையிலான உறவைக் காணத் தவறிவிட்டது.

சோம்ஸ்கி வாக்கியங்கள் உணர்த்தும் பொருளைத் தம் கோட்பாட்டு ஒழுங்கமைவிலேயே காணமுற்படுகிறார். மொழிப்பயன்பாடு அவரின் கோட்பாட்டு எல்லைக்கு உட்படாதவரைக்கும், தொடரியலைத் தாண்டிய ஆய்வு மேற்கொள்ளப்படாதவரைக்கும் அவரின் கோட்பாடு நிறைவானதே என்பதை மறுப்பதற்கில்லை. மொழியியலில் சோம்ஸ்கியப் புரட்சி தொடரியல் படிப்பு சார்ந்த புரட்சி. இப்புரட்சியின் அடுத்த படிநிலை வளர்ச்சி வாக்கியங்களின் பயன்பாடும், பொருண்மை அறிதிறன் சார்ந்த மேம்பாடும் ஆகும். குறிப்பாகப் பொருண்மை அறிதிறனில் பேச்சுச் செயற்கூறுகளின் பங்கு குறிப்பிடத்தக்கது. ஆனால், பேச்சுச் செயற்கூறுகளின் பொருட்டு சோம்ஸ்கி தம் கோட்பாட்டு நிலைப்பாட்டில் எந்த மாற்றுச் சிந்தனையையும் ஏற்றுக்கொள்ளவில்லை. பேச்சுச்

செயற்கூறுகளை ஏற்றுக்கொள்வதில் அவருக்குத் தயக்கம் இருப்பதற்குப் பல காரணங்கள் இருக்கலாம். ஆக்கமுறை மாற்றிலக்கணத்தில் தாம் அறிமுகப்படுத்திய மொழி அறிதிறன் – மொழிச் செயலறிதிறன் இணையெதிர்மையின் புனிதம் கெட்டுப்போகும் என்னும் எண்ணம் முதல் காரணமாக இருக்கலாம் என்றும், இரண்டாவதாக எந்த வகையில் செயற்கூறு களை ஏற்றுக்கொண்டாலும் அவை தம் கோட்பாட்டில் மொழி அறிதிறனுக்கு இருக்கிற இறுக்கத்தைத் தளர்த்திவிடுவதோடு தம் கோட்பாட்டை நடத்தைவியல் சார்ந்ததாகக் கருத வாய்ப்பளித்துவிடுமோ என்ற அச்சமும் ஒரு காரணமாக இருக்கலாம் என்றும் குறிப்பிடுகிறார் ஜான் செர்லெ (1972). இவ்விமர்சனங்களுக்கு அப்பால் ஓர் இலக்கணத்தின் விளக்க நிறைவு உட்பட எல்லா நிறைவுகளையும் மதிப்பீடுசெய்யத்தக்க வலுவான இலக்கணக் கோட்பாட்டை அவர் முன்வைத்துள்ளார். மொழி அறிதிறன் – மொழிச் செயலறிதிறன் இணையெதிர்மை மூலம் அறிதிறனை மனித மனத்தின் உற்பத்தித்தளமாகக் கொண்டு அதன் அளப்பரிய ஆற்றலை விளக்கும் ஒரு தொழில்நுட்பக் கருவியை உருவாக்கியுள்ளார் என்று கூறுவது மிகையன்று.

இருப்பினும், அறிதிறன் அளவுக்குச் செயலறிதிறன் அவரின் கருதலுக்கு உடன்படாதது சமூகமொழியியல் நோக்கில் குறைபாடாகவே கருதப்படுகிறது. சோம்ஸ்கி சமூகமொழியியலாளர், ஆக்கமுறைப் பொருண்மையியலாளர் ஆகியோரின் எதிர்வினை களைத் தமக்கேயுரிய நாகரிகப்பாங்கில் எதிர்கொண்டு கச்சிதமாய்க் கடந்துவந்திருக்கிறார். மொழியியல் கோட்பாட்டில் செயலறிதிறனின் முக்கியத்துவத்தை உணர்ந்திருந்தாலும் மொழி அறிதிறனைத் தம் கோட்பாட்டுக் கட்டுப்பாடாகவே அவர் இன்னும் கருதுகிறார். மொழிப்பயன்பாட்டை அறிதிறனின் அங்கமாக அவர் கருதுவதில்லை. எதிர்காலத்திலும்கூடச் செயலறிதிறன் குறித்து அதிகமாகச் சிந்திக்க அவர் தன்னைத் தயார்ப்படுத்திக்கொள்ளவில்லை. ஒருவேளை, வருங்காலங்களில் மூன்றாம் மொழியியல் புரட்சி ஒன்று நிகழுமானால் டெல் ஹைம்ஸ், மைக்கேல் ஹாலிடே, விடோஸன், செர்லே போன்ற சமூகமொழியியலாளர்களால் முன்வைக்கப்பட்டுள்ள சோம்ஸ்கியக் கருத்தியல் வாய்பாட்டு நெறிமீறல்களும் எதிர்மறை எடுத்துக்காட்டுச்சான்றுகளும் ஆக்கமுறை மாற்றிலக்கணக் கோட்பாட்டின் முறைமைத்தகுதியைக் கேள்விக்கு உரியதாக்கிக் கருத்தியல் வாய்பாட்டுத் தாவல் தவிர்க்கமுடியாததாகலாம். மொழியியல் வரலாற்றில் மற்றோர் அறிவியல் புரட்சி சோம்ஸ்கிய மொழியியலை மையமாகக்கொண்டே அமையும் என்னும் யூன் லியூ போன்றோரின் தீர்க்கதரிசனம் நிஜமாகுமானால், இவ்

யதார்த்த கருதுகோள் தக்க சான்றுகளுடன் நிரூபணம் ஆகலாம். அப்போதும், எப்போதும்போல மற்றொரு மாற்று இலக்கண முன்மாதிரியை முன்மொழியும் பெருமையை சோம்ஸ்கி மாத்திரமே தக்கவைத்துக்கொண்டிருப்பார். இவ்விலக்கண முன்மாதிரியில் மொழி அறிதிறன் – மொழிச் செயலறிதிறன் இணையெதிர்மை எவ்வித உடைவும் இல்லாமல் முழுமையாகப் பாதுகாக்கப்பட்டிருக்கும்.

7.4. மொழி: விளக்கம்

'மொழி' என்றால் என்ன? மொழி என்னும் இச்சொல்லாடலை எவ்வாறு விளக்குவது? மொழி, ஒரு கருத்துப்பரிமாற்ற சாதனம். இது மொழியைப் பற்றிய பொதுவான விளக்கம். சாதாரணமாக இரு மனிதர்களிடையே நிகழும் இப்பரிமாற்றம் விலங்குகளின் மொழிப்பரிமாற்றத்திலிருந்து வேறுபட்டது. இவ்வேறுபாடு மனித மொழி தனிநிலையில் விளக்குவதற்குரியது என்றும், மொழியியலாய்வின் தரவு அம்மொழி என்றும் உறுதிப்படுத்துகிறது. மொழியியலறிஞர் மொழியைப் பற்றிச் சிந்திக்கும்போதெல்லாம் அது மனிதனின் உற்பத்திப்பொருள் என்னும் அடிப்படை உண்மையை மறப்பதில்லை. எனவேதான் மொழி தொடர்பான அவர்களின் சிந்தனைகள் அவற்றின் கோட்பாட்டுப் பின்புலத்திற்கேற்ப மொழியை விளக்க முற்படுகின்றன. மொழியைப் பற்றிய விளக்கம் நிலையானதன்று என்பதையும், கோட்பாட்டுக்கேற்ப அதன் விளக்கம் மாறும் தன்மையது என்பதையும் நாம் புரிந்துகொள்ள வேண்டும்.

1930களில் மொழியைப் பற்றிய சிந்தனை அதன் அமைப்போடு தொடர்புடையதாக இருந்தது. அப்போது, பொதுவான கருத்துப்பரிமாற்றச் சாதனத்திற்கு மேலாகக் கட்புலனுக்குப் புலனாகும் பேச்சுவடிவம் மொழியின் விளக்கத்திற்கான கருப்பொருளாக இருந்தது. அனுபவவாதத்தையும் நடத்தை உளவியலையும் அடிப்படையாகக்கொண்ட அமைப்பியல்வாதம் மொழி என்பது பேச்சு என்றும், வாய்மொழி நடத்தைகளின் தொகுப்பு என்றும், அமைப்புகளாலானது என்றும் விளக்கியது.

கிட்டத்தட்ட இருபது ஆண்டுகளுக்குப் பின்னர் 1950களில் ஆக்கமுறை மாற்றிலக்கணம் அறிமுகமானபோது மொழியைப் பற்றிய விளக்கம் மாறியது. பகுத்தறிவுவாதமும் புலனுணர்வியல் உளவியல்வழிச் சிந்தனையான ஆக்கமுறையியல்வாதமும் மனிதனின் உள்மன மொழிவடிவத்தை இலக்கணவிதிகளின் தொகுப்பு என்றும், மொழி என்பது இலக்கணவிதிகளின் ஆளுகைக்கு உட்பட்ட ஓர் ஒழுங்கமைவு என்றும் விளக்கியது.

சோம்ஸ்கியின் இவ்விளக்கம் வில்ஹெம் வோன் ஹூம்போல்டின் மொழிச் சிந்தனையைத் தழுவியது.

ஒரு மொழியின் அமைப்பும் செயல்கூறும் அம்மொழியைப் பேசுவோரின் உள்மன இயக்கத்தையும் அறிவுப்பரப்பையும் புலப்படுத்துகின்றன. இவ்வுள்மன வடிவம், நம்மைச் சுற்றியுள்ள உலகியல் கண்ணோட்டம் சார்ந்த செய்திகளைப் புலப்படுத்தும் வாக்கிய அமைப்புகளிடையே காணும் உறவுகளைக் குறியீடாய் அமைக்கிறது. உள்மன இயக்கம், சுற்றியுள்ள பொருளை வாக்கிய அமைப்புகளின் மூலமாக உள்ளீடு செய்து ஒவ்வோர் ஒலிக்கும் உள்ளே கொண்டுசெல்கிறது. இவ்வாறு கொண்டுசெல்லாத வரைக்கும் ஒலிகள் இணைந்து சொற்களை உருவாக்குவதில்லை. இப்பொருளே சமூகத்தின் எண்ணங்களுக்குப் புற உருவம் கொடுக்கின்றன. எனவே, மனிதமொழி, சொற்களும் சொற்றொடர்களும் அவற்றின் பொருள்களும் அடங்கிய வெறும் தொகுப்பு மாத்திரம் அன்று; அது இலக்கணவிதிகளின் ஆளுகைக்கு உட்பட்ட அமைப்பொழுங்கு என்பது வோன் ஹூம்போல்டின் கருத்து. இவ்விதிகள் வரைநிலைக்கு உட்பட்ட எண்களின் கூட்டுப்பெருக்கத்தின் மூலம் வரைநிலையில்லாப் பயன்பாட்டிற்கேற்ப வாக்கியங்களை உருவாக்கிக்கொள்ளும் ஒழுங்கமைவு *('infinite use of finite means')* மொழி என்று விளக்கிக் கூறுகிறார் ஹூம்போல்ட்.

ஹூம்போல்டின் இவ்விளக்கம் சோம்ஸ்கியின் மொழி பற்றிய விளக்கத்திற்குப் பின்புலமாக அமைந்தது. பின்புலம் என்பதைக்காட்டிலும் இவரின் கருத்தை சோம்ஸ்கி அப்படியே ஏற்றுக்கொண்டார் எனலாம். பொதுவாக, ஹூம்போல்டின் சிந்தனைகளை ஏற்றுக்கொள்ளும் சோம்ஸ்கி இவ்விளக்கத்தை ஆக்கமுறை மாற்றிலக்கணக் கோட்பாட்டின் அடிநாதமாகக் கருதுகிறார். ஹூம்போல்டின் கருத்திற்கிணங்க, 'மொழி விதிகளின் ஆளுகைக்கு உட்பட்ட ஓர் ஒழுங்கமைவு என்றும், இவ்வொழுங்கமைவு வரைநிலைக்கு உட்பட்ட எண்ணிக்கை யிலான விதிகளைக்கொண்டு வரைநிலையில்லா எண்ணிறந்த வாக்கியங்களை உற்பத்திசெய்யும் தன்மையது' என்றும் தம் மொழிநடையில் சோம்ஸ்கி விளக்குகிறார். இவ்விதிகள் அடங்கிய மனிதனின் மொழிநுட்பப் புலத்தை விளக்குவதே ஆக்கமுறை மாற்றிலக்கணத்தின் நோக்கம். எனவே, சோம்ஸ்கிக்கு மொழி என்பது பேசுவோரின் உள்ளுறை ஆற்றல், மொழி ஈட்டல் பொறி, மொழி அறிதிறன், மொழிநுட்பக் கருத்தலகு, மொழிநுட்பப் புலம், அகமொழி என்னும் அனைத்தையும் குறிக்கும் உற்பத்திப் பொருள். இப்பொருள் மொழி அறிவால் ஆனது. இம்மொழி அறிவை எவையெல்லாம் கட்டமைக்கின்றன,

எவ்வாறு இவ்வறிவு குழந்தையால் ஈட்டப்படுகிறது, எவ்வாறு பயன்படுத்தப்படுகிறது என்னும் வினாக்களை எழுப்பும் சோம்ஸ்கி இவற்றை விளக்குவதே மொழியியல் விஞ்ஞானத்தின் நோக்கங்களாக இருக்கவேண்டும் என்று குறிப்பிடுகிறார். சோம்ஸ்கியக் கோட்பாட்டு வளர்ச்சி வரலாற்றில் ஒவ்வொரு காலக்கட்டத்திலும் மொழி இவ்வாறே அவரால் விளக்கப்பட்டு இலக்கண முன்மாதிரிகள் முன்வைக்கப்பட்டு வந்துள்ளன.

7.5 புதைநிலை அமைப்பு – புறநிலை அமைப்பு

புதைநிலை அமைப்பு, புறநிலை அமைப்பு என்னும் சொல்லாடல்கள் இவ்வத்தியாயம் உட்படப் பல்வேறு தலைப்புகளின்கீழ் ஆங்காங்குப் பயன்படுத்தப்பட்டுள்ளன. இவை ஆக்கமுறை மாற்றிலக்கணக் கோட்பாட்டின் மூலம் தொடரியல் ஆய்வுக்கு சோம்ஸ்கியின் முக்கியமான பங்களிப்புகள். சோம்ஸ்கி முதன்முதலாக அறிமுகப்படுத்திய இச்சொல்லாடல்கள் 1960க்கும் 1970க்கும் இடைபட்ட காலத்தில் மொழியியலை அறிவியலாக அறியாதவரும் கூடப் புரிந்துகொள்ளக்கூடியனவாய்ப் பரவலாகப் பயன்பாட்டில் இருந்தன. 1960களில் சோம்ஸ்கியின் தரக் கோட்பாடு விரிவாக விவாதிக்கப்பட்டபோது வாக்கியங்களின் இவ்வமைப்பு வேறுபாடு மையத்தளமானது. 1965–க்கு முன்னர் இவ்வமைப்பு வேறுபாடின்றி வாக்கியங்கள்மீது மாற்றுவிதிகள் பயன்படுத்தப்பட்டன. எடுத்துக்காட்டாக,

(49) கிம் ஜோங் உன் – டிரம்ப் சந்திப்பு சிங்கப்பூரில் நடந்தது

என்னும் நேர்வாக்கியம் வினா, எதிர்மறை மாற்றுவிதிகளைப் பயன்படுத்தி முறையே,

(50) கிம் ஜோங் உன் – டிரம்ப் சந்திப்பு சிங்கப்பூரில் நடந்ததா?

(51) கிம் ஜோங் உன் – டிரம்ப் சந்திப்பு சிங்கப்பூரில் நடக்கவில்லை

என உருவாக்கப்படும் மரபு பின்பற்றப்பட்டது.

நம் பள்ளி இலக்கணங்கள் இன்றுவரை இம்முறையைப் பின்பற்றுகின்றன. மொழியியலில் இம்மாதிரியான மாற்றுவிதிகள் தொடரியல் அமைப்பின் பகுதியாக அல்லாமல் கூடுதல் துணைவிதிகளாகவே ஜெல்லிக் ஹேரிஸ் காலம் வரை அமைப்பு மொழியியலாளர்களால் பயன்படுத்தப்பட்டன. ஹேரிஸ், வாக்கியங்கள் (49)–க்கும் (50)–க்கும் இடையே உள்ள உறவையும், வாக்கியங்கள்(49)–க்கும் (51)–க்கும் இடையேயுள்ள உறவையும் உணர்ந்து வாக்கியம் (49)–ஐ வாக்கியங்கள் (50)–க்கும், (51)–க்குமான விதையாகக் கருதி வித்து வாக்கியம் *(Kernel*

Sentence) என்று குறிப்பிடுகிறார். ஹேரிஸைப் பொறுத்தவரையில் வித்து வாக்கியம் வாக்கியத்தின் முழுமையான மூல இறுதி வடிவம். இவ்வடிவத்திற்கு மேல் வேறெந்த இலக்கண உறவைக் காட்டும் தொடர்க்குறியீடுகளும் இடம்பெறுவதில்லை. வித்து வாக்கியத்தின்மீது பல்வேறு உருமாற்று விதிகள் செயற்பட, புற அமைப்புகள் உருவாகின்றன என்பது இவரின் கருத்து. இதன்படி வாக்கியம் (49)–ஐ வித்துவாக்கியம் என்றும், இதன்மேல் வினா, எதிர்மறை மாற்றுவிதிகள் செயற்பட (50) – (51) வரையிலான வாக்கியங்கள் புற அமைப்புகளாக தோற்றுவிக்கப்படுகின்றன எனலாம். ஹேரிஸின் இத்தொடரியல் கொள்கையே சோம்ஸ்கியின் புதைநிலை அமைப்பு – புறநிலை அமைப்பு என்னும் இணையெதிர்மையின் ரிஷிமூலம்.

சோம்ஸ்கி, *தொடரியல் அமைப்புகள் (1957)* இல் புதைநிலை அமைப்பை வித்து வாக்கியம் என்றே குறிப்பிடுகிறார். வாக்கிய உருவாக்கத்தின்போது புலனுணர்வுநிலையில் சொற்களும் அவற்றின் பொருள்களும் முதலாவதாகத் தோன்றிப் பின்னர்ப் பல சொற்கூற்றுகளாகப் புறநிலையில் தோற்றுவிக்கப்படுகின்றன என்பது வித்து வாக்கியத்திற்கான ஹேரிஸின் விளக்கம். இவ்விளக்கத்தை சோம்ஸ்கி 1965இல் எழுதிய *தொடரியல் கோட்பாட்டுக் கூறுகள்*–இல் கைவிட்டுப் புதைநிலை அமைப்பு – புறநிலை அமைப்பு என்னும் இருமைநிலை அமைப்புகளை அறிமுகப்படுத்துகிறார்.

இலக்கணத்தின் நோக்கம் வித்து வாக்கியங்களை இனங்கண்டு தொகுப்பது அன்று என்னும் நிலைப்பாடு உடையவர் சோம்ஸ்கி. இலக்கணம் எழுதும் மொழியியலாளர் வித்து வாக்கியங்களோடு தாய்மொழியாளரின் மொழி அறிதிறனில் அடங்கும் எல்லா வாக்கியங்களையும் தரவுத் தொகுப்பின் பாகமாக ஏற்றுக்கொள்ள வேண்டும். அத்துடன் அவற்றிடையே காணும் தொடரமைப்பு உறவுகளையும் விளக்க வேண்டும். வெறும் வாக்கியங்களுக்கு அப்பால் பேசுவோர் – கேட்போரிடையே நிகழும் கருத்தாடல் இந்நிலையிலேயே சாத்தியமாகிறது. எனவே, ஒரு குறிப்பிட்ட மொழியை *L* என்னும் குறியீட்டால் காட்டினால் *L*–இன் எல்லா வகை வாக்கியங்களையும் இலக்கணம் விளக்கவேண்டும். இவ்விளக்கம் வாக்கியங்களின் வெறும் தொகுப்போடு முற்றுப்பெறுவதில்லை. இலக்கணத்தால் வரையறுக்கப்படும் குறிப்பிட்ட எண்ணிக்கையிலான வாக்கியங்களிலிருந்து எண்ணற்ற வாக்கியங்களை உருவாக்கும் ஆற்றலை வெளிப்படுத்த வேண்டும். ஹேரிஸின் அண்மைத் தொடர் உறுப்பு அமைப்பு இலக்கணத்திலிருந்து சோம்ஸ்கியின் தொடரமைப்பு இலக்கணம் வேறுபடுவது இவ்வாறே.

புதைநிலை அமைப்பு, தொடரமைப்பு விதிகளால் தோற்றுவிக்கப்படுகிறது. இவ்வாறு தோற்றுவிக்கப்படும்போது சொற்களஞ்சியம் *(Lexicon)* உரிய சொல் விதிகள் *(Lexical rules)* மூலம் சொற்களைப் புகுத்துகின்றன. இப்போது புதைநிலை அமைப்பு முழுமையான பொருண்மை நயப்படுத்தத்திற்கு உரிய தளமாகிறது. இத்துடன் பல்வேறு மாற்றுவிதிகள் இயங்கத்தக்கத் தளமாய் அமைந்து நாம் கேட்டு உணரவோ வாசித்து உணரவோ தக்க ஒலிநயப்படுத்தத்திற்கு உரியதாய்ப் புறநிலை அமைப்புகளை உருவாக்குகிறது. பொருண்மைக்கும் ஒலிப்பிற்குமான இவ்வுறவு புதைநிலை அமைப்பிற்கும் புறநிலை அமைப்பிற்குமான உறவு எனலாம். இவ்வுறவை அர்த்தமுள்ளதாக்குவன பொருத்தமான மாற்றுவிதிகளாகும். இம்மாற்றுவிதிகள் பொருண்மையியலையும் தொடரியலையும் இணைக்கின்ற பாலம். பொருண்மை நயப்படுத்தம் பொருண்மையியல் கூறுக்கு *(Semantic Component)* உள்ளீடாகவும், ஒலிப்பு நயப்படுத்தம் ஒலியியல் கூறுக்கு *(Phonological Component)* உள்ளீடாகவும் அமைகின்றன.

புதைநிலை அமைப்பிலிருந்து மாற்றுவிதிகளால் வருவிக்கச் சாத்தியப்படும் எல்லாப் புறநிலை அமைப்புகளும் புறத்தே எடுத்துக்காட்டப்படுகின்றன. இவற்றைத் தொடரியல் அமைப்பின் இறுதிக் கட்ட வடிவங்கள் எனலாம். பேச்சிலும் எழுத்திலும் நாம் சாதாரணமாக எதிர்கொள்ளும் இப்புறநிலை அமைப்பு, தொடர்புடைய புதைநிலை அமைப்பைப் பொருள்நயப்படுத்திக் காணத்தக்க தூண்டுதல் குறிப்புகளை நமக்குத் தருகின்றது. எடுத்துக்காட்டாக,

(52) காவலர்கள் போராட்டக்காரர்களைச் சுட்டனர்

(53) போராட்டக்காரர்கள் காவலர்களால் சுடப்பட்டனர்

என்னும் வாக்கியங்களைக் கருதிப்பார்ப்போம்.

இவ்வாக்கியங்களை ஆழமாகச் சிந்தித்துப்பார்க்கும்போது இரண்டிற்கும் இடையிலான உறவை உணர முடியும். வாக்கியம் (52)–ஐச் செய்வினை வாக்கியம் என்றும், வாக்கியம் (53)–ஐச் செயப்பாட்டுவினை வாக்கியம் என்றும் கொஞ்சம் அடிப்படை இலக்கண அறிவு இருந்தாலேயே உணர்ந்துகொள்ள முடியும். இவற்றிடையே காணும் இவ்வேறுபாடு மேலோட்டமானது. இருப்பினும் வாக்கியம் (52)–இன் முதன்மைத்தன்மை வாக்கியம் (53)–ஐ வாக்கியம் (52)–இலிருந்து வருவிக்கப்பட்ட வாக்கியமாக நமக்கு உணர்த்துகிறது. வாக்கியம் (52)–இல் *போராட்டக்காரர்கள் காவலர்களால் சுடப்பட்டனர்* என இரண்டாம் பட்சமாக உணரப்பட்டாலும், *காவலர்கள் போராட்டக்காரர்களைச்*

சுட்டனர் (53) என்னும் அடிநிலைச் செய்தி முதன்மை பெறுகிறது. இவ்வாக்கியமே அடிப்படையில் தொடரமைப்பு விதிகளால் தோற்றுவிக்கப்படும் அமைப்பு. இவ்வமைப்பே புதைநிலை அமைப்பு. இவ்வமைப்பு (52) – (53) வரையிலான இரு வாக்கிய அமைப்புகளின் இணைப்பு உருவாக்கத்தின் ஓர் அருவநிலை. பொருண்மை நயப்படுத்தம் நிகழக்கூடிய அமைப்புக்கூறுகள் இவ்விணைப்பு உருவாக்கத்தில் இடம்பெறுகின்றன. இதனால்தான் பொதுவாகப் பல்வேறு புறநில அமைப்புகளின் தலையூற்றாகப் புதைநிலை அமைப்பு கருதப்படுகிறது. எல்லாவற்றுக்கும் மேலாக, இப்புதைநிலை அமைப்புதான் ஒரு வாக்கியம் உணர்த்தும் முழுமையான பொருளைத் தாய்மொழியாளர் உணர உதவுகிறது.

தமிழில் மட்டுமல்லாமல் உலகிலுள்ள எல்லா மொழிகளிலும் செய்வினை – செயப்பாட்டுவினை வாக்கியங்களிடையே காணும் இத்தொடரியல் உறவு புதைநிலை அமைப்பிற்கும் புறநிலை அமைப்பிற்கும் இடையேயுள்ள உறவைக் காணத்தக்க தூண்டுதல் குறிப்பாக அமைந்துள்ளது. இதைப்போலவே, புறநிலை அமைப்புகளில் காணப்படும் உருபன் உள்ளிட்ட வேறு சில இலக்கணக்கூறுகளும் புதைநிலை அமைப்புகளை இனங்கண்டு விளக்க உதவும் தூண்டுதல்குறிப்புகளாக உதவுவதுண்டு. இருப்பினும் இலக்கண உறவுகள் புதைநிலை அமைப்பிலேயே தீர்மானிக்கப்படுகின்றன. எனவே, இவ்வமைப்பை வாக்கியத்தின் அடிநிலை ஒழுங்கமைவு *(Base System)* என்று சோம்ஸ்கி குறிப்பிடு கிறார். ஆக்கமுறை மாற்றிலக்கணம் இவ்வொழுங்கமைவைத் தொடரமைப்பு இலக்கணத்திலிருந்து வருவித்துத் தொடர்க்குறியீடு களால் அமைத்துக்காட்டுகிறது. எடுத்துக்காட்டாக,

(52) காவலர்கள் போராட்டக்காரர்களைச் சுட்டனர்

என்னும் புதைநிலை அமைப்பு

(54) NP + NP–ஐ + V + Tns

எனத் தொடர்க்குறியீடுகளால் காட்டப்படுகிறது. இவ்வமைப்பு வண்ணனையில் காணும் முதலாவது தொடர்க்குறியீடான NP *(Noun Phrase* – பெயர்த்தொடர்) வாக்கியத்தின் எழுவாயாகவும், இரண்டாவது தொடர்க்குறியீடான NP–ஐ *(Noun Phrase* – ஐ வேற்றுமைத்தொடர்) வாக்கியத்தின் செயப்படுபொருளாகவும், V + *Tns (Verb* – வினை + *Tense* – கால விகுதி) என்னும் தொடர்க் குறியீடு வாக்கியத்தின் பயனிலையாகவும் செயற்படுகின்றன. இவ்வாறு தொடரமைப்பு விதிகளில் காட்டப்படும் அமைப்பு வண்ணனை கீழ்வருமாறு விரித்தெழுதப்படுகிறது:

S ---→ NP + VP

VP ---→ PP + V + AUX

NP ---→ காவலர்கள்

PP ---→ Obj.

Obj. ---→ NP – ஐ

NP – ஐ ---→ போராட்டக்காரர்களை

V ---→ சுடு

AUX ---→ Tns

Tns ---→ Past

Past ---→ ட்

இத்தொடர் வரிசைமுறை இலக்கண உறவுகளைத் தீர்மானிக்கப் புதைநிலை அமைப்பு பொருண்மை விதிகளின் செயற்படுகளமாக மாறி வாக்கியத்தின் பொருளைத் தீர்மானிக்கின்றன. இந்நிலையிலேயே தொடர்க்குறியீடுகளின்மீது சொல் செருகுவிதிகள் செயற்பட, சொற்கள் (காவலர்கள், போராட்டக்காரர்கள், –ஐ, சுடு, –ட்–) புகுத்தப்படுகின்றன. பின்னர் இப்புதைநிலை அமைப்பு ஒலிநயப்படுத்தத்திற்கான உள்ளீடாக மாறி, ஒலியன் விதிகளால்

(52) காவலர்கள் போராட்டக்காரர்களைச் சுட்டனர்

என்னும் தொடரியல் அமைப்பை உருக்காட்டுகிறது.

புதைநிலை அமைப்பு ஒரு வாக்கியத்தின் அடிநிலை அமைப்பு. இது பேசுவோரின் கண்களுக்கும் செவிகளுக்கும் புலனாகாமல் அடிமனத்தில் புதைந்துகிடக்கிறது. இவ்வமைப்பு, வாக்கியத்தின் பொருளை நயப்படுத்தி உணரவும் பகுப்பாய்வு செய்யவும் தொடரியல் ஆய்வாளருக்கு உதவுகிறது. இதன் பல்வேறு புறத்தோற்றங்கள் புறநிலை அமைப்புகள் எனப்படுகின்றன. எடுத்துக்காட்டாக, கீழே கொடுக்கப்பட்டுள்ள வாக்கியங்களைக் கருதிப் பார்ப்போம்:

(55) நேற்று மதுரைக்குப் போனேன்

(56) ஒரு புத்தகம் கொடுத்தீர்கள்

(57) இதைச் சீக்கிரமாக அனுப்பு

(55)–(57) வரையிலான வாக்கியங்களைக் குறைவாக்கியங்களாகக் கருதினாலும் அவை முழு வாக்கியங்களே. இவற்றை முழு

வாக்கியங்களாகப் புரிந்துகொள்ளத் தடையேதுமில்லை. இப்புரிதலை இவ்வாக்கியங்களில் தொக்கிநிற்கும் எழுவாய்கள் முழுமைப்படுத்துகின்றன. போன் – *ஏன்*, கொடுத் – *ஈர்கள்*, அனுப்பு – *0* என்னும் பயனிலை வினைமுற்றுகளில் இடம்பெறும் இடம், எண் உணர்த்தும் விகுதிகள் வாக்கியம் (55)–இன் எழுவாய் **நான்** என்றும், வாக்கியம் (56)–இன் எழுவாய் **நீங்கள்** என்றும், வாக்கியம் (57)–இன் எழுவாய் **நீ** என்றும் காட்டுகின்றன. எழுவாய்க்கும் பயனிலைக்குமான இவ்விலக்கண உறவை இனங்காணும் தளமாகக் கீழ்க்காணும் புதைநிலை அமைப்புகள் உதவுகின்றன:

(58) நான் நேற்று மதுரைக்குப் போ – ன் –

(59) நீங்கள் ஒரு புத்தகம் கொடு – த்த் –

(60) நீ இதைச் சீக்கிரமாக அனுப்பு

என்பனவாகும். இவற்றின் மீது எழுவாய் நீக்கல் (Subject Deletion) என்னும் மாற்றுவிதி செயற்பட (55)–(57) வரையிலான புறநிலை அமைப்புகள் பெறப்படுகின்றன. புதைநிலை அமைப்பில் எழுவாய்க்கும் பயனிலைக்குமான இலக்கண உறவு இடம், எண் விகுதிகளின் அடிப்படையில் எழுவாயை நீக்க அனுமதிக்கிறது. எழுவாய் நீக்கல் விதி எழுவாயை நீக்கினாலும், புறநிலை அமைப்பில் அதனை எளிதாக இனங்காண இயலும். (58)–(60) வரையிலான புதைநிலை அமைப்புகளில் எழுவாய்க்கு இணங்க எண், இடம், பால் உணர்த்தும் விகுதிகளை இணைக்கும் மாற்று இயைபு விதி முதலாவதாகக் கீழ்வருமாறு செயற்படுகிறது:

(61) நான் நேற்று மதுரைக்குப் போ – ன் – ⇒

நான் நேற்று மதுரைக்குப் போ – ன் – ஏன்

(62) நீங்கள் ஒரு புத்தகம் கொடு – த்த் – ⇒

நீங்கள் ஒரு புத்தகம் கொடு – த்த் – ஈர்கள்

(63) நீ இதைச் சீக்கிரமாக அனுப்பு – 0 ⇒

நீ இதைச் சீக்கிரமாக அனுப்பு

புதைநிலை அமைப்பில் இவ்விதி செயற்படும்போது அவ்வமைப்பில் எழுவாய் இருக்க வேண்டும். ஏனெனில், எழுவாயே இடம், எண் விகுதிகளைப் புதைநிலை அமைப்புகளில் தீர்மானிக்கின்றன. இதன் பின்னரே எழுவாய் நீக்கல் என்னும் மாற்றுவிதி கீழ்வருமாறு செயற்பட்டு (55)–(57) வரையிலான புறநிலை அமைப்புகள் பெறப்படுகின்றன:

(64) நான் நேற்று மதுரைக்குப் போனேன் ⇒
நேற்று மதுரைக்குப் போனேன்

(65) நீங்கள் ஒரு புத்தகம் கொடுத்தீர்கள் ⇒
ஒரு புத்தகம் கொடுத்தீர்கள்

(66) நீ இதைச் சீக்கிரமாக அனுப்பு ⇒
இதைச் சீக்கிரமாக அனுப்பு

இதனால்தான் புதைநிலை அமைப்பை மாற்றுவிதிகள் செயற்படும் அடித்தளமாகக் கருதுவர் ஆக்கமுறை மொழியியலாளர். இவ்வாறே வாக்கியங்களின் சொற்றொடர்களிடையே காணும் இலக்கண உறவுகளும் புதைநிலை அமைப்பிலேயே தீர்மானிக்கப்படுகின்றன.

பொருண்மை நயப்படுத்தம் (Semantic interpretation) புதைநிலை அமைப்பில் நிகழும் மற்றொரு செயற்கூறு. தொடரியல் கூறுக்கு உள்ளீடாக அமைவது இச்செயற்கூறே என்பது குறிப்பிடத்தக்கது. கீழ்க்காணும் எடுத்துக்காட்டுகளைக் கருதிப் பார்ப்போம்:

(67) கறுப்புக் குரங்கு மரத்தின்மேல் உட்கார்ந்தது

(68) கறுப்பு நிறமுடைய குரங்கு மரத்தின்மேல் உட்கார்ந்தது

(69) குரங்கு மரத்தின்மேல் உட்கார்ந்தது | குரங்கு கறுப்பு நிறமுடையது

(67)–(69) வரையிலான எல்லா வாக்கியங்களும் வாக்கியம் (67) உணர்த்தும் பொருளையே தருகின்றன. வாக்கியங்கள் (67)–உம், (68)–உம் குரங்கு கறுப்பு நிறமுடையது என்பதோடு அதே குரங்குதான் மரத்தின்மேல் உட்கார்ந்துள்ளது என்னும் பொருளையும் தருகிறது. வாக்கியம் (68) வாக்கியம் (67)–ஐக் காட்டிலும் சற்று நீளமுடையதாக இருந்தாலும் பொருளைப் பொறுத்தவரையில் கூடுதலாக எந்தச் செய்தியையும் தரவில்லை. அதேபோல வாக்கியம் (69)–ஐ இருவேறு வாக்கியங்களாகப் பிரித்தாலும் அவற்றிற்கிடையேயுள்ள பொருள் மாறவில்லை. குரங்கு கறுப்பு என்பதும், அது மரத்தின்மேல் உட்கார்ந்தது என்பதும் மறுக்கமுடியாத உண்மைகள். மேலும், வாக்கியம் (69)–இல் இரண்டு குரங்குகள் குறிப்பிடப்படுகின்றன எனவும் கூறமுடியாது. புதைநிலை அமைப்பில் நிகழும் இப்பொருண்மை நயப்படுத்தம் தொடரியல் கூறுக்கு (Syntactic Component) உள்ளீடாகிப் புறநிலை அமைப்புகளை வெளியீடுகளாகத் தருவதைக் கீழ்வருமாறு மாற்றுவிதிகளால் காட்டலாம்:

(70) குரங்கு மரத்தின்மேல் உட்கார்ந்தது /குரங்கு கறுப்பு நிறமுடையது ⇒

(71) ***கறுப்பு நிறமுடைய குரங்கு*** *மரத்தின்மேல் உட்கார்ந்தது ⇒*

(72) ***கறுப்புக் குரங்கு*** *மரத்தின்மேல் உட்கார்ந்தது*

இவற்றுள் வாக்கியம் *(70)* புதைநிலை அமைப்பு. வாக்கியங்கள் *(71)–(72)* இதன் புறநிலை அமைப்புகள்.

பல நேரங்களில் ஒரே புறநிலை அமைப்பு ஒன்றுக்கு மேற்பட்ட புதைநிலை அமைப்புகள் உடையதாகவும் இருக்கும். எடுத்துக்காட்டாக,

(73) கோழி சாப்பிடத் தயாராக இருக்கிறது

என்னும் புறநிலை அமைப்பில் *சாப்பிடு* என்னும் வினையின் செயப்படுபொருளாகக் *கோழி (கறி)* கருதப்படும்போது,

(74) நாம் கோழியைச் சாப்பிடத் தயாராக இருக்கிறது

என்பது அதன் புதைநிலை அமைப்பு. *கோழி* எழுவாயாகக் கருதப்படும்போது,

(75) கோழி சாப்பிடத் தயாராக இருக்கிறது

எனப் பொருள் தந்து புதைநிலை அமைப்பாக அமையும். புதைநிலை அமைப்பும் புறநிலை அமைப்பும் ஒரு வாக்கியத்தின் இரு நிலை அமைப்புகள். இவை எந்தப் பொருள் வேறுபாட்டையும் உணர்த்துவதில்லை.

ஆக, ஒவ்வொரு புதைநிலை அமைப்பும்

- மாற்றுவிதிகள் செயற்படும் தளமாக விளங்குதல்
- இலக்கண உறவுகளை விளக்குதல்
- பொருண்மை நயப்படுத்தம் நிகழும் தளமாக விளங்குதல்
- சொல் செருகுவிதிகள் செயற்படும் தளமாக விளங்குதல்
- பொருண்மைவிதிகள் செயற்படும் தளமாக விளங்குதல்
- ஒலிநயப்படுத்தத்திற்கான உள்ளீடாகச் செயற்படுதல்

ஆகிய செயற்பாட்டுக் கூறுகள் அடங்கியது எனலாம்.

புதைநிலை அமைப்பு – புறநிலை அமைப்பு என்னும் இணைஎதிர்மையில் மாற்றுவிதிகள் செயற்படும் அடிநிலை வாக்கிய அமைப்பாகப் புதைநிலை அமைப்பையும், இப்புதைநிலை அமைப்பின்மீது தொடர்ச்சியான மாற்றுவிதிகளின்

செயற்படுத்தத்தின் விளைவாக ஏற்படும் வாக்கிய அமைப்பு உருமாற்றங்களை ஏற்கும் அமைப்பாகப் புறநிலை அமைப்பையும் சோம்ஸ்கி கருதினார். வாக்கிய உருமாற்றங்களுக்கு சோம்ஸ்கி அளிக்கும் முக்கியத்துவத்தின் வெளிப்பாடாக இக்கருதலைக் குறிப்பிடலாம். 1970 வரை சோம்ஸ்கி இந்நிலைப்பாட்டிலிருந்து மாறவில்லை. இருப்பினும், 1970களிலேயே ஆக்கமுறைப் பொருண்மையியலாளர் வாக்கியத்தின் பொருள் புதைநிலை அமைப்பிலேயே தீர்மானிக்கப்படுகிறது என்னும் கருத்தை அழுத்தமாக முன்வைத்தபோது *Deep Structure* என்பது *D-Structure* என்றும், *Surface Structure* என்பது *S-Stucture* என்றும் சோம்ஸ்கிய மொழியியலறிஞர்களால் அழைக்கப்படலாயின. இம்மாற்றத்தைத் தொடர்ந்து சோம்ஸ்கியும் அவரது மாணவரான ரே ஜாக்கெண்டாஃபும் வாக்கியத்தின் பொருள், புதைநிலை அமைப்பில் தீர்மானிக்கப்படுகிறது என்ற நிலைப்பாட்டிற்கு மாறாக வாக்கியத்தின் பொருள், புதைநிலை அமைப்பிலும் புறநிலை அமைப்பிலும் தீர்மானிக்கப்படுகிறது என்ற கருத்தை முன்வைத்தனர். இந்நிலையில் புதைநிலை அமைப்பில் பொருண்மை நயப்படுத்தம் தருக்கரீதியிலானது என்பதை நிறுவப் புதைநிலை அமைப்பைத் தருக்க வடிவம் *(Logical Form - LF)* என்றும், இவ்வடிவத்தைப் புறநிலையில் காட்டுவதை ஒலிவடிவம் *(Phonetic Form-PF)* என்றும் கூறும் முறை ஆக்கமுறைப் பொருண்மையியலின் வளர்ச்சியால் அறிமுகமானது. சோம்ஸ்கி குறுமைநிரல் இலக்கண *(Minimalist Programme)* முன்மாதிரியை விரித்துரைத்தபோது புதைநிலை அமைப்பு – புறநிலை அமைப்பு என்னும் இணையெதிர்மைக் கருத்தியல் முற்றிலுமாகக் கைவிடப்பட்டு *LF-PF* என்னும் இணையெதிர்மை முழுப்பயன்பாட்டிற்கு வந்தது. இது பற்றி விரிவாக அடுத்த அத்தியாயத்தில் காண்போம்.

மொழியியலின் குறைந்த அளவுப் புரிதலுக்கான அடிப்படைக் கருத்தியல்கள் மட்டுமே முந்தைய அத்தியாயத்திலும் இவ்வத்தியாயத்திலும் இடம்பெற்றுள்ளன. இவற்றின் பின்னணியில் சோம்ஸ்கிய மொழியியலின் ஒவ்வொரு கோட்பாட்டையும் தெளிவாகப் புரிந்துகொள்ள முடியும்.

குறிப்புகள்

1. According to Chomsky, universal grammar is a theory in linguistics. He is proposing that the ability to learn grammar is hard-wired in the brain. Children easily master the complex operation of language. According to Chomsky, the children have innate knowledge of certain complex principles that guide in developing the grammar of

their language. In other words, Chomsky's theory is that language learning is facilitated by a predisposition that our brains have for certain structures of language.

But what language? For Chomsky's theory to hold true, all of the languages in the world must share certain structural properties. Indeed, Chomsky and other generative linguists like him have shown that the 5000 to 6000 languages in the world despite their very different grammars, do share asset of specific rules and principles. These linguists believe that this universal grammar is innate and is embedded somewhere in the neuronal circuitry of the human brain.

Universal grammar, then, consists of a set of unconscious constraints that let us decide whether a sentence is correctly learned. This mental grammar is not necessarily same for all languages, But according to Chomskian theorists, the process by which, in any given language, certain sentences are perceived as correct while others are not, is universal and independent of meaning. (From the net)

2. This is, in fact, rather striking. It is clear that Chomsky, for example, considers that he has finished his job, that he has given an adequate characterization of linguistic competence, when he has accounted for the speaker's ability to produce and understand an infinite number of different sentences. The creativity in which he is interested is primarily *sentential creativity*, but it is clear that in certain respects, textual or discursive creativity, the faculty to produce concatenations, it is also being able to produce an infinite number of texts on the basis of a practically finite number of sentences. For Chomsky, however, textual creativity is not part of linguistic competence in the narrow sense; it belongs to the level of what he calls, "the creative aspect of language use" and belongs, consequently, to performance theory. (Bouveresse, 1974: 352)

8

சோம்ஸ்கிய மொழியியல் – 1

8.1. ஆக்கமுறை மொழியியல்

மொழியியல் விஞ்ஞானம் என்னுடையது அன்று. அது, அதனை ஆராய்கின்ற யாருடையதாகவும் இருக்கலாம். அதற்காக யாரும் விஞ்ஞானத்தைத் தனதாக்கிக்கொள்ள முடியாது. எனவே, இது சோம்ஸ்கியின் மொழியியல் விஞ்ஞானம் அன்று. இவ்வுலகம் எவ்வாறு செயல்படுகிறது என்னும் புரிதலைத் தேடுவது கூட்டு முயற்சி. இதில் X–இன் விஞ்ஞானம் Y என்று எதையும் கூற முடியாது. 'ஆக்கமுறை இலக்கணம்' என்று அழைக்கப்படும் இலக்கணம் என்னுடையது அன்று; அது வேறு யாருடையதும் அன்று (Chomsky, 2000)[1].

மொழியியலில் ஆக்கமுறை மொழியியலை சோம்ஸ்கிக்கே உரிய கோட்பாட்டுக்களமாகக் கருதுகிறோம். ஆனால் அவர், விஞ்ஞான நோக்கில் எல்லோருக்கும் உரிய களமாகவே கருதுகிறார். நம்மைச் சுற்றி நிகழும் நிகழ்வுகள் தனிஒருவருக்கு மட்டும் உரிய உடைமைகளல்ல. அவை எல்லோருக்கும் பொதுவானவை. அவை தொடர்பான விவாதங்களில் எல்லோரும் சமமாகப் பங்கேற்கலாம். விவாதங்களில் எட்டப்படும் முடிவுகள் எல்லோரின் கருதலுக்கும் ஒப்புதலுக்கும் உரியன. இக்கொள்கையில் அன்றும் இன்றும் சோம்ஸ்கி ஆழமான நம்பிக்கை உடையவர்.

சோம்ஸ்கியின் ஆக்கமுறை மொழியியல் கோட்பாட்டு வரலாற்றை 1953இல் தொடங்கி இற்றைநாள் வரைத் தொடரும் புலமைசார் நடவடிக்கையாக வரையறுத்துக்கொள்ளலாம். இவ்வரலாறு இனியும் தொடரும். காலந்தோறும் புதுமைக்கோலம் பூண்டு வளரும் ஆழமான உள்ளடக்கம் நிறைந்தது இக்கோட்பாடு. சோம்ஸ்கி, இக்கோட்பாட்டு முன்மாதிரிகளில் உள்முரண்களைத் தாமாக இனங்கண்டாலோ, பிறர் சுட்டிக்காட்டினாலோ தயக்கமின்றி மறுமதிப்பீட்டிற்கு உட்படுத்திக்கொள்ளும் மனப்பாங்கு உடையவர். ஒவ்வொரு மதிப்பீட்டின்போதும் அவர் காணும் தீர்வு மற்றொரு கோட்பாட்டு முன்மாதிரியாக விஸ்வரூபம் எடுக்கும். சோம்ஸ்கிய மொழியியல் வரலாறு இம்முன்மாதிரி விஸ்வரூபங்களின் அணிவகுப்பு. ஒவ்வொரு கோட்பாடும் பிரச்சனையில் தீக்குளித்து மெருகூட்டிக்கொண்ட பண்பு நிறைந்தது. மொழியியல் தளத்தில் மட்டுமல்லாமல் சமூக அரசியல் தளங்களிலும் தம்மைத் தயக்கமின்றி மாற்றுச் சிந்தனைக்கு உட்படுத்திக்கொள்ளும் இயல்பு சோம்ஸ்கியைப் புறக்கணிக்க முடியாத ஆளுமையாக இன்றும் அடையாளம் காட்டுகின்றது.

சோம்ஸ்கி, மொழியியல் வரலாற்றில் இவ்வுன்னத நிலையை அடைய இன்றுவரை எவ்வளவோ போராடவேண்டியிருந்தது. பள்ளிப்பருவத்திலேயே அவர் ஹீப்ரு இலக்கண விவாதங்களில் தீவிரம் காட்டியவர். ஹீப்ரு மரபிலக்கணங்களில் வண்ணனைக்கு மேலாக, விளக்கம் பெற்றிருந்த இடம் அவரைப் பெரிதும் கவர்ந்தது. ஓர் இலக்கணம், வண்ணனை நிறைவுடையதாக இருப்பதோடு விளக்க நிறைவு உடையதாகவும் இருக்கவேண்டும் எனப் பள்ளிக்கால அனுபவம் அவரை நம்பவைத்திருந்தது. அக்காலத்திலேயே தந்தையார் வில்லியம் சோம்ஸ்கியிடமிருந்து வரலாற்று மொழியியல் அறிவையும், ஒப்பிலக்கண அறிமுகத்தையும் அவர் பெற்றிருந்தார். அவை இலக்கணத்தில் கோட்பாட்டு அறிவு சார்ந்த விளக்க நிறைவுக்கான முக்கியத்துவத்தைப் புரிந்து கொள்ள அவருக்கு உதவின. பேராசிரியர் ஹேரிஸின் மாணவராக பென்சில்வேனியா பல்கலைக்கழகத்தில் சேர்ந்தபோது ஹீப்ருமொழியின் உருபொலியனியல் அமைப்பை ஆராய இப்புரிதல் பின்புலமாக இருந்தது. இப்பின்புலத்தில் ஆக்கமுறை இலக்கணக் கோட்பாட்டின் கரு உருவாகியிருந்ததை ஐம்பதுகளில் சோம்ஸ்கி எழுதிய பல ஆய்வுக்கட்டுரைகளில் உணரமுடியும்.

சோம்ஸ்கி, ஜெல்லிக் ஹேரிஸிடம் மொழியியல் கற்கத் தொடங்கிய காலத்தில் மொழியைப் பற்றிய படிப்பும் ஆய்வும் பல்கலைநிலையில் சிறந்த அறிவியற்புலக் கட்டமைப்பைப் பெற்றிருந்தன. அமைப்பு மொழியியல், மொழி ஆய்வில் ஆழமாக

வேர்விட்டு இக்காலக்கட்டத்தில் தழைத்திருந்தது. மொழியைப் பற்றிய பழம்புனைவுகளிலிருந்து விடுபட்டு மொழிப்படிப்பை அறிவியற்புலமாக அங்கீகாரம் பெறப் போராடிய காலம். 'எல்லா மொழிகளுக்கும் இலக்கணம் ஒன்றே' என்னும் மரபார்ந்த நிலையில் பேசப்பட்ட பொதுமை இலக்கணக் கோட்பாட்டுக்கு மாற்றாக மொழிகள் வெவ்வேறானவை என்னும் அறிவியல் அணுகுமுறையை நிலைநிறுத்துவதும், குறிப்பிட்ட மொழியின் வண்ணனைக்கு முக்கியத்துவம் தருவதும் மொழி ஆய்வின் நோக்கங்களாக இக்காலத்தில் இருந்தன. இவ்வாய்வுச் செல்நெறி 'மொழி அறிவியல்' என்னும் கருவாகி, மொழியியல் என்னும் வலுவான துறைப்படிப்பாக வளர்ந்தது.

இத்துறைப்படிப்பைச் சமூக விஞ்ஞானமாக முதன்முதலில் அணுகிய பெருமை அமைப்பு மொழியியலுக்கு மாத்திரமே உண்டு. மொழியைப் பற்றிய தத்துவார்த்த நிலைப்பாடு, இலக்கணக் கருத்தாக்கம், மொழி வண்ணனை, குழந்தை மொழி ஈட்டும் பாங்கு, அது சார்ந்த உளவியல் கொள்கை, மொழிச்செயல்பாடு சார்ந்த சமூகவியல் கொள்கை என எல்லா நிலைகளிலும் அமைப்பு மொழியியல் தெளிவான நிலைப்பாடு கொண்டிருந்தது. அமைப்பு மொழியியலுக்கு எதிரான வாதங்களை முன்வைப்பதோ மறுப்புச்சான்றுகளை நிறுவுவதோ இக்காலத்தில் அசாதாரணமாக இருந்தது. சோம்ஸ்கி இவ்வறைகூவல்களுக்கு எதிராக மொழியை விவரிப்பதில் அமைப்பு மொழியியல் கோட்பாட்டின் போதாமையை நிறுவினார். அமைப்பு மொழியியலில் அவருக்கிருந்த ஆழமான அறிவும், ஆய்வுநெறிமுறைச் சிந்தனைகளும் இப்போராட்டக்காலங்களில் துணையாக இருந்தன.

தொடரியல் ஆய்வைப் பொறுத்தவரையில் ஒரு வாக்கியத்தை மற்றொரு வாக்கியமாக மாற்றும் ஹேரிஸின் உருமாற்றுக் கொள்கை சோம்ஸ்கியை மிகவும் கவர்ந்தது. இக்கொள்கையை மனித மொழியின் வாக்கிய அமைப்புகளிடையே காணும் தொடர்புகளை விளக்கும் கருவியாக ஹேரிஸ் பயன்படுத்தினார். சோம்ஸ்கி 1951இல் இளநிலை ஆய்வாளராக ஹார்வர்டு பல்கலைக்கழகத்தில் இணைந்த பின்னர் இக்கொள்கை எல்லா வாக்கியங்களுக்கும் பொருந்துவதில்லை என்பதை உணர்ந்தார். தம் பேராசிரியர் ஹேரிஸின் அமைப்பு மொழியியல் கொள்கைகளுக்கு எதிராக மாற்றுக்கருத்தை முன்வைக்க சோம்ஸ்கி ஆரம்பித்தது இக்காலக்கட்டத்திலிருந்துதான். 1951இல் எழுதத் தொடங்கிய *மொழியியல் கோட்பாட்டின் தருக்க அமைப்பு* ஆய்வேட்டில் உருமாற்றுக் கொள்கை குறித்து விரிவாக விவாதித்தார். இவ்விவாதம் அடங்கிய 'உருமாற்றங்கள்

(Transformations)' அத்தியாயத்தையே ஆய்வேடாக்கி டாக்டர் பட்டத்திற்காக பென்சில்வேனியா பல்கலைக்கழகத்திற்குச் சமர்ப்பித்தார். 1955இல் ஹார்வர்டு பல்கலைக்கழகத்திற்குச் சமர்ப்பித்த *மொழியியல் கோட்பாட்டின் தருக்க அமைப்பு* 1975இல்தான் நூலாக வெளிவந்தது என்றாலும், 1957இல் எழுதிய *தொடரியல் அமைப்புகள்* முதலாகப் பல நூல்களுக்குப் பெருமை சேர்த்தது இம்மூலப்படைப்பே என்பது குறிப்பிடத்தக்கது.

ஹேரிஸின் உருமாற்றுக் கொள்கையின் மீதிருந்த ஈர்ப்பைத் தொடர்ந்து மொழித் தத்துவத்திலும், ஒலியனியலிலும் சோம்ஸ்கி மிகுந்த ஆர்வம் காட்டினார். இருந்தபோதிலும் தொடரியல் அவரின் முதன்மை ஆய்வுக்களமாக இருந்தது. இக்களத்தில் அவர் கையாண்ட அணுகுமுறை பன்முகத்தன்மை வாய்ந்தது. உளவியலில் புலனுணர்வுக் கருத்தியலை மேம்படுத்தி ஆக்கமுறை இலக்கணத்தைக் கூடுதல் உளவியல் சார்ந்த படிப்பாகப் பெருமைப்படுத்தினார். இதன் விளைவாகப் புலனுணர்வியல் உளவியலில் ஆக்கமுறை இலக்கணம் தனி அங்கீகாரம் பெற்றது. இதைப் பற்றி விரிவாக முந்தைய பகுதிகளில் பார்த்தோம். சோம்ஸ்கி ஆக்கமுறை இலக்கணத்தைத் தோற்றுவித்ததோடு மட்டுமல்லாமல் அதன் அடிப்படையில் புதிய இலக்கண முன்மாதிரிகளை அறிமுகப்படுத்திவருபவராகவும் இன்றுவரை விளங்குகிறார்.

சோம்ஸ்கிய மொழியியலை 'ஆக்கமுறை மொழியியல்', 'மாற்றிலக்கண ஆக்கமுறை மொழியியல்', 'ஆக்கமுறை இலக்கணம்', 'ஆக்கமுறை மாற்றிலக்கணம்', 'மாற்றிலக்கணம்' என்றெல்லாம் வெவ்வேறாக அழைப்பதற்குக் குறிப்பிட்டுக் கூறும்படியான காரணம் எதுவுமில்லை. 'ஆக்கமுறை மொழியியல்' இவற்றுள் மூத்த அவதாரம். இச்சொல்லாடல்களிலெல்லாம் 'இலக்கணம்' என்னும் சொல்லை சோம்ஸ்கி விரும்பியே பயன்படுத்துகிறார். இளமைக்காலம் முதலே இச்சொல்லின்மீதிருந்த கவர்ச்சி ஒருபுறமிருக்க, இச்சொல்லால் மொழியின் பொதுமைத்தன்மையை உணர்த்தமுடிகிறது என்று அவர் நம்புகிறார். தனிமனித மொழி வேறுபாடுகளுக்கு அப்பால் உயிர்களைப் பற்றிப் படிக்கும் உயிரியலின் பொதுத்தன்மையைப்போல மொழிகளின் பொதுமைத்தன்மையை இலக்கணம் என்னும் சொல்லாடலில் சோம்ஸ்கி உணர்கிறார்.

சோம்ஸ்கி பதினேழாம் நூற்றாண்டு போர்ட்-இராயல் இலக்கணத்தின் பகுத்தறிவுவாதத் தத்துவத்தைத் தம் கோட்பாட்டுக்கு அடிநாதமாகக் கொள்கிறார். இலக்கணம் என்னும் சொல்லாடல் மொழியில் வற்புறுத்தும் இலக்கணத்தன்மையை *(Grammaticality)*

தம் கோட்பாட்டில் வலியுறுத்துவதும், ஒரு மொழியியல் கோட்பாடு இலக்கணவழுவற்ற வாக்கியங்களை மட்டுமே விளக்கவேண்டும் என்று வற்புறுத்துவதும் இச்சொல்லாடல் உணர்த்தும் மரபார்ந்த கட்டுப்பாட்டிற்கு சோம்ஸ்கி தம் கோட்பாட்டில் அளித்துள்ள முக்கியத்துவத்தைக் காட்டுகின்றன. 1953ஆம் ஆண்டு அவர் எழுதிய கட்டுரை ஆக்கமுறை இலக்கணத்தின் அறிமுகக் கட்டுரையாகக் கருதப்படுகிறது. ஆனால், 1950களிலேயே சோம்ஸ்கியும் வேறு சில மொழியியல் அறிஞர்களும் மொழி உற்பத்தியில் ஆக்கமுறையியல் பற்றிய விவாதங்களில் ஈடுபட்டிருந்தனர். இருப்பினும் ஆக்கமுறை மாற்றிலக்கணத்தின் வரலாற்றை எழுத முனைவோர் 1953இலிருந்து 1955 முடிய சோம்ஸ்கி எழுதிய கட்டுரைகளே இன்றைய வளர்ச்சிக்கு விதை ஊன்றியவை என்று குறிப்பிடுகின்றனர்.[2]

1950களில் வட அமெரிக்காவில் நிலவிய அமைப்பியல்வாத மொழிப் பகுப்பாய்வுச் சூழல் ஆக்கமுறையியல்வாதத்தை மாற்றுத்தளத்திற்குக் கொண்டுசெல்ல சோம்ஸ்கிக்குத் தடையாக இருந்தது. இக்காலத்திலிருந்தே அமெரிக்க அமைப்பியல் வாதத்திற்கு எதிராக அவர் தொடுத்த மொழியியல் போர் குறித்து ஐந்தாம் அத்தியாயத்தில் பார்த்தோம். குறிப்பாகக் கோட்பாட்டு உருவாக்கத்தைக் காட்டிலும் அதுவரை வகைப்படுத்தப் படாத அமெரிக்க இந்தியப் பழங்குடிகளின் மொழிகளுக்கு வண்ணனை இலக்கணங்கள் எழுதக் கூடுதல் முன்னுரிமை தரப்பட்டிருந்தது. அக்கால அமெரிக்க அரசியல், சமூகப் பொருளாதாரக் கொள்கை ஆகியன இம்முன்னுரிமைக்கு வலுவான காரணங்களாக இருந்தன. மேலும், கோட்பாட்டளவில் மனவியலுக்கு எதிரான நிலைப்பாட்டை ஏற்றிருந்ததோடு அமைப்பியலாய்வில் பொருண்மைக்குரிய இடத்தை அக்கால புளூம்ஃபீல்டிய மொழியியலார் வெளிப்படையாக மறுத்தனர். இதனால், முன்னர்க் குறிப்பிட்டதுபோல ஒலிகள், ஒலியன்கள், உருபன்கள், சொற்கள், சொற்கூற்றுகள் என வகைப்பாட்டின் மொத்தப் புலமைக்களனாக இலக்கணப் பகுப்பாய்வு அப்போது நடைமுறையில் இருந்தது. இவ்வாய்வுச் சூழலில் அமைப்பியல்வாதத்திற்கு மாற்றாக வலுவான ஒரு கோட்பாட்டின் தேவை உணரப்படவில்லை. இருந்தபோதிலும், பொதுவான இலக்கண ஆய்வில் மாற்றுச் சிந்தனையின் தேவை சோம்ஸ்கி போன்றோரால் அவ்வப்போது வற்புறுத்தப்பட்டு வந்தது. இப்பின்னணியில் ஆக்கமுறையியல்வாதத்தின் கோட்பாட்டுத் தத்துவத்தையும், ஆக்கமுறை இலக்கணத்தின் அறிமுகத்தையும், அதன் அடிப்படையில் மேற்கொள்ளப்பட்ட இலக்கணப் பகுப்பாய்வையும் குறித்து இவ்வத்தியாயத்தில் காண்போம்.

8.2. ஆக்கமுறை மாற்றிலக்கணம்: விளக்கம்

ஆக்கமுறை மாற்றிலக்கணம் மொழியின் தொடரியல், உருபனியல், உருபொலியனியல், ஒலியனியல், பொருண்மையியல் ஆகிய அமைப்புகளை உள்ளடக்கிய படிப்பு. ஆக்கமுறை மாற்றிலக்கணம் என்பதில் 'ஆக்கம்', 'மாற்றம்' என்னும் சொல்லாடல்கள் இரு கோட்பாட்டுச் செயல்பாடுகளைக் குறிப்பிடுகின்றன. ஆக்கம் என்பதை 'வாக்கிய உற்பத்தியாக்கம்' என்றும், மாற்றம் என்பதை 'வாக்கிய உருமாற்றம்' என்றும் விரிந்த பொருளில் புரிந்துகொள்ளலாம். ஒரு மொழியின் இலக்கணம் அம்மொழியில் வழங்கத் தகுதியுடைய எல்லா வாக்கியங்களையும் படைக்கும் திறன் உடையதாய் இருக்க வேண்டும். இவ்வாக்கியங்கள் இலக்கண வழுவற்றவையாக மட்டுமே இருக்கவேண்டும். வாக்கிய உருவாக்கம், படைப்பாக்கம், ஆக்கம் என்பதெல்லாம் இலக்கணத்தின் இம்முதன்மைச் செயற்பாடுகளைக் குறிக்கின்றன. இவ்வாறு ஆக்கப்பெறும் வாக்கியங்கள் அனைத்தும் அம்மொழியின் பயன்பாட்டிற் குரியனவாய் வழக்கில் அனுமதிக்கப்பட வேண்டும் என்பதில்லை. எந்தெந்த வாக்கியங்கள் பயன்பாட்டிற்கு உரியன என்பதை அந்தந்த மொழியின் பயன்பாட்டுப் பரப்பு தீர்மானிக்கிறது. ஆக்கமுறை மொழியியலாளருக்கு இவ்வாக்கியங்களே ஆய்வுக்கான தரவுத் தொகுப்பு. பேசுவோரால் இவ்வாக்கியங்கள் எவ்வாறு உற்பத்தி செய்யப்படுகின்றன, எவ்வாறு புரிந்துகொள்ளப்படுகின்றன என்பவை தொடர்பான மொழியறிவு இவ்விலக்கண ஆய்வுக்கான பொருளாக, தரவாகக் கருதப்படுகிறது. இம்மொழியறிவைத்தான் பேசுவோரின் மொழி அறிதிறன் என்று குறிப்பிடுகிறார் சோம்ஸ்கி.

சோம்ஸ்கிக்கு மொழி விதிகளாலானது. விதிகள் வாக்கியங் களை உருவாக்குகின்றன. இவை ஒரு மொழியில் எண்ணிறந்தவை. 'உருவாக்கமுறை / ஆக்கமுறை' என்பது இவற்றைப் படைக்கும் உற்பத்தித் திறன் சார்ந்த கருத்தியலாக்கம். இவ்வுற்பத்தித் திறனை மொழியை விளக்க உதவும் முதன்மைக் கருவியாகத் தொடரியல் ஆய்வில் அவர் கருதுகிறார். உற்பத்தித் திறனில் வெளிப்படும் வாக்கியங்கள் எண்ணிறந்தவையென்றாலும் இவற்றை உற்பத்திச் செய்யும் விதிகள் வரையறுக்கப்பட்ட எண்ணிக்கைக்கு உட்பட்டவை. இவற்றைக் கட்டமைப்பதற்கான அடிநிலை விதிகளை (Base rules) குறிப்பிட்டுக்காட்டுவது இலக்கணத்தின் நோக்கம். எனவே 'மொழி நடத்தை என்பது, எண்ணிக்கையால் வரையறுக்கப்பட்ட வரைநிலைக்குள் (finite) அடங்கும் விதிகளைக் கொண்டு வரைநிலை கடந்து (infinite) வாக்கியங்களை உருவாக்குவது' என சோம்ஸ்கி குறிப்பிடு கிறார். இவ்விதிகளைத் தாய்மொழியாளர் இயல்பாகவே

அகப்படுத்திக்கொண்டிருக்கிறார். குறிப்பிட்ட ஒரு மொழியைப் புரிந்துகொள்ளவும் பேசவும் விதிகளைப் பற்றிய அறிவு அவருக்கு உதவுகிறது. இவ்வறிவைச் சமூகத்தின் எல்லாவிதமான தாக்கங்களிலிருந்தும் பிரித்தெடுத்து ஆக்கமுறை மாற்றிலக்கண ஆய்வாளர் ஆய்வுக்கு உட்படுத்துகிறார். இவ்வடிப்படையில் ஆக்கமுறை இலக்கணக் கோட்பாட்டின் முக்கியமான கருத்துகளாக நான்கினை சோம்ஸ்கி கூறுகிறார்.

- குழந்தை ஒரு மொழியைக் கற்கும் உள்ளுறை ஆற்றலோடு பிறக்கிறது. இவ்வாற்றல் மொழி ஈட்டல் பொறிநுட்பம் எனப்படுகிறது.

- எல்லா மொழிகளுக்கும் பொதுவான ஓர் இலக்கண அமைப்பை ஒவ்வொரு குழந்தையும் இயல்பாகவே பெற்றுள்ளது. இவ்விலக்கணம் பொதுமை இலக்கணம் எனப்படுகிறது.

- மொழி விதிகளாலானது. மொழி நடத்தை இவ்விதிகளின் ஆளுகைக்கு உட்பட்டது.

- எல்லா மொழிகளிலும் காணப்படும் வேறுபாடுகளைப் புலனுணர்வால் புரிந்துகொள்ளும் ஆற்றல் குழந்தைக்கு உண்டு.

குழந்தையின் மொழி ஈட்டல் பொறிநுட்பம், பொதுமை இலக்கணம், விதி அமைப்பாக்கம், மொழிகளில் காணும் வேற்றுமைகளைப் புரிந்துகொள்ளும் ஆற்றல் ஆகிய நான்கும் ஆக்கமுறை இலக்கணக் கோட்பாட்டின் அடிக்கோள்கள் என வரையறுத்துக் கூறுகிறார் சோம்ஸ்கி.

இவற்றின் அடிப்படையில் கட்டமைக்கப்படும் ஓர் இலக்கணம்,

- தாய்மொழியாளரின் எல்லா இலக்கணமுள்ள வாக்கியங்களையும் ஓர் ஒழுங்கமைவில் விளக்கும் ஆற்றல் உடையதாய் இருக்க வேண்டும்,

- இலக்கணமுள்ள வாக்கியங்களையும் இலக்கணவழு வாக்கியங்களையும் வேறுபடுத்திக்காட்டுவதோடு, இலக்கண ஏற்புடை வாக்கியங்களையும் (சோம்ஸ்கியின் *Colorless green ideas sleep furiously* போன்ற வாக்கியங்கள்) வேறுபடுத்திக்காட்ட வேண்டும்,

- மொழியில் அரிதாகப் புழங்கும் ஐயுறவு வாக்கியங்களில் (எ.கா.: கல்லூரி மாணவர் விடுதி) உணரும் பொருள் மயக்கத்திற்குத் தீர்வுகாண வேண்டும்,

- விதிகள் எண்ணிக்கையளவில் வரைநிலைக்கு உட்பட்டு, வரைநிலையில்லா எண்ணிக்கையில் வாக்கியங்களைப் படைக்கும் உற்பத்தித்திறன் உடையவை என்னும் அடிப்படைக் கொள்கையை நிறுவ வேண்டும்.

இலக்கணத்தை இவ்வாறு கட்டமைப்பதன் மூலம் குழந்தை வாக்கியத்தை உருவாக்க என்ன தயாரிப்பை மேற்கொள்கிறது என்பதை விளக்குவதுடன் எது நல்ல வாக்கியம், எது நல்ல வாக்கியம் அல்ல என்பதை வரையறுக்கக்கூடிய கருவியை உருவாக்க வேண்டியது இலக்கணம் எழுதுவதன் அறுதி நோக்கமாக இருக்கவேண்டும் என்கிறார் சோம்ஸ்கி.

குழந்தை பேசும் வாக்கியங்களைப்போல அவற்றைப் படைக்கும் ஆற்றல் மிக்க ஓர் இலக்கணத்தை எழுத மேலே குறிப்பிட்ட அடிக்கோள்கள் உதவுகின்றனவா எனச் சான்றுகள் மூலம் நிறுவ சோம்ஸ்கி முயல்கிறார். இவ்வடிக்கோள்களின்மீது காலந்தோறும் அவர் கட்டமைத்த கோட்பாடுகளைக் கீழ்வருமாறு தொகுத்துக் கூறலாம்:

- தரக் கோட்பாடு *(1957 – 1965)*
- விரிதரக் கோட்பாடு *(1965 – 1973)*
- ஆளுகை – கட்டுறவுக் கோட்பாடு /
- மூலக்கொள்கைகளும் வேறுபாட்டு அளபுருக்களும் *(1980 – 1990)*
- குறுமை நிரல் இலக்கணம் *(1990–*

மொழியின் இயல்பான பண்புகளைப் புலப்படுத்தும் வடிவமைப்பை *(linguistic formalism)* காணும் சோம்ஸ்கியின் ஒவ்வொரு கட்ட முயற்சியின்போதும் புதிய கோட்பாட்டு முன்மாதிரிகள் அறிமுகமாவது சோம்ஸ்கிய மொழியியல் வரலாற்றுப்பாதையின் தனிச் சிறப்பு. கிட்டத்தட்ட எழுபதாண்டுக் காலக் கோட்பாட்டு வளர்ச்சி இது. இவ்வளர்ச்சியில் இலக்கணம் பற்றிய கருத்தியலாக்கம் அவ்வப்போது மாறி வளர்ந்து வந்துள்ளதை அவதானிக்க முடியும். இவற்றை ஒவ்வொன்றாகப் பார்ப்போம். இவ்வாறு பார்க்கும்போது அத்தியாயங்கள் 6, 7களில் கூறப்பட்ட கருத்தியல்களின் பின்னணியை நினைவுகூர்தல் இன்றியமையாதது.

8.3. தரவும் ஆக்கமுறை இலக்கணமும்

ஆக்கமுறை இலக்கணக் கோட்பாட்டு முன்மாதிரிகளுக் கெல்லாம் நுழைவாயிலாக அமைவது தரவு. பொதுவாக, சமூக

அறிவியல் ஆய்வுகள் தரவுகளின் அடிப்படையில் மேற்கொள்ளப் படுகின்றன. மொழியியல் ஆய்வு இதற்கு விதிவிலக்கல்ல. இது தரவுகளின் அடிப்படையிலான சமூக உளவியல் ஆய்வு. மொழிப்பகுப்பாய்வுக்கான நோக்கங்கள் மாறும்போது தரவுகளின் வகைமையும் மாறும். அமைப்பு மொழியியலுக்கான தரவு பற்றிய கருத்தியலாக்கம் ஆக்கமுறை இலக்கணக் கோட்பாட்டின் கருத்தியலாக்கத்திலிருந்து வேறுபட்டது. இவ்வேறுபாடு குறித்து விரிவாக ஆறாம் அத்தியாயத்தில் *(6.4)* பார்த்தோம். மேலே குறிப்பிட்ட சோம்ஸ்கியின் கட்டுரைகள் *(1953), (1954), (1955)* ஆகியவை கூடுதலாக ஆக்கமுறை இலக்கணப் பகுப்பாய்வுக்கான தரவுத் தொகுப்பு பற்றிப் பேசுகின்றன. இருப்பினும், அமைப்பு மொழியியல் பகுப்பாய்வின்போது தரவுகள் சேகரிக்கும் நெறிமுறையிலிருந்து சோம்ஸ்கி அதிகமாக வேறுபடவில்லை என்றும், 1955இல் இவர் எழுதிய *மொழியியல் கோட்பாட்டின் தருக்க அமைப்பு* ஆய்வேட்டில் தம் உள்ளுணர்வு சார்ந்த வாக்கியங்களைத் தரவாகத் தொகுத்துத்தருவதில் அமைப்பு மொழியியலாய்வுக் களப்பணி ஆய்வாளரிடமிருந்து எந்தவகையிலும் வேறுபடவில்லை என்றும் கூறும் ஃப்ரெட் கார்ல்ஸன் *(2008)*[3] குறிப்பு இங்கு நினைவுகூரத்தக்கது. இதற்கு, இக்காலக்கட்டங்களில் தம் பேராசிரியராகிய ஹேரிஸின் அமைப்பு மொழியியல் கோட்பாட்டுத் தாக்கத்திலிருந்து சோம்ஸ்கி முற்றிலும் விடுபடாதிருந்ததை முக்கியக் காரணமாகக் கூறலாம்.

ஐம்பதுகளின் ஆரம்பத்தில் ஆக்கமுறை இலக்கணப் பகுப்பாய்வுக்கான தரவுத் தொகுப்பு குறித்து மேற்கூறிய கட்டுரைகளில் சோம்ஸ்கி விரிவாக விவாதிக்கவில்லை என்பதை ஏற்றுக்கொண்டாலும் அவரைப் பொறுத்தவரையில், தரவுத் தொகுப்பின் அளவு எவ்வளவிருந்தாலும் அது பேசுவோரின் உள்ளுணர்வையும், மொழி ஆய்வாளரின் உள்ளுணர்வையும், இலக்கண வாக்கியங்கள், இலக்கணவழு வாக்கியங்கள், ஐயுறவு வாக்கியங்கள் முதலான எல்லா வகை வாக்கியங்களையும் உள்ளடக்கிய தொகுப்பாக இருக்க வேண்டும் என்பதில் பிற்காலத்தில் தெளிவான நிலைப்பாடு கொண்டிருந்தார். மொழி இவ்வெல்லா வகை வாக்கியங்களாலுமானது. இவ்வனைத்தையும் அண்மைத் தொடர் உறுப்புப் பகுப்பாய்வினால் விளக்க இயலாது என்று முன்னரே கண்டோம். அத்துடன், சோம்ஸ்கிக்கு மொழி விதிகளாலானது என்றும், இவ்விதிகள் எண்வகையில் வரைநிலைக்கு உட்பட்டது என்றும், ஒவ்வொரு விதியும் எண்ணிறந்த வாக்கியங்களைப் படைக்க உதவுகின்றன என்றும் ஆறாம் அத்தியாயத்தில் *(6.8)* பார்த்தோம். அண்மைத் தொடர்

உறுப்புப் பகுப்பாய்வு இப்படைப்பாக்கம் குறித்துப் பேசுவதில்லை. சோம்ஸ்கி, இக்குறைபாட்டைச் சுட்டிக்காட்டுகிறார். பின்னர், அதன் நீட்சியாக 1950களிலேயே உருவான ஆக்கமுறைச் சிந்தனையின் அடிப்படையில் வரைநிலை இலக்கணத்தின் நிறைவின்மையையும் விவரிக்கிறார். ஆக்கமுறை மொழியியலை இவ்வரைநிலை இலக்கணத்திலிருந்து சோம்ஸ்கி தொடங்குகிறார்.

8.4. வரைநிலை இலக்கணம்

அமைப்பியல்வாதத்தைத் தொடர்ந்து விதிகளும் அவற்றின் வடிவமைப்புகளுமாக வளர்ந்து வந்த ஆக்கமுறை இலக்கணத்தின் கரு, 1950களில் கூடுதல் நடத்தை உளவியலாளரின் சிந்தனை சார்ந்ததாக இருந்தது. இக்கால வெளியில் நோம் சோம்ஸ்கி மூன்று வகையான இலக்கண முன்மாதிரிகளை *Three Models for the Description of Language (1956)* என்னும் ஆய்வுக்கட்டுரையில் குறிப்பிடுகிறார்[4]. அவை,

1. வரைநிலை இலக்கணம்
2. தொடரமைப்பு இலக்கணம்
3. மாற்றிலக்கணம்

என்பன. இவ்விலக்கண முன்மாதிரிகளை ஆக்கமுறை மொழியியல் கோட்பாட்டு வரலாற்றுப் படிநிலைகளாகக் கருதினால், சமகாலத்திய அறிவுப் புலங்களில் சோம்ஸ்கி பெற்றிருந்த பன்முகப் புலமையை இங்கு நினைவுகூர்தல் தவிர்க்கமுடியாதது.

பேராசிரியர் ஹேரிஸிடமிருந்து பெற்ற மொழியியல் புலமையும், பேராசிரியர்கள் நெல்ஸன் குட்மேன், மார்ட்டன் ஒயிட், வெஸ்ட் சர்ச்மேன், நாதன் சல்மான் போன்றோரிடமிருந்து பெற்ற தத்துவப் புலமையும், பிரபல கணிதப் பேராசிரியர் நாதன் ஃபைனிடமிருந்து கற்ற கணித அறிவும், போர்ட்–இராயல் இலக்கண மரபு, அதன் தருக்கவாதப் பின்னணியில் பகுத்தறிவுவாதம் போன்ற தத்துவார்த்த உளவியல் சிந்தனைகளில் ஏற்பட்ட ஆழமான ஈடுபாடு ஆகியன வகைப்பாட்டு மொழியியல் மரபிலிருந்து மாறுபட்ட கோட்பாட்டை முன்னிறுத்த சோம்ஸ்கிக்குப் பின்புலங்களாக அமைந்தன. இக்காலக்கட்டத்தில்தான் ஹேரிஸும் ரோமன் யாகோப்ஸனும் மாசாசூசெட்ஸ் தொழிநுட்ப நிறுவனத்தின் கணினிவழி இயந்திர மொழிபெயர்ப்புத் திட்டத்தில் பணியாற்ற சோம்ஸ்கியைப் பரிந்துரைத்தனர். சோம்ஸ்கியின் முதலாவது கல்விப்பணி இது.

மாசாசூசெட்ஸ் கல்விச்சூழல் சோம்ஸ்கியின் மொழியியல் சிந்தனைகளில் கணித வடிவமைப்பியல், கணினி அறிவியல்

பற்றிய ஆழமான தாக்கத்தை ஏற்படுத்தியது. குறிப்பாக, கணித வடிவமைப்பியலில் (Mathematical Formalism) தம் அறிவை மேம்படுத்திக்கொள்ள மாசாசூசெட்ஸ் தொழிநுட்ப நிறுவனம் அவருக்குச் சாதகமான ஆய்வுக்கூடமானது. தொடரியல் ஆய்வில் பேராசிரியர் ஹேரிஸ் அறிமுகப்படுத்தியிருந்த கணித அறிவியல் உருமாற்றுக் கொள்கையின் (Principle of Transformation) மீதிருந்த ஈடுபாடும் மொழியியலில் மாற்றுச்சிந்தனைக்கு சோம்ஸ்கியை வழிநடத்தின. கணிதவியல் பகுப்பாய்வுடன் ஆக்கமுறைத் தத்துவத்தை எளிமையாகக் கையாளும் கணினி அறிவியல் சார்ந்த Finite State Automata Theory –யும் தம் தொடரியல் கோட்பாட்டு அடிப்படையை மேம்படுத்தும் என்று சோம்ஸ்கி உணர்ந்த தருணம் இதுதான் என்பது குறிப்பிடத்தக்கது.

Finite State Automata என்பது ஒரு வரைநிலைத் தானியங்கிப் பொறி. இது கணிப்பின் கணித முன்மாதிரி. இது கணினி ஒழுங்கமைவில் வரைநிலைக்கு உட்பட்ட நினைவகத்தோடுகூடிய ஓர் அடிப்படை முன்மாதிரி. இத்தானியங்கிப் பொறியை,

1) உறுதிநிலை வரைநிலைத் தானியங்கிப் பொறி (Deterministic Finite State Automata)

2) உறுதிநிலையற்ற வரைநிலைத் தானியங்கிப் பொறி (Non-Deterministic Finite State Automata)

என இருவகையாகப் பிரிப்பர். கணினி அறிவியலில் வடிவ மொழிகளைக் கையாளும் பொறியாக உறுதிநிலை வரைநிலைத் தானியங்கிப் பொறி பயன்பட்டுவருகிறது. மொழியைப் பொறுத்தவரையில் வாக்கியம் சொற்களால் ஆனது; சொற்கள் உருபன்களால் ஆனவை; உருபன்கள் ஒலியன்களால் ஆனவை. வாக்கியத்தின் இவ்வரிசையும் கட்டுப்பாட்டு நேர்த்தியும் கணிப்பொறியில் தருக்கரீதியாக உள்ளீடு செய்வதற்கு வாய்ப்பாக உள்ளன. எனவே வரைநிலைத் தானியங்கிப் பொறி வாக்கியத்தின் வரைநிலை வடிவ அமைப்பைக் கையாள உதவும் பொருத்தமான கருவியாகக் கருதப்பட்டது. எடுத்துக்காட்டாக,

(1) அது உயரமான கட்டடம்

என்னும் வாக்கியம் நேர்க்கோட்டு அமைப்பில் அமைந்த சொற்களின் தொடர். இச்சொற்றொடரின் ஒவ்வொரு சொல்லும் அவ்வாக்கியத்திற்கே உரியது. இவ்வாக்கியத்தில் ஒவ்வொரு சொல்லும் தொடர்ந்துவரும் மற்றொரு சொல்லுக்குக் கட்டுப்பட்டுத் தன் இருப்பை நிலைநிறுத்திக்கொள்கிறது. வாக்கியம் (1)இல் *கட்டடம்* என்னும் பெயர்ச்சொல்லின் வருகையை *உயரமான* என்னும் பெயரடை கட்டுப்படுத்துகிறது.

வினையடையோ வினையெச்சமோ இச்சொல்லின் வருகையைக் கட்டுப்படுத்தாது. எனவே,

(2) அது உயரமாக கட்டடம்

(3) அது உயர்ந்து கட்டடம்

என்பன பிழையானவை. அமைப்பு மொழியியலில் பேசப்படும் அண்மைத் தொடர் உறுப்புப் பகுப்பாய்வு இலக்கணமும் இவ்வாறே ஒவ்வொரு வாக்கியத்தையும் இலக்கணச்சூழல் கட்டுப்பாட்டுடன் விளக்குகிறது. இச்சூழல் கட்டுப்பாடு ஒரு வாக்கியம் இலக்கணமுள்ள சரியான வாக்கியம்தானா என்பதை அறியத் தொடரியல் ஆய்வாளனுக்கு உதவுகிறது. இக்கட்டுப்பாடு கட்டுப்படுத்தும் வாக்கியத்தின் சொல் வரிசைமுறை சிதையுமானால் பொருள் சிதைந்து வழுவாக்கியமாகி விடும். ஏனெனில், வரிசைமுறை, வாக்கியத்தில் ஓர் ஒழுங்கமைவுடன் இயங்குகிறது.

(4) சரவணன் ஒரு நேர்மையான காவல் அதிகாரி

என்னும் வாக்கியத்தை,

(5) காவல் அதிகாரி ஒரு சரவணன் நேர்மையான

என்று சொற்களின் வரிசைமுறையைக் கலைத்துக் கூறினால், வாக்கியம் (4)இன் பொருளை அது உணர்த்தாது.

வாக்கியத்தில் சொற்களின் வரிசைமுறை அவ்வாக்கியம் வழங்கும் மொழியின் சிறப்புக் கூறு. இவ்வெளிமையான கற்பிதத்தின் அடிப்படையில் இலக்கணம் விதிகளாலான ஒழுங்கமைவு என்றும், இவ்வொழுங்கமைவில் ஒன்றன் பின் ஒன்றாகச் சொற்கள் கோர்க்கப்பட்டு வாக்கியங்கள் உருவாக்கப்படு கின்றன என்றும் வரைநிலை இலக்கணத்தில் விளக்கப்படுகிறது. இவ்வாறு கோர்க்கப்படும்போது ஒவ்வொரு நிலையிலும் *(State)* அடுத்துக் கோர்க்கப்படும் சொல்லின் வருகையை முந்தைய சொல் தீர்மானிப்பதாக அமையும். இறுதியில் ஒரு நிலையிலிருந்து மற்றொரு நிலைக்கு நகர்ந்து, ஒவ்வொன்றாகக் கோர்க்கப்பட்ட குறிப்பீடுகளின் கோர்வை உற்பத்தியாகிறது. எடுத்துக்காட்டாக, கீழ்வரும் வரைநிலை இலக்கணத்தின் வரைபடத்தைக் கருதிப் பார்க்கலாம்:

கீழே காணும் வரைபடம் (1)–ஐ வாக்கியங்களை உற்பத்தி செய்யும் வரைநிலைப் பொறி *(Finite State Machine)* என்பர். இதில் காணும் ஒவ்வொரு கணுவும் ஒரு நிலைக்கு ஒப்பானது. ஒவ்வொரு நிலையிலும் வரும் சொல், அடுத்து எந்தச் சொல் வரவேண்டும்

என்பதைக் கட்டுப்படுத்தி அதற்கேற்பக் கோர்க்கப்படுகிறது. முதலாவது கணு the என்பது. the, அடுத்த கணு குறிக்கும் நிலைக்கு முன்னேறி the man என்றாகிப் பின்னர் இரண்டும் இணைந்து மூன்றாவது கணு குறிக்கும் comes என்னும் நிலைக்கு முன்னேறி The man comes என்னும் வாக்கியத்தை உற்பத்தி

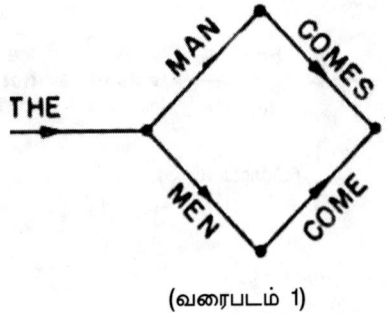

(வரைபடம் 1)

செய்கிறது. இதைப்போலவே இரண்டாவது நிலையில் The men come என்னும் வாக்கியத்தை உற்பத்தி செய்கிறது. இவ்வரைநிலைப் பொறியிலேயே ஒரு கொக்கியை இணைத்து அப்பொறியில் ஒரு தொடர் மீண்டும் மீண்டும் உற்பத்தியாகும் தன்மையை அனுமதிக்கலாம் (வரைபடம் 2).

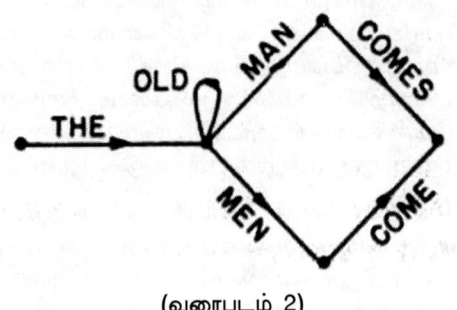

(வரைபடம் 2)

இப்போது இப்பொறி,

The old man comes

The old old man comes

The old men come

The old old men come

நோம் சோம்ஸ்கி

என்னும் வாக்கியங்களை உற்பத்தி செய்கிறது. கீழ்க்காணும் வரைநிலைப் பொறி (வரைபடம் 3) வாக்கிய உற்பத்தியில் இன்னும் சிறப்பான ஆற்றல் உடையது.

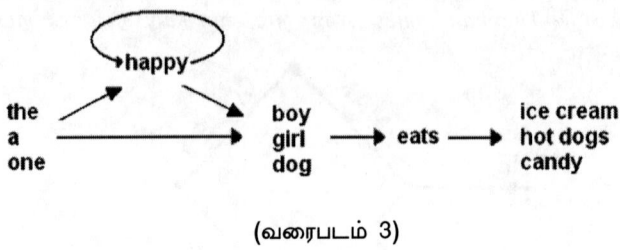

(வரைபடம் 3)

இப்பொறி,

    A girl eats ice cream
    The happy dog eats hot dogs
    The happy happy boy eats candy

    ....
    ....

போன்ற எண்ணிறந்த வாக்கியங்களை உற்பத்திசெய்கிறது. வாக்கியத்தின் இவ்வியக்கம், ஒவ்வொரு சொல்லும் சொற்றொடரும் ஒன்றோடொன்று இலக்கணக் கட்டுப்பாடுடன் கோர்வை போல இயங்கும் கண்ணிகளின் உருவாக்கம் எனப் புலப்படுத்துகிறது. இவ்வாறு வாக்கியங்களை உற்பத்திசெய்யும் வரைநிலைப் பொறி வரைநிலை இலக்கணம் (Finite State Grammar) என்றும், இவ்வாக்கியங்கள் அடங்கிய மொழி வரைநிலை மொழி (Finite State Language) என்றும் கூறப்படுகின்றன.

    வரைநிலை இலக்கணம் ஆக்கவியல் தத்துவத்தின் அடிப்படையில் எண்ணிக்கையளவில் வரைநிலைக்கு உட்பட்ட விதிகள் அடங்கிய கருவி. இது எண்ணிக்கையளவில் வரைநிலையில்லா வாக்கியங்களை உருவாக்குகிறது. இவ்வாறு உருவாக்கும்போது ஒவ்வொரு சொல்லின் வருகையும் அதற்கு முன்வரும் சொல்லின் இலக்கணச் சூழலால் கட்டுப்படுத்தப்படுகிறது என்று பார்த்தோமல்லவா? இவ்வியங்கு கட்டளைகளைச் சூழல் – கட்டுப்பாட்டு விதிகள் (Context-sensitive rules) என்று கூறுவர். இவ்விதிகளாலான வரைநிலை இலக்கணத்தைச் சூழல் – கட்டுப்பாட்டு இலக்கணம் (Context-sensitive grammar) என்றும், இவ்விலக்கணவிதிகளாலான வரைநிலை மொழியைச் சூழல் – கட்டுப்பாட்டு மொழி (Context-sensitive language) என்றும் கூறுவர்.

வரைநிலை மொழி, வரைநிலைப் பொறிக்கே உரிய செயற்கை வடிவ மொழி. இம்மொழியின் ஒவ்வொரு வாக்கியத்தின் தொடர்வரிசையும் அடுத்தடுத்த நிலைகளில் இலக்கணக் கட்டுப்பாட்டோடு இயங்குவதால் இதனை உறுதிநிலை வரைநிலைத் தானியங்கிப் பொறி என்கிறோம். இச்சூழல் – கட்டுப்பாட்டு இலக்கணம் கணினி அறிவியல் கோட்பாட்டு ஆளுமை சார்ந்தது. இதனை எளிமையான ஆக்கமுறை இலக்கண முன்மாதிரி என சோம்ஸ்கி குறிப்பிட்டாலும், ஆங்கிலம் போன்ற வடிவ மொழிகளை இவ்விலக்கண முன்மாதிரி கையாளமுடியும் என்ற தம் முந்தைய கருத்தை 1956ஆம் ஆண்டு எழுதிய ஓர் ஆய்வுக்கட்டுரையில் மாற்றிக்கொண்டார்[5]. ஒன்றரைப் பக்க அளவில் இவர் எழுதிய இக்கட்டுரை வரைநிலை இலக்கணத்தின் உற்பத்தித் திறனை மறுத்து மாற்றுச் சிந்தனைக்கு வழிவகுத்தது.

1950களில் நடத்தை உளவியலாளரால் கட்டமைக்கப்பட்ட வரைநிலை இலக்கணம் ஒரு மொழியின் அமைப்பை முழுமையாக விளக்கப் போதுமானதாக இல்லை என்பதை எடுத்துக்காட்டுகளுடன் சோம்ஸ்கி தெளிவுபடுத்தினார்[6]. பல இயற்கை மொழிகளின் அமைப்பை இவ்விலக்கணம் முழுமை யாகக் கையாளவில்லை என்பதைச் சுட்டிக்காட்டினார். ஆங்கிலத்தை வரைநிலை மொழியாகக் கருதி வாக்கியங்கள் வரைநிலைத் தானியங்கிப் பொறியில் கையாளப்பட்டன. இவை சில வாக்கியங்களை உற்பத்தி செய்தபோதிலும் எல்லா வாக்கியங்களையும் உற்பத்திசெய்யும் திறனுடையதாக இல்லை. எடுத்துக்காட்டாக, கலப்பு வாக்கியங்களை ஒவ்வொரு நிலையிலும் அடுத்துவரும் நிலையைக் கட்டுப்படுத்தி ஒன்றன்பின் ஒன்றாகக் கோர்க்கும் வரைநிலைப் படிமுறையால், சூழல் – இலக்கணக் கட்டுப்பாட்டு முறையால் உற்பத்திசெய்ய இயலவில்லை என்று நிறுவுகிறார் சோம்ஸ்கி.

(7) The man who said he would help us is arriving today

என்னும் வாக்கியத்தில் *man* என்ற சொல்லுக்கும் *arriving* என்ற சொல்லுக்கும் இடையேயுள்ள அமைப்பு இணைப்பை ஒன்றன்பின் ஒன்று என்னும் வரைநிலைத் தானியங்கிப் படிமுறையில் பெறவியலாது. இவ்வாக்கியத்தில் *The man* என்னும் வரைநிலைத்தொடரும் *is arriving today* என்னும் வரைநிலைத் தொடரும் அடுத்தடுத்து வரும் கோர்வையான கட்டுப்பாட்டுக்கு அடங்கவில்லை. இரண்டு வரைநிலைத்தொடர்களும் *who said he would help us* என்னும் எச்சத்தொடரால் வேறுபடுத்தப்பட்டு விடுகின்றன. இது போன்ற ஒரு வாக்கியத்தில் உட்படும் எச்சத்தொடர்களை *(Embedded Clauses)* வரைநிலைப் பொறியால் விளக்க முடியவில்லை.

நோம் சோம்ஸ்கி

(8) ***Either*** *the happy girl eats ice cream **or** the girl eats candy*

(9) ***If*** *the girl eats ice cream **then** the boy eats*

என்னும் வாக்கியங்கள் (8), (9) இல் காணும் either or, if then என்பனவற்றில் முதலாவது தொடர்கள் **either, if** என்பன முறையே **or** என்ற தொடருக்கும், **then** என்ற தொடருக்கும் முன்னேறிச் செல்வதற்குமுன் பல தொடர்களைக் கடந்துசெல்ல வேண்டும். **or, then** என்னும் தொடர்களை வந்தடைவதற்கான முதலாவது தொடர்கள் **either, if** என்பனவற்றின் கட்டுப்பாடு அடுத்துவரும் the happy girl eats ice cream, the girl eats ice cream என்னும் தொடர்களால் சிதைந்துவிடுகிறது. either......or, if....... then என்னும் இவை ஒவ்வொன்றின் இடையேயும் காணும் உறவை வரைநிலை இலக்கணத்தால் விளக்க முடியவில்லை.

வரைநிலை இலக்கணத்தைத் *தொடரியல் அமைப்புகள் (1957)* நூலில் விரிவாகப் பேசும் சோம்ஸ்கி, வாக்கியங்களில் தொடர்கள் வரும் அமைப்பையும் அண்மைநிலையையும் எடுத்துக்காட்டி அவற்றை வரைநிலை இலக்கணம் விளக்க இயலாமையைச் சுட்டிக்காட்டுகிறார். மொழியின் இயக்கம் வாக்கியத்தில் ஒரு தொடர் அதனை அடுத்து என்ன தொடர் வரவேண்டும் என்னும் கட்டுப்பாட்டையொட்டி எப்போதும் நிகழ்வதில்லை. மேலும் ஒரு மொழியைப் பேசுவோரின் மொழியறிவை ஒவ்வொரு வாக்கியமும் இடப்பக்கமிருந்து வலப்பக்கமாக ஒவ்வொரு நிலையையும் கடந்துசெல்லும் வெறும் வரிசைமுறை ஒழுங்கமைவாக விளக்கமுடியாது. ஒவ்வொரு வாக்கியத்தையும் உற்பத்திசெய்யும் வலுவான இலக்கணக் கோட்பாட்டை உருவாக்க இவ்வரைநிலை இலக்கணம் போதுமானதன்று என்று சோம்ஸ்கி உணர்ந்தார். இருப்பினும் ஆக்கமுறை இலக்கண உருவாக்கத்தில் வரைநிலை இலக்கணத்தின் சூழல் – கட்டுப்பாட்டுக் கருத்தியலின் முக்கியப் பங்கை அவர் மறுத்ததில்லை.

வாக்கியங்கள் பற்றிய ஆழமான ஆய்வுக்குத் தயாராகும் மொழியியல் ஆய்வாளர், வரைநிலை இலக்கணத்தின் அறுதிநிலை வாக்கியம் இலக்கணமுடையதுதானா என்று தெரிந்துகொள்ள விரும்புவதைவிட, ஏன் அவ்வாக்கியம் இலக்கணமுடையது என்று அறிந்துகொள்வதிலேயே அதிக ஆர்வம் காட்டுகிறார். வாக்கிய உருவாக்கத்திற்கான சூழல் – கட்டுப்பாட்டு விதிகளுக்கு மேலாகச் சூழல் – கட்டிலா இலக்கணவிதிகளும் இலக்கணம் உடையனவாகப் பயன்படும்போது அவற்றின் இலக்கணம் என்ன என்பதை விளக்க வேண்டும். இத்தகைய விதிகள் அடங்கிய இலக்கணம் சூழல் – கட்டுப்பாடிலா அல்லது சூழல் – கட்டிலா

இலக்கணம் *(Context-free grammar)* எனப்படுகிறது. இவ்விதிகளும் இயற்கைமொழிகளைப் பொறுத்தவரையில் வரையறுக்கப் பட்டவையாதலால் உறுதிநிலையற்ற வரைநிலைத் தானியங்கிப் பொறி வகையைச் சார்ந்ததாக சோம்ஸ்கி கருதுகிறார். இவ்விதி களைச் சூழல்–கட்டிலா விதிகள் *(Context-freerules)* என்று கூறுகிறார்.

வரைநிலை இலக்கணத்தின் மூலம் கணினி அறிவியலில் செயற்கை வடிவ மொழிகளை உள்ளீடுசெய்து சூழல்–கட்டுப்பாட்டிற்குட்பட்ட வெளியீடுகளைத் தரும் சூழல் – கட்டுப்பாட்டு இலக்கணத்திற்கு மேலாக மனித இயற்கைமொழி களையும் உள்ளீடுசெய்யத்தக்க சூழல்–கட்டிலா இலக்கணத்தை உருவாக்க முடிகிறது என்றும், முக்கியமாக இயற்கைமொழியின் படைப்பாக்கக் கூறை இவ்விலக்கணத்தால் விளக்க முடிகிறது என்றும் சோம்ஸ்கி கூறுகிறார். அதேநேரத்தில், சூழல் – கட்டிலா இலக்கணம் சூழல்–கட்டுப்பாட்டு இலக்கணத்தைக் காட்டிலும் வலிமைமிக்கது என்றாலும் இதன் தோற்றம் சூழல்–கட்டுப்பாட்டு இலக்கணத்தை மூலமாகக் கொண்டது. சூழல்–கட்டிலா இலக்கணத்தால் உற்பத்தி செய்ய இயலுகிற பல வாக்கியங்களைச் சூழல் – கட்டுப்பாட்டு இலக்கணத்தால் உற்பத்திசெய்ய முடியும். ஆனால் சூழல் – கட்டுப்பாட்டு இலக்கணம் உற்பத்திசெய்கிற வாக்கியங்களைச் சூழல்–கட்டிலா இலக்கணம் உற்பத்திசெய்ய இயலாது.

சோம்ஸ்கி சூழல்–கட்டுப்பாட்டு இலக்கணமான வரைநிலை இலக்கணத்தையும், சூழல் – கட்டிலா இலக்கணத்தையும் ஆக்கமுறை இலக்கணத்தில் வாக்கிய உருவாக்கத்திற்காகப் பயன்படுத்துகிறார். சோம்ஸ்கிக்கு மொழி, வாக்கியங்களின் தொகுதி. இவ்வாக்கியங்களை விவரிக்கும் கருவி, இலக்கணம். இவ்விலக்கணம் விதிமுறை இலக்கணமாகவோ வண்ணனை இலக்கணமாகவோ வடிவ இலக்கணமாகவோ ஆக்கமுறை இலக்கணமாகவோ இருக்கலாம். இவற்றுள் வடிவ இலக்கணத்தையே தம் தேர்வாக சோம்ஸ்கி தெரிவுசெய்கிறார். ஏனெனில், இவ்விலக்கணம் மட்டுமே வாக்கியங்களைப் படைக்கும் ஆக்கமுறை இலக்கணமாக இயங்க முடியும். மேலும் இது சூழல் – கட்டிலா இலக்கணப் பண்புடையது. அதனால் வாக்கிய உருவாக்க முறையை எளிதாகக் கையாள முடியும். சோம்ஸ்கி வடிவ இலக்கணத்திற்குத் தம் கோட்பாட்டில் எல்லாவகையிலும் முன்னுரிமை அளிப்பதற்கு இதன் சூழல் – கட்டிலாத் தன்மை முக்கியக் காரணம்.

மொழியைப் பொறுத்தவரையில், உறுதிநிலை வரைநிலைத் தானியங்கிப் பொறி பற்றிய ஆய்வில் சூழல்–கட்டிலாக் கொள்கை

சோம்ஸ்கியின் புரட்சிகரமான பங்களிப்பு என்று இன்றும் போற்றப்படுகிறது. வரைநிலைத் தானியங்கிப் பொறியில் தருக்கவியலாளரும் கணினி அறிவியலாளரும் பயன்படுத்தும் செயற்கை மொழிகளுக்கு மாறாக, ஆங்கிலம், தமிழ் போன்ற இயற்கை மொழிகளைப் பயன்படுத்தி சோம்ஸ்கி நிறுவிய இச்சாதனை ஆக்கமுறை இலக்கணக் கோட்பாட்டு வளர்ச்சியின் மைல்கல். வரைநிலை இலக்கணத்தால் விளக்க முடிகிற வாக்கியங்களை இன்னும் சிறப்பாக விளக்க முடிவதோடு, இவ்விலக்கணம் விளக்க முடியாத வேறு பல வாக்கியங்களையும் சூழல் – கட்டிலா இலக்கண விதிகளால் விளக்க முடியும் என சோம்ஸ்கி கூறுகிறார்.

சூழல் – கட்டிலா இலக்கணமும் வடிவ இலக்கணமே. மொழியில் காணப்படும் எல்லாவகை வாக்கியங்களையும் விளக்கும் கூடுதல் உற்பத்திப் பண்பு உடைய விதிகளின் தொகுதி சூழல் – கட்டிலா இலக்கணம். எனவே, எல்லா வடிவ இலக்கணங் களுக்கும் பொருந்தும் ஆக்கமுறைப் பண்பு இவ்விலக்கணத்திற்கு உண்டு. கணினி அறிவியல் அடிப்படையிலான இவ்விலக்கணத்தை 1950களில் சோம்ஸ்கி அறிமுகப்படுத்தினார். கணினி அறிவியல் நிரல்மொழிகளில் அதிகமாகப் பேசப்படும் பாள அமைப்பு *(Block Structure* எ.கா.: *அந்த மரம் + வாழை மரம் = அந்த மரம் வாழைமரம்)* கொள்கை சூழல் – கட்டிலா இலக்கணத்தை விளக்குவதற்கேற்ற விதிகளை இனங்காண சோம்ஸ்கிக்கு உதவியது. இவ்விலக்கணத்திலிருந்தே தொடரமைப்பு இலக்கணம் *(Phrase Structure Grammar)* என்னும் வடிவ இலக்கணத்தை அறிமுகப்படுத்துகிறார். இவ்விலக்கணத்தில் சூழல் – கட்டிலா விதிகள் மொழியை விளக்குவதற்கேற்ற நிரலாக்க நெறிமுறையை *(Algorithm)* அமைக்க உதவுகிறது. இந்நெறிமுறை குறித்து விரிவாகத் தொடரமைப்பு இலக்கணப் பகுதியில் காண்போம்.

8.5. தொடரமைப்பு இலக்கணம்

'தொடரமைப்பு' என்னும் கருத்தியலின் தோற்றம் புளூம்ஃபீல்டிய மொழியியலுக்கும் முந்தையது. நம் பழைய மரபிலக்கணங்கள், கூடுதல் உருபனமைப்பு அணுகுமுறையைப் பின்பற்றுகின்றன. இருப்பினும், வாக்கியக் கட்டமைப்பின் பின்னணி இன்றி எந்த உருபனியல் விளக்கமும் முழுமை பெறுவதில்லை. உருபன்கள் தொடர்ந்து சொற்களாகி, சொற்கள் தொடர்ந்து தொடர்களாகி, சொற்றொடர்கள் தொடர்ந்து வாக்கியமாகி முடியும் தத்துவம் இவற்றிடையே காணும் உறவுகளைக் கொண்டாடாமல் பொருள்படுவதுமில்லை. 'தொடரமைப்பு' என்னும் சொல்லாடல் தொடர்களிடையே

காணும் இறுக்கமான உறவு சார்ந்த கருத்தியலாக்கத்தைக் குறிப்பிடுகிறது. புளூம்ஃபீல்டு, தாம் எழுதிய *மொழி* (1933) என்னும் நூலில் தொடரமைப்பு பற்றி இவ்வளவு அழுத்தமாகப் பேசவில்லை. இருந்தபோதிலும் வாக்கிய வகைகளையும், அவற்றிடையே காணும் தொடரியல் உறவுகளையும் ஏராளமான எடுத்துக்காட்டுகளுடன் இரண்டு அத்தியாயங்களில் விளக்குகிறார்.

தொடரமைப்பின் தோற்றுவாய் தொடர் உறுப்பு அமைப்பு. இதன் வளர்ச்சியை மூன்று கட்டங்களாக வகைப்படுத்தினால் முதலாவது கட்டத்தில் தொடர் உறுப்பு அமைப்பு சார்ந்த பொதுக்கருத்தை புளூம்ஃபீல்டு அறிமுகப்படுத்தினார் என்று கூறலாம். இரண்டாவது கட்டத்தில் புளூம்ஃபீல்டிய மொழியியல் அறிஞர்களான யூஜின் நைடா (1947), ரூலான் வெல்ஸ் (1947), ஜெல்லிக் ஹேரிஸ் (1957) போன்றோர் தொடர் உறுப்பு அமைப்பை ஆழமான ஆய்வுக்கு உட்படுத்தி, பகுப்பாய்வு நெறிமுறைகளை வகுத்தனர். அண்மைத் தொடர் உறுப்புப் பகுப்பாய்வு என்ற இத்தொடரியல் ஆய்வு குறித்து முந்தைய அத்தியாயங்களில் பார்த்தோம். மூன்றாவது கட்டத்தைச் சேர்ந்தவர்களாக சோம்ஸ்கியையும், அவரைப் பின்பற்றிய தொடரியலாளர்களையும் குறிப்பிடலாம். இவர்கள் காலத்தில் அண்மைத் தொடர் உறுப்புப் பகுப்பாய்வு சீரிய தொடரியல் ஆய்வுப்படிப்பாக வளர்ந்தது. ஹேரிஸும் சோம்ஸ்கியும் இதில் முக்கியப் பங்கேற்றனர். இவர்களுள் சோம்ஸ்கி இயற்கை மொழியின் எல்லா வகை வாக்கியங்களையும் விளக்குவதில் இப்பகுப்பாய்வின் போதாமையைச் சுட்டிக்காட்ட, தொடரமைப்பு இலக்கணம் ஆக்கமுறை மொழியியலில் முதன்மை இடம்பெற்றது.

தொடரமைப்பு இலக்கணம், அறுபதுகளில் சோம்ஸ்கி குறிப்பிட்ட மூன்று வகை இலக்கண முன்மாதிரிகளில் இரண்டாவது வகையைச் சார்ந்தது. முதலாவது வகையான வரைநிலை இலக்கணத்திலும், அதற்கு முந்தைய அண்மைத் தொடர் உறுப்புப் பகுப்பாய்விலும் வாக்கியம் சொற்களால் இணைந்து உருவாவது குறித்தும், அச்சொற்களின் தருக்கரீதியான வரிசை அமைப்பு குறித்தும் விரிவாகப் பார்த்தோம். தொடரமைப்பு இலக்கணமும் இத்தொடரியல் தத்துவத்தை அடிப்படையாகக் கொண்டதுதான். இருப்பினும், அண்மைத்தொடர் உறுப்புப் பகுப்பாய்விலும் வரைநிலை இலக்கணத்திலும் காணும் நிறைவின்மைக்கு இவ்விலக்கணத்தில் தீர்வு காணப்படுகிறது. இதனால், இவ்விரு இலக்கணங்களைக் காட்டிலும் முழு நிறைவு பெற்றதாகத் தொடரமைப்பு இலக்கணம் இன்றுவரை ஏற்றுக்கொள்ளப்பட்டிருக்கிறது.

சோம்ஸ்கி, மொழியைப் பற்றிய தம் நிலைப்பாட்டின் பின்னணியில் எல்லா இலக்கண முன்மாதிரிகளையும் ஆக்கமுறை வகைமாதிரிகளாகவே காண்கிறார். இவற்றுள் சில வாக்கிய உருவாக்கமுறையில் ஆற்றல்மிக்கவையாகவும், சில ஆற்றல் குன்றியவையாகவும் இருக்கலாம். இதைத் தவிர, எல்லா இலக்கண முன்மாதிரிகளும் ஒருவகை ஆக்கமுறை இலக்கணங்களே என்பது அவரின் கருத்து. பல மரபிலக்கண முன்மாதிரிகளும் இவற்றுள் அடக்கம். இலக்கணம் பற்றிய இப்பொதுக்கருத்துதான் ஆக்கமுறைத் தத்துவத்தின் மூத்த இலக்கணமாகப் பாணினீ எழுதிய அஷ்டாத்யாயீயைக் குறிப்பிட்டுக் கூற சோம்ஸ்கியையும், தொல்காப்பியத்தைச் சுட்டிக்காட்ட அகத்தியலிங்கத்தையும் தூண்டியது.

ஆக்கமுறை அல்லது மொழி உற்பத்தியாக்கம் என்பது, அடிப்படை விதிகளின் மேல் நிகழ்த்தப்பெறும் செயற்படுத்தங்களின் மூலமாக எண்ணிறந்த வாக்கியங்களை உருவாக்குவது. இலக்கணவிதிகளை அடுக்கிச்சொல்லும் மரபிலக்கணங்களிலிருந்து இன்றைய இலக்கணங்கள் வரை இக்கருத்தியலாக்கமே ஊடுபாவாக மொழியைக் கட்டமைக்கிறது. சோம்ஸ்கியின் மொழியைக் குறித்த விளக்கம் இக்கருத்தைப் புதிய சீசாவில் நிரப்பிக் காட்டுகிறது. ஆக்கமுறை மாற்றிலக்கணம் என்னும் இப்புதிய சீசாவை சோம்ஸ்கி வடிவமைத்துக்கொண்ட நேர்த்தி அவரின் இலக்கணம் சார்ந்த கருத்தியலாக்கத்தை உன்னத நிலைக்கு உயர்த்தியுள்ளது[7].

வரைநிலை இலக்கணம் சோம்ஸ்கியின் மொழி விளக்கம் பற்றிய கருத்தியல் பின்னணி சார்ந்தது என்றாலும் நாம் முற்பகுதியில் குறிப்பிட்டதுபோல், இயற்கை மொழியின் பல வாக்கியங்களை வரைநிலை இயந்திரம் உற்பத்தி செய்ய முடியவில்லை. எனவே, இதற்கு மாற்றாக எல்லா வாக்கியங்களையும் அவற்றின் இலக்கணநெறி கெடாமல் உற்பத்திசெய்யும் இயந்திரமாகத் தொடரமைப்பு இலக்கணத்தை சோம்ஸ்கி முன்மொழிந்தார். இது வரைநிலை இலக்கணத்தைக் காட்டிலும் ஆற்றல் மிக்கது. *தொடரியல் அமைப்புகள்* நூலில் தொடரமைப்புகளைக் கட்டமைப்பதற்குரிய விதிகளைக் குறிப்பிட்டுக் காட்டுவதை ஆக்கமுறை மொழியியல் கோட்பாட்டின் நோக்கம் என்று சோம்ஸ்கி கூறுகிறார். இந்நோக்கத்தைச் செயற்படுத்துவதன் மூலமாக வாக்கியங்களின் அடிநிலை அமைப்பு உணர்த்தும் பொருளைப் புரிந்துகொள்ளும் பேசுவோரின் ஆற்றலை விளக்க முடியும் என்று கூறி, அவருக்கான இலக்கணத்தை இனங்காண்பதை முதல் கடைமையாகக் கருதுகிறார்.

சோம்ஸ்கிய ஆக்கமுறை என்பது வெறுமனே இயந்திரகதியில் சொற்களை ஒன்றன்பின் ஒன்றாகக் கோத்து முடிப்பதன்று. ஒவ்வொரு சொல்லையும் கோப்பதில் ஓர் அழுத்தமான வரிசைமுறை பின்பற்றப்படுவதை வரைநிலை இலக்கணம் உணர்த்துகிறது. இதன் தொடர்ச்சியாக வரிசைமுறைக்கு அடுத்தநிலையில் சொற்களைத் தொகுதிகளாக இணைத்து எழுவாய் என்றும், செயப்படுபொருள் என்றும், பயனிலை என்றும் இவற்றிடையே நிலவும் இலக்கண உறவுகள் தீர்மானிக்கப்படு வதைத் தொடரமைப்பு இலக்கணம் ஒவ்வொரு வாக்கிய உருவாக்கத்திலும் உறுதிசெய்கிறது. எடுத்துக்காட்டாக,

> *(11) பேராசிரியர் அரங்கன் அந்தச் சிறிய நூலை ஆய்வு மாணவர்க்குக் கொடுத்தார்*

என்னும் வாக்கியத்தில் *பேராசிரியர் அரங்கன்* என்னும் தொடரை எழுவாயாகவும், *அந்தச் சிறிய நூலை* என்னும் தொடரை நேரடிச் செயப்படுபொருளாகவும், *ஆய்வு மாணவர்க்கு* என்னும் தொடரை நேரடியல்லாச் செயப்படுபொருளாகவும், *கொடுத்தார்* என்னும் தொடரைப் பயனிலையாகவும் கீழ்வருமாறு பகுத்துக் காட்டலாம்:

> *(12) பேராசிரியர் அரங்கன் | அந்தச் சிறிய நூலை | ஆய்வு மாணவர்க்குக் | கொடுத்தார்*

இவ்வாக்கியத்தின் தொடரமைப்பைக் கீழ்வருமாறும் தொகுத்துக் காட்டலாம்:

(i) பேராசிரியர் அரங்கன் – எழுவாய்

(ii) அந்தச் சிறிய நூலை – நேரடிச் செயப்படுபொருள்

(iii) ஆய்வு மாணவர்க்கு – நேரடியல்லாச் செயப்படுபொருள்

(iv) கொடுத்தார் – பயனிலை

(i) – (iv) வரையுள்ள சொற்றொடர்களை மரபிலக்கணங்கள் உட்பட இக்கால நவீன இலக்கணங்கள்,

> *எழுவாய் + செயப்படுபொருள்1 + செயப்படுபொருள்2 + பயனிலை*

என்னும் தொடரமைப்பில் விதியாகக் காட்டுகின்றன. இம்மாதிரி யான விதிகளின் ஒவ்வொரு தொடரையும் செயற்பாட்டுத் தொடர் உறுப்புகள் *(Functional Constituents)* எனலாம். *பேராசிரியர் அரங்கன்* என்னும் தொடர் உறுப்பு எழுவாய்ச் செயற்பாட்டையும், *அந்தச் சிறிய நூலை* என்னும் தொடர்

உறுப்பு நேரடிச் செயப்படுபொருள் செயற்பாட்டையும், *ஆய்வு மாணவர்க்கு* என்னும் தொடர் உறுப்பு நேரடியல்லாச் செயப்படுபொருள் செயற்பாட்டையும், *கொடுத்தார்* என்னும் தொடர் உறுப்பு பயனிலைச் செயற்பாட்டையும் மேற்கொள் கின்றன. இலக்கண உறவு சார்ந்த இச்செயற்பாட்டு அறிவு முன்னர்க் குறிப்பிட்டதுபோலப் பேசுவோர் புலப்படுத்தும் ஒவ்வொரு வாக்கியத்தின் அடிநிலை அமைப்பு பற்றிய அவரது மொழியறிவு. இவ்வடிநிலை அமைப்பின் உருவாக்கம் விதிகளா லானது. இவ்விதிகளைத் தொடரமைப்பு விதிகள் *(Phrase Structure Rules, PS rules)* என்றும், இவ்விதிகள் அடங்கிய இலக்கணத்தைத் தொடரமைப்பு இலக்கணம் என்றும் சோம்ஸ்கி கூறுகிறார்.

தொடரமைப்பு விதிகள் புரிந்துகொள்வதற்கு மிக எளிமையானவை. ஆக்கமுறை விதிகளான இவற்றை இன்னும் எளிமையாகக் கூற மறுஈட்டு விதிகள் *(Rewrite rules)* பயன்படுத்தப்படுகின்றன. எளிமையைத் தவிர வேறெந்தச் சிறப்பும் இவ்விதிகளுக்கு இல்லையென்றாலும், வடிவ இலக்கண முன்மாதிரியை முன்வைக்கும் ஆக்கமுறை இலக்கணத்தில் விதிகளை விரித்தெழுத இம்மறுஈட்டு விதிகள் என்னும் நிரலாக்க நெறிமுறையும் கிளைப்படங்களும் அனுகூலமான உத்திகளாகக் கையாளப்பட்டுவருகின்றன. இவ்விதிகளில் எழுவாய், செயப்படுபொருள், பயனிலை என்னும் மரபார்ந்த செயற்பாட்டுத் தொடர் உறுப்புகளுக்குப் பதிலாக NP, VP போன்ற குறியீடுகள் பயன்படுத்தப்படுகின்றன. இக்குறியீடுகள் தொடர்க்குறியீடுகள் எனப்படுகின்றன.

மறுஈட்டு விதிகள் சூழல் – கட்டிலா விதிகளாகும். இவ்விதிகள் மொழியை விளக்குவதற்கேற்ற நிரலாக்க நெறிமுறையை அமைக்க உதவுகிறது என்று முந்தைய பகுதியில் பார்த்தோமல்லவா? சோம்ஸ்கி மறுஈட்டு விதிகளை இந்நெறிமுறையில் கையாள்கிறார். கணினி அறிவியல் நிரல்மொழிகளில் பயன்படுத்தப்படும் பாள அமைப்புமுறையை இந்நெறிமுறையில் காண முடியும். மறுஈட்டு விதிகள்,

$$X \rightarrow Y$$

என்னும் அமைப்பில் எழுதப்படுகின்றன. ‘X என்னும் தனிமக்கூறை Y என்னும் தனிமக்கூறால் மறுஈடு செய்து விரித்தெழுதுதல்’ என்பது இதன் பொருள். அம்புக்குறியின் இடப்பக்கத்தில் எழுதப்படும் தனிமக் கூறு X, அம்புக்குறியின் வலப்பக்கத்தில் Y என்னும் ஒன்று அல்லது ஒன்றுக்கு மேற்பட்ட தனிமக்கூறுகளால் மறுஈடு செய்யப்பட்டு ‘ஒன்றிலிருந்து மற்றொன்றை வருவித்தல்’

என்னும் பொருளில் விரித்து எழுதப்படுகிறது. எடுத்துக்காட்டாக, S என்னும் தொடர்க்குறியீடு,

S → NP + VP

என்று விரித்தெழுதப்படும்போது இடப்பக்கத்தில் எழுதப்படும் S அம்புக்குறியை அடுத்து வலப்பக்கத்தில் NP + VP என்று இரு தனிமக்கூறுகளால் விரித்தெழுதப்படுகிறது. இதன் பொருள் வாக்கியம் என்பது பெயர்த்தொடர், வினைத்தொடர் என்னும் இரு தொடர் உறுப்புகளால் ஆனது என்பது. தொடர்ந்து V என்னும் தனிமக்கூறு,

V → Tns

என்று விரித்தெழுதப்படும்போது வலப்பக்கத்தில் ஒரு தனிமக்கூறால் மட்டுமே விரித்தெழுதப்படுகிறது. *Tns* என்பது தமிழில் முக்காலங்களையும் குறிக்கும். இம்மறுஈட்டு விதிகள் எவ்விதச் சூழல் கட்டுப்பாட்டையும் விதிக்கவில்லையாதலால் சூழல் – கட்டிலா விதிகளாகும். இவ்விதிகளைப் பொதுவாக இடப்பெயர்ப்பு விதிகள் *(Replacement rules)* என்றும் கூறுவர். இவ்விதிகளுக்கு மாறாக,

X → Y / W - V

என்று X விரித்தெழுதப்படும்போது வலதுபக்கத்தில் W–ம் V–ம் வரும் இடைப்பட்ட சூழல் கட்டுப்பாட்டில் (W - V) விரித்தெழுதப்படுகிறது. இதனால் சூழல்–கட்டுப்பாட்டு விதி எனப்படுகிறது. மறுஈட்டுதல்/வருவித்தல் படிமுறைகள் → என்னும் அம்புக்குறியால் நிரலாக்க நெறிமுறையில் சுட்டிக்காட்டப் படுகின்றன.

மறுஈட்டு விதிகளை விரித்தெழுத ஆரம்பித்தால் முன்னர்க் குறிப்பிட்டது போல முதலாவதாக வாக்கியம் என்பதைக் குறிக்கும் S என்னும் தொடர்க்குறியீடு அம்புக்குறியின் இடப்பககத்தில் வந்து, வலப்பக்கத்தில் பெயர்த்தொடரையும் NP வினைத்தொடரையும் VP இடம்பெயர்த்துக் கீழ்வருமாறு காட்டும். மறுஈட்டு விதி, *S(entence)* என்னும் தொடர்க்குறியீட்டி லிருந்தே தொடங்கும்.

S → NP +VP

என்பது முதலாவது மறுஈட்டு விதி. இவ்வாறே பிற தொடர்க்குறியீடு களும் கீழ்வருமாறு விரித்து எழுதப்படுகின்றன.

(i) S → NP + VP

(ii) NP → T + N

(iii) VP → Verb + NP

(iv) T → the

(v) N → {*man, ball....*}

(vi) V → {*hit, took...*}

இந்நிரலாக்க நெறிமுறை மூலம் தொடரமைப்பு இலக்கணத்திற்கான வடிவமைப்பை சோம்ஸ்கியால் காட்ட முடிகிறது. *தொடரியல் அமைப்புகள்*–இல் *The man hit the ball* என்னும் வாக்கியத்தின் தொடரமைப்பு விதியை சோம்ஸ்கி இவ்வாறு மறுஈட்டு விதிகளால் விரித்தெழுதுவதை எடுத்துக்காட்டாகக் காட்டலாம்.

பொதுவாக, இவ்விதிகளை இரண்டாகப் பிரித்துப் பார்க்கலாம். *(i) – (ii)* வரையிலான விதிகள் NP, VP, T, N, Verb என்னும் தொடர்க்குறியீடுகளைத் தோற்றுவிக்கின்றன. *(iv) – (vi)* வரையிலானவை ஒவ்வொரு தொடர்க்குறியீட்டுக்கும் உரிய சொற்களை நிரலாக்க நெறிமுறையில் புகுத்துகின்றன. இம்மறுஈட்டு விதிகள்,

T + N + Verb + T + N

The + man + hit + the + ball

என்னும் தொடரமைப்பு விதியை அறுதியில் தோற்றுவிக்கின்றன. இவ்விதி, *The man hit the ball* என்பது போன்ற எண்ணிறந்த வாக்கியங்களை உற்பத்தி செய்யக்கூடிய ஓர் எளிமையான தொடரமைப்பு இலக்கணத்தை உருவாக்குகிறது.

மேற்காணும் மறுஈட்டு விதிகள், *The man hit the ball* என்ற வாக்கியத்தை உருவாக்குவதுடன் *The ball hit the man* என்ற வாக்கியத்தையும் உருவாக்குவதற்கு வாய்ப்பாக இருப்பதை உணரலாம். ஆங்கிலத்தைப் பொறுத்தவரையில் *The ball hit the man* என்பதை வழுவாக்கியம் என்று கூற முடியாது. இவ்வாக்கியத்தை இலக்கணச் செம்மையான வாக்கியமாக *(Well-formed sentence)* ஏற்காமல் இருக்கலாம். ஆனால், தாய்மொழியாளரைப் பொறுத்த வரையில் இது இலக்கணமுள்ள ஏற்புடை வாக்கியம். இவ்வாறு, இலக்கணச் செம்மையுள்ள வாக்கியங்களை அடையாளம் காண உதவுவது மறுஈட்டு விதிகளின் கூடுதல் சிறப்பாகும். இனி, தமிழில்

(13) புத்தாண்டு பிறந்தது

(14) மாணவர்கள் மெரீனாவில் போராடினர்

(15) பக்தர்கள் அம்மனைத் தரிசிக்கிறார்கள்

(16) பரத் கமலிக்குப் பேனாவைப் பரிசளிப்பான்

(17) ரவிகிரண் தந்தையிடம் பயின்றார்

என்னும் வாக்கியங்களுக்கான மறுஈட்டு விதிகளை எவ்வாறு விரித்தெழுதலாம் என்பதைக் காண்போம்.

வாக்கியம் (13) இரு தொடர்களாலானது. முதலாவது தொடர் பெயர்த்தொடர் NP. இத்தொடரைத் தொடர்ந்து வருவது *பிறந்தது* என்னும் வினைத்தொடர் VP. வாக்கியத்தைக் குறிக்கும் S என்னும் குறியீட்டை NP + VP என்னும் இரு தொடர்களால் மறுஈடு செய்து கீழ்க்காணும் விதியால் எழுதலாம்:

(1) S → NP + VP

இவ்விதியால் *புத்தாண்டு பிறந்தது* என்பது போன்ற எண்ணிறந்த வாக்கியங்களை உருவாக்க முடியும். இத்தொடரமைப்பு விதியால், *மாணவர்கள் மெரீனாவில் போராடினர் (14)* என்ற வாக்கியத்தையும் உருவாக்க இயலும். பெயர்த்தொடருக்குப் பின்னர் வரும் *மெரீனாவில்* என்னும் தொடர் வினை சார்ந்த தொடராக *(மெரீனாவில் போராடினர்)* வழங்குவதை நம் உள்ளுணர்வால் உணர முடியும். வினைக்கு முந்தைய இது மாதிரியான வேற்றுமைகள், பெயர் + வேற்றுமை உருபு என்னும் வடிவத்தில் தமிழில் உள்ளன. ஆங்கிலத்தில் போலல்லாமல் தமிழில் வேற்றுமையை உணர்த்தும் –இல், -ஐ, -கு, -இடம் போன்ற உருபுகள் பெயரை அடுத்துவரும். இதனால் இத்தொடரைப் பின்நிலைத் தொடர் (Postpositional Phrase, PP) என்று குறிப்பிடுவர். இனி, வினைத்தொடரை,

(2) VP → (PP) + V + AUX

என்று மறுஈடு செய்து விரித்து எழுதலாம். இம்மறுஈட்டு விதியில் வரும் PP தொடர்க்குறியீடு வேற்றுமை உருபுகளுடன் வரும் பெயர்த்தொடரைக் குறிக்கிறது. வாக்கியம் *(14)* –இல்,–இல் என்னும் ஏழாம் வேற்றுமை உருபும், வாக்கியம் *(15)* – இல்,–ஐ என்னும் இரண்டாம் வேற்றுமை உருபும் *(அம்மனை)*, வாக்கியம் *(16)*–இல், -கு என்னும் நான்காம் வேற்றுமை உருபும் *(கமலிக்கு)*, –ஐ என்னும் இரண்டாம் வேற்றுமை உருபும் *(பேனாவை)*, வாக்கியம் *(17)*–இல், –இடம் என்னும் ஏழாம் வேற்றுமை உருபும் *(தந்தையிடம்)* வருகின்றன. இதற்கான தொடரமைப்பு விதியை

(3) VP → (PP) + (PP) + V + AUX

என்று விரித்து எழுதலாம். தொடர்ந்து, PP என்னும் வேற்றுமைத் தொடரைக் கீழ்வருமாறு எழுதலாம்:

நோம் சோம்ஸ்கி

(4) $$PP \rightarrow \begin{Bmatrix} \text{Obj} \\ \text{Inst} \\ \text{Soc} \\ \text{Dat} \\ \text{Abl} \\ \text{Loc} \end{Bmatrix}$$

Obj: Objective case இரண்டாம் வேற்றுமைத் தொடரையும், *Inst: Instrumental case* மூன்றாம் வேற்றுமைத் தொடரையும், *Soc: Sociative case* மூன்றாம் வேற்றுமைத் தொடரையும், *Dat: Dative case* நான்காம் வேற்றுமைத் தொடரையும், *Abl: Ablative case* ஐந்தாம் வேற்றுமைத் தொடரையும், *Loc: Locative case* ஏழாம் வேற்றுமைத் தொடரையும் குறிக்கின்றன. இவ்வேற்றுமைத் தொடர் ஒவ்வொன்றையும் பெயர் + வேற்றுமை உருபு என்று கீழ்வருமாறு விரித்தெழுதலாம்:

(5) Obj → N + – *ஐ*

(6) Inst → N + –*ஆல்*

(7) Soc → N + – *ஒடு, –ஓடு*

(8) Dat → N + – *கு*

(9) Abl → N + –*இல் இருந்து, –இடம் இருந்து*

(10) Loc → N + –*இல், –இடம்*

தொடர்ந்து, வேற்றுமைத்தொடரில் வரும் N என்னும் பெயர்த்தொடரைக் கீழ்வருமாறு,

(11) N → *{புத்தாண்டு, பரத். கமலி.....}*

என்று விரித்தெழுதலாம். இதைப்போலவே V என்னும் வினைத்தொடரை,

(12) V → *{பிற, போராடு, தரிசி, பரிசளி, பயில்.........}*

என்று விரித்தெழுதலாம். விதிகள் *(11)* –ம் *(12)* –ம் சொற்களால் விரித்தெழுதப்படுகின்றன. இவை முறையே *புத்தாண்டு, பரத், கமலி* போன்ற பெயர்ச்சொற்களாலும் (N), *பிற, போராடு, தரிசி, பரிசளி, பயில்* போன்ற வினைச்சொற்களாலும் (V) விரித்தெழுதப்படுகின்றன. நிரலாக்க நெறிமுறையில் சொற்களைப் புகுத்தும் இவ்விதிகள் சொற்களஞ்சியச் செருகு

விதிகள் *(Lexical insertion rules)* எனப்படுகின்றன. இச்சொற்கள் புகுத்தப்படும் நிலையிலேயே பொருள்கோள் அமைப்பு விரிந்து வாக்கியத்தின் பொருண்மை நயப்படுத்தம் *(Semantic interpretation)* மேம்படுகிறது. சோம்ஸ்கியின் பிற்கால இலக்கணக் கோட்பாட்டு முன்மாதிரிகளில் இவ்விதிகள் சொல் விதிகள் *(Lexical rules)* எனக் கூடுதல் முக்கியத்துவம் பெறுகின்றன. சோம்ஸ்கியின் தொடரியல் *அமைப்புகள்* இவ்விதிகள் பற்றியும் பொருண்மை விதிகள் பற்றியும் விரிவாகப் பேசுவதில்லை. இவை பற்றி விரிவாகப் பிற்பகுதியில் காண்போம்.

(13) – (16) வரையிலான வாக்கியங்களில் இடம்பெறும் வினைகள் முறையே இறந்தகாலத்தையும் நிகழ்காலத்தையும் எதிர்காலத்தையும் உணர்த்துகின்றன. காலத்தை உணர்த்தும் இடைநிலைகளை,

(13) AUX → Tns

$$\text{(14) Tns} \rightarrow \begin{Bmatrix} \text{Past} \\ \text{Pres} \\ \text{Fut} \end{Bmatrix}$$

(15) Past → { – ந்த்–, –த்த்–, –ன்–. . . . . .}

(16) Pres → { –கிற்–, –க்கிற்–, –கின்ற்–. . . }

(17) Fut → { –வ்–, –ப்ப்–. . . . . .}

என்னும் தொடரமைப்பு விதிகளால் விரித்து எழுதலாம். சோம்ஸ்கி விவரிக்கும் தொடரமைப்பு இலக்கணத்தின் வடிவமைப்பு மேற்கண்ட *(1) – (16)* வரையுள்ள மறுஈட்டு விதிகளால் கீழ்வரும் நிரலாக்க நெறிமுறையில் காட்டப்படுகிறது.

(i) S → NP + VP

(ii) VP → (PP) + (PP) + V + AUX

$$\text{(iii) PP} \rightarrow \begin{Bmatrix} \text{Obj} \\ \text{Inst} \\ \text{Soc} \\ \text{Dat} \\ \text{Abl} \\ \text{Loc} \end{Bmatrix}$$

(iv) Obj → N + –ஐ

(v) Inst → N + –ஆல்

(vi) Soc → N + –ஒடு, –ஓடு

(vii) Dat → N + –கு

(viii) Abl → N + –இல் இருந்து, –இடம் இருந்து

(ix) Loc → N + –இல், –இடம்

(x) N → {புத்தாண்டு, பரத். கமலி.....}

(xi) V → {பிற, போராடு, தரிசி, பரிசளி, பயில்.....)

(xii) AUX → Tns

(xiii) Tns → { Past / Pres / Fut }

(xiv) Past → {– ந்த்–, –த்த்–, –ன்–........}

(xv) Pres → {–கிற்–, –க்கிற்–, –கின்ற்–....}

(xvi) Fut → {–வ்–, –ப்ப்–, –உம்.....}

இம்மறுஈட்டு விதிகளாலான,

NP + V + Past

(புத்தாண்டு + பிற + ந்த் –)

NP + N + Loc + V + Past

(மாணவர்கள் + மெரீனா + இல் + போராடு + இன் –)

NP + N + Obj + V + Past

(பக்தர்கள் + அம்மன் + ஐ = தரிசி + க்கிற் –)

NP + N + Dat + NP + (Obj) + V + Pres

(பரத் + கமலி + க்கு + பேனா + (ஐ) + பரிசளி + ப்ப் –)

NP + N + Loc + V + Fut

(ரவிகிரண் + தந்தை + இடம் + பயில் + ன்ற் –)

என்னும் தொடரமைப்பு விதிகள், (13–17) வரையிலான வாக்கியங்களைப் போன்ற எண்ணற்ற வாக்கியங்களை உருவாக்குகின்ற அறுதி அடிநிலை விதிகளாகும். இவை ஒவ்வொன்றும்

தொடரமைப்பு விதியின் அமைப்பு வண்ணனை *(Structural Description - SD)* எனப்படுகிறது. வாக்கியத்தின் பொருண்மை உருவமைப்பை *(Semantic Representation)* இவை தீர்மானிக்கின்றன. இவற்றின்மீதே எல்லாவகை மாற்றுவிதிகளும் செயற்படுகின்றன. இது பற்றி 'மாற்றிலக்கணம்' பகுதியில் காண்போம்.

மேலே கூறிய மறுஈட்டுவிதிகளைக் கிளைப்படத்தில் காட்டும் உத்தியும் தொடரமைப்பு இலக்கணத்தில் வழக்கமாகப் பின்பற்றப்படுகிறது. 'வாக்கியம் என்பது சொற்களின் கோவை' என்னும் தொடரியல் விளக்கத்தை அதன் அமைப்புநெறி வழாமல் காட்டக் கிளைப்படம் உதவுகிறது.

(18) அண்ணா தஞ்சாவூரில் பேசுகிறார்

என்னும் வாக்கியத்தின் அமைப்பு சொற்கோவையிலேயே பொதிந்து கிடப்பதையும், ஒவ்வொரு தொடர் உறுப்பும் தனித்தும் குழுவாக இணைந்தும் வரும் நேர்த்தியையும் கிளைப்பட வடிவத்தில் இயல்பாக உணர முடியும். முதலாவது நிலையில்,

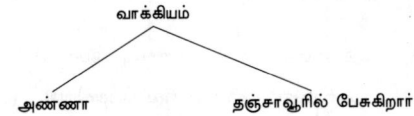

என்றும், இரண்டாவது நிலையில்,

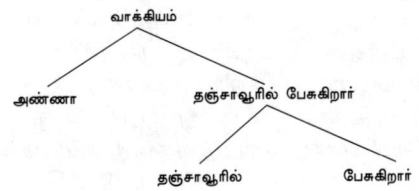

என்றும், மூன்றாவது நிலையில்,

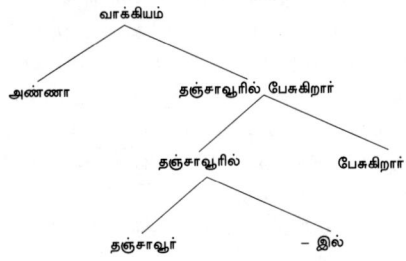

என்றும் தெளிவாக அண்ணா தஞ்சாவூரில் பேசுகிறார் என்னும் வாக்கியத்தின் அண்மைத் தொடர் உறுப்பமைப்பைப்

புரிந்துகொள்ள முடியும். இத்தொடர் உறுப்புகளுக்குப் பதிலாக அவற்றின் தொடர்க்குறியீடுகளைப் பயன்படுத்திக் கிளைப்படம் அமைக்கும் பாங்கு ஆக்கமுறை மொழியியலில் பின்பற்றப்படுகிறது. *அண்ணா தஞ்சாவூரில் பேசுகிறார்* வாக்கியத்தைக் கீழ்வருமாறு கிளைப்படத்தில் அமைத்துக் காட்டுவர்:

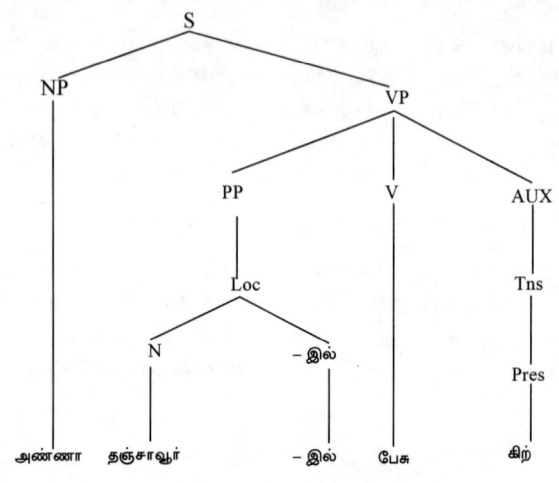

அண்ணா தஞ்சாவூரில் பேசுகிறார்

இக்கிளைப்படம் S என்னும் தொடர்க்குறீயீட்டின் நேரடி ஆளுகையின்கீழ் NP, VP என்றும், VP என்னும் தொடர்க் குறியீட்டின் நேரடி ஆளுகையின்கீழ் PP, V, AUX என்றும், PP என்னும் தொடர்க்குறியீட்டின் ஆளுகையின்கீழ் *Loc* என்றும், Loc என்னும் தொடர்க்குறியீட்டின்கீழ் N –*இல்* என்றும், குறித்துக் காட்டுகிறது. இவ்வாறு ஒரு தொடர்க்குறியீட்டின் 'ஆளுகையின்கீழ்' என்று காட்டுவதன்மூலம் முதலாவது NP ஐ வாக்கியத்தின் எழுவாய்ச் செயற்பாட்டுத் தொடராகவும், VP என்னும் தொடர்க்குறியீட்டின்கீழ்க் காட்டப்படும் Loc என்னும் தொடர்க்குறியீட்டை வாக்கியத்தின் வேற்றுமைச் செயற்பாட்டுத் தொடராகவும் எளிதாக வேறுபடுத்தி உணர முடிகிறது. இத்தகைய கிளைப்படங்களால் பெறும் தொடரியல் அமைப்பு தொடர்பான விளக்கங்கள் வாக்கியங்களின் பொருளைத் துல்லியமாக அறியவும், விவரித்துக் கூறவும் உதவுகின்றன. மேலும் தொடரமைப்பு விதிகளைப் மறுஈட்டுவிதிகளாக விரித்தெழுதுவதைக் காட்டிலும் கிளைப்படத்தில் இவ்வாறு காட்டுவதில் விதிகளின் செயற் பாட்டைப் பார்த்த மாத்திரத்திலேயே புரிந்துகொள்ள முடியும்.

NP, VP, T, N, V, AUX என்னும் தொடர்க்குறியீடுகள் தொடரமைப்பில் தொடரியல் உறவைக் காட்டுகின்றன.

இவை தொடரமைப்பிற்கான விளக்கத்தைத் தருகின்றன. இத்தொடரமைப்புப் படிமுறையில்தான் பேசுவோர் வாக்கியங் களை ஒன்றன்பின் ஒன்றாக வருவித்துப் புரிந்துகொள்கிறார் என்றோ பேசுகிறார் என்றோ தொடரமைப்பு இலக்கணம் கருதுவதில்லை. எப்படியோ இப்படிமுறை குழந்தையின் மொழி ஈட்டலில் நனவு மனத்திற்கு அப்பால் குழந்தைக்கே புரியாமல் நிகழ்கிறது. குழந்தையின் இலக்கண விதிகள், குறிப்பாகத் தொடரமைப்பு விதிகள் பற்றிய அறிவைத் தெளிவாகக் காட்ட மொழியியலாளருக்குத் இவ்வுத்தி தேவைப்படுகிறது.

தொடரமைப்பு இலக்கணம் தொடரமைப்பு விதிகளாலானது என்றும், இவை அடிநிலை வாக்கியங்களைத் தோற்றுவிக்கின்றன என்றும் பார்த்தோமல்லவா? இவ்அடிநிலை வாக்கியங்கள் தாம் வித்து வாக்கியங்கள் எனப்படுகின்றன. வித்து வாக்கியம் என்னும் சொல்லாடலை 1957இல் ஹேரிஸ் அறிமுகப்படுத்தினார். தொடரியல் பகுப்பாய்வில் உருமாற்றுவிதிகளைப் பயன்படுத்துவதற்கான அடிநிலை வாக்கியமாக இவர் இதைக் கையாண்டார். இவ்விதிகள் குறித்து விரிவாகப் பார்ப்போம்.

8.6. மாற்றிலக்கணம்

1950களில் சோம்ஸ்கிய மொழியியலின் நோக்கம் தொடரமைப்புகள் சார்ந்த தொடரியலை விளக்குவதாக இருந்தது. 1957இல் அவர் எழுதிய *தொடரியல் அமைப்புகள்* இந்நோக்கத்தை அழுத்தமாகக் கொண்ட நூல். பேசுவோருடைய வாக்கியங்களின் உள்ளமைப்புகளை *(Internal Structures)* புரிந்து கொள்வதும், இப்புரிதலுக்கான மொழியறிவு விதிகளுடன்கூடிய வாக்கியங்களின் உள்ளமைப்புகளால் ஆனது என்பதும், இவ்விதிகள் தொடரமைப்பு விதிகள் என்பதும் சோம்ஸ்கியின் நிலைப்பாடாக இக்காலக்கட்டத்தில் இருந்தது. வாக்கியங்களின் உள்ளமைப்புகளை விளக்குவதற்கு இத்தொடரமைப்பு விதிகள் போதுமானவை என்பது அவரின் கருத்து. தொடரமைப்பு விதிகளில் பயன்படும் தொடர்க்குறியீடுகள் தொடரமைப்பை விளக்கப் போதுமானவையாக இருந்தன. ஆக்கமுறை இலக்கணம் மனிதன் ஓர் இலக்கணத்தை அகப்படுத்திக்கொண்ட முறையை விளக்குகிறது. ஆனால் ஒவ்வொரு மனிதனும் வாக்கியங்களை உற்பத்தி செய்யும் திறனை மறுஈட்டு விதிகளின் அமைப்பிலேயே புரிந்துகொண்டதாக சோம்ஸ்கி எங்கேயும் கூறுவதில்லை. மொழியறிவு இலக்கணவிதிகளாலானது; இவற்றை அகப்படுத்திக்கொள்ளும் திறனை ஒவ்வொரு குழந்தையும் இயல்பாய்ப் பெற்றிருக்கிறது என்பதையே சோம்ஸ்கியின் கருத்தாகக் கொள்ளவேண்டும். அதேநேரத்தில் தொடரமைப்பு

விதிகள் இயற்கைமொழியின் எல்லா வாக்கியங்களையும் விளக்கப் போதுமானவையல்ல என்பதையும் சோம்ஸ்கி உணர்ந்திருந்தார்.

ஆக்கமுறைவிதிகளைக் கையாளுவதில் அண்மைத் தொடர் உறுப்புப் பகுப்பாய்வின் போதாமையைத் தொடர்ந்து, வரைநிலை இலக்கணத்தின் பற்றாக்குறையையும் உணர்ந்த சோம்ஸ்கி தொடரமைப்பு இலக்கணத்தை மாற்று முன்மாதிரியாக அறிமுகப் படுத்தினார். இவ்விலக்கணம் அவர் எதிர்பார்த்ததற்கும் மேலாக வாக்கிய உற்பத்தியில் முந்தைய இலக்கணங்களைக் காட்டிலும் ஆற்றல் மிக்கதாக இருந்தது. இருந்தபோதிலும், தொடரமைப்பு விதிகளால் உற்பத்தி செய்ய முடியாத ஏராளமான வாக்கியங்கள் மொழியில் உள்ளதை உணர்ந்து தொடரமைப்பு விதிகளோடு பிற விதிகளின் தேடலுக்கு ஆயத்தமானார். இத்தேடலில் கிடைக்கும் விதிகள் வாக்கிய உற்பத்தியில் தொடரமைப்பு விதிகளைக் காட்டிலும் எளிமையானதாக இருக்கவேண்டும் என்று நினைத்தார்.

தொடரமைப்பு இலக்கணம், குறிப்பிட்ட எண்ணிக்கையிலான விதிகளைக்கொண்டு எண்ணிறந்த வாக்கியங்களை உற்பத்தி செய்யும் இயந்திரம். பல்வேறு தொடரமைப்பு விதிகளை உருவாக்கி வாக்கியங்களைப் படைப்பது இவ்விலக்கணத்தின் நோக்கம். இதனால் ஏராளமான தொடரமைப்பு விதிகளின் குவிமையமாகத் தொடரமைப்பு இலக்கணம் கருதப்படுகிறது. தொடரமைப்பு விதிகளின் இவ்வெண்ணிக்கைவீக்கம் ஓர் அறிவியல் இலக்கணத்திற்கு உகந்ததன்று. பிற மொழியியல் இலக்கணங்களைவிடக் கூடுதல் அறிவியல் பண்போடு முன்வைக்கப்படும் தம் இலக்கணம் விதிகளின் எண்ணிக்கையைப் பொறுத்தவரையில் சிக்கனமாக இருக்கவேண்டும் என்பது சோம்ஸ்கியின் கோட்பாட்டு நிலைப்பாடு. இந்நிலைப்பாட்டிற்கு எதிரான விமர்சனங்களாகத் தொடரமைப்பு இலக்கணத்தின் எளிமையின்மையையும் சிக்கனமின்மையையும் அவர் உணர்ந்தார். மேலும், கீழ்க்காணும் ஐயுறவு வாக்கியங்களைக் கையாளுவதிலும் தொடரமைப்பு விதிகள் இயலாமையை வெளிப்படுத்தின:

(19) கிரிஜா சமைக்கிறது எனக்குப் பிடிக்கும்

என்னும் வாக்கியத்தின் பொருளை,

(20) கிரிஜா சமைக்கிற உணவு எனக்குப் பிடிக்கும் என்பதா,

(21) கிரிஜா சமைக்கிறாள் என்பது எனக்குப் பிடிக்கும் என்பதா,

(22) கிரிஜா சமைக்கிற முறை எனக்குப் பிடிக்கும்

என்பதா என்னும் ஐயம் இயல்பாக எழும். தொடரமைப்பு இலக்கணம் இவ்ஐயத்திற்கு எந்தத் தீர்வும் தர முடியவில்லை. ஆனால், ஓர் இலக்கணம் இதுபோன்ற வாக்கியங்களின் பொருள் மயக்கத்தை விளக்கும் ஆற்றல் உடையதாக இருக்கவேண்டும். இக்குறைபாடு ஆக்கமுறை இலக்கணக் கோட்பாட்டு எல்லைக்குள்ளேயே கூடுதல் விதியின் தேடலைச் சோம்ஸ்கிக்கு வற்புறுத்தியது.

இப்பிரச்சனை, அமைப்பு மொழியியல் தொடரியல் கோட்பாட்டில் அண்மைத் தொடர் உறுப்புப் பகுப்பாய்வில் உருவானபோது கூடுதல் விதியாக உருமாற்றுவிதியைப் பேராசிரியர் ஹேரிஸ் அறிமுகப்படுத்தியிருந்தார். இவ்விதி, அமைப்பியல் கோட்பாட்டு நோக்கில் தொடரியல் விளக்கத்தை முழுமைப்படுத்தியதாகக் கருதப்பட்டது. ஹேரிஸின் மாணவராகத் தொடரியல் ஆய்வில் ஈடுபாடுகொண்டிருந்த சோம்ஸ்கி, அக்காலத்திலேயே அவரின் வித்து வாக்கியக் கருத்தியலையும் உருமாற்றுவிதியையும் தொடரமைப்பு ஆய்வில் மாற்றுச் சிந்தனைகளாக ஏற்றுக்கொண்டவர். எனவே, தொடரமைப்பு இலக்கணத்தின் நிறைவின்மைக்குத் தீர்வாகத் *தொடரியல் அமைப்புகள்* நூலில் அடிநிலை வாக்கியத்தை வித்து வாக்கியம் என்றே குறிப்பிட்டார்.

மொழியைப் பொறுத்தவரையில் எந்தவொரு வாக்கியமும் வித்து வாக்கியமாகவோ வித்து வாக்கியத்திலிருந்து வருவிக்கப்பட்ட வாக்கியமாகவோதான் இருக்கும். ஒரு வாக்கியத்தைச் சரியாகப் புரிந்துகொள்ள அது வித்து வாக்கியமா, வித்து வாக்கியத்திலிருந்து வருவிக்கப்பட்ட வாக்கியமா எனத் தெரிந்துகொள்வது தொடரியல் பகுப்பாய்விற்கான முன்நிபந்தனை என்று *தொடரியல் அமைப்புகள்*-இல் சோம்ஸ்கி குறிப்பிடுகிறார். ஆனால், உருமாற்றுவிதிகளால் வித்து வாக்கியத்திலிருந்து வருவிக்கப்படும் வாக்கியம் தொடரமைப்பு விதிகளால் தோற்றுவிக்கப்படுவதன்று. இவ்வாக்கியம், வித்து வாக்கியத்தின்மீது உருமாற்றுவிதியைச் செயற்படுத்தி வருவிக்கப்படுகிறது. எனவேதான் இது வித்து வாக்கியமாக ஏற்றுக்கொள்ளப்படுவதில்லை. இருப்பினும் வித்து வாக்கியத்திற்கும், வித்து வாக்கியத்திலிருந்து வருவிக்கப்படும் வாக்கியத்திற்கும் இடையேயுள்ள தொடரியல் உறவு வருவிக்கப்படும் வாக்கியத்தைப் பற்றிய சிந்தனையை மேம்படுத்து கிறது. அத்துடன் ஒரு முழுமையான இலக்கண விளக்கத்தை நோக்கிய பயணம் வருவிக்கும் உருமாற்றுவிதிகளையும் தொடரியலாய்வுக்கு உட்படுத்தவேண்டிய கட்டாயத்தை

வலியுறுத்துகிறது. எடுத்துக்காட்டாகக் கீழ்வரும் வாக்கியங்களைக் கருதிப் பார்க்கலாம்:

(23) இவள் மனோரமா

(24) இவள் மனோரமாவா?

(25) இவள் மனோரமா இல்லை

இவை ஒன்றோடொன்று தொடர்புடைய வாக்கியங்கள்.

(24) இவள் மனோரமாவா?

(25) இவள் மனோரமா இல்லை

என்னும் இரு வாக்கியங்களும் முறையே வினா, எதிர்மறை விதிகளை

(23) இவள் மனோரமா

என்னும் வித்து வாக்கியத்தின் மீது செயற்படுத்தி வருவிக்கப்படு கின்றன. ஹேரிஸ் இங்குச் செயற்படுத்திய விதிகளை உருமாற்றுவிதிகள் என்றும், சோம்ஸ்கி மாற்றுவிதிகள் என்றும் குறிப்பிடுகின்றனர் சோம்ஸ்கிய மொழியியலில் ஹேரிஸின் உருமாற்றுவிதிகளை மாற்றுவிதிகள் என்றே இனிக் குறிப்பிடுவோம். ஏனெனில், கருத்தியல் நிலையிலும் செயற்படுத்தும் நிலையிலும் இவை தம்முள் வேறுபாடு உண்டு. இருப்பினும், 'உருமாற்றம்' என்னும் அடிப்படைக் கணிதவியல் கொள்கை இவ்விரு வகை மாற்றுவிதிகளுக்கும் பொதுவானது.

மாற்றுவிதிகள் தொடரமைப்பு இலக்கணத்தின் கருத்தியல் எல்லைகளுக்கு உட்பட்டதல்ல. இவை தொடரமைப்பு விதிகளைப்போல் வாக்கியங்களைத் தொடர் உறுப்புகளாகப் பகுப்பதில்லை. இவை குறிப்பிட்ட ஒரு வாக்கியத்தை அதனோடு தொடர்புடைய மற்றொரு வாக்கியமாக மாற்றுகின்றன. பள்ளி இலக்கணப்பாடங்களில் செய்வினை வாக்கியத்தைச் செயப்பாட்டுவினை வாக்கியமாகவும், உடன்பாட்டு வாக்கியத்தை எதிர்மறை வாக்கியமாகவும் மாற்றும் பயிற்சிக்கு இணையாக இம்மாற்றுவிதிகளின் செயற்பாட்டைக் கூறலாம். செயப்பாட்டு வினை வாக்கியம், எதிர்மறை வாக்கியம் போன்றவற்றைத் தொடரமைப்பு இலக்கணத்தால் தோற்றுவிக்க முடியாது. எனவே, ஒரு மொழியை முழுமையாக விளக்கும் இலக்கணம் தொடரமைப்பு விதிகளுடன் மாற்றிலக்கண விதிகளையும் கொண்டிருக்க வேண்டும். இலக்கணம் ஓர் ஒழுங்கமைவு

என்றும், இவ்வொழுங்கமைவு தொடரமைப்பு விதிகளையும், மாற்றுவிதிகளையும் கொண்டது என்றும் கூறும் சோம்ஸ்கி, தொடரமைப்பு விதிகளுக்கு இணையாக மாற்றுவிதிகளும் வாக்கிய உற்பத்தித் திறன் உடையன என்கிறார்.

(23) இவள் மனோரமா

என்னும் வித்து வாக்கியத்தின்மீது வினா, எதிர்மறை மாற்றுவிதிகள் செயற்பட்டு *இவள் மனோரமாவா?*, *இவளா மனோரமா?*, *இவள் மனோரமா இல்லை* எனப் பலவாக மாற்றுகின்றன. ஆக்கமுறை அல்லது மொழி உற்பத்தியாக்கம் என்பது அடிநிலை விதிகளின் மேல் நிகழ்த்தப்பெறும் செயற்படுத்தங்களின் மூலமாக எண்ணிறந்த வாக்கியங்களை உருவாக்குவது என்றால், தொடரமைப்பு விதிகளின் மேல் மாற்றுவிதிகளைச் செயற்படுத்திப் பல்வேறு வாக்கியங்களாக மாற்றுவதும் ஒருவகை மொழி உற்பத்தியாக்கமாகவே கருதப்பட வேண்டும். இனி,

(23) இவள் மனோரமா

(26) பத்மினி ஊட்டிக்குச் செல்கிறார்

என்னும் வித்து வாக்கியங்களின்மீது உருமாற்றுவிதிகளைப் பயன்படுத்தி, வினா மற்றும் எதிர்மறை வாக்கியங்களை உருவாக்கும் முறையைக் காண்போம்.

தொடரமைப்பு விதிகள் உருவாக்கும் அடிநிலை அமைப்பு ஒவ்வொன்றும் தொடரமைப்பு விதியின் அமைப்பு வண்ணனை என்றும், வாக்கியத்தின் பொருண்மை விளக்கத்தை இது தீர்மானிக்கிறது என்றும், இதன்மீதே எல்லா வகை மாற்றுவிதிகளும் செயற்படுகின்றன என்றும் பார்த்தோமல்லவா? இதற்கிணங்க,

(23) இவள் மனோரமா

என்னும் வித்துவாக்கியத்தின் வண்ணனை அமைப்பை,

NP + NP

என்றும்,

(26) பத்மினி ஊட்டிக்குச் செல்கிறார்

என்னும் வித்து வாக்கியத்தின் வண்ணனை அமைப்பை,

NP + N–க்கு + V + Pres

என்றும் எழுதலாம். இவ்வண்ணனை அமைப்புகளின்மீது வினா மாற்றுவிதியும், எதிர்மறை மாற்றுவிதியும் கீழ்வருமாறு செயற்படுகின்றன:

வினா மாற்றுவிதி:

NP + NP ⇒ NP + NP − ஆ

(இவள் மனோரமா ⇒ இவள் மனோரமாவா?)

NP + N−க்கு + V + Pres ⇒ NP + N−க்கு + V + Pres − ஆ

(பத்மினி ஊட்டிக்குச் செல்கிறார் ⇒ பத்மினி ஊட்டிக்குச் செல்கிறாரா?)

எதிர்மறை மாற்றுவிதி:

NP + NP ⇒ NP + NP − இல்லை

(இவள் மனோரமா ⇒ இவள் மனோரமா இல்லை)

NP + N−க்கு + V + Pres ⇒ NP + N−க்கு + V + Pres − இல்லை

(பத்மினி ஊட்டிக்குச் செல்கிறார் =→ பத்மினி ஊட்டிக்குச் செல்லவில்லை)

மாற்று விதிகளின் செற்படுத்தத்தால் நிகழும் மாற்றம் அமைப்பு மாற்றம் (Structural Change - SC) எனப்படுகிறது. இம்மாற்றுவிதி விருப்ப மாற்றுவிதி (Optional Transformation) என்றும், கட்டாய மாற்றுவிதி என்றும் இருவகைப்படும். நேர் வாக்கியத்தை வினாவாக்கியமாக மாற்றுதல், உடன்பாட்டு வாக்கியத்தை எதிர்மறை வாக்கியமாக மாற்றுதல் எனத் தொடர்புடைய வாக்கியங்களை உருவாக்க உதவும் மாற்றுவிதிகள் விருப்ப மாற்றுவிதிகள் எனப்படுகின்றன.

(24) இவள் மனோரமாவா?

(25) இவள் மனோரமா இல்லை

(27) பத்மினி ஊட்டிக்குச் செல்கிறாரா?

(28) பத்மினி ஊட்டிக்குச் செல்லவில்லை

என்பன வித்து வாக்கியங்களாகக் கருதப்படுவதில்லை. இவை முறையே

(23) இவள் மனோரமா

(26) பத்மினி ஊட்டிக்குச் செல்கிறார்

என்னும் வித்து வாக்கியங்களிலிருந்து தோற்றுவிக்கப்பட்ட வாக்கியங்களாகக் கருதப்படுகின்றன. வித்து வாக்கியங்கள் பெரும்பாலும் தெரிநிலை வாக்கியங்களிலிருந்து வருவிக்கப்படுவன. ஆதலால் இவற்றைத் தெரிநிலை வாக்கிய அமைப்பு உடையன என்பர்.

மேற்கண்ட வண்ணனை அமைப்புகள் தொடரமைப்பு விதிகளைப் பொறுத்தவரையில் முடிவுற்றது போலத் தோன்றினாலும் ஒவ்வொரு வாக்கியத்திலும் வினை இடம், எண், பால் குறிக்கும் விகுதிகளின்றிக் குறைவாக்கியங்களாகவே காட்டப்பட்டுள்ளன. தமிழில் ஒரு வாக்கியத்தின் எழுவாயின் இடம், எண், பால் *(Person, Number, Gender, PNG)* உணர்த்தும் கூறுகள் வினைத்தொடரில் விகுதிகளாக வடிவம் பெற்று வரும். ஒரு வாக்கியத்தில் எழுவாய்க்கும் பயனிலையாக வரும் வினைத்தொடருக்கும் இடையேயுள்ள இவ்விசைவுறவை தொடரமைப்பு விதி மூலம் விளக்க முடியாது. மாற்றுவிதி மூலமாக மட்டுமே விளக்க முடியும். எடுத்துக்காட்டாக,

(15) பக்தர்கள் அம்மனைத் தரிசிக்கிறார்கள்

என்னும் வாக்கியத்தில் எழுவாய், படர்க்கை உயர்திணைப் பன்மைப் பெயராய் வரும்போது வினைத்தொடரில் படர்க்கை உயர்திணைப் பன்மை விகுதியை (– ஆர்கள்) தோற்றுவிக்கும். இம்மாற்றுவிதியைக் கீழ்வருமாறு எழுதிக்காட்டலாம்:

$$\underset{\begin{bmatrix} +\ \text{III} \\ +\ \text{Human} \\ +\ \text{Plural} \end{bmatrix}}{\text{NP} +} \quad \text{N} - \text{ஐ} + \text{V} + \text{Pres} \Rightarrow$$

$$\underset{\begin{bmatrix} +\ \text{III} \\ +\ \text{Human} \\ +\ \text{Plural} \end{bmatrix}}{\text{NP} +} \quad \text{N} - \text{ஐ} + \text{V} + \text{Pres} + \underset{\begin{bmatrix} +\ \text{III} \\ +\ \text{Human} \\ +\ \text{Plural} \end{bmatrix}}{\text{PNG}}$$

தமிழில் இத்தகைய அடிநிலை வாக்கியங்களைத் தோற்றுவிக்கும் போது தொடரமைப்பு விதிகளின் அமைப்பு வண்ணனைகளின்மீது இம்மாற்றுவிதி கட்டாயம் செயற்படுத்தப்பட வேண்டும். இதனால் இவ்விதி கட்டாய மாற்றுவிதி எனப்படுகிறது.

மேலும் மாற்றுவிதிகள், ஒரு வாக்கிய வகையை இன்னொரு வாக்கிய வகையாக மாற்றுவதோடு இரண்டு அல்லது இரண்டிற்கு மேற்பட்ட வாக்கியங்களை இணைத்து இணைப்பு வாக்கியங் களாகவும் மாற்ற முடியும். கீழ்க்காணும் வாக்கியங்களை எடுத்துக்காட்டாகக் கருதலாம்.

(29a) பரீக்குட்டி கருத்தம்மாவின் முகத்தை ஏறிட்டுப் பார்த்தான்

(29b) பரீக்குட்டி கருத்தம்மாவின் கரங்களைப் பற்றினான்

என்னும் இவ்விரு வாக்கியங்களை,

(30) பரீக்குட்டி கருத்தம்மாவின் கரங்களைப் பற்றி முகத்தை ஏறிட்டுப் பார்த்தான்

என்று இணைத்துக் கலப்பு வாக்கியமாக மாற்றுகின்றன. முதலாவது மாற்றுவிதி வாக்கியம் (29a)–இல் வரும் வினையை வினயெச்சமாக (பற்றினான் ⇒ பற்றி) மாற்றுகிறது. இரண்டாவது மாற்றுவிதி இரண்டுவாக்கியங்களிலும் வரும் ஆறாம் வேற்றுமைத்தொடருள் (கருத்தம்மாவின்) ஒன்றை நீக்குகிறது. மூன்றாவது மாற்றுவிதி இரண்டு வாக்கியங்களிலும் வரும் பெயர்த்தொடருள் (பரீக்குட்டி) ஒன்றை நீக்குகிறது.

இதுவரை மேலே காட்டிய மாற்றுவிதிகள் ஓர் அடிநிலை வாக்கியத்திலிருந்து ஏனைய தொடர்புடைய வாக்கியங்களை வருவிப்பதைப் பார்த்தோம். இவ்வாறு வருவிப்பதன்மூலம் இரு வாக்கியங்களிடையேயுள்ள உறவை விளக்க முடிவதுடன் பொருள் மயக்கத்திற்கும் தீர்வு காணமுடிகிறது. இவை இலக்கணத்தின் அங்கமாகக் கருதப்படுவதால் மொழியின் இலக்கண விளக்கம் எளிமையாகிறது. இவ்வாறு சிறுசிறு வாக்கியங்களைப் பலவாக இணைத்து நீண்ட வாக்கியங்களை உருவாக்கும் இயல்பினால் தொடரமைப்பு விதிகளுக்கு இணையாக மாற்றுவிதிகளும் மொழிப் படைப்பாக்கத்தை ஊக்குவிக்கின்றன என்பர்.

தொடரமைப்பு விதிகளைக் காட்டிலும் மாற்றுவிதிகளுக்கு சோம்ஸ்கி அதிக முக்கியத்துவம் கொடுத்தார். இதற்குத் தொடரமைப்பு விதிகளைவிட மாற்றுவிதிகள் எளிமையாக இருந்தது முக்கியக் காரணம் என்று *தொடரியல் அமைப்புகள்*–இல் குறிப்பிடுகிறார். தொடரமைப்புகளை விளக்குவதற்குப் பயன்படும் விதிகளை உருவாக்குவதில் எழும் சிக்கல்கள் மாற்றுவிதிகளை உருவாக்குவதில் எழுவதில்லை. குறிப்பாக, கலப்பு வாக்கியங்கள் தொடரமைப்பு இலக்கணத்தில் கட்டாயப்படுத்தும் விதிகள் பல நேரங்களில் சிக்கலானவை என்பதோடு சிக்கனமற்றவை என்று குறிப்பிடுகிறார். மேலும், தொடரியல் பகுப்பாய்வில் முக்கிய இடம்பெறும் தாய்மொழியாளரின் உள்ளுணர்வாற்றல் பொருண்மை நயப்படுத்தத்தை மேம்படுத்த தொடரமைப்பு விதிகளைவிட மாற்றுவிதிகளையே பெரிதும் சார்ந்துள்ளது என்பது சோம்ஸ்கியின் கருத்து. எடுத்துக்காட்டாக, செய்வினை –

செயப்பாட்டுவினை வாக்கியங்களைப் பயன்படுத்தும்போது செய்வினை வாக்கிய உருவாக்கத்தில் இல்லாத அளவுப் பொருண்மை நயப்படுத்தம் செயப்பாட்டுவினை மாற்றுவிதி உருவாக்கதின்போது வெளிப்படுகிறது.

மாற்றுவிதிகளின் இயக்கத்தை மிக நுணுக்கமாக அணுகும் போது தொடரமைப்பு விதிகளுக்கு இல்லாத சுதந்திரத்தை மாற்றுவிதிகள் அனுபவிப்பது போல உணர முடியும். எந்தக் கட்டுப்பாடும் இல்லாமல் ஓர் உடன்பாட்டு வாக்கியம் வினா வாக்கியமாகவும், எதிர்மறை வாக்கியமாகவும் மாற முடிவதாக உணருகிறோம்.

இவள் மனோரமா ⇒ இவள் மனோரமாவா?

இவள் மனோரமா ⇒ இவள் மனோரமா இல்லை

என்னும் மாற்றுவிதிகளைக் கருதிப்பார்க்கும்போது தொடரமைப்பு இலக்கணத்தைக் காட்டிலும் மாற்றிலக்கணம் எளிமையானது போலவும், மாற்றிலக்கணம் எந்தத் தொடரமைப்பு விதியையும் மாற்றுவிதிச் செயற்படுத்தத்திற்கு உட்படுத்துவதில்லை போலவும் தோன்றலாம். *தொடரியல் அமைப்புகள்* எழுதப்பட்ட காலத்தில் சோம்ஸ்கியும் இவ்வாறே கருதினாரென்றாலும் தொடரமைப்பு இலக்கணத்தைக் காட்டிலும் மாற்றிலக்கணம் அவ்வளவு எளிதன்று என்பதையும், மாற்றுவிதிகளும் செயற்படும் நிலையில் தொடரமைப்பு விதிகளைச் சார்ந்து நிற்பது உண்டு என்றும் உணர்ந்ததாகத் *தொடரியல் அமைப்புகள்*–இலிருந்து அறியமுடிகிறது.

சோம்ஸ்கி *தொடரியல் அமைப்புகள்* என்ற நூலில்,

1. தொடரமைப்பு விதிகள்
2. மாற்றுவிதிகள்
3. உருபொலியனியல் விதிகள

என்னும் மூன்று வகை விதிகளைக் கூறுகிறார். இவற்றுள் தொடரமைப்பு விதிகளும் மாற்றுவிதிகளும் தொடரியல் பகுதியைச் சார்ந்தவை. இத்தொடரியல் பகுதியைத் தொடரியல் கூறு *(Syntactic Component)* என்றும், உருபொலியனியல் விதிகள் அடங்கிய பகுதியை ஒலியனியல் கூறு *(Phonological Component)* என்றும் குறிப்பிடுகிறார். மாற்றுவிதிகள் கட்டாய மாற்றுவிதிகள், விருப்ப மாற்றுவிதிகள் என இருவகைப்படும். சோம்ஸ்கி இந்நூலில் விளக்கிய தொடரியலாய்வுப் படிமுறையை வரைபடமாகக் கீழ்வருமாறு காட்டலாம்:

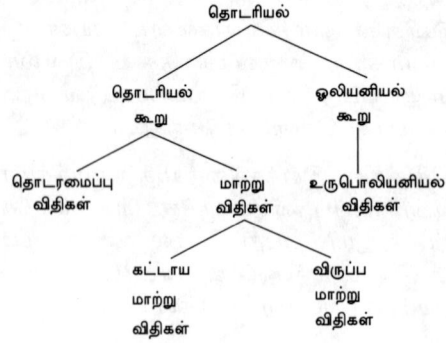

வாக்கிய உருவாக்கத்தில் இவ்விதிகள் செயற்படும் முறையைக் கீழே கொடுக்கப்பட்டுள்ள ஒழுகுபடத்தில் காண்போம்.

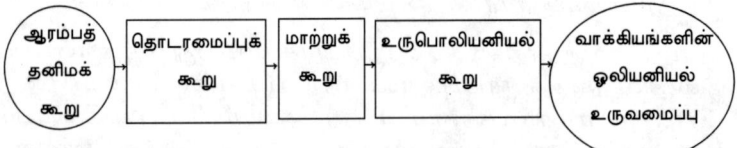

இவ்வொழுகுபடத்தின் முதலாவது வட்டத்தினுள் வாக்கிய உருவாக்கத்திற்கான ஆரம்பத் தனிமக்கூறு (Initial element) உள்ளீடு செய்யப்படுகிறது. இவ் உள்ளீடு முதலாவது பெட்டியிலுள்ள தொடரமைப்புக் கூறிலுள்ள (Phrase Structure Component) விதிகளைப் பயன்படுத்தி வித்து வாக்கியத்தை உருவாக்குகிறது. இவ்வித்து வாக்கியத்தின் அமைப்பு வண்ணனையின்மீதுதான் மாற்றுவிதிகள் செயற்படுகின்றன. இரண்டாவது பெட்டி மாற்றுவிதிகள் அடங்கிய மாற்றுக் கூறு (Transformational Component). இக்கூறில் விருப்ப மற்றும் கட்டாய மாற்றுவிதிகள் இடம்பெறுகின்றன. இப்பெட்டிக்கு வித்து வாக்கியம் உள்ளீடு செய்யப்படுகிறது. மாற்றுவிதிகள் அமைப்பு வண்ணனையிலுள்ள தொடர்க்குறியீடுகளை இடம் மாற்றியும், ஒன்று அல்லது ஒன்றுக்கு மேற்பட்ட குறியீடுகளைப் புகுத்தியும், ஒன்று அல்லது ஒன்றுக்கு மேற்பட்ட குறியீடுகளை நீக்கியும், ஒரு குறியீட்டை நீக்கி அதற்குப் பதிலாக மற்றொரு குறியீட்டைப் பதிலீடுசெய்தும் தொடரமைப்பு மாற்றங்களை உருவாக்குகின்றன. இம்மாற்றங்களை ஏற்கும் தொடரமைப்பு முழு வாக்கியமாக வெளிப்பட மீண்டும் உள்ளீடாக மூன்றாவது பெட்டியான உருபொலியனியல் கூறுக்குள் (Morphophonemic Component) செலுத்தப்படுகிறது. இப்பெட்டியிலுள்ள உருபொலியனியல் விதிகளால் தொடரமைப்பிலுள்ள சொற்களும் உருபன்களும் ஒலியன்களின் கோவையாக உருவமைக்கப்படுகின்றன. தமிழைப்

பொறுத்தவரையில் புணர்ச்சி விதிகள் இங்குதான் ஒலியன் களின் கோவைப்படுத்தலின் பகுதியாகச் செயற்படுகின்றன. இப்பெட்டியிலிருந்து முழுமையான ஒலியன் உருவமைப்போடு *(Phonemic Representation)* வாக்கியங்கள் வெளியீடு செய்யப்படு கின்றன. இவ்வொழுகுபடத்தின் மூலம் இலக்கணம், பல்வேறு தொடரமைப்பு விதிகளாலும் மாற்றுவிதிகளாலுமான ஒழுங்கமைவு என்னும் தொடரியல் அடிப்படை சார்ந்த கருத்தியலைத் *தொடரியல் அமைப்புகள்* – இல் சோம்ஸ்கி ஏற்றிருந்தார் எனலாம்.

1960களில் சோம்ஸ்கியின் *தொடரியல் அமைப்புகள்* தொடரியலாய்வு அணுகுமுறையில் புரட்சியை ஏற்படுத்தியது என்பர். ஆனால், இவ்வணுகுமுறையில் வாக்கியத்தின் பொருண்மை பற்றிய ஆய்வுக்கு சோம்ஸ்கியின் பங்களிப்பு மிகக் குறைவு. உலகியல் கண்ணோட்டம் சார்ந்த அறிவை அறிவியல் அணுகுமுறைக்கு உட்படுத்தாததுவரை மொழியாராய்ச்சி நிறைவுபெறுவதில்லை என்னும் கருத்துடைய அமைப்பு மொழியியலறிஞர் பொருண்மை பற்றிய படிப்பைக் கடினமாகக் கருதினர். சோம்ஸ்கியும் இவ்வெண்ணப்போக்கு உடையவராகவே இருந்தார். 1965இல் *தொடரியல் கோட்பாட்டுக் கூறுகள்* வெளிவந்த பின்னரும் தொடரியியலாய்வில் பொருண்மையின் பங்கைப் பொறுத்தவரையில் ஹேரிஸின் மொழியியல் வமிசாவழியினருள் ஒருவராகவே சோம்ஸ்கி இருந்தார் என அவரின் மாணவர்கள் விமர்சித்தது உண்டு. இக்காலக்கட்டத்தில் அமைப்பு மொழியியலாளர் மட்டுமன்றி சோம்ஸ்கிய மொழியிய லாளரும் பொருண்மை பற்றிய ஆய்வைப் புறக்கணித்தனர். மொழியின் வடிவத்தை முன்னிறுத்தியே அவர்கள் ஆய்வு அணுகுமுறை இருந்தது.

ஓர் அறிவியல் படிப்பு, தேர்வுசெய்யும் ஆய்வுப்பொருளின் அக அமைப்பையும் புற அமைப்பையும் விரிவான விளக்கத்திற்கு உட்படுத்த வேண்டும். மொழியியல், ஆரம்பத்தில் மொழியின் நடத்தை சார்ந்த புறநிலை அமைப்பை விளக்குவதை நோக்கமாகக் கொண்டிருந்தது. தொடரியலைப் பொறுத்தவரையில் வாக்கியங்களுக்கு இடையேயான உறவும் அவற்றின் புறநிலை அமைப்புகளும் அமைப்பு மொழியியல் கோட்பாட்டில் விரிவாக விளக்கப்பட்டன. இந்நிலையிலும் வாக்கியங்கள் உணர்த்தும் பொருள் பற்றிய படிப்பு அமைப்பு மொழியியலார்க்குச் சவாலாகவே இருந்தது. இது பற்றி முந்தைய பகுதிகளில் ஆங்காங்குப் பார்த்தோம். மொழியைத் தங்குதடையின்றிக் கையாளும் பேசுவோரின் ஆளுமையைக் கருதிப்பார்ப்போமேயானால்

வாக்கியங்களை உருவாக்கும் தொடரமைப்பு விதிகளுக்கு மேலாக அவர் கையாளும் பொருள்கோள் விதிகளும் விளக்கத்திற்கு உட்பட்டவையே.

இப்பொருள்கோள் விதிகள் பொருண்மை விதிகள் பாற்பட்டவை. இவை பொருளை நயப்படுத்தி அறிய உதவுகின்றன. சோம்ஸ்கி, *தொடரியல் கோட்பாட்டுக் கூறுகள்*–இல் முன் எப்போதும் இல்லாத அளவுக்குப் பொருண்மை விதிகளுக்குத் தொடரமைப்பு விதிகளுக்கு இணையான முதன்மை இடம் தருகிறார். இதற்கு முக்கியக் காரணம், வாக்கிய அமைப்புகளில் மாற்றுவிதிகளைச் செயற்படுத்தும்போது பொருள்கோள் விதிகள் இடம்பெற்றுச் சரியான பொருளை நிர்ணயிப்பதுதான். குறிப்பாக, ஐயுறவு வாக்கியங்கள் இடம்பெறும்போது பொருள்கோள் விதிகள் சரியான பொருளை அறியப் புறநிலை அமைப்பிலிருந்து புதைநிலை அமைப்பிற்கு இட்டுச்செல்கின்றன. பின்னர்ப் புதைநிலை அமைப்பிலிருந்து புறநிலை அமைப்பைப் பல்வேறு மாற்றுவிதிகளின் மூலம் வருவிக்கும் படிமுறை பொருண்மைப் பகுப்பாய்வில் வலுவான ஒழுங்கமைவை உறுதிப்படுத்துவதுடன் தொடரியலுக்கும் பொருண்மையியலுக்கும் இடையிலான உறவை மேம்படுத்துகிறது.

1960வரை சோம்ஸ்கி *தொடரியல் அமைப்புகள்*–இல் கூறிய கருத்துகளே விவாதத்திற்கு உரியனவாயிருந்தன. 1960க்கும் 1965க்கும் இடைப்பட்ட காலத்தில் தொடரியலாய்வில் பொருண்மையியலின் முக்கியத்துவம் சோம்ஸ்கியின் மாணவர்களால் வலியுறுத்தப்பட்டது. 1963இல் ஜெரால்டு கட்ஜ், ஜெர்ரி ஃபோடர் இணைந்து எழுதிய *பொருண்மைக் கோட்பாட்டின் அமைப்பு* (The Structure of a Semantic Theory) என்னும் ஆய்வுக்கட்டுரை வெளியானது. தொடரியல் கூறுக்கும் ஒலியனியல் கூறுக்கும் மேலாகப் பொருண்மைக் கூறுக்குரிய இடத்தைத் தொடரியலாய்வில் இவர்கள் வலியுறுத்தினர். இதனைத் தொடர்ந்து ஜெரால்டு கட்ஜூம் பால் போஸ்டலும் இணைந்து 1964இல் *மொழி வண்ணனையின் ஒருங்கிணைந்த கோட்பாடு* (An Integrated Theory of Linguistic Description) என்ற நூலை வெளியிட்டனர். இவ்விரு ஆய்வுகளும், இவற்றைத் தொடர்ந்து எழுந்த விவாதங்களும் ஆக்கமுறை இலக்கணக் கோட்பாட்டில் பொருண்மைப் பகுப்பாய்வின் முக்கியத்துவத்தை முதன்மைப்படுத்தின.

சோம்ஸ்கி பொருண்மைப் பகுப்பாய்வு தொடர்பாக *தொடரியல் அமைப்புகள்*–இல் மேற்கொண்டிருந்த தம் நிலைப்பாட்டைத் தளர்த்தி கட்ஜ், ஃபோடர், போஸ்டல் ஆகியோர்

கருத்துகளை ஏற்று, தொடரியல் கோட்பாட்டுக் கூறுகள் –இல் திருந்திய இலக்கண முன்மாதிரியை அறிமுகப்படுத்தினார். கட்ஜ், ஃபோடர், போஸ்டல் அறிமுகப்படுத்திய பொருண்மையியல் கூறு *(Semantic Component)* சோம்ஸ்கியின் கோட்பாட்டு உருவாக்கத்தில் ஒலியனியல் விதிகளைப் போலல்லாமல் வாக்கியங்களின் தொடரியல் நயப்படுத்தத்திற்கான விதிகளாக அமைந்தன. ஹேரிஸ் மாற்றுவிதிகளில் பொருண்மைக்குத் தராத இடத்தை சோம்ஸ்கி தம் மாற்றிலக்கணத்தில் தந்தார். இந்நிலையிலும் தொடரியல் கூறே இக்கோட்பாட்டு முன்மாதிரியின் மையப்பகுதியைத் தக்கவைத்திருந்தது. இருப்பினும், *1957–*இலிருந்து *1964* வரையிலான காலக்கட்டங்களில் சோம்ஸ்கிய மொழியியலாளராலேயே முன்னிறுத்தப்பட்ட கோட்பாடு சார்ந்த விமர்சனங்களை முற்றிலுமாக ஏற்றுத் தரப்படுத்தப்பட்ட இலக்கண முன்மாதிரியாகத் தரக் கோட்பாட்டை *(Standard Theory)* தொடரியல் கோட்பாட்டுக் கூறுகள்–இல் அறிமுகப்படுத்தினார். இத்தரக்கோட்பாடு குறித்து விரிவாக அடுத்த அத்தியாயத்தில் காண்போம்.

குறிப்புகள்

1. The science of language is not mine. It is anybody's who is working on it; people don't own a science. So it is not Chomsky's science of language. The search for understanding of how the world works is a co-operative enterprise, and nothing that could be called 'X's science of 'Y' is even worth looking at. There is a field that is often called 'generative grammar', but it is not mine, or anyone else's (Chomsky, 2000).

2. சோம்ஸ்கியின் மூன்று கட்டுரைகள்:

    1. Chomsky, Noam. 1953. Systems of Syntactic Analysis. In: Journal of Symbolic Logic 18 (3), pp.242-256.

    2. Chomsky, Noam.1954. Review of Eliezer *Rieger,* Modern Hebrew.:Language 30(1) p.180-181.

    3. Chomsky, Noam.1955. Logical Syntax and Semantics.Their Linguistic Relevance. In: Language 3, pp. 36-45.

3. Karlsson, Fred. 2008. Early Generative Linguistics and Empirical Methodology. In: Handbook on Corpus Linguistics. Vol.1. pp. 14-32.

4. Chomsky, Noam.1956 b. Three Models for the Description of Language. In: IRE Translations on Information Theory. vol. IT-2. Proceedings of the Symposium on Information Theory. pp.113-124.

5. Chomsky, Noam. 1956 a. On the Limits of Finite-State Description. In: MIT Research Laboratory of Electronics, Quarterly Progress Report 41, 64-65.

6. Finite-state grammars are not powerful enough in principle; it is largely because finite-state models were being constructed in the 1950s by behaviourist psychologists that Chomsky was concerned to demonstrate their inappropriateness as models of the grammatical structure of language (Lyons, 1981).

7. Generative grammar itself was quite different from the prevailing structuralist - behavioural approaches of the time but it had very much the flavour of traditional grammar; it looked like a refined form of traditional grammar in many ways (Chomsky, 2000).

9

சோம்ஸ்கிய மொழியியல் – II

9.1. தரக் கோட்பாடு

1957இல் தொடரியல் அமைப்புகள் வெளியானதிலிருந்தே ஆக்கமுறை மாற்றிலக்கணக் கோட்பாட்டுச் சிந்தனைகளில் பல மாற்றங்கள் ஏற்பட்டன. 1965இல் சோம்ஸ்கியின் தொடரியல் கோட்பாட்டுக் கூறுகள் வெளியானது. இந்நூல் தொடரியலுக்கு முக்கியத்துவம் அளித்து ஆக்கமுறை இலக்கண வரலாற்றில் திருப்புமுனையை ஏற்படுத்தியது. தொடரியல் ஆய்வில் எல்லோராலும் புரிந்துகொள்ளக்கூடிய உயரிய கோட்பாட்டை முதன்முதலாக இந்நூல் அறிமுகப்படுத்தியது. எல்லா நிலைகளிலும் மாற்றுச் சிந்தனைகளை முன்னிலைப் படுத்திய சோம்ஸ்கிய மொழியியல் கருவூலமாக இந்நூல் கொண்டாடப்பட்டது. இந்நூலில் சோம்ஸ்கி அறிமுகப்படுத்திய தரக் கோட்பாடு முந்தைய கோட்பாடுகளிலிருந்து குறிப்பிட்ட வகைகளில் வேறுபட்டது. முக்கியமாக நான்கு கற்பிதங்களை இக்கோட்பாடு உடையது.

1. தொடரியல், பொருண்மையியல் என்னும் இரு பகுதிகளுள் தொடரியல் ஆக்கமுறை (Generative) பண்புடையது; பொருண்மையியல் பொருள்கோள் (Interpretive) பண்புடையது.

2. எல்லாச் சொற்களும் சொற்களஞ்சியச் செருகல் விதிகளால் புதைநிலை அமைப்பில் புகுத்தப்படுகின்றன.

3. புதைநிலை அமைப்பின்மீது செயற்படும் மாற்றுவிதிகளால் புதைநிலை அமைப்பு உணர்த்தும் பொருள் மாறுவதில்லை.

4. பொருண்மை நயப்படுத்தத்தில் புறநிலை அமைப்பிற்குப் பங்கில்லை.

இக்கற்பிதங்கள் சோம்ஸ்கிய மொழியியலைத் தாங்கும் தூண்கள் எனலாம். இக்கற்பிதங்களில் காலவோட்டத்தில் எடுக்கப்பட்ட மாற்று நிலைப்பாடுகள் புதிய கோட்பாட்டு முன்மாதிரிகளுக்குத் தளம் அமைத்தபோதிலும் இக்கற்பிதங்கள் இன்றுவரை சோம்ஸ்கியின் ஆக்கமுறை மாற்றிலக்கணத்தின் வலுவான அடிப்படைக் கருத்துகளாகக் கருதப்படுகின்றன. இவை ஒவ்வொன்றையும் சற்று விரிவாகப் பார்ப்பதன் மூலம் தரக் கோட்பாட்டை எளிதாகப் புரிந்துகொள்ள முடியும்.

சோம்ஸ்கி, தொடரியலையும் பொருண்மையியலையும் இலக்கணத்தின் இரு பகுதிகளாகக் கருதுகிறார். இவற்றுள் தொடரியலைப் பொருண்மையியலின் சாயலின்றித் தன்னாட்சிப் பகுதியாகக் கையாளுகிறார். ஒவ்வொரு வாக்கியத்தின் தொடர்களுக்கிடையே நிலவும் இலக்கண உறவுகள் பொருண்மை பற்றிய புரிதலுக்குப் போதுமானவை என்பது சோம்ஸ்கியின் கருத்து. இதனால் வாக்கியத்தின் இலக்கணத்தன்மையை அவ்வாக்கியம் உணர்த்தும் பொருளின் துணையின்றி அவரால் நிறுவமுடிகிறது. மேலும், இக்கற்பிதத்தால் குறிப்பிட்ட எண்ணிக்கையிலான விதிகளைக்கொண்டு எண்ணிறந்த வாக்கியங்களை உருவாக்கும் ஆக்கமுறைப் பண்பையும் விளக்க முடிகிறது. மொழியின் இவ்வுற்பத்தித் திறன் தரக் கோட்பாட்டின் முதன்மைக் கூறாகும். ஆனால், *தொடரியல் கோட்பாட்டுக் கூறுகள்* வெளிவந்த சில ஆண்டுகளிலேயே பொருண்மையியலின் தாக்கத்தைத் தவிர்த்த தன்னாட்சித் தொடரியல் *(Autonomous Syntax)* இளைய ஆக்கமுறை இலக்கண அறிஞர்களின் அறைகூவலுக்கு உள்ளாகியது. இவ்வறைகூவலுக்கு எதிராகத் *தொடரியல் கோட்பாட்டுக் கூறுகள்*–இல் தம் நிலைப்பாட்டை சோம்ஸ்கி தெளிவுபடுத்தினார்.

இலக்கணம் என்னும் சொல்லைப் பயன்படுத்தும் முறையில் தமக்கு எவ்விதப் பொருள் மயக்கமும் இல்லை. இலக்கணம் என்பது பேசுவோரும் கேட்போரும் அகப்படுத்திக்கொண்ட விதிகளாலான ஒழுங்கமைவு. இவ்வொழுங்கமைவு இவ்விருவரின் மொழி அறிதிறன்பாற்பட்டது. மொழியியலாளர் இம்மொழி அறிதிறனை இலக்கணமாகக் கட்டமைக்கிறார். இலக்கணத்தின் பயன்பாட்டையும், இதன்வழிப் பேசுவோரின் கருத்தைக் கேட்போர் புரிந்துகொள்ளும் திறனையும் தமது இலக்கணம்

மறுக்கவில்லை என்றும், *தொடரியல் அமைப்புகள்*-இல் தொடரியலும் ஒலியனியலும் வலுவாகப் பேசப்பட்டிருந்தாலும் பொருண்மையியலின் பங்கு மறுக்கப்படவில்லை என்றும் சோம்ஸ்கி தெளிவுபடுத்தினார்.

பிற்கால ஆக்கமுறைப் பொருண்மையியலார் குறிப்பிடுவதைப் போலப் பொருண்மையியலின் பங்கு தரக் கோட்பாட்டில் மறுக்கப்படவில்லை. *தொடரியல் அமைப்புகள்*-இலேயே இக்கருத்துத் தெளிவாக விளக்கப்பட்டுள்ளது. இருப்பினும் வாக்கிய உற்பத்தியாக்கம் வரையறுக்கப்பட்ட எண்ணிக்கையில் அடங்கும் விதிகளாலானது என்பதை சோம்ஸ்கி மீண்டும் மீண்டும் ஆக்கமுறையின் விளக்கமாகத் *தொடரியல் அமைப்புகள்*, *தொடரியல் கோட்பாட்டுக் கூறுகள்* நூல்களில் வலியுறுத்துகிறார். இவ்வுற்பத்தியாக்கத்தை மொழிப் பயன்பாட்டுப் படைப்பாக்கக் கூறுடன் குழப்பக்கூடாது என்று அவர் சுட்டிக்காட்டுவதும் இங்குக் குறிப்பிடத்தக்கது.

தொடரியல் அமைப்புகள், தொடரியல் கோட்பாட்டுக் கூறுகள் என்னும் இவ்விரு நூல்களுள் *தொடரியல் கோட்பாட்டுக் கூறுகள்*-இல் பொருண்மையியலின் இடத்தை சோம்ஸ்கி மிகத் தெளிவாகப் பதிவுசெய்கிறார். 1964களில் ஜெரால்டு கட்ஜ், பால் போஸ்டல் ஆகியோர் வெளியிட்ட *மொழி வண்ணனையின் ஒருங்கிணைந்த கோட்பாடு* பொருண்மையியல் தொடர்பாகக் கூறியிருந்த கருத்துகளைக் கூடுதலாகத் தாம் கடன்வாங்கிக் கொண்டதாகக் குறிப்பிடுகிறார். இக்கருத்துகளின் தாக்கத்தையும் வீரியத்தையும் தரக் கோட்பாட்டில் மட்டுமன்றி, பொருண்மையியலுக்கு முக்கியத்துவம் தரும் விரிதரக் கோட்பாட்டிலும் *(Extended Standard Theory)* தாம் தக்கவைத்துள்ள தாகக் கூறுகிறார். *தொடரியல் அமைப்புகள்*-ஐப் பொறுத்தவரையில் தாம் அதிகமாக விட்கென்ஸ்டெயினின் *(Wittgenstein)*, ஆக்ஸ்ஃபோர்டு தத்துவார்த்தச் சிந்தனைகளின் தாக்கத்திற்கு உள்ளாகிப் பொருள் சார்ந்த பயன்பாட்டுக் கோட்பாட்டை *(Use Theory)* பயன்படுத்தியதையும் குறிப்பிட்டுக் கூறுகிறார். எனவே, தரக் கோட்பாடு தொடரியல், பொருண்மையியல் என்னும் இரு பகுதிகளை உடையது என்பதிலும், இவை முறையே ஆக்கமுறைப் பண்பும் பொருள்கோள் பண்பும் உடையன என்பதிலும் 1980 வரை சோம்ஸ்கி தெளிவாகவே இருந்தார்.

சோம்ஸ்கியின் *தொடரியல் கோட்பாட்டுக் கூறுகள்*– இன்படி தொடரியல் அடிநிலையாலும் மாற்றுவிதிகளாலும் ஆனது. தொடரியலின் இந்த அடிநிலைக் கூறுதான் புதைநிலை அமைப்புகளை உருவாக்குகின்றன. இப்புதைநிலை அமைப்புகளை

மாற்றுக் கூறு புறநிலை அமைப்புகளாக மாற்றுகின்றன. எடுத்துக்காட்டாக,

(31) தலைவர் கருணாநிதி

என்னும் தொடரமைப்பு பல்வேறு மாற்றுவிதிகளைக் கடந்து மேநிலையில் பெறப்பட்ட புறநிலை அமைப்பு. இது குறிப்பிட்ட பொருளைத் தந்தாலும் இந்நிலையில் நேரடியாக அதன் முழுப்பொருளை உணர்த்தவில்லை. பல செய்தி களை இத்தொடரமைப்பு தெரிவிக்கவில்லை. இருப்பினும், தாய்மொழியாளர் தன் உள்ளுணர்வால் இதன் முழுப்பொருளை மீட்டெடுக்கும் பொருள்கோள் ஆற்றல் படைத்தவர். 'திராவிட முன்னேற்றக் கழக உறுப்பினர்கள் கருணாநிதியைத் திராவிட முன்னேற்றக் கழகத்தின் தலைவர் ஆக்கினர்' என்னும் பொருண்மையின் முழுப்பரிமாணமும் அவர் உள்ளறிவுக்கு எளிதாக எட்டிவிடுகிறது. தாய்மொழியாளரின் இப்பொருள்கோள் அறிதிறன் *தலைவர் கருணாநிதி* என்னும் தொடரமைப்பில் புதைந்துகிடக்கும் செய்திகளை அறிந்துகொள்ளத் துணை புரிகிறது. இவ்வறிதிறன் பொருண்மை அறிதிறன் ***(Semantic Comptence)*** பாற்பட்டது.

(32) திராவிட முன்னேற்றக் கழக உறுப்பினர்கள் கருணாநிதியைத் திராவிட முன்னேற்றக் கழகத்தின் தலைவர் ஆக்கினர்

என்னும் புதைநிலை அமைப்பு, தொடரமைப்பு விதிகளாலும் சொற்களஞ்சிய செருகல் விதிகளாலும் தோற்றுவிக்கப்படுகிறது. இவற்றுள் சொற்களஞ்சிய செருகல் விதிகள் என்னும் சொல் விதிகள் தொடரமைப்பு, பொருண்மை அமைப்பு, ஒலியனமைப்பு ஆகிய கூறுகளுக்கான சொற்களைப் புதைநிலை அமைப்பில் புகுத்திப் பொருள்கோள் விதிகளை நிறைவுசெய்கின்றன.

சொல் விதிகள் சொற்களைப் புதைநிலை அமைப்பில் புகுத்திய பின்னரே அடிநிலைக் கூறில் பல்வேறு மாற்றுவிதிகளை ஏற்கப் புதைநிலை அமைப்பு ஆயத்தமாகிறது. இவ்வடிநிலை அமைப்பைக் கீழ்வருமாறு வரைபடத்தில் காட்டலாம்:

அடிநிலை அமைப்பு

தொடரமைப்பு விதிகள்

சொல் விதிகள்

↓

புதைநிலை அமைப்பு

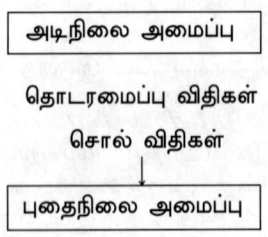

1960களில் ஆக்கமுறை இலக்கணக் கோட்பாடு விரிவாக விவாதிக்கப்பட்டபோது புதைநிலை அமைப்பு, புறநிலை அமைப்பு என்னும் இவை தொடரியல் பகுப்பாய்வின் மையத்தளங்களாயின. இவற்றுள் புதைநிலை அமைப்பு மேலே வரைபடத்தில் காட்டியுள்ளவாறு தொடரமைப்பு விதிகளாலும் சொற்களஞ்சிய செருகு விதிகளாலும் தோற்றுவிக்கப்படுகிறது. எடுத்துக்காட்டாக,

    NP + NP–க்கு + V + Tns

(33) மோடி சென்னைக்கு வந்தார்

என்னும் புதைநிலை அமைப்பு,

    NP + N–க்கு + V + Past

என்னும் தொடரமைப்பு விதியாலும்,

    NP → *{மோடி, சென்னை..........}*
    Dat → N–க்கு
    V → *{vaa,........}*

ஆகிய சொற்களஞ்சியச் செருகு விதிகளாலும் தோற்றுவிக்கப் படுகிறது. புதைநிலை அமைப்பு போலவே புறநிலை அமைப்பு மாற்றுவிதிகளாலும், பொருண்மைநிலை அமைப்பு பொருண்மை விதிகளாலும், ஒலியன்நிலை அமைப்பு ஒலியன் விதிகளாலும் தோற்றுவிக்கப்படுகின்றன. இவ்விலக்கண முன்மாதிரியைக் கீழ்வருமாறு காட்டலாம்:

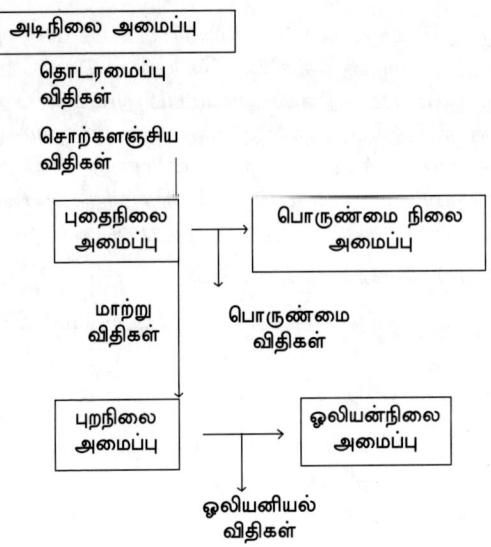

தொடரமைப்பு விதிகள், சொல் விதிகள், மாற்றுவிதிகள், பொருண்மை விதிகள், ஒலியன் விதிகள் ஆகியன பேசுவோர் இவற்றை அகப்படுத்திக்கொண்ட மொழி அறிதிறனை உருவமைத்துக் காட்டுகின்றன. இவற்றுள் தொடரமைப்பு விதிகள் தோற்றுவிக்கும் புதைநிலை அமைப்பை அடிநிலை ஒழுங்கமைவு என்று கூறும் சோம்ஸ்கி இதனை அடிநிலைக் கூறு என்று குறிப்பிடுகிறார்.

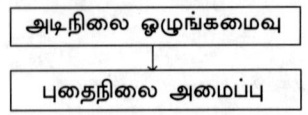

அடிநிலை ஒழுங்கமைவு

↓

புதைநிலை அமைப்பு

இவ்வடிநிலை ஒழுங்கமைவில் தொடரமைப்பு விதிகளும் சொல் விதிகளும் முதன்மை இடம்பெறுகின்றன. தொடரியலாய்வின் மையப்பகுதியாக இவ்வொழுங்கமைவு கருதப்படுகிறது. தொடரமைப்பு விதிகளும் சொல்விதிகளும் தோற்றுவிக்கும் புதைநிலை அமைப்பின்மீது பொருண்மை விதிகளும், மாற்றுவிதி களால் உருவாகும் புறநிலை அமைப்பின்மீது ஒலியன் விதிகளும் செயற்படுகின்றன. எனவே புதைநிலை அமைப்பு மாற்றுக் கூறும், பொருண்மைக் கூறும் அடங்கிய பகுதியாக சோம்ஸ்கி கருதுகிறார்.

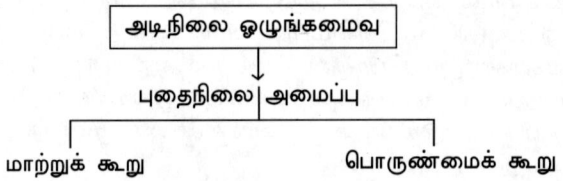

அடிநிலை ஒழுங்கமைவு

↓

புதைநிலை அமைப்பு

மாற்றுக் கூறு | பொருண்மைக் கூறு

மாற்றுக் கூறு நாம் ஏற்கெனவே குறிப்பிட்டபடி மாற்றுவிதிகளா லானது. இம்மாற்றுவிதிகளின் செயற்பாடுகள் அடிநிலை ஒழுங்கமைவிலும் புதைநிலை அமைப்பிலும் பல தொடரியல் மாற்றங்களை நிகழ்த்திப் புறநிலை அமைப்பை உருவாக்குகின்றன. இம்மாற்றங்களின் முக்கிய விளைவாகப் புதைநிலை அமைப்பிற் கான பொருண்மை நயப்படுத்தம் நிகழ்ந்து வாக்கியத்தின் பொருள் தீர்மானிக்கப்படுகிறது. எடுத்துக்காட்டாக,

(33) மோடி சென்னைக்கு வந்தார்

என்னும் வாக்கியத்தின் புதைநிலை அமைப்பு கீழ்வருமாறு அமையும்:

NP + N–*க்கு* + V +Past

பொருள் தீர்மானிக்கப்பட்ட இப்புதைநிலை அமைப்பின்மீது எதிர்மறை மாற்றுவிதியைச் செயற்படுத்தி எதிர்மறை வாக்கியத்தைத் தோற்றுவிப்பதாக இருந்தால் *Neg(ative)* என்னும்

தொடர்க்குறியீட்டை முதலாவது குறியீடாக இணைத்துக்கொள்ள வேண்டும். இப்போது புதைநிலை அமைப்பு கீழ்வருமாறு அமையும்:

Neg + NP + NP–*க்கு* + V + Past

Neg என்பது விருப்பத் தொடர்க்குறியீடு *(Optional Phrase Marker)*. இதைப்போலவே Q(uestion), Imp(erative) என்பன விருப்பத் தொடர்க்குறியீடுகளாகும். இவற்றைப் புதைநிலை அமைப்பில் இணைப்பதன்மூலம் தோற்றுவிக்கப்படும் வாக்கியம் வினா வாக்கியமா, கட்டளை வாக்கியமா என்பது புதைநிலை அமைப்பிலேயே தீர்மானிக்கப்பட்டுவிடுகிறது. இது மாற்றுவிதி செயற்படுவதற்கான கட்டுப்பாடாகக் கருதப்படுகிறது. தொடரியல் அமைப்புகள் எழுதப்பட்ட காலத்தில் மாற்றுவிதிகள் எந்தக் கட்டுப்பாடும் இல்லாமல் ஒரு வாக்கியத்திலிருந்து வினா வாக்கியத்தையும் எதிர்மறை வாக்கியத்தையும் தோற்றுவிப்பதாகப் பார்த்தோம்.

Neg + NP + N–*க்கு* + V + Past

என்னும் அமைப்பின்மீது எதிர்மறை மாற்றுவிதியைச் செயற்படுத்தி

(34) மோடி சென்னைக்கு வரவில்லை

என்னும் புறநிலை அமைப்பைக் கீழ்வரும் மாற்றுவிதியால் தோற்றுவிக்க முடியும்:

Neg +NP + N-*க்கு*+ V + Past ⇒ NP + N–*க்கு*+V + Past – இல்லை

இப்புறநிலை அமைப்பு ஒலியனியல் கூறுக்கு உள்ளீடாகி ஒலியன் உருவமைப்பை *(Phonetic Representation)* அமைக்கிறது. இதனைக் கீழ்வருமாறு காட்டலாம்:

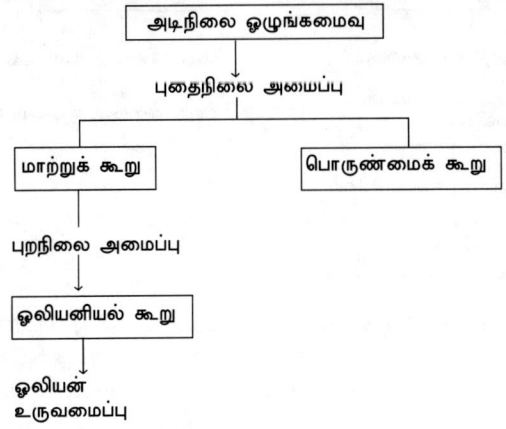

நோம் சோம்ஸ்கி

புதைநிலை அமைப்பு, தொடரமைப்பு விதிகளால் தோற்றுவிக்கப்படும்போதே சொற்களஞ்சியம் உரிய சொல் விதிகள் மூலம் சொற்களைப் புகுத்துகின்றது. இந்நிலையில் பொருண்மைக்கூறிலுள்ள பொருள்கோள்விதிகள் *(Interpretive rules)* புதைநிலை அமைப்பின் முழுமையான பொருண்மை நயப்படுத்தத்திற்குத் தயாராகின்றன. இத்துடன் பல்வேறு மாற்றுவிதிகள் இயங்கத்தக்க தளமாய் ஒலிநயப்படுத்தத்திற்கு உரியதாய்ப் புறநிலை அமைப்புகளை உருவாக்க உதவுகிறது. பொருண்மைக்கும் ஒலிப்பிற்குமான இவ்வுறவு, புதைநிலை அமைப்பிற்கும் புறநிலை அமைப்பிற்குமான உறவு எனலாம். இம்மாற்றுவிதிகள் பொருண்மையியலையும் தொடரிலையும் இணைக்கின்ற பாலம். பொருண்மை நயப்படுத்தம் பொருண்மையியல் கூறுக்கு உள்ளீடாகிப் பொருண்மை உருவமைப்பை வெளியீடாகத் தருகிறது. இருப்பினும் பொருண்மை நயப்படுத்தத்தில் புறநிலை அமைப்புகளுக்கு எவ்விதப் பங்குமில்லை. பொருண்மை நயப்படுத்தம் போலவே ஒலிப்பு நயப்படுத்தம் ஒலியியனியல் கூறுக்கு உள்ளீடாகி ஒலி உருவமைப்பைத் தருகிறது. புதைநிலை அமைப்பின்மீது நிகழும் அனைத்து மாற்றுவிதிகளின் செயற்பாடுகளுக்குப் பின்னரும் புதைநிலை அமைப்பு உணர்த்தும் பொருள் மாறுபடுவதில்லை என்பது குறிப்பிடத்தக்கது. இதனை வரைபடத்தில் கீழ்வருமாறு காட்டலாம்:

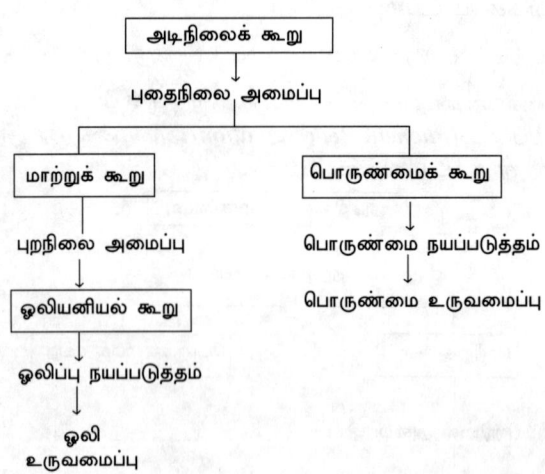

மேலே காட்டிய வரைபடங்களிலிருந்து சோம்ஸ்கியின் *தொடரியல் கோட்பாட்டுக் கூறுகள்* என்னும் நூலில் அவரின் கோட்பாட்டு நிலைப்பாட்டில் பொருண்மையையும், அதனை

நிர்ணயிக்கும் பிற கூறுகளையும் புதைநிலை அமைப்பே உள்வாங்கியுள்ள உணர்வை ஏற்படுத்துகிறதல்லவா? இது உண்மையே. எடுத்துக்காட்டாக,

(19) கிரிஜா சமைக்கிறது எனக்குப் பிடிக்கும்

என்னும் வாக்கியம் பல பொருள்களை உணர்த்துவதாக நாம் குறிப்பிட்டோம். இவ்வாக்கியத்திற்கு ஒன்றிற்கு மேற்பட்ட புதைநிலை அமைப்புகள் இருப்பது இதற்குக் காரணம். இவ்வாக்கியம் உணர்த்தும் பொருள்,

(20) கிரிஜா சமைக்கிற உணவு எனக்குப் பிடிக்கும்

என்பதா,

(21) கிரிஜா சமைக்கிறாள் என்பது எனக்குப் பிடிக்கும்

என்பதா,

(22) கிரிஜா சமைக்கிற முறை எனக்குப் பிடிக்கும்

என்பதா என்னும் ஐயம் பல புதைநிலை அமைப்புகளுக்கு இட்டுச்செல்கின்றது. சாதாரணமாக மொழியில் காணும் இவ்வாக்கிய அமைப்புகள் தொடரமைப்புகளுக்குப் பொருண்மை அமைப்புகளோடும் ஒலியனமைப்புகளோடும் உள்ள தொடர்பைக் காட்டுகின்றன. இத்தொடர்புதான் சோம்ஸ்கியின் தரக் கோட்பாட்டின் அடித்தளம். இம்மூன்று கூறுகளும் இணைந்து புதைநிலை அமைப்பை உருவாக்குகின்றன. இப்புதைநிலை அமைப்பு பொருண்மைக் கூறுக்கு உள்ளீடாகிப் பொருளை விளக்க, புறநிலை அமைப்புகள் ஒலியனியல் கூறுக்கு உள்ளீடாகி ஒலியனமைப்பைத் தோற்றுவிக்கின்றன. சுருங்கக் கூறினால், புதைநிலை அமைப்பு பொருளையும், புறநிலை அமைப்பு ஒலிப்பையும் தீர்மானிக்கின்றன.

தரக் கோட்பாட்டின் முக்கியமான கொடையாகப் புதைநிலை அமைப்பு – புறநிலை அமைப்பு இணையெதிர்மை கருதப்படுகிறது. இது குறித்து விரிவாக 7.5 பகுதியில் பார்த்தோம். இவ்விரு அமைப்புகளிலும் செயற்படும் பல்வேறு விதிகள் பேசுவோரின் மொழி அறிதிறனைப் புலப்படுத்துகின்றன. முன்னர்க் குறிப்பிட்டது போல, இவ்விதிகள் பேசுவோர் அகப்படுத்திக்கொண்டவை. இவ்வாறு அகப்படுத்திக்கொண்ட விதிகளின் உருவமைப்புதான் பேச்சு. இப்புலப்படுத்தத்தில் அடங்கும் பொருண்மைப் புலப்பாடு முழுக்க முழுக்கப் புதைநிலை அமைப்பு நிர்ணயிப்பது என்னும் சோம்ஸ்கியின் நிலைப்பாட்டை இளைய தலைமுறையைச் சேர்ந்த பொருண்மையியலாளர்கள்

ஐயத்திற்கு உட்படுத்தினர். இவர்களுள் இராபர்ட் இராஸ், இராபின் லேகாஃப், மெக்காலே, ஃபில்மோர் ஆகியோர் குறிப்பிடத்தக்க ஆக்கமுறைப் பொருண்மையியலாளர்கள்.

சோம்ஸ்கியின் மாணவர்களான இவர்களுக்கும் சோம்ஸ்கிக்கும் இடையே நிகழ்ந்த விவாதப் போர்கள் சோம்ஸ்கியப் புரட்சிக்குள்ளேயே மற்றொரு புரட்சி உருவான தோற்றத்தை உருவாக்கியது. இத்தோற்றம் மொழி அரசியல்ரீதியாக அமைப்பு மொழியியலாளர்க்கு மகிழ்ச்சியைத் தந்தாலும் இறுதியாக ஆக்கமுறைப் பொருண்மையியலாளரிடம் தோற்றுப் போகின்றவர்கள் தாங்களே என்பதை அவர்கள் உணரவில்லை. இதற்கிடையே பொருளைப் பொறுத்தவரையில் தொடரியலுக்கும் பொருண்மையியலுக்கும் இடையே வரையறுக்கப்பட்ட எல்லைக்கோட்டை வகுக்கமுடியாது என்று கூறிப் பொருளை நிர்ணயிப்பதில் புறநிலை அமைப்பிற்கும் பங்குள்ளது என்று ஆக்கப் பொருண்மையியலாளர் நிரூபித்தனர். இதன் மூலம் சோம்ஸ்கியின் மாற்றிலக்கணக் கோட்பாட்டில் புதைநிலை அமைப்பின் இருத்தலையே ஐயத்திற்கு உள்ளாக்கினர்.

சோம்ஸ்கிக்கு ஆக்கமுறைப் பொருண்மையியலாளர்களின் விமர்சனங்களை ஏற்பதில் தடைகள் இருந்தன.

> முதலாவதாக, தொடரியல் ஆய்வில் புதைநிலை அமைப்பு என்னும் கருத்தியலை மறுப்போமேயானால் மொழிப்பகுப்பாய்வில் இருக்கும் உற்சாகமும் மகிழ்ச்சியும் இல்லாமற்போகும். ஏனெனில், தொடரியலிலிருந்து மனித மனத்தின் அமைப்பைப் புரிந்துகொள்ள மேற்கொள்ளும் தேடல் பொருளற்றதாகிவிடும்.
>
> இரண்டாவதாக, பொருண்மையியலுக்கு மேலாகத் தொடரமைப்புகளுக்குத் தரும் முக்கியத்துவத்திலேயே தம் கோட்பாட்டின் அடித்தளம் நிறுவப்பட்டுள்ளது என்பதில் சோம்ஸ்கி ஆழமான நம்பிக்கை உடையவராக இருந்தார்.
>
> மூன்றாவதாக, பேசுவோரின் மொழி அறிதிறனும், மொழிப் பொதுமை சார்ந்த கருத்தாக்கமும் உளவியல் தத்துவார்த்தச் சிந்தனைகளுக்குக் கட்டுப்பட்டவை என்பதிலும், இக்கட்டுப்பாடு தொடரமைப்புகளால் தம் கோட்பாட்டில் கட்டமைக்கப்பட்டுள்ளது என்பதிலும் சோம்ஸ்கி அசைக்கமுடியாத நம்பிக்கை உடையவராய் இருந்தார்.

நான்காவதாக, தொடரியலைத் தன்னாட்சி அமைப்பாகத் தாம் கருதுவது தத்துவார்த்தநெறிகளுக்கு உட்பட்ட நிலைப்பாடு என்று வலியுறுத்திக் கூறினார்.

ஐந்தாவதாக, உயிரியல் மரபியல் நோக்கில் மனிதன் ஒரு தொடரியல் மிருகம் *(Syntactical Animal)*. எல்லாவகையிலும் மனித மனத்தின் சொத்தாக மொழியை விளக்கத் தமக்கு அடித்தளமாக அமைவது தொடரியலே என்பதில் அழுத்தமான கொள்கைப் பிடிப்பு உடையவராக இருந்தார் சோம்ஸ்கி.

9.2. ஆக்கமுறைப் பொருண்மையியல்

ஆக்கமுறை மாற்றிலக்கண வரலாற்றில் சோம்ஸ்கியின் *தொடரியல் கோட்பாட்டுக் கூறுகள்*, 1965க்குப் பின்னர்ப் பல தொடரியல் கோட்பாடுகளின் தோற்றத்திற்கும் வளர்ச்சிக்கும் தோற்றுவாயாக அமைந்தது. 'ஆக்கமுறைப் பொருண்மையியல்' இந்நூலின் ஆய்வு முடிபுகளிலிருந்து நேரடியாகவே தோன்றிய கோட்பாடு என்பர். இருந்தபோதிலும், இதன் வேர் அறுபதுகளின் ஆரம்பத்திலேயே ஆக்கமுறை மாற்றிலக்கணவியலாளரிடையே ஆழமாக வேரூன்றியிருந்தது. 1960க்கும் 1965க்கும் இடைப்பட்ட காலத்தில் பொருண்மையியலின் முக்கியத்துவம் சோம்ஸ்கியின் மாணவர்களால் வலியுறுத்தப்பட்டது. 1963இல் ஜெரால்டு கட்ஜ், ஜெர்ரி ஃபோடர் இணைந்து எழுதிய *பொருண்மைக் கோட்பாட்டின் அமைப்பு* என்னும் ஆய்வுக்கட்டுரை வெளியானது. இவர்கள், தொடரியல் கூறுக்கும் ஒலியனியல் கூறுக்கும் மேலாகப் பொருண்மைக் கூறுக்குரிய முக்கிய இடத்தைத் தொடரியலாய்வில் வலியுறுத்தினர். இதனைத் தொடர்ந்து ஜெரால்டு கட்ஜூம் பால் போஸ்டலும் இணைந்து 1964இல் *மொழி வண்ணனையின் ஒருங்கிணைந்த கோட்பாடு* என்ற நூலை வெளியிட்டனர். இவ்விரு நூல்களும், இவற்றைத் தொடர்ந்து எழுந்த விவாதங்களும் ஆக்கமுறை இலக்கணக் கோட்பாட்டில் பொருண்மைப் பகுப்பாய்வின் முக்கியத்துவத்தை வற்புறுத்தின என்றும், கட்ஜ், ஃபோடர், போஸ்டல் ஆகியோர் கருத்துகளை ஏற்று சோம்ஸ்கி, *தொடரியல் கோட்பாட்டுக் கூறுகள்*–இல் திருந்திய இலக்கண முன்மாதிரியை அறிமுகப்படுத்தினார் என்றும் முந்தைய பகுதிகளில் பார்த்தோம். கட்ஜ், ஃபோடர், போஸ்டல் அறிமுகப்படுத்திய பொருண்மையியல் கூறு சோம்ஸ்கியின் கோட்பாட்டு உருவாக்கத்தில் வாக்கியங்களின் பொருண்மை நயப்படுத்தத்திற்கான விதிகளைக் கொண்டு அமைந்தன.

சோம்ஸ்கியின் மாணவர்களுள் ஜார்ஜ் லேகாஃபும் இராஸூம் *தொடரியல் கோட்பாட்டுக் கூறுகள்*–இன் விளைவுகள் குறித்து

அதிகமான விமர்சனங்களை முன்வைத்தவர்கள் எனலாம். தரக் கோட்பாட்டில் சோம்ஸ்கி புதைநிலை–புறநிலை இணையெதிர்மை அமைப்பு களுக்குக் கொடுத்த முக்கியத்துவத்தைப் பொருண்மை அமைப்பிற்கு *(Semantic Structure)* தரவில்லை என்பது இவர்களின் ஒருமித்த கருத்து. வாக்கியங்களைப் படைக்கும் முழுத் திறன் தொடரமைப்பு இலக்கணத்தைக்காட்டிலும் சோம்ஸ்கியின் பொருண்மைக் கூறில் மையம்கொண்டிருப்பதாக லேகாஃப் (1968), ஜேம்ஸ் மெக்காலே (1968) போன்றோர் குறிப்பிடுகின்றனர்.

தொடரியல் கோட்பாட்டுக் கூறுகள் – இலிருந்து தோன்றிய ஆக்கமுறைப் பொருண்மையியல் கோட்பாட்டுத்தகுதி உடையதுதானா? ஜார்ஜ் லேகாஃப் இதனைப் புதிய கோட்பாடு என்றே கூறுகிறார். சோம்ஸ்கியின் ஆக்கமுறை இலக்கணத்தை ஹேரிஸின் மாற்றிலக்கணக் கோட்பாட்டின் விரிவாக்கமாகக் கருதாமல் தனிக்கோட்பாடாகக் கருதினால், ஆக்கமுறைப் பொருண்மையியலும் தனிக்கோட்பாடே என்பது லேகாஃபின் கருத்து. ஆக்கமுறை மாற்றிலக்கணத்தின் ஆய்வுப்பொருளைக் காட்டிலும் ஆக்கமுறைப் பொருண்மையியலின் ஆய்வுப்பொருள் மிகவும் விரிவானது மட்டுமல்லாமல் இதன்மூலம் பெறும் கருத்துகளும் ஆய்வு உத்திகளும் வேறானவை. வரலாற்று ஆய்வு நோக்கில் ஆக்கமுறைப் பொருண்மையியலின் தொடக்கம் சோம்ஸ்கியின் ஆக்கமுறை இலக்கணத்தின் விரிவாக்கமாக இருந்திருக்கலாம். ஆனால், அப்போதிருந்தே இக்கோட்பாடு அதன் தனித்துவத்தை நிலைநாட்டிவந்துள்ளது.

சோம்ஸ்கி தம் ஆக்கமுறை மாற்றிலக்கணத்தை அறிமுகப் படுத்தியபோது அவருடைய பேராசிரியர் ஹேரிஸ் எப்படி அதன் கோட்பாட்டுச் செல்நெறியையும் வளர்ச்சியையும் உன்னிப்பாகக் கவனித்துவந்தாரோ அவரைப் போலவே சோம்ஸ்கியும் ஆக்கமுறைப் பொருண்மையியலாளரின் கோட்பாட்டு வளர்ச்சியைக் கவனித்துவந்தார். ஆனால் இவ்விரு பார்வைகளுக்கும் இடையே குறிப்பிடத்தக்க வேறுபாடு இருந்தது. குறிப்பாக இராபின் லேகாஃப், சார்லஸ் ஃபில்மோர் ஆகியோர் ஆக்கமுறைப் பொருண்மையியலில் சூழலுக்கு *(Context)* முதலிடம் தந்தனர். அப்போதே இவ்விரு பார்வைகளுக்கும் இடையே யுள்ள வேறுபாடு அதிகரித்தது என்று ஜார்ஜ் லேகாஃப் (1963) குறிப்பிடுகிறார். இருந்தபோதிலும் 1963ஆம் ஆண்டு ஜார்ஜ் லேகாஃப் முதன்முதலாக 'ஆக்கமுறைப் பொருண்மையியல்' என்னும் சொல்லாடலை அறிமுகப்படுத்தியபோது சோம்ஸ்கியின் ஆக்கமுறை இலக்கணத்திற்கும் ஆக்கமுறைப் பொருண்மையியலுக்கும் இடையேயுள்ள வேறுபாட்டைத் துல்லியமாகக் காட்டவில்லை. ஆக்கமுறை மாற்றிலக்கணத்தைச்

சரியென்றும், ஓரளவு ஆக்கமுறைப் பொருண்மையியலுக்கான அடித்தளம் என்றும் கருதினார். இவ்வெண்ணப் போக்குதான் 'ஆக்கமுறை' என்னும் சொல்லாடலை ஆக்கமுறைப் பொருண்மையியல் என்னும் சொல்லாடலில் முதன்மைச் சொல்லாகத் தக்கவைக்கக் காரணமானது. 1963க்குப் பின்னர் ஆக்கமுறைப் பொருண்மையியல் அதன் ஆய்வுப்பொருளிலும் அணுகுமுறையிலும் தனித்துவம் பெற்றபோது இச்சொல்லாடல் பொருத்தமானது அன்று என்று மறுத்தார் ஜார்ஜ் லேகாஃப்.

தொடர்ந்து, ஆக்கமுறைப் பொருண்மையியல் முழுமையாகக் கோட்பாட்டுத் தனித்துவத்தை நிலைநாட்ட இயலாத நிலையில் சோம்ஸ்கி இதனை விரிதரக் கோட்பாட்டின் மாற்றுக்குறிமானமாக (notational variant) கருதினார். ஆனால், சோம்ஸ்கியின் இக்கருத்து அக்கால ஆக்கமுறைப் பொருண்மையியலாளர்க்கு உடன்பாடாக இல்லை. ஆக்கமுறைப் பொருண்மையியல் கோட்பாடும் விரிதரக் கோட்பாடும் மாற்றுக் குறிமானங்களானால் இரு கோட்பாடுகளின் அடிப்படை ஆய்வுப்பொருள் வெவ்வேறாக இருக்க முடியாது; ஒன்றாகவே இருக்க வேண்டும். ஆனால் இவ்விரு கோட்பாடுகளும் வெவ்வேறு ஆய்வுப்பொருள்கள் உடையன. மேலும் இன்றைய ஆக்கமுறைப் பொருண்மையியல் இயற்கைத் தருக்கவியலையும் சமூகச்சூழலையும், பேச்சுச் செயற்கூறுகள், கருத்தாடல் வகைகள், நடைமுறைப் பயன்பாட்டியல் கூறுகள் ஆகியவற்றை 1969இலிருந்து ஆய்வுத்தளங்களாகக் கொண்டிருக்கும் போது விரிதரக் கோட்பாடு இவற்றுள் எதையும் சார்ந்த ஆய்வாகக் கவனம்பெறவில்லை. எனவே, விரிதரக் கோட்பாடும் ஆக்கமுறைப் பொருண்மையியல் கோட்பாடும் ஒரு கோட்பாட்டின் மாற்றுக்குறிமானங்களல்ல என ஆரம்பக்கால ஆக்கமுறைப் பொருண்மையியலார் வலியுறுத்தினர்.

1967இலேயே ஆக்கமுறைப் பொருண்மையியலார் மொழியின் பொருண்மை அமைப்பைத் தனிக் கோட்பாட்டுச் சட்டகத்தில் ஆராயத் தொடங்கிவிட்டனர். இக்கோட்பாட்டில் சோம்ஸ்கியின் தொடரியப் புதைநிலை அமைப்புப் படிநிலை புறக்கணிக்கப்பட்டது. இந்நிலைப்பாடு சோம்ஸ்கியக் கோட்பாட்டு மரபிலிருந்து ஆக்கமுறைப் பொருண்மையியலைப் பிரித்துத் தனிக் கோட்பாட்டுத் தகுதிக்கு உயர்த்தியது. அப்போதிருந்தே ஆக்கமுறை மாற்றிலக்கணத்திற்கு அப்பால் பிற துறையறிவின் ஆதிக்கமும் பயன்பாடும் ஆக்கமுறைப் பொருண்மையியலின் வளர்ச்சியில் ஓர் அறிவியல் கோட்பாட்டிற்குரிய பன்முகப் பரிமாணத்தைச் சேர்த்தன. குறிப்பாக, ஜார்ஜ் லேகாஃப், மெக்காலே போன்றோர் இயற்கைத் தருக்கவியலை ஆக்கமுறைப் பொருண்மையியலில் கூடுதலாகப் பயன்படுத்தினர்.

மேலும், சோம்ஸ்கி மாற்றிலக்கணத்தில் மேற்கொள்ளும் தொடரியலுக்கும் பொருண்மையியலுக்கும் இடையேயுள்ள உறவைத் தனித்தனியாகக் காட்டுவது ஆக்கமுறைப் பொருண்மையியலாருக்கு உடன்பாடன்று. இவையிரண்டையும் தனித்தனியாகக் கூறுமளவிற்கு இவை வேறுவேறல்ல. தொடரியல் பகுதியைத் தன்னாட்சித் தொடரியல் என்று கூறும் சோம்ஸ்கி ஒரு வாக்கியத்தின் இலக்கணத்தன்மையைத் தீர்மானிக்கும் பகுதியாகத் தன்னாட்சித் தொடரியலையும், பொருளை நிர்ணயிக்கும் பகுதியாகப் பொருண்மையியல் பகுதியையும் தனித்தனிப் படிநிலைகளாகக் கருதுகிறார்.

ஆக்கமுறைப் பொருண்மையியலார் தொடரியலுக்கும் பொருண்மையியலுக்கும் இடையிலான மரபு சார்ந்த எல்லைக்கோட்டை முற்றிலுமாக மறுக்கின்றனர். இவை இரண்டும் தனித்தனி விதிகளாலானவையல்ல. மாறாக, ஒரே ஒழுங்கமைவைச் சார்ந்த விதிகளாலானவை. வாக்கியத்தின் இலக்கணத்தன்மையைத் தீர்மானிக்கும் விதிகளிலிருந்து சோம்ஸ்கி குறிப்பிடுவதுபோலப் பொருளை நிர்ணயிக்கும் விதிகளை வேறுபடுத்திக்காணமுடியாது. சோம்ஸ்கியின் கோட்பாட்டு நிலைப்பாட்டிற்குத் தன்னாட்சித் தொடரியல் கருத்தியலாக்கம் பொருத்தமாக இருக்கலாம். ஆனால் ஆக்கமுறைப் பொருண்மையியலாருக்கு இதில் உடன்பாடில்லை. 'பொருண்மைத் தொடரியல் (Semantic Syntax)' என்னும் சொல்லாடல் இக்காலக்கட்டத்தில் பொருத்தமாகக் கருதப்பட்டாலும் மெக்காலே போன்றோர் இச்சொல்லாடலில் மனநிறைவு அடையவில்லை என்பர். ஆக்கமுறைப் பொருண்மையியல் என்னும் சொல்லாடலும்கூட முழுமனத்தோடு ஏற்கத்தக்கதல்ல என்பது மெக்காலேயின் கருத்து. இருப்பினும், இன்றுவரை இச்சொல்லாடலே ஏற்றுக்கொள்ளப்பட்டிருக்கிறது. இவ்வகையில் ஆக்கமுறைப் பொருண்மையியல் சோம்ஸ்கியின் தரக் கோட்பாட்டிற்கு மாற்றுச் சிந்தனையாக முன்மொழியப்பட்ட கோட்பாடு எனலாம்.

தரக் கோட்பாட்டில் பொருண்மையியல் கூறு ஆக்கமுறை விதிகளாலானது என்னும் சோம்ஸ்கியின் நிலைப்பாட்டிற்கு எதிராகப் பொருள்கோள் விதிகளாலானது என்ற நிலைப்பாட்டை ஆக்கமுறைப் பொருண்மையியலார் மேற்கொண்டனர். தரக் கோட்பாடு ஒவ்வொரு வாக்கியமும் புதைநிலை அமைப்பு, புறநிலை அமைப்பு என்னும் இரு படிநிலைகளை உடையது. இவற்றுள் புதைநிலை அமைப்பு தொடர்க்குறியீடுகளால் ஆனது. இவ்வமைப்பு சோம்ஸ்கிய இலக்கணத்தில் அடிநிலைக் கூறு என்றும் தொடரியல் கூறு என்றும் அழைக்கப்படுகிறது. அடிநிலைக்

கூறு தோற்றுவிக்கும் புதைநிலை அமைப்பின்மீது மாற்றுவிதிகள் செயற்பட்டுப் புறநிலை அமைப்புகள் தோற்றுவிக்கப்படுகின்றன. இப்புதைநிலை அமைப்பு பொருண்மையியல் கூறுக்கு உள்ளீடாக அமைகிறது. இந்நிலையில் சொல்விதிகளும் பொருண்மைவிதிகளும் செயற்பட்டுப் பொருண்மை உருவமைப்பை உருவாக்கித்தருகின்றன. இவ்விலக்கணச் செயற்பாட்டால் வாக்கியத்திற்கு உருவாக்கித்தரப்படும் பொருண்மை உருவமைப்பு அவ்வாக்கியத்தின் நேரடிப் பொருள் என்பதைவிட, விதிமுறை பின்பற்றப்பட்டுத் தோற்றுவிக்கப்படுகிற பொருண்மை உருவமைப்பு என்பது பொருந்தும். பொருண்மை விதிகளைப் போலவே ஒலியன் விதிகளும் ஒலி உருவமைப்பைத் தோற்றுவிக்கின்றன. இவ்வுருவமைப்பு நேரடியாக ஒலிப்போடு தொடர்புடையதன்று. இதை ஒலிப்பொதுமைக் கூறுகளாலான ஒலிப்பு உருவமைப்பு என்றே கருதவேண்டும். எனவே, பொருண்மை உருவமைப்பைப் பொருளாகவும், ஒலியன் உருவமைப்பை ஒலிப்பாகவும் நயப்படுத்தப் பேசுவோரின் பொதுமை இலக்கணம் இயல்பாய் உதவுகிறது என்று சோம்ஸ்கி நம்புகிறார்.

இவ்விரு உருவமைப்பு நிலைகளும் சோம்ஸ்கியின் இலக்கணக் கோட்பாட்டு வடிவமைப்பில் அழுத்தமான விசாரணைகளுக்கு உட்பட்டவை என்பதில் மாற்றுக்கருத்தில்லை. அதேநேரத்தில், சோம்ஸ்கியின் இக்கருத்திலிருந்து ஆக்கமுறைப் பொருண்மையியலாளர் முற்றிலுமாக வேறுபடவில்லை என்பது குறிப்பிடத்தக்கது. பின்னர், ஆக்கமுறைப் பொருண்மையியலுக்கும் ஆக்கமுறை மாற்றிலக்கணத்திற்கும் இடையேயுள்ள வேறுபாடுதான் என்ன என்னும் வினாவுக்குத் தெளிவான விடை காணவேண்டுமல்லவா?

முதலாவதாக, தரக் கோட்பாடு தொடரியலை அடிப்படையாகக் கொண்டது. ஆக்கமுறைப் பொருண்மையியல் பொருண்மையியலை அடிப்படையாகக் கொண்டது. தரக் கோட்பாடு இலக்கணத்தின் ஆக்கமுறைத் திறன் முழுவதையும் தொடரமைப்புகளின்மீது குறிப்பாக, அடிநிலைக் கூறுகளின்மீது சுமத்துகிறது. ஆக்கமுறைப் பொருண்மையியல் இலக்கணத்தின் முழு ஆக்கமுறைத் திறனையும் பொருண்மை விதிகளின்மீது சுமத்துகிறது. இவ்விரு கோட்பாடுகளும் பேசுவோரின் மொழி அறிதிறனைச் சார்ந்தவை. இவை மொழிச் செயலறிதிறனைக் குறித்துப் பேசுவதில்லை.

இரண்டாவதாக, தரக் கோட்பாடு வாக்கியத்தின் புதைநிலை அமைப்புக்கும் பொருண்மை உருவமைப்புக்கும் இடையேயுள்ள வேறுபாட்டை வலியுறுத்திக் கூறுகிறது.

ஆனால், ஆக்கமுறைப் பொருண்மையியல் இவ்விரண்டையும் வேறுபடுத்திப் பார்ப்பதில்லை. இது வாக்கியத்தின் புதைநிலை அமைப்பையே பொருண்மை உருவமைப்பாகக் கருதுகிறது. இதனால் எல்லா மொழிகளும் ஒரேமாதிரியான புதைநிலை அமைப்புகளை உடையன என்றும், இப்புதைநிலை அமைப்புகள் பொதுமையானவை என்றும் கருதும் பின் – சோம்ஸ்கிய மொழியியல் நிலைப்பாட்டை உறுதிப்படுத்த முடிகிறது. அதேநேரத்தில் சமீபக் காலங்களில் பொருண்மையியல் ஆய்வின்மீதான தீவிரக் கவனம் மேம்படுத்தப்பட்டிருக்கிறது என்பதும், பின் – சோம்ஸ்கிய மொழியியலின் தொடர்ச்சியாக ஆக்கமுறை மாற்றிலக்கண முன்மாதிரிகளின் வரவும் சோம்ஸ்கியா லேயே சாத்தியமாகியிருக்கிறது என்பதும் மறுக்க முடியாத உண்மைகள். இம்முன்மாதிரிகளின் வரிசையில் 1970களின் ஆரம்பத்தில் அறிமுகப்படுத்தப்பட்டது விரிதரக் கோட்பாடு.

9.3. விரிதரக் கோட்பாடு

பின் – சோம்ஸ்கிய மொழியியல் வளர்ச்சியில் விரிதரக் கோட்பாட்டிற்கு முக்கியப் பங்கு உண்டு. இக்கோட்பாடு கிட்டத்தட்ட தரக் கோட்பாட்டின் பத்தாண்டுக்கால வளர்ச்சியின் தொடர்ச்சி எனலாம். ஆக்கமுறைப் பொருண்மையியல் தரக் கோட்பாட்டின் மாற்றுச் சிந்தனையாக அறிமுகப்படுத்தப்பட்ட காலத்திலேயே தரக் கோட்பாட்டின் நேரடித் தொடர்சிந்தனையாக விரிதரக் கோட்பாட்டை முன்னெடுக்க சோம்ஸ்கி முயன்று வந்தார். எனவே, இது ஆக்கமுறைப் பொருண்மையியலிருந்து வேறுபட்டது. தரக் கோட்பாட்டைப் போலப் புதைநிலை அமைப்பில் பொருண்மை உருவமைப்புக்கு வாக்கியங்களை ஒதுக்கித்தரும் பொருள்கோள் முறையை இதுவும் மேற்கொள்கிறது. இதனால் சொற்களஞ்சியத்திலிருந்து புதைநிலை அமைப்பின் தொடர்க்குறியீடுகளில் சொல்விதிகளால் சொற்கள் செருகப் பட்ட பின்னரே மாற்றுவிதிகள் செயற்படுகின்றன. எல்லாச் சொற்செருகல் நடவடிக்கைகளையும் புதைநிலை அமைப்பிலேயே நிகழும் இன்றியமையாத நடவடிக்கைகளாக இக்கோட்பாடு வற்புறுத்துகிறது.

ஆக்கமுறைப் பொருண்மையியல் புதைநிலை அமைப்புக்கும் பொருண்மை உருவமைப்புக்கும் இடையிலான படிநிலை உறவை ஏற்றுக்கொள்ளாததால் சொற்புகுத்து நடவடிக்கையின் வீரியம் குறைந்து புதைநிலை அமைப்பின் இருப்பையே கேள்விக்குரியதாக்குகிறது. தரக் கோட்பாட்டில் வாக்கியத்தின் பொருண்மை உருவமைப்பைத் தீர்மானிப்பதில் புதைநிலை அமைப்பிற்கு முக்கியத்துவம் தரும் சோம்ஸ்கி, சில புறநிலை

அமைப்புகளும் பொருண்மை உருவமைப்பைத் தீர்மானிப்பதில் முக்கிய இடம்பெறுகின்றன என்பதை விரிதரக் கோட்பாட்டில் ஏற்றுக்கொள்கிறார். தரக் கோட்பாட்டில் எல்லாச் சொற்களும் சொற்களஞ்சியச் செருகு விதிகளால் புதைநிலை அமைப்பில் புகுத்தப்படுகின்றன என்றும், 1970களில் வாக்கியத்தின் பொருண்மை நயப்படுத்தத்தைப் புதைநிலை அமைப்பும் புறநிலை அமைப்பும் இணைந்து தீர்மானிக்கின்றன என்றும் சோம்ஸ்கி மேற்கொண்டிருந்த கருத்துகளுக்கு எதிராகப் புறநிலை அமைப்பிலேயே பொருள்கோள் விதிகளின்கீழ் வாக்கியத்தின் பொருளைத் தீர்மானிக்க முடியும் என்னும் கருத்தை விரிதரக் கோட்பாட்டில் முன்வைக்கிறார். இதன் மூலம் பொருண்மை நயப்படுத்தத்தில் புறநிலை அமைப்பிற்குப் பங்கில்லை என்னும் முந்தைய தரக் கோட்பாட்டு நிலைப்பாட்டை சோம்ஸ்கி திருத்திக்கொள்கிறார்.

இவ்வாய்வுச் செல்நெறிகளுக்கிடையே தரக் கோட்பாட்டிலும் விரிதரக் கோட்பாட்டிலும் இல்லாத அளவுக்குக் குழந்தையின் மொழி கற்றல் திறன் சார்ந்த பிரச்சனை *(Learnability Problem)* பின்–சோம்ஸ்கிய மொழியியலின் மையப் பிரச்சனையாக உருவெடுத்தது. இவ்விரு கோட்பாடுகளிலும் அதிகமாக இடம்பெறாத இவ்வடிப்படைப் பிரச்சனை மீள்வரவாக சோம்ஸ்கியின் கவனிப்புக்கு உள்ளானது. குழந்தையின் மொழி ஈட்டல் பிரச்சனையும் அது சார்ந்த பொதுமை இலக்கணச் சிந்தனையும் மீண்டும் தீவிரக் கருதலுக்குள்ளாயின. ஆக்கமுறை மாற்றிலக்கணம் மொழிப் பொதுமைகளை விளக்கும் முயற்சியை முதன்மைக் குறிக்கோளாகக் கொண்டிருந்தாலும் தனிமொழிகளுக்கு இடையே காணும் வேறுபாடுகளும் விளக்க நிறைவு கருதி ஆய்வுக்கு உட்படுத்தப்படவேண்டிய கட்டாயம் எழுந்தது. இவ்வேறுபாடுகள் மொழி ஈட்டல் நோக்கில் பிரச்சனையானாலும் இவற்றிடையே காணும் பொதுமையிலும் ஓர் ஒழுங்கமைவு காணப்படுவதால் பொதுமை இலக்கணநோக்கிலும் மொழி ஈட்டல் பொறிநுட்ப நோக்கிலும் பின் – சோம்ஸ்கிய மொழியியலில் முக்கியத்துவம் பெற்றது தவிர்க்க முடியாத கோட்பாட்டுக் கட்டாயமாகும். இதன் விளைவாக, ஆக்கமுறை மாற்றிலக்கணம் மேற்கொள்ள வேண்டிய நிலைப்பாடுகள் புதிய கோட்பாட்டு முன்மாதிரிகளின் அறிமுகத்திற்கு ஆயத்தமாயின.

9.4. ஆளுகை – கட்டுறவுக் கோட்பாடு

1980இலிருந்து 1990 வரையிலான பத்தாண்டுக் காலத்தில் சோம்ஸ்கிய மொழியியல் கோட்பாட்டு வரலாற்றில் குறிப்பிடத் தக்க மாற்றங்கள் நிகழ்ந்தன. 1979 வரை எது இலக்கண வாக்கியம்,

எது வழுவாக்கியம், எது தாய்மொழியாளரின் ஏற்பிற்குரிய வாக்கியம் என வாக்கிய வகைகளைத் தரக் கோட்பாடும் விரிதரக் கோட்பாடும் தொடரமைப்பு விதிகளால் விளக்கின. இவ்விதிகளை இனங்காண்பதும் பட்டியலிடுவதும் தொடரமைப்பு இலக்கணத்தின் குறிக்கோள்களாக இருந்தன. இதனால் தொடரமைப்பு விதிகள் முந்தைய இலக்கண முன்மாதிரிகளில் முதன்மையிடம் பெற்றிருந்தன. ஆனால், இவ்விதிகளுக்கு மேலாகத் தொடரமைப்புகளிடையே நிலவும் இலக்கண உறவு தரக் கோட்பாட்டிலோ விரிதரக் கோட்பாட்டிலோ கூடுதல் முக்கியத்துவம் பெறவில்லை. இதனால் 1979 வரை மேற்கொண்டிருந்த முந்தைய கோட்பாட்டு நிலைப்பாட்டிற்கு மாறாக மாற்று நிலைப்பாட்டை நோக்கி நகரும் நிலை சோம்ஸ்கிக்கு ஏற்பட்டது.

பொதுமை இலக்கண வரைச்சட்டத்திற்கு உட்படாத சில மொழித்தரவுகள் அதுவரை நிலவிய பொதுமை இலக்கணம் சார்ந்த கருத்தியலை மறுபரிசீலனைக்கு சோம்ஸ்கியை வற்புறுத்தின. இக்காலக்கட்டம் வரைப் பொதுமை இலக்கணம் மரபுவழிப் பண்பு தீர்மானித்த மனித உடைமையாய்க் கருதப்பட்டுவந்தது. குழந்தையின் மொழி ஈட்டல் பொதுமை இலக்கணத்தால் மட்டுமே சாத்தியமாகிறது என்ற முந்தைய நிலைப்பாட்டிற்குச் சவாலாகக் குழந்தைத் தனக்கான தாய்மொழியை உருவாக்கும் சூழலில் பொதுமை இலக்கணம் என்னும் மூலக்கொள்கைகளின் பின்னணியில் வேறுவேறு வாக்கிய அமைப்புகளை உருவாக்குகிறது என்றும், இவ்வாக்கிய அமைப்புகள் மூலக்கொள்கைகளோடு இணைந்து குழந்தைக்கான இலக்கணத்தைக் கட்டமைக்கிறது என்றும் சோம்ஸ்கி உணர்ந்தார்.

இவ்வேறுபட்ட வாக்கிய அமைப்புகள் பொதுமை இலக்கணக்கூறுகளைப் போலக் குழந்தையின் மரபுவழிப் பண்பு தீர்மானித்தவையல்ல. எனவே, 1980 வரை விவாதிக்கப்பட்ட கோட்பாட்டு வரைச்சட்டம் வண்ணனை நிறைவிலும் விளக்க நிறைவிலும் போதுமான அளவு சோம்ஸ்கிக்கு மனநிறைவு அளிக்கவில்லை. இதன் விளைவாக, இவ்வரைச்சட்டம் சோம்ஸ்கியின் தீவிரமான மறுபரிசீலனைக்கு உள்ளானது. இம்மறுபரிசீலனையில் குழந்தையின் மொழி ஈட்டல் பொதுமை இலக்கணத்தோடு வேறுபட்ட மொழியமைப்புகளாலுமான படிமுறை என்றும், இவ்வமைப்புகளால் மட்டுமே மனித மொழிகளிடையே காணும் வேறுபாடுகளை விளக்க முடியும் என்றும் சோம்ஸ்கி கண்டறிந்தார். பொதுமை இலக்கணப் பின்னணியில் வேறுபட்டு உருவாகும் மொழியமைப்புகளை வேறுபாட்டு அளபுருக்கள் *(Parameters)* என்றும், பொதுமை

இலக்கணத்தை மூலக்கொள்கைகள் *(Principles)* என்றும் சோம்ஸ்கி குறிப்பிட்டார்.

சோம்ஸ்கியின் இப்புதிய பார்வையில் வாக்கியங்களில் தொடர்களிடையே நிலவும் இலக்கண உறவு கவனம் பெற்றது. முன்னர்க் குறிப்பிட்டதுபோலத் தரக் கோட்பாட்டிலும் விரிதரக் கோட்பாட்டிலும் முக்கியத்துவம் பெறாத இவ்வுறவு பேணப்படாமல் வாக்கியம் கருதும் பொருளை முழுமையாகப் புலப்படுத்த இயலாது என்பதை சோம்ஸ்கி உணர்ந்தார். வாக்கியங்களில் தொடர்களிடையேயுள்ள இலக்கண உறவு முக்கிய விவாதப்பொருளானது. இது பற்றி *Lectures on Govrnment and Binding (1981)* என்னும் ஆய்வுக்கட்டுரையில் விரிவாக விவாதிக்கிறார். இக்கட்டுரையில் அவர் ஆளுகை – கட்டுறவுக் கோட்பாடு *(Government and Binding Theory)* என்னும் முன்மாதிரியை அறிமுகப்படுத்துகிறார். மூலக்கொள்கைகளும் வேறுபாட்டு அளபுருக்களும் *(Principles and Parameters Theory)* என்னும் கோட்பாட்டு எல்லைக்குள் அடங்கிய முதல் முன்மாதிரி இது.

வாக்கியங்களின் தொடர்களிடையே காணப்படும் இலக்கண உறவு ஆளுகை *(Govrnment)* – கட்டுறவு *(Binding)* தன்மையில் அமைந்திருப்பதாக சோம்ஸ்கி குறிப்பிடுகிறார். ஆளுகை, ஒரு வாக்கியத்தில் ஒரு தொடர் உறுப்பு மற்ற தொடர் உறுப்புகளின்மீது செலுத்தும் அதிகாரப்பாங்கைக் குறிக்கிறது. கட்டுறவு, வாக்கியத்தில் ஆளும் தொடர் உறுப்பின் அதிகாரப்பாங்கிற்குக் கட்டுப்பட்டுப் பிற தொடர் உறுப்புகள் அதனோடு உள்ள உறவை நிலைநாட்டுவதைக் குறிக்கிறது.

(34) பூவைக் கொடுத்தாள்

என்னும் வினைத்தொடரில் *பூவை* என்னும் வேற்றுமைத்தொடர், *கொடு* என்னும் வினையின் ஆளுகைக்குக் கட்டுப்பட்டு வேற்றுமைத்தொடருக்கும் வினைக்கும் இடையேயுள்ள இலக்கண உறவை நிலைநாட்டுகிறது. வாக்கியத்தில் வினைக்கு வேற்றுமைத்தொடர் கட்டுப்படும் இவ்வுறவு ஆளுகை – கட்டுறவு. இக்கருத்தியல் சோம்ஸ்கியின் கோட்பாட்டில் புதிதாக அறிமுகமாகும் சிந்தனை என்பதைவிட இலத்தீன் மரபிலக்கணங்களில் விரிவாகப் பேசப்படும் இலக்கண உறவு பற்றிய கருத்தின் தாக்கம் என்பர். நம் மரபிலக்கணங்களும் இக்கருத்திற்கு விதிவிலக்கன்று. எடுத்துக்காட்டாக,

(35) கீதா அந்தப் பாட்டை மிக இனிமையாகப் பாடினாள்

என்னும் வாக்கியத்தில் ஆளுகைப் பண்புடைய தொடராகப் *பாடு* என்ற வினையைக் கூறலாம். சொற்களில் வினைச்சொல்

முக்கியமானது. வாக்கியத்தில் இலக்கணத்தையும் பொருண்மை அமைப்புகளையும் கட்டுப்படுத்தும் பண்பு இதற்கு உண்டு. பொதுவாகச் சொற்களின் இத்தகைய தொடர் அமைப்பாக்கக் கொள்கையை *(Projection Principle)* பயன்படுத்தித்தான் பொருண்மை நயப்படுத்தம் புதைநிலை அமைப்பை உருவாக்கு கிறது. இங்குப் *பாடு* என்னும் வினையின் ஆளுகைக்குக் கட்டுப்பட்டவை பிற தொடர் உறுப்புகள். இவ்வினைச்சொல் ஒரு வினையடைத் தொடரையும், ஒரு வேற்றுமைத் தொடரையும், ஒரு பெயரடைத் தொடரையும் ஆளுகைக்கு உட்படுத்துகிறது. *பாடியது யார், கீதா என்ன செய்தாள், எப்படிப் பாடினாள், என்ன பாடினாள், எந்தப் பாட்டைப் பாடினாள்* போன்ற வினாக்கள் *பாடு* என்னும் வினையை மையமாகக்கொண்டு வருவது இவ்வினைச்சொல்லின் ஆளுகைப் பண்பை நிறுவுகிறது. பிற தொடர்கள் இதன் ஆளுகைக்குக் கட்டுப்பட்டு உறவை அர்த்தமாக்கிக்கொள்கின்றன. இவ்வாளுகைக் கட்டுறவைக் கீழ்வருமாறு படத்தில் காட்டலாம்:

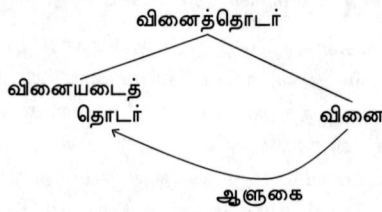

பாடு: மிக இனிமையாகப் பாடினாள்

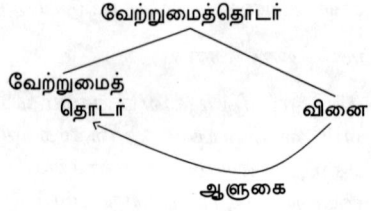

பாடு: அந்தப் பாட்டை

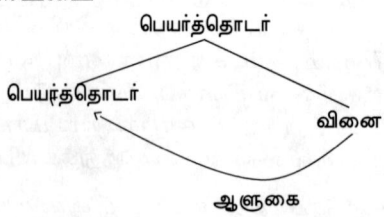

பாடு: கீதா

(கீதா அந்தப் பாட்டை மிக இனிமையாகப் பாடினாள்)

இவ்வாளுகை – கட்டுறவு முன்மாதிரி ஆளும் தொடருக்கும், ஆளப்படும் தொடருக்கும் இடையேயுள்ள இலக்கண உறவை வாக்கியத்தில் தெளிவுபடுத்துகிறது. அண்மைத் தொடர் உறுப்பமைப்பும் தொடரமைப்பு இலக்கணமும் தொடர் உறுப்புகளிடையேயுள்ள இவ்வுறவையே காட்டுகின்றன. இதனால் வாக்கியத்தின் ஒவ்வொரு தொடர் உறுப்பையும் விரித்துக் கூறும் மறுஈட்டு விதிகள் தரக் கோட்பாட்டிலும், விரிதரக் கோட்பாட்டிலும் தேவைதானா என்னும் வினா எழுகிறது. பாடு போன்ற வினைச்சொற்களின் பண்பிற்கேற்ப வாக்கிய அமைப்பில் அவற்றோடு உறவுடைய தொடர்களை எளிதாக இனங்காண முடியும். இந்நிலையில் தொடரமைப்பு விதிகள் மிகைவிதிகளே. எனவே, வாக்கியத்தின் தொடரமைப்பை விரிக்கும் மறுஈட்டு விதிகள் இம்முன்மாதிரியில் நீக்கப்பட்டன.

வாக்கியத்தில் இடம்பெறும் ஒவ்வொரு சொல்லும் அதன் இலக்கணப்பண்புகளுக்கேற்ப மற்றொரு சொல்லின் இலக்கணப் பண்புகளுக்கேற்ப ஆளவும் ஆளப்படுவதுமான உறவை இயல்பாகப் பெற்றிருக்கிறது. அகராதிப் பொருளுக்கு அப்பால் ஒவ்வொரு சொல்லும் பெற்றிருக்கிற இப்பண்புகள் அடங்கிய சொற்களஞ்சியம் தொடரியலாய்வில் முக்கியத்துவம் பெறுகிறது என்று சோம்ஸ்கி குறிப்பிடுகிறார். இருப்பினும், வாக்கியத்தின் அமைப்புநிலைகளை வரையறுப்பதில் முந்தைய தரக் கோட்பாட்டு அடிப்படை மறுக்கப்படவில்லை. புதைநிலை அமைப்பு புதை – அமைப்பு (D-Structure) என்றும், புறநிலை அமைப்பு புற – அமைப்பு (S-Structure) என்றும், புற – அமைப்பு ஒலி வடிவம் (Phonetic Form, PF), தருக்க வடிவம் (Logical Form, LF) என இரண்டாகவும் மாற்றுப்பெயர்களில் பயன்படுத்தப்பட்டன. இவ்வமைப்புநிலைகளைக் கீழ்வருமாறு வரைபடத்தில் காட்டலாம்:

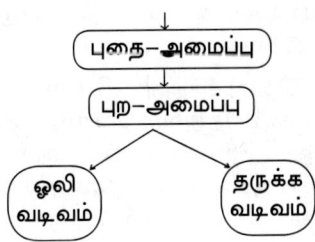

இவ்வமைப்புகள் தரக் கோட்பாட்டில் தொடர்புப்படுத்தப்பட்ட மாதிரியே இக்கோட்பாட்டிலும் ஒன்றோடொன்று தொடர்புப்படுத்தப்படுகின்றன. புதை – அமைப்பு தொடரமைப்பு விதிகளாலும், புதை – அமைப்பும் புற – அமைப்பும் மாற்றுவிதிகளால்

இணைந்தும் செயல்படுகின்றன. புற–அமைப்பு ஒலிவடிவத்தையும் தருக்க வடிவத்தையும் தன் ஆளுகையின்கீழ் இணைக்கின்றது. கீழே கொடுக்கப்பட்டிருக்கும் வரைபடம் இவ்வமைப்புநிலை களுக்கு இடையேயுள்ள தொடர்பைக் காட்டுகிறது.

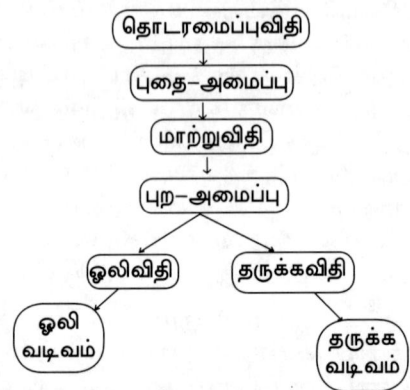

தொடரமைப்புவிதியின்மீது செயற்படும் மாற்றுவிதி புதை–அமைப்பை புற–அமைப்பாக மாற்றுகிறது. பின்னர் ஒலிவிதி புற–அமைப்பை ஒலிவடிவமாகவும், தருக்கவிதி தருக்க வடிவமாகவும் மாற்றுகின்றன. பேசுவோர் தான் புலப்படுத்த விரும்பும் கருத்து அடங்கிய வாக்கியத்தின் தொடரமைப்புவிதிகளும் மாற்றுவிதிகளும் இலக்கண அமைப்பை உருவாக்கி ஒலியமைப்புக்கு உள்ளீடு செய்கின்றன. பேசுவோர் கருதும் பொருள் கேட்போருக்குப் பேச்சாக இவ்வமைப்பில் வடிவம் பெறுகிறது. அதேநேரத்தில் தருக்க வடிவமைப்பு ஒலிவடிவத்திற்கான பொருண்மையை நயப்படுத்தி நிர்ணயிக் கிறது. இவ்விரு நிலைகளையும் சோம்ஸ்கி இடைமுக நிலைகள் *(Interface levels)* என்று குறிப்பிடுகிறார். மேற்கண்ட வரைபடம் ஒரு வாக்கியம் கேட்போருக்கு அர்த்தப்படும் படிமுறை வளர்ச்சியைத் தெளிவாகக் காட்டுகிறது.

இதனைத் தொடர்ந்து மேற்கொண்ட ஆய்வில் சொற்களஞ்சியம் முக்கியத்துவம் பெற்றது. சொற்களஞ்சியத்தின் ஒவ்வொரு சொல்லும் தொடரமைப்பு உருவாக்கத்தில் கணிக்கும் இலக்கணமும் பொருண்மைநயமும் புதை – அமைப்பு, புற – அமைப்பு நிலைகளின் தேவையை ஐயத்திற்கு உள்ளாக்கின. குழந்தையின் இலக்கணத்தை மேலும் சிக்கனமாகச் சுருக்கிக்கூறச் சொல்லின் இலக்கணப் பண்பையும் பொருண்மைப் பண்பையும் கணிக்கும் பாங்கு கூடுதல் வாய்ப்பு அளிப்பதாக சோம்ஸ்கி உணர்ந்தார். சொற்களஞ்சியம் அடிப்படை மொழிக்கொள்கைகளுக்கு ஏற்பப் பொருள்கோள் கணிப்பு

ஒழுங்கமைவை *(Computational System)* அமைப்பதையும், சொற்கள் தொகையடுக்காக விதிவழாமல் வாக்கியத்தில் இணைவதையும் புரிந்துகொண்ட சோம்ஸ்கி குறுமை நிரல் முன்மாதிரியில் புதை – அமைப்பு, புற – அமைப்பு நிலைகளை மிகைக் கூறுகளாகக் கருதி அவற்றை நீக்கினார். இது குறித்து விரிவாகக் குறுமை நிரல் பகுதியில் பார்ப்போம்.

குறுமை நிரல் பகுதிக்குச் செல்வதற்குமுன் மூலக்கொள்கை களும் வேறுபாட்டு அளபுருக்களும் பற்றிய அறிமுகக் குறிப்பு இப்பகுதியில் பொருத்தமாக இருக்கும். தொடரமைப்பு இலக்கணத்தில் விதந்து பேசப்படும் தொடரமைப்பு விதிகளும், தொடர்ந்து மாற்றிலக்கணத்தில் பேசப்படும் மாற்றுவிதிகளும் ஆளுகை – கட்டுறவுக் கோட்பாட்டுச் சட்டகத்திற்குள் விமர்சனத்திற்கு உள்ளானபோதிலும், இவற்றுள் குறிப்பாக, தொடரமைப்பு விதிகள் வாக்கிய உருவாக்கத்தில் வற்புறுத்தும் கட்டுப்பாடுகள் மறுப்பிற்கிடமின்றி ஏற்றுக்கொள்ளப்பட்டன. எடுத்துக்காட்டாக,

(36) செல்வி நேற்று வந்தாள்

என்னும் வாக்கியம்

(37) நேற்று வந்தாள்

என்று எழுவாய் *(செல்வி)* தோன்றா நிலையிலும் இலக்கண வாக்கியமாக ஏற்றுக்கொள்ளப்படுகிறது. நீக்கல் என்னும் மாற்றுவிதி இவ்வாக்கியத்தின் வினைமுற்றில் வரும் எண், இடம், பால் உணர்த்தும் விகுதியை *(–ஆள்)* இம்மாற்றத்திற்கான நிபந்தனையாகக் கொள்வதைக் குறிப்பிடலாம். புதைநிலை அமைப்பில் நீக்கல் மாற்றுவிதியால் நிகழும் இவ்வடிவுரு மாற்றம் *(நேற்று வந்தாள்)* வேறாகக் கருதப்பட்டாலும் மூலப் பொதுமை இலக்கணத்தை அடிப்படையாகக் கொண்டு நிகழ்வதாகும்.

ஓர் இலக்கணக் கோட்பாடு தொடரமைப்பு விதிகளை நீக்கினாலும் மூலஇலக்கணக்கொள்கைக்கும் வேறுபாட்டு வடிவுருக்களுக்கும் இடையேயுள்ள உறவை விளக்க வேண்டும். தொடர்களின் அமைப்பு, தொடர்களிடையே நிலவும் இலக்கண உறவு, மாற்றுவிதிகளால் தொடர்களில் நிகழும் நகர்வு, அதன் விளைவால் புதைநிலை – புறநிலை இணைப்பில் நிகழும் அமைப்பு மாற்றம் ஆகிய அனைத்தும் சில மூலக்கொள்கைகளுக்கு உட்பட்டே சாத்தியமாகின்றன. தொடரமைப்பு விதிகளை நாம் நீக்கும் நிலையில் பொதுமை இலக்கணத்தின் மூலக்கொள்கைகள் ஏதாவதொரு வகையில் தொடர்ந்து ஏற்றுக்கொள்ளப்படவேண்டும். அதேநேரத்தில்

மூலக்கொள்கைகளின் அடிப்படையில் உருவாகும் வேறுபாட்டு வடிவுருக்களும் குழந்தையின் மொழி ஈட்டலில் குறிப்பாகத் தனக்கான தாய்மொழி உருவாக்கத்தில் முக்கியப் பங்கேற்கிறது என்பதையும் மனங்கொள்ள வேண்டும். வாக்கிய அமைப்பில் தொடர்களுக்கிடையே நிலவும் இலக்கண உறவுகளுக்கு அப்பால் இவ்வேறுபாட்டு வடிவுருக்களும் மொழி ஈட்டல் நோக்கில் குழந்தையின் மொழிநுட்பப் புலத்தின் பகுதியாகக் கருதப்பட வேண்டிய கட்டாயத்தை வற்புறுத்துகின்றன. இவ்வற்புறுத்தலின் நீட்சியாக மூலக்கொள்கைகளும் வேறுபாட்டு அளபுருக்களும் இலக்கண முன்மாதிரியை சோம்ஸ்கி அறிமுகப்படுத்துகிறார்.

9.5. மூலக்கொள்கைகளும் வேறுபாட்டு அளபுருக்களும்

குழந்தையின் மொழி ஈட்டல் பிரச்சனையை 'பிளேட்டோ பிரச்சனை'க்கு இணையாக சோம்ஸ்கி கருதினார். இப்பிரச்சனையை மொழியியல் கோட்பாட்டின் 'அடிப்படைப் பிரச்சனை' என்று *மொழியியல் கோட்பாடுகளின் தருக்க அமைப்பு (LSLT)* என்னும் தம் ஆய்வேட்டில் 1955ஆம் ஆண்டு குறிப்பிட்டிருந்தார். குழந்தை, எல்லா இயற்கைமொழிகளுக்கும் பொதுவான பொதுமை இலக்கணத்தோடு பிறக்கிறது. இவ்விலக்கணத்தின் அடிப்படையில் தனக்கான தாய்மொழி இலக்கணத்தை ஈட்டுகிறது. குழந்தையின் சுற்றுப்புறச் சூழல்களில் வழங்கும் மொழி இவ்வீட்டலின்போது தரவுகளாகப் பயன்படு கின்றன. இப்பயன்பாடு பெருகப் பெருகக் குழந்தையின் இலக்கண அறிவு முதிர்வுநிலை அடைந்து மொழி ஈட்டல் முழுமை பெறுகிறது. சோம்ஸ்கி இம்மொழி ஈட்டல் படிமுறையை பிளேட்டோ பிரச்சனைக்குத் தீர்வாக முன்வைத்தார்.

இத்தீர்வை ஆக்கமுறை இலக்கணக் கோட்பாட்டின் மொழி ஈட்டல் கொள்கையாக ஏற்றபோது குழந்தையின் தனி இலக்கணம் குறித்த சிந்தனை அவ்வளவு முக்கியத்துவம் பெறவில்லை. பலவாக இலக்கணங்களைக் கட்டமைக்கும் குழந்தையின் ஆற்றலும், பல இலக்கணங்களை மதிப்பீடு செய்து தாய்மொழிக்கான இலக்கணத்தைத் தேர்வு செய்யும் திறனும் அதுவரை முழுமையாக அறியப்படாமலேயே இருந்தது. இப்பிரச்சனையைத் தரக் கோட்பாட்டிலும், விரிதரக் கோட்பாட்டிலும் சோம்ஸ்கி விவாதித்தார். விரிதரக் கோட்பாட்டில் கூடுதல் புலனுணர்வியல் சார்ந்த பிரச்சனையாக இதனைக் கருதினார். 1970களின் இறுதியில் தொடங்கி 1980களின் முற்பகுதி வரைப் பல முயற்சிகளை இப்பிரச்சனையின் பொருட்டு மேற்கொண்டார். *மூலக்கொள்கைகளும் வேறுபாட்டு அளபுருக்களும்* கோட்பாடு அறிமுகமானது. இம்முன்மாதிரி,

மாற்றிலக்கணக் கோட்பாட்டில் புதிய திருப்பத்தை ஏற்படுத்தியது. இதனை Lectures on Government and Binding (1981)[1], என்னும் விரிவுரைகளில் அறிமுகப்படுத்தி, Knowledge of Language (1985)[2] என்னும் நூலில் சோம்ஸ்கி விரிவாக விவாதிக்கிறார்.

தரக் கோட்பாடும் விரிதரக் கோட்பாடும் தொடரமைப்பு மற்றும் மாற்று விதிகளின் தொகுப்பு இலக்கணம் என்னும் கொள்கையை உடையன. தொடரமைப்பு விதிகள், மாற்றுவிதிகள், சொல் விதிகள், ஒலியமைப்பு விதிகள், பொருண்மை விதிகள் ஆகியவை இப்பட்டியலில் இடம்பெறும் முக்கியமான விதிகள். தொடரமைப்புகளை உருவாக்குதல் என்னும் நோக்கில் இவை தரக் கோட்பாட்டிலும் விரிதரக் கோட்பாட்டிலும் ஆளுமை செலுத்திக் கிட்டத்தட்ட பத்து, பதினைந்து ஆண்டுகளில் முக்கியத்துவம் இழக்க ஆரம்பித்தன. விதிகள் குறித்த கருத்துகள் மாறின. அனைத்து மொழிகளும் பொதுவான விதிகளாலானது என்னும் பொதுமை இலக்கணக் கருத்தியல் தனி மொழிகளுக் கிடையே காணும் வேறுபாடுகளால் மீண்டும் ஆழமான கருதலுக்கு உட்பட்டது. எடுத்துக்காட்டாக, கட்டளை வாக்கியத்தில் எழுவாய் எப்போதும் முன்னிலை இடப்பெயராக இருக்கும் என்பது பொதுமை இலக்கண விதி.

(38) நீ போ

(39) நீங்கள் செய்யுங்கள்

என்பன கட்டளை வாக்கியங்கள். இவற்றில் வரும் முன்னிலை இடப்பெயர்களான *நீ, நீங்கள்* என்பன எழுவாய்கள். தமிழில் இவை தோன்றாமலும் பொருள் மாறாமல்

(40) போ

(41) செய்யுங்கள்

என வரும். ஆங்கிலத்திலும்

(42) You go

(43) You do it

என்னும் கட்டளை வாக்கியங்கள்

(44) Go

(45) Do it

என எழுவாய் தோன்றாமல் பொருள் தந்து நிற்கும். கட்டளை வாக்கியங்களில் முன்னிலை இடப்பெயர் எழுவாயாக வரும் என்பது பொதுமை இலக்கணத்தின் மூலக்கொள்கை. எழுவாய்

தோன்றாமலும் வரும் என்பது வேறுபாட்டு அளபுரு. அதாவது, கட்டளை வாக்கியம் எழுவாயுடன் அமைய வேண்டுமா தோன்றா எழுவாயாக அமைய வேண்டுமா என்பது வேறுபாட்டு அளபுரு மாறி *(Parameteric variation)*. இம்மாறியை முன்னிலை இடப்பெயர் தோன்றா வேறுபாட்டு அளபுரு *(Pro-drop Parameter)* என்பர். இது போன்ற வேறுபாட்டு அளபுருக்களிடையே பேசுவோரின் இலக்கணத்தைப் பொதுமை இலக்கணத்தின் நகலாகக் காண்பதில் மொழி சார்ந்த விளக்கம் நிறைவுபெறாதது உணரப்பட்டது. பொதுமை இலக்கணம் சார்ந்த, அதேநேரத்தில் அதன் வரையறைகளுக்கு உட்படாத மாறிகளும் இலக்கணத்தின் பாகங்களாகக் கருதப்பட்டன. ஆக்கமுறை இலக்கணம் இவற்றைத் தவிர்க்குமானால் பேசுவோரின் தனி இலக்கணத்தை முழுமையாக விவரிக்க முடியாத வண்ணனை நிறைவின்மைக்கு உள்ளாகும். ஏனெனில், இம்மாறிகளும் பொதுமை இலக்கணத்தோடு இயைந்த ஒழுங்கமைவுக்குள் இயங்குபவை என்பது குறிப்பிடத்தக்கது. எனவே இம்மாறிகளை (இலக்கண வேறுபாடுகளை) பொதுமை இலக்கணத்தின் மூலக்கொள்கைகளின் அடிப்படையில் விளக்க வேண்டிய கட்டாயம் தவிர்க்கமுடியாதது. இதனால், ஏராளமான தொடரமைப்பு விதிகளாலான தொகுப்பாக மொழியை விளக்குவதிலிருந்தும் தொடர்ந்து, பல்வேறு புறநிலை அமைப்புகளைக் கட்டுப்படுத்துகிற குறைவான புதைநிலை அமைப்பு விதிகளின் தொகுப்பாக மொழியைக் கருதுவதிலிருந்தும் மாறுபட்டு, புதைநிலை அமைப்பு விதிகளுக்கும் சில மூலக்கொள்கைகளைப் பொதுவாகக் காணமுடியும் என்பதை சோம்ஸ்கி நிறுவினார்.

விதிகளைக்காட்டிலும் எண்ணிக்கையளவில் குறைவான இம்மூலக்கொள்கைகள் குழந்தையின் மொழிநுட்பப் புலத்தில் பொதுமை இலக்கணத்தின் இருப்பை உணர்த்துகின்றன. இதனால் இலக்கணம் விதிகளாலானது என்னும் முந்தைய கண்ணோட்டம் கேள்விக்குரியதானது. விதிகளைக் குறைக்கின்ற சிக்கனக் கொள்கையைத் தளர்த்தி அவற்றை நீக்குகின்ற செல்நெறி ஊக்குவிக்கப்பட்டது. சோம்ஸ்கி, தனிமொழிகளின் பொதுமைக்கூறுகளை இனங்காணும் முந்தைய ஆய்வின் நோக்கத்திலிருந்து அனைத்து இயற்கைமொழிகளின் பொதுவான மூலக்கொள்கைகளையும், அவற்றுக்குள்ளேயே கட்டமைக்கப்படும் வேறுபாடுகளையும் இனங்காண்பது என்னும் கோட்பாட்டு நிலைப்பாட்டை முன்னிறுத்தினார்.

மூலக்கொள்கைகளும் வேறுபாட்டு அளபுருக்களும் குழந்தை எவ்வாறு மொழியைக் கற்கிறது என்ற வினாவோடு தொடர்புடைய அணுகுமுறை. குழந்தை தனக்குரிய தனி

இலக்கணத்தைப் பொதுமை இலக்கணத்தின் பின்னணியில் கற்கிறது. இவ்வாறு கற்கும்போது பொதுமை இலக்கணத்தை அப்படியே பின்பற்றுவதில்லை. அப்படியே பின்பற்றுவதாக இருந்தால் உலக மொழிகளிடையே வேறுபாடுகளைக் காணமுடியாது. வேறுபாடுகளை நாம் உணர்வதற்குக் குழந்தை பொதுமை இலக்கணத்தில் சில மாற்றங்களை மேற்கொள்வதைக் காரணமாகக் காட்டலாம். சில விதிகளை மாற்றுவதோடு மட்டுமல்லாமல் மாற்றத்தால் விளையும் வேறுபாடுகளைக் கட்டுப்படுத்தும் நிபந்தனைகளையும் குழந்தை கற்கிறது. பொதுமை இலக்கண விதிகளில் மாற்றங்களை ஏற்படுத்துவதும், ஏற்படுத்துவதற்கான நிபந்தனைகளைக் கட்டமைப்பதும் குழந்தையின் விருப்பத் தேர்வுகளாக மொழி ஈட்டலில் இடம்பெறுகின்றன. இவ்விருப்பத் தேர்வுகளின் தொகுப்பு தனி இலக்கணம். எனவே, விருப்பத் தேர்வுகள் தனி இலக்கணத்தைப் பொதுமை இலக்கணத்திலிருந்து வேறுபடுத்தும் வேறுபாட்டு அளபுருக்கள் எனப்படுகின்றன. வேறுபாடுகளுக்கு அப்பாற்பட்ட பொதுமைப் பண்புகள் மூலக் (இலக்கண) கொள்கைகள் எனப்படுகின்றன. இம்மூலக்கொள்கைகள், தனி இலக்கண உருவாக்கத்திற்கான மாறிகளை / வேறுபாடுகளை மேற்கொள்ளக் குழந்தையை அனுமதிக்கின்றன. குழந்தை இவ்வேறுபாடுகளை இணைத்துக்கொண்டு தனக்குரிய தனி இலக்கணத்தைக் கட்டமைக்கிறது. இக்கட்டமைப்போடு மொழி ஈட்டல் முழுமை பெறுகிறது.

இலக்கணக் கட்டமைப்பு சார்ந்த அறிவு குழந்தையின் மொழியறிவாகும். இது குறிப்பிட்ட எண்ணிக்கையிலான வேறுபாட்டு அளபுருக்களாலானது. இவ்வேறுபாட்டு அளபுருக்கள், மூலக்கொள்கைகளைப் பயன்படுத்தித் தனி இலக்கணத் தகுதியைத் தீர்மானிக்கின்றன. இவ்வாறு பல்வேறு இலக்கணக்கூறுகளில் குறிப்பிடத்தக்க விளைவுகளை ஏற்படுத்துவதன் மூலமாக மொழிகளைத் தம்முள் வேறுபடுத்திக் காட்டுவதோடு ஒரு குறிப்பிட்ட மொழியில் வகைவகையாகத் தொடரியல் அமைப்புகளைத் தோற்றுவிப்பதும் மொழி வளர்ச்சி யில் வேறுபாட்டு அளபுருக்களின் முக்கியமான பங்களிப்பாகும். மூலக்கொள்கைகளையும் வேறுபாட்டு அளபுருக்களையும் இன்னும் சில எடுத்துக்காட்டுகளுடன் விளக்குவோம்.

வேறுபாட்டு அளபுருக்கள் பொதுமை இலக்கணத்திற் குள்ளேயே உருவாகும் மாறிகளாகும். கட்டளை வாக்கியத்தை எடுத்துக்காட்டாக மேலே பார்த்தோம். தோன்றியும் தோன்றாமலும் வரும் எழுவாய் வேறுபாட்டு அளபுரு மாறி கீழ்வரும் வாக்கியங்களுக்கும் பொருந்தும்:

(46) அவன் நாளை வருகிறான்

(47) அவள் அழகாக உடுத்துகிறாள்

(48) அது மெதுவாக ஓடுகிறது

என்னும் இவ்வாக்கியங்கள் எழுவாயின்றியும் கீழ்வருமாறுவரும்.

(49) நாளை வருகிறான்

(50) அழகாக உடுத்துகிறாள்

(51) மெதுவாக ஓடுகிறது

என்பன. இவ்வாக்கியங்களின் வினைமுற்றுகளில் வரும் இடம், எண், பால் உணர்த்தும் விகுதிகளான *–ஆன், –ஆள், –அது* என்பன வெளிப்படையாகத் தோன்றாமலிருந்தாலும் அவை முறையே *அவன், அவள், அது* என்னும் இடப்பெயர்களை எழுவாய்களாக அடையாளம் காட்டுகின்றன. இவையும் இலக்கண வாக்கியங்களே. எழுவாய்க்கும் பயனிலையாகவரும் வினைமுற்று விகுதிக்கும் இடையேயுள்ள இலக்கண இயைபு (Grammatical Agreement) இவ்வுறவை உறுதிசெய்கிறது. இவ்விதியை நிபந்தனையாகக் கொண்டு தமிழில் நேர்வாக்கியங்கள் எழுவாயுடன் அமைய வேண்டுமா, எழுவாயின்றி அமையவேண்டுமா என்பது வேறுபாட்டு அளபுரு மாறி. இது வெற்று – எழுவாய் வேறுபாட்டு அளபுரு (Null-subject Parameter) எனப்படுகிறது. ஆங்கிலமொழியில் இவ்வியல்பில்லை.

(52) He comes tomorrow

(53) She wears beautifully

(54) It runs slowly

என்னும் வாக்கியங்களை,

(55) *Comes tomorrow

(56) *Wears beautifully

(57) *Runs slowly

எனக் கூற முடியாது.

ஆங்கிலத்தில் நேர்வாக்கியங்களில் எழுவாய் தோன்றுதல், தோன்றாமை என்னும் இரண்டில் ஒன்றாக (Either / or) வரும் இயல்பில்லை. இவை ஆங்கிலத்தில் வழு வாக்கியங்கள். இவ்வாக்கியங்கள் எப்போதும் எழுவாய் பெற்றே வரும். மொழிப்பொதுமை நோக்கில், வெற்று – எழுவாய் வேறுபாட்டு அளபுருவின் அடிப்படையில் உலக மொழிகளை வெற்று–எழுவாய் மொழிகள் (Null- subject languages) என்றும், வெற்றிலா –எழுவாய்

மொழிகள் (*Non-null subject languages*) என்றும் வகைப்படுத்துவர். இவை போன்ற இன்னும் பல வேறுபாட்டு அளபுருக்களை உலக மொழிகளில் இனங்காண முடியும். இவ்வேறுபாட்டு அளபுருக்களைப் பற்றிய அறிவைப் பொதுமை இலக்கண அறிவையும், தம் சுற்றுப்புறச் சூழல்களிலிருந்து கிடைக்கின்ற முதன்மைத் தரவுகளையும் கொண்டு குழந்தை உருவாக்குகிறது. இவை குழந்தையின் விருப்பத்தேர்வுகளாக மொழி ஈட்டலில் இடம்பெறுகின்றன என்பது மீண்டும் குறிப்பிடத்தக்கது. இதனைக் கீழ்க்காணும் வரைபடத்தில் காட்டலாம்:

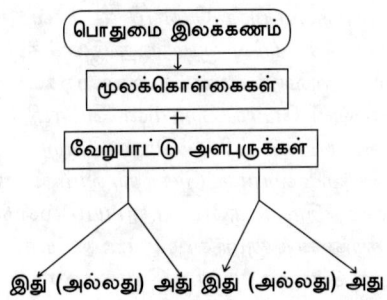

வேறுபாட்டு அளபுருவாக்கம் தற்செயலான மொழி ஈட்டல் விளைவன்று. இதற்கான நிபந்தனைகளை மூலப் பொதுமை விதிகளின் அடிச்சுவடு மாறாமல் ஒரு மாறியாக உருவாக்கும் மொழியனுபவம் இது. மரபணு தீர்மானித்த குழந்தையின் மொழிநுட்பப் புலத்தின் இயல்பான கூறு இது என்பது சோம்ஸ்கியின் கருத்து. இதன்மூலம் பொதுமை விதிகளோடு தனிமொழிகளின் வேறுபாடுகள் சார்ந்த விதிகளும் பொதுமை இலக்கணத்தின் அங்கங்களாகின்றன. இதனால் வேறுபாட்டு அளபுருக்களும் ஓர் எல்லைக்குள் உட்பட்டவைதாம்; ஓர் ஒழுங்கமைவில் அமைந்துள்ளவைதாம் என்று காட்டவேண்டிய கட்டாயம் ஆக்கமுறை மாற்றிலக்கணக் கோட்பாட்டிற்கு ஏற்பட்டது. பொதுமை இலக்கண விதிகள் மூலக்கொள்கைகளாயின.

இவை முந்தைய விதிகளைக்காட்டிலும் எண்ணிக்கையளவில் குறைவானவை. இன்னும் குறைவான எண்ணிக்கையில் சிக்கனமாக இவற்றைக் கையாளும் ஆற்றல்வாய்ந்த இலக்கணத்தை உருவாக்குவதும், மொழிகளை நிறைவாக விளக்குவதும் சோம்ஸ்கியின் குறிக்கோள்களாக மாறின. இதனால் விதிகள் முற்றிலும் நீக்கப்பட்டு அவை செயல்படுவதற்கான கட்டுப்பாடுகள் / நிபந்தனைகள் இவ்விலக்கண முன்மாதிரியில் முக்கியத்துவம் பெற்றன. குழந்தையின் மொழிநுட்பப் புலத்தில் மையங்கொள்ளும் பொதுமை இலக்கணம் குறுகிய காலத்தில் குறைவான மொழியனுபவத்தில் தாய்மொழி இலக்கணத்தை

உருவாக்கும் திறனைக் குழந்தையிடம் மேம்படுத்துகிறது என்று சோம்ஸ்கி தெளிவுபடுத்தினார். அவரின் இவ்விலக்கண முன்மாதிரி முன்னரே குறிப்பிட்டபடி ஆக்கமுறை மாற்றிலக்கண வரலாற்றில் முக்கியமான திருப்புமுனையாக அமைந்தது.

மொழி ஈட்டலை நோக்கி நிகழ்ந்த இக்கோட்பாட்டு நகர்வு கற்க வேண்டிய இலக்கணத்தை எவ்வளவு சுருக்கமாகவும் சிக்கனமாகவும் குழந்தைக்குத் தரலாம் என்னும் திக்கை இலக்காகக் கொண்டது. மனித மனத்தின் மூல இலக்கணக் கொள்கைகளும், இவற்றின் அடிப்படையிலான வேறுபாட்டு அளபுருக்களும் குழந்தையின் மொழி ஈட்டல் அறிவை நமக்கு உணர்த்துகின்றன. இவ்வறிவு குழந்தை இலக்கணத்தை ஈட்டும் படிமுறையை விளக்குவதற்கான நெறிமுறைகளை வழங்குகிறது. ஸ்கின்னர், சோம்ஸ்கி போன்றோரின் மொழி ஈட்டல் குறித்த சிந்தனைகள் அடிப்படையில் வெவ்வேறு கோட்பாட்டுத் தளங்களைச் சார்ந்தவையாக இருந்தாலும் மொழி ஈட்டலில் மனத்தின் பங்கை இருவருமே மறுப்பதில்லை. சோம்ஸ்கி, மொழி ஈட்டல் திறனைக் குழந்தை ஓர் உத்தியாக மேம்படுத்தும் பாங்கையும், தனக்கான தனி இலக்கணத்தை எளிதாகக் கற்பதற்குச் சாதகமாக இவ்வுத்தியைக் கையாளும் திறனையும் விளக்குவதில் தனிமுத்திரை பதிக்கிறார்.

பொதுமை இலக்கண அமைப்பை விளக்குதல் என்னும் நோக்கிலிருந்து தனிமொழிகளின் அமைப்பை நிறைவாக விளக்குதல் என்னும் நோக்கில் மொழிப் பொதுமைகளை, மூலக்கொள்கைகளை விளக்க வேண்டும் என்னும் மாற்றுச் சிந்தனைக்கு சோம்ஸ்கி முக்கியத்துவம் தருவது இங்குக் குறிப்பிடத்தக்கது. இதனால், பொதுமை இலக்கண விளக்கத்தில் விதிகளின் ஆதிக்கம் மறுக்கப்படுகிறது. அவை செயல்படு கின்ற வேறுபாட்டு அளபுருக்களுக்கான நிபந்தனைகள் முதன்மைப்படுத்தப்படுகின்றன. இதன் மூலம் குழந்தையின் முதலாம் மொழி ஈட்டல் படிமுறையை சோம்ஸ்கியால் செம்மை யாக விளக்க முடிந்தது. குறிப்பாக, தொடர்ந்து கற்பதற்கு உகந்த முறையில் இலக்கணத்தைச் சிக்கனமாக ஆக்கும் முயற்சியைத் தொடர்ச் சிந்தனையாக அடுத்தடுத்த இலக்கண முன்மாதிரிகளில் அறிமுகப்படுத்த முடிந்தது. குறுமை நிரல் (Minimalist Programme) இவ்விலக்கண முன்மாதிரிகளுள் ஒன்று.

9.6. குறுமை நிரல் இலக்கணம்

பொதுமை இலக்கணம், குழந்தை தனக்கான மொழியை ஈட்டும் ஒவ்வோர் அசைவிலும் தம் பங்கைப் பதிவுசெய்கிறது. மொழி அனுபவங்களையும், தனக்குக் கிடைக்கும் முதன்மை

மொழித்தரவுகளையும் – வேறுபாட்டு அளபுருக்கள் உட்பட முதலீடாக வைத்து இம்மொழியை வளர்க்கப் பல வழிமுறைகளைக் குழந்தைக்கு இவ்விலக்கணம் வழங்குகிறது. இவ்வாறு வழங்குவதோடு மட்டுமல்லாமல், குறிப்பிட்ட இத்தனிமொழி வளர்ச்சியைக் குழந்தையின் ஆயுட்காலம் முழுவதும் தம் கண்காணிப்பிலேயே வைத்துக்கொள்கிறது. இம்மொழி ஈட்டல் திறனை விளக்குவதை நோக்கமாகக் கொண்ட சோம்ஸ்கி, பொதுமை இலக்கண அடிப்படையில் அமையும் வேறுபாட்டு அளபுருக்கள் குறித்தும், அவை குழந்தையின் தனிமொழித் தகுதியைத் தக்கவைத்திருப்பது குறித்தும் ஆளுகை – கட்டுறவு, மூலக்கொள்கைகளும் வேறுபாட்டு அளபுருக்களும் என்னும் இலக்கண முன்மாதிரிகளில் விளக்கினார்.

அதேநேரத்தில், பொதுமை இலக்கண விதிகளைத் தனியாகக் கற்கும் முயற்சியைக் குழந்தை மேற்கொள்வதில்லை என்றும், இவ்விதிகள் பிறக்கும்போதே குழந்தையின் மனத்தில் மரபுவழிப் பண்பாகப் பதிந்தவை என்றும் குறிப்பிடுகிறார். இவ்விதிகள்தாம் குறைந்த அளவு முதன்மைத் தரவுகளைக் கொண்டு குறுகிய காலத்திலேயே தனக்கான மொழியைக் கற்கக் குழந்தைக்கு உதவுகின்றன. சோம்ஸ்கி, குழந்தையின் இக்கற்றல் திறனைக் கற்றல் ஆற்றல் *(Learnability)* என்கிறார். இவ்வாற்றல் சார்ந்த அறிவைப் பொதுமை இலக்கண அறிவென்றோ தனி இலக்கண அறிவென்றோ அவர் பகுத்துக் காண்பதில்லை. பல்வேறு தனிமொழிகளின் அகநிலை மொழிகளை *(Internal languages)* உருவாக்குகிற பொதுமை இலக்கணம் பற்றிய ஆய்வு சோம்ஸ்கியின் இறுதி நோக்கம். இவ்வாய்வால் மட்டுமே எல்லா மனித மொழிகளுக்கும் பொதுவான பொதுமை இலக்கணத்தை உருவாக்க இயல்வதுடன் தனிமொழிகளின் பலவகையான அகநிலை மொழிகளையும் பொதுமைப்படுத்த முடியும்.

இப்பொதுமை இலக்கணவகை எளிமையாகவும் சிக்கனமாக வும் அமைதல் முக்கியமானது. இதனைக் கருத்திற்கொண்டே சோம்ஸ்கி தாம் அறிமுகப்படுத்திய ஆக்கமுறை மாற்றிலக்கண முன்மாதிரிகளில் 1980கள் வரை பல்வேறு தொடரமைப்பு விதிகளையும் மாற்றுவிதிகளையும் குறைத்துக்கொண்டு வந்திருக்கிறார் என்பது குறிப்பிடத்தக்கது. 90கள் வரை பேசிவந்த புதைநிலை – புறநிலை அமைப்புகள் புதை – அமைப்பு – புற – அமைப்பு எனக் குறுகிக் குறுமைநிரல் முன்மாதிரியில் முழுவதுமாக நீக்கப்பட்டுள்ளன. இதன் மூலம் குழந்தையின் தாய்மொழி ஈட்டல் எளிமைப்படுத்தப்பட்டுள்ளது. இவ்வகைப் பொதுமை இலக்கணத்தின் பகுதியாகப் பேசப்படுகிற அகநிலை மொழி சிக்கனமாக, குழந்தை குறுகிய காலத்தில் ஈட்டத்தக்கதாய்

உருவாக்கப்பட்டுள்ளது. அகநிலை மொழியியின் இத்தகுதியைத் தான் அதன் கற்றல் ஆற்றல் என்று சோம்ஸ்கி குறிப்பிடுகிறார்.

ஆக, சோம்ஸ்கியின் கோணத்தில் குழந்தையின் மொழி ஈட்டல் பொதுமை இலக்கணவிதிகளைத் தவிர்த்த வேறுபாட்டு அளபுருக்களுக்கான கட்டுப்பாடுகளையும் அகராதிச் சொற் களையும் கற்றல் எனலாம். இவ்விரண்டையும் எவ்வளவுக்கு எளிமையாகவும் சிக்கனமாகவும் குழந்தைக்குத் தர இயலுமோ அந்த அளவுக்குக் குழந்தையின் தாய்மொழி ஈட்டலை விரைவுபடுத்த முடியும். கோட்பாட்டு நோக்கில் மனிதனின் மொழிநுட்பப் புலத்தில் இவ்வெளிமையையும் சிக்கனத்தையும் மொழி ஈட்டல் கருதி மேற்கொள்ளப்படும் ஆய்வுநெறியால் இயற்கைமொழியைக் கூடுதல் அறிவியலோடு விளக்கமுடியும் என்பது சோம்ஸ்கியின் கருத்து. இக்கருத்தை அடிப்படையாகக் கொண்டது இவரின் குறுமைநிரல் இலக்கண முன்மாதிரி.

கற்றல் ஆற்றல் பொதுமை இலக்கண விதிகளைத் தவிர்த்த வேறுபாட்டு அளபுருக்களுக்கான கட்டுப்பாடுகளைக் கற்பதோடு சொற்களஞ்சியத்தையும் கற்றல் என்று பார்த்தோமல்லவா? ஒவ்வொரு சொல்லும் அதற்கேயுரிய இலக்கணப் பண்பும் பொருண்மைப் பண்பும் ஒலியமைப்புப் பண்பும் உடையது. தொடரமைப்பு இலக்கணத்தில் மறுஈட்டுவிதி நிரலாக்க ஒழுங்கமைவில் சொல்விதிகளால் ஒவ்வொரு விதியிலும் சொல் புகுத்தப்படுகிறது. இருப்பினும், சொல்லின் இம்முப்பரிமாணம் தொடரமைப்பு இலக்கணத்தில் முழுமையான விளக்கத்திற்கு உட்படுத்தப்படவில்லை. தரக் கோட்பாட்டிலும் விரிதரக் கோட்பாட்டிலும் சொல்லின் இப்பண்புகள் கணிக்கும் பொருள்கோள் ஒழுங்கமைவு சோம்ஸ்கியால் எடுப்பாக எடுத்துக்கூறப்படவில்லை. தரக் கோட்பாட்டில் தொடரமைப்பு இலக்கணத்தின் ஒரு பகுதியாக மட்டுமே சொற்களஞ்சியம் கருதப்பட்டது. மாற்றுவிதிகளைப் பற்றிய கூடுதல் சிந்தனையும், பொதுவாக விதிகளின் எண்ணிக்கையைக் குறைக்கும் இக்காலச் சிக்கனப்போக்கும் சொற்களஞ்சியத்தின் செயற்பாட்டு ஆற்றலை முன்னெடுக்க சோம்ஸ்கியைத் தூண்டின. ஆளுகை – கட்டுறவுக் கோட்பாட்டு அறிமுகத்திற்குப் பின்னர் வாக்கியங்களின் தொடர்வரிசையில் இடம்பெறும் சொல்லின் ஆளுகைப் பண்பும், மற்ற சொற்கள் ஆளப்படும் பண்புமாக இலக்கண உறவுகள் கவனிப்புக்கு உள்ளாயின.

(58) கமலா மாம்பழத்தைத் தங்கைக்குக் கொடுத்தாள் என்னும் வாக்கியத்தில் கொடு என்னும் சொல் நான்காம் வேற்றுமைத் தொடரையும், இரண்டாம் வேற்றுமைத்

தொடரையும், பெயர்த்தொடரையும் ஆளுகை – ஆளப்படும் உறவுக்கு உட்படுத்துகிறது. இவ்வுறவு, வாக்கியத்தில் பொருள்கோள் ஒழுங்கமைவைக் கணிக்கிறது. மொழிப்பொதுமைகள் சார்ந்த இப்பொருள்கோள் ஒழுங்கமைவுகள்தாம் புதைநிலை அமைப்பின் தேவையை ஆக்கப்பொருண்மையியல் ஆய்வில் நிராகரிக்கக் காரணமாயின. இருப்பினும், புதைநிலை – புறநிலை அமைப்புகளின் தேவையை மூலக்கொள்கைகளும் வேறுபாட்டு அளபுருக்களும் முன்மாதிரியில் புதை–அமைப்பு, புற–அமைப்பு, ஒலிவடிவம், தருக்க வடிவம் என்னும் நான்கு நிலைகளாக சோம்ஸ்கி மாற்றியமைத்தார். இந்நான்கு நிலைகளும் இம்முன்மாதிரியில் நீக்கப்பட்டன. இவற்றுக்கு மாறாக ஒவ்வொரு சொல்லும் தொடர்வரிசையில் தொடரமைப்புப் பண்பையும், பொருண்மைப் பண்பையும், ஒலியமைப்புப் பண்பையும் கணிக்கும் பொருள்கோள் ஒழுங்கமைவுக்கு சோம்ஸ்கி முதலிடம் தந்தார். இப்பொருள்கோள் கணிப்பு ஒழுங்கமைவில் உருவாகும் தொடரமைப்புப் பல்வேறு மாற்றுவிதிகளின் நகர்வுக்கு உட்பட்டுப் பொருண்மைப் பண்பேற்று ஒலியமைப்பின் உள்ளீடாகி ஒலிவிதிகளுக்கு உட்பட்டு ஒலிப்புவடிவாக வெளிவருகிறது. இவ்வொலிப்பு வடிவம் பொருள்கோள் கணிப்பு ஒழுங்கமைவின் கடைசிப்பகுதியாகச் சொல்லின் உச்சரிப்பை ஏற்கிறது. ஆக, சொல் அதன் இறுதிப் பகுதியாகப் பொருண்மையை ஒரு பாகமாகவும், உச்சரிப்பை மற்றொரு பாகமாகவும் வெளிப்படுத்துகிறது. குறுமை நிரலின் இப்பொருள்கோள் கணிப்பு ஒழுங்கமைவைக் கீழ்வருமாறு வரைபடத்தில் காட்டலாம்:

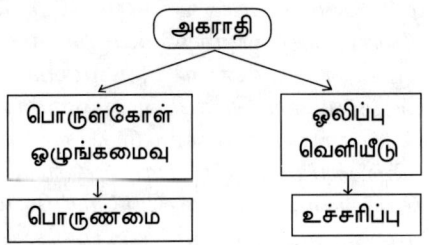

முந்தைய இலக்கண முன்மாதிரிகளைக் காட்டிலும் மிக எளிய, சிக்கனமான பொருள்கோள் கணிப்பு ஒழுங்கமைவு என்பதால் இவ்விலக்கணத்தைக் குறுமை நிரல் என்கிறார் சோம்ஸ்கி. தாம் இதுவரை அறிமுகப்படுத்திய இலக்கண முன்மாதிரிகளிலேயே மிக எளிமையானது எனக் கருதினாலும் இன்னும் முழுமையாக ஓர் இலக்கணத்திற்குரிய கோட்பாட்டு விளக்க நிறைவை குறுமை நிரல் அடைந்துள்ளதா என்னும் ஐயம் இன்றுவரை சோம்ஸ்கிக்கு உள்ளது.

குறுமை நிரல் முன்மாதிரி சோம்ஸ்கியின் தொடரியல் கோட்பாட்டுத் தொடர்பத்தின் சமகால அறிமுகம். மூலக் கொள்கைகளும் வேறுபாட்டு அளபுருக்களும் முன்மாதிரியிலிருந்து குழந்தையின் அகமொழியை மேன்மேலும் எளிமையும் சிக்கனமும் உடையதாய்க் கண்டடைவது இந்நிரலின் நோக்கம். இது கோட்பாடன்று. வேறு ஏதாவதொரு கோட்பாட்டோடு ஒப்பிட்டு நோக்குவதும் தவறு என்கிறார் சோம்ஸ்கி. இம்முன்மாதிரியில் ஆர்வமிக்க இவரின் நண்பர்களும் இக்கருத்து உடையவர்களே. அதேநேரத்தில், பொருத்தமான ஒரு கோட்பாட்டை மீட்டெடுப்பதைக் குறுமை நிரல் கருதுகிறது என்று 1998இல் எழுதிய *Minimalist Inquiries : The Framework* என்னும் ஆய்வுக்கட்டுரையில் சோம்ஸ்கி குறிப்பிடுகிறார் *(Sinha,2000)*.[3] முடிப்பாகச் சில கருத்துகளைக் கூறி இவ்வத்தியாயத்தை முடித்துக்கொள்வோம்.

இருபதாம் நூற்றாண்டின் நடுப்பகுதியிலிருந்து பெரும்பாலான மொழியியல் கோட்பாடுகளின்மீது சோம்ஸ்கிய மொழியியலின் தாக்கம் உணரப்பட்டுவந்திருக்கிறது. பத்தாண்டுக்கால மொழியியல் போருக்குப் பின்னர் அமைப்பு மொழியியல் கோட்பாடுகளைப் புறந்தள்ளி இரண்டாம் கருத்தியல் வாய்பாட்டுத் தாவலுக்கு சோம்ஸ்கிய மொழியியல் காரணமானது. இக்காலக்கட்டத்தில் புதிய சகாப்தத்தின் தொடக்கமாக அமைந்ததோடல்லாமல் வரலாற்றுமுறை சார்ந்த மொழிப் பொதுமைகள் பற்றிய பழைய சிந்தனைகளை சோம்ஸ்கிய மொழியியல் மறுமதிப்பீட்டிற்கு உட்படுத்தியது. இம்மதிப்பீட்டின் முடிவில் உலகிலுள்ள எல்லா மொழிகளுக்கும் பொதுவான பொதுமைக்கூறுகளையும், அவை மொழிப்பயன்பாட்டில் விதிக்கும் கட்டுப்பாடுகளையும் மொழியியல் கோட்பாடு விளக்கவேண்டும் என்னும் கருத்தை சோம்ஸ்கி முன்னிறுத்தினார். அமைப்பு மொழியியல் கோட்பாடுகள் அதுவரை மொழி வண்ணனையை முதன்மை நோக்கமாகக் கொண்டிருந்தன. இக்கோட்பாடுகளுக்கும் சோம்ஸ்கிய மொழியியல் கோட்பாட்டுக்கும் இடையேயுள்ள அடிப்படை வேற்றுமையாக முறையே மொழி வண்ணனையை வலியுறுத்தியதையும், மொழி ஈட்டலையும் மொழிப் பொதுமைகளை வலியுறுத்தியதையும் குறிப்பிடலாம்.

தரக் கோட்பாடு தொடங்கி இன்றைய குறுமை நிரல் இலக்கண முன்மாதிரி வரை பொதுமை இலக்கணத்தையே தம் ஆய்வுத்தளமாக சோம்ஸ்கி கருதுகிறார். முந்தைய பகுதி களில் குறிப்பிட்டதுபோல் மனித மனத்தின் இயல்பை விளக்குவதில் ஆர்வமுடைய சோம்ஸ்கி மொழி ஈட்டலைப் புலனுணர்வியல் ஒழுங்கமைவைப் புரிந்துகொள்ளும் கருவியாகக்

கையாளுகிறார். இக்கருவி மூலம் ஒவ்வொரு தனிமொழியின் மூலக்கொள்கைகளோடு வேறுபாட்டு அளபுருக்களுக்கான கட்டுப்பாடுகளையும் காணமுடியும். இக்கட்டுப்பாடுகள் மொழிக்கு மொழி வேறுபட்டுத் தனித்தனி மொழிகளை உருவாக்குகின்றன. இம்மொழிகளிடையே நிலவும் வேறுபாடுகளும் மனித மொழிக்குரிய பொதுவான மொழிக்கூறுகளும் எந்த அளவிற்கு இயல்பானவை என்பது மதிப்பிடப்பட வேண்டும். மொழியியல் புள்ளியியலாளரும் *(Linguistic Statisticians)* மொழியியல் வகைப்பாட்டியலாளரும் *(Linguistic Typologists)* இதற்கான ஆயத்தப்பணிகளை மேற்கொண்டுவருகின்றனர். இன்னும் சில ஆண்டுகளில் இம்முயற்சி திருவினையாகலாம். இத்திக்கை நோக்கிக் கணினித் தரவுத் தளங்களை அடிப்படையாகக் கொண்டு தரவு மொழியியல் *(Corpus Linguistics)* பயணிக்க ஆரம்பித்துள்ளது.

நாம் இதுகாறும் கண்ட சோம்ஸ்கிய கோட்பாட்டு முன்மாதிரி களின் வளர்ச்சிப்படிகளைக் கடந்துவரும்போது இவற்றில் நிகழ்ந்துள்ள மாற்றங்களுக்கு இடையே காணும் நெருக்கமான உறவு நம் புரிதலுக்கு அப்பாற்பட்டதன்று. இவ்வுறவு ஒரு கோவையான கோட்பாட்டு வளர்ச்சியைப் புலப்படுத்துவதை எளிதாக உணரமுடியும். இது சோம்ஸ்கியக் கோட்பாட்டு முன்மாதிரிகளின் பலம். முந்தைய முன்மாதிரிகளின் பின்னணி யில் உருவாகும் புதிய முன்மாதிரியின் அறிமுகம், ஒரு நவீனத்தின் நீரோட்டமான கதைப்போக்கு போலப் பிந்தைய முன்மாதிரிகளில் மொழியியல் ஆய்வாளரோடு கைகோத்துப் பயணிக்கிறது. இப்பயணம் எளிதாக நடப்பதற்குப் பகுத்தறிவுவாதத் தத்துவத்தை யும் புலனுணர்வியல் கொள்கையையும் எல்லா முன்மாதிரிகளின் அடிப்படைகளாக சோம்ஸ்கி ஏற்றுக்கொண்டிருக்கிறார்.

வரலாற்றுக்காலந்தொட்டு மனிதனைப் பற்றிய படிப்பில் புலன்களுக்குப் புலனாகின்ற மொழித்தரவுகளையும், மனத்தால் உணர்கின்ற மொழித்தரவுகளையும் ஆராய்கின்ற இரு அணுகுமுறைகள் விவாதிக்கப்பட்டுவந்திருக்கின்றன. இவற்றுள் மனிதனின் மொழி நடத்தையை விவரிக்கும் அணுகுமுறைக்கு எதிராக, மனித மனத்தின் உள்ளமைப்பு விதிகளைத் தரவுகளாக சோம்ஸ்கி அணுகுகிறார். இவ்வணுகுமுறையால் உளவியல் விஞ் ஞானத்தில் எதிரணியை உருவாக்கி, மொழி உற்பத்தியில் மனித மனம் நிகழ்த்தும் அற்புதத்தை அவர் விளக்குகிறார். இதன் அடிப்படையில் மொழியியல் விவாதப்போரைத் தொடர்ந்து நிகழ்ந்த கருத்தியல் வாய்பாட்டுத் தாவல் முக்கியமான வரலாற்றுப் பதிவு.

மொழியியல் கோட்பாடுகளிலேயே ஆக்கமுறை மாற்றிலக்கணக் கோட்பாடு சாதாரணப் புரிதலுக்குக் கடினமானது

என்று கூறுவர். சோம்ஸ்கி, பல்வேறு அறிவியல் தளங்களில் நின்று ஒவ்வொரு பிரச்சனையையும் பன்முகநோக்கில் அணுகுவது இம்மாயத்தோற்றத்திற்கு முக்கியக் காரணம். இப்பன்முக அணுகுமுறை நவீன மொழியியல் அறிவியலின் உன்னதத்தை எட்ட சோம்ஸ்கிக்கு ஏணிப்படிகளை அமைத்துக்கொடுக்கிறது. மொழியை விளக்க அறிவியலின் பரிந்துரைபடிக் கூடுதல் சிக்கனத்தை முக்கிய நோக்கமாகக் கொண்டிருந்தார் சோம்ஸ்கி. மலையளவுத் தரவுகளைக் குறிப்பிட்ட எண்ணிக்கையிலான விதிகளால் எண்ணிறந்த வாக்கியங்களை உருவாக்கும் தொடரமைப்பு இலக்கணத்தை அவர் அறிமுகப்படுத்தினார். கையளவு விதிகளுக்குள் மொழியை அடக்கிய இம்முன்மாதிரி சோம்ஸ்கிய மொழியியலின் முதல் கட்டமாக அமைந்தது. 1957இலிருந்து ஆக்கமுறை இலக்கணக் கோட்பாட்டிற்குள்ளேயே மேன்மேலும் சிக்கனத்தை நோக்கித் தொடர்ந்த இப்பயணத்தின் கடைசி எல்லையை அடைய இன்னும் பல காத தூரம் செல்ல வேண்டியுள்ளது. இருப்பினும், தாம் கண்டடைந்த கோட்பாட்டு முன்மாதிரிகளில் சோம்ஸ்கியும் பிற மாற்றிலக்கண அறிஞரும் ஓர் அறிவியலுக்குரிய சிக்கனக் .கொள்கையைத் திறம்படக் கையாண்டுள்ளனர்.

சோம்ஸ்கிய மொழியியல் இன்னும் ஆழமானது. இந்நூலின் வாசகரைக் கருத்திற்கொண்டு சுருக்கமாகவே இங்குத் தரப்பட்டுள்ளது. எழுபது ஆண்டுகளாக மொழியியல் வரலாற்றில் முதன்மையும் முக்கியத்துவமும் பெற்று சோம்ஸ்கிய மொழியியல் வளர்ந்துவந்திருக்கிறது. இவ்வளர்ச்சியில் ஆக்கமுறை மாற்றிலக்கண அறிஞர்களுள் எப்போதும் முதலிடத்தைத் தக்கவைத்திருப்பவர் சோம்ஸ்கியே. மொழியியல் வரலாற்றில் இரண்டாம் கருத்தியல் வாய்பாட்டுத் தாவலுக்குத் தனிமனிதராக சோம்ஸ்கியின் பங்கு அளப்பரிது. அடுக்கடுக்காக நிகழ்ந்த மொழியியல் போர்களைத் தம் மாணவர் படையுடன் அவர் எதிர்கொண்டார். அதேநேரத்தில் அம்மாணவர்களின் விமர்சனங்களாலேயே தம் கோட்பாட்டு நிலைப்பாடுகளை அவ்வப்போது மாற்றிப் புதிய முன்மாதிரிகளை முன்நிறுத்தினார். சோம்ஸ்கிய மொழியியல் வளர்ச்சி, நாம் முன்னர்க் குறிப்பிட்டதுபோல இவ்விலக்கண முன்மாதிரிகளின் அணிவகுப்பாகும். இனியும் புதிய முன்மாதிரிகள் இவ்வணிவகுப்பில் உயிர்ப்புடன் இடம்பெறும். சோம்ஸ்கியோடு இன்னும் பல மொழியியல் அறிஞர் பங்கேற்கும் தளமாக சோம்ஸ்கிய மொழியியல் விரிவடையும்.

இன்று மேலைநாடுகளிலும் கீழைநாடுகளிலும் உயர்கல்வி நிறுவனங்களில் துறைப்படிப்பாக அங்கீகாரம் பெற மொழியியல் போராட வேண்டியுள்ளது. இங்கெல்லாம் மொழியியலுக்கு

எதிராக எழுப்பப்படும் அறைகூவல்களை சோம்ஸ்கிய மொழியியல் கடந்துவந்திருக்கிறது. இவ்வெற்றிக்கு சோம்ஸ்கிய மொழியியலின் பன்முகப் பரிமாணத்தை முக்கியமாகக் குறிப்பிடலாம். அதே நிறுவனங்களைச் சார்ந்த பிற துறைகளிலும் விவாதப்பொருளாக மாறியுள்ளது சோம்ஸ்கிய மொழியியலின் தனிச் சிறப்பு. கல்வியியல், கணினி அறிவியல், உளவியல், புலனுணர்வியல் உளவியல், சமூகவியல், மானிடவியல், இலக்கியவியல், மொழிபெயர்ப்பியல் போன்ற பல துறைகளில் சோம்ஸ்கிய மொழியியலின் தாக்கம் ஏற்றுக்கொள்ளப்பட்டிருக்கிறது. இன்று பயனாக்க மொழியியலில் ஆக்கமுறை மாற்றிலக்கணக் கோட்பாடு சார்பில்லாத துறை எதுவுமில்லை. இதன் விளைவாக உருவாகும் பயனாக்கக் கோட்பாடுகள் புதிய துறைகளை அறிமுகப்படுத்திவருகின்றன. கணினி மொழியியல், இயந்திர மொழிபெயர்ப்பியல், இயற்கைமொழிப் படிமுறை ஆய்வு (Natural Language Processing) போன்றவை குறிப்பிடத்தக்க துறைகளுள் சில. இவ்வெல்லாத் துறைகளிலும் நோம் சோம்ஸ்கி என்னும் மாமனிதர் சிலாகித்துப் பேசப்படுகிறார். இனிவரும் காலங்களில் பல புதிய கோட்பாடுகள் மொழியியலில் அறிமுகமாகலாம். எத்தனை கோட்பாடுகள் வந்தேறினாலும் ஒவ்வொன்றின் அடித்தளத்திலும் நம் கவனத்திற்கு உட்படும் சோம்ஸ்கிய மொழியியல் கூறு இடம்பெற்றிருக்கும் என்பதில் ஐயமில்லை.

மனிதகுலம் உள்ளளவும் அவன் பேசும் மொழியின் வளர்ச்சி மொழியியலில் புதிய சிந்தனைகளுக்கு இடமளிக்கும். இச்சிந்தனைகளின் அடிப்படையில் புதிய கோட்பாடுகள் தோன்றும். சில, பிற கோட்பாடுகளோடு மல்லுக்கு நின்று காலப்போக்கில் வலுவிழந்துபோகலாம். மொழியியல் வரலாற்றில் இவை அசாதாரண நிகழ்வுகளல்ல. ஆக்கமுறை இலக்கணம் போலப் பல இலக்கணக் கோட்பாடுகள் உள்ளன. இவ்விலக்கணக் கோட்பாடுகளுக்கெல்லாம் எதிர்முகம் காட்டி நிமிர்ந்துநிற்கிறது ஆக்கமுறை இலக்கணம். இருப்பினும், பெரும்பாலும் ஊகங்களின் அடிப்படையிலேயே வளர்ச்சி மாற்றங்களை ஏற்றுக்கொண்டு முன்னேறிவரும் இக்கோட்பாட்டில் ஆரவாரத்தோடு அறிமுகமாகும் ஒவ்வோர் இலக்கண முன்மாதிரியும் விமர்சனங்களுக்கு உள்ளாகும் பட்சத்திலேயே உயிர்த்தெழுந்து புதிய முன்மாதிரிக்கு அணியமாகி விடுகிறது. இவ்வெழுச்சியிலும் எதிர்வினைகளுக்கு எதிரான சோம்ஸ்கியின் நிலைப்பாடுகளும், பிரச்சனைகளுக்கான தீர்வுகளும் தற்காலிகமானவையே என்னும் எண்ணப்போக்கு இன்றுவரை நிலவிவரும் யதார்த்தத்தை மறுதலிக்க முடியாது. இவ்வெண்ண ஓட்டத்திலும் தொடரியலாய்வில் சோம்ஸ்கியக்

கோட்பாட்டின் ஆதிக்க நீட்சி எல்லைகளுக்குள் அடங்கிவிடும் ஆய்வுப் பரப்பு அன்று.

குறிப்புகள்

1. Chomsky, Noam.1981. *Lectures on Government and Binding.* Dordrecht:Foris.

2. Chomsky, Noam.1985. *Knowledge of Language: Its nature, origin and use.* New York: Praeger.

3. As Chomsky (1998) reminds us, it is a *progamme*, and not a thory, even less than the PPT *approach*. "There are minimalist questions, but no minimalist answers", he observes. The programme seeks to rediscover the right theory, or rather "to discover to what extent the minimal conditions of adequacy suffice to determine the nature of the right theory". Chomsky (1998) warns us that it is misunderstanding to contrast it with any theory (say, optimality theory, lexicalism etc.) (Sinha, 2000).

10

நோம் சோம்ஸ்கி: பன்முக ஆளுமை

10.1. பன்முகப் பண்பாளர்

தத்துவச் சிந்தனையாளர், மொழியியல் அறிஞர், புலனுணர்வியல் விஞ்ஞானி, உளவியல் அறிஞர், சமூக அரசியல் சிந்தனையாளர், முற்போக்கு அரசியல் போராளி, கொள்கை மறுப்பாளர், ஊடக விமர்சகர், பயங்கரவாத மறுப்பாளர், கருத்துச் சுதந்திர ஆதரவாளர் எனப் பன்முகப் பரிமாணம் கொண்ட தனிஆளுமை ஆவ்ரம் நோம் சோம்ஸ்கி. உலக வரலாற்றில் விவிலியம், காரல் மார்க்ஸ், லெனின், வில்லியம் ஷேக்ஸ்பியர், அரிஸ்டாடில், பிளேட்டோ, சிக்மண்ட் ஃப்ராய்டு என அதிகமாக மேற்கோள் காட்டப்படும் நூல், அறிஞர் வரிசையில் எட்டாவது இடத்தை இன்று சோம்ஸ்கி பெற்றிருக்கிறார். இப்பெருமை மொழியியலால் மட்டும் அவருக்குச் சாத்தியமானதல்ல. தத்துவம், தருக்கம், வரலாறு, உளவியல், கணிதவியல், சமூகவியல், பொருளாதாரவியல், கணினியியல், அரசியல் விஞ்ஞானம் எனப் பல்வேறு துறைகளில் அவரது அறிவார்ந்த பங்களிப்பு இன்றுவரை அங்கீகரிக்கப்பட்டிருப்பதாலாகும். ஒவ்வொரு துறையின் கோட்பாட்டு உருவாக்கத்திலும் சோம்ஸ்கி முக்கிய இடம்பெறுகிறார்.

சோம்ஸ்கி மனித இயல்பையும் மனத்தையும் நேசிக்கும் ஓர் அறிவுஜீவி. மனித இயல்பின் முக்கியமான கூறாக அவனது படைப்பாளுமையை

அவர் கருதுகிறார். மொழியாக்கத்திலும் சமூகமயமாக்கத்திலும் இப்படைப்பாளுமை முக்கியப் பங்கேற்கிறது. எனவே, மொழியாக்கத்தில் மனிதன் மேற்கொள்ளும் முயற்சி, சமூகமயமாக்கத்தில் மேற்கொள்ளும் முயற்சியிலிருந்து அதிகமாக வேறுபட முடியாது. அரசியல் பங்கெடுப்பும் சமூகமயமாக்கத்தின் ஓர் அங்கமாகக் கருதப்படுமானால் இம்முயற்சிகள் முற்றிலும் முரண்பட்டு அமைவன அல்ல. இம்முரண்பாடற்ற நிலையில் ஒரோவழி நிகழும் உரையாடல் தவிர்க்க முடியாதது. சோம்ஸ்கியின் மொழியியல் சிந்தனைகளுக்கும் சமூகம் சார்ந்த அரசியல் சிந்தனைகளுக்கும் இடையே அவ்வப்போது நிகழும் உரையாடல்களை இவ்வாறே கருத வேண்டும். இவ்வுரையாடல் களால் சோம்ஸ்கியின் அரசியல் கருத்துகள் மனித மொழியையும் மனத்தையும் ஆராய அவர் மேற்கொள்ளும் அணுகுமுறைகளில் ஓரளவு தாக்கத்தை ஏற்படுத்தியுள்ளதை அவதானிக்க முடியும்.

சோம்ஸ்கியும் மொழி பற்றிய தமது கோட்பாடுகளுக்கும் அரசியல் சிந்தனைகளுக்கும் இடையே இனம்புரியாத தொடர்பு உள்ளது என அவ்வப்போது குறிப்பிடுவது உண்டு. மொழிக் கோட்பாட்டு உருவாக்கத்திலும் மனித இயல்பைப் பற்றியே சிந்திக்கும் அவர், மனிதனின் அடிப்படைத் தேவைகளை இனங்காண்பதோடு அவை மொழியால் நிறைவுசெய்யப்பட வேண்டும் என்பார். அரசியலும் இவ்வணுகுமுறைக்கு விதிவிலக்கல்ல. அரசியல் அமைப்புகள் மனிதனின் அடிப்படைத் தேவைகளை நிறைவேற்றுவதாக இருக்க வேண்டும். ஓர் அரசியல் இயந்திரம் இதை நோக்கி இயங்க வேண்டும். இது வெறும் அறிவியல் வளர்ச்சியாலோ தொழில்நுட்ப வளர்ச்சியாலோ மட்டுமே நிறைவேறிவிடுவதல்ல.

அரசியலைப் பொறுத்தவரையில் பொதுவான தத்துவார்த்த விமர்சனங்களை முன்வைப்பதோடு அவற்றின் செயலாக்கப் போராட்டங்களிலும் தம்மை முன்னிலைப்படுத்திக் கள அனுபவமற்ற பிற அமெரிக்கக் கைநாற்காலி அரசியல் விமர்சகர்களிடமிருந்து வித்தியாசமானவராக சோம்ஸ்கி திகழ்கிறார். மொழியியலின் நோக்கம் மானுட மொழியை விளக்குவது. இவ்விளக்கத்தின் மூலமாக இம்மானுட உற்பத்திப் பொருள் தன்னிறைவு பெறுகிறது என்பது சோம்ஸ்கியின் கோட்பாட்டு நிலைப்பாடு. இக்கோட்பாட்டின் தாக்கத்தை அவரது அரசியல் சிந்தனைகளிலும் காண முடியும். மனிதனுக்கும் மனித மனத்திற்கும் இடையேயுள்ள உறவைத் தம் அரசியல் சிந்தனைகளில் சோம்ஸ்கி போற்றுகிறார். மனிதாபிமானத்தோடு மனித உறவுகள் போற்றப்பட வேண்டும். சோம்ஸ்கியை ஒரு சமூக

அரசியல் போராளியாக நெருங்கிப்பார்க்கும்போது இவ்வுறவுக்கு சோம்ஸ்கி அளிக்கும் முக்கியத்துவத்தை உணர முடியும். ஒரு மொழியியலறிஞர் என இனங்காணப்படும் தருணங்களைக் காட்டிலும் ஒரு சமூக அரசியல் போராளியாகவும் கொள்கை மறுப்பாளராகவும் அவர் இனங்காணப்படும் தருணங்கள் பல. மொழியியல் கோட்பாட்டாக்கங்களில் புரட்சியாளராக மட்டுமன்றி, முற்போக்குச் சமூக அரசியல் போராளியாகவும் அவர் பிற மொழியியலறிஞர்களிடமிருந்து தனித்துநிற்கிறார்.

10.2. முற்போக்கு அரசியல் போராளி

சோம்ஸ்கி, ஒரு முற்போக்கு அரசியல் போராளி. ஒரு மொழியியல் பேராசிரியர் என்பதில் எவ்வளவு உற்சாகம் அடைகிறாரோ அதே அளவுக்கு ஒரு சமூக அரசியல் போராளி என்பதிலும் அவர் தனி உற்சாகம் அடைகிறார். பிள்ளைப் பருவத்திலிருந்தே ஹீப்ரு மொழியையும், மரபார்ந்த யூதப் பண்பாட்டையும் உள்ளீர்த்துக்கொண்டிருக்கும் அவரின் அடிமனத்தில் முற்போக்குச் சமூக அரசியல் சிந்தனையும் போராட்ட உணர்வும் பதிவாகி இருப்பது நகைமுரண். ஆனால் இவற்றுக்கு இடையே சோம்ஸ்கிக்கு எவ்வித மயக்கமும் இல்லை. தம் சமகால மொழியியல் கோட்பாடுகளையும் கோட்பாட்டாளர்களையும் தீவிரமான விமர்சனத்துக்கு உட்படுத்தும் அவர், அதே மூச்சில் அமெரிக்க அரசின் ஆட்சி அதிகாரத்தையும் செயல்பாடுகளையும் இடித்துரைக்கத் தயங்குவதில்லை. ஆட்சி அதிகாரத்தில் அறிவுஜீவிகளின் பங்கை அவர் எடுத்துரைத்த அளவுக்கு எந்தவொரு அமெரிக்கப் பல்கலைக்கழகப் பேராசிரியரும் எடுத்துக்கூற முற்பட்டதில்லை. மாசாசூசெட்ஸ் தொழில்நுட்ப நிறுவனச் சுவர்கள் இதற்குத் தடையாக சோம்ஸ்கிக்கு எப்போதுமே இருந்ததில்லை.

அரசியலில் சோம்ஸ்கியின் முதல் நுழைவு நிகழ்ந்தது அவரது பத்தாவது வயதில். அதற்கு முன்னரே தம்மைச் சுற்றி நிகழ்ந்த சமூக அரசியல் அடக்குமுறைகளுக்கு அவர் கூருணர்ச்சி உடையவராக இருந்தார்.

> என் இளமைக்காலத்தில் என்னைச் சுற்றி நிகழ்ந்த பல சமூக அரசியல் நிகழ்வுகள் என்னை மிகவும் சோர்வடைய வைத்தன. மனஅழுத்தங்களூடனேயே நான் வளர்ந்தேன். என் பெற்றோருக்கு நிரந்தர வேலை இருந்தது. ஆனால், எங்களைச் சுற்றி வாழ்ந்தவர்களுள் பெரும்பாலான குடும்பத்தினர் நிரந்தர வேலையில்லாத சாதாரணக் கூலித்தொழிலாள வர்க்கத்தினர். அவர்களிடையே நிலவிய

வறுமையையும் அவர்கள் அனுபவித்த கொடுமைகளையும் நான் நேரடியாகக் கண்டேன். அவர்கள் கந்தல் துணிகளை வீடுதோறும் சென்று விற்பார்கள்.

> ஒருமுறை என் அம்மாவுடன் டிராலி காரில் சென்று கொண்டிருந்தேன். அப்போது எனக்கு நான்கு வயது. வழியில், ஒரு துணி ஆலையின் முன் தொழிலாளர் போராட்டம் நடந்துகொண்டிருந்தது. அப்போராட்டத்தில் கலந்துகொண்ட பெண் ஊழியர்களை இரத்தம் சொட்டச் சொட்ட ஆலைக் காவலர் அடித்து உதைத்துக்கொண் டிருந்ததை என் கண்களாலேயே பார்த்தேன்.

தம் நெஞ்சை உலுக்கிய மறக்க முடியாத சம்பவங்களுள் ஒன்று இது என சோம்ஸ்கி குறிப்பிடுகிறார். இளம் சோம்ஸ்கியின் உள்ளத்தில் போராட்ட உணர்வை ஊன்றி, ஒரு முற்போக்கு அரசியல் போராளியைப் பத்தாவது வயதிலேயே உருவாக்கிய இச்சம்பவத்தைத் தம் வாழ்நாள் முழுவதும் அவரால் மறக்க முடியவில்லை.

சோம்ஸ்கிக்குப் பத்தாவது பிறந்த நாள் முடிந்து சில வாரங்களே கழிந்திருந்தன. ஓக் லேன் கண்ட்ரி டே பள்ளியில் அவர் படித்துக்கொண்டிருந்த அச்சமயத்தில் ஸ்பானிஷ் உள்நாட்டுப் போரில் பார்சலோனா வீழ்ச்சியடைந்தது. மாணவராக இருந்த சோம்ஸ்கி தம் பள்ளிச் செய்தித்தாளில் சர்வாதிகாரத்துக்கு எதிராகத் தலையங்கம் ஒன்றை எழுதினார். இதுவே அவரது முதலாவது கட்டுரை. காத்திரமான உள்ளடக்கமற்ற கட்டுரையாக இதனை சோம்ஸ்கி இன்று கருதினாலும் ஓர் இளம் சமூக அரசியல் போராளியாகச் சுற்றியிருந்தவர்கள் அவரை இனங்கண்டு கொண்டது இச்சந்தர்ப்பத்தில்தான். சர்வாதிகாரத்தின் அழித்தொழிப்பை முன்னிறுத்தி எழுதிய இக்கட்டுரை அவரது தாயார் எல்சிக்கு மிகுந்த மகிழ்ச்சியைக் கொடுத்திருக்க வேண்டும். தாம் அமைத்துத்தந்த சமூக அரசியல் தளத்தில் நியாயமான ஒரு போராளியை நாட்டுக்கு அர்ப்பணித்துள்ள மனநிறைவை அவர் பெற்றதாகக் கூறுவர்.

ஆறு சகோதரிகளும் ஒரு சகோதரருமாக ஏழு பேர் நிறைந்த சைமனோஃப்ஸ்கி குடும்பத்தில் கடைசி சகோதரி எல்சி. ஆறு சகோதரிகளிடையே ஷோஃபியோடும் கடைசி தம்பி ஜோவோடும் எல்சி நெருக்கமாக இருப்பார். ரோஸ், அன்னா, டோரா மூன்றுபேரும் ஆங்கிலம் படிக்காதவர்கள். உரிய காலத்தில் பள்ளிக்குச் செல்லும் வாய்ப்பு இவர்களுக்குக் கிட்டவில்லை. பெஷ்ஷி, பிறப்பால் ஊமை; காது கேளாதவர். இவர்களுள் ஷோஃபிதான் உயர்நிலைக் கல்வி முடித்தவர்.

வறுமையோடு போராடியது மட்டுமன்றி இடைத்தட்டுக்கும் சற்றுக் கீழான எல்சியின் குடும்பம் சமூகப் புறக்கணிப்புக்கும் இலக்கானது உண்டு. இதன் விளைவாக, இடதுசாரி ஜியோனிஸக் கொள்கைகளில் ஈடுபாடுகொண்ட அவரது சகோதரிகளுக்கு இருந்த போராட்டக்குணம் எல்சிக்கும் இருந்தது. எல்சி, வில்லியம் சோம்ஸ்கியை மணந்து பிலெடெல்பியாவில் குடியேற, சைமனோஃப்ப்ஸ்கியின் குடும்பம் நியூயார்க்குக்குப் புலம்பெயர்ந்தது. பிலெடெல்பியாவில் யூதர் என்ற முறையில் இளம் வயதிலேயே செமிட்டிஸத்தின் எதிர்ப்புக்கு உள்ளானவர் சோம்ஸ்கி. எனவே, சர்வாதிகாரத்துக்கும் அடக்குமுறைக்கும் எதிரான அவரின் குரல் தாயார் எல்சிக்கோ சைமனோஃப்ஸ்கி குடும்பத்தின் பிற உறுப்பினர்களுக்கோ வியப்பாகத் தோன்றவில்லை.

சோம்ஸ்கியின் அரசியல் அறிவை இப்போக்கில் வளர்த்து அவரை ஒரு போராளியாக உருவாக்கியதில் மில்டன் கிராஸ் முக்கியமானவர். இவர் ஷோஃபியின் கணவர்; ஒரு கூனர். சோம்ஸ்கிக்குப் பெரியப்பா முறை வேண்டும். நியூயார்க் நகரத்தில் 72ஆவது தெரு சுரங்கப்பாதையில் செய்தித்தாள் விற்கும் புறக்கடை ஒன்று வைத்திருந்தார் மில்டன். சராசரி படிப்பறிவு உடைய இவர் கூர்மையான அரசியல் அறிவுடையவர். அன்றாட அரசியல் நிகழ்வுகளை அலசி விவாதிப்பதில் வல்லவர். இவரோடு விவாதிப்பதற்கென்றே மாலை நேரங்களில் இடதுசாரி யூதர்கள் அவரது புறக்கடைக்கு வருவார்கள்[1]. சோம்ஸ்கி தம் தாயாரின் சகோதரிகளைப் பார்க்க நியூயார்க் வரும்போதெல்லாம் மாலை நேரங்களில் தவறாமல் இங்கு வந்துவிடுவார். பெரியப்பா மில்டனோடு தாமும் விவாதங்களில் கலந்துகொள்வார். பல இடதுசாரி யூதர்களின் சமூக அரசியல் நிலைப்பாடுகளுக்கு மௌன சாட்சியாக நில்லாமல் தம் கருத்துகளை முன்வைத்து சோம்ஸ்கி எதிர்வினையாற்றுவார். இதனைக் கண்டு மில்டன் வியந்துபோவார்.

சோம்ஸ்கியைச் சிறுவன் என்று கருதாமல் அக்கடைக்கு வரும் நாற்பதுகளைத் தாண்டிய அரசியல் விமர்சகர்கள்கூட அவரை உற்சாகப்படுத்தி விவாதங்களில் ஈடுபடுத்துவர். அமெரிக்க அரசின் குடியேற்றக்கொள்கையினால் ஏற்படும் பிரச்சனைகளை யும், அயல்நாட்டுக்கொள்கையில் இருந்த முரண்பாடுகளையும், ஜனநாயகக் கொள்கைப் பிடிப்பில் கொண்டிருந்த நகைமுரண் களையும் பிராட்வேயின் இச்சுரங்கப்பாதை புறக்கடை அரசியல் விமர்சகர்களிடமிருந்து சோம்ஸ்கி விரிவாகத் தெரிந்துகொண்டார். மார்க்ஸிய, லெனினிய இடதுசாரி அரசியல் கோட்பாடுகளுக்கு இங்குத்தான் சோம்ஸ்கிக்கு விரிவான விளக்கம் கிடைத்தது. அரசியல் தொடர்பான ஏராளமான நூல்களை வாசிக்கும் வாய்ப்பும் இங்குக் கிடைத்தது.

சோம்ஸ்கி பத்தாவது வயதில் முதலாவது கட்டுரையை எழுதி வெளியிட்டதன் பின்னணியைப் பற்றி 2002ஆம் ஆண்டு ஹேரி க்ரெய்ஸ்லருடன் நிகழ்ந்த நேர்காணலின்போது கீழ்வருமாறு குறிப்பிடுகிறார்:

> நீங்கள் குறிப்பிடுவதுபோல எனக்கு அப்போது பத்து வயதுதான் இருக்கும். நிச்சயமாக இப்போது அந்தக் கட்டுரையை வாசிக்க விரும்பமாட்டேன். ஆனால் அக்கட்டுரை எதைப்பற்றி என்று இன்னும் எனக்கு நினைவு இருக்கிறது. ஏனென்றால், அப்போது எனக்கு என்ன தோன்றியதோ அதை நான் தயக்கமின்றி எழுதினேன். அது பார்சலோனா வீழ்ச்சிக்குப் பின்னர் அதிகார பலம் அதனை வெற்றி கொண்டது தொடர்பானது. ஸ்பானிஷ் உள்நாட்டுப்போர் அத்துடன் முடிவுக்கு வந்தது. அந்தக் கட்டுரை ஐரோப்பாவில் சர்வாதிகாரம் பரவிவந்ததைப் பற்றியது. பத்தாவது வயதில் ரயில் ஏறப் பழகியவுடனே நியூயார்க்கிலுள்ள எனது பெரியம்மா வீட்டுக்குச் செல்வதை வழக்கமாக்கிக்கொண்டிருந்தேன். பெரியப்பாவின் சுரங்கப்பாதை புறக்கடை அனுபவம்தான் அந்த முதலாவது கட்டுரையை எழுத எனக்குப் பின்புலமாக அமைந்தது (Chomsky.info. 2002).
>
> முப்பதுகளிலும் அதற்குப் பின்னரும் பெரியப்பாவின் தாக்கம் என் அரசியல் சிந்தனைகளில் கூடுதலாகவே இருந்தது. அரசியலின் முற்போக்குச் சிந்தனை மையமாகவே நான் அவரது புறக்கடையைக் கருதினேன். அரசியல் கோட்பாட்டு விளக்கங்களும் விவாதங்களுமாக அநேகமாக எல்லா இரவுகளும் அங்குக் கழிந்தன. இவை பக்கத்திலிருந்த அவரது சிறிய வீட்டுக்குச் சென்ற பின்னரும் தொடர்வதுண்டு. இக்காலக்கட்டத்தில் அவரது செய்தித்தாள் புறக்கடையில் கழிந்த அந்நாட்கள் என் வாழ்நாளில் மறக்கமுடியாத தருணங்கள் (The Chomsky Reader, 1983)

என்று கூறும் சோம்ஸ்கி, 'நான் ஒரு போராளியாகவே வளர்ந்து விட்டேன். 1940களில் என் வளரிளம் பருவத்து நாட்களில் மொழியியல் பற்றிக் கேள்விப்படுவதற்கு முன்னரே நான் அரசியல் போராளியாகி விட்டேன்' என்று குறிப்பிடுகிறார். பெரியப்பா மில்டனின் புறக்கடையே தாம் அரசியல் கற்ற கல்விக்கூடம் என்று கூறி சோம்ஸ்கி இன்றும் பெருமைப்படுவார். அதேநேரத்தில் மொழியியல் கற்பதற்கும் இப்பின்னணியே ஒருவகையில் காரணமாக அமைந்தது என்றும் கூற சோம்ஸ்கி தவறுவதில்லை.

1945ஆம் ஆண்டு தம் பதினாறாவது வயதில் பென்சில்வேனியா பல்கலைக்கழகத்தில் சேர்ந்தபோது அரசியல் சிந்தனை மட்டுமே சோம்ஸ்கியை முழுவதுமாக ஆக்கிரமித்திருந்தது. அராபிக் மொழியிலிருந்த ஈடுபாடும், தந்தையார் வில்லியம் சோம்ஸ்கியிடமிருந்து பெற்றிருந்த செமிட்டிக் மொழியியல் அறிவும், வெஸ்ட் சர்ச்மேன் போன்ற பேராசிரியர்களின் தத்துவச் சிந்தனைகளின்மீது ஏற்பட்டிருந்த கவர்ச்சியும் தவிர, பல்கலைக்கழகத்திலிருந்து விசேஷமாக எதையும் கற்றுக்கொண்டதாக சோம்ஸ்கி கருதவில்லை. 1947 வரை, முதல் இரண்டாண்டுகள் எதையும் சாதிக்காத உணர்வே அவரிடம் மேலோங்கிஇருந்தது. பள்ளியின் தொடர்ச்சியாக மட்டுமே பல்கலைக்கழக வாழ்க்கை அமைந்துவிட்டதாக அவர் நினைத்தார். இந்நிலையில் பேராசிரியர் ஜெல்லிக் ஹேரிஸைச் சந்தித்து அவரிடம் மொழியியல் மாணவராகச் சேர்ந்தார்.

ஹேரிஸின் மொழியியல் அறிவைக்காட்டிலும் அவரது அரசியல் அறிவும், இடதுசாரி ஜியோனிஸக் கொள்கைகளின் மீதிருந்த ஈடுபாடும் சோம்ஸ்கியை மிகவும் கவர்ந்தன. இச்சந்திப்பு அரசியல் அறிவை மட்டுமல்லாமல் சோம்ஸ்கியின் பொது அறிவாற்றல் திறனையும் மேம்படுத்தியது. ஹேரிஸின் அரசியல் கருத்துகளோடு சோம்ஸ்கிக்கு ஏற்பட்ட இனம்புரியாத ஒத்துணர்வு மொழியியலில் இளங்கலைப் பட்டப்படிப்பை மேற்கொள்ளத் தூண்டியது. ஜான் லைன்ஸ் போன்றோர் சோம்ஸ்கியின் மனத்தில் ஆழமாக வேரூன்றியிருந்த அரசியல் உணர்வே அவரை மொழியியலுக்குக் கொண்டுவந்து சேர்த்தது என்பர். மொழியியல் வகுப்பு இல்லாத நேரங்களில் பேராசிரியர் ஹேரிஸ் மாணவர்களோடு மேற்கொண்ட உலகளாவிய சமூக அரசியல் உரையாடல்கள் பொதுவாகப் பல்கலைக்கழகப் படிப்பில் குறிப்பாக, மொழியியல் படிப்பில் சோம்ஸ்கியை நாட்டமுடையவராக்கின.

பேராசிரியர் ஜெல்லிக் ஹேரிஸ (1909–1992) ரஷ்யாவிலிருந்து அமெரிக்காவிலுள்ள பிலெடெல்பியாவுக்குப் புலம்பெயர்ந்த யூத இனக் குடும்பத்தைச் சேர்ந்தவர். அடிப்படையில் ஒரு செமிட்டிஸவாதி. ஹீப்ரு மொழியில் ஈடுபாடு கொண்டவர். பென்சில்வேனியா பல்கலைக்கழகத்தில் இளங்கலைப் பட்டப்படிப்பு மாணவராக இருந்தபோதே இடதுசாரி ஜியோனிஸவாதிகளின் ‘அவுகா’ (ஹீப்ரு மொழியில் ‘கைப்பந்தம்’) என்னும் மாணவர் அமைப்பில் தீவிரப் பங்காற்றியவர். அமெரிக்காவின் முற்போக்குச் சமூக மாற்றத்துக்குத் தம் வாழ்நாளை முழுவதுமாக அர்ப்பணித்துக்கொண்டவர். தமது சமூக அரசியல் கருத்துகளை சோம்ஸ்கியைப் போல் ஒரு

போராளியாகப் பொதுமேடைகளில் அவர் முழங்கியதில்லை. மாறாக, தம் மாணவர்களிடையேயும் அதற்கான பல்கலைக்கழக அமைப்புகளிலும் ஹேரிஸ் விவாதித்தார். அச்சந்தர்ப்பங்களில் எல்லாம் முற்போக்கு அரசியலிலும் ஜியோனிஸ அரசியல் கொள்கை சார்ந்த விவாதங்களிலும் தீவிரச் சிந்தனையாளராகத் தம்மைப் புலப்படுத்துவார். இதனாலேயே பென்சில்வேனியா பல்கலைக்கழக மாணவர்களிடையே செல்வாக்குப் பெற்ற பேராசிரியராக ஹேரிஸ் விளங்கினார்.

ஹேரிஸின் வாழ்க்கைவரலாற்றை எழுதிய இராபர்ட் பார்ஸ்கி, ஹேரிஸ் தம் அரசியல் வாழ்க்கையில் மேற்கொண்டிருந்த முக்கியமான நான்கு பிரச்சினைகளைப் பற்றிக் குறிப்பிடுகிறார். அவை: அரேபிய – யூத உறவு, பாலஸ்தீனத்தில் கிப்புட்ஜ் இயக்கம், யூதர்களின் பாலஸ்தீன, அமெரிக்கப் புலம்பெயர்வு, அமெரிக்க யூத இனப் பிரச்சனைகள். இப்பிரச்சனைகளோடு பாஸிசத்துக்கு எதிராக ஹேரிஸ் எடுத்த நிலைப்பாடும், அரேபியர் – யூதர் கூட்டுறவை வலியுறுத்திய பாங்கும், அமெரிக்காவின் புலம்பெயர்வுக் கொள்கைக்கு எதிராக முன்வைத்த விமர்சனமும் சோம்ஸ்கி உட்பட, பல பென்சில்வேனியா பல்கலைக்கழக மாணவர்களை ஹேரிஸுக்கு மிக நெருக்கமாகக் கொண்டுவந்தன.

இவற்றுக்கு மேலாக, அமெரிக்க முதலாளியச் சமூகத்தை முன்னேறிய சமூகமாக, *'good society'* ஆக, மாற்றுவதைத் தம் அரசியல் கொள்கையாக ஹேரிஸ் கொண்டிருந்தார். தொழிலாளர் வர்க்கத்தினரின் தேவைகள் நிறைவுசெய்யப்பட வேண்டும்; தொழிற்கூடங்கள் புதிய கண்டுபிடிப்புகளின் மூலம் கூடுதல் உற்பத்தித் தலங்களாக மாறவேண்டும்; இம்மாற்றங்கள் மட்டுமே அமெரிக்க முதலாளியச் சமூகத்தை முன்னேறிய சமூகமாக உருவாக்க முடியும் என்று *The Transformation of Capitalist Society* என்னும் தம் நூலில் ஹேரிஸ் வலியுறுத்திக் கூறுகிறார். (இந்நூல் இவரது மறைவுக்குப் பின் வெளியானது). இம்மாற்றத்தை விரும்பிய மார்க்ஸிய முற்போக்குச் சிந்தனையாளர்களோடு பல்வேறு நிலைகளில் கருத்தொற்றுமை கொண்டிருந்தாலும் ஸ்டாலினையும் கம்யூனிஸக்கொள்கைகளையும் ஹேரிஸ் ஏற்றுக்கொள்ளவில்லை.

நோம் சோஸ்கியை ஒரு மொழியியல் கோட்பாட்டாளராக மட்டுமல்லாமல் ஓர் அரசியல்விஞ்ஞானியாகவும், போராளி யாகவும் உருவாக்கிய ஆசான் பேராசிரியர் ஹேரிஸ். இன்று பன்முக ஆளுமையாக சோம்ஸ்கி விளங்குவதற்கு ஹேரிஸ் முன்மாதிரியாக இருந்தார். 1961ஆம் ஆண்டிலிருந்து அரசியல் போராளியாக சோம்ஸ்கி செயல்படத் தொடங்கினார்.

அப்போது அவர் மாசாசூசெட்ஸ் தொழில்நுட்ப நிறுவன மொழியியல் மற்றும் தத்துவத் துறையில் பேராசிரியராக நியமனம் பெற்றிருந்தார். 1964ஆம் ஆண்டு வரைப் பல்கலைக்கழகப் பணியை விட்டு வெளியே வந்து தீவிரமான அரசியலில் அவர் ஈடுபாடு காட்டியதில்லை. அதுவரை ஐக்கிய அமெரிக்க அரசியல் தளத்தில் சோம்ஸ்கி முக்கியமான ஓர் அரசியல் போராளியாகவும் கருதப்படவில்லை. ஆனால் 1967ஆம் ஆண்டு அமெரிக்காவின் அயல்நாட்டுக் கொள்கை தொடர்பான பொதுவிவாதத்தைத் தொடங்கியபோது அரசியலில் அவரது நுழைவுக்கு முழு அங்கீகாரம் கிடைத்தது. அத்துடன், ஐக்கிய அமெரிக்க அரசின் அரசியல் கொள்கைகளை மறுக்கும் முதன்மைக் கொள்கை மறுப்பாளராகவும் அவர் கருதப்படலானார்.

10.3. கொள்கை மறுப்பாளர்

சோம்ஸ்கி எவ்விதச் சமரசத்திற்கும் உடன்படாத கொள்கை மறுப்பாளர். அமெரிக்க அரசியல் கொள்கைகளுக்கும் கருத்துகளுக்கும் எதிராக எழும் முதல் மறுப்புக் குரல் எப்போதும் சோம்ஸ்கியுடையதாக இருக்கும். அச்சு ஊடகங்கள், காட்சி ஊடகங்கள், சமூக வலைத்தளங்கள், அரசியல் அமைப்புகள் மூலமாக வெளியாகும் இவற்றுக்கு சோம்ஸ்கி தம் மறுப்பைப் பதிவுசெய்யும்போது உணர்ச்சிவசப்படுவதில்லை. குரல் ஏற்றத்தாழ்வற்ற பேச்சுநடையும், கருத்து ஏற்பிற்கேற்ற எழுத்து நடையும் அவருடையவை. அம்மொழிநடைகளில் தொனிக் கவர்ச்சியைக் காட்டிலும் புலமைசார் கல்விக்கொள்கையின், கோட்பாட்டின் விஸ்தரிப்பு மேலோங்கிநிற்கும்.

அமெரிக்க சமூக, அரசியல் தளங்களில் மட்டுமல்லாமல், உலகளாவிய நிலையில் சமூக, அரசியல், இன வன்கொடுமைகளைப் பொதுவிவாதங்களில் கொள்கைரீதியாகச் சாடுவதற்கும் அவர் தயங்குவதில்லை. 'தன்னை அறிவுஜீவியாகக் கருதும் ஒவ்வொருவரும் சமூகக் கொடுமைகளுக்கு எதிரான தத்தம் நிலைப்பாட்டை உணர்த்தும்போது பொறுப்போடு நடந்துகொள்ள வேண்டும்; பிரச்சனைகளைப் பொதுவிவாதங்களுக்கு உட்படுத்தி முறையான தீர்வை அரசுக்கு எடுத்துரைப்பதோடு வெகுசன விவாதத்துக்கு உட்படுத்த வேண்டும்; பல்துறை சார்ந்த அறிவுஜீவிகளின் சமூகப் பொறுப்பென இவற்றை நான் கருதுகிறேன்' என்று சோம்ஸ்கி கூறுவார். இதற்குத் தாமே முன்மாதிரியாகவும் இன்றுவரை விளங்கிவருவது அவரின் தனிச் சிறப்பு.

அறிவுஜீவிகளின் பொறுப்பை மேலும் வற்புறுத்திக் கூறும்போது ஆட்சி அதிகார மையத்துக்கும் அறிவுஜீவிகளுக்கும் இடையேயுள்ள உறவில் நம்பகத்தன்மை மிக முக்கியமானது என

சோம்ஸ்கி கூறுவார். அதிகார மையம் தம் கொள்கைகளுக்குச் செயலுருவாக்கம் தருவதற்கு மட்டுமல்ல, புதிய கொள்கைகளை உருவாக்கித்தரவும் அறிவுஜீவிகளை எதிர்நோக்குகிறது. இது அதிகார மையத்தின் தனி அணுகுமுறை. இவ்வணுகுமுறை எல்லா அரசுத் துறைகளுக்கும் பொருந்தும். நாட்டின் பொருளாதாரக் கொள்கை, வெளிநாட்டுக்கொள்கை, மொழிக்கொள்கை, கல்விக்கொள்கை எனப் பலவாக விரியும். இப்பல்துறை சார்ந்த அறிவுஜீவிகள் தத்தம் பொறுப்பு உணர்ந்து அதிகார மையத்தோடு இணைந்து செயலாற்றுகிறார்கள்.

பிரான்ஸ் போயெஸ், எட்வர்டு சாபிர் (மானுடவியல் மொழியியல்), லெனார்டு புளூம்ஃபீல்டு (அமைப்பு மொழியியல்), வில்லியம் லபாவ் (சமூக மொழியியல்), ஜோஸப் க்ரீன்பெர்க் (மொழி வகைப்பாட்டியல்), ஸ்டீவன் பிங்கர் (புலனுணர்வியல் மொழியியல்), யூரியல் வெய்ன்ரே (மொழித் தொடர்பு), ஹேரிஸ், நோம் சோம்ஸ்கி போன்றோர் யூத இன அமெரிக்க அறிவுஜீவிகள். பல நேரங்களில் அமெரிக்க ஆட்சிஅதிகாரத்துக்குக் குறிப்பாக, அரசின் கொள்கைகளுக்கு மாற்றுக் கருத்து உடையவர்கள். அவர்களின் அறிவார்ந்த கருத்துகளையும் விமர்சனங்களையும் அமெரிக்க அரசால் எவ்விதக் கட்டுப்பாட்டின்கீழும் கொண்டுவர இயலவில்லை. இந்நிலையிலும் இரண்டாம் உலகப் போருக்குப் பின் அமெரிக்காவின் மொழிக்கல்வி வளர்ச்சிக்கான பல திட்டங்களை மேற்கொள்ள இவ்வறிஞர்களே தேவைப்பட்டனர்.

எடுத்துக்காட்டாக, இரண்டாம் உலகப்போரின்போது அமெரிக்க இராணுவம் அடைந்த பின்னடைவுக்குச் செருமானிய, சப்பானிய இராணுவ வீரர்கள் பேசிய மொழிகள் அமெரிக்க இராணுவ வீரர்களுக்குப் புரியாமல்போனது முக்கிய காரணமாகக் கருதப்பட்டது. எனவே, அமெரிக்க இராணுவ வீரர்களுக்குக் குறுகிய காலத்தில் அயல்மொழிகளைக் கற்பிக்கப் புதிய உத்திகளை வகுத்துத்தர அமெரிக்க அரசு புளூம்ஃபீல்டு, ஃப்ரைஸ் போன்ற மொழியியல் அறிஞர்களைக் கேட்டுக்கொண்டது. இப்பணியில் பேராசிரியர் ஹேரிஸின் பங்கு கணிசமானது. மொழியியல் ஒரு சமூக விஞ்ஞானமாக வளர மொழியியலறிஞர்களின் இப்பங்கெடுப்பு உதவியது.

ஒரு நாட்டின் சமூக வரலாற்றில் அறிவுஜீவிகள் அவ்வப்போது தோன்றிச் சமூக மேம்பாட்டில் முக்கியப் பங்கேற்றுவந்துள்ளனர். பிளேட்டோ, அரிஸ்டாடில் காலந்தொட்டு எந்தவொரு நாட்டின் வரலாறும் இதற்கு விதிவிலக்கல்ல. தத்துவம், அரசியல், தொழில்நுட்பம், பொருளாதாரம் என்னும் பல்வேறு பரிமாணங்களில் நிகழ்ந்துவந்துள்ள மாற்றங்கள் அறிவுஜீவிகளின்

பங்களிப்பு. இம்மாற்றங்கள் நிரந்தரமானவையல்ல. ஒவ்வொரு மாற்றமும் மீண்டும் மீண்டும் பரிசீலனைக்கு உட்படும் இயல்பு யதார்த்தமானது. இம்மாற்றங்களுக்கான பொறுப்பேற்கும் அறிவுஜீவிகள் வாழும் ஒரு சமூகமே ஆரோக்கியமான வளர்ந்த சமூகமாக இன்று கருதப்படுகிறது.

யார் இந்த அறிவுஜீவி? 'தன் தனிமனித ஆளுமையாலோ தான் மேற்கொள்ளும் தொழில்பலத்தாலோ தன் அறிவாற்றலைச் சமூகநல மேம்பாட்டுக்குப் பயன்படுத்துபவர் அறிவுஜீவி' என விளக்கம் தருகிறார் சோம்ஸ்கி. இவ்வறிவாற்றல் சமூகப் பொருளாதார, அரசியல் பிரச்சனைகளுக்கான தீர்வுகளுக்காகச் செயலாக்கம் பெறும்போது அறிவுஜீவியின் இருப்பு அர்த்தப்படுகிறது. இதற்காகக் கொள்கை விமர்சனங்களும் கோட்பாட்டு விளக்கங்களும் மட்டுமே அவர்களுக்கு வரையறுக்கப்படும் பணிகளல்ல. மாறாக, யதார்த்த வளர்ச்சியில் இவற்றை வளர்த்தெடுக்கும் ஓர் இயைபியக்க ஊக்கியாகச் சமூகத்துக்கும் தனிமனிதனுக்கும் இடையே தொழிற்படவேண்டியது முக்கியம். அப்போதுதான் ஓர் அறிவுஜீவி முழுமையடைகிறார். கல்விசார் பொதுஅறிவுஜீவிகள், தனிஅறிவுஜீவிகள், இரட்டைநிலை அறிவுஜீவிகள் என அறிவுஜீவி களை மூன்றாக வகைப்படுத்தும் சோம்ஸ்கி, முதல் வகை அறிவுஜீவிகளை முக்கியமானவர்களாகக் கூறுகிறார். பல்கலைக் கழகப் பேராசிரியர், மாணவர், ஆய்வாளர், விஞ்ஞானிகள், தொழில்நுட்பவியலாளர் போன்ற கல்விப்புலமையோர் இவர்களுள் அடங்குவர்.

வியட்நாம் போரில் ஐக்கிய அமெரிக்காவின் பங்கை சோம்ஸ்கி கடுமையாக விமரிசித்தபோது இவ்வறிவுஜீவிகளின் பொறுப்பை வலியுறுத்தினார். 1955ஆம் ஆண்டு வியட்நாமின் பொதுத்தேர்தலுக்குத் தென்வியட்நாம் ஒத்துழைக்க மறுத்தது. இதனைக் காரணம் காட்டித் தேர்தலை நடத்தப்போவதில்லை என வியட்நாம் அரசு அறிவித்த நாளிலிருந்து உள்நாட்டுப்போர் தொடங்கியது. தென்வியட்நாமிலிருநத கம்யூனிஸ்டுகளை எதிரிகளாக நினைத்து வியட்நாம் அரசு இச்சூழ்ச்சி வலையைப் பின்னியதை அமெரிக்க அரசியல்வாதிகள் ஆதரித்தனர். தென் வியட்நாமில் கம்யூனிஸத்தை வளரவிட்டால் ஆசியாவின் பிற பகுதிகளிலும் விஷமாய்ப் பரவிவிடும் என அமெரிக்க அரசு அஞ்சியது. எனவே, அப்போதிருந்த ஐஸனோவர் நிர்வாகம் வியட்நாமின் தென்பகுதியில் கம்யூனிஸம் நிலைகொள்வதை விரும்பவில்லை.

1963ஆம் ஆண்டு வியட்நாம் போரில் அமெரிக்கா நேரடியாகவே தலையிடத் தொடங்கியது. கென்னடிக்குப் பின்,

லிண்டன் ஜான்சன் அமெரிக்க ஜனாதிபதியாகப் பதவியேற்ற போது அரசின் முன்னுரிமைப் பட்டியலில் வியட்நாம் போர் இடம்பெறவில்லை. இருந்தாலும் வியட்நாம் போன்ற தென்கிழக்கு ஆசிய நாடுகளின் ஜனநாயகத்தைக் காப்பாற்றும் போர்வையில் அமெரிக்கா வியட்நாமுக்கு எதிராக முறையாகப் பிரகடனம் செய்யாமலேயே போரில் ஈடுபட்டது. 1961இல் 2000 அமெரிக்க இராணுவ வீரர்கள் இருந்த இடத்தில் 16500 வீரர்கள் 1965ஆம் ஆண்டு ஈடுபடுத்தப்பட்டனர்.

போர் நெறிமுறைகளுக்கு எதிரான ஐக்கிய அமெரிக்காவின் இப்போக்கை எதிர்த்து 1965ஆம் ஆண்டு அமெரிக்கப் பல்கலைக்கழகங்களில் மாணவர் ஆர்ப்பாட்டங்கள் நடை பெற்றன. மார்ச் 24ஆம் நாளும், தொடர்ந்து பெர்க்கிலியிலுள்ள கலிபோர்னியா பல்கலைக்கழகத்திலும் மாணவர், ஆசிரியர் போராட்டங்கள் நடந்தன. அமெரிக்க அரசுக்கு எதிரான இப்போராட்டங்களை முன்னெடுத்து நடத்திய சோம்ஸ்கி ஆசிரியர், மாணவர், ஆய்வாளர், விஞ்ஞானிகள் போன்ற கல்வியாளரின் சமூகப்பொறுப்பை மேலும் வலியுறுத்தி, 1967ஆம் ஆண்டு பிப்ரவரியில் The New York Review of Books என்னும் இதழில் The Responsibility of Intellectuals என்னும் கட்டுரையை வெளியிட்டார்.

சோம்ஸ்கி, அரசு அதிகார மையங்களில் இருந்த அறிவுஜீவிகள் அரசின் வெளியுறவுக் கொள்கைகளுக்கும், வளர்ந்துவரும் உலகநாடுகளின் பொருளாதாரக் கட்டுப்பாட்டைத் தம் இராணுவபலத்தால் ஐக்கிய அமெரிக்க அரசின்கீழ்க் கொண்டுவர மேற்கொண்ட வஞ்சகமான போர் முயற்சிகளுக்கும் அறிவுஜீவிகள் ஆதரவாக இருந்த நிலையை இக்கட்டுரையில் விமர்சித்தார். உலகநாடுகளின் உள்நாட்டுப்போர்களில் தலையிட்டு ஆயுதங்கள் வழங்குவதையும், எதிரிநாடுகளுக்குப் பொருளாதாரத்தடை விதிப்பதையும் கொள்கையாகக் கொண்ட ஐக்கிய அமெரிக்கா உட்பட்ட வல்லரசுகளை அறிவுஜீவிகள் புறக்கணிக்கவேண்டும் என்னும் தம் கருத்தை வலியுறுத்தினார். ஆக்கத்திற்கும் அழிவிற்கும் சரிசமமாகப் பொறுப்பேற்க வேண்டிய சூழல்களை அறிவுஜீவிகள் தவிர்த்து ஆக்கத்திற்கு மட்டுமே துணைநிற்கின்றவர்களாகத் தம்மை உயர்த்திக்கொள்ள வேண்டும் என்று அவர் கூறினார்.

இக்கட்டுரையின் எதிரொலியாக அவ்வாண்டிலேயே அமெரிக்காவைச் சேர்ந்த விஞ்ஞானிகள் சில குறிப்பிட்ட ரக போர்க்கருவிகளை வியட்நாம் போரில் பயன்படுத்தக்கூடாது எனக் கையெழுத்திட்டு அமெரிக்க அதிபருக்கு அனுப்பினர்.

புதிய போர்க்கருவிகளை உருவாக்குவதிலும், அவற்றைச் சோதனைக்கு உட்படுத்தும் பயன்பாட்டுத்தளங்களாகப் பல போர்களைப் பயன்படுத்துவதிலும் அரசோடு ஒத்துழைத்த விஞ்ஞானிகள் தம் சமூக அரசியல் பொறுப்பை முதன்முதலாக உணர்ந்த காலக்கட்டம் அது. இதுபோன்ற அறிவுஜீவிகளின் எதிர்ப்பியக்கங்களை 1967இல் முன்னின்று நடத்திய பல்கலைக் கழகப் பேராசிரியர்களுள் முக்கியமானவராக சோம்ஸ்கி குறிப்பிடப்படுகிறார்.

தொடர்ந்து நிகழ்ந்த போர் நிகழ்வுகளினூடே 536100 அமெரிக்க இராணுவ வீரர்கள் வியட்நாமில் குவிக்கப்பட்டனர். இவ்வெண்ணிக்கையில் பத்துக்கு ஒருவர் வீதம் இறந்தனர். ஐம்பது விழுக்காட்டுக்கும் மேற்பட்ட அமெரிக்க இராணுவத்தினர் படுகாயமுற்றனர். வியட்நாமியர்கள், கம்போடியர்கள், லாவோசியர்கள் எனக் கிட்டத்தட்ட 30 இலட்சத்துக்கும் மேற்பட்ட அப்பாவி மக்கள் இப்போரில் மடிந்தனர். அமெரிக்க இராணுவ வீரர்களின் இறப்பு விகிதாச்சாரமும், போரினால் அமெரிக்க அரசுக்கு ஏற்பட்ட பொருளாதாரச் சீர்குலைவும் அமெரிக்க வெளிநாட்டுக்கொள்கையை அறிவுஜீவிகளின் தீவிர விமர்சனத்துக்கும் கண்டனத்துக்கும் உள்ளாக்கின. வியட்நாம் போரில் ஐக்கிய அமெரிக்கா மேற்கொண்ட நிலைப்பாட்டினால் அமெரிக்க மக்கள் மத்தியில் ஏற்பட்டிருந்த முற்போக்கு இடதுசாரி கருத்தியல் கொள்கை மறுப்பாளராக எழுத்தோடும் விவாதத்தோடும் அமைதியடையாமல் வீதியில் இறங்கிப் போராடும் தீவிரப் போராளியானார் சோம்ஸ்கி.

இக்காலக்கட்டத்தில் சோம்ஸ்கியின் மேடைப்பேச்சுகள் அமெரிக்க அறிவுஜீவிகளிடையே கருத்துவேறுபாடுகளை உண்டாக்கின. போருக்கு எதிரான சோம்ஸ்கியின் கருத்து நிலைப்பாடு தீவிரமான விவாதத்திற்குள்ளானது. பல்கலைக்கழக மாணவர் போராட்டங்களை ஆதரித்ததுடன் மிட்செல் குட்மேன், டென்சி லெவெர்தோ, வில்லியம் ஸ்லோவோன் காஃபின் ஆகியோருடன் இணைந்து போருக்கு எதிரான இயக்கத்தை ஆரம்பித்தார். போர் எதிர்ப்பு குறித்து மாணவர்களுக்கு வகுப்புகள் எடுத்தார். அரசுக்குத் தம் எதிர்ப்பைத் தெரிவிக்கும் வகையில் வரி செலுத்துவதைத் தவிர்த்தார். ரிச்சர்டு நிக்ஸன் அமெரிக்கக் குடியரசுத் தலைவராக இருந்த காலம். சோம்ஸ்கி கைது செய்யப்பட்டதோடு, நிக்ஸனின் அரசியல் எதிரிகளின் பட்டியலில் ஒருவராகச் சேர்க்கப்பட்டார்[2].

சோம்ஸ்கி 1969இல் எழுதிய தமது இரண்டாவது அரசியல் நூலான *American Power and the New Mandarins* இல் அமெரிக்காவின்

வெளிநாட்டுக் கொள்கையைத் தீவிர விமர்சனத்துக்கு உட்படுத்துகிறார். இதன்மூலம் அமெரிக்க வெளிநாட்டுக் கொள்கையின் முதல் அரசியல் மறுப்பாளராக சோம்ஸ்கி முன்னிறுத்தப்படுகிறார். இந்நூலைத் தொடர்ந்து, 1971இல் கேம்ப்ரிட்ஜில் ஆற்றிய பெர்ட்ரண்ட் ரஸ்ஸல் நினைவுப் பேருரைகள் அடங்கிய தொகுப்பான Problems of knowledge and Freedom என்ற நூலும், இது போன்ற பிற நூல்களும் எழுபதுகளின் முதல் பாதியில் சோம்ஸ்கியை அறிவார்ந்த அரசியல் கொள்கை மறுப்பாளராக உலக அறிவுஜீவிகளின் விவாத மேடைகளில் முக்கியத்துவப்படுத்தின.

10.4. விடுதலையாட்சிச் சமூகப் போராளி

எழுபதுகளில் ஆட்சி அதிகாரம் பற்றிய கருத்து சோம்ஸ்கிக்கு வேறாக இருந்தது. தொழிற்சங்கங்களின் போராட்டம், வேலைநிறுத்தம் போன்றவை அதிகார அச்சுறுத்தலுக்கு ஒடுங்கிப் போவதை அவர் விரும்பவில்லை. அரசு நிறுவனங்கள் அதிகார மையங்களாகச் செயல்படுவதில் அவருக்கு உடன்பாடில்லை. தன்னார்வ நிறுவனங்கள் ஆதிக்கச் சக்திகளாக அடக்குமுறைகளில் ஈடுபடுவதும் சோம்ஸ்கிக்கு ஏற்புடையதல்ல. 'அரசு' என்னும் ஆட்சி அதிகாரம் நிறுவனமயமாக்கம் பெறுவதையும், அதிகாரம் மையத்தை நோக்கி ஒருமுகப்படுவதையும் அவர் எப்போதுமே ஆதரித்ததில்லை. இச்சமூக, அரசியல் உணர்வு சோம்ஸ்கியைக் கொள்கை மறுப்பாளராக மாற்றியது. இன்றைய சமூகம், நவீன அதிகார அமைப்புகள், ஆட்சிமுறை, வெளியுறவுக் கொள்கைகள் முதலானவற்றை விமர்சித்தும், அவற்றுக்கு எதிராகப் போராடியும் வரும் ஒரு சமூக அரசியல் போராளியாக அரசியல் நோக்கர்களால் அவர் இன்று குறிப்பிடப்படுவதற்கு இப்பின்னணியின் பங்கு குறிப்பிடத்தக்கது. இப்பின்னணியில் சோம்ஸ்கியின் சமூக, அரசியல் சார்ந்த கருத்துகளை 'சோம்ஸ்கியவாதம் (Chomskyism)' என்னும் அரசியல் சித்தாந்தமாகப் புரிந்துகொள்வது அவசியம். சோம்ஸ்கி என்னும் சமூக அரசியல் போராளி விஸ்வரூபம் எடுக்கும் தளம் இதுதான்.

சோம்ஸ்கி, 'அரசு' என்னும் நிறுவனத்தை விமர்சனத்திற்குரிய கருத்தாக்கமாக அணுகுகிறார். அரசு இல்லாத சமுதாயம் மேம்பட்டது என்னும் 'அரசின்மைவாதத்தை (Anarchism)' அவர் ஆதரிக்கிறார். தம் சமகால முற்போக்குச் சிந்தனையாளர்கள் தனிமனிதச் சுதந்திரத்தையும், சுயாட்சிமுறையையும், அச்சுயாட்சி முறையில் தம் முழுப்பங்கெடுப்பையும் உறுதிப்படுத்துபவராக இருக்க வேண்டும் என்பது சோம்ஸ்கியின் எதிர்பார்ப்பு. கோட்பாட்டு உருவாக்கத்தில் சாய்ந்துகொண்டு சமூக வளர்ச்சிச்

சார்ந்த சிந்தனைகளில் ஈடுபாடற்ற கல்விசார் பார்வையாளராக அவர் இருக்க விரும்பவில்லை. தம்மைச் சுற்றி வாழ்ந்த தொழிலாளர் வர்க்கத்தினரின் வேலைநிறுத்தங்களும் போராட்டங்களும் 'அரசு' என்னும் நிறுவனத்தின்மீது தீரா வெறுப்பை சோம்ஸ்கியிடம் வளர்த்திருந்தது. தம் பள்ளி நாட்களிலேயே தம்மையும் ஒரு போராளியாகக் கருதிப் பார்சலோனாவின் வீழ்ச்சிக்குக் காரணமாக இருந்த ஐரோப்பிய சர்வாதிகாரத்தை விமர்சித்தவர் சோம்ஸ்கி. அரசு என்னும் ஆட்சிமுறைக்கு எதிராகப் போராட்டங்கள், வேலைநிறுத்தங்கள் போன்ற நடவடிக்கைகள் மூலம் உற்பத்தியாளர்களே உற்பத்தி உரிமையைத் தம் பால் மாற்றியமைத்துக்கொள்ளும் இயக்கவாதத்தை *(Syndicalism)* அவர் முன்னிலைப்படுத்துகிறார்.

இச்சந்தர்ப்பத்தில் அரசின்மையைக் குறிக்கோளாகக் கொண்ட சமூகங்கள் உள்ளனவா என்னும் ஐயம் எழுவது இயற்கை. அரசின்மையைச் சமூக ஒழுங்கமைவாகக் கருதும்போது இத்தகைய சமூக அமைப்புகள் சாத்தியமே என்பது சோம்ஸ்கியின் கருத்து. இன்று சில சமூகங்கள் உள்ளன. இருப்பினும், அரசின்மை என்னும்போது சாதாரணமாக நம் முன் தோன்றுவது இன்று இருக்கும் ஆட்சிமுறை சூனியமாகி எதுவும் இல்லாத ஒரு சமூக அமைப்பே. இச்சமூகத்தில் காவல்துறை இருக்காது; சட்டங்கள் இருக்காது; அடக்குமுறை இவ்வமைப்பிற்கு எதிராகக் கருதப்படும்; சாலைவிதிகள் பின்பற்றப்படவேண்டியதில்லை; பேச்சுரிமைக்கும் எழுத்துரிமைக்கும் கட்டுப்பாடுகளோ தடையோ இருக்காது என இவ்வாறெல்லாம் நினைக்கத் தோன்றும். இது ஓரளவிற்கு உண்மையே என்கிறார் சோம்ஸ்கி.

ஆனால் கட்டுப்பாடற்ற ஒரு சமூகம் அரசுஇன்மையின் நோக்கமல்ல. அரசின்மைவாதமும் சில அரசியல் கொள்கைகளை உள்ளடக்கியதுதான். இதனை இடதுசாரி விடுதலையாட்சிக் கோட்பாட்டுவாதம் *(Libertarianism)* என்று கூறலாம். இந்நோக்கில் அரசின்மைவாதத்தைத் தன்னார்வ சோசியலிஸம் என்று விளக்கிக் கூறலாம் என்று கூறும் சோம்ஸ்கி, தம்மை விடுதலையாட்சிச் சமூகப் போராளி *(Libertarian Socialist)* எனச் சொல்லிக்கொள்ளத் தயங்கவில்லை. அதிலும் கூடுதலாகத் தொழிலாளரே தம் உற்பத்திப்பொருளைத் தம் பால் மாற்றியமைத்துக்கொண்டு இயங்கும் இயக்கப் போராளி *(Anarcho-Syndicalist)* எனத் தம்மை இனங்கண்டுகொள்வதை விரும்புகிறார்.

*1976*ஆம் ஆண்டு பீட்டர் ஜே தம்மோடு நடத்திய நேர்காணலின்போது அரசின்மைவாதம், விடுதலையாட்சிக் கோட்பாட்டுவாதம் குறித்துச் சோம்ஸ்கி விரிவாக விவாதிக்கிறார்[3].

இன்று அமெரிக்க, ஐரோப்பிய நாடுகளில் ஆட்சி அதிகாரங்களில் தொழிலாளர் பங்கெடுப்புக்கு முக்கியத்துவம் தரப்பட்டுள்ளது போன்ற தோற்றம் உருவாகியுள்ளது. இது மாயத்தோற்றமே. தொழிலாளவர்க்கத்தினர், தொழிற்சங்கங்கள், உற்பத்தி நிறுவனங்கள் ஆகியவை ஆட்சிஅதிகாரங்களில் எடுக்கும் பங்கின் அளவு மிகக் குறைவு. இருப்பினும், இன்றோ நாளையோ இப்பங்கெடுப்பு முழு அளவில் சாத்தியமே என்பது சோம்ஸ்கியின் ஆழமான நம்பிக்கை. ஆனால், எழுபதுகளுக்குப் பின்னர் சோம்ஸ்கியின் இந்நிலைப்பாடு பற்றி அறிய இன்னும் அவருடைய நூல்களை ஆழமான வாசிப்புக்கு உட்படுத்தவேண்டும்.

10.5. சமூக அறவழிப் போராளி

சோம்ஸ்கி ஒரு சமூக அறவழிப் போராளி. கௌதமாலாவி லிருந்து அகதியாய் அமெரிக்காவுக்குள் நுழைந்த மரியோலா பெரேஜ் என்ற இளம்பெண்ணின் குடியுரிமைக்காகப் போராடியவர். தனிமனிதப் பிரச்சனையைச் சமூகப் பிரச்சனை யாகக் கருதுபவர். தமிழகத்தில் கூடங்குளம் அணுசக்தி மின்உற்பத்தித் திட்டத்திற்கு எதிராகப் போராடிய இடிந்தகரை அடித்தட்டு மக்களின் அறவழிப் போராட்டத்திற்குத் தம் முழு ஆதரவைத் தெரிவித்த முதல் அமெரிக்கப் பல்கலைக்கழகப் பேராசிரியர் சோம்ஸ்கி.

> இந்தியா, ஏராளமான தொழிற்சாலைகள் நிரம்பிய ஒரு நாடு. இதனால் பேரிடர்கள் நிகழ்வதற்கான வாய்ப்பு அதிகம் உள்ளது. இந்தியா போன்ற இத்தகைய நாடுகளில் அணுசக்தி மின்உற்பத்தி பேராபத்தான முயற்சி. புகழ் பெற்ற போபால் பேரிடர் குறிப்பிடத்தக்கது. கூடங்குளம் அணுசக்தி மின்உற்பத்தித் திட்டம் தொடங்குவதற்கு எதிர்ப்பு தெரிவித்து அறவழிப் போராட்டத்தை மேற்கொண்டிருக்கும் வீரமிக்க மக்கள் இயக்கத்திற்கு என் முழுத் தோழமை உணர்வைப் புலப்படுத்திக்கொள்கிறேன்[4]

என்று இடிந்தகரை சமூகப் போராளிகளுக்கு அவர் கடிதம் எழுதினார். இக்கடிதம், இடிந்தகரை, கூடங்குளம் கடலோரப்பகுதி களில் வாழும் மீனவ சமூகங்களுக்கு மட்டுமல்லாமல் கேரளம், இலங்கைவாழ் கடலோர மீனவ சமூகங்களுக்கும் தெரிவித்திருக்கும் முக்கியமான தோழமைச் செய்தி என்று தேசிய மீன்பிடித் தொழிலாளர் இயக்கத்தின் செயலர் டி. பீட்டர் குறிப்பிடுகிறார். கூடங்குளம் அணுமின் நிலையத்தில் ஏதாவது விபத்து ஏற்படுமானால் தமிழகத்தின் இடிந்தகரை, கூடங்குளம் பகுதிகள் மட்டுமல்லாமல் கேரள, இலங்கை

கடலோரப்பகுதிகளும் பேரழிவுக்கு உள்ளாகும் என்கிறார் சிவிக் சந்திரன். சந்திரனின் இக்கருத்தையே சோம்ஸ்கி தம் கடிதத்தில் குறிப்பிட்டிருந்தார். மொத்தமாகத் தமிழகச் சுற்றுச் சூழலுக்குத் தீங்கு விளைவிக்கும் இத்திட்டத்தை அறவழியில் எதிர்த்துப் போராடும் போராளிகளுக்கு உணர்வுபூர்வமான உத்வேகத்தை சோம்ஸ்கியின் கடிதம் அளித்தது என்று குறிப்பிடுகின்றனர் கூடங்குளம் அணுஉலை எதிர்ப்பியக்க ஆதரவுக் குழுவினர்.

இக்கடிதத்தின் உள்ளடக்கத்தை சோம்ஸ்கியின் பார்வையில் இரண்டு விதமாகப் பார்க்கலாம். முதலாவதாக, உலக நாடுகளிலேயே ஜனநாயகத்தை உயர்த்திப்பிடிக்கும் இந்தியாவின் அரசியல் அதிகாரமையங்கள் கூடங்குளம் அணுஉலைப் பிரச்சனையை ஒரு பொருட்டாக எடுத்துக்கொள்ளாததைக் குறிப்பிடலாம். அதிகார மையங்கள் சார்ந்த அதிகாரவர்க்கத்தினர், உலகப் புகழ்பெற்ற இந்திய அறிவியற்கூட விஞ்ஞானிகள், சுற்றுச்சூழலியலாளர், கல்விசார் அறிவுஜீவிகள் அனைவருமே அணுஉலைக்கு எதிரான போராட்டக் குரலை இடிந்தகரை மக்களின் வெற்றுக்கூச்சலாகவே கருதினர். வளர்ந்துவரும் நாடுகளின்மீது ஐக்கிய அமெரிக்கா மேற்கொள்ளும் போர் வன்முறைகளுக்குக் கூருணர்ச்சியற்ற அதிகார மையங்களின் போக்கிற்கும் அறிவுஜீவிகளின் மனபாங்கிற்கும் இந்தியச் சூழல் விதிவிலக்கல்ல என்பதே சோம்ஸ்கியின் துணிபு.

இரண்டாவதாக, மனித இயல்பால் விளையும் பேராபத்து. அணுஉலை சிறந்த தொழில்நுட்ப வடிவாக்கம். இதில் ஏற்படும் கோளாறுகளுக்கு இயந்திரம் பொறுப்பாகாது. வடிவமைத்தவரே முழுப் பொறுப்பு. இவ்வடிவாக்கத்தில் மனித இயல்பால் விளையும் விபத்து அணுஉலையைப் பொறுத்தவரையில் பேரழிவில் முடியும். போபால் விஷவாயுப் பேரிடரை இக்கருத்தின் அடிப்படையிலேயே சோம்ஸ்கி குறிப்பிட்டார். ஃபுகுஷிமாவில் ஏற்பட்ட விபத்து பூகம்பம், சுனாமி போன்ற இயற்கைச் சீற்றங் களால் விளைந்த பேரழிவு.

www.countercurrents.org என்னும் இணையத்தில் வெளியான சோம்ஸ்கியின் இக்கடிதத்தைத் தொடர்ந்து, 1976ஆம் ஆண்டு உலக சமாதானத்திற்காக நோபல் பரிசு பெற்ற மைரீட் மேகுர்,

> கூடங்குளத்தில் அணுசக்தி மின் உற்பத்தித் திட்டத்திற்கு எதிராக அறவழி நின்று போராடும் மக்களுக்கு என் தோழமை உணர்வைப் புலப்படுத்திக்கொள்கிறேன். வீரமிகுந்த கிராமத்து ஆண்களும் பெண்களும் தங்கள் எதிர்காலச் சந்ததியினரையும், அவர்களது வாழ்வாதாரத்தையும் சுற்றுச்சூழலையும் காப்பாற்றுவதற்காகத் தங்கள் உயிரையும்

> பொருட்படுத்தாமல் இவ் அறப்போராட்டத்தில் ஈடுபட்டுள்ளனர். தொடர்ந்து வீரமிக்கவராய் இருங்கள்; நிச்சயமாக நீங்கள் இத்துன்பத்தைத் தாண்டி வருவீர்கள்; உங்கள் செயல்பாடுகள் உலகம் முழுவதும் இருக்கும் எங்களைப் போன்ற பலருக்கு எழுச்சி ஊட்டுபவை; தோழமை உணர்வோடு உங்களோடு நாங்களும் இணைந்து நிற்கிறோம்; அமைதி நிலவட்டும்![5]

என்று தம் செய்திக்குறிப்பில் குறிப்பிடுகிறார். அமெரிக்கக் குடிமக்களில் ஒருவராக அமெரிக்கச் சமூகத்திற்கு மட்டுமல்லாமல் உலக சமூகப் பிரச்சனைகளுக்கும் சோம்ஸ்கி கூருணர்ச்சி மிக்கவர். அதிகாரம் தன் கொடுங்கரங்களால் சமூக அமைதியின் குரல்வளையை நெரிக்கும்போது அவர் பொறுமை காப்பதில்லை.

10.6. வெகுசன ஊடக விமர்சகர்

சோம்ஸ்கியால் 1970இலிருந்து 1980 வரை தீவிர அரசியலில் ஈடுபட முடியவில்லை. இப்பத்தாண்டுக் காலத்தில் மொழியியல் பேராசிரியராக ஆக்கமுறை மாற்றிலக்கணக் கோட்பாடுமீது எழுந்த பல்முனைச் சவால்களை அவர் எதிர்கொள்ள வேண்டியிருந்தது. இருந்தபோதிலும், இக்காலக்கட்டத்தில் தகவல் தொழில்நுட்ப வளர்ச்சியும், வெகுசன ஊடகங்கள் அமெரிக்க ஆதிக்கச் சக்திகளின் பரப்புரைக் கருவியாகச் சமூக, அரசியல் தளங்களில் வல்லாட்சி புரிந்ததும் சோம்ஸ்கியை மிகவும் பாதித்தன. பேராசிரியர் எட்வர்டு ஹெர்மனுடன் இணைந்து ஐக்கிய அமெரிக்க அரசின் ஊடக அரசியல் குறித்துப் பல கட்டுரைகளையும் நூல்களையும் இக்காலக்கட்டத்தில் எழுதினார். இன்று உலகளாவிய நிலையில் ஊடக அரசியலின் சிறந்த விமர்சகராக சோம்ஸ்கி விளங்குகிறார்.

கடந்த காலங்களில் வெகுசன ஊடகங்கள் பொதுசன அறிவு வளர்ச்சிக்கான ஊடகங்களாகப் பயன்பட்டிருந்தன. ஆனால் அவை சமீபக்காலமாகப் பல்வேறு ஆதிக்கச் சக்திகளின் கொள்கை பரப்புரையை முன்னிறுத்துபவையாக வளர்ந்திருக்கின்றன. உலக நாடுகளில், இந்தியா உட்பட எந்தவொரு நாடும் ஊடகங்களின் இவ்வரலாற்றுப்பாட்டையிலிருந்து விலகியதல்ல. குறிப்பாக, ஐக்கிய அமெரிக்கா போன்ற வல்லரசு நாடுகள் ஊடகங்களைத் தம் கொள்கைப் பரப்புரைக் கருவிகளாகப் பயன்படுத்துகின்றன. பிற தன்னாதிக்கச் சக்திகளும் பல சந்தர்ப்பங்களில் கொள்கைப் பரப்புரைகளை அரசோடு இணைந்து மேற்கொள்கின்றன. வணிக சக்திகள் இவ்வூடக வியாபாரத்தில் இன்று வெகுவாகப் பங்கேற்கின்றன. பொதுசன அறிவு வளர்ச்சி என்னும் நோக்கம்

ஓரங்கட்டப்படுகிறது. உலகளவில் வன்கொடுமைகளை நியாயப்படுத்தத் துணைநிற்கின்ற சாதனங்களாகவும் அவை மாறிப் பல ஆண்டுகளாகிவிட்டன. ஊடகங்களின் அபரிமிதமான கவர்ச்சியில் இன்றைய மனிதசமூகம் எடுப்பார் கைப்பாவையாய் ஆகிவிட்டது.

ஊடகங்களின் இவ்விஸ்வரூப வளர்ச்சிக்கு எதிராக ஓங்கிக் குரல்கொடுக்க இன்றைய அறிவுஜீவிகளால் இயலாமற்போனது துரதிருஷ்டமே என்று கூறுகிறார் சோம்ஸ்கி. அறிவுஜீவி வர்க்கத்தின் சமூகப் பொறுப்புமிக்க ஓர் அங்கத்தினர் என்ற முறையில் அரசியல், பொருளாதாரப் பிரச்சனைகளின்மீது தம் சொந்தக் கருத்துகளை உருவாக்கி, அவற்றின் அடிப்படையில் பொருத்தமான முடிவுகளை வெகுசன சமூகத்துக்குத் தெரிவிக்க அறிவுஜீவிகளுக்கும் ஊடகவியலாளருக்கும் முக்கியப் பொறுப்பு இருப்பதாக சோம்ஸ்கி கூறுகிறார். இவர்களுள் ஊடகவியலாளர், 'நன்னடத்தை முகவர் *(Moral Agent)*' என்ற வகையில் இப்பிரச்சனைகளின் உண்மைநிலையை வெகுசனப் பார்வைக்குத் தரவேண்டிய முக்கியப் பொறுப்பை ஏற்கவேண்டும்[6]. ஏனெனில், பல நேரங்களில் அதிகார மையங்களில் வீற்றிருக்கும் அறிவுஜீவிகளால் அடுக்கடுக்காகப் பரப்பப்படும் பொய்யுரைகள் மெய்யுரைகளாக ஊடகங்களில் வலிந்து உரைக்கப்படுகின்றன. நாகரிகமுள்ள ஒரு வல்லரசின் செயல்பாடாக இதைக் கூறமுடியாது. வியட்நாம் போரால் மனித உயிரிழப்பிற்கு மேலாக அமெரிக்கப் பொருளாதாரத்தில் ஏற்பட்ட பின்னடைவை அமெரிக்க அதிகார மையங்கள் மறைத்ததில் வெகுசன ஊடகங்களுக்கு இருந்த முக்கியப் பங்கை சோம்ஸ்கி சுட்டிக்காட்டுகிறார்.

விழுக்காட்டளவில் ஐக்கிய அமெரிக்க அரசின் ஆதிக்கம் வெகுசன ஊடகங்களின்மீது இன்று குறைந்திருக்கிறது. இருந்தாலும் கணிசமான பங்கை எடுத்துக்கொள்ளவேண்டிய காலங்களில் தயக்கமின்றி வரவு வைத்துக்கொண்டிருக்கிறது. வியட்நாம் போரில் தொடங்கி, கம்போடிய இன அழிப்பு, கிழக்கு திமோரில் இந்தோனேஷியாவின் ஆக்கிரமிப்பு என வரிசையாக அமெரிக்கா மேற்கொண்ட போர்க்குறுக்கீடுகள் இன்றுவரை ஊடகங்களின் ஒருசில மணித்துளிகளையாவது எடுத்துக் கொள்கின்றன. இதைப்போலவே எல்லா அரசுத்துறைகளும் தம் பங்கை உறுதிசெய்துகொள்கின்றன. வெகுசன ஊடகங்களும் தகவல் தொழில்நுட்பமும் இன்றுவரை அமெரிக்க அரசியல் ஆதிக்கச் சக்திக்கு உட்பட்டவையாகவே இயங்குகின்றன என்பது சோம்ஸ்கி முன்வைக்கும் அழுத்தமான விமர்சனம்.

- ஊடகங்களின் பொதுவான சமூகச் செயற்பாடு
- தொழில்நுட்பத் தன்னாதிக்கச் சக்திகளுக்கும் அரசியல் தன்னாதிக்கச் சக்திகளுக்கும் இடையிலான உறவு
- அரசும் தன்னாதிக்கச் சக்திகளும் ஊடகங்களின் செயற்பாடுகளில் எடுக்கும் உரிமை
- தனிநபர்க்கான அரசியல், சமூக உரிமைகளில் குறுக்கீடு
- தனிமனித விருப்பத் தேர்வுகளைத் தன்னார்வ நிறுவனங்கள் தவிர்த்துத் தம் விருப்ப முடிவுக்குப் பயன்படுத்தும் அதிகார உணர்வு
- உண்மைகள் மறைக்கப்படுவதோடு பொய்யை நிலைநாட்ட முயலும் ஊடகத் தந்திரம்
- ஊடகங்களில் இணையத்தின் பங்கு
- ஊடகங்களில் தனிமனிதச் சுதந்திரமும் அந்தரங்கமும்

என்னும் பல நிலைகளில் வெகுசன ஊடகங்களின் செயல்பாட்டை சோம்ஸ்கி வன்மையாக விமர்சிக்கிறார்.

சோம்ஸ்கியும் பேராசிரியர் எட்வர்டு ஹெர்மனும் இணைந்து எழுதிய Manufacturing Consent: The Political Economy of the Mass Media என்னும் நூல் வெகுசன ஊடகங்களில் அமெரிக்க அரசின் ஏகபோகத் தனிஉரிமையை உறுதிசெய்கிறது. 1979ஆம் ஆண்டு வெளியான இந்நூலில் சோம்ஸ்கியும் ஹெர்மனும் ஐக்கிய அமெரிக்க ஊடகங்களின் எதிர்வினைகளை கம்போடிய இனஅழிப்புக்கும், கிழக்கு திமோரில் இந்தோனேஷிய ஆக்கிரமிப்புக்கும் ஒப்பிட்டுக்காட்டுகின்றனர். அமெரிக்க எதிரியான கம்போடிய இனஅழிப்புச் சூழலை வெளிச்சம்போட்டுக்காட்டியபோது நட்புநாடு என்கிற ஒரு காரணத்தாலேயே ஐக்கிய அமெரிக்க ஊடகங்கள் கிழக்கு திமோரில் இந்தோனேஷியாவின் ஆக்கிரமிப்பு அட்டூழியச் சூழலை முற்றிலுமாகப் புறக்கணித்தன.

ஊடகங்களின் மூலம் செய்திகளை வெகுசனத்திடம் சேர்ப்பதோடு அவற்றை அறிந்து ஆதரிக்கவும் ஆதிக்கச் சக்தியினர் கட்டாயப்படுத்துகின்றனர் என சோம்ஸ்கியும் ஹெர்மனும் சாடுகின்றனர். இதன் அடிப்படையில் 'கொள்கைப் பரப்புரை முன்மாதிரி (Propaganda Model)' என்னும் கோட்பாட்டை இந்நூலில் முன்வைக்கின்றனர். அரசியல் பொருளாதாரத்தில் ஒரு கருத்தியலாக்க முன்மாதிரி இப்பரப்புரை முன்மாதிரி. எவ்வாறு

பொதுமக்கள் கையாளப்படுகின்றனர்; தாம் கருதும் சமூகப் பொருளாதார அரசியல் கொள்கைகள் பொதுமக்களின் ஒப்புதல் பெற எவ்வாறு அவர்கள் மனம் கட்டமைக்கப்படுகிறது என்பதை இம்முன்மாதிரி மூலம் விளக்குகின்றனர். ஐக்கிய அமெரிக்க அரசியல் தன்னாதிக்கச் சக்திகள் இதனைக் கையாண்ட விதம் பற்றி இந்நூல் மட்டுமல்லாமல் சோம்ஸ்கியும் பேராசிரியர் ஹெர்மனும் எழுதிய கட்டுரைகள் சிலவும் உள்ளன.

ஊடக வளர்ச்சி அடங்கிய இன்றைய தொழில்நுட்பத் தன்னாதிக்கச் சக்திகளுக்கும் அரசியல் தன்னாதிக்கச் சக்திகளுக்கும்— குறிப்பாக சிலிகான் பள்ளத்தாக்கின் தொழில்நுட்பத் தன்னாதிக்கச் சக்திகளுக்கும் வாஷிங்டன் டி.சியின் தன்னாதிக்கச் சக்திகளுக்கும் அடிப்படையாக விளங்கும் நியதிகள் எவ்வாறு ஒன்றோடொன்று தொடர்புகொண்டு செயல்படுகின்றன என்பது குறித்து 2012ஆம் ஆண்டு சோம்ஸ்கியுடன் ஜெகன் வின்சென்ட் டே பால் நடத்திய நேர்காணலில் சோம்ஸ்கி கூறிய கருத்து இங்குக் குறிப்பிடத்தக்கது:

> இவ்விரண்டு சக்திகளுக்கிடையிலும் ஒரு தொடர்பு நிச்சயமாக இருக்கத்தான் செய்கிறது. சிலிகான் பள்ளத்தாக்கு, வாஷிங்டன் அரசின் முன்முயற்சியும் மாபெரும் பொருள் பங்களிப்பும் இல்லாமல் தனித்தியங்க முடியாது. சிலிகான் பள்ளத்தாக்கு கணினி, இணையம், தகவல் தொழில்நுட்ப முறைமை, செயற்கைக்கோள்கள், அனைத்து ரக நுண்மின்துகளகம் போன்ற பல்வகைப் பயன்பாடுகளை நம்பிப் பிழைத்திருக்கும் ஒன்று. ஆனால் இவற்றில் பெரும்பாலான பயன்கள் அரசுத் துறையின் பொருளாதாரத்திலிருந்து நேரடியாகக் கிடைக்கப்பெறுபவை. சிலிகான் பள்ளத்தாக்கு வளர்ச்சி கண்டிருப்பது உண்மைதான். ஆனால் அதை விரிவாக்கி வணிகப்பொருள்களாய் உருமாற்றிவிட்டனர். இது போன்ற நூதனப் பயன்பாடுகள் எல்லாம் MIT போன்ற மையங்களில் அரசின் மான்ய உதவியுடன் நடந்தேறிய மூலாதாரத் தொழில்நுட்ப வளர்ச்சியைச் சார்ந்தே நிகழ்ந்திருக்கின்றன. இனியும் தொடர்ந்து நிகழும். சிலிகான் பள்ளத்தாக்கும் ஏனைய தொழில்துறைகளைப் போலவே காப்புரிமை பட்டயக் கொள்கைகளைப் போன்ற அதீதப் பாதுகாப்பளிக்கும், அரசின் வாயிலாய்ப் பெறப்படும் சலுகைகளால் பயனடைகின்றன. இணையத் திருட்டுத் தடுப்புச் சட்டம் பகிஷ்கரிக்கப்படும் நிலையில் பொதிந்திருக்கும் முரண்சிக்கல்களின் ஒரு பகுதியாகவே

நாம் இதைப் பார்க்க முடியும். எனவே இவற்றுக்கிடையில் நெருக்கமானதோர் உறவுமுறை இருந்தபோதிலும், இவற்றின் கலாச்சாரங்கள் முற்றிலுமாய் வேறுபடுகின்றன. கூட்டாண்மை வணிகத்துறைக்கும் சிலிகான் பள்ளத்தாக்கிற்கும் சாதகமாய் வாஷிங்டன் அரசு செயல்பட்டுவந்தபோதிலும், பெயரளவிலேனும் படைப்புத் திறனை ஊக்குவிக்கும் ஆதரவாளராக அது செயல்பட வேண்டும் என எதிர்பார்க்கப்படுகிறது. அது அவ்வாறு விளங்குகிறதா அல்லவா என்பது வேறுவகையான கேள்வி.

சிலிகான் பள்ளத்தாக்கின் தொழில்நுட்பத் தன்னாதிக்கச் சக்திகளுக்கும் வாஷிங்டன் டி.சியின் தன்னாதிக்கச் சக்திகளுக்கும் இடையேயுள்ள உறவு ஒருபுறமிருக்க, கோட்பாட்டளவில் அடிப்படை ஜனநாயகத்தைப்போலவே ஊடகங்களும் சுதந்திரமாய் இயங்கும் அடிப்படை உரிமையைக் கொண்டிருக்க வேண்டும். முறையான களஆய்வுக்கும் விரிவான படிப்புக்கும் பின்னர் உண்மையை உள்ளவாறே சொல்லும் உரிமை வழங்கப்பட வேண்டும். ஆனால் இவை எல்லாவற்றுக்கும் பின்னரும் எதை மக்கள் பார்க்க வேண்டும், எதைக் கேட்க வேண்டும், எதைச் சிந்தனைக்கு எடுத்துக்கொள்ள வேண்டும் என்னும் தீர்மானங்கள் முடிவான பின்னரே உண்மைகள் மறைக்கப்பட்டுச் செய்திகள் மட்டுமே தரப்படும் அவலநிலை இன்னும் தொடர்கிறது. ஊடகங்கள் மேட்டிமைவாசிகள், பெரிய நிறுவனங்கள் அல்லது அமைப்புகளின் கைப்பாவையாகிப் பொருளாதார நோக்கம் ஒன்றையே குறிக்கோளாகக் கொண்டு இயங்கும் நிலை துரதிருஷ்டவசமானது. ஊடகங்களின் இவ்வணுகுமுறை நிச்சயமாக ஜனநாயகப் பண்புக்குப் புறம்பானது என்று சோம்ஸ்கியும் ஹெர்மனும் குறிப்பிடுகின்றனர். இந்தியத் துணைக்கண்டத்தில் ஒவ்வொரு கட்சியும் ஒன்றோ பலவோ சானல்களை வைத்துக்கொண்டு தத்தம் கட்சி தொடர்பான செய்திகளை மட்டுமே திரும்பத்திரும்பத் தொலைக்காட்சி நேயர்களின் சிறிய மூளையில் ஆணியடிக்கும் கலாச்சாரத்தை மேற்கொண்டுள்ளன. எந்த உண்மையையும் எந்த ஊடகத்தின் வழியாகவும் பெறமுடியாத சமூகச் சூழலை இன்று வெகுசன ஊடகங்கள் உருவாக்கியுள்ளன.

வெகுசன ஊடகங்களுள் இணையத்தின் பங்கை முக்கியமாகக் குறிப்பிடவேண்டும். இணையம் அதன் பல்வேறு பரிமாணங்களில் நம் அன்றாட வாழ்க்கையில் இரண்டறக் கலந்துவிட்டது. அது கருக்கொண்டு குழந்தையாய், விடலையாய் வளர்ந்த காலத்தில் அதனைச் சீராட்டினோம்; பாராட்டினோம். இன்று அவ் வாமன அவதாரம் விஸ்வரூபமாய் முன் நின்று

சு. இராசாராம்

மகாபலியை அதல பாதாளத்திற்கு மிதித்து அழுத்தும்போது நம் நாகரிகம், பண்பாடு, அறிவு வளர்ச்சி அத்தனையும் அதனோடு சரிந்து மண்ணாகிவிடுமோ என்ற அச்சம் ஏற்பட்டுள்ளது. இந்த விபரீத வளர்ச்சிக்காகவா கோடிக்காணக்கான பணம் இத்தொழில்நுட்பத்துக்காகச் செலவிடப்பட்டது? சிலிகான் பள்ளத்தாக்கு இன்று சாதித்திருப்பது என்ன? இவ்வளர்ச்சியில் அறுவடைசெய்யும் அரசியல் தன்னாதிக்கச் சக்திகளும் தன்னார்வச் சக்திகளும் இன்று பொருளாதார மேம்பாட்டுக்கு வழிவகுத்துள்ளதாக மார்தட்டிக்கொள்கின்றன. ஆனால் எல்லாத் தொழில்நுட்பங்களையும்போல இணையமும் முரண்பட்ட விளைவுகளை ஏற்படுத்தியுள்ளன என்னும் சோம்ஸ்கியின் இணையம் பற்றிய ஒற்றைவரி விமர்சனம் அமெரிக்காவின் தன்னாதிக்கச் சக்திகளின் செவிகளுக்கு எட்டாமலில்லை.

> எல்லாத் தொழில்நுட்பங்களையும் போலவே இணையமும் முரண்பட்ட விளைவுகளை உடையதாயிருக்கிறது. அது ஒரு பாரபட்சமற்ற சாதனம். தளையகற்றவும் தொழில்நுட்பத்தைப் பயன்படுத்தலாம்; தளையிட்டு அடிமைப்படுத்தவும் பயன்படுத்தலாம். இம்சிப்பவன் கையிலா, தச்சன் கையிலா என்பது பற்றிப் பயன்படும் சுத்தியல் அக்கறை கொள்வதில்லை. இணையமும் அது போன்ற ஒன்றே. நீங்கள் தேடிச்செல்லும் விவரம் கிடைக்க அது உங்களுக்கு ஏராளமான நுழைவாயில்களைத் திறந்து விடுகிறது. ஆனால் அது 'பேரவை நூலகம்' போன்றதுதான். பேரவை நூலகத்திற்குள் நுழைந்து நீங்கள் எதைப் பற்றியும் எந்தத் தகவலையும் சேகரிக்க முடியும். ஆனால் நீங்கள் எதைத் தேடுகிறீர்கள் என்பது பற்றிய தெளிவுடன் இருந்தால் ஒழிய அது உங்களுக்கு அதிகம் பயன்படப் போவதில்லை (சோம்ஸ்கி, 2012.).

இணையம் எல்லாம் தரும் தகைமைசான்ற சாதனம். நாம் கேட்காததையும் தரும். எது நமக்குத் தேவையான தகவல் என்பதை நாம் அறியாதவரை அந்தச் சாதனத்தால் அதிகம் பயனடையப் போவதில்லை. அதேநேரத்தில் தேவையற்ற தகவல்களையும் திணித்துவிடும் இயல்புடையது. எனவே, நாம் எதைத் தேடிச்செல்கிறோம் என்பதைத் திட்டவட்டமாக அறிந்திருப்பது அவசியம்.

> நீங்கள் உயிரியலாளராக விரும்பினால் ஹார்வர்டு பல்கலைக்கழகத்தின் நூலகத்திற்குள் நுழைந்து பயனில்லை. அங்கே எல்லாத் தகவல்களும் கிடைக்கக் கூடும். எதைத் தேடிச்செல்கிறோம் என்று நீங்கள் அறிந்திருப்பது

அவசியம். இணையமும் அதைப் போன்றதுதான். சற்றே பூதாகாரமான ஒன்று அவ்வளவே.

(இணையத்தின் வழியாக) நமக்குப் பரந்த, அளவற்ற தகவல்கள் கிடைக்கின்றன. ஆனால் அவற்றில் எவ்வளவு பொருத்தமானவை? எவ்வளவு பொருத்தமற்றவை? எவ்வளவு அர்த்தமுள்ளவை? எவ்வளவு அர்த்தமற்றவை? இந்தத் தகவல்களால் நீங்கள் பயனடையவும் புரிந்து கொள்ளவும் அர்த்தப்படுத்திக்கொள்ளவும் ஒரு வரைச்சட்டம் தேவைப்படுகிறது. இதற்கான அறிவாற்றல் சார்ந்த உபகரணங்களை அளிக்கவல்லதாக நமது கல்விமுறையோ கலாச்சாரமுறையோ உருவாக்கப்பட்டிருக்கவில்லை. எனவே, மக்கள் இணையத்தில் மூழ்கிக் காணாமல் போய்விடுகிறார்கள்.

இணையம் பல நேரங்களில் வெறித்தனமான ஈடுபாட்டிற்கான உற்பத்திக்காரணியாக மாறிப்போய்விடுகிறது. யாரோ ஒருவர் அறிவின்பாற்படாத புதுமையான விஷயங்களை இணையத்தில் பதிந்துவிட, அவற்றைப் படிக்க நேரும் இன்னொருவர் ஒருவேளை இப்படித்தான் விஷயங்கள் இருக்கின்றனவோ என நம்பத் தலைப்பட்டு, விரைவில் வெறித்தனமான ஈடுபாடாக உருவாகிவிடுகிறது. இது இணையத்தின் கோளாறல்ல. இது மக்களுக்கு முறையாக இணையத்தைப் பற்றிய கல்வி அளிக்காத – ஓர் உள்நோகத்தோடு அதை நீடிக்கவும் செய்கிற – சமுதாய, கலாச்சார முறைமையின் கோளாறு. மக்களுக்கு முறையாகப் பயிற்சி அளிக்க அவர்கள் விரும்புவதில்லை (சோம்ஸ்கி, 2012)

என்னும் சோம்ஸ்கியின் குறிப்பு ஐக்கிய அமெரிக்காவுக்கு மட்டுமல்ல; உலகிலுள்ள எல்லா நாடுகளுக்கும் பொருந்தும்.

இணையத்தைப் பற்றிய முழுமையான கல்வி அளிக்கப்படாத வரை இந்நிலையே தொடர்ந்து நீடிக்கும். இதனால் ஏற்படும் தீய விளைவுகள் பல. எந்தத் தகவல் எப்போது, யாருக்கு எவ்வளவு தேவைப்படும் என்பதை இணையம் வரையறை செய்ய முடியாது. இதைத் தீர்மானிக்கின்றவர் இணைய நேயரே. இதற்கான கல்வி மக்களுக்கு முறையாக அளிக்கப்பட வேண்டும் என்பது சோம்ஸ்கியின் கருத்து. குறிப்பாக, இணையத்தின் எல்லா நுழைவாயில்களுக்கு உள்ளேயும் யாரும் எப்போதும் தங்குதடையின்றிச் செல்லும் வாய்ப்பு அதன் இயல்பாக இருக்கும்போது அதனைக் கையாளும் கட்டுப்பாடு கற்பிக்கப்பட

வேண்டும். ஏதோ உள்நோக்கத்தோடு இதை நீடிக்கச் செய்வது, சோம்ஸ்கி கூறுவது போல 'சமுதாய, கலாச்சார முறைமையின் கோளாறு'. இவர்கள் முறையான கல்வி அளிக்க முன்வருவதில்லை என்பதைவிட, அதை விரும்புவதில்லை என்பதே பொருந்தும். இணையம்வழித் தொழில்நுட்ப வளர்ச்சி என்பதை இப்படித்தான் நாம் புரிந்துகொள்ளவேண்டியிருக்கிறது. இவ்வளர்ச்சியில் இருபக்கமும் கூரிய முனைகள் கொண்ட கத்தியைக் கையாளும் நிலை அக்கறையோடு அவதானிக்கப்பட வேண்டும். இதில் அரசின், தொழில்நுட்பவியலாளரின் சமூகப் பொறுப்பு முக்கியமானது.

மற்றொரு பிரச்சனை தனிமனித அந்தரங்கம் தொடர்பானது. தனிமனித அந்தரங்கம் இன்று ஊடகங்களின் இலக்குக்கு உள்ளாகியிருப்பது பல கருத்துமோதல்களை ஏற்படுத்தியுள்ளது. தனிமனித அந்தரங்கம் புனிதமானது. இது அவரவர் உரிமை என்றபோதிலும் அதிகாரமிக்கக் கூட்டிணையங்கள் வெளிப்படை யாகச் செயல்படலாம். இக்கருத்தை அதிகமாக எதிர்வாதம் செய்யாமல் ஏற்றுக்கொள்ளலாம். ஆனால், அதேநேரத்தில் அதிகார துஷ்பிரயோகம் நிகழ்ந்துவிடாமல் கூடுதல் கவனம் முக்கியமானது என்னும் கருத்து சோம்ஸ்கிக்கும் உடன்பாடே. இது குறித்து சோம்ஸ்கி,

> தனிமனிதர்களுக்குத் தங்கள் அந்தரங்கங்களைப் பாதுகாத்துக்கொள்ளும் உரிமை இருக்கிறதென்றே நான் கருதுகிறேன். எனினும், நீங்கள் என்ன செய்கிறீர்கள் என்பதைக் கண்காணித்து, உங்களுக்கான தன் விவரக் குறிப்புகளைத் தயாரித்து, இணையத்தின் மீது அவர்களுக்கு இருக்கும் கட்டுப்படுத்தும் ஆற்றலைப் பயன்படுத்தி, உங்களைக் குறிப்பிட்ட வகைகளில் தனியார் நிறுவனங்கள் ஆற்றுப்படுத்த இயலுவதைத் தடுப்பதாகவும் இருக்க வேண்டும். ஆனால் உண்மையில் அவ்வாறு இருப்பதில்லை. உங்களைப் பற்றிய தன்விவரக் குறிப்புகளைத் தனியார் நிறுவனங்கள் தயாரித்துவைத்துக்கொண்டு உங்களுக்கு ஆர்வமுள்ள செய்திகளில் உங்களை இட்டுச்செல்வதாகச் சொல்லலாம். ஆனால் உண்மையில் அது உங்கள் விருப்பத்தேர்வாக இருப்பதில்லை. அவர்களுடைய விருப்பத்தேர்வாகவே இருக்கிறது. மிக அதீத அளவிலான அரசுக் கண்காணிப்பில் இருப்பதைப் போலவே இது போன்ற அம்சங்களிலும் பலவகையான அபாயங்கள் இருப்பதாகவே நான் கருதுகிறேன். ஆம், நிகழ்காலத் தொழில்நுட்பங்களைப் பயன்படுத்தத் தனிநபர்களுக்குள்ள

உரிமைகளிலும் அனைத்து விதமான குறுக்கீடுகளும் மேற்கொள்ளப்பட்டு வருகின்றன.

இவ்விதமாக மட்டுமன்றி, வேறு பல வகைகளிலும் தொழில்நுட்பம் பயன்படுத்தப்படலாம். மையப்படுத்தப் பட்ட தீர்மானங்களின்மீது தனிநபர்கள் அணுகுரிமை கொள்ளத்தக்க விதமாகவும் தொழில்நுட்பத்தைப் பயன்படுத்தலாம். உதாரணத்திற்கு விக்கிலீக்ஸை எடுத்துக் கொள்ளுங்கள். அது ஜனநாயகப்படுத்தும் சக்தி. அது மக்கள் பிரதிநிதிகள் எடுக்கும் முடிவுகளையும் அவர்களின் எண்ணங்களையும் தனிநபர்கள் அணுகுரிமை கொள்ள ஒரு வாய்ப்பை ஏற்படுத்தித்தருகின்றது. ஜனநாயகத்தில் இப்படிப்பட்ட செயல் கட்டுப்பாட்டில் இல்லாத எதிர்வினையாகவே பார்க்கப்பட வேண்டும். ஆனால் விக்கிலீக்ஸ் அரசின் மூர்க்கத்தனமான தாக்குதலுக்கு உள்ளாகியிருக்கிறது. இது போதாதென்று தங்கள் இணையதளங்களை மூடுவதன் மூலம் அதிபெரும் நிறுவனங்களும் இந்த அநியாயத்தில் பங்குகொள்கின்றன. மேதகு நீதியரசர்கள் செவிமடுக்கும் பிரஜையாக ஜூலியன் அசாஞ்சே குற்றவாளிக்கூண்டில் நிற்க வேண்டியதில்லை. மாறாக, அவருக்குப் பதக்கமளித்துக் கௌரவிக்க வேண்டும். அவர் ஜனநாயகத்துக்குப் பங்காற்றுகிறார்.

என்று ஜெகன் வின்சென்ட் டே பாலுவுடனான நேர்காணலில் சோம்ஸ்கி குறிப்பிடுகிறார்.[7]

10.7. பயங்கரவாத மறுப்பாளர்

'பயங்கரவாதம்' என்னும் சொல்லோ செயலோ இன்று எந்தவொரு நாட்டுக் குடிமகனுக்கும் புதிது அன்று. நீண்டகாலப் பயங்கரவாதத்தால் இன்று அழிந்துகொண்டிருக்கும் நாடுகள் பல. பயங்கரவாதிகள் தங்கள் கோரிக்கைகளை நிறைவேற்றித்தர எல்லா வகைப் பேரழிவுச் செயல்களையும் அரசுக்கு எதிராக நடத்தத் தயாராகிறார்கள். ஆள் கடத்தல், விமானம் கடத்தல், எல்லையோரப் பயங்கரவாதம் எனப் பயங்கரவாதத்தின் முகம் காணாத நாடில்லை. இந்தியா போன்ற நாடுகளில் ஏதுமறியாப் பாமரர்களின் உயிரும் உடைமைகளும் இவர்களது தாக்குதலுக்கு மிக எளிதாகக் கைவசப்படுகின்றன. இராணுவ பலமிக்க வல்லரசுகள் இப்பயங்கரவாதத்தைக் கண்டும் பாராமுகம் காட்டுகின்றன. இப்பயங்கரவாதத்தின் ஊடாக இராணுவத் தளவாடங்களை விநியோகிப்பதிலும் விற்பதிலும் இவை அக்கறைகாட்டுவதின் மூலம் தம் கொடூர முகத்திற்குத்

திரைபோட்டுக்கொள்கின்றன. இத்தகைய செயல்களால் கொள்கைரீதியாகவும், பொருளாதார உதவி அல்லது தடை ரீதியாகவும் பயங்கரவாதத்திற்கு இவை எண்ணெ வார்க்கின்றன. ஐக்கிய அமெரிக்க அரசு இவ்வரிசையில் முதலிடம் வகிக்கிறது.

சோம்ஸ்கி, 'உலகத்தின் முன்னேறிவரும் பயங்கரவாத நாடு' என ஐக்கிய அமெரிக்காவைக் குறிப்பிடுகிறார். தம் சமீபக்கால நடவடிக்கைகளால் மிகப் பெரிய பயங்கரவாத நாடாக அமெரிக்கா இன்று மாறியுள்ளது. குறிப்பாக அங்கோலா, நிகராகுவா, கியூபா ஆகியவை அமெரிக்க அரசின் பயங்கரவாத நடவடிக்கைகள் நடந்தேறிய முக்கியமான நாடுகள் என்று சோம்ஸ்கி குறிப்பிடுகிறார். இந்நிலையில் அனைத்துலகத் திட்டமாகப் பயங்கரவாதிகள் படுகொலை செய்யப்படவேண்டிய திட்டம் ஒன்றுக்கு அமெரிக்கக் குடியரசுத் தலைவர் பாரக் ஒபாமா பிரச்சாரம் மேற்கொண்டிருப்பது வியப்பச்சத்தை அளிக்கிறது என்று பகிர்ந்துகொள்கிறார் சோம்ஸ்கி.

பயங்கரவாதத்தை இரண்டு வகையாக அணுக முடியும் எனக் கூறுகிறார் சோம்ஸ்கி. முதலாவது அணுகுமுறை பயங்கரவாதம் என்பதன் நேர்ப்பொருள் சார்ந்த அணுகுமுறை. இவ்வணுகுமுறை பயங்கரவாதத்தின் நேர்ப்பொருளைத் தீவிரமாக எடுத்துக்கொண்டு பயங்கரவாதத்தை உருவாக்குவது எது எனத் தீர்மானிப்பதிலிருந்து தொடங்குகிறது. தீர்மானித்ததற்குப் பின் பயங்கரவாதத்தைப் பொறுப்புணர்ச்சியோடு கருதலுக்கு உட்படுத்தும் பட்சத்தில் அதற்கான காரணங்களும் தீர்வுகளும் தீர்மானிக்கப்படுகின்றன. இரண்டாவது அணுகுமுறை, பரப்புரை அணுகுமுறை. இது முதலாவது அணுகுமுறையிலிருந்து நேர்எதிர்மாறான நிலைப்பாட்டை வற்புறுத்துகிறது. இவ்வணுகுமுறையில் பயங்கரவாதம், சில அதிகார மையங்களால் சுயலாபத்திற்காகச் சுரண்டிப் பிழைக்க உதவும் கருவியாகக் கட்டமைக்கப்படுகிறது. எனவே, பயங்கரவாதம் அதிகாரப்பூர்வமாகக் குறிப்பிட்டுச் சுட்டுகிற எதிரியின் செயல்பாடு என்னும் புனைவுடன் தொடங்குகிறது. இவ்வணுகுமுறையில்தான் ஒருவர் 'பயங்கரவாதி' என முத்திரை குத்தப்படுகிறார்.

பொதுவாக, ஆதிக்க அரசுகள் பரப்புரை பயங்கரவாத அணுகுமுறையையே மேற்கொள்கின்றன. எது பயங்கரவாதம் என்பதை ஐக்கிய அமெரிக்க அரசியல் அமைப்புச் சட்டம் கீழ்வருமாறு கூறுகிறது:

> பயங்கரவாதச் செயல் என்பது ஒரு நடவடிக்கை. அது மனித வாழ்க்கைக்கு அச்சுறுத்தல் ஏற்படுத்தும் வன்முறை

அடங்கியது. இது ஐக்கிய அமெரிக்கா அல்லது எந்தவொரு நாட்டின் குற்றச் சட்டங்களையும் மீறும் செயல்:

1. வேண்டுமென்றே இராணுவம் சாராத பொதுமக்களை அச்சுறுத்தித் தம் கொள்கைகளுக்கு உடன்பட முயற்சித்தல்

2. அதைப்போலவே, அச்சுறுத்தித் தம் விருப்பத்துக்கு ஏற்ப அரசியல் கொள்கைகளில் ஆதிக்கம் செலுத்துதல்

3. கடத்துதல், படுகொலை செய்தல் முதலானவை மூலம் அரசு இயந்திரத்தை இயங்கவிடாமல் முடக்குதல்

போன்ற செயல்கள் பயங்கரவாதத்தின் கீழ் அடங்கும்.

இருப்பினும் இச்சட்ட விளக்கத்தால் எல்லாம் இதுதான் பயங்கரவாதம், அதன் செயல்பாடுகள் இன்னின்னவாறு தான் இருக்கவேண்டும் என்பதெல்லாம் நம் கற்பிதங்களுக்கும் விருப்பங்களுக்கும் அப்பாற்பட்டவை.

உலகத்தில் பயங்கரவாத நாடுகள் பல உள்ளன. இவற்றுள் ஐக்கிய அமெரிக்கா அதிகாரப்பூர்வமாக அனைத்துலகப் பயங்கரவாதத்திற்கு உறுதிசெய்யப்பட்டுள்ள நாடு என்று சோம்ஸ்கி கூறுகிறார். அமெரிக்காவோடு மேற்கத்திய வல்லரசுகள் பல மூன்றாம் உலகநாடுகளில் பயங்கரவாதத்திற்கான ஸ்பான்சர் நாடுகளாக இயங்குகின்றன என்கிறார் ஸ்டான்ஃபோர்டு பல்கலைக்கழகத்தைச் சேர்ந்த அரசியல் விஞ்ஞானப் பேராசிரியரான கிரஹாம் ஸ்டூவர்ட். ஐக்கிய அமெரிக்காவும் அதன் நட்பு நாடுகளுமே இன்று உலகத்தில் நிலவுகிற பயங்கரவாதத்துக்கு முழுப்பொறுப்பேற்க வேண்டும் என்பது அவரது கருத்து.

'பயங்கரவாதத்துக்கு எதிரான போர்' என்று உரத்த குரலில் முழங்கும் அமெரிக்கா மறைமுகமாகப் போரை ஆதரித்து மேற்கொள்ளும் போலி நாடகம் இன்று உலக மேடையில் எல்லோருக்கும் தெரியும்படி அரங்கேறியுள்ளது. அங்கோலா, கியூபா, நிகராகுவா, இரான் ஆகிய நாடுகளில் ஐக்கிய அமெரிக்கா மேற்கொண்ட பயங்கரவாத நடவடிக்கைகளை எடுத்துக்காட்டாகக் கூறலாம். கியூபாவுக்கு எதிரான அமெரிக்காவின் பயங்கரவாதத் தாக்குதல் 30 ஆண்டுகளுக்கு மேலாகத் தொடர்ந்து நடந்தது. கியூபாவுக்கு எதிரான பொருளாதாரப் போராகவே அமெரிக்காவின் நடவடிக்கைகள் கருதப்படுகின்றன. எண்பதுகளில் இந்நடவடிக்கைகள் மத்திய அமெரிக்காவில் அமெரிக்கப் பயங்கரவாதிகளின் போராக உச்சக்கட்டத்தை அடைந்ததும் இங்குக் குறிப்பிடத்தக்கது.

சோம்ஸ்கி, மிகப் பெரிய பயங்கரவாத நடவடிக்கையை முதன்முதலாக நடத்தியவர் அமெரிக்கக் குடியரசுத் தலைவர் பாரக் ஒபாமாவே எனக் குறிப்பிடுகிறார். பயங்கரவாதத்துக்கு எதிரான போர் என்று 1981ஆம் ஆண்டு அமெரிக்கா அறிவித்ததைத் தொடர்ந்து 2001இலும் அம்முழக்கத்தையே திரும்பத் திரும்ப முழங்கினாலும் உலக வல்லரசுகளின் துணையுடன் அனைத்துலகப் பயங்கரவாதத்தின் பிறப்பிடமாக அமெரிக்காவே இருந்தது என்பதை சோம்ஸ்கி பலமுறை வலியுறுத்திவந்திருக்கிறார்.

பயங்கரவாதத்திற்கு ஆதரவு தெரிவிப்பதைப் பொறுத்த வரையில் அது பொதுவாகக் கண்டனத்துக்கு உரியது என்பதில் மாற்றுக்கருத்து இருக்கமுடியாது. எல்லாக் காலங்களிலும் பயங்கரவாதத்தை நியாயப்படுத்திவிட முடியாது என்றாலும், சில சந்தர்ப்பங்களில் நியாயப்படுத்தவேண்டிய கட்டாயம் ஏற்பட்டுவிடுகிறது. வியட்நாம் தேசிய விடுதலை முன்னணி (வியெட் காங்) மேற்கொண்ட பயங்கரவாதத்தை நியாயப்படுத்திவிட முடியாதென்றாலும் சில சந்தர்ப்பங்களில் இந்த அளவு பயங்கரவாதம் சரியே என்பதை மறுக்க முடியாது என்கிறார் சோம்ஸ்கி. இலங்கையில் தமிழீழ விடுதலை முன்னணியின் கொள்கைகளை சோம்ஸ்கி இவ்வாறே நியாயப்படுத்துகிறார்.

இலங்கையின் வடகிழக்குப் பகுதி தமிழர்களின் தாய்நாடு. எனவே ஈழத் தமிழர்கள் தமிழீழம் பெறும் கோரிக்கையை ஆதரிப்பதைத் தவிர மாற்று நிலைப்பாடு எனக்கில்லை. தமிழீழக் கோரிக்கையை நான் முழுமையாக ஆதரிக்கிறேன். ஆனால், தனிநாடு கோருவது இந்நிலையில் உசிதமான தேர்வல்ல

என்று 2009ஆம் ஆண்டு பிப்ரவரி மாதம் 11ஆம் நாள் 'இலங்கை கார்டியன்' இதழ் எரிக் பெய்லியோடு நிகழ்ந்த நேர்காணல் ஒன்றில் சோம்ஸ்கி குறிப்பிடுகிறார்.

ஸ்பானிஷ் நாட்டுக்குள்ளேயே கேற்றலோனியா முழுத் தன்னாட்சி பெற்ற நாடாகத் திகழ்கிறது. இதைப்போலவே இங்கிலாந்தில் வேல்சும், ஸ்காட்லாந்தும் தன்னாட்சி உரிமையை இன்று நிலைநாட்டிவருகின்றன. ஸ்பெயினில் பல பகுதிகள் கூடுதல் கூட்டரசின் மைய அமைப்புக்குரிய எல்லாத் தகுதிகளும் பெற்று விளங்குகின்றன. ஐரோப்பா முழுவதுமே இன்று கூட்டாட்சி அரசு உரிமையை வலியுறுத்தும்போது தமிழீழக் கோரிக்கை இலங்கை அரசுக்கு எதிரானது அன்று. வெவ்வேறு இனம், மொழி, பண்பாடு, கலாச்சாரம், சமூக நிலைப்பாடுகளும் தேவைகளும்

கொண்ட சமூகங்கள் வெவ்வேறு அமைப்புகளின்கீழ்ப் பிறரோடு இணைந்து, அதேநேரத்தில் தன்னாட்சி உரிமையோடு வாழ நினைப்பதில் தவறென்ன இருக்க முடியும்? நிலக்கிடப்பால் தனித்தனிப் பகுதிகளாகப் பிரிந்து கிடக்கும் ஒரு பன்மைச் சமுதாயத்தில் ஒரு வகையான கூட்டாட்சி அமைப்பின்கீழ்த் தன்னாட்சி பெறப் போராடுவது நல்ல முயற்சி. இது ஓர் ஆரோக்கியமான மனவளர்ச்சி என்று நான் நினைக்கிறேன்

என்று குறிப்பிட்டார் சோம்ஸ்கி.[8]

ஒற்றையலகு அரசையும், சிங்களப் பௌத்த சித்தாந்தத்தையும் கையிலேந்தி, தமிழின அழித்தொழிப்பை முதன்மை நோக்கமாகக் கொண்டு மூர்க்கத்தனமாக நடந்துகொண்ட இலங்கை அரசு, இவ் ஐரோப்பிய நாடுகளிலிருந்து மிகவும் வேறுபட்டதாக சோம்ஸ்கிக்குத் தோன்றவில்லை. சோம்ஸ்கி குறிப்பிடுவதற்கு மாறாகவே 90களில் ஸ்லேவேனியா, ஜார்ஜியா, கிழக்கு திமோர், உக்ரைன், மாசிடோனியா போன்ற நாடுகளின் தேசிய இன விடுதலைப் போராட்டங்கள் தொடர்ந்து நடந்துகொண்டிருந்தன. தமிழீழ விடுதலைப் போராட்டத்தில் சோம்ஸ்கி மேற்கொண்ட நிலைப்பாட்டில் நமக்கு உடன்பாடில்லை. தனி ஈழம் ஒன்றே தமிழர் நலம் சார்ந்த பிரச்சனைகளுக்கு ஒற்றைத் தீர்வாக இருக்கமுடியும் என்பதில் விடுதலைப் புலிகள் தீர்மானமாய் இருந்தனர். சோம்ஸ்கியின் கருத்துக்குப் பொருத்தமான பதிலாக, செயப்பிரகாசத்தின் இவ்வரிகளைத் தருவதில் தவறு இருக்க முடியாது.

தமிழீழக் கோரிக்கை சரியானதா, பிழையானதா என்பன போன்ற கேள்விகளைக் கடந்து வந்துவிட்டது வரலாறு. லட்சக்கணக்கான ஈழத் தமிழ் மக்களை ஈவிரக்கமின்றிப் படுகொலை செய்த சிங்களப் பேரினவாத அரசுடன் ஈழத் தமிழ்ச் சமூகம் இணக்கமாக இருப்பதற்கான சாத்தியங்கள் இனி இல்லை. கொடூரமாகப் பழிவாங்கப்பட்டுள்ள ஈழத் தமிழர்கள் தமக்கான இனவிடுதலைப் போராட்டத்தை அதன் அடுத்த கட்டத்தை நோக்கி நகர்த்த வேண்டும். இது தொடர்பில், வரலாற்றுரீதியாகப் பார்க்கும்போது இலங்கைத் தமிழர்களைப்போல இனப்படுகொலைகளுக்கு உள்ளான எந்தவொரு மக்கள் குழுவும் தனக்கென ஒரு சுதந்திரமான நாட்டை உருவாக்கிக் கொண்ட பிறகுதான் அவற்றிலிருந்து தம்மைப் பாதுகாத்துக்கொண்டனர். கடந்த சில மாதங்களில் ஐம்பதாயிரத்துக்கும் மேற்பட்ட தமிழர்கள் வன்னியில் படுகொலை செய்யப்பட்டபோது

எந்த நாடும் அந்த வெறித்தனமான படுகொலைகளைத் தடுக்க முயலவில்லை. 1948 இனஅழிப்பு எதிர்ப்பு ஒப்பந்தத்தின்படி அனைத்து நாடுகளும் தம் கடமைகளைச் செய்யத் தவறிவிட்டன. எனவே, இலங்கை அரசிடமிருந்து தம்மைக் காப்பாற்றிக்கொள்வதற்குத் தனி நாடு ஒன்றை உருவாக்கிக்கொள்வதே இலங்கைத் தமிழர்களுக்கு ஏற்புடைய தீர்வு. 'பன்னாட்டுச் சட்டத்திட்டங்களின்படி இனஅழிப்பால் பாதிக்கப்பட்டவர்கள் தனிநாடு ஒன்றை உருவாக்கிக்கொள்வதே பயனுள்ள தீர்வும் இழப்பீடும் ஆகும்' என பிரான்சிஸ் பாய்ல்ஸ் கூறியதை மனங்கொள்ள வேண்டும் (செயப்பிரகாசம், 2011).⁹

ஆனால் 2011இல் வன்னிப் போரில் ஐம்பதாயிரத்துக்கும் மேற்பட்ட தமிழர்கள் சிங்களப்படையினரின் இனப்படுகொலைகளுக்கு உள்ளானதை அறிந்தபோது பேரினவாத இலங்கை அரசை சோம்ஸ்கி வன்மையாகக் கண்டித்தார்.

இலங்கையில் நடந்திருப்பது ருவாண்டாவில் நடைபெற்றதுபோல மேற்கத்திய நாடுகள் துளிகூடக் கவலைகொள்ளாத வேற்றளவில் நடைபெற்ற மிகப் பெரிய அட்டூழியம். இப்போராட்டம் பல ஆண்டுகளாக நடந்து கொண்டிருக்கிறது. இப்போராட்டத்துக்கு முற்றுப்புள்ளி வைக்க நிறையச் செய்திருக்க முடியும். ஆனால் அதற்குப் போதுமான அக்கறையும் ஈடுபாடும் யாரிடமும் இல்லை¹⁰ என்று ஐக்கிய அமெரிக்கா உட்பட சர்வதேசப் பங்காளிகளின் பாராமுகத்தை சோம்ஸ்கி சுட்டிக்காட்டினார். இவ்வல்லரசுகள் பயங்கரவாதத்தை ஒடுக்கவேண்டியதன் அவசியத்தை இலங்கையின் தமிழினப் படுகொலைகள் மூலம் சர்வதேச அளவுக்கு இன்னொரு முன்மாதிரியாக உயர்த்திக்காட்டவே மௌனிகளாக இருந்தன.

சோம்ஸ்கி, ஐக்கிய அமெரிக்காவின் இரட்டை நிலைப்பாட்டை நன்கு அறிந்தவர். எல்லாவற்றுக்கும் மேலாகத் தம்மைப் போலவே சிங்கள இனவாதம் என்னும் ஒற்றையலகு அரசை நிர்மாணிக்கும் முயற்சியை வல்லரசு நாடுகள் ஊக்குவித்தன. சோம்ஸ்கி குறிப்பிடுவதுபோல இலங்கைப் பிரச்சனையில் நியாயமான அக்கறையும் ஈடுபாடும் ஐக்கியநாட்டு மன்ற உறுப்பு நாடுகள் காட்டியிருக்குமானால் இம்மாபெரும் மனிதப் பேரழிவு தவிர்க்கப்பட்டிருக்கும்.

இலங்கை அரசும் வல்லமை பொருந்திய சர்வதேச நாடுகளில் ஏதேனும் ஒன்று இவ்வினப்படுகொலையை

நிறுத்தக்கோரும் என்று துளிகூட எதிர்பார்க்கவில்லை. வளரும் நாடுகளின் உள்நாட்டு அரங்குகளில் இவை ஆடும் இராஜதந்திர விளையாட்டுகள் இலங்கை அரசுக்குப் புரியாமலில்லை. இலங்கை இனப்படுகொலை விளையாட்டில் சிங்கள அரசு நடத்திய கோரத்தாண்டவத்தைச் சர்வதேச நாடுகள் கண்டும் வாளாவிருந்தது சோம்ஸ்கியின் அமெரிக்க அனுபவத்துக்கு அப்பாற்பட்டதுமல்ல. ஆதிக்க அரசு சார்ந்த அச்சு ஊடகங்களும் காட்சி ஊடகங்களும் இவ்வின அழித்தொழிப்பிற்கு மௌனம் சாதித்தன.

இத்தகைய பரப்புரை அணுகுமுறையும், அனைத்துலக ஜனநாயகத்தின் பாதுகாவலர், ஆதரவாளர் என்னும் போர்வையில் வெளிப்படையாகவும் மறைமுகமாகவும் பயங்கரவாதத்தை உலக நாடுகள் பலவற்றில் மேற்கொள்ளும் போலி நடிப்பும் இன்று அமெரிக்க மக்களையும் பொருளாதாரத்தையும் மிகுந்த அச்சுறுத்தலுக்கு உள்ளாக்கியிருக்கின்றன. இவ்வணுகுமுறையை அமெரிக்காவின் ஆக்கிரமிப்பு உணர்வோடு கூடிய வெளிநாட்டுக்கொள்கையின் ஓர் அங்கமாகவே நாம் பார்க்க வேண்டும் என்று கூறும் சோம்ஸ்கியின் மனத்துணிவு சமகால எந்த அமெரிக்க அறிவுஜீவிக்கும் இல்லை என்றே கூறலாம்.

10.8. கருத்துச் சுதந்திர ஆதரவாளர்

கட்டுப்பாட்டுக்குள் அடங்கிய கருத்துச் சுதந்திரத்திற்கு முக்கியத்துவம் அளிக்கும் உலக நாடுகளுள் ஐக்கிய அமெரிக்காவும் ஒன்று. அமெரிக்கா, பிரித்தானிய காலனிய ஆட்சிக்கு உட்பட்டிருந்த காலத்தில் அரசின் கொள்கைகளை மறுப்போர், அரசமைப்புகளின் செயல்பாடுகளை விமர்சிப்போர் ஆகியோர் கருத்துச் சுதந்திரக் கட்டுப்பாட்டுக்குள் கொண்டுவரப்பட்டனர். 1780களில் அமெரிக்கப் புரட்சிக்குப் பின்னர் அரசியலமைப்பு ஒப்புதலுக்கான நடைமுறைகள் நடந்துகொண்டிருந்தபோதும், அதன் பின்னரும் கருத்துச் சுதந்திரம் தொடர்பான விவாதங்கள் தொடர்ந்து நடந்துகொண்டிருந்தன. இறுதியில் உரிமைச் சட்டத்தின்கீழ் முதலாம் சட்டத் திருத்தத்திற்கு *(First Amendment)* ஒப்புதல் அளிக்கப்பட்டது. கருத்துகளின் தன்மை, கருத்துகள் வெளிப்படுத்தப்படும் இடம், காலம், முறை போன்றவை தொடர்பான கட்டுப்பாடுகள் இச்சட்டத்திருத்தத்தின் அடிப்படையில் அரசின் கவனஈர்ப்பிற்கு உள்ளாயின.

விடுதலைக்குப் பின் முதலாம் சட்டத் திருத்தத்தில் பல திருத்தங்கள் மேற்கொள்ளப்பட்டு அரசின் ஒப்புதல் பெறப்பட்டது. கருத்துகளின் நோக்கமும் அதன் பின்விளைவுகளும் வெகுவாக

அரசின் நுண்ணாய்வுக்கு உட்படுத்தப்பட்டாலும் சுதந்திரத்தின் உண்மைப் பொருள் அரசால் ஏற்றுக்கொள்ளப்பட்டிருந்தது. இருப்பினும், ஐக்கிய அமெரிக்காவின் வெளிநாட்டுக்கொள்கை, குடியேற்றக்கொள்கை, தேசியப் பாதுகாப்பு என்னும் இவை கருத்துச் சுதந்திரம் என்னும் பெயரில் கேலிக்குரியதாகவோ அச்சுறுத்தலுக்குரியதாகவோ அமைந்துவிடக் கூடாது என்பதில் இன்றுவரை ஐக்கிய அமெரிக்க அரசு கவனமாக உள்ளது. குறிப்பாக, இராணுவம், வெளியுறவுக்கொள்கை அடங்கிய தேசிய பாதுகாப்பு கருத்துச் சுதந்திரப் போர்வையில் விமர்சனத்திற்கு உள்ளாவதை அமெரிக்க அரசு ஏற்றுக்கொள்வதில்லை. இருப்பினும், காலத்திற்கு ஏற்றவாறு கருத்து வெளிப்படுத்தப்பட்ட சூழலையும் முறையையும் கொண்டு முதலாம் சட்ட திருத்தத்தில் திருத்தங்களைக் கொண்டுவர ஐக்கிய அமெரிக்க அரசு தயக்கம் காட்டுவதில்லை.

காலந்தோறும் கருத்துச் சுதந்திரம் ஒரு விவாதப்பொருளாகவே ஐக்கிய அமெரிக்க வரலாற்றைக் கடந்துவந்திருக்கிறது. காலனிய காலத்தில் மட்டுமல்ல; விடுதலைக்குப் பின்னரும் இன்றுவரை இது தொடர்பான விவாதம் தொடர்ந்து நடைபெற்றுக்கொண்டிருக்கிறது. எது கருத்துச் சுதந்திரம், இக்கருத்துச் சுதந்திரத்தை ஏற்பதோ மறுப்பதோ யார், கருத்துச் சுதந்திரத்திற்கும் அதிகாரமையங்களுக்கும் இடையேயுள்ள தொடர்பு என்ன என்பன போன்ற வினாக்கள் இவ்விவாதங்களில் எதிர்கொள்ளப்படுகின்றன. இவற்றுள், எது கருத்துச் சுதந்திரம் என்பது இதுவரைத் தீர்மானமாக விளக்கப்படாத சர்ச்சைக்குரிய கருத்தியலாகவே உள்ளது.

நடைமுறையில் கருத்துச் சுதந்திரத்தின் சாதகபாதகங்கள் ஒரு சமூகத்தைப் பாதிக்கும்போது அது சமூக அங்கத்தினரின் மதிப்பீட்டுக்கு உள்ளாகிறது. மதிப்பீட்டுமாறிகளாகச் சமூக, அரசியல், பொருளாதாரப் பண்பாட்டுக் கூறுகள் கருதலுக்கு உட்படுகின்றன. அவ்வாறு உட்படும்போது தீர்வுகள் ஏகோபித்த ஒப்புதலைப் பெறுதல் அசாதாரணமாகிவிடுகிறது. ஒரு விவாதப் பொருளின் இயல்பு இது. கருத்துச் சுதந்திரம் இப்பொதுவிதிக்கு விலக்கல்ல. ஆனால், வெகுசனத் தீர்வுகளுக்கு எதிராக அரசு மையங்கள் தம் அதிகாரப்பலத்தால் கருத்துச் சுதந்திரத்தின் குரல்வளையை நெரிக்கும்போது வெகுசனம் மௌனம் சாதிக்கிறது. ஐக்கிய அமெரிக்கா ஈராக்கின்மீது தொடுத்த போரும், அதன்மீது விதிக்கப்பட்ட பொருளாதாரத் தடையும், இறுதியில் அதன் அதிபர் சதாம் உசேன் தூக்கிலிடப்பட்டதும் தீவிரமான எதிர்வினைக்கு உள்ளாகவில்லை. கருத்துச் சுதந்திரத்திற்கும் அதிகாரமையங்களுக்கும் இடையேயுள்ள உறவு தனிமனிதச்

சுதந்திரத்திற்கு அப்பாற்பட்டதாகக் கருதப்படுகிறது. இந்நிலையில் அதிகாரமையங்களில் இருக்கும் அறிவுஜீவிகள் உள்ளிட்ட பொது அறிவுஜீவிகள் மௌனம் சாதிப்பதை சோம்ஸ்கி விமர்சிக்கிறார்.

சோம்ஸ்கி ஒரு தீவிரக் கருத்துச் சுதந்திர ஆதரவாளர்.

கோயபெல்ஸ், தான் விரும்பும் கருத்துகளைப் புலப்படுத்தும் கருத்துச் சுதந்திரத்தை ஆதரித்தான். ஸ்டாலினும் அவ்வாறே. உண்மையில் நீங்கள் கருத்துச் சுதந்திரத்தை ஆதரிப்பவராக இருந்தால் நீங்கள் விரும்பாத கருத்துகள் புலப்படுத்தப்படும்போது அக்கருத்துச் சுதந்திரத்தை ஆதரிப்பவராக இருக்க வேண்டும். இல்லையென்றால், நீங்கள் கருத்துச் சுதந்திரத்தை ஆதரிப்பவர் அல்ல.

இம்மேற்கோள், கருத்துச் சுதந்திரத்தைப் பற்றிய சோம்ஸ்கியின் புலமைசார் விளக்கம். கோயபெல்ஸ், ஸ்டாலினோடு ஹிட்லரையும் அடக்கிக் கூறலாம். தாம் நினைப்பதற்கும் விரும்புவதற்கும் இசைந்த கருத்துகளைப் புலப்படுத்துவதே கருத்துச் சுதந்திரம் என ஆட்சி அதிகாரத்தை அளவுகோலாகக் கொண்டு கருத்துச் சுதந்திரத்தை விளக்கியவர்கள் இவர்கள்.

கருத்துச் சுதந்திரம் பற்றிய இவ்விரு விளக்கங்களும் இதன் இரு நிலைப்பாடுகள் அல்ல. இவை இரண்டும் கருத்துச் சுதந்திரம் பற்றிய இரு வேறு எதிர்மறைக் கருத்துகள். கோயபெல்ஸ், ஸ்டாலின், ஹிட்லர் போன்றோர் எதேச்சதிகாரத்தை அரசியல் நெறியாகக் கொண்டவர்கள். இவர்கள் வகுத்ததே வாய்க்கால். இவர்களின் கருத்துகள் பிரதிபலிப்புக்கு உரியனவே தவிர மறுப்புக்கும் விமர்சனத்திற்கும் உரியன அல்ல. எனவேதான் இவர்கள் தாம் விரும்பும் கருத்துகள் வெளிப்படுத்தப்படுவதைக் கருத்துச் சுதந்திரம் என்றனர். இதில் எங்கே புலப்படுத்துவோரின் சுயமும் சுதந்திரமும் இருக்கின்றன? இவ்விளக்கம் அதிகாரத்தின்பாற்பட்டது. இவ்விரு நிலைப்படுகளை அதிகார அடக்குமுறையும் கருத்துச் சுதந்திரமும் என இருவேறாகக் கருதலாம். ஆனால், அதேநேரத்தில் அதிகாரத்திற்கும் கருத்துச் சுதந்திரத்திற்கும் இடையேயுள்ள உறவு கருத்துச் சுதந்திரம் என்னும் கருத்தியலாக்கத்திற்கு வலு சேர்க்கிறது என்பதை மறுக்க முடியாது. கருத்துச் சுதந்திரம் பற்றிய சோம்ஸ்கியின் விளக்கம் ஏற்பிற்குரியதாக இப்பின்னணியில் வலுப்பெறுவதை இங்கு நினைவுகூர வேண்டும். .

கருத்துச் சுதந்திரம் அதிகார மையத்தின் உடைமைப் பொருளாகவே கருதப்பட்டுவந்திருக்கிறது. கருத்துச் சுதந்திரத்தின் வாழ்வும் வரலாறும் இப்படித்தான் காலப் பரிமாணத்தில்

புரிந்துகொள்ளப்பட்டுவந்திருக்கிறது. இந்தியாவில் சமீபத்தில் நிகழ்ந்த பல நிகழ்வுகளைக் குறிப்பிடலாம். சென்னை ஐ.ஐ.டியில் அம்பேத்கர் – பெரியார் படிப்பு வட்டத்தின் அங்கீகார நீக்கம், பெருமாள் முருகனின் 'மாதொருபாகன்' எழுப்பியுள்ள சர்ச்சை குறிப்பிடத்தக்கவை. கருத்துச் சுதந்திரம் அதிகாரமையங்களின் உடைமைப்பொருளாக இன்னும் கருதப்படுவது பொதுச் சுதந்திரத்திற்கு ஏற்பட்டுள்ள அவமானம். அமெரிக்காவின் வெளியுறவுக் கொள்கையையும், வளரும் நாடுகளுக்கு ஆயுதம் விற்பனை செய்தல், போரை ஊக்குவிக்கும் வகையில் இராணுவத்தை அனுப்புதல், ஆயுதம் வழங்குதல், பொருளாதாரத்தடை விதித்தல், பொருளாதார உதவி அளித்தல் என அமெரிக்காவின் அனைத்து இராஜதந்திரங்களையும் விமர்சிக்கும் சுதந்திரத்தை சோம்ஸ்கி எப்போதும் விட்டுக்கொடுத்ததில்லை. இதனாலேயே அவர் ஒரு கொள்கை மறுப்பாளராக இன்றுவரை கருதப்படுகிறார்.

கருத்துச் சுதந்திரத்தை யார் கைகொள்ள அஞ்சினாலும் அறிவுஜீவிகள் கைகொண்டு எந்தப் பிரச்சனையையும் முன்னெடுக்கத் தயங்கக் கூடாது. அமெரிக்க அறிவுஜீவிகள் சமூகம் அமெரிக்காவின் முதலாளியத் தத்துவத்துக்குள் ஒடுங்கி அதிகாரமையங்களின் கைப்பாவை ஆகிவிடக்கூடாது என அறுபதுகளில் மேற்கொண்ட போராட்டங்களின்போது சோம்ஸ்கி வலியுறுத்திக் கூறினார். அப்போது குடியரசுத் தலைவராக இருந்த ரிச்சர்டு நிக்ஸனின் பெருங்கோபத்திற்கு உள்ளானாலும் அமெரிக்க அரசின் போர்நடவடிக்கைகளால் அமெரிக்க இராணுவவீரர்களின் இழப்பையும், பொருளாதாரச் சீர்குலைவையும் பற்றி இளையதலைமுறைக்கு உணர்த்தவேண்டிய பொறுப்பை சோம்ஸ்கி மேற்கொண்டார். பல்கலைக்கழகப் பேராசிரியர்களுடன் இணைந்து மாணவர்களுக்கு வகுப்புகள் எடுத்தார். இதனால், நிக்ஸனின் "most wanted" பட்டியலில் சோம்ஸ்கி சேர்க்கப்பட்டார்.

முன்னர்க் குறிப்பிட்டதுபோலக் கருத்துச் சுதந்திரத்தைப் போற்றும் ஒரு நாடாகத் தோற்றமளித்தாலும், ஐக்கிய அமெரிக்கா அதன் அதிகார வளையங்களின் ஆதிக்கத்திற்கு உட்பட்டதாக அச்சுதந்திரத்தை வரையறை செய்துள்ளது. இவ்வளையத்திற்குள் நின்றுதான் ஹார்வர்டு பல்கலைக்கழகத்தில் முதலாளியக் கொள்கைக்கு எதிரான மார்க்ஸிய சித்தாந்தம் குறித்து விரிவுரையாற்றும் சுதந்திரத்தை சோம்ஸ்கி எடுத்துக்கொண்டார். அமெரிக்கக் கொள்கைகள் முதலாளியச் சிந்தனைகளுக்குள் முடங்கிக்கிடப்பதை சோம்ஸ்கியால் இன்றுவரை ஜீரணிக்க முடியவில்லை.

நோம் சோம்ஸ்கி

கருத்துச் சுதந்திரம் அடிப்படை மனித உரிமைகளுள் முதன்மையானது. அனைத்துலக மனித உரிமைச்சட்டம் 19 ஆவது பிரிவின்கீழ் இவ்வுரிமை முழு அங்கீகாரம் பெற்றுள்ளது.

எல்லாச் சுதந்திரத்தைக் காட்டிலும் எதையும் தெரிந்து கொள்ளவும், மனசாட்சிக்கு இணங்கச் சுதந்திரத்தோடு பேசவும் வாதாடவும் எனக்குச் சுதந்திரம் தாருங்கள் என்றார் மில்டன். சோம்ஸ்கி, தம் மனசாட்சிக்கு இணங்கத் தம் கருத்துகளைச் சுதந்திரமாக முன்வைக்கும்போதும், வாதாடும்போதும் ஜனநாயகத்திற்கு எதிரான அணுகுமுறையை விரும்புவதில்லை. இருந்தாலும், இக்கருத்துச் சுதந்திரம் எல்லாக் காலத்திலும் ஆட்சி அதிகாரத்துக்கு உட்பட்ட, போராடிப் பெறுகிற உரிமையாகவே சோம்ஸ்கிக்கு இருந்துவந்திருக்கிறது என்பதுதான் நிதர்சனமான உண்மை.

சோம்ஸ்கியின் போராட்ட நடவடிக்கைகள் கருத்துச் சுதந்திரம் தொடர்பான முதலாம் சட்டத்திருத்தத்தில் அவ்வப் போது மேற்கொள்ளப்படும் திருத்தங்களுக்கு உட்பட்டு அமைவன என்பர். அவரது எல்லாத் தரப்பு விமர்சனங்களிலும் ஆக்கிரமித்திருக்கும் புலமைசார் பண்பும், கருத்தாழமும் அவரை இன்றுவரை மூன்றாம்தர அரசியல்வாதியாக்கிவிடவில்லை என்பதை இங்குக் குறிப்பிட்டுச் சொல்ல வேண்டும். சோம்ஸ்கி யின் கருத்துகள் மதிக்கப்படுவதற்கு இணையாக அவரது புலமையும் தனிமனித ஆளுமையும் மதிக்கப்படுகின்றன. நிக்ஸனின் *"most wanted"* பட்டியலில் கூட ஒன்பது கல்விசார் பேராசிரியர்கள் அடங்கிய தனிப் பிரிவிலேயே அவர் இடம்பெற்றிருந்தார். ஐக்கிய அமெரிக்காவின் கருத்துச் சுதந்திரக்கொள்கையைக் கொச்சைப்படுத்தும் போக்கை அவர் ஒருபோதும் மேற்கொண்டதில்லை. கொள்கை மறுப்புக்கும் விமர்சனங்களுக்கும் உள்ள எல்லைகளை அவர் அறிவார். இதனால்தான் உலகளவில் விமர்சனங்களை அறிவியல்பூர்வ மாக முன்வைக்கும் ஓர் அறிவுஜீவியாக சோம்ஸ்கி இன்றும் கருதப்படுகிறார்.

குறிப்புகள்

1. . . . .the one that actually did influence me a great deal was an uncle -- an uncle by marriage; he married my aunt -- who was an extremely interesting person. He came into the family when I was about seven or eight and became a big influence. He had grown up in New York, also from an immigrant family. But he had grown up in a poor area of New York. In fact, he himself never went past fourth grade -- on

the streets, you know, and this criminal background, and all [the things that were going on in the underclass ghettos in New York. He happened to have a physical deformity, so he was able to get a newsstand under a compensation program that was run in the 1930s for people with disabilities. He had a newsstand on 72nd Street in New York; lived nearby in a little apartment. I spent a lot of time there.

That newsstand became an intellectual center for émigrés from Europe, lots of Germans and other émigrés were coming. He wasn't a very educated person, formally; like I said, he never went past fourth grade, but maybe the most educated person I've ever met. Self- educated. Without going through the whole story, he ended up being a lay analyst in a Riverside Drive apartment in New York. But the newsstand itself was a very lively, intellectual center -- professors of this and that arguing all night. And working at the newsstand was a lot of fun.

"These ideas have great currency for Chomsky on account of his early influences, notably some intense discussions to which he was privy on account of his visits, beginning in his teenage years, with a remarkable uncle of his who ran a newsstand and a kind of spontaneous literary political salon at a newspaper stand on Seventy-Second Street in New York City. This model of intense, open-ended discussion remains for him critical, and is in fact one of the legacies of his own approach when he meets with individuals, whether in his MIT office, or in the course of rallies, talks or discussions beyond the ivory tower" என்று சோம்ஸ்கியின் வாழ்க்கை வரலாற்றை எழுதும் இராபர்ட் பார்ஸ்கி (Robert Parsky) மில்டன் கிராஸின் ஆதிக்கம் சோம்ஸ்கி ஒரு முற்போக்கு சமூக, அரசியல் சிந்தனையாளராகவும், ஒரு சமூக, அரசியல் போராளியாகவும் உருவாகத் தளம் அமைத்துத்தந்தது என்பதைத் தம் நூலில் பதிவுசெய்துள்ளார்.

2. 'நிக்ஸனின் அரசியல் எதிரிகளின் முதன்மைப் பட்டியல் (Master List of Nixon's Political Opponents)' என்னும் இப்பட்டியல் 'நிக்ஸனின் இருபது முக்கியமான எதிரிகள் (Nixon's Enemies List of 20 key People)' என்னும் முந்தைய பட்டியலின் விரிவாக்கம். இப்பட்டியலிலுள்ள அனைவரும் ஜனாதிபதி ரிச்சர்டு நிக்ஸனின் அரசியல் எதிரிகளாகக் கருதப்பட்டனர். இப்பட்டியலைத் தொகுத்தது சார்லஸ் கோல்சன் அலுவலகம். இப்பட்டியலின் கல்வியாளர் வரிசையில் சோம்ஸ்கி சேர்க்கப் பட்டார் (http://en.wikipedia.org).

3. The Relevance of Anarcho-syndicalism- Noam Chomsky interviewed by Peter Jay, CHOMSKY.INFO July 25, 1976.

4. "Nuclear energy is a very dangerous initiative, particularly in countries like India, which has had more than its share of industrial disasters, Bhopal being the most famous. I would like to express my support for the courageous people's movement protesting the opening of the Kudankulam Nuclear Power Plant" (Chomsky's solidarity letter to the struggling Kudankulam protesters). Chomsky's response came as a part of the efforts of the anti-nuclear activists to campaign on Kudankulam issue through the net in a unique manner through a well known website called *www.countercurrents org.* The site has been publishing posters using statements in support of the Kudankulam struggle from well known national and international personalities along with their photographs from October 11, onwards (The Times of India, Nov.12,2012).

5. "I offer my solidarity with the brave people of Koodankulam, as they non-violently resist the Koodankulam nuclear power plant in their community. The courageous villagers-men and women-who are risking their lives do so to safeguard the lives of their children, the livelihood of all their fishermen,and their environment. We support you all, continue to be brave, refuse to be silent, and you will overcome. Your actions are an inspiration to many of us around the world and we join you in spirit. Shanti." (Mairead Maguire, The Times of India, Nov.12, 2012).

6. The responsibility of the writer as a *moral agent* is to try to bring the truth about matters of human significance to an audience that can do something about them.That is part of what it means to be a moral agent rather than a monster. It's hard to think of a less contentious proposal than this truism. Or so one might think.Unforutnately, that is not quite the case, for a simple reason the standard practice of the intellectual communities in which we (more or less) belong rejects this elementary moral principle with considerable fervour and passion, in fact. We may even have sunk to historical lower depths, in this regard, by the natural measure: comparison of standard practice to oppurtunities available (Chomsky, 1996).

7. *2012ஆம் ஆண்டு ஆகஸ்ட் மாதம் 15ஆம் நாள் பேராசிரியர் நோம் சோம்ஸ்கியுடன் ஜெகன் வின்செண்ட் டே பால் நடத்திய நேர்காணலின் தமிழ் வடிவம் இது. கலையையும் தொழில்நுட்பத்தையும் இணைத்து அழகிய எதிர்காலத்தை*

உருவாக்கும் நோக்கம் கொண்ட ZERO *1* எனப்படும் அமைப்பின் *அறக்கட்டளை சார்பாக ஒப்பீடும் வேறுபாடும்: நடத்தை நியதிகள் (Compare and Contrast: Codes of Conduct)* என்னும் திட்டச் செயலுக்காக இந்த நேர்காணல் நடைபெற்றது. *சிலிகான் பள்ளத்தாக்கின் தொழில்நுட்பத் தன்னாதிக்கச் சக்திகளும் அரசியல் தன்னாதிக்கச் சக்திகளும்* என்னும் தலைப்பில் இந்நேர்காணல் காலச்சுவடு இதழ் *159*, (மார்ச *2013)* இல் வெளிவந்துள்ளது. இதனைத் தமிழில் மொழிபெயர்த்தவர் *எத்திராஜ் அகிலன்.*

பேராசிரியர் சோம்ஸ்கியுடனான இந்நேர்காணலை மேற்கொண்ட ஜெகன் வின்சென்ட் டே பால் யாழ்ப்பாணத்தைப் பிறப்பிடமாகக் கொண்ட இலங்கைத் தமிழர். கனடா நாட்டில் குடியேறித் தற்பொழுது ஐக்கிய அமெரிக்காவில் பணியாற்றுகிறார். டொரோண்டோ பல்கலைக்கழகத்தில் கட்டடவியலில் முதுநிலைப் பட்டம் பெற்றுப் பின்னர் அமெரிக்காவில் MIT பல்கலைக்கழகத்தில் காட்சிசார் கல்வியில் முதுஅறிவியல் பட்டம் பெற்றவர். ஆய்வாளராக, வடிவமைப்பு வல்லுநராக உலகின் பல்வேறு நாடுகளிலும் ஜெகன் பணியாற்றிஇருக்கிறார்.

8. ‘I think the idea of a single state is a bad option in much of the world and in fact parts of the world, like parts of Europe, for example, are moving towards more federal arrangements. So take, say, Spain. In Spain, Catalonia by now has a high degree of autonomy within the Spanish state. The Basque Country also has a high degree of autonomy and the same will increasingly be true of other regions. In England, Wales and Scotland in the United Kingdom are moving towards a form of autonomy and self determination and I think there are similar developments throughout Europe and they’re mixed with a lot of pros and cons, but by and large I think it is a generally healthy development. I mean, the people have different interests, different cultural backgrounds, different concerns, and there should be special arrangements to allow them to pursue their special interests and concerns in harmony with others. Some form of federalism I suppose is a good outcome in multinational, multicultural, systems, especially where there is a fair amount of geographical separation. You know, it just depends on local circumstances, the kinds of accommodations that are possible’. (Professor Chomsky on Sri Lanka and American Affairs - Eric Baileys (Sri Lanka Guardian’s Washington Correspondent) with Professor Noam Chomsky. *www.Slguardian.org*).

9. செயப்பிரகாசம், பா. 2011. இலங்கை இனப்படுகொலையும் இந்திய அரசியலும். காலச்சுவடு இதழ் 147, மார்ச் 2012. நாகர்கோவில்: காலச்சுவடு பதிப்பகம்.

10. '...what happened in Sri Lanka was a major Rwanda-like atrocity, in a different scale, where the West did not care. There was plenty of early warning. This has been going on for years and decades.Plenty of things could have been done to prevent it. But there was not enough interest'. Chomsky was responding to a question that referred to Jan Egeland, former head of UN's Humanitarian Affairs' earlier statement that R2P was a failure in Sri Lanka, where inner City Press (ICP) noted that nearly 20000 Tamil civilians were killed. UN discussion on R2P with Chomsky. Evans.

பார்வை நூல்கள்

ஆங்கிலம்

Agesthialingom, S.1965. Structural Ambiguities in Tamil. In: Indian Linguistics. Vol. 26 pp.8-17.

——1967. *A Generative Grammar of Tamil*. Annamalainagar: Annamalai University.

Aitchison, Jean.1999. *Linguistics*. London: Hodder Headline Plc.

Annamalai. E.2000. The Linguistic Heritage of India. In: *Linguistic Heritage of India and Asia.* (eds.) Omkar N. Koul and L. Devaki, Mysore: Central Institute of Indian Languages, PP.1-b

Bach, E. 1974. *Syntactic Theory*. New York: Holt, Reinhart & Winston.

Bloch, Bernard and George L. Trager. 1942. *Outline of Linguistic Analysis*. Baltimore: Linguistic Society of America.

Bloomfield, Leonard.1933. *Language*. New York: Holt, Rinehart & Winston.

Bloomfield, Leonard.1942. *Outline Guide for the Practical Study of Foreign Languages*. Baltimore: Linguistic Society of America.

Boas, F. 1911 *Handbook of American Indian Languages.* Washington, DC: Smithsonian Institute.

Bolinger, D. L. 1975. *Aspects of Language*. New Tork: Harcourt Brace & World.

Chafe, Wallace.1974. In: Parrat, Herman, *Discussing Language*. The Hague: Mouton.

Chomsky, Noam.1951. *Morphophonemics of Modern Hebrew*. Unpublished Master's Thesis. University of Pennsylvania.

——1953. Systems of Syntactic Analysis. In: Journal of Symbolic Logic 18(3), pp. 242-256.

—— 1954. Review of Eliezer Rieger, *Modern Hebrew*. In: Language 30(1) p.180-181.

——1955. Logical Syntax and Semantics: Their Linguistic Relevance. In: Language 3, pp. 36-45.

—— 1956 a. On the Limits of Finite-State Description. In: MIT Research Laboratory of Electronics, Quarterly Progress Report 41, 64-65.

——1956 b. Three Models for the Description of Language. In: IRE Translations on Information Theory. Vol. IT-2. Proceedings of the Symposium on Information Theory. pp.113-124.

——1957. Logical Structures in Language. In: American Documentation 8, p. 284.

——1957 a. *Syntactic Structures*. The Hague: Mouton & Co.

—— 1957 b. Review of Roman Jakobson & Morris Halle, *Fundamentals of Language*.In: International Journal of American Linguistics XXIII, 234-242.

——1957 c. Review of Charles F. Hockett, *A Manual of Phonology*. In: International Journal of American Linguistics XXIII, 223-234.

—— 1959. Review of B.F.Skinner, *Verbal Behavior*. In: Language 35, pp. 26-58. Reprinted in J.A.Fodor and J.D.Katz, The Structure of Language.

—— 1961. Structure of Language and its Mathematical Aspect. In: R. Jakobson (ed.). pp. 6-24; Providence, R.I.: American Mathematical Society. Reprinted in J. A. Fodor and J. D. Katz (eds.), *The Structure of Language*.

—— 1962. A Transformational Approach to Syntax. In: A.A.Hill (ed.), *Proceedings of the 1958 Conference on Problems of Linguistic Analysis in English*, 124-48, Austin, Texas. Reprinted in J. A. Fodor and J.D.Katz (eds.), *The Structure of Language*.

—— 1963. The algebraic theory of context-free languages with Schutzenberger. In: P. Braffort and D. Hirschbert (eds.), Computer Programming and Formal Systems, 119-61. Amsterdam: North-Holland.

—— 1964 a. *Current Issues in Linguistic Theory*. The Hague: Mouton & Co.

―― 1964 b. The Logical Basis of Linguistic Theory. In: *Lunt 1964*, pp. 914-978.

―― 1965. *Aspects of the Theory of Syntax*. Cambridge: MIT Press.

―― 1966. *Cartesian Linguistics*. New York : Harper & Row.

―― and M. Halle. 1968. The Sound Pattern of English. New York: Harper & Row.

―― 1972. *Problems of Knowledge and Freedom*. London: Barrie & Genkins.

―― 1985. *Knowledge of Language: Its nature, origin and use*. New York: Praeger.

―― 1996. *Powers and Prospects*. New Delhi: Madhyam Books.

―― 2000. *The Architecture of Language*. Mukharji, Nimalangshue, Bibudhendra Narayan Patnaik, Rama Kant Agnihotri (eds.), New Delhi: Oxford University Press.

Cook, V.J. and Newton, M. 1996. *Chomsky's Universal Grammar: An Introduction*. Oxford: Blackwell.

Firth, J. R. 1957. *Papers in Linguistics* 1934-51. London: Oxford University Press.

Fries, Charles C. 1952. *The Structure of English. An introduction to the Construction of English Sentences*. New York: Harcourt Brace.

―― 1967. Advances in Linguistics. In: *Readings in Applied English Linguistics*. Harold Byron Allen (ed.), U.S.A.: Prentice – Hall, Inc.

Gleason, H. A. 1955. *An Introduction to Descriptive Linguistics* (Revised Edition). New York: Holt, Rinehart and Winston.

Harris, Zellig S. 1951. Methods in Structural Linguistics. Chicago: University of Chicago Press.

―― 1962. *String Analysis of Sentence Structure*. The Hague: Mouton & Co.

―― 1968. *Mathematical Structures of Language*. Krieger Pub Co.

―― 1969. *The Two Systems of Grammar*: Report and Paraphrase. University of Pennsylvania.

Greenberg, Joseph. (ed.).1966. *Universals of Language*. Cambridge, Massachusetts: MIT Press.

Helmeslev, Louis and H. J. Uldall.1957. *Outline of Glossematics*. Copenhagen: Nordic Sprog.

Hill, Archibald A.1958. *Introduction to Linguistic Structures: From Sound to Sentence in English*. New York: Harcourt, Brace & World.

Hockett, C. F.1958. *A Course in Modern Linguistics*. New York: The Macmillan Company.

Householder, F. W. (ed.). 1972. *Syntactic Theory I: Structuralist. Selected Readings*. Harmondsworth : Penguin.

Hymes, D. 1972. On Communicative Competence. J B. Pride and Holmes, H. (ed.) *Sociolinguistics*. New York: Penguin.

Jackendoff, Ray.1993. *Patterns in the Mind*. Harvester Wheatsheaf: Hemel Hempsted, Herts.

Jakobson, Roman, C. Gunnar M. Fant and Morris Halle.1952. *Preliminaries to Speech Analysis, the Distinctive Features and Their Correlates*. Cambridge: Massachusetts Institute of Technology.

James, Williams 1890. *The Principles of Psychology*. (New York) Vol. 1. pp. 191-192.

Janson, Tore. 1978. Saussure and Chomsky on the Goals and Methods of Linguistics. In: *Studia Linguistica*, I-II.

Jones, Daniel.1940. *The Phoneme: Its Nature and Use*. Cambridge, England: W. Heffer & Sons:

Joseph, John E. 1991. Review of Koerner (1989). In: Word 42.216–219.

——1995. *The structure of linguistic revolutions*. Historiographia Linguistica 22: 3.379–399.

—— 1999. *How structuralist was American structuralism?*. Henry Sweet Society Bulletin 33.23–28.

Jun Liu. 2009. A Third Revolution in Linguistics: The Interplay between the Verbal and Non-verbal. In: English Language Teaching Vol. 2, No. 1.

Karlsson, Fred. 2008. *Early Generative Linguistics and Empirical Methodology*. In: Handbook on Corpus Linguistics. Vol.1. pp. 14-32.

Katz .J.J. & Fodor, J.A. 1963. The structure of semantic theory. In: Language 39 - 170.

—— & Paul M. Postal. 1964. *An Integrated Theory of Linguistic Descriptions*. Cambridge, Mass.: MIT Press.

Lakoff, George. 1971. On Generative Semantics. In: Steinberg, D .D. and Jakobovits. L. A. (eds.). 1971.

Lees, Robert B. 1957. Review of Noam Chomsky, *Syntactic Structures*. In: Language 33(3), pp. 17-28.

—— 1960. *The Grammar of English Nominalizations*. Bloomington, Indiana: Research Center in Anthropology, Folklore and Linguistics.

Levinson, S.C. 1983. *Pragmatics*. Cambridge: Cambridge University Press.

Lyons, John. 1968. *An Introduction to Theoretical Linguistics*. Cambridge: Cambridge University Press.

—— 1977. *Chomsky*. Glascow: William Collins Sons and Co. Ltd.

—— 1981. *Language and Linguistics* - An Introduction. Cambridge: Cambridge University Press.

McCawley, James D. 1976. Introduction. *Notes from the Linguistic Underground*. (ed.). J. D. McCawley, 1–19. New York: Academic Press.

Mandelbaum, D.G. (ed.). 1949. Culture, language, and personality. Berkeley and Los Angeles, California: University of California Press.

Martine, Andre. 1974. In: *Discussing Language*, Herman Parret. The Hague- Paris: Mouton.

Nida, E. A. 1949. *Morphology:The Descriptive Analysis of words*. Michigan: University of Michigan Press.

Obler, L. K. & Gjerlow, K. 1999. *Language and Brain*. Cambridge: Cambridge University Press.

Oller. Jr. 1970. Transformational theory and pragmatics. In: The modern Language Journal Vol. 54. pp. 504.507.

Otero, Carlos P. 1994. Noam Chomsky: *Critical Assessments*. London and New York: Routledge.

Radford, Andrew.1988.*Transformational Grammar: A First Course*. Cambridge: Cambridge University Press.

Rajaram, S. 1976. *A Contrastive Analysis of Tamil and Kannada – A Transformational Approach*. Annamalai University, Annamalainagar: Ph.D. diss.

Rangan, K. and G. Chandrasekaran.1994. A *Glossary of Standardized Technical Terms in Linguistics English – Tamil*. Thanjavur: Tamil university.

Robins, R. H. 1979. General Linguistics: *An Introductory Survey*. London: Longman.

Ross, J. R. And George Lakoff. 1967. 'Is Deep Structure Necessary?. Unpublished Paper.

Ryle, G. 1949. *The Concept of Mind*. London: Hutchinson.

Sapir, Edward .1921. *Language: An Introduction to the Study of Speech*. New York: Harcourt, Brace & World.

Saussure, F. de. 1983/1916. *Course in general linguistics*. Edited by Charles Bally and Albert Sechehaye with the collaboration of Albert Riedlinger. Translated by Roy Harris. London: Gerald Duckworth & Co. Ltd.

Savignon. S. 1983. *Communicative competence. Theory and practice. Text and context in second language learning*. Addison, Wesley publishing company, Mass.

Searle, John R. 1972. Chomsky's Revolution in Linguistics. In: The New York Review of Books. Vol.18, 12.

Skinner, B. F. 1957. *Verbal Behavior.* New York: Appleton Crofts.

Trager, George Leonard and Henry Lee Smith, Jr. 1957. An Outline of English Structure. *Studies in Linguistics,* Occassional Papers 3, 1951. Reprinted, Washington D.C.: American Council of Learned Societies.

Widdowson, R. G. 1978. *Teaching language as communication*. London: Oxford University Press.

Wittgenstein, L.1953 / 1968. *Philosophical Investigations*. Oxford: Blackwell.

தமிழ்

அரங்கன், கி. 1975. *மாற்றிலக்கண மொழியியல்*. சென்னை: தமிழ் நூலகம்.

—— 1985. *தொடரியல்: மாற்றிலக்கண அணுகுமுறை*. தஞ்சாவூர்: தமிழ்ப் பல்கலைக்கழகம்.

—— 2013. *நோம் சோம்ஸ்கி பன்முக அறிமுகம்*. கோயம்புத்தூர்: மொழியியல் துறை, பாரதியார் பல்கலைக்கழகம்.

இராசாராம், சு. 1973. *மொழியும் மொழியியலும்*. அண்ணாமலை நகர்: சிவகாமி பதிப்பகம்.

—— 2010. *இலக்கணவியல்: மீக்கோட்பாடும் கோட்பாடுகளும்*. நாகர்கோவில்: காலச்சுவடு பதிப்பகம்.

—— (பதி.). 2014. *தமிழ்மொழி அரசியல்: காலச்சுவடு கட்டுரைகள் 1994–2014.* நாகர்கோவில்: காலச்சுவடு பதிப்பகம்.

கணிப்பொறிக் கலைச்சொல் அகராதி. 2000. சென்னை: வளர்தமிழ் மன்றம், அண்ணா பல்கலைக்கழகம்.

சக்திவேல், சு. 1980. *மொழியியல் கலைச்சொல் அகராதி* (Glossary of Technical Terms of Linguistics). சிதம்பரம்: மணிவாசகர் நூலகம்.

சண்முகம், செ. 1989. *பொருண்மையியல்.* அண்ணாமலைநகர்: அனைத்திந்தியத் தமிழ் மொழியியற் கழகம்.

—— 1998. *சாம்ஸ்கியின் புது மாற்றிலக்கணம்.* சென்னை: கவிதா பதிப்பகம்.

சண்முகம், செ. வை. 1994. *இலக்கண உருவாக்கம்.* சென்னை: மணிவாசகர் பதிப்பகம்.

செயப்பிரகாசம், பா. 2011. இலங்கை இனப்படுகொலையும் இந்திய அரசியலும். காலச்சுவடு இதழ் 147, மார்ச் 2002.

சோம்ஸ்கி, நோம். 2013. சிலிகான் பள்ளத்தாக்கின் தொழில்நுட்பத் தன்னாதிக்கச் சக்திகளும் அரசியல் தன்னாதிக்கச் சக்திகளும். (நேர்காணல்: நோம் சோம்ஸ்கி – ஜெகன் வின்சென்ட் டே பால். தமிழில்: எத்திராஜ் அகிலன்), காலச்சுவடு இதழ் 159, மார்ச் 2013.

இணையம்

http://www.chomsky.info/debates/1971xxxx.htm

John R. Searle, 1972. A Special Supplement: Chomsky's Revolution in Linguistics

The Chomsky Reader, 1983

Chomsky . Info. 1991

Chomsky. Info. 2002

Meguire, Mainead. 2012. The Times of India, Nov.12.

http://en wikipedia.org

www.Slguardian.org

www.countercurrents.org

E. F. K. Koerner, Linguistics and Revolution with particular reference to the 'Chomskyan Revolution'.

சொல்லடைவு

ஃபிரட் ஹவுஸ்ஹோல்டர், 165

ஃபினிகன், 240-241

ஃபெர்டினண்ட் டி சதூர், 65, 98, 99

ஃப்ரைஸ் 148, 382

அக அமைப்பு, 235, 254

அக இலக்கணம், 202

அக்காடியர்கள், 67

அகநிலைக்கருத்துக் கோட்பாடு, 201

அகமொழி, 251-252, 258-260, 280

அகமொழி அமைப்பு, 258

அகவயி அணுகுமுறை, 56

அடிநிலை அமைப்பு, 285, 310, 312, 325, 338-339

அடிநிலை ஒழுங்கமைவு, 284

அடிநிலைக் கூறு, 340, 342, 348

அடிப்படைப் பிரச்சனை, 197, 358

அடுக்குநிலை உறவு, 101

அண்மைத் தொடர் உறுப்பு, 125, 282

அண்மைத் தொடர் உறுப்புப் பகுப்பாய்வு 122, 127, 134, 158, 159-160, 299, 302, 309

அமெரிக்க அமைப்பியல்வாதம், 98, 116

அமெரிக்க அமைப்பு மொழியியல், 48

அமெரிக்க இந்திய மொழிகள், 117

அமெரிக்க மொழியியல் கழகம், 177

அமைப்பியல் கோட்பாடு, 99

அமைப்பியல்வாதக் கொள்கைகள், 104

அமைப்பியல்வாதம், 98, 100-101, 104, 116, 147, 149, 163, 177, 191, 279

அமைப்பு மாற்றம் 326, 357

அமைப்பு மொழியியல் கருத்தியல் வாய்பாடு 146, 149

அமைப்பு வண்ணனை 253, 284, 319, 325

அரசின்மைவாதம் 387

அரிஸ்டாடில், 69, 79, 92, 373, 382

அலெக்ஸாண்டிரியா மொழி, 69

அவிவா சோம்ஸ்கி, 43, 45

அறிவாதாரமுறையியல், 53, 80, 157, 215, 216, 221, 260

அறிவாதாரமுறையியல் அனுபவவாதம் 221

அறிவாதாரமுறையியல் பகுத்தறிவுவாதம், 221

அறிவியல் புரட்சி, 144-47, 149, 185, 191, 278

அனுபவவாதம், 53, 103, 170-171, 193, 213, 215-222, 224-226, 260

ஆக்கநிலையுறுத்தம், 57-58, 62

ஆக்கமுறை, 134, 178, 198, 310-311, 325, 336

ஆக்கமுறை இலக்கணக் கோட்பாடு, 201, 218, 230, 232, 252, 277, 339

ஆக்கமுறை இலக்கணம், 77, 149,157, 160, 205, 209, 232, 252, 254, 266, 294-300, 305-312, 321

ஆக்கமுறை ஒலியனியல், 107, 165

ஆக்கமுறை மாற்றிலக்கண மொழியியல், 180, 190-191, 265, 269

ஆக்கமுறை மாற்றிலக்கணக் கோட்பாடு, 39, 43, 50, 64-66, 71 72, 78, 88-89, 104, 133, 140, 177, 184-185, 191-192, 198, 201-202, 214-215, 218, 220, 225, 228, 250, 255, 258-260 268, 273, 277-281, 321-323, 332, 335, 339, 345, 358, 363-365, 369-371

ஆக்கமுறை மாற்றிலக்கணம், 54-56, 60, 73, 78, 97, 112, 128, 132, 137, 139-140, 147, 158, 163, 168, 177, 180 182, 187, 190, 199-200, 220-221, 226, 229, 245, 261, 263, 278-281, 347, 360, 390

ஆக்கமுறை மொழியியல், 207, 210, 230, 291-292, 294, 300, 310, 320

ஆக்கமுறைத் திறன், 349

ஆக்கமுறைப் பொருண்மையியல், 173, 184, 210, 269, 345-350

ஆக்கமுறையியல்வாதம், 98

ஆகஸ்ட் ஷெலையஸர், 86-87

ஆந்த்ரே மார்த்தினே, 167, 214

ஆர்க்கிபால்டு ஹில், 152, 154

ஆளுகை – கட்டுறவு கோட்பாடு, 351

ஆன்றொய்ன் ஆர்னால்டு, 55

இந்திய இலக்கணமரபு, 67, 70

இபன் ஜினா, 70

இராட்ஃபோர்டு, 205

இராபர்ட் கால்டுவெல், 84

இராபர்ட் கில்வார்டுபி, 80

இராபர்ட் பார்ஸ்கி, 141, 380, 409

இராபர்ட் லீஸ், 50, 164, 171-172, 174-175, 179, 230

இலக்கண ஒழுங்கமைவு, 235

இலக்கண நிறைவு, 202-203

இலக்காக்கம், 208, 210, 224, 269

இன உறவு, 85

இனங்காணும் வழிமுறைகள், 119, 139, 155, 208

உச்சரிப்பு விதிகள், 67

உருபொலியனியல் விதிகள், 329, 422

உருமாற்று விதி, 130, 140

உருமாற்றுக் கொள்கை, 293

உருமாற்றுப் பகுப்பாய்வு, 129, 132-133, 167

உள்முகநோக்கு, 226-230

உள்ளமைப்புகள், 100

உள்ளுணர்வு, 205, 209, 212, 215, 218, 221, 226–228, 230–232, 264, 299

உள்ளுணர்வு / பகுத்தறிவுக் கொள்கை, 218

உள்ளுறை அறிவு, 232

உள்ளுறை அறிவுசார் கருதுகோள், 32, 254

உள்ளுறை அறிவுசார் கொள்கை, 218, 232

உள்ளுறை ஆற்றல், 193, 197, 215, 219, 221–233, 241, 258, 280

உள்ளுறை இலக்கணம், 32, 55, 202, 233, 258

உள்ளுறை ஒழுங்கமைவு, 197

உள்ளுறைக் கருத்தியல் கொள்கை, 218, 232

உள்ளுறைப் பொறிநுட்பம், 59

உறுதிநிலை வரைநிலைத் தானியங்கிப் பொறி, 301, 305, 307

உறுதிநிலையற்ற வரைநிலைத் தானியங்கிப் பொறி, 301, 307

உறுப்பமைவு உறவு, 101

ஊக இலக்கணவியலாளர், 245

எட்வர்டு கிளீஸன், 48

எட்வர்டு சாபிர், 98, 110, 141, 382

எர்னெஸ்டோ, 44–45

எல்சி சைமனோஃப்ஸ்கி, 34

எழுவாய் நீக்கல், 286

எளிமை, 96, 151, 173, 177, 368

ஐயுறவு வாக்கியம், 332

ஐரோப்பிய அமைப்பியல்வாதம், 98

ஒத்திசைவு, 96, 151, 177

ஒப்புமையாக்கம், 198

ஒப்புருவாக்கப் பிழைகள், 234

ஒலிப்பு உருவமைப்பு, 349

ஒலிப்பு நயப்படுத்தம், 283, 342

ஒலிப்பு வடிவம், 367

ஒலிப்பு வெளியீடு, 367

ஒலியன் உருவமைப்பு, 341

ஒலியன் விதிகள், 340

ஒலியனியல் கூறு, 329, 332, 341–343, 345

ஒலியனியல் கொள்கை, 107, 149, 163

ஒலியியல் கூறு, 283

ஒலிவிதி, 356

ஒப்பர், 183

கட்டாய மாற்று விதி, 134

கட்டிலா உருபன், 121–122

கணித வடிவமைப்பியல், 300

கணிதவியல் அணுகுமுறை, 166

கார்ட்டேசியன் காலம், 55, 261

கார்ட்டேசியன் பகுத்தறிவுவாதம், 55

கார்ட்டேசியன் மொழியியல், 55, 62, 185

க்ரீன்பெர்க்கிய அணுகுமுறை, 246

கருத்தலகு, 53, 59, 233, 259, 280

கருத்தாடல் பகுபாய்வு, 133, 135, 275

கருத்தியல் வாய்பாட்டுத் தாவல், 116, 133, 144–146, 149–150, 174–178, 191–192, 278, 369

கருத்தியல் வாய்பாடு, 144–146, 149, 152–154, 160, 176, 181

கருத்து நிறைவு, 203, 205–207

கருத்துப்புலப்படுத்த அறிதிறன், 271–272, 275

கருத்துப்புலப்படுத்தச் செயற்பாடு, 272, 275

கரோல் ஷாட்ஜ், 39

கற்றல் ஆற்றல், 365–366

கறுப்புப் பெட்டி, 184, 235

கறுப்புப் பெட்டிக் கோட்பாடு, 235

காத்தியாயனர், 68

கார்லஸ் ஓட்டேரோ, 78

கார்லோட்டா ஸ்மித், 180

கிரஹாம் ஸ்டூவர்ட், 400

கிரியோல், 244

கிரேக்க இலக்கணமரபு, 68–70

கிளாட் லான்ஸிலாடு, 55

கிறிஸ்டியன் இராஸ்க், 84

குறியியல், 104

குறுமை நிரல், 203, 298, 357, 364, 367–368

குறுமை நிரல் இலக்கணம், 203, 298, 364

குறுமொழி, 243–245

கோர்வைத் தொடர் பகுப்பாய்வு, 122

சர் வில்லியம் ஜோன்ஸ், 84

சாபிர்–உர்ஃப் சார்பியல் கருதுகோள், 88

சார்லஸ் ஃபில்மோர், 180, 346

சார்லஸ் லாம்ப், 180

சார்லஸ் ஹாக்கெட், 117, 122, 155, 165, 169, 173

சிக்கனம், 96, 127, 151, 177

சிககூழிகள், 67

சுமேரிய மொழி, 67

துழல்–கட்டிலா இலக்கணம், 306–307

துழல்–கட்டிலா விதிகள், 307

துழல்–கட்டுப்பாட்டு இலக்கணம், 304

துழல்–கட்டுப்பாட்டு விதிகள், 304

செயற்பாட்டியல்வாதம், 98

செயற்பாட்டுக் கோட்பாடு, 105

செயற்பாட்டுத் தொடர் உறுப்புகள், 311

செர்லே, 278

செவ்வியல் இலக்கணமரபுகள், 66

சைகைமொழி, 241–243

சொற்களஞ்சியச் செருகு விதிகள், 316

சொற்களஞ்சியம், 239, 283, 342, 355–356, 366

சோம்ஸ்கிய விளைவு, 181

சோம்ஸ்கியப் புரட்சி, 32, 139, 143–147, 180–182, 184, 189, 277, 344

சோம்ஸ்கியவாதம், 386

டிராகர், 117, 136, 153–155

டெக்ஸாஸ் மாநாடு, 160

டெல் ஹைம்ஸ், 260, 271–273, 278

டேவிட் எலி, 34, 36, 39

டேவிட் கிம்ஹி, 35, 70

தத்துவ உளவியல், 221

தத்துவ உளவியல் அனுபவவாதம், 221

தத்துவ உளவியல் பகுத்தறிவுவாதம், 221

தரக் கோட்பாடு, 238, 281, 298, 335, 337, 348–349, 352, 359, 368

தரவு நிறைவு, 203–204, 207

தரவுத் தொகுப்பு, 118, 160, 193, 202, 208–209, 211, 213–214, 224, 296, 299

தருக்க வடிவம், 289, 355, 356, 367

தருக்கவிதி, 356

தன்னாட்சித் தொடரியல், 336, 348

தாமஸ் கூன், 144, 149, 153–154

துலங்கல், 56–57, 59, 62, 221

தூண்டல், 57, 59, 62, 221

தூண்டல் – துலங்கல், 221

தூண்டலின் வறுமை, 221

தொடர் உறுப்பு, 125, 282, 309, 311–312, 319, 353

தொடரமைப்புஇலக்கணம், 134, 203, 282, 300, 308–309, 311–312, 321–323

தொடரமைப்பு விதி, 134, 159, 327

தொடரியல் உறவு, 161, 323

தொடரியல் கூறு, 287, 329, 332, 345, 348

தொடரியல் மிருகம், 345

தோன்றா வேறுபாட்டு அளபுரு, 360

நடத்தை உளவியல், 103, 116, 136, 138, 140, 198, 212, 223

நடத்தையியல் கோட்பாடு, 62, 263

நடப்புக் கருத்தியல் வாய்பாடு, 146

நடைமுறை மொழிப்பயன்பாட்டியல், 274

நடைமுறை மொழிப்பயன்பாட்டு அறிதிறன், 275, 277

நடைமுறைப் பயன்பாட்டியல், 347

நாதன் ஃபைன், 48, 51

நாதன் சல்மான், 49, 51, 300

நிகராகுவன் சைகைமொழி, 241

நிகோலஸ் கோபர்னிகஸ், 144

நியூமேயர், 190

நிலையுறுத்தம், 59

நெருக்கடி, 145, 149, 153, 154

நெல்ஸன் குட்மேன், 49, 51, 179, 300

பகுத்தறிவுவாத அணுகுமுறை, 75, 82

பகுத்தறிவுவாதம், 49, 103, 170–171, 193, 213, 215–216, 218–222, 224–226, 260, 300

பகுத்தறிவுவாதம்–அனுபவவாதம், 103, 170–171, 193, 213, 215–216, 218–222, 224–226

படைப்பாக்கத்திறன், 202

பதஞ்சலி முனிவர், 68

பயங்கரவாதம், 398–401

பாணினீ, 68, 78, 310

பாபிலோனிய மரபு, 67

பார்சலோனா வீழ்ச்சி, 378

பால் கிரிஃபித், 233

பால் போஸ்டல், 50, 171, 173–174, 337

பிரதி, 37, 70, 275–276

பிரதி உருவாக்கம், 276

பிராக் மொழியியல், 104, 105, 107, 141, 163, 165, 187

பிராதிசாக்கியங்கள், 68

பிரான்ஸ் பாப், 86, 109

பிரான்ஸ் போயெஸ், 109, 382

பிளேட்டோ, 69, 91–92, 197, 232, 358, 373, 382

பிளேட்டோ பிரச்சனை, 197, 358

பின்-சோம்ஸ்கிய மொழியியல், 350

பின்நிலைத் தொடர், 315

பின்னொட்டு மொழி, 248

பீட்டர் ஜே, 387

புத்திலக்கணச் சிந்தனை, 98

புத்திலக்கணத்தார், 100, 109

புது-புளும்ஃபீல்டிய மொழியியல், 65, 165, 174, 176

புது-புளும்ஃபீல்டியர்கள், 117, 173

புதை-அமைப்பு, 355-367

புதைநிலை அமைப்பு, 131, 193, 209, 212, 238, 281-285, 288-289, 336, 338-344, 348-351, 360

புதைநிலை விதிகள், 209-212

புலனுணர்வியல், 31, 33, 38, 45, 53-54, 59-60, 89, 112, 140, 170, 175, 183-184, 197, 226, 230, 233, 240-241, 250, 262-263, 279, 294, 358, 368-369, 371, 373, 382

புலனுணர்வியல் மொழியியல், 382

புளும்ஃபீல்டிய மொழியியல், 65, 117-118, 127, 148, 153, 156-157, 165-166, 168, 170, 174-177, 309

புற-அமைப்பு, 355-356, 367

புறநிலை அமைப்பு, 193, 238, 281-282, 288-289, 338-339, 341-343, 348, 351, 355

புறவய அணுகுமுறை, 56

புறவூக்கம், 56-57, 59, 62

பேச்சு, 32, 56, 96, 99-100, 102-104, 108, 110, 196, 200, 208-209, 214, 220, 223-224, 234-235, 259-261, 265, 267, 271-272, 274-275, 277, 279, 343, 347

பேச்சுச் சமூகம், 96

பேச்சுச் செயல்பாடு, 102

பேச்சுச் செயற்கூறுகள், 274, 275, 347

பொது மொழியியல், 26

பொதுமை இலக்கணம், 32, 65, 73, 79-81, 89, 132, 203, 236, 241, 243, 250-252, 254-255, 258, 297, 349, 352, 360, 363-365

பொதுமைத்திறன், 252

பொருண்மை அமைப்பு, 205, 338

பொருண்மை அறிதிறன், 277, 338

பொருண்மை உருவமைப்பு, 342, 349-350

பொருண்மை நயபடுத்தம், 283-284, 287-289, 317, 329, 340, 342, 354

பொருண்மைத் தொடரியல், 348

பொருண்மைப் பகுப்பாய்வு, 79, 332

பொருண்மையியல், 119, 135, 150, 172-174, 178, 184, 205, 209-210, 246, 266-267, 269, 283, 296, 333, 335, 337, 342, 345-350, 419

பொருண்மையியல் கூறு, 283, 333, 342, 345, 348-349

பொருள்கோள், 317, 332, 335, 337-338, 348, 350-351, 356, 366-367

பொருள்கோள் ஒழுங்கமைவு, 366-367

பொருள்கோள் கணிப்பு ஒழுங்கமைவு, 356

பொருள்கோள் விதிகள், 332

போர்ட்-இராயல் இலக்கண மரபு, 49, 54

போர்ட்-இராயல் இலக்கணம், 54-55, 82, 169, 222

போலச் செய்தல், 234

பௌதாயன் டி கார்திதேன, 98, 104

மரியோலா பெரெஜ், 44

மறைபொருளாராய்ச்சி, 80
மனஅமைப்பு, 149, 163, 166, 169–170
மன இலக்கணம், 75
மார்ட்டன் ஓயிட், 48–49, 300
மார்ட்டின் ஜஉஸ், 173
மில்டன் கிராஸ், 377
மீஞ்சுமை விதி 134
முதல் மொழி ஈட்டல், 53
முதன்மை மொழித் தரவுகள், 254
முன்னொட்டு மொழி, 248
மூல அமைப்புப் பகுப்பாய்வு, 128
மூலக்கொள்கைகள், 353, 357, 360–361, 363
மூலக்கொள்கைகளும் வேறுபாட்டு அளபுருக்களும், 250, 298, 353, 358, 360, 365, 367
மூன்றாம் புரட்சி, 182–183
மைக்கேல் ஹாலிடே, 267, 275, 278
மைரீட் மேகுர், 389
மொழி அறிதிறன், 59, 66, 103, 193, 196, 202, 207, 213, 215, 225, 238, 257–258, 260–270, 272, 275, 277–280, 296
மொழி அறிதிறன்–மொழிச் செயலறிதிறன், 103, 193, 225, 238, 260–262, 266, 268, 277–279
மொழி ஈட்டல், 33, 39, 40, 51, 53, 103, 111, 140, 169, 171, 178, 183, 193, 201, 207, 217, 221, 222, 231, 233–236, 240–241, 250, 254, 257–260, 264, 272, 280, 297, 351–352, 358, 361–365
மொழி ஈட்டல் கோட்பாடு, 207
மொழி ஈட்டல் பொறிநுட்பம், 53, 193, 201, 233, 234–236, 241, 258, 297

மொழி உள்ளுணர்வுகள், 193, 226
மொழி உற்பத்தி, 97, 103, 196–197, 227
மொழி உற்பத்தியாக்கம், 60, 310, 325
மொழி ஒழுங்கமைவு, 235
மொழி வண்ணனை, 48, 98, 136, 293
மொழிக் கருத்தலகு, 53, 59
மொழிக்கருத்தீடு, 102–104, 108, 196, 223–224, 260–261, 263, 267, 271
மொழிக்கருத்தீடு – பேச்சு, 102–104, 108, 223–224, 260–261, 267, 271
மொழிச் செயலறிதிறன், 59, 103–104, 193, 196, 213, 225, 238, 260–262, 265–266, 268, 276–279
மொழித் தோற்றம், 240
மொழித்திறன், 198, 259
மொழித்தூய்மை, 70, 93
மொழித்தூய்மை காத்தல், 70
மொழிநுட்பப் புலம், 59, 171, 236, 258, 259, 280
மொழிப் பகுத்தறிவுவாதம், 222
மொழிப் பொதுமைகள், 75, 82, 89, 169, 170, 193, 236, 238, 239, 240–241, 246, 249, 251, 368
மொழிப்படைப்பாக்கம், 74, 75, 87, 88, 169, 196–197 262
மொழிப்பயன்பாட்டின் படைப்பாக்கக்கூறு, 89, 200
மொழிப்பிழை நீக்குதல், 70
மொழியறிவு, 52–53, 82, 203, 210, 216, 220–222, 224, 232, 259, 263, 264, 269, 273–274, 296, 312, 321
மொழியியல் இலக்கணம், 71–72
மொழியியல் சிந்தனைப்பள்ளிகள், 71

மொழியியல் போர், 295

மொழிவகை ஆய்வு, 83

மோரிஸ் ஹாலே, 50, 105, 176, 179, 187, 254

யாக் பௌவெரெஸ், 276

யூன் லியூ, 182-183, 278

ரெனே டெகார்தா, 55, 232

ரே ஜாக்கெண்டாஃப், 254

ரைல், 275

ரோமன் யாகோப்ஸன், 105-107, 141, 179, 192

ரோஜர் பேக்கன், 80, 245

லெய்ப்னிஸ், 171, 219

லெனார்டு புளூம்ஃபீல்டு, 48, 65, 110, 114, 148, 382

வகைப்பாட்டு அறிவியல், 149, 155

வகைப்பாட்டு மொழியியல், 49, 51, 300

வகைப்பாட்டு மொழியியல் அணுகுமுறை, 49,

வகைப்பாட்டுப் பொதுமைகள், 252, 254,

வடிவ ஒழுங்கமைவு, 139

வடிவப் பொதுமைகள், 252-253

வண்ணனை அணுகுமுறை, 109, 114

வண்ணனை நிறைவு, 77, 203, 205-207, 209, 212, 228, 231, 258

வண்ணனைப் பகுப்பாய்வு, 87, 94

வரலாற்று மொழியியல், 76, 89, 98, 100, 182, 292

வரலாற்று மொழியியல் – வண்ணனை மொழியியல், 182

வரலாற்றுக்கால அணுகுமுறை – சமகால அணுகுமுறை, 107

வரைநிலை இலக்கணம், 202-203, 300, 304-306, 310-311

வரைநிலைத் தானியங்கிப் பொறி, 301, 305, 307

வரைநிலைப் பொறி, 302, 304-305

வாக்கிய உருமாற்றம், 296

வாக்கிய உற்பத்தியாக்கம், 296, 337

வாக்கியப் படைப்பாக்கம், 196, 200

வாய்மொழி நடத்தை, 58, 262, 263

வாலஸ் சாஃப், 228, 268, 276

விடுதலையாட்சிக் கோட்பாட்டுவாதம், 387

விடோஸன், 278

வித்து வாக்கியம், 130, 281-282, 321, 323, 330

விதியாக்கம், 75, 222

விரிதரக் கோட்பாடு, 298, 347, 350, 352, 359

விருப்ப மாற்றுவிதி, 326

விருப்பத் தொடர்க்குறியீடு, 341

வில்லியம் சோம்ஸ்கி, 34-37, 42, 46, 75

வில்லியம் ஜேம்ஸ், 229

வில்ஹெம் உண்ட், 227

வில்ஹெம் வான் ஹூம்போல்டு, 87-89, 109, 168-169, 198-199, 271, 280

விளக்க நிறைவு, 77, 89, 177, 181, 203, 206-208, 255, 258, 265, 278, 292, 351,

வெகுசன ஊடகங்கள், 390, 394

வெற்றிலா – எழுவாய் மொழிகள், 362

வெற்று – எழுவாய் மொழிகள், 362

வெற்று – எழுவாய் வேறுபாட்டு அளபுரு, 362

வெஸ்ட் சர்ச்மேன், 49, 51, 300, 379

வேறுபாட்டு அளபுரு, 250, 298, 352–353, 357–358, 360–369

வேறுபாட்டு அளபுரு மாறி, 360–362

வேறுபாட்டு அளபுருவாக்கம், 363

ஜார்ஜ் லேகாஃப், 191, 346–347

ஜான் லாக், 219

ஜான் லைன்ஸ், 379

ஜியோனிஸம் 36

ஜூடாயிஸம் 36

ஜூடி கெக்ல் 242

ஜெகன் வின்சென்ட் டே பால், 393, 410–411

ஜெர்ரி ஃபோடர், 50, 171–174, 332, 345

ஜெர்லோ, 183

ஜெரால்ட் கட்ஜ், 50, 254, 270, 332, 337, 343

ஜெல்லிக் ஹேரிஸ், 51, 77, 117, 122, 145, 154–155, 161, 281–282, 292–293, 309, 379

ஜென்னி தாமஸ், 275

ஜே கெய்ஸர், 171, 174

ஜேக்கப் கிரிம், 84–85

ஜேம்ஸ் மெக்காலே, 190, 346–347

ஜோசப் க்ரீன்பெர்க், 191, 245–249, 382

ஸ்கின்னர், 57–59, 62–63, 170, 217, 263, 364

ஸ்டாயிக் குழு, 68, 73

ஸ்டாயிக்குகள், 68, 73

ஸ்மித், 117, 153–155, 180,

ஹீப்ரு இலக்கணமரபு, 70

ஹரிம்போல்ட், 87–89, 169 280

ஹேரிஸ், 57, 77, 89, 127–133, 139, 141, 156, 179, 193, 201, 281, 292, 301, 321, 323–324, 331, 346, 379–380, 382

ஹோமரின் மொழி, 69

சு. இராசாராமின் பிற நூல்கள்

இலக்கணவியல்
மீக்கோட்பாடும் கோட்பாடுகளும்
ரூ. 690

செருமன் தமிழ் அகராதி
ஹார்ஸ்ட் சிவையா, சு. இராசாராம்
ரூ. 390

தொகுத்த நூல்கள்

மொழிபெயர்ப்புப் பார்வைகள்
கட்டுரைகள்
ரூ. 150

தமிழ் நவீனமயமாக்கம்
கட்டுரைகள்
ரூ. 275

தமிழ்மொழி அரசியல்
கட்டுரைகள்
ரூ. 350

தமிழ்மொழிக் கல்வி
கட்டுரைகள்
ரூ. 190